प्रेमचंद
गोदान

■गोदान प्रेमचंदांची सर्वोत्तम कृती आहे, ज्यात त्यांनी ग्रामीण आणि शहरी अशा दोन कथांचे बेमालूम मिश्रण केले आहे.

■दीन-विवश होरी चार पैशासाठी सावकारी करू लागतो. गोबर देखील लखनौला जावून सावकार बनतो. अशाप्रकारे दातादीन पंडा, झिंगुरी, दुलारी, नोखेराम देखील सावकारीच्या जोरावर शेतकऱ्यांना नाचवतात.

■शहरात खन्ना साहेब बँक उघडतात. बिजली दैनिकाचे संपादक ओंकारनाथ गरिबांच्या बाजुने आसतानाही बँकवाल्या खन्नाच्या पूढे जाऊ शकत नाहीत.

■....तर या पार्श्वभूमीवर गोदान होरीची कथा आहे, त्या होरीची जो जीवनभर मेहनत करतो, अनेक दुःख सहन करतो, केवळ यामुळे की इज्जतीचे रक्षण व्हावे आणि म्हणून तो इतरांना प्रसन्न ठेवण्याचा प्रयत्न देखील करतो, परंतु त्याला त्याचे फळ मिळत नाही आणि शेवटी विवश व्हावे लागते. तरीपण स्वतःची इज्जत नाही वाचवू शकत परिणामी तो हळूहळू आपल्या देहाचा होम करतो, ही केवळ एकट्या होरीचीच कथा नाही, त्या काळातील प्रत्येक भारतीय शेतकऱ्यांची आत्मकथा आहे आणि यासोबत जोडलेली आहे शहराची प्रासंगीक कथा. दोन्ही कथांचे मिश्रण इतक्या अफलातून केले आहे की त्यात वेगळेपणा कुठेच जाणवत नाही. प्रेमचंदाच्या लेखणीचे हेच वैशिष्ट्ये आहे.

हिंदीतील प्रसिद्ध कादंबरीकार मुन्शी प्रेमचंद यांची
सर्वोत्कृष्ठ कादंबरी

गोदान

मुंशी प्रेमचंद

डायमंड बुक्स

© प्रकाशकाधीन

प्रकाशक	:	डायमंड पॉकेट बुक्स (प्रा.) लि.
		X-30, ओखला इंडस्ट्रियल एरिया, फेज - II
		नवी दिल्ली-110020
फोन	:	011-40712200
ई-मेल	:	sales@dpb.in
वेबसाइट	:	www.diamondbook.in
प्रकाशन	:	2014
मुद्रक	:	आदर्श प्रिंटर्स, शाहदरा, दिल्ली - ३२

गोदान **(Marathi)**

by : Prem Chand

GODAAN (MARATHI)

१

होरीरामने दोन्ही बैलांना वैरण पाणि टाकून आपल्या धनिया नावाच्या पत्नीला सांगितले- शेणखत ऊसाच्या आळयात टाक. माझ्या येण्याचं काही नक्की नाही.तेव्हढी माझी काठी दे. धनियाची दोन्ही हातं शेणाने माखले होते.गोवऱ्या थापून आली होती. आहो, काही खाऊन तरी जा, इतकी घाई कशासाठी.

होरीने आपल्या कपाळावरील सुरकुत्यांना ताणत म्हटले- तुला खाण्या-पिण्यचं पडलय. मला याची काळजी आहे की उशीर झाला तर मालकाची भेट होणार नाही. स्नान, पूजा करायला बसलो तर त्यातच वेळ जाईल.

'त्यामुळे म्हणतेय, काही खाऊन जा आणि आज गेला नाहीत तर काय आभाळ कोसळणार नाही, काल-परवाच तर गेला होतात'

तू का समजून घेत नाहीस, कशाला मध्येच टांग आडवतेस? माझी काठी दे आणि तूझे काम बघ.त्यांना भेटतोय म्हणूनच कसा बसा जीव वाचलाय, नाहीतर काय झालं असतं मलाच माहीत. गावात किती माणसं आहेत, त्यांच्यावर बेदखल होण्याची वेळ आली नाही. दुसऱ्याच्या पायाखाली मान असेल तर त्याची हांजी-हांजी करावीच लागेल.

धनिया इतकी व्यावहार कुशल नव्हती. तिला वाटत होतं की आपण जमीनदाराची शेती करतो तर तो त्याचा कर घेतो. त्याची हांजी-हांजी कशाला करायची. त्याचे तळवे का चाटायचे. आपल्या विवाहीत जीवनाच्या या वीस वर्षाच्या काळात तिला चांगलं माहीत होतं की कितीही कंजूषी करा, कितीही पोटाला चिमटा द्या, कितीही बचत करा, पण करमुक्त होणं कठीण होतं. तरीपण ती हार मानत नव्हती. आणि या विषयावर नवरा-बायकोचे रोज भांडण होत राहायची. त्यांच्या सहा आपत्त्यापैकी केवळ तीन जिवंत आहेत. गोबर नावाचा मुलगा सोळा वर्षाचा तर सोना आणि रूपा दोन मुली आहेत. ज्यांचं वय बारा आणि आठ इतकं आहे. तिन आपत्ते अकाली वारली. तिला आजही वाटतं की दवा-पाणि वेळेवर मिळाला असता तर ती वाचली असती.पण तिच्याकडून एक चमचाभर औषधही आणता आले नाही.तिचं वयचं किती होतं.छत्तीसावं वर्ष लागलं होतं.परंतु सारं डोकं पांढरं झालं होतं. चेहऱ्यावर सुरकुत्या पडल्या होत्या.सारं अंग कोमेजलं होतं, तो सुंदर गव्हाळ रंग आता सावळा बनला होता आणि डोळयाच्या कडा सुजल्या होत्या.पोटपाण्याच्या चिंतेनेच आतापर्यत सुख मिळालं नव्हतं.या चिरस्थायी जीर्णअवस्थेने तिच्या आत्मसन्मानाला उदासिनतेचे रुप दिलं होतं.ज्या संसाराने पोटाला अन्नही दिलं नव्हतं, त्याच्यासाठी कोणाची इतकी हांजी-हांजी कशाला? हि परिस्थिती तिला अनेकदा विद्रोह करायला भाग पाडायची आणि दोन-चार धमक्या मिळाल्यावर तिला वास्तवाचे भान यायचे.

तिने पराभूत होऊन होरीची काठी, बंडी, जोडे, पगडी, आणि तंबाखूचा बटवा आणून समोर ठेवला.

होरीने तिच्याकडे डोळे वटारत म्हटले- काय सासरवाडीला जायचे आहे, इतक्या वस्तू

आणून ठेवल्यात? सासरवाडीतही कोणी तरणी-ताठी मेव्हणी नाही जिला दाखवला असता रुबाब.

होरीच्या सावळया सुरकुत्या पडलेल्या चेहऱ्यावर हास्याची एक लहर दिसून आली. धनिया थोडी लाजत म्हणाली, 'नाहीतरी तुम्ही कोठे आहात इतके तरणेबांड की सासरवाडीतल्या पोरी तुमच्यावर फिदा होतील!'

होरीने फाटलेली बंडी काळजीपूर्वक खाटेवर ठेवत म्हटले- तर तू काय समजतेस, मी म्हतारा झालोय ? अजून चाळीस वर्षाचा सुध्दा झालो नाही. मर्दाला साठव्या वषी जवानी येते.

आरशात तोड पहा. तुमच्या सारख्या तरुणांना साठव्या वर्षी कोठून जवानी येणार? दुध-दही पहायला देखील मिळत नाही, जवानी कशी येणार! तुमची दशा पाहून मी तर आणखीनच खराब होत चाललेय. वाटतं, ईश्वरा! म्हतारपण कसं जाईल ? कोणाच्या दारात भीक मागणार ?

होरीचं क्षणिक बोलणं पण काळजाला भिडणारं होतं, काठीचा आधार घेत बोलला- 'वयाची साठी ओलांडण्याची वेळ येणार नाही धनिया! त्यापूवीचं हे ओझ कमी होईल'

धनियाने झिडकारलं- असो, राहू द्या ते. कसलं कसलं नका बोलू. तुम्हाला चांगलं बोलल तरी टोचतं. होरी खांद्यावर काठी घेऊन घरातून निघाला. तर धनिया दारात उभा राहून दूरपर्तं त्यांला पहात राहिली. त्याच्या त्या निराशयुक्त शब्दांनी धनियाच्या आधात झालेल्या ऱ्हदयात भयकंपित केलं होतं. ती जशीही आपल्या स्त्रीत्वाच्या संपूर्ण व्रताने आपल्या पतीला अभयदान देत होती. तिच्या अंतकरणातून निघणारे आर्शीवादाची कंपने होरीच्या ऱ्हदयात विलीन होत होती. विपन्न आवस्थेत पती हा तिचा आधार होता ज्याच्या आधाराने संसाराचा गाडा ती हाकत होती. या असंगत शब्दांने वास्तवाच्या जवळ असूनही जणू झटका देऊन तिच्या हातातून तो आधार हिसकावून घेऊ इच्छिला. वास्तवाच्या जवळ असल्यानेच तिच्यात सहनशक्ती होती. अंधळा म्हटल्याने आंधळयाला जे दुःख होतं, ते काय दोन डोळे असणाऱ्याला होऊ शकतं?

होरी पायी-पायी निघाला होता. रस्त्याच्या दोन्ही बाजूंनी ऊसाची हिरवीगार पाती पाहून त्याने मनातली मनात म्हटले, हे ईश्वरा! पाऊस काळ चांगला राहिला आणि अफुचे पीक चांगले आले तर एक गाय अवश्य घेईल. गावरान गाय काही कामाची नाही, ना ती दुध देते ना तीची बछडे काही कामाची आहेत. फार तर तेल्याच्या घाण्याला कामी येतील. नाही तो विदेशी घेईल. गोबरला दूध मिळत नाही, या वयात खाणार-पिणार नाही तर कधी खाईल. वर्षभर दूध पिला तर तरणाबांड गडी होईल. बछडे पण चांगले बैल बनतील. सकाळी-सकाळी गाईचे दर्शन झाल्यावर दुसरे काय हवे आहे. गाय तर दराची शोभा आहे. माहीत नाही कधी हा योग जुळून येईल. कधी हा सुदीन उजाडेल!

प्रत्येक व्यक्तीच्या मनात गाई बद्दल ज्या पवित्र भावना असतात त्या होरीच्या मनात अनेक दिवसापासून होत्या. हेच त्याच्या जीवनाचे सर्वात मोठे स्वप्न, सर्वात मोठी इच्छा होती. बँकेच्या व्याजातून मजा करणे, जमीन विकत घेणे किंवा महाल बांधणे या सारखे विशाल स्वप्न त्याच्या ऱ्हदयात कसे समावले असते.

जेष्ठामधील सूर्य अंब्याच्या बनातून वर येत आकाशातील लालीमाला आपले तेज देत माथ्यावर येत होता. वातारणात ऊब येऊ लागली होती. रस्त्याच्या दोन्ही बाजूने काम करणारे शेतकरी त्याला राम-राम करून चिलिम ओढण्याचे निमंत्रण देत होते. परंतु इतका वेळ कुठे होता?

त्याच्या ऱ्हदयातील सन्मानाची लालसा हा आदर सत्कार पाहून त्याच्या उदास चेहऱ्यावर गर्वाची झलक दाखवून द्यायला पुरेशी होती. मालकाला भेटत राहण्याचा तर हा परिणाम होता की त्याला इतका आदर सन्मान मिळत होता. नाहीतर त्याला कोण विचारतोय ? पाच बिघा जमीन असणाऱ्या शेतकऱ्याची औकातच काय ? हा काही कमी सन्मान नव्हता की तीन-तीन, चार-चार बैल असणारे शेतकरी देखील त्याचा सन्मान करीत होते.

आता तो शेतातली पायवाट सोडून खदानीत आला होता जिथे पावसाळयात पाणि साठल्यावर गाळ साचतो. आणि आता उन्हाळयात तिथे थोडी हिरवळ दिसत आहे. बाजूच्या गावातील गाई तिथे चरायला येत. यावेळी तेथील वातावरणात थोडा थंडावा होता. होरीने म्हणूनच एक दोन श्वास घेतले. त्याला वाटलं थोडा वेळ इथेच बसून रहावं. दिवसभर तर मरमर करायचीच आहे. काही शेतकरी तर ही खदान सुद्धा कसायला तयार होते. चांगली किंमत देऊ केली होती पण रायसाहेबांचे आभार मानले पाहिजेत, त्यांनी स्पष्ट शब्दात सांगितले होते की ही जागा जनावरांना चरण्यासाठी रहील. कितीही किंमत दिली तर देणार नाही. एखादा स्वार्थी जमीनदार असता तर म्हणाला असता, गाई गेल्या उडत, मला पैसे मिळणार असतील का देऊ नको ? परंतु रायसाहेब दिलेल्या शब्दाला अजून जागी आहेत. जो राजा प्रजेला संभाळणार नाही म्हटल्यावर तो काय माणूस आहे ?

अचानक त्याने पाहिले की भोला त्याच्या गाईना घेऊन इकडेच येऊ लागला आहे. भोला याच गावाकडून मिळालेल्या खेडयाचा गवळी होता आणि दुध दह्याचा व्यवसाय करीत असायचा. चांगली किंमत मिळत असेल तर कधी-कधी शेतकऱ्यांना गाय विकत द्यायचा. त्याच्याकडील गाईला पाहून होरीच्या तोडाला पाणि आले. भोलाने जरा त्याची ती समोरची गाय त्याला विकली तर मग काय पहायचे! रूपये थोडे -थाडे करुन देता येतील. त्याला माहित होतं घरी रुपये नाहीत. अजून शेतीचा कर दिलेला नाही. विश्वेश्वर साह यांचे देणेही अजून बाकी आहे. त्याच्यावर कर्ज वाढतच आहे, परंतु दारिद्र्यात जी एक प्रकारची अदुरदर्शिता असते, तो निर्लज्जपणा, तो तकाजा, शिव्या आणि माराच्या भीतीने ती कमी होत नाही. त्याने त्याला प्रोत्साहीत केलं. अनेक वर्षापासून जी गाय पाळण्याची सुप्त इच्छा त्याच्या मनात होती तिने त्याला विचलीत केलं. भोलाच्या जवळ जात तो म्हणाला- राम-राम भोला, काय कसं काय चाललय ? ऐकण्यात अलय की यावर्षीच्या मेळयात नवीन गाय आल्यात.

भोलाने तुसडपणे उत्तर दिलं, होरीच्या मनातलं त्यानं ओळखलं होतं-‘हो, दोन बछडे आणि दोन गायी आणल्यात. पहिल्या गायी वाळून गेल्यात, दूध नाही देणार म्हटल्यावर गवळी काय कामाचा ?’

होरीने समोरच्या गाईच्या पाठीवर हात ठेवत म्हटले- ‘दूभती वाटतेय ही, कितीमध्ये घेतलीय ?’

भोला आता भाव खाणार होता, म्हणाला, ’किंमती फार वाढल्यात आता, हिचे ऐंशी रुपये मोजावे लागलेत, जीव गेला माझा. तीस-तीस रुपये तर हया दोन कालवडीचे द्यावे लागले. तीस रुपयावर ग्राहक रुपयाचे आठ शेर दूध मागतो.’

मोठीच हिंमत आहे बाबा तुझी. आणलाय असा माल की दहा गावात कोणाकडे नसेल.

भोला हरभरयाच्या झाडावर चढला. म्हणाला-‘रायसाहेब हिचे शंभर रुपये देत होते. दोन्ही

कालवडीची पन्नास-पन्नास रुपये. ईश्वराच्या मनात असेल तर शंभर रुपये ता बयाना म्हणून मिळू शकतील.

अरे बाबा शंकाच नाही! मालकाचं काय बाबा, भेट म्हणून देतील एखाद्याला. हे तुमच्या नशीबातच आहे की हिला पाहतच राहू. धन्य आहे तुझे जीवन जे केवळ गाईच्या सेवेत आहे. आम्हाला गाईचे शेण सुद्धा पहायला मिळत नाही. शेतकऱ्याच्या घरी एकही गाय नसावी ही किती लाजीरवानी गोष्ट आहे. वर्षानुवर्ष निघून जातात पण दूधाचे तोड पहायला मिळत नाही. बायको नेहमीच म्हणत राहते की भोला भैय्याला का नाही म्हणत. मी सांगत असतो, कधी भेट झाली तर बोलेल. तुझा स्वभाव तिला खूप आवडतो. म्हणते, असा पुरुष नाही पाहिला. बोलताना कधी वर डोळे काढून पहात नाही.

भोला जो हरभऱ्याच्या झाडावर चढला होता, या शेवटच्या वाक्याने तर तो आता हवेतच गेला होता. म्हणाला- 'चांगला माणूस त्यालाच म्हणतात जो दुसऱ्याच्या लेकी-बाळीला स्वतःची लेक-बाळ समजतो. जो कोणी परस्त्रीकडे वाईट नजरेने पाहिल त्याला गोळया घातल्या पाहिजेत.'

'हे तू लाखातलं बोललास बाबा, तोच खरा माणूस आहे जो दुसरयाच्या इज्जतीला स्वःची इज्जत समजतो.'

पती निधनानंतर स्त्री जशी विधवा होते. अगदी पुरुषाचेही तसेच होते, अनाथासारखा होतो तोही. कोणी ग्लासभर पाणि देत नाही.

गेल्या वर्षी भोलाची पत्नी उष्माघाताने ठार झाली होती. हे होरीला माहीत होतं. परंतु पन्नास वर्षाचा जख्खड भोला, त्याला काय माहित, स्त्रीची इच्छा त्याच्या मनात जागृत झाली होती. होरीने वर्मावर बोट ठेवलं होतं. त्याची व्यवहारीक कृषक-बुद्धी कामी आली होती.

'जुणी म्हण खोटी थोडीच आहे. बाईशिवाय घर म्हणजे भुताचं घर. दुसरं लग्न का करत नाहीत ?'

इरादा तर आहे दादा पण गळाला कोणी लागत नाही. शंभर पन्नास खर्च करण्याची देखील तयारी आहे. जशी ईश्वराची ईच्छा.

यानंतर मी पण लक्ष ठेवीन, कुणी मिळलीच तर घर बसेल तुझे?

इतकच की आयुष्य कामी येईल यानंतरचं ! घरी खायला-प्यायला कमी नाही. चार सेर दूध घरी उरतं पण काय कामाचं ?

'माझ्या सासरवाडीत एक बाई आहे. तिच्या नवऱ्यानं सोडून दिलेलं तीन-चार वर्ष झालाय, तो कलकत्याला असतोय. बिचारी काम धंदा करुन पोट भरतेय. लेकरुबाळ काही नाही. दिसायला भली बुरी आहे, लक्ष्मीच समज'

भोलाचा आखडलेला चेहरा जरा मोकळा झाला. आशेमध्ये किती ताकद आहे !म्हणाला- 'आता तर तुमच्या भरोशावर आहे दादा! वेळ असेल त्या दिवशी पाहून येऊ.'

'मी सगळ ठीक ठाक झाल्यावर तुला कळवतो. फारच उतावळ होण्यातही अर्थ नाही.'

'तुझी इच्छा असेल त्यावेळी जाऊ. उतावळं कशाचं ? या गाईवर तुझं मन आलय तर घेऊन टाक '

'हि गाय माझ्या मनात भरलीय भोला पण तुझं नुकसान नाही करु वाटत. माझा असा

स्वभाव नाही की मित्राला फसवावं.आतापर्यंत जसे दिवस गेले.तसेच आणखी जातील.'

'तू तर असं बोलतोस होरी की जणू आपण कोणी दुसरे आहोत.तू गाय घेऊन जा.तुझ्या मनाप्रमाणे किंमत देऊन टाक.जशी माझ्या घरी आहे, तशी तुझ्या घरी.ऐंशी रुपायाला घेतली होती, तू तितकेच देवून टाक जा '

'परंतु माझ्याजवळ रोख नाही दादा, समजून घे'

'अरे तुला रोख मागतोच आहे कोण !'

होरीची छाती इंचभर फुगली.ऐंशी रुपयात गाय महाग नव्हती.दिसायला डोलदार, सात शेर दूध देणारी, इतकी गरीब की लहान मूल सुद्धा दूध काढील.तिचा एक-एक बछडा शंभराला विकेल.दारात बांधली तर दाराची शोभा वाढेल.त्याला तिचे अजून चारशे रुपये द्यायचे होते, पण उधारीला तो जणू फुकटच समजत होता.भोलाचं लग्न चांगल्या ठिकाणी झालं.तर वर्ष दोन वर्ष तो काही बोलणारही नाही.लग्न झालेच नाही तरी होरीचं काय लाणार आहे ! इतकेच होईल भोला वारंवार दारात येऊन तगादा लावेल, रागावेल, शिव्या देईल.परंतु होरीला याचं काही वाटत नव्हतं. अशा व्यवहाराची त्याला सवय झाली होती. शेतकऱ्यांच्या जीवनाचा हा एक अविभाज्य भाग आहे. भोला सोबत तो कारस्थान करीत होता.हा व्यवहार केवळ होरीच्या फायद्याचा होता.अजूनही देवाण-घेवाणीचा हिशोब लिहून घेणे अथवा न घेणे त्याच्यासाठी सारखेच होते. ईश्वराचं रुद्ररुप सदैव त्याच्या समोर उभं रहायचं.पण हे कारस्थान त्याच्या दृष्टीने कारस्थान नव्हतं.ही केवळ स्वार्थ-सिद्धी होती आणि ती ही काही वाईट नसलेली गोष्ट.अशाप्रकारचे कारस्थान तर तो रात्रंदिवस करीत होता.घरी चार-दोन रुपये पडून असले तरी महाजनांसमोर तो शपथा घेत असायचा की एक पाई सुद्धा नाही. भेसळ करणे त्याच्या दृष्टीने काही वाईट गोष्ट नव्हती.हा केवळ स्वार्थ नव्हता तर मनोरंजनही होतं. म्हातारयाकडील काही गोष्टी हास्यास्पद आहेत आणि म्हातांऱ्याकडून काही लाटलं तर त्यात पाप ते कसलं.

भोलाने गाईचा कासरा होरीच्या हातात देत म्हटले-घेऊन जा, तू पण काय लक्षात ठेवशील.जनल्यास सहा शेर दूध घेऊन ये.चल, तुझ्या घरापर्यंत सोडतो.अनोळखी स्त्रीया तुला पाहून त्रास देतील.आता तुला खरं सांगतोय, मालक नव्वद रुपये देत होते.पण त्यांच्याकडे गाईंची काय कदर.. माझ्याकडून घेऊन विकून टाकतील एखाद्या कसायाला.ते कशाला गाईची सेवा करतील? त्यांना तर त्रास देणेच माहीत.दूध देणारी असेल तर ठेवली, आटली की विकली दुसऱ्याला.कोणाच्या हातात पडेल काय माहीत, रुपये म्हणजे सगळ काही नाही बाबा, आपला धर्म काही गोष्ट आहे की नाही.तुझ्याघरी आरामात राहील.असे होणार नाही की तू पोट भर खाशील आणि तिला उपाशी ठेवशील.तिची सेवा करशील, माया करशील, गाय आपल्याला आर्शीवाद देईल.तुला काय सांगावे.घरी टोपलीभर भुसा राहिला नाही.रुपये सगळे खर्चात निघून गेले.विचार केला होता, महाजनकडून उधार घेऊन भुसा घेऊ.परंतु महाजनचे अगोदरचे दिले नसल्याने तो नाही म्हणाला.इतक्या जनावरांना काय चारावं हिच चिंता सतावत असते.थोडं-थोडं चारलं तरी रोज मनभर लागतं.ईश्वरच वाली आहे आता.

होरीने सहानुभुती दाखवत म्हटले-'तू अगोदर का नाही सांगितले ? आम्ही गाडीभर भुसा विकून टाकला.'

भोलाने डोक्यावर मारत म्हटले, यामुळे नाही सांगितले बाबा की सगळयालाच आपलं दुःख काय सांगत फिरवं.दुःखात सहभागी कोणी होत नाही, हसतात सगळे.ज्या गाई वाळून गेल्या आहेत त्यांचं दुःख नाही.झाड-पाला चारुन जगवू.परंतु ही तर चांगल्या चाऱ्याशिवाय राहू शकत नाही, शक्य झालं तर भुसा घेण्यासाठी दहा-वीस रुपये दे.

शेतकरी पक्का स्वार्थी होता,यात काही शंका नाही.देण्यासाठी पैसे निघणे कठीणच होते त्याच्याकडून किंमत ठरवायला सुद्धा तो चौकसच असतो.व्याजात सवलत मिळण्यासाठी तो महाजनांची किती विनवन्या करतो.जोपर्यंत पूर्ण विश्वास होत नाही तोपर्यंत तो कोणाच्या हाती लागत नाही.परंतु त्याचं संपूर्ण जीवन निसर्ग नियमानुसार आहे.वृक्षाला लागणारी फळे लोकांनाच खायला मिळतात. शेतीत धान्याचे उत्पादन होते ते लोकांसाठीच. गाईच्या स्तनातील दूध लोकांच्या कामालाच येते. ढगातून पाऊस पडतो त्याने पृथ्वी तृप्त होते.अशा निसर्ग नियमामध्ये स्वार्थाला कुठे जागा आहे.होरी शेतकरी होता आणि एखाद्याला पैसे देणे त्याच्या निसर्गनियमात बसत नव्हतं.

भोलाची दुःख कथा ऐकून होरीची मनोवृत्ती बदलली.कासरा भोलाकडे परत देत बोलला- पैसे तर माझ्याकडे नाही बाबा, हा थोडासा भुसा आहे, ते तुला देतो.चल, घेऊन ये.भुसा नाही म्हणून गाय विकावी आणि मी घ्यावी ! माझे हात झडणार नाहीत ?

भोलाने रडवेल्या स्वरात म्हटले- तुझे बैल उपाशी नाही राहणार ! तुझ्याजवळ तरी कुठे जास्त भुसा आहे.

'अरे नाही बाबा यावेळी भुसा चांगला झाला होता.'

'मी उगीच तुझ्यासोबत भुशाबद्दल बोललो '

'तू म्हणाला नसतास आणि नंतर मला माहीत झालं असतं तर मला खूप दुःख झालं असतं की तू मला परकं समजलस. गरज पडल्यास एक भाऊ दुसऱ्याच्या मदतीला येणार नाही तर कोण येईल!'

'पण ही गाय तर घेऊन जा'

'आत्ताच नाही बाबा, नंतर कधीतरी'

'तर भुशाची किंमत दूधामधून वजा करु'

होरीने दुःखी स्वरात म्हटले- पैशाचा इथे कुठे विषय आहे दादा. मी एकदा-दोनदा तुझ्या घरी जेवलो तरी तू मला पैसे मागणार ?'

'परंतु तुझे बैल उपाशी मरणार की नाही ?'

'ईश्वर काही तरी मार्ग काढीलच.आषाढ डोक्यावर आहे.कडबा आणता येईल '

'पण ही गाय तुझी झाली, वाटेल त्या दिवशी घेऊन जा '

'एखाद्या बंधूचा बैल लिलावात घेणे जसे पाप आहे, तसेच तुझी ही गाय घेण्यात आहे'

रोख रक्कम देण्याचा विषय काढला नसता तर होरीने आनंदाने गाय घरी आणली असती. भोलाने रक्कमेचा विषय काढला नसता तर भोला भुसा नाही म्हणून गाय विकू लागाला असा अर्थ होत होता, नाहीतर त्याचा दुसराच अर्थ निघाला असता. परंतु झाडाच्या पानांची सळसळ ऐकून घोडा थाबतो आणि कितीही मारले तरी जागचा हालत नाही, तशी स्थिती होरीची झाली होती.संकटकाळातली

वस्तू घेणे पाप आहे.ही गोष्ट जन्मोजन्मी त्याच्या तत्त्वाचा भाग झाली होती.

भोलाने अधीर होत विचारले- तर कोणाला पाठवू भुसा आणायला ? होरीने उत्तर दिलं- मी आत्ता राय साहेबांकडे चाललो आहे, तेथून तासाभरात परत येईल.त्यावेळी कोणाला पाठव.

भोलाच्या डोळयात पाणि आले.म्हणाला- तू आज मला सावरलस होरी भाऊ ! मला आज समजले की मी या जगात एकटा नाही म्हणून, माझेही कोणी आहेत. एका क्षणानंतर तो पुन्हा म्हणाला-'ती गोष्ट मात्र विसरु नकोस'.

होरी जायला निघाला.प्रसन्न दिसत होता.मनात एक विचित्र स्फुर्ती आली होती.काय होईल.दहा-पाच मन भुसा जाईल.बिचाऱ्याला संकट काळात आपली गाय तर विकावी लागणार नाही. माझ्याकडे चारा येईल त्यावेळी मी गाय घेऊन येईल.ईश्वर करो,त्याच्यासाठी मला एखादी नवरी भेटावी. मग काय विचारणेच नको.

त्याने पुन्हा मागे पाहिले, कबरी गाय पायांनी माशा उडवत, मान हालवत, मस्ती करीत, मंदगतीने निघाली होती.जणू त्या कळपातली ती कोणी राणी आहे.किती शुभदिन ठरेल तो ज्या दिवशी ही गाय माझ्या दारासमोर उभी असेल !

२

सेमरी आणि बेलारी दोन्ही बाजारपेठेची गावे आहेत. जिल्हयाचे नाव सांगण्याची गरज नाही.होरी बेलारीत रहातो.रायसाहेब अमरपालसिंह सेमरीमध्ये.दोन्ही गावात केवळ पाच मैलाचे अंतर आहे.मागच्या सत्याग्रह अंदोलनात रायसाहेबाने चांगली कामगिरी केली होती.कौन्सीलचे सदस्यत्व सोडून जेलमध्ये गेले होते.तेव्हापासून त्यांच्या भागातील लोकांना ते गुलामाप्रमाणे वागवतात किंवा वल्हे आणि वेठबिगारांची कमी आहे.परंतु ही सारी बदनामी व्हायची ती प्रतिनिधींची.राय साहेबाकडे कोणी बोट करीत नव्हते.ती बिचारी सुद्धा त्याच व्यवस्थेचे गुलाम होते.कायद्याची कामे कायद्याप्रमाणेच होत होती.राय साहेबांच्या सज्जनपणाचा त्यांच्यावर काही परिणाम होऊ शकत नव्हता.म्हणून उत्पन्न आणि अधिकार थोडाही कमी झाला नाही, उलट त्याच्या यशात भरच पडली.लोकांसोबत ते हसून व्यवहार करीत, हे काय कमी होतं ? शिंहाचे काम तर शिकार करणे असते.तो जर गुरगुरायचे सोडून गोड-गोड बोलू लागला तर त्याला घरी बसून शिकार मिळेल.शिकरीच्या शोधात जावे लागले नसते.

रायसाहेब राष्ट्रवादी असूनही राज्यकर्त्यासोबत संबंध ठेवून असत.त्यांचे नजने आणि बायका, कर्मचाऱ्यांची दलाली आहे तशा चालायची.साहित्य आणि संगिताचे प्रेमी होते.नाटकाचे शैकीन, चांगले वक्ते होते, चांगले लेखक, चांगले नेमबाज, त्यांची पत्नी मृत होऊन आज दहा वर्ष झाली होती, परंतु दुसरे लग्न केले नव्हते.हसून-बोलून आपलं विधुराचं जीवन घालवत होते.

होरी गढीवर पोहोचला तर पहातो - जेष्ठातील दशऱ्याच्या प्रसंगी होणाऱ्या धनुष्य यज्ञाची जोरदार तयारी चालू आहे.कुठे रंगमंच उभा होता, कुठे मंडप, कुठे पाव्हूण्यांचा स्वागतकक्ष, कुठे दुकानदारांसाठी दुकाने, ऊन माथ्यावर आलं होतं, राय साहेब स्वतः कामात मग्न होते.वडिलाच्या संपत्ती बरोबरच त्यांना रामाची भक्ती देखील मिळाली होती आणि धनुष्य-यज्ञाचे नाटक आयोजित

करुन त्याला योग्य मनोरंजनाचे साधन केले होते. या प्रसंगी त्यांचे मित्र मंडळी, आधिकारी-कर्मचारी, सगळे निमंत्रित होते. आणखी दोन-तीन दिवस परिसरात मोठाच उत्साह चालतो, राय साहेबांचा परिवार मोठाच होता. किमान दिडशे नातेवाईकांचा एकत्र स्वयंपाक करीत. अनेक काका होते, चुलत भाऊ, अनेक नातेवाईक, वीसेक नात्याचे भाऊ, एक काका राधेचे उपासक होते आणि नेहमी वृंदावनात रहात, भक्तीरसाच्या अनेक कविता करत-छापत आणि मित्रमंडळीना भेट देत. दुसरे एक काका होते, जे रामाचे परम भक्त होते आणि फारशी भाषेत रामायनाचा अनुवाद करीत होते. राजसत्तेसोबत सगळयांचे संबंध होते. कोणालाही काही करण्याची गरज नव्हती.

होरी मंडपाच्या बाहेर विचार करीत उभाच होता की तो आल्याचे कसे कळवावे तोच अचानक राय साहेब तिकडून आले आणि पाहून बोलले- अरे! तू आलास होरी. मी तर तुला बोलावणारच होतो पहा, यावेळी तुला राजा जनकाचा माळी व्हावे लागेल. लक्षात आले ना. ज्यावेळी श्री जानकीजी मंदीरात पूजा करायला जाते, त्यावेळी तू एक गुलदास्ता घेऊन उभा राहा आणि जानकीजीला भेट द्यायचास, चूक नाही करायची...आणखी एक, सर्वांना अग्रहानं सांग की ते सगळे शगुणाला आले पाहिजेत. माझ्यासोबत कोठी मध्ये चल, तुझ्यासोबत काही बोलायचे आहे.

ते कोठीच्या दिशने निघाले, होरी मागे-मागे निघाला. तिथे ते एका दाट झाडाच्या सावलीत खुर्चीवर बसले आणि होरीला खाली बसण्याची सुचना करीत म्हणाले, 'समजलं, मी काय सांगितले. कारकुणाला जे सांगितले आहे ते तर तो करीलच, परंतु एक असामी दुसरया आसामीचं ऐकतो, कारकुनाचं नाही. आपल्याला या पाच सात दिवसात वीस हजाराची व्यवस्था कराची आहे. कशी होईल? समजलं नाही, तुला वाटत असेल, माझ्यासारख्या फाटक्या माणसाचा सल्ला मालक का घेत असतील. माझ्या मनातलं कोणाला सांगू ? माहीत नाही पण तुझा विश्वास वाटतो. इतके माहीत आहे की तू मला हसणार नाहीस आणि हसलात तरी तुझ हसणं मी सहन करीन. त्याचं हसणं मी सहन नाही करू शकणार .जे माझ्या बरोबरीचे आहेत. कारण की त्यांच्या हसण्यात ईर्षा, व्यंग आणि जळावूपणा आहे आणि ते का हसणार नाहीत, पण त्यांच्या दूर्दशेवर, अडचणीवर, विनाशावर हसतो, मोकळया मनाने, टाळया वाजवून संपत्ती आणि सऱ्हदयामध्ये वैर आहे. आम्ही पण दान देतो, धर्म करतो, परंतु माहीतय का ? केवळ आपल्या बरोबरीच्या लोकांना कमी लेखण्यासाठी. आमचे दान आणि धर्म कोरा अहंकार आहे. विशुद्ध अहंकार, आमच्यापैकी कोणावर धाड पडली, चौकशी आली. बेकायदा व्यापारात जेलमध्ये जाण्याची वेळ आली. कोणाचा तरुण मुलगा वारला, कोणाच्या घरी आग लागली, कोणी वश्येच्या हातून कंगाल बनला किंवा आपल्या आसामीकडून बदडल्या गेला; तर त्याच्यावर सगळेजण हसतील. काखा खाजवतील, जणू जंगलातलं घबाड सापडल आहे आणि भेटणार तर इतक्या प्रेमाणे की घामाच्या जागी रक्त द्यायची तयारी. अरे, आणखी दुर्दैव म्हणजे आमचे चुलत भाऊ, मावस भाऊ, मामे भाऊ, जे या जमीनदारीमुळे मजेत आहेत, कविता करीत आहेत, जुगार खेळत आहेत, दारु पीत आहेत, आणि एंश करीत आहेत, ते पण माझ्यावर जळतात. आज मेलो तर तुपाचे दिवे लावतील. माझ्या दुःखाला दुःख समजणारा कोणी नाही. त्यांच्या दृष्टीने मला दुःखी होण्याचा अधिकारच नाही आहे. मी आज जर रडू लागलो तर हसण्यावारी नेतील. मी जर आजारी पडलो जणू अराम करतोय म्हणतील. मी जर लग्न करुन घरात कलह वाढवत नाही तर यामागे माझा काही वैयक्तीक स्वार्थ

असला पाहिजे.जर लग्न केले तर संधीसाधूपणा ठरतो.मी जर दारु पीत नसेल तर ती माझी कंजुषी ठरते.दारु प्यायला लागलो तर ते प्रजेचं रक्त असेल.जर काही शौक करीत नसेल तर अरसिक आहे. शौक करु लागलो तर मग काय विचारायलाच नको.या लोकांनी मी भोग विलासाच्या आहारी जावे म्हणून काही कमी प्रयत्न केले नाहीत, अजूनही करतात.या लोकांची एकच इच्छा आहे की मी अंधळं बनून राहावं आणि यांनी लुटमार करावी आणि माझा धर्म हा आहे की सगळं काही पाहून काहीच पाहू नये.राय साहेबांनी आपली गाडी पूढे घेण्यापूर्वी दोन पानाचे विडे तोडात टाकले आणि होरीच्या चेहऱ्याकडे पाहू लागले, जणू त्याच्या मनात काय चालले आहे ते ओळखू इच्छितात.

होरीने हिंमत करीत म्हटले- 'मला वाटलं असल्या गाष्टी आम्हा गरीब लोकातच होतात. माठया लोकांमध्येही या गोष्टींची कमतरता नाही.

रायसाहेब पानाने भरलेल्या तोंडासहित म्हणाले-'तू आम्हाला मोठा माणूस समजतोस ? आमचे नाव मोठे आहे, दर्शन नाही.गरिबांमध्ये जर ईर्षा किंवा वैर असेल तर ते स्वार्थासाठी किंवा पोटासाठी असतं, अशा ईषेला किंवा वैराला मी क्षम्य समजतो.आमच्या तोंडाचा घास जर कोणी हिसकावत असेल तर त्याच्या गळयातून तो बाहेर काढण्याला आम्ही आमचा धर्म समजतो, आम्ही सोडून दिले तर देवता बनतो.मोठया लोकांची ईर्षा किंवा वैर आनंदासाठी आहे.आम्ही अशा प्रकारची मोठी माणसे झाली आहोत की आम्हाला निचता आणि कुटीलता मध्येच निःस्वार्थ आणि परम आनंद मिळतो.आम्ही देवत्त्वाच्या त्या उंचीला पोहोचलो आहोत जिथे आम्हाला एखाद्याचे रडणे हसणे वाटते. याला तू साधी गोष्ट समजू नकोस.इतके मोठे कुटुंब असेल तर त्यात कोणी ना कोणी आजारी असेलच आणि मोठया लोकांना मोठे रोग असतात.छोटा आजार असणारा मोठा माणूस नसतोच.किरकोळ ताप आला तरी आम्हाला किमती औषध दिले जाते.किरकोळ फुन्सी आली तरी, ती जहर बनते, आता छोटे सर्जन, मधले सर्जन आणि मोठे सर्जन तार पाठवून बोलावण्यात येत आहेत.मसी हुलमुल्क यांना बोलवायला दिल्लीला पाठविण्यात येत आहे भिषगाचार्यांना आणायला कलकत्ता, तिकडे देवालयात दुर्गापाठ होऊ लागलाय आणि ज्योतिषाचार्य कुंडलीचा विचार करीत आहेत आणि तंत्राचे आचार्य आपल्या अनुष्ठानाला लागले आहेत.राजा साहेबांना मृत्युच्या दारातून परत आणण्यासाठी धावपळ सुरु आहे.वैद्य आणि डॉक्टर वाटच पाहून आहेत की याला डोके दुखी कधी होतेय आणि कधी त्यांना सोन्याची रास मिळतेय.आणि हे रुपये तुझ्या आणि तुझ्यासारख्या लोकांकडून धमक्या देवून वसूल केले जातात.मला तर याचेच आश्चर्य वाटते की तुमचा शाप आम्हाला लागून आम्ही भस्म का होत नाहीत. परंतु आश्चर्य करण्यासारखे त्यात काय आहे.भस्म व्हायला कितीसा वेळ लागतोय.वेदना देखील चिरकाल नसते.आम्ही तीळ-तीळ भस्म होऊ लागलोत.त्यापासून वाचण्यासाठी आम्ही पोलीसाची, अधिकाऱ्यांची कोर्टाची, वकिलांची मदत घेत आहोत.आणि एखाद्या तरुणीप्रमाणे सर्वांच्या हातचे बाहूले बनत आहोत, लोकांना वाटतं आम्ही फार सुखी आहोत.आमच्या जवळ शेतीची पटटे, महाल, घोडे-गाडी, नौकर-चाकर, कर्ज, वैश्या काय नाही, परंतु ज्यांच्या आत्म्यात बळ नाही, अभिमान नाही, त्याच्याजवळ सगळ असलं तरी माणूस कोणी नसतं, ज्याला शत्रुच्या धास्तीनं रात्री झोप येत नाही, ज्यांच्या दुःखावर सगळयांनी हसावं पण सात्त्वन करणारं कोणी नसावं, ज्याची शेपटी दुसऱ्याच्या पायाखाली असावी आणि जो भोग विलासात मग्न असावा, जो अधिकाऱ्याचे तळवे चाटतो, आणि

आपल्या खालच्या लोकांचे रक्त पितो, त्याला मी सुखी नाही समजत.तो तर जगातला अतिशय दुर्दैवी आहे.साहेब शिकार करायला येवो अथवा दौऱ्यावर, माझे कर्तव्य आहे की कुत्र्याप्रमाणे शेपटी हालवत त्याच्या मागे फिरु, त्याच्या भुवया ताणल्या की माझे मरण झाले समजा.त्यांना खूश ठेवण्यासाठी आम्ही काय नाही करत ? ती रडकथा ऐकवू लागलो तर तुझा विश्वास बसणार नाही.स्त्रीयां आणि लाचलुचपत इथपर्यंत ठीक आहे.आम्ही तर दंडवत घालायला सुद्धा तत्पर असतो.फुकटच्या गोष्टींनी आम्हाला अपंग केले आहे.आम्हाला आमच्या पुरुषार्थावर थोडीही शंका नाही.फक्त अधिकाऱ्यांच्या समोर शेपूट हालवून-हालवून काहीही करुन त्यांची कृपा कायम ठेवणे आणि त्यांच्या मदतीने प्रजेवर अन्याय करणे हाच आमचा उद्योग झाला आहे. साहेब लोकांच्या चापलुसीने आम्हाला इतके अभिमानी आणि चिडखोर बनवले आहे की, आमच्यात शील, विनय आणि सेवेचा लोप झाला आहे.मी तर कधी-कधी असे म्हणतो की सरकारने आमच्याकडून गावचे सुभे हिसकावून घेतले आणि आम्हाला कष्ट करायला शिकवले तर आमच्यावर उपकार होतील आणि आता हे तर निश्चित आहे की सरकार देखील आमची सुरक्षा करणार नाही.आमच्याकडून सरकारचा आता काही लाभ नाही, असे दिसत आहे की लवकरच ही सुभेदारी संपुष्टात येणार आहे.मी त्या दिवसाचे स्वागत करण्यास इच्छुक आहे. ईश्वराने तो दिवस लवकर आणावा.तो आमच्या उद्धाराचा दिवस असेल.आम्ही परिस्थितीचे बळी ठरलो आहोत. ही परिस्थितीच आमचा बळी ठरणार आहे.ही परिस्थितीच आमचा सर्वनाश करु लागली आहे.आणि जोपर्यंत संपत्तीची ही बेडी आमच्या पायातून निघाणर नाही.जोपर्यंत हा अभिशाप आमच्या डोक्यावर घिरटया घालत राहिल.तोपर्यंत आम्ही मानवतेचे ते पद प्राप्त करणार नाही जे प्राप्त करणे जीवनाचे अंतिम उद्दिष्टे आहे.

रायसाहेबानी पुन्हा पानाचा विडा काढून अनेक विडे तोंडात ठेवले.काही बोलणार होते तोच सेवकाने येऊन सांगितले- साहेब, वेठबिगाऱ्यांनी काम करण्यास नकार दिला आहे.म्हणतात, जोपर्यंत आम्हाला खायला मिळणार नाही, आम्ही काम करणार नाही, आम्ही धमकावले तर सगळे काम सोडून गेले.

रायसाहेबाच्या कपाळावर आढया पडल्या. डोळे वटारत म्हणाले- 'चल, मी या मूर्खांना ठिकणावर आणतो.यापूर्वी सुद्धा खायला दिलेच नव्हते मग आज हे नवीन नाटक कशाला ? एक आणे रोजच्या हिशोबाने रोजगार मिळेल.जो नेहमी मिळतो आणि या मजुरीवर त्यांना काही झाले तरी काम करावेच लागेल.

नंतर होरीकडे पाहून बोलले- 'तू आत्ता जा होरी. तुझ्या तयारीला लाग. मी जे काही सांगितले आहे त्याप्रमाणे कर, तुझ्या गावातून मला किमान पाचशे रुपायाची अपेक्षा आहे.'

रायसाहेब तोऱ्यात निघून गेले.होरीने मनातली मनात विचार केला.आत्ताच हे किती धर्म आणि नीतीच्या गप्पा करीत होते आणि अचानक पुन्हा अधिसारखे.!

सूर्य माथ्यावर आला होता.त्याच्या तेजाला लक्षात घेत वृक्षांनी आपल्या फांद्यांना आवरते घेतले होते.आकाशात मळकट दाट सावली पडली होती आणि समोरची पृथ्वी कंपित होत असल्याचं भासत होतं.

होरीने आपली काठी हाती घेतली आणि घरी परतला.शगुन साठी इतके रुपये कसे गोळा

करायचे याची त्याला चिंता होती.

३

होरी आपल्या गावच्या जवळ आला.पहातो तर गोबर अजून शेतात ऊसाला आळे करतो आहे आणि दोन्ही मुलीही त्याच्यासोबत काम करीत आहेत.उन्हाच्या झळा उठत होत्या.जमीन तापली होती.जणू निसर्गाने हवेमध्ये आग लावली आहे.हे सगळे अजून शेतात काय करीत आहेत ? काय कामाच्या नावाखाली यांना जीव प्यारा नाही ? तो शेताकडे निघाला आणि दूरवरुनच बोलला.चल ना गोबर, का कामच करणार आहे ? दुपार झाली आहे, काही भान आहे का नाही ?

त्यांनी पहाताच हातातल्या कुदळी टाकून दिल्या आणि त्याच्या सोबत निघाले, गोबर सावळा, लांब, एकलकोडया मुलगा होता,ज्याला हे काम अवडत नव्हतं. प्रसन्नतेच्या ठिकाणी त्याच्या चेहऱ्यावर असंतोष आणि विद्रोह दिसत होता.तो यामुळे कामावर होता; त्याला हे दाखवून द्यायचे होते की त्याला खाण्या-पिण्याची काही चिंता नाही.मोठी मुलगी लाजाळू होती.सावळी-सुडौल, प्रसन्न आणि चपळ.लालसाडीला तिने कमरेपर्यंत गुंडाळले होते.तिच्या अंगावर शोभून दिसत होती आणि ती वयात आल्याचं दाखवून देत होती.छोटी रुपा पाच-सहा वर्षाची मुलगी होती.मळकटलेली डोक्यावर केसांचा आंबाडा झालेला, कमरेला एक लंगोटी बांधलेली, फारच धीट आणि रडकी.

रुपाने होरीच्या पायाला लपेटत म्हटले- दादा! पहा, मी ढेकूळ नाही फोडला बहिण म्हणतेय.जा झाडाखाली बस.ढेकूळ फोडू नकोस, तर काका माती कशी होईल ?

होरीने तिला कडेवर उचलून घेत लाड करीत म्हटले- तू फार चांगले केलेस बेटा, चल, IejepeGā IeefeB Deheure effeQ ceyde Oejle iegej cnCeure-'रोज-रोज तुम्ही मालकाचे तळवे चाटायला कशाला जाता? कर दिला नाही तर त्यांचा माणूस शिव्या द्यायला येतो.वेठबिगारी करावीच लागते.नजराने सगळे आपल्या भरोशावर मग त्यांची कशाला हांजी-हांजी करायला पाहिजे!'

यावेळी हयाच भावना होरीच्या मनातही येत होत्या परंतु मुलाचा हा विद्रोह दाबून ठेवणे गरजेचे होते.म्हणाला-'हांजी-हांजी करायला जाऊ नको तर राहाणार कुठे. ईश्वराने गुलाम केलेच आहे तर काय करणार ? त्याच हांजी-हांजी करण्याचा परिणाम आहे की दारापुढे झोपडी केली आहे.तरी कोणी काही बोललं नाही.घुरेने दारात मेढ रोवली होती.ज्याच्यावर गुमास्त्याने दोन रुपायाचा दंड ठोठावला होता.तळयातली किती माती आपण खोदली, गुमास्ता काही म्हणाला नाही, दुसऱ्याने खोदली असती तर नजराना पाठवावा लागला असता.आपल्या स्वार्थासाठी हांजी-हांजी करतोय, पायात काही शनीच्या बेडया नाहीत किंवा हांजी-हांजी करण्यात काही मजा वाटत नाही. तासन्तास उभा राहिल्यावर कुठे मालकाला माहीत होतं.कधी बाहेर निघून जातात, कधी सांगतात वेळ नाही, गोबरने कटाक्ष टाकत म्हटले-'मोठया लोकांच्या होकारात होकार मिळवताना आनंद तर मिळतच असेल.नाहीतर ही मंडळी सभासत्त्वासाठी रांगा लावून कशाला असते ?'

जबाबदारी पडल्यावर कळेल बेटा! आता काय बोलायचे ते बोलून घे.पहिले मी देखील असाच विचार करीत असे.पण आता लक्षात आले आहे की आपली मान दुसऱ्याच्या पायाखाली आहे.

शहाणपणा करुन चालणार नाही.

वडिलावर राग काढून गोबर थोडा शांत झाला आणि शांतपणे चालू लागला. सोनाने पाहिलं रुपा वडिलाच्या कडेवर बसली आहे तर तिला ईर्षा झाली. तिला रागावत म्हणाला-'आता कडेवरुन उतरुन खाली का चालत नाही, काय पायाचे तुकडे पडलेत ?'

रुपाने वडिलाच्या मानेवर हात ठेवून मोठ्या धिटाईने म्हटलं-'नाही उतरणार, जा, दादा बहिण मला रोज चिडवते, तू रुपा आहेस, मी सोना, माझे नाव दुसरे काही तरी ठेवा.

होरीने सोनाच्या नकली रोषाकडे पाहून म्हटले-'तू हिला का चिडवतेस, सोनिया ? सोना तर केवळ पहायला असतं, काम तर रुपा सोबत असतं, रुपा नसेल तर रुपये कसे तयार करता येतील सांग ?'

गोबर सुद्धा या विनोदमय विवादात सहभागी झाला. रुपाला म्हणाला-'तू म्हण की सोना तर उजेड असतो, जसा सूर्य'

सोना म्हणाली-'लग्न- समारंभात पिवळी साडी घातली जाते. पांढरी साडी कोणी नाही घालत'

रुपा या प्रतिवादाने पराभूत झाली. गोबर आणि होरीचा कसलाच प्रतिवाद यासमोर टिकला नाही. तिने क्षुब्ध नजरेने होरीला पाहिले.

होरीला एक नवी युक्ती सुचली. म्हणाला-'सोने मोठया लोकांसाठी असते. आम्हा गरीब लोकांसाठी रुपा आहे. जसे जवाचा राजा म्हणतात, गव्हाचा चमार, म्हणून गव्हू मोठे लोक खातात आपण जव खातो.'

सोनाजवळ या सबळ प्रतिवादाचं उत्तर नव्हतं. पराभूत होऊन म्हणाली- तुम्ही सगळेजण एका बाजूने झालात, नाहीतर रुपाला रडवून सोडलं असतं.

रुपाने बोट करीत म्हटले-ए राम, सोना चमार, ए राम सोना चमार.

या विजयाचा तिला इतका आनंद झाला की बापाच्या कडेवर बसली नाही. खाली उतरली आणि आनंदाने मोठयाने बोलू लागली- रुपा राजा, सोना चमार, रुपा राजा, सोना चमार!

ही मंडळी घरी गेली तर धनिया या सर्वाची दारात वाटच पहात होती. नाराज होत म्हणाली- आज इतका उशीर का केला गोबर? कामासाठी कोणी जीव थोडाच देतो!

नंतर पतीवर रागवत म्हटले- तुम्ही तेथून कमाई करुन आलात तर शेतावर गेलात. शेत कुठे पळून जाणार होते.

दारात विहीर होती. होरी आणि गोबरने एक-एक कळशी डोक्यावर घेतली. रुपाला अंघोळ घातली आणि भोजन करु लागले. जवाच्या भाकरी होत्या. पण गव्हासारखी सफेद आणि चिकनी तुरीची दाह होती ज्याच्यात कच्ची कैरी टाकली होती. रुपा बापाच्या ताटात जेवायला बसली. सोनाने तिच्याकडे ईर्षा युक्त नजरेने पाहिले! जणू म्हणत होती वारे लाड!

धनियाने विचारले- मालकासोबत काय बोलणं झालं?

होरीने लोटाभर पाणि पीत म्हटले-'हेच कर वसूलीचे विषय काढला, दुसरं काय. आपण समजतो, मोठी माणसं सुखी असतात, खरं सांगायचे तर ते आपल्यापेक्षाही दुःखी आहेत. आपल्याला

पोटाची चिंता असते, त्यांना हजारो चिंतेनं घेरलेलं असतं.'

रायसाहेबानी आणखी काय म्हटले होते ते होरीच्या लक्षात नव्हते. त्या सर्व कथनाचा खुलासा तेव्हढा लक्षात राहिला होता.

गोबरने व्यंग केले- तर मग त्यांचा सुभा आपल्याला का नाही देत! आपण आपले बैल, शेत, नांगर, कुदळ सगळं द्यायला तयार आहोत. करतील आदला-बदली? ही सगळी धुर्तता आहे. निव्वळ बनवाबनवी, ज्यांना दुःख असतं ते डझनभर मोटरी बाळगत नाहीत, महालामध्ये रहात नाहीत, हलावा-पुरी खात नाहीत, ना रंग लिलात लिप्त रहातात. आनंदाने रोजचे सुख भोगत नसतात. इतके असून दुःखी.

होरीने चिडत म्हटले- तुझ्यासोबत मला वाद करायचा नाही! रहाटगाडं कोणाला चुकलंय. शेतातून आपल्याला मिळतयच काय ? एक आण्याची कमई होत सुद्धा नाही. जो दहा रुपये महिन्याचा नोकर आहे तो पण यापेक्षा चांगलं जगतो. परंतु शेती नाही सोडल्या जात. शेती सोडून करायचं काय ? नौकरी कुठे मिळतय ? मर्यादा तर पाळावीच लागते. शेतीमध्ये जी इज्जत आहे ती नौकरीमध्ये नाही. अशाप्रकारे जमीनदारांची परिस्थिती समजून घ्या. ! त्यांच्या मागेही शेकडो भुंगे लागलेले असतात. अधिकाऱ्यांना रसद पुरवठा करा. त्यांना सलामी द्या. अमलदारांना खुश करा. वेळेवर कर चुकता केला नाही तर जेलमध्ये जाण्याची भीती. धाड पडण्याची शक्यता. आपल्याला तर कोणी जेलमध्ये घेऊन जात नाही. दोन-चार शिव्या-धमक्या मिळतात इतकेच.

गोबरने प्रतिवाद केला-ह्या सगळ्या बोलण्याच्या गोष्टी आहेत. आपण खायला मोताद आहोत. अंगावर धड कपडे नाहीत. माथ्याचा घाम गुडघ्यापर्यंत येतो. तरीपण पोटभर मिळत नाही. ते आनंदान गाद्या -गिरद्यावर बसलेले असतात. शेकडो नौकर-चाकर आहेत. हजारो लोकांवर राज्य आहे. रुपये जमा होत नसतील पण सर्वप्रकारचे सुख भोगतात. धन घेऊन माणूस आणखीन काय करु शकतो?

'तुमच्या बुद्धीला वाटतं आपण आणि ते सारखेच ?'

'ईश्वरानी सर्वांना सारखेच निर्माण केले आहे'

'असे नाही बेटा, लहान-मोठे ईश्वराच्या घरी ठरतात' संपत्ती मोठ्या तपस्येनंतर मिळते. त्यांनी पूर्व जन्मी जसे कर्म केले, त्याचा आनंद घेत आहेत. आपण काहीच मिळकत केली नाही तर कशाचा भोग घ्यायचा?

'ही सगळी मनाची समजूत काढण्याचा विषय आहे. ईश्वर सर्वांना सारखेच घडवतो. इथे ज्याच्या हातात काठी आहे तो गरिबांना चिरडून मोठा माणूस बनतो.'

'हा तुझा भ्रम आहे. मालक आजही चार घंटे रोज ईश्वराचे भजन गातात'

'कोणाच्या भरोशावर हा भजन-भाव आणि दान-धर्म चालतो?'

'स्वतःच्या बळावर?'

'नाही, शेतकऱ्यांच्या भरोशावर आणि शेतमजूराच्या बळावर हे पापाचे धन पचणार कसे ? म्हणून दान-धर्म करावा लागतो. ईश्वराचे भजनही त्यामुळेच होते. उपाशी राहून ईश्वराचे भजन गा म्हणावं म्हणजे मग आम्हीही पाहू. आम्हाला कोणी दोन वेळेचे खायला द्या, तर आम्ही आठ प्रहर

ईश्वराचे भजन गाऊ.एक दिवस ऊसाला आले खोदले तर सारी भक्ती निघून जाईल.'

होरीने माघार घेत म्हटले-'तुझ्या तोंडी कोणी लागवं बाबा, तू तर ईश्वरी नियमांनाही मोडीत काढू लागलास.'

तिसऱ्या प्रहरी गोबर कुदळ घेऊन निघाला.होरी म्हणला-'जरा थांब बेटा, मी पण येतो. तोपर्यंत थोडासा भुसा काढून ठेव.मी भोलाला तसा शब्द दिलाय.बिचारा अलिकडे खूप तंग आहे.'

गोबरन आज्ञाधारी नजरेने म्हटले-'आपल्याकडे विकण्या इतका भुसा नाही आहे'

'विकू नाही लागलो, तसाच ठेवू लागलोय.तो अडचणीत आहे, त्याला मदत तर करावी लागेल'

'त्यानी तर आपल्याला कधी गाय दिली नाही'

'देवू तर लागला होता.पण मीच नाही घेतली'

'धनिया मटकत बोलली- गाय देवू लगाला होता! डोळयात घालण्याइतके काजळ देणार नाही, गाय देईल!'

होरीने शपथ घेतली. म्हणाला-'शपथ, त्याच्याकडील गाय देत होता.तंग आहे, भुसा नाही गाईंना, आता गाय विकून भुसा घेऊ इच्छित होता.संकटात पडलेल्या व्यक्तीची गाय कशाला घेऊ ! थोडासा भुसा देतो, काही पैसे जवळ आले तर गाय घेऊ.थोडे-थोडे करुन परत करु. ऐंशी रुपयाची आहे गाय.पण अशी की माणसानं पहातचं रहावं.

गोबरने विरोध दर्शवला-'तुमच्यातले साधूपण तुम्हाला मातीत गाडू लागलय.सरळ-सरळ विषय आहे ऐंशी रुपयाची गाय आहे. आमच्याकडून वीस रुपयाचा भुसा घे आणि गाय दे. साठ रुपये राहातील ते थोडे-थोडे करुन देऊन टाकू.'

होरी रहस्मय पद्धतीचं हसला-'मी अशी योजना आखली आहे की गाय आयतीच आपल्या पदरात पडेल.फक्त भोलाचं लग्न कुठेतरी ठरवून टाकायचं, झालं ! दोन-चार मन भुसा केवळ तोडी लावायला देतोय.'

गोबरला काही आवडले नाही - 'तर तुम्ही आता सर्वांचं लग्न लावत फिरणार?'

धनियाने तिखट नजरेने पाहिले-'आता हाच उद्योग बाकी होता.नाही द्यायचा आपल्याला भुसा कोणाला.कोण भोला असेल नाहीतर भोली, कोणाचं काही घेतलं नाही.'

गोबरने चिलिम उचलली आणि पेटवायला गेला.त्याला हे लफडं अजिबात नको होतं.

धनियाने मान हालवत म्हटले- 'जो त्याचं लग्न करुन देईल तो फक्त गाय घेऊन स्वस्थ बसणार नाही.एक थैली मोजून घेईन.'

होरीने दुजोरा दिला-'हे तर मलाही माहीत आहे, परंतु त्याचा मोठेपणा तर पहा. मला ज्यावेळी भेटतो, त्यावेळी तुझे सारखे गुणगान गात असतो.'

धनियाच्या चेहऱ्यावर चमक दिसली. चेहऱ्यावर ते भासू न देता म्हणाली-'मी त्याच्या स्तुतीची भुखी नाही.त्याचं कौतूक त्याला लखलाभ.'

होरीने प्रेमपूर्वक हास्य करीत म्हटले-'मी तर त्याला सांगितले, अरे बाबा ती नाकावर साधी माशी बसून देत नाही.शिव्या हेच तिची भाषा आहे.परंतु त्याचं आपलं एकच म्हणणं होतं, ती

स्त्री नसून लक्ष्मी आहे. विषय असा आहे की त्याची पत्नी बोलायला फार चरचर होती. म्हणून हा बाहेरच फिरत असायचा.म्हणत होता, ज्या दिवशी तुझ्या पत्नीचे तोंड पहातो त्या दिवशी-जरूर चांगले काहीतरी घडते.मी म्हटलं- तुझ्या बाबतीत घडत असेल पण मला कधी नाही काही मिळत.'

'तुमचे नशीबच फुटके आहे तर मी काय करु'

'लागला त्याच्या पत्नीचे दोष काढायला, भिकाऱ्याला भीक सुद्धा देत नव्हती.शेजाऱ्याकडून झाडू घेऊन मारायला धावत होती.लालची इतकी की मीठ देखील शेजायाकडून आणायची.'

'मेल्यावर तिचे दोष कशाला काढू, मला पाहून तिचा तिळपापड व्हायचा '

'भोला मोठाच दुर्दैवी होता. त्याच्यासोबत लग्न लावून दिले.दुसरा असता तर जहर घेतले असते.माझ्यापेक्षा दहा वर्षाने मोठा असेल भोला.पण पहाताच राम-राम करतो

'तर काय म्हणत होता तो, तुझ्या घरवालीचे तोड पाहिले तर काय होतं?'

'त्या दिवशी ईश्वर काही ना काही पदरात पाडतो.'

'स्त्रीया तशाही खायला चटावलेल्या असतात, यावेळी सर्वांनी दोन रुपयाची खरबुजं उधार घेतली.मिळाल्यावर त्यांना चिंता नसते की द्यावे लागेल किंवा नाही'

'अरे भोला रडतोस कशाला?'

गोबरने येऊन सांगितले- भोला दादा आला आहे, मन दोन मन भुसा आहे, तो त्याला देऊन टाक. नंतर त्याच्या लग्नाचं पाहू-

धनियाने समजावलं-'माणूस दारात बसला आहे, त्याच्यासाठी खाट वगैरे नाही का टाकली, लागलास भुणभुण करायला, काहीतरी माणूसकी दाखव.कळशी घेऊन ये, पाणि भरुन ठेव, हात-पाय धुवून घ्या, काही चहा-पाणि पाजा, अडचणीच्या काळातच माणूस इतरांसमोर हात पसरतो.'

होरी म्हणाला-'चहा-पाणि काही नाही, कोण कोणाचा पाव्हूणा थोडाच आहे.'

धनिया बिघडली- पाव्हूणे यापेक्षा वेगळे कुठे असतात! रोज-रोज तुमच्या दारात येत नाहीत, इतक्या दूरवरून ऊन्हा-तान्हातून आलेत. तहान लागली असेल, रूपिया पहा बरं डब्यात तंबाखू आहे का नाही, गोबरच्या तावडीतून सुटली नसेल. पळत जाऊन एक पैशाची दुकानावरुन घेऊन ये. गोबरने खाट टाकली, सोनाने रस आणला, रुपाने तंबाखू आणली, धनिया दाराच्या आड उभी राहून स्वतःची स्तुती ऐकायला अधीर झाली होती.

भोलाने चिलम हातात घेत म्हटले-'चांगली घरवाली घरी आली तर समजा लक्ष्मी आली. तिला माहीत असतं लहान मोठ्याचा आदर-सत्त्कार कसा करायचा.'

धनियाच्या ऱ्हदयात आनंदाची कंपने उठू लागली. चिंता, निराशा आणि अभावाने घायाळ झालेली आत्मा, या शब्दामुळे शीतल स्पर्शाचा अनुभव करीत होती.

होरी ज्यावेळी भोलाची टोकरी घेऊन भुसा आणायला आत गेला, तर धनिया सुद्धा मागे-मागे गेली. होरी म्हणाला- 'माहीत नाही याला एव्हढी टोकरी कुठे मिळाली, कोणाकडून मागवली असेल. मन भरापेक्षा कमी बसणार नाही यात. दोन टोकरा दिल्या तर दोन मन निघून जातील असेच.'

धनिया खूश झाली होती. नजरेने झिडकावत म्हणाली– एक तर दखाद्याला बोलावू नका, बोलावले तर पोटभर जेवू घाला, तुमच्याकडे पीठ मागायला थोडेच आलेत की कटोरा घेऊन येतील.

देणार असाल तर तीन टाकरी देऊन टाका! भल्या माणसांना एखादा मुलगा का नाही आणला सोबत. एकटा कुठपर्यंत घेऊन जाईल, जीव जाईल.'

'तिन टोकरा तर माझ्याकडून नाही दिल्या जाणार ?'

'तर मग काय एक टोकरी देवून वाटं लावणार? गोबरला सांगा, आपली टोकरी घेऊन त्यांच्यासोबत जा '

'गोबर ऊसाला आळे करायला चालला आहे '

'एक दिवस आळे नाही केले तर ऊस काही वाळून जाणार नाही '

'हे तर त्याचे काम होते की येताना सोबत कोणाला तरी आणावे. ईश्वराने दोन मुले दिली आहेत '

'घरी नसतील, दूध घेऊन बाजाराला गेले असतील '

'ही तर चांगलीच गंमत आहे की आपला माल द्या आणि घरापर्यंत माणूसही.

'बरं बाबा. कोणी नका जाऊ. मी घेऊन जाईल. मोठ्याची सेवा करण्यास लाज कसली ?

'आणखी तीन टाकरी दिल्या तर आपले बैल काय खातील ?

'हे सगळं बोलण्यापूर्वीच ठरवायला पाहिजे होतं. नसेल जमत तर तू आणि गोबर दोघेजण जा '

'पाव्हूणचार- पाव्हूणचारासारखा केला जातो, आपलं घर नाही दिल्या जात.'

'आता जमीनदाराचा माणूस आला तर डोक्यावर भुसा घेऊन जाताल त्यांच्यासाठी; तुमचा मुलगा, मुलगी, सगळे आणि तिथे मन दोन- मन लाकडेही फोडावी लागतील.'

'जमीनदाराची गोष्ट वेगळी आहे '

'बरोबर, तिथे फटके आणि शिव्या मिळतात ना'

'त्यांचे शेत कसत नाही ?'

'कसतो तर कर देत नाही? '

'बरे बाबा, डोकं खाऊ नकोस, आम्ही दोघे जाऊ, याला भुसा घेऊन जा म्हणण्याची आवदसा मला कशी सुचली, एक तर चलणार नाही, चालू लागली तर पळणार'

तीन कटोऱ्या भुसा भरला. गोबर कन्हत होता, त्याला आपल्या बापाच्या व्यवहारावर थोडाही विश्वास नव्हता. तो समजत होता, बाप जिथे-जिथे जातो, काही ना काही नुकसान जरूर करतो. धनिया प्रसन्न होती. राहिला होरी तर तो धर्म आणि स्वार्थाच्या मध्ये लोंबकळत होता.

होरी आणि गोबरने मिळून टोकरी बाहेर आणली. भोलाने तात्काळ आपल्या खांद्यावरील रूमालाची चुंभळ करून डोक्यावर ठेवली. म्हणाला- मी हे ठेवून आता धावत आलोच. एक टोकरी पुन्हा घेऊन जातो.

होरी म्हणाला-'एक नाही, अजून दोन भरलेल्या आहेत. आणखी तुला नाही यावं लागणार. मी आणि गोबर एक-एक घेऊन तुझ्यासोबतच येत आहोत.'

भोला चकित झाला. होरी त्याच्या आपल्या भावापेक्षा जवळचा वाटला. त्याने मनातली

मनात खूप समाधानाचा ढेकूर दिला. जणू त्याचं संपूर्ण आयुष्यच भरून उरलं होतं.

तिघे भुसा घेऊन निघाले. तर रस्त्यात गप्पा होऊ लागल्या.

भोलाने विचारले- दसरा जवळ आला आहे. मालकाच्या दारात मोठीच धामधुम असेल? हो, तंबु-मंडप पडलाय, यावेळंच्या लीलामध्ये मी सुद्धा काम करणार आहे, रायसाहेबांनी सांगितले आहे तुला राजा जनकाचा माळी बनावे लागेल.

मालक तुझ्यावर खूप खूश आहे.

'त्यांची कृपा आहे'

क्षणभरानंतर भोलाने पुन्हा विचारले- शगुनसाठी रूपयाचे काही जुगाड जमले का? माळी बनल्याने काही सुटका होणार नाही.

होरीने तोंडावरील घाम पुसत म्हटले-'त्याचीच तर चिंता सतावते ना दादा! धान्य तर सगळीची सगळे हिशोबातच गेलं. जमीनदाराने घेतलं. महाजनने त्याचा वाटा घेतला. माझ्यासाठी पाच शेर धान्य शिल्लक राहिलं. भुसा तर मी रात्रीतून ढापून लपून ठेवला होता. नाही तर चिमूट भर उरलं नसतं. जमीनदार तर एकच आहे. पण महाजन तीन-तीन आहेत. त्यांच्या हाताखालचे गुमास्ते आहेत, आणखी कोण-कोण. कोणाचेही पूर्ण देणे झाले नाही, जमीनदाराचे देखील अर्धे बाकी आहेत.दुलारीचे पैसे पुन्हा उधार घेऊन काम चालू आहे, सगळीकडे कैफियत मांडून बसलोय दादा. काही नाही होत, आपला जन्म यामुळे झाला आहे की स्वतःचे रक्त आटावे आणि दुसऱ्याचं भलं करावं, मुदलाचे दुप्पट व्याज भरले आहे. पण मुद्दल जशेच्या तशे डोक्यावर आहे. लोक म्हणतात, सर्दी-गर्मीमध्ये, तीर्थ-धर्मावर कमी खर्च करावेत. योग्य मार्ग कोणी सांगत नाहीत. रायसाहेबांनी मुलाच्या लग्नात वीस हजार रूपये खर्च केले. त्यांना कोणी विचारले नाही, महाजनने आपल्या बापाच्या क्रिया-कर्मावर पाच हजार खर्च केले. त्यांना कोणी काही विचारले नाही. हिच तऱ्हा सगळ्यांची आहे'

भोलाने करूण भावनेने म्हटलेलं- मोठ्या लोकांची बरोबरी तू कशी करू शकतोस बाबा ?

'माणसं तर आपणही आहेत'

'कोण म्हणतो की आपण माणसं आहेत. आपल्यात माणूसपणा कुठे आहे? माणूस तो ज्यांच्याजवळ धन आहे, प्रतिष्ठा आहे, आपण बैल आहोत ज्याचा उपयोग जुंपण्यासाठी होतो. त्यावर कोणाला कोणाचे बरं पहावत नाही. एकीचं नाव नाही. एक शेतकरी दुसऱ्याच्या शेतावर आक्रमण करणार नाही तर नफा कसा मिळेल. प्रेम नावाची गोष्ट जणू संसारातून वजा झाली आहे.'

म्हाताऱ्यासाठी भुतकाळातील सुख आणि वर्तमानातील दुःख आणि भविष्यातील सर्वनाशापेक्षा मनोरंजक दुसरा प्रसंग असत नाही दोन्ही मित्र आपली-आपली दुःखी कथा सांगत होते. भोलाने आपल्या मुलांची कहाणी ऐकवली. होरीने आपल्या बंधूबद्दल तक्रारी केल्या, मग विहिरीवर ओझं खाली ठेवून पाणि प्यायला थांबले. गोबरने बनियाकडून लोटा मागितला आणि पाणि सेंदायला लागला. भोलाने सह्हदयतेने विचारले- वेगळं निघतांना च्यावेळी तुला फार दुःख झाले होते. भावाला लहान मुलासारखे वाढवले होते.

होरी रडवेल्या स्वरात म्हणाला- काही विचारू नकोस दादा, असं वाटत होतं की कुठेतरी जाऊन जीव द्यावा. माझ्यासमोर सगळं झालं. ज्याच्यासाठी तारूण्य घालवलं तोच दुश्मन झाला आणि

भांडणाचं कारण काय होतं ? तर माझी बायको बाजारात काम करायला का जात नाही? सांग, घरचं पहायला तरी कोणी पाहिजे ना. देणं-घेणं, उठणं-बसणं, संभाळणे-काळजी घेणे, हे कोण करणार. ती घरी बसून तर रहात नव्हती. झाडू-पोछा, स्वयंपाक, भांडी-बासण, मुलांचा सांभाळ, हे काय कमी काम आहे. सोभाची पत्नी घर संभाळू शकते पण हिराच्या पत्नीमध्ये ते कौशल्य होतं? जेव्हापासून अलग निघालोत, दोन्ही घरी एका वेळेचे जेवण होतं. नाहीतर सगळ्यांना चार वेळा भूक लागायची. आता चार वेळा कोण खातं ते पाहू. एकत्र राहण्यामुळे गोबरच्या आईची जी दुर्गती झाली ती मलाच माहीत. बिचारी तिच्या जावेचे फाटके -तुटके कपडे घालून कसेतरी दिवस घालवत होती. स्वतः उपाशी राही पण जावेला कमी पडू देत नसायची. तिच्या अंगावर दागिण्याच्या नावाला काळा धागाही नव्हता. जावेसाठी दोन-दोन, चार-चार दागिने बनवले. सोन्याचे नसतील, चांदीचे तर आहेत. जळफळाट हाच की ही मालकीन आहे. चांगलं झाले की वेगळी झालोत, माझ्या डोक्याचा ताप गेला.

भोलाने एक लोटा पिल्यानंतर म्हटलं-'घरोघर मातीच्या चुली आहेत मित्रा! भावाचं काय सांगतोस, इथे तर पोटच्या लेकरासोबत पटत नाही, यामुळे की त्यांची कृत्य पाहून माझं तोंड बंद रहात नाही. तुम्ही जुगार खेळणार, चरस-गाज्या ओढणार, पण पैसे कोणाच्या घरचे जातात? खर्च करू इच्छिता तर कमवा. पण कमाई कोणाकडून होत नाही. खर्च मनसोक्त करतील, थोरला कामाचा सौदा घेऊन बाजाराला गेला तर अर्धे पैसे गायब. विचारले तर कसलं उत्तर नाही. धाकटा जंगी संगतीनं वाया गेला. सांज झाली की ढोल-मंजीरा घेऊन बसला. दोस्तांना मी वाईट म्हणत नाही, गाणे म्हणणे वाईट नाही, पण हे सगळं काम संपल्यानंतर. असे नाही की घरातले काही काम करायचे नाही आणि आठ प्रहर एकच उद्योग. मलाच सगळं करावं लागतं. दाणा-पाणि, गाय-म्हशीचे दूध घेऊन बाजाराला धेऊन जाणे, हे संसाराचे कंटाळवाणे काम आहे. सोन्याच्या काड्या ज्यांना ना उगाळता येतं ना गिळता. मुलगी आहे झुनिया, तिचेही नशीबच खोटे, तू तर तिच्या लग्नाला आला होता. किती चांगलं घरदार होतं. तिच्या पतीचं मुंबईत दूधाचं दुकान होतं. त्याकाळात तिथे हिंदू-मुसलमानात दंगा झाला. तर कोणीतरी त्याच्या पोटात सुरा खुपसला. सगळं उलटं-पालटं झालं. आता तिथं तिचं जगणं कठीण झालयं. घरी आणलय तिला. वाटतं दुसरं लग्न करून द्यावं पण तिची इच्छा नाही. दोन भावजया रात्रंदिवस तिला जाळत राहतात. घरात महाभारत चालू असतं. संकटाच्या काळात इकडे आली तर इथेही सुख नाही.

याच दुःखी कथेनं रस्ता संपला. भोलाचे गाव पुरवा लहान होतं. पण होतं मस्त. तिथे जास्त अहिर राहत होते. दुसऱ्या शेकतऱ्यापेक्षा याची अवस्था वेगळी नव्हती. भोला गावचा सरपंच होता. दारात मोठी चटाई होती. जिच्यात दहा-बारा गाई-म्हशी उभ्या राहून खात होत्या. ओसरीत एक मोठा तख्त पडलेला होता जो कदाचित दहा माणसांना उचलला नसता. एका खुंटीवर ढोलकी लटकवलेली होती, दुसरीवर मंजीरा, एका माचव्यावर एखादं पुस्तक बांधून ठेवलेलं होतं, रामायण असावं ते. दोही स्त्रीया समोर बसून गोवऱ्या थापत होत्या आणि झुनिया दारात उभी होती. तिचे डोळे लाल होते आणि नाकाच्या शेंड्यावर कणी होती, असे वाटत होती की आत्ताच झोपेतून उठली आहे. तिच्या सुडौल, ठासून भरलेल्या शरीरातून जणू तारूण्य मुसळी मारत आहे. तोंड मोठे आणि गोल होते. कपाळ पसरट, डोळे लहान, आणि आत गेलले, वक्षांचा उभार आणि गालांचा तो टवटवीतपणा

डोळ्यांना आकर्षित करीत होता. तिने परिधान केलेली लाल साडी तिला शोभून दिसत होती.

भोलाला पहाताच त्याच्या डोक्यावरील टोकरी उतरवून घेतली. भोलाने होरीच्या आणि गोबरच्या टोकऱ्या उतरवून घेतल्या. आणि झुनियाला म्हणाला- पहिली एक चिलम भर, नंतर थोडा रस तयार कर, पाणि नसेल तर घागर आण मी सेंदतो. होरी शेतकऱ्याला ओळखतेस ना ?

नंतर होरीला म्हणाला- घरवालीशिवाय घरपण नाही दादा. जुणी म्हणच आहे नाटन खेती बहुरियन घर. बुटके बैल काय शेती करतील आणि बायका घर संभाळतील. हिची आई वारल्यापासून घरची बरकतच गेली. बायकांना पीठ मळायचे माहीत असते पण घर चालवायचं काय माहीत. एक मात्र,तोंड चालवता येतं. पोरं कुठ अड्ड्यावर जमा झाले असतील, एक नंबरचे आळशी आहेत. कामचोर, जापर्यंत जिवंत आहे यांच्यासाठी खास्ता खाव्या लागतील. मेल्यावर बसतील बोंबलत माझ्या नावाने. पोरगी पण तशीच आहे. थोडेशे काम करीन पण भुणभुण करत. मी सहन करतो. नवरा थोडेच सहन करीन.

झुनिया एका हातात चिलम आणि दुसऱ्या हातात रस असलेला लोटा घेऊन मोठ्या उत्साहात आली. नंतर दोरी आणि कळशी घेऊन पाणि आणायला गेली. गोबरने तिच्या हातातून कळशी घेण्यासाठी हात पुढे करीत लाजत म्हटले-'तू राहू दे. मी घेउन येतो.'

झुनियाने कळशी दिली. विहिरीच्या ठिकाणी जाऊन हसत म्हणाली- तुम्ही आमचे पाव्हूणे आहात, म्हणाल, एक लोटाभर पाणि सुद्धा कोणी दिले नाही.'

'पाव्हूणा कसला, तुझा शेजारी तर आहे'

'शेजारी वर्षातून एकदा पण भेटत नसतील तर पाव्हूणेच झाले '

'रोज-रोज आल्याने इज्जत पण रहात नाही '

झुनिया हसत तिरक्या नजरेने पहात म्हणाली- इज्जत तर देऊ लागलेय! महिण्यातून एकदा आलात तर थंड पाणि देईल. पंधरा दिवसात आलात तर चिलम मिळेल. सातव्या दिवाशी आलात तर खाली बसायला बिछाना टाकेल, रोज-रोज आलात तर काहीच मिळणार नाही.

'दर्शन तर देशील'

'दर्शनासाठी पूजा करावी लागते '

असे बोलता-बोलता जणू तिला मागचे काही आठवले. तिचा चेहरा उदास झाला. तिच्या स्त्रीत्वाच्या दारात तिचा पती रक्षक म्हणून उभा असे. ती निश्चिंत होती. आता त्या दारात कोणी नाही, म्हणून ती ते दार सदैव बंद ठेवते. कधी-कधी एकटेपणा खायला उठल्यावर ती दरवाजा उघडते पण कोणी आल्याचे समजताच भयभीत होऊन दोन्ही दरवाजे बंद करते.

गोबरने कळशी भर पाणि काढले. सर्वांनी रस पिला आणि एक चिलम तंबाखू आणखी ओढून परतले. भोला म्हणाला-'उद्या येऊन गाय घेऊन जा गोबर. यावेळी ती वैरण खात आहे.'

गोबरला ती गाय आवडत असायची आणि मनातली मनात तो तिच्यावर लुब्ध होत असायचा. गाय इतकी सुडौल आणि सुंदर आहे.याची त्याने कल्पनाच केली नव्हती.

होरीने स्वार्थाला नियंत्रणात ठेवत म्हटले- 'घेऊन जाता येईल, घाई कशाला ?'

'तुला घाई नसेल, मला तर आहे तिला दारात बांधलेलं पाहून त्या दिवशीचं बोलणं तिच्यामुळे लक्षात राहिल'

'त्याची मला आठवण आहे दादा '

'तर मग उद्या गोबरला पाठवून दे '

दोन्ही आपल्या -आपल्या टोकऱ्या डोक्यावर ठेवल्या आणि रस्त्याला लागले. दोघे इतके प्रसन्न होते की जणू लग्न करून परत आले आहे. होरीला आपली अनेक दिवसाची इच्छा पूर्ण करण्याचं पडलं होतं, ते ही एक पैसाही न देता, गोबरला यापेक्षाही अमुल्य वस्तू मिळाली होती त्याच्या मनात अभिलाषा जागृत झाली होती.

संधी मिळताच त्याने मागे वळून पाहिले. झुनिया दारात उभी होती. आशायुक्त नजरेने, अधीर, चंचल !

४

होरीला रात्रभर झोप नाही आली. लिंबाच्या झाडाखाली वेळूच्या खाटेवर पडून रात्रभर आकाशातील ताऱ्यांकडे पहात राहिला. गायीसाठी एक मेड ठोकावी लागेल. बैलापासून अंतरावर असली तर चांगलेच. आता तर बाहेरच राहिल पण पाऊसाळ्यात तिच्यासाठी दुसरी जागा करावी लागेल. बाहेर लोक उगीच पहात रहातात. कधी-कधी तर असा जादूटोणा करतात की गाईचे दूधच निघून जाते. स्तनाला हात नाही लावून देत, लाथ मारते, नाही बाहेर बांधणे ठीक नाही आणि बाहेर मेड पण कोण ठोकून देईल? गुमास्ता काही भेटवस्तूची मागणी करतील. छोट्या-छोट्या गोष्टींची तक्रार रायसाहेबांकडे करणे चांगले नाही आणि गुमास्त्यापुढे माझे ऐकेलच कोण, त्याला काही म्हणावं तर गुमास्ता दुश्मन बनायचा. पाण्यात राहून माशासोबत वैर करणे ठीक नाही. आतमध्येच बांधू. अंगण लहानच आहे पण एक मेड ठोकल्यास काम चालेल. आता पहिलारू आहे, तर पाच शेर पेक्षा कमी दूध देणार नाही. सेरभर तर गोबरलाच लागेल. रूपियाच्या तोंडालाही दूध पाहून पाणि येतं. आता खा म्हणावं किती खायचे तितके. कधी–कधी दोन–चार सेर मालकाला पण देवून येऊ. गुमास्ता साहेबांना पण कधी खूश करावे लागेल आणि भोलाचे रूपये सुद्धा परत द्यावे लागतील. लग्नाची लालूच ठीक नाही. जो व्यक्ती आपल्यावर इतका विश्वास ठेवतो त्याला धोका देणे नीचपणा आहे. ऐंशी रूपयाची गाय केवळ विश्वासावर दिली आहे. नाहीतर कोणी कोणाला एक रूपया देत नाही. वर्षभरात काय होणार नाही .पंचवीस रूपये जरी दिले तरी भोलाचा विश्वास बसेल. धनियाला उगीच सांगितले, अचानक गाय बांधली असती तर चकित झाली असती. विचारलं असतं, कोणाची गाय आहे ? कोढून आणलीय? खूप मागे लागली असती त्यावेळी सांगितले असते. पण पोटात राहिल तर ना. कधी दोन–चार रूपये जास्तीचे आले तर ते लपून रहात नाही आणि ते चांगले पण आहे. तिला घराची काळजी असते, तिला जर माहीत झाले की यांच्याजवळही पैसे असतात, तर नखरे सुरू होतील. गोबर जरा आळशी आहे. नाहीतर मी गाईची आशी सेवा केली असती की विचारू नका. आळशी–बिळशी काही नाही. या वयात कोण आळशी नसतं ? मी पण वडिलांच्या समोर दंगामस्ती करीतच होतो, बिचारे पहाटपासूनच गवत कापायला लागायचे.

कधी दारात झाडू मारतील तर कधी शेतात खत फेकतील. मी झोपलेलो असायचो, कधी जागी करत, तर मी चिडायचो आणि पळून जाण्याची धमकी द्यायचो. मूलं आई-वडिल असतांना मौजमजा करणार नाहीत तर मग त्यांच्यावर जबाबदारी पडल्यावर काय करतील? वडिलाचा मृत्यू होताच काय मी घराची जबाबदारी हाती घेतली नाही ? सारं गाव म्हणत होतं होरी घर बरबाद करून सोडेल. परंतु अंगावर जबाबदारी पडताच मी अशी कात टाकली की गावं पहात राहिलं. सोभा आणि होरी वेगळे झाले. नाहीतर हे घर आज वेगळेच असते. तीन नांगरं एकत्र चालेल असते. आता तीन वेगवेगळी चालतात, कालचक्र आहे. धनियाचा काय दोष. बिचारी घरात आल्यापासून कधी अरामात बसली नाही. डोलीमध्ये बसताच सारं काम डोक्यावर घेतलं. आई वाट्टेल ते काम करून घ्यायची. जिणे कामासाठी अख्खं घर डोक्यावर घेतलं होतं. जावांकडून काम करून घेत होती, काय वाईट होतं त्यात. शेवटी तिलापण थोडा आराम मिळालाच पाहिजे ना. दिरासाठी खस्ता खात होती आता लेकरांसाठी खाते. ती इतकी सरळ-साधी नसती तर आज सोभा आणि हिरा जे मिशावर ताव तारीत फिरत आहेत, भीक मागत फिरले असते. माणूस किती स्वार्थी बनतो, ज्याच्यासाठी लढावं तर तोच दुश्मन बनतो.

होरीने पुन्हा पूर्वेकडे पाहिले मुहूर्त जवळ आला होता. गोबर का जागी राहू लागला होता. नाहीतर इथेच झोपला होता, म्हणाला होता रात्रीच निघून जाईल. जाऊन हौद तर खोद. परंतु नाही, जोपर्यंत गाय दारात येत नाही, हौद खोदणे ठीक नाही. समजा भोलाने शब्द पाळला नाही किंवा एखाद्या कारणाने गाय दिली नाही, तर सारं गाव हसू लागेल. म्हणतील, चालले होते गाय आणायला. पठ्यांनी इतक्या उत्साहत हौद खोदला, जणू हेच करणे बाकी होते. भोला आहे तर घरचा मालक, परंतु मूलं मोठी झाल्यावर बापाचं ऐकतोच कोण. कामता आणि जंगी नाही म्हणाले तर काय भोला गाय देऊ शकेल, कधी नाही.

अचानक गोबर दचकून उठला आणि डोळे चोळत बोलला- अरे! इथे पहाट झाली, तुम्ही हौद खोदला ?

होरी गोबरच्या बांधीव शरीर आणि छातीकडे गर्वाने पहात आणि मनातली मनात विचार करीत होता की याला जर गाईचे दूध मिळाले तर तरणाबांड होईल,म्हणाला-'नाही, आता नाही, विचार केला, नाही मिळाले तर विनाकारण बदनामी होईल.'

गोबर डोळे वटारत बोलला- का मिळणार नाही ?

'त्याच्या मनात खोट कशी येईल ?'

'मनात खोट येवो अथवा नाही, गाय तर त्यांना द्यावेच लागेल'

गोबर काही बोलला नाही. काठी खांद्यावर ठेवली आणि निघाला. होरी त्याला जाताना पाहून स्वतःच्या मनाला शांत करीत राहिला. आता मुलाच्या लग्नाला उशीर नाही केला पाहिजे. सतरावे वर्षे सुरू झालंय पण करणार कसं ? थोडे पैसे तरी हाती यावेत. तीन भाऊ आलग झाल्यापासून घराची शान जात राहिली. मंडळी मुलगा पहायला येतात. परंतु घरची पसिस्थिती पाहून निघून जातात. एक-दोन तयारही झाले, तर रूपयाची मागणी केली. दोन-तिनशे मुलीवर खर्च करून मुलाचाही खर्च आपणच करा. म्हणजे मग लग्न होईल. कोठून आणावेत इतके रूपये. धान्य खळयातच वाटून दिलं जातं खायला सुद्धा उरत नाही. लग्न कोठून करणार ? आता तर सोनाचं सुद्धा लग्नाचं वय झालय.

मुलाचं लग्नं नाही झालं तर सर्व नातेवाईकात हसू होईल. पहिल्यांदा तिच्या लग्नाचं पाहू. नंतर पाहू.

एका व्यक्तीने येऊन राम-राम ठोकला आणि विचारले, तुझ्या कोठीमध्ये काही वेळू असतील

होरीने पाहिले, भिकारचोट माणूस उभा आहे, काळाकुट, जाडजूड, मोठ्या तोंडाचा, मोठे-मोठे डोळे, कमरेला वेळू कापण्याची कटार, खोदलेली, वर्षातून एकदा-दोनदा येऊन, खुर्च्या, मेढी, टोकरी आणि तयार करण्यासाठी काही वेळू घेऊन जात होता.

होरी प्रसन्न झाला. पैसे हाती लागण्याची शक्यता होती. चौधरीला आपल्या तिन्ही कोठी दाखवल्या. भाव केला आणि पंचवीस रूपये शेकड्यासाठी पन्नास वेळूचा बयाना घेतला. नंतर दोघे परत आले. होरीने त्याला चिलिम दिली. चहा-पाणि केलं आणि नंतर रहस्मय भावनेनं बोलला, माझे वेळू कधी तीस रूपयापेक्षा कमीला देत नाही. परंतु तुम्ही ओळखीचे आहात, तुमच्या सोबत कसला व्यवहार. तुमचा तो मुलगा, ज्याचं लग्न झालं होतं तो अजून दुसऱ्या गावावरून आला की नाही ?

चौधरी चिलम ओढत म्हणाला- त्याने तर जीव खाल्लाय पाटील!तरूण सून घरी बसून आहे आणि त्याने नातेवाईकातली मुलगी पळवून दुसऱ्या गावात मजा करीत बसलाय. सून पण दुसऱ्याचा हात धरून पळालीय. फारच हालकट जातय. कोणाची नाही होत. किती समजावलं, तुला खायला प्यायला कमी नाही, पाहिजे ते कपडे मिळतील, पण माझं नाक कापू नकोस. पण ऐकतय कोण. ईश्वराने स्त्रीला सगळं काही द्यावं पण रूप देवू नये. नाहीतर ती ताब्यात रहात नाही. घरा-दाराची वाटणीझाली असेल ?

होरीने आकाशाकडे पाहिले आणि आपल्याच मोठेपणात बोलला- सगळयची वाटणी झालीय चौधरी! ज्यांना लहान लेकरासारखं वागवलं ते बरोबरीचे हिस्सेदार आहेत. परंतु भावाच्या वाट्याचं खाण्याची माझी नियत नाही. इतके तुमच्याकडून पैसे मिळतील, ते दोन्ही भावांना द्यावे लागतील. चार दिवसाच्या आयुष्यात कशाला कोणासोबत छळ-कपट करायचं. त्यांना जर सांगितले की वीस रूपये शेकड्याने विकले आहे तर काय माहीत होईल, तुम्ही त्यांना सांगायला थोडेच जाणार आहात. तुला पण मी माझा भाऊच समजतो.

व्यवहारात आपण भाऊ नावाचा कितीही दुरूउपयोग केला तरी त्या भावनेत जी पवित्रता आहे, ती कधी मलीन नाही होत.

होरीने अप्रत्यक्ष स्वरूपात हा प्रस्ताव ठेवून चौधरीच्या तोंडाकडे पाहिलं की त्याला हे मान्य आहे किंवा नाही. त्याच्या चेहऱ्यावर असा फुकटचा नम्र भाव दिसू लागला की भिक्षा मागणाऱ्या एखाद्या भिकाऱ्याच्या चेहऱ्यावर असतो.

चौधरी होरीचं बोलणं ताडत म्हणाला- माझे-तुमचे जुणे संबंध आहेत पाटील. अशी गोष्ट आहे की माणूस इमान विकतो ते कोणत्या तरी लालचेपोटी, वीस रूपये नाही मी पंधरा रूपये सांगतो, परंतु वीस रूपयाप्रमाणे दाम द्या.

होरी ओरडत म्हणाला- तुम्ही पण कमाल करता चौधरी, वीस रूपयात कुठे असे वेळू मिळतात का ?

'नाही तर कसे, यापेक्षा चांगले वेळू दहा रूपयाने मिळतात, हा पण त्यासाठी दहा कोस दूर जावे लागते. किंमत वेळूची नाही शहर जवळ असण्याची आहे, माणूस विचार करतो, जितका वेळ तिथे

जायला लागतो, तितक्या वेळात दोन–चार रूपयाचे काम होईल.'

सैदा पक्का झाला. चौधरीने बंडी काढून झाडावर लटकवली आणि वेळू कापू लागला.

ऊसाला पाणि देणे चालू होतं. हिराची पत्नी कळशी घेऊन विहीरीवर चालली होती. चौधरीला वेळू कापताना पाहून पदरा आडून बोलली–'कोण वेळू कापतोय ? इथले वेळू कापू नका.'

चौधरी काम थांबवत बोलला- 'वेळूची किंमत दिलीय, पंधरा रूपये शेकडा, बयाना दिलाय. फुकटात नाही कापू लागलोय.'

हिराची पत्नी घरची मालकीन होती. तिच्याच विद्रोहाने घरच्या वाटण्या झाल्या होत्या. धनियाला पराभूत करून वाघीन झाली होती. हिरा कधी–कधी तिला मारहाण करायचा. नुकतेच तिला इतके मारले होते की खाटावरून उठता येत नव्हते. परंतु तिचा पदभार ती काही केल्या सोडत नव्हती. हिरा राग आल्यावर मारायचा. पण चालत होता तिच्या ईशाऱ्यावर. त्या घोड्याप्रमाणे जो मालकाला लाथ पण मारतो आणि त्याला घेऊन पण जातो. डोक्यावरची शिदोरी खाली ठेवत म्हणाली- पंधरा रूपयाला नाही जमणार.'

या विषयावर बाई माणसासोबत चौधरी साहेब बोलू इच्छित नव्हते, म्हणाले-'पुरूष माणसाला पाठवा. काही सांगायचे असेल तर येऊन सांग म्हणावं.'

हिराच्या पत्नीचं नाव होतं पुनिया. दोन मुले होती. परंतु तारूण्य ओसरलं होतं, श्रृंगार करून स्वतःला तरूंण दाखविण्याच्या प्रयत्नात होती. परंतु खाण्याचेचं वांदे होते. श्रृंगारासाठी पैसे कोठून येणार. या अभावाने आणि विवशतेने तिची प्रकृती सुकून गेली होती.जवळ येऊन चौधरीचा हात धरण्याचा प्रयत्न करीत बोलली- 'नवऱ्याला कशाला पाठवू. जे काही सांगायचे ते मला सांग ना. मी सांगितलय, माझे वेळू कापायचे नाहीत.'

चौधरी हात सोडून घेत होता आणि पुनिया वारंवार हात धरीत होती. एक मिनिटापर्यंत असाच तमाशा चालू राहिला. शेवटी चौधरीने तिला जोराने मागे ढकलले. पुनियाला धक्का लागल्याने ती खाली पडली. पण नंतर तिनं पायातली वहान काढून चौधरीच्या डोक्यावर, तोंडावर, चांगलीच मारू लागली, अमाणूषपणे तिला ढकलून देतो ? तिचा असा अपमान ! मारतही होती आणि रडतही होती. चौधरीने तिला धक्का देऊन- स्त्री जातीवर जोर दाखवून चांगलाच पस्तावला होता. आत्ता उगीच मार खाण्याशिवाय त्याच्याकडे दुसरा मार्ग नव्हता.

पुनियाचं रडणं ऐकून होरी सुद्धा धावत आला. पुनियाने त्याला पाहून आणखीनच रडायला सुरूवात केली, होरीला वाटलं चौधरीने पुनियाला मारले आहे. रक्ताची बाजू घेतल्या गेली, वेगळे असले तरी अपलेपणा दाखविण्याची ही ऐतीच संधी होती. चौधरीला एक जोराची लाथ मारल्यावर म्हणाला- 'जीव वाचवायचा असेल चौधरी तर तेथून काढता पाय घे. नाहीतर फुकटचा मरशील. तू स्वतःला समजतोस काय ? तुझी एव्हढी हिंमत की माझ्या भाऊजयीवर हात उचललास.'

चौधरी शपथा घेऊन त्याची बाजू मांडत होता. चपलेच्या मारा बद्दल तो काही बोलला नाही. हा मार त्याला विनाकारणच बसला होता आणि त्यामुळे त्याचे गाल सुजल्यासारखे दिसत होते. त्याने तर तिला हातही लावला नव्हता. काय तो रानटी थोडाच होता की पाटलाच्या बाईमाणसाला हात लावीन.

होरीने अविश्वास दाखवत म्हटले- 'काहीही सांगू नकोस चौधरी. तू काही केले नाहीस तर ती उगीच रडते आहे का, पैशाची मग्रुरी असेल तर ती उतरवली जाईल, वेगळे असलोत म्हणून काय झालं, आहे तर एकच रक्त, कोणी वाकड्या नजरेने पाहिलं तर डोळे काढून हातात देवू.'

पुनिया देवी बनली होती. ओरडत म्हणाली-' तू मला धक्का देवून खाली पाडले नाहीस? ? खा बरं स्वतःच्या पोराची शपथ !'

हिराला देखाल खबर लागली होती की चौधरी आणि पुनियामध्ये भांडण झालं आहे, चौधरीनं पुनियाला धक्का दिलाय. पुनियाने तिला चपलाने मारलय, त्याने मोट तशीच सोडून दिली, आणि बंडी अंगात घालून घटनास्थळाकडे निघाला. गावात तो रागीट स्वभावासाठी प्रसिद्ध होता. लहान बांधा, घोटीव शरीर, डोळे बाहेर आल्यासारखे बटबटीत आणि मानेवरील शीरा ताणलेल्या. पण त्याचा राग चौधरीवर नव्हता. राग होता पुनियावर. ती कशाला चौधरीच्या नादी लागली ? का तिने तिची इज्जत मातीत घातली? तसल्या माणसाच्या नादी लागण्यात अर्थच काय होता ? तिने येऊन सारं हिराला सांगायला पाहिजे होतं. हिराला जे योग्य वाटलं असतं, केलं असतं. ती त्याच्यासोबत भांडायला का गेली? त्याचं चाललं असतं तर त्यानं तिला बुरख्यात ठेवलं असतं, पुनियाने पुरूषाच्या तोंडी लागावं. हे त्याला असाह्य वाटत होतं. तो जितका बंडखोर होता, पुनियाने तितकेच शांत रहावे असे त्याला वाटत होते. बंधुने पंधरा रूपयात सौदा केला होताच तर हिला काय गरज होती मध्ये पडण्याची !

येताच त्यानं पुनियाचा हात धरला आणि तिला ओढत नेऊन लागला लाथ मारायला, हरामजादी, तू आमचे नाक कापू लागलीस! तू कसल्या कसल्या लोकांच्या नादी लागतेस! कोणाची इज्जत जाते सांग! (एक लाथ आणखी मारून) आम्ही तिकडे न्याहारीची वाट पहातोय आणि इकडे तू भांडणात पडलीस. इतकी बेइज्जती ! इतकं रडायला काय झालय! खड्यात गाडून टाकीन पुनिया हाय-हाय करीत होती आणि कोसत होती. 'तुझा मुडदा पडो, तुला मरीआईचा फेरा येवो' तुला देव उचलो, किडे पडो तुझ्या अंगात, देवानं तुला महारोगी करावं, हातापायाचे तुकडे पडावेत तुझ्या'

शिव्या हिरा उभ्या राहून ऐकत होता, परंतु शेवटची शिवी त्याला लागली. मुडदा पडो, मरीआईचा फेरा ह्या काही विशेष नव्हत्या. देव तुला उचलो, महारोगी करावं परंतु अंगात किडे पडून मृत्यू ! त्याला कसतरी झालं, दात खात पुन्हा पुनियावर राग काढू लागला आणि झिंज्या पकडून पुन्हा तिचं डोकं जमीनीवर घासत बोलला-'हात-पायाला किडे पडल्यावर मी काय तुला धरून चाटू! तू माझ्या लेकरा-बाळांना खाऊ-पिऊ घालशील ? एऽतू हे घर संभाळणार? तू तर दुसरा नवरा करून मजा करशील.'

इतकी वाया गेलेली बाई पाहून चौधरीला वाईट वाटलं. हिराला उदारतापूर्वक समजावू लागला. हिरा पाटिल आता राहू द्या. खूप झालं, काय झालं, त्यांनी मला मारलं म्हणून मी काही लहान नाही झालो, ईश्वराचे आभार, किमान त्यान हा दिवस तरी दाखवला.'

हिराने चौधरीलाच धमकावलं - तू शांत बस चौधरी, माझा राग पाहिलास तर अधिकच वाईट होईल. बाई माणसानं असं वागणं शोभत का, आज तुझ्यासोबत उद्या दुसऱ्यासोबत भांडन करीन. तू एक चांगला आहे म्हणून टाळलेस. दुसरा कोणी सहन करीन का. त्यानेही हात उचलला तर काय इज्जत राहिन सांग.

या विचारानं तो अधिकच भडकला. धावलात होता तो तोच होरीने आडवलं आणि त्याला मागे करत बोलला. पाहिलय साऱ्या गावानं किती बहाद्दर आहेस. आत्ता काय तिला खाऊन टाकणार?

हिरा अजूनही मोठ्या बंधूची इज्जत करीत होता. त्यानं ठरवलं असतं तर एका झटक्यात आपला हात सोडवून घेतला असता. परंतु इतका असन्मान करू शकला नाही. चौधरीकडे पाहून बोलला-'आत्ता कशाला थांबलास ? जा आणि आपले वेळू काप. मी ठरवलेच आहे, पंधरा रूपये शेकडा असा सौदा झाला आहे.'

बोलले तर पुनिया रडू लागली. घडपडत उठली आणि आपलं डोकं मारून घेत बोलली-'लावा घराला आग. मला काय करायचे आहे, नशीब फुटलय म्हणूनच तुमच्यासारख्या खाटकाच्या दावणीला बांधलय, लावा घराला आग.'

तिथे न्याहारीचं गाठोड ठेवून घराच्या दिशेने निघाली. हिरा ओरडला-'कुठे निघालीस, तिकडे विहिरीकडे चल, नाहीतर माझ्याशी गाठ आहे.'

पुनिया थांबली, या नाटकाचा तिला प्रवेश दुसरा नको होता. हळूच गाठोडं उचलून रडत विहीरीकडे निघाली. हिरा सुद्धा मागे-मागे गेला.

होरी म्हणाला- 'आत्ता पुन्हा मारहाण करू नकोस. त्यामुळे बाई कोडगी होत असते.'

धनियाने दारात येऊन हाक मारली. 'तुम्ही तिथे उभे राहून काय तमाशा पहात आहात. तुमचे कोणी ऐकतय का लागलात फर्मान सोडायला. त्या दिवशी तिनेच तुम्हाला बुरख्याआडून दाढीवाला बुढ्ढा म्हटले होते, विसरलात. बाईमाणूस असून पुरूषाच्या तोंडी लागल्यावर मार खाणार नाही तर काय होईल.'

'होरी दारात येऊन लाडात येत म्हणाला- तसेच जर मी तुला मारले?'

'काय कधी मारले नाही जी मारण्याची सुधी शोधताय. '

'इतक्या निर्दयीपणे मारले असते तर तू घर सोडून गेली असतीस?'

'पुनिया फार दुर्दैवी आहे.'

'अहो! तसे तर फार दयाळू आहात. अजून मारलेले वळ कायम आहेत. हिरा मारतो आणि प्रेमही करतो. तुम्हाला फक्त मारणे माहीत आहे. प्रेम करणे तुम्हाला माहीत नाही, मी आहे म्हणून तुमचा संसार केला'

'बरं बरं राहू दे, राहू दे तुझं पुराण! तुच रूसून माहेराला पळत होतीस, अनेकदा विनवन्या केल्यावर येत असायचीस!'

'माझी गरज लागायाची त्यावेळी विनवन्या सुचत! माझ्यावरचे प्रेम म्हणून नव्हता करत.'

'त्यामुळे तर मी तुझे गुणगाण करीत असतो.'

वैवाहीक जीवनाची पहाट आपल्या मादकतेसह उगवते आणि ऱ्हदयरूपी आकाशाला आपल्या माधुच्या किरणांनी व्यापून टाकते. नंतर तारूण्याची दुपार होते, वेळो अवेळी वावटळी उठतात आणि पृथ्वीला कंप होतो. प्रेमाची गुलाबी किरणे क्षीण होत जातात आणि नग्न वास्तवता समोरं येते. नंतर आरामदायी सायंकाळ होत, शीतल आणि शांत, ज्यावेळी आपण थकलेल्या वाटसरूप्रमाणे दिवसाभराचा प्रवास वृत्तांत सांगतो आणि ऐकतो तटस्थपणे, जणू आपण एखाद्या उंच शिखरावर

जाऊन बसलो आहे जेथून खालची वर्दळ आपल्याला दिसत नाही.

धनियाचे डोळे भरून आले. म्हणाली-'चला, लागले गुणगाण करायला. थोडे काही मनाविरूद्ध झाले की येता गळा धरायला.'

होरी लाडाला येत म्हणाला- 'घ्या, हिच तुझी गोष्ट मला आवडत नाही धनिया! भोलाला विचार, मी तुझ्याबद्दल काय बोललो होतो?'

धनिया विषय बदलत बोलली-'पहा, गोबर रिकाम्या हाताने येतोय की नाही.'

चौधरी घामाघूम होत म्हणाला-' पाटील, येऊन वेळू मोजून घ्या. उद्या घेऊन जाईल मोळ्या.

होरीने वेळू मोजणे गरजेचे नाही समजले. चौधरी विश्वासू माणूस होता. होईल एखादा वेळू कमी जास्त. रोज तर गरजू एखादा वेळू तोडून नेतातच. धार्मीक कार्यासाठी, मंडप बांधण्यासाठी डझनभर वेळू तोडले जातातच की.

चौधरीने साडे-सात रूपये काढून त्याच्या हातात ठेवले. मोजत होरी म्हणाला-'अजून आडीच रूपये काढ.'

चौधरीने निर्लज्जपणे म्हटले-'पंधरा रूपयात ठरले की नाही ?'

'पंधरा नाही, वीस रूपयात ठरले आहे'

'हिरा पाटलाने तुमच्यासमोर पंधरा रूपये सांगितले होते, म्हणाल तर बोलवू.'

'ठरलं तर वीस रूपयातच चौधरी ! आत्ता तुझ्या हातात आहे तर तुझी इच्छा'

अडीच रूपये निघतात, तू ते देऊनच टाक'

पण चौधरीनेही चार घाटाचे पाणि पिले होते. आत्ता त्याला कोणाची भिती. होरीच्या तोंडाला कुलूप लागले होते, काय बोलणार. डोक्याला हात लावला. फक्त इतके म्हणाला-'हे काही चांगले केले नाहीस चौधरी, दोन रूपये बुडवून माडी बांधणार नाहीस.'

चौधरी कडक स्वरात बोलला- 'आणि तू काय भावाचे थोडे पैसे खाऊन माडी बांधणार आहेस? अडीज रूपयासाठी नियत खराब झालीय. वरून मला उपदेश देतोस. बंधूला सांगितले तर सारी इज्जत जाईल.'

होरीच्या थोबाडात जणू कोणी मारली होती. चौधरी तर पैसे जमीनीवर ठेवून निघून गेला. पण तो लिंबाच्या झाडाखाली बसून खूप वेळापर्यंत पश्चाताप करीत राहिला. तो किती लोभी आणि स्वार्थी झाला आहे, त्याची आज त्याला जाणीव झाली आहे. चौधरीने अडीच रूपये दिले असते तर त्याला किती आनंद झाला असता. स्वतःच्या हुशारीचे कौतूक केले असते की बसल्या बसल्या अडीच रूपये मिळाले. ठेच लागल्यावरच आपण जपून पाऊल टाकतो.

धनिया आत गेली होती, बाहेर आली तर रूपये जमीनीवर पडलेले दिसले. मोजत म्हणाली- 'आणखी रूपये कुठे आहेत, दहा पाहिजेत.'

होरीने वाईट तोंड करीत म्हटले- 'हिराने पंधरा रूपयातच दिले तर मी काय करू.'

'हिरा पाच रूपयाला देईन, आपण नाही देणार इतक्या कमीमध्ये'

'इथं मारहाण चालू होती- मी काय मध्ये बोलू '

होरीने स्वतःचा पराभव मनातली मनात स्वीकारला. जसे एखादा अंब्याच्या झाडावर चढतो

आणि फांदीवरून खाली पडल्यावर धूळ झटकत असा उभा राहतो की कोणी पाहू नये. जिंकल्यावर आपल्या धोकेबाजपणाचा डंका वाजवू शकतो, विजयात सगळं काही माफ आहे, पराभवाची लज्जा गिळून टाकावी लागते स्वतःपुरती.

धनिया नवऱ्याला दोष देऊ लागली. अशी सुसंधी तिला फार मी मिळत होती. होरी तिच्यापेक्षा हुशार होता. पण आज चेंडू धनियाच्या कोर्टात होता. हात दाखवत बोलली- बंधूराज पंधरा रूपये म्हणाले, तुम्ही का मूग गिळले होते, अरे राम-राम! धाकट्या भावाला वाईट वाटले असते ना. सर्वांत वाईट गोष्ट म्हणजे धाकट्या बंधूच्या बायकोवर सुरी चालवल्या जात होती. तर तुमच्या तोंडून शब्द कसा बाहेर पडेल. त्यावेळी तुमचे कोणी सर्वस्व लुटले असते तरी तुम्हाला काही समजलं नसतं.

होरी शांतपणे ऐकून घेत होता. जागचा हालला नाही, वैतागला, राग आला, रक्त गरम झालं, दात चावले, पण काही बोलला नाही. गुमान कुदळ उचललीआणि ऊसाला आळे करायला गेला.

धनियाने कुदळ हिसकावत म्हटले-' काय आत्ता ऊसाला आळे करण्याची वेळ आहे. सूर्य माथ्यावर आलाय.'

'आंघोळीचं पहा पाणि तयार आहे'

होरी खेकसत म्हणाला-'मला भूक नाही.'

धनियाने जखमेवर मिठ शिपाडलं. म्हणाली-'कशाला भूक लागेल, भावाने चांगले लाडू चारलेत ना! ईश्वर करो आणि सर्वांना असाच भाऊ मिळो.'

होरी रागावला, राग आत्ता नियंत्रण्याच्या बाहेर चालला होता. 'तू आज मार खाणार आहेस.'

धनिया खोटी नम्रता दाखवत म्हणाली- काय करू, तुम्ही लाडच इतका करता की माझं डोकं फिरतं.

'तू घरात राहू देणार की नाही ?'

'घर तुमचे, मालक तुम्ही, मी केाण आहे तुम्हाला घरच्या बाहेर काढणारी.'

होरी आज धनियाच्या तोंडी लागू शकत नव्हता. त्याची अक्कल शुन्य पडली आहे. या व्यंग शब्द बाणांना रोखण्याचा त्याच्याजवळ कसलाही इलाज नाही आहे. हळूच कुदळ ठेवली आणि गमजा घेऊन स्नान करायला गेला. आर्ध्या तासाने परत आला पण गोबर अजून आला नव्हता. एकटं कसं जेवणार कारटं तिकडेच जाऊन बसलय. भोलाची ती मदमस्त मुलगी नाही का झुनिया. तिच्यासोबत मस्ती करीत बसला असेल. काल सुद्धा तिच्यामागे लागला होता. गाय दिली नसेल तर परत यावा ना. काय तिथेच मुक्काम करीन.'

धनिया म्हणाली-'आत्ता उभे कशाला राहिलात? गोबर सांजवेळी येईल.'

होरी काही बोलला नाही. यामुळे की धनियाची वटवट त्याला ऐकायची नव्हती.

भोजन करून लिंबाच्या झाडाखाली झोपून गेला. रूपा रडतच आली. उघड्या अंगाने, फक्त लंगोटीवर, झिंज्या विस्कटलेल्या. होरीच्या अंगावर पडला. तिची मोठी बहिण म्हणतेय गाय आल्यावर तिच्या शेणाच्या गोवऱ्या ती थापणार आहे. रूपा हे सहन करू शकत नाही. सोना कोणी महाराणी

थोडीच होती सर्व शेण ताब्यात घ्यायला. रूपा तिच्यापेक्षा कशात कमी आहे, सोना भाकरी करीत असेल तर रूपा दोरी देण्याचं काम करीत नाही ? सोना तर कळशी उचलून पटकन घरी येते, पण दोरी गोळा करून रूपालाच आणावी लागते. गोवऱ्या दोघी सोबतच थापतात, सोना ऊसाला आळं करायला जाते तर रूपा काय शेळी चारायला जात नाही? मग सोना का एकटी गोवऱ्या थापणार आहे? हा अन्याय रूपा कसा सहन करणार होती.'

होरीने तिच्या भाबडेपणावर मुग्ध होत म्हटले- 'नाही, शेणाच्या गोवऱ्या तू थाप. सोना गाईच्या जवळ गेली तरी तिला पळवून लाव.'

रूपाने वडिलाच्या गळ्यात हात टाकत म्हटले-'दूध पण मीच काढणार.'

'हो, हो, तू नाही काढणार तर कोण काढील ?'

'ती माझी गाय असेल'

'हो, सोळा आणे तुझी'

रूपा प्रसन्न होऊन आपल्या विजयाचा शुभ समाचार सोनाला सांगायला गेली. गाय माझी असेल, तिचे दूध पण मिच काढणार, तिच्या गोवऱ्या पण तिच थापणार, तुला काही नाही मिळणार.

सोना वयाने किशारी, शरीराने तरूण आणि बुद्धीने बालिका होती. जणू तारूण्य पूढे आणि बालपण मागे ओढत आहे. काही बाबतीत इतकी हुशार की ग्रॅज्युएटला शिकवेल आणि काही बाबतीत इतकी पोरकट की लहान लेकराला मागे टाकेल. लांब, तुसड पण प्रसन्न चेहरा, हनुवटी खाली झुकलेली,चेहऱ्यावर एक प्रकारचे समाधान, केसांना तेल नाही, अंगावर दागिणा नाही. जणू घरातील कामांने तारूण्याला दाबून टाकले आहे.

डोक्याला एक झटका देत म्हणाली- जा तू गोवऱ्या थाप. जेव्हा तू दूध काढून ठेवशील, ते मी पिऊन टाकीन.

'मी दुधाची हंडी कुलूपाच्या आत ठेवीन'

'मी कुलूप तोडून दूध काढीन'

असे म्हणत ती बागेकडे निघून गेली. कैंऱ्या पाडाला आल्या होत्या. हवेच्या झोताने एखादी खाली पडत होती. उष्णतेने तुटून पडत, नासत पण लहान लेकरं पाडला आलेली समजून बागे भोवती रेंगाळत, रूपा सुद्धा बहिणीच्या मागे गेली, जे काम सोना करायची, ते काम रूपा आवश्य करणार, सोनाच्या विवाहाची चर्चा व्हायची, रूपाच्या कोणी नव्हतं करतं, म्हणून स्वतःच्या विवाहासाठी ती स्वतः विषय काढते. तिचा नवरा कसा असेल, काय काय आणेल, तिला कसं ठेवेल, तिला काय खाऊ घालणार, कपडे कसले घेणार, याचं ती सविस्तर वर्णन कराची, जे ऐकून कदाचित एखादा तरूण तिच्यासोबत लग्नाला तयार झाला नसता.

सांज होऊ लागली होती, होरीला अशी झोप लागली होती की तो ऊसाला आळे करायला जाऊ शकला नाही. बैलांना खाण्याच्या ठिकाणी बांधलं, वैरण-चारा टाकला आणि चिलम भरून ओढू लागला. यंदाच्या पिकावर सगळं धान्य देवून टाकल्यावरही तीनशे रूपयाचे कर्ज शिल्लक होतं. ज्याच्यावर शंभर रूपये व्याज वाढत होतं, मँगरू साहकडून घेतलेले आज पाच वर्ष झालेत, बैलासाठी साठ रूपये घेतले होते. त्यापैकी साठ रूपये दिलेही होते. ते साठ रूपये जसेच्या तसे कायम होते. दातादीन

पंडिताकडून बटाट्यासाठी तीस रूपये घेतले होते, बटाटे तर चोरांनी खोदून नेले, त्या तीसचे वर्षात शंभर रूपये झाले होते. लाडक्या विधवेनं गावात, तेल-मीठ, तंबाखूचे दुकान लावले होते. वाटणीच्या काळात तिच्याकडून चाळीस रूपये घेऊन भावांना द्यावे लागले होते. त्याचे पण जवळ-जवळ शंभर रूपये झाले होते. रूपायाला आणा इतके व्याज होते. कराचे सुद्धा अजून पंचविस रूपये बाकी होते आणि दसऱ्याला शगुणाची व्यवस्था करावी लागणार होती. वेळूचे पैसे अगदीच वेळेवर मिळाले होते. शगुनची समस्या दूर होईल, परंतु कोणास ठाव, इथे तर कवडी हाती आली तर गावभर बोभाटा होतो, आणि देणेकरी सगळीकडून तोडायला लागतात. हे पाच रूपये शगुनसाठी देईन. तिकडे काहीही होवो. पण जीवनातले मोठे-मोठे कामे अजून बाकी होते. गोबर आणि सोनाचा विवाह, कितीही नाही म्हटले तरी तीनशे रूपयापेक्षा कमी खर्च होणार नाही. हे तिनशे रूपये अणायचे कोठून ? किती वाटतं की आपल्याकडे कोणाचा एक पैसा नसावा, ज्याचे आहेत त्याचे देवून टाकावेत. परंतु कितीही घडपड केली तरी काही होत नाही. अशारितीने व्याज वाढत जाईल आणि एक दिवशी त्याच्या घराचा लिलावा होईल. त्याचे बालबच्चे निराश्रीत होऊन भीक मागत फिरतील. होरी ज्यावेळी काम-धंद्यातून वेळ मिळाल्यावर चिलम ओढू लागायचा, हिच चिंता त्याच्या भोवती काल कोठडी म्हणून उभी राहायची, ज्यातून बाहेर पडण्याचा मार्ग त्याला सुचत नव्हता. समाधानं एकच होतं की हे संकट त्याला एकट्याला नव्हतं. बहुधा सगळया शेतकऱ्यांची स्थिती अशीच होती. बाकीच्यांची परिस्थिती यापेक्षा वाईट होती. सोभा आणि हिरा वेगळे होऊन अजून तीन महिनेच झाले होते. परंतु दोघांवर चारशे रूपयाचे कर्ज होते, झिंगुर दोन बैलाची शेती करतोय. त्यावर एक हजारापेक्षा जास्त देणे आहे. कर्जदार पाटलाच्या घरी भिकाऱ्याला भीक सुद्धा मिळत नाही, पण कर्जाला करणार काय, कोण सुटलय यातुन.

अचानक सोना आणि रूपा धावतच आल्या आणि एकसुरात बोलल्या, 'भैयाने गाय आणली आहे.'

रूपाने गोबरला येतानी पाहिले होते आणि ही बातमी ऐकावण्याचं श्रेये तिला मिळायला हवं होतं. सोना वाटेकरी होतच असते, हे तिला कसं सहन होईल.

ती पुढे होत म्हणाली-'पहिलं मी पाहिलं होतं म्हणूनच पळाले, छोटीने नंतर पाहिले.'

सोनाला हा दावा पचला नाही. म्हणाली- 'तू भैयाला कुठे पाहिलेस ? तू तर म्हणत होतीस गाय पळत येऊ लागलीय. मीच म्हटलं, भैया आहे.'

दोघी नंतर बागेकडे धावल्या, गाईचं स्वागत करण्यासाठी.

धनिया आणि होरी दोघी गाय बांधण्याची व्यवस्था करू लागल्या. होरी म्हणाला-'चला, लवकर चारा-पाण्यासाठी हौद खोदा.'

'धनियाच्या चेहऱ्यावर तारूण्य चमकत होतं, नाही, पहिलं ताटामध्ये थोडासं पीठ आणि गुळ मिसळून तिच्यापुढे ठेवा. बिचारी उन्हा-तान्हातून आलीय, तहानलेली असेल. तुम्ही जा आणि लवकर हौद तयार करा, मी एकत्र करते.'

'कुठे तरी तिची घंट्टी पडली होती, ती शोधून काढा, तिच्या गळयात बांधा'

'सोना कुठे गेली, दुकानावरून थोडासा काळा दोरा मागवा. गाईला नजर लागत असते.'

आज माझ्या मनाची इच्छा पूर्ण झाली.

धनिया आपल्या मनातील इच्छेला दाबून ठेवू इच्छित होती. इतक्या मोठ्या शुभ प्रसंगी एखादी अशुभ घटना घडू नये. ही शंका तिच्या निराश ऱ्हदयात कंपन पैदा करीत होती.

जणू ती ईश्वरालाही धोका देवू इच्छित होती .ईश्वराला ती दाखवून देऊ इच्छित होती की ही गाय आल्याने इतका आनंद नाही झाला, म्हणजे ईश्वराला ईर्षा होऊन त्याने स्वतःचा मोठेपणा सिद्ध करण्यासाठी एखादे संकट पाठवावे.

ती पीठ आणि गुळ पाण्यात एकत्र करीतच होती की गोबर गाईला घेऊन लहान मुलांच्या घोळक्यासह दारात पोहचला. होरी धावत जाऊन गाईच्या गळ्यात पडला. धनियाने पीठ मळायचे सोडून दिले आणि घाईघाईने जाऊन जुन्या साडीचा काळा काठ कापून गाईच्या गळयात बांधला.

होरी श्रद्धा विवश नजरेने गाईला पहात होता. जणू साक्षात देवीने घरात पदार्पण केले आहे. आज ईश्वराने हे पाहिले की त्याचं घर गाईच्या चरण स्पर्शाने पवित्र झाले. हे सौभाग्य! माहीत नाही कोणाच्या पुन्याईने होते.

धनिया भयातूर होत म्हणाली- अंगणात चारी करा.

'अंगणात जागा कुठे आहे?'

'खूप जागा आहे'

'मी तर बाहेरच चारी खोदतो'

'वेडी होऊ नकोस, गाव कसं आहे हे माहीत असून असे करतेस'

'अरे वितभर अंगणात गाईला कुठे बांधणार?

'जी गोष्ट माहीत नाही, त्या मध्ये पडू नकोस. जगातील सारी अक्कल तुम्हालाच आहे.'

होरीला खरोखरच भान नव्हतं. गाय त्याच्यासाठी केवळ श्रद्धा आणि भक्तीची वस्तू नव्हती, सजीव संपत्ती श्रद्धा होती. तिच्यामुळे त्याला त्याच्या दाराची आणि घराची शोभा वाढवायची होती. त्याला वाटत होतं, गाईला दारात बांधलेलं पाहून लोकांनी विचारायला हवं की हे कोणाचे घर आहे? लोकांनी सांगावं होरी पाटलाचं. तरच वधूकडची त्याच्यावर प्रभावीत होतील, अंगणात बांधली तर कोण पाहील? धनियाला वेगळाच संशय होता. ती गाईला सात ताळाच्या आत लपवून ठेवू इच्छित होती. गाय आठ प्रहरी कोठ्यात राहू शकली असती तर तिने तसेच केले असते. प्रत्येक बाबतीत होरीच्या मनासारखं होत होतं, परंतु आज धनियासमोर तिचं काही चाललं नाही. धनिया भांडायला तयार झाली. गोबर, सोना आणि रूपा सारं घर होरीच्या बाजूने होते. पण एकट्या धनियाने सर्वांना पराभूत केलं होतं. आज तिच्यात एक वेगळाच आत्मविश्वास आणि होरीमध्ये एक विचित्र नम्रता जन्माला आली होती.

पण तमाशा कसा थांबणार होता. गाय काही डोलीत बसून आली नव्हती, कसं शक्य होतं, इतकी मोठी घटना घडल्यावर गावात त्याचा बोभाटा होणार नाही. ज्याने ऐकले, काम-धाम सोडून लागले पळायला. ही साधारण देशी गाय नव्हती. भोलाच्या घरून ऐंशी रूपयाला आणली होती, होरीने ऐंशी रूपये कधी द्यावेत . पन्नास -साठ रूपये दिले असतील. गावच्या इतिहासात पन्नास साठ रूपयाची गाय येणे देखील अभूतपूर्व होते. बैल काय पन्नास शंभरचा आणता येईल, परंतु गाय आणायची म्हणजे

खायचं काय, खर्च करायचं, हे धाडस फक्त गवळीच करू शकतो. गाय तर साक्षात देवीचे रूपच. पहाणारांची- नावे ठेवणारांची रांग लागली होती. इतका विनम्र, इतका प्रसन्नचित्त तो कधीही नव्हता.

सत्तर वर्षाचे ते वयोवृद्ध दातादीन पंडीत काठी टेकत आले आणि बोळक्या तोंडाने बोलले- 'काय होरी, थोडी आम्हालाही पाहूदे बा तुझी गाय. ऐकलय, फारच देखणी आहे.'

पुढे होत राम-राम करीत आणि मनातली मनात अभिमानयुक्त आनंदाचा आस्वाद घेत, मोठ्या सन्मानाने पंडितजीला अंगणात घेऊन आला. पंडितजीने गाईला आपल्या अनुभवी डोळयाने पाहिले. सिंग पाहिले, स्तन पाहिले, पट्टा पाहिला, आणि दाट पांढऱ्या भुवयाच्या खाली लपलेल्या डोळयात तारूण्य गोळा करीत म्हणाले- काही बट्टा नाही बेटा, सगळं ठीक आहे, ईश्वराची इच्छा असेल तर तुझे नशीब फळाला येईल. असं लक्षण आहेत की व्वा! फक्त रतिब कमी नाही पडला पाहिजे. एक-एक बछडा शंभराचा असेल.

होरीने आनंद सागरात डुबक्या घेत म्हटले- 'आपला आशीर्वाद आहे, दादा!'

दातादीनने तोंडातले रसायन बाहेर फेकत म्हटले-'माझ आशीर्वाद नाही बेटा, ईश्वराची कृपा आहे.'

होरी ढगातच गेला, आपल्या महाजना समोर आपल्या समृद्धीचे प्रदर्शन करण्याची संधी तो कसे सोडणार होता.

दमडीची टोपी डोक्यात घातल्यावर आपण मटकत असतो. थोड्या वेळाने एखाद्या घोडा-गाडीत बसल्यवर आकाशात भरारी मारू लागतो. तर मग इतकी मोठी विभूती असे बोलत असेल तर होरी ढगात गेला नाही तरच नवल! म्हणाला- 'भोला काही इतका उदार माणूस नाही, महाराज! रोख मोजलेत.'

आपल्या महाजनसमोर अशा प्रकारची बढाई मारून अज्ञानीपणा दाखवलाच होता, पण दातादीनच्या चेहऱ्यावर असमाधानाचे कसलेही चिन्ह दिसत नव्हते. या बोलण्यात किती तथ्यं होतं ते त्यांच्या वृद्ध नजरेतून सुटलं नाही.

प्रसन्न होत म्हणाले-'काही हरकत नाही बेटा, काही हरकत नाही, ईश्वर सर्वांचं करतो. पाच सेर दूध आहे, सर्व मुलांना खायला मिळेल.'

धनिया तात्काळ मध्ये बोलली-'अरे नाही महाराज, इतके दूध कुठले, वय झालय तिचं, आमच्याकडे खायला-प्यायला मिळते की नाही.'

दातादीनने मर्मभरी डोळयाने पाहून तिची सर्तकता मान्य केली. जणू म्हणत होते,गृहणीच्या हाच धर्म आहे, पुरूष कितीही भरकटला तरी, त्याला भरकटू द्या. नंतर रहस्ययुक्त स्वरात बोलले- 'बाहेर बांधु नकोस, इतके सांगतोय'

धनियाने पतीकडे विजयी मुद्रेने पाहिले. जणू म्हणत होते, आत्ता तरी माझं ऐका.'

दातादीनला बोलली- नाही महाराज, बाहेर कशाला बांधावी, ईश्वरी कृपेने याच अंगणात आणखी तीन गाय बांधल्या जातील.

सारा गाव गाय पहायला आला. आले नाहीत ते शोभा आणि हिरा. जे त्याचे संख्खे भाऊ होते. होरीच्या ऱ्हदयात बंधूसाठी आजही प्रेम भावना होती. त्या दोघांनी गाय एकदा पाहिली असती

तर होरीला खूप बरं वाटलं असतं, सांजवेळ झाली. दोघेही वैरण-चारा घेऊन आले. याच दरवाज्यातून गेले. पण काही विचारले नाही.

होरीने घाबरत-घाबरत धनियाला म्हटले- दोघापैकी कोणीच आले नाही, माहीत झालं नसेल ?

धनिया बोलली-'मग कोण बोलावणे पाठविणार आहे?'

'तुझ्या लक्षात नाही येऊ लागलं, भांडायलाच तयार असतेस. ईश्वराने जर हा दिवस दाखवलाच आहे तर आपण नम्रता दाखवली पाहिजे. माणसाला आपल्या जवळच्या लोकांकडून आपलं कौतूक ऐकून घेण्याची एक लालसा असते, तशी दुसऱ्याकडून नसते. आपले भाऊबंद कितीही खराब असले तरीही ते शेवटी आपले भाऊबंदच असतात. आपल्या वाट्यासाठी सगळेजण भांडतात पण त्यामुळे रक्ताचं नातं थोडं संपतं. दोघांना बोलावून सांगितले पाहिजे. नाहीतर म्हणतील, गाय आणली, आम्हाला सांगितले नाही.'

धनियाने नाक मुरडत म्हटले-'मी तुम्हाला हजार वेळा सांगितले आहे की माझ्यासमोर तुमच्या भावांचे कौतूक करीत जाऊ नका. त्यांचं नाव ऐकून माझ्या तळपायाची आग मस्तकात जाते. साऱ्या गावात बोभाटा झालाय, तुमच्या भावांनाच कळलं नाही काय? काही दूरही रहात नाहीत, सारं गाव पहायला आलय. त्यांच्या पायाला मेहंदी लागलीय, मग येणार कसे ? जळफळाट झाला असेल की याच्या घरी गाय आली. छातीत दुखत असेल.'

दिवा लागणीची वेळ झाली होती. धनियाने जाऊन पाहिले तर बाटलीत रॉकेल नव्हते. बाटली घेऊन तेल आणायला गेली. पैसे असते तर रूपाला पाठविले असते. उधार आणायचं होतं, केविलवाणे तोंड करावे लागेल. काही अडचण सांगावी लागेल. तरच उधार रॉकेल मिळेल.

होरीने रूपाला बोलावून प्रेमाने मांडीवर बसवले आणि म्हटले- जरा जाऊन पहा बरं, काका ओल की नाही,सोभा काका आहेत का ते पण पहा. सांग, दादाने बोलावलय, नाही आले तर हताला धरून ओढत आण.

रूपा मटकत बोलली-'धाकटी काकू माझ्यावर रागावते. काकुकडे कशाला जातेस, शोभाची बायको तर तुझा लाड कसते'

'शोभा काका माझ्यावर चिडतात, म्हणतात... मी नाही सांगणार'

'काय म्हणतात काका?'

'चिडवतात'

'काय म्हणून चिडवतात ?'

'म्हणतात, तुझ्यासाठी उंदीर पकडून ठेवलाय, भाजून खा' होरीला हसायला आलं.

'तू म्हणायचेस, पहिल तुम्ही खा, मग मी खाईन'

'आई मना करते. म्हणते त्यांच्याघरी जाऊ नकोस'

'तू आईची बेटी आहेस की माझी ?'

रूपा त्यांच्या गळ्यात हात टाकून म्हणाली आईचं आणि हसू लागी.

'तर मग माझ्या कडेवरून उतर, आज मी तुला माझ्या ताटात नाही जेऊ देणार'

घरात एक फुलांचे ताट होते, होरी तिला त्या थाळीत जेऊ घालत असे. त्या ताटात जेवणाचा मान मिळवण्यासाठी रूपा होरीसोबत जेवायची. हा सन्मान कसा जाऊ द्यायचा? सहमत होत बोलली- बरं, तुमची'

'तर मग माझं म्हणणं ऐकणार की आईचं ?'

'तुमचे'

'तर मग जा हिरा आणि सांभाला घेऊन ये'

'आणि आई रागावली तर '

'आईला सांगायला कोण चाललय'

रूपा उड्या मारतच हिराच्या घरी गेली. द्वेशाचा मायाजाळ मोठ-मोठ्या माशांना फसवतो. छोटा मासा एकतर त्यात अडकत नाही किंवा तात्काळ निघून जातो. त्यांच्यासाठी हे घातक जाळे खेळाची वस्तू असते, घाबरण्याचं नाही. बंधुसोबत होरीचं बोलणं बंद होतं पण रूपा दोघांच्या घरी येत जात होती. मुलांसोबत कसले वैर!

परंतु रूपा निघालीच होती तोच धनिया घासतेल घेऊन आली. तिने विचारले, सांजच्याला कुठे निघालीस, घरी चल, रूपा आईच्या प्रसन्न करण्याच्या प्रलोभनाला रोखू शकली नाही.

धनियाने धमकावलं, 'चल घरी, कोणाला बोलायला नाही जायचे.'

रूपाला हाताला धरून तिनं घरी आणलं आणि होरीला म्हणली- 'मी तुम्हाला हजारवेळा सांगितलय. माझ्या लेकरांना कोणाच्या घरी पाठवत जाऊ नका कोणी काही केलं, करायला लावलं तर मी काय तुम्हाला चाटू ? तुम्हालाच लय प्रेम अले असेल तर तुम्हीच का जात नाही ? अजून पोट भरलं नाही वाटतं.'

होरी चारी खोदत होता, माती लागलेल्या हाताने काहीच माहीत नसल्याचे दाखवत बोलला-' काय झालं इतकं भडकायला ?हे पण चांगले वाटत नाही आंधळ्या माकडासारखं हवेत उड्या माराव्यात?'

धनियाला चिमणीत तेल टाकायचे होते. यावेळी तोंडी लागायचे नव्हते. रूपा सुद्धा मुलांमध्ये मिसळली.

रात्र झाली होती. चारी खोदण्यात आली होती. चारा आणि वैरण टाकण्यात आला होता. गाय बिचारी उदास बसली होती. जणू एखादी वधू सासरी गेली आहे, चारीत तोंड घालीत नव्हती. होरी आणि गोबरने तिच्यासाठी भाकरीचा तुकडा आणला होता. तिने वास पण घेतला नाही. पण ही काही नवीन गोष्ट नव्हती. जनावरांना देखील बहुधा घर सोडण्याचं दुःख होत असावं.

होरी बाहेर खाटेवर बसून चिलम ओढत होता. पुन्हा त्याला भावांची आठवण आली. अशा शुभ प्रसंगी तो भावांना टाळू शकत नव्हता, त्याचं ऱ्हदय लोकांच्या प्रतिसादानं विशाल झालं होतं. वेगळं निघालोत म्हणून काय झालं. ते शत्रू तर नाहीत. ही गाय तीन वर्षा पूर्वी आली असती तर तिच्यावर तिघांचा सारखाच अधिकार असता. उद्या हिच गाय दूध देऊ लागली तर तो काय भावांच्या घरी दूध किंवा दही पाठवणार नाही ? असे तर तो काही करणार नाही. भावांनी कितीही वाईट चितले तर तो नाही तसे करणारं. ज्याचा त्याचा धर्म.

त्याने चिलममधील नारळाचा चोथा खाटेच्या पायाजवळ ठेवून हिराच्या घराकडे गेला. शोभाचे घरही तिकडेच होते. दोघे आपआपल्या दारात झोपले होते. खूप अंधार होता, अंधारात होरी थांबला आणि त्यांचं बोलणं ऐकू लागला. असा कोणी आहे का, जो स्वत:बद्दल बोललेलं ऐकणारं नाही.

हिरा म्हणाला- 'एकत्र होतो तोपर्यंत साधी बकरी घेतली नाही, आता गाय घेतलीय, भावांना न विचारता काही कल्याने कोणाचे भले झाले नाही.'

सोभा म्हणाला- तुझे बोलणे न्यायपूर्ण नाही हिरा! भावांने एक-एक पैसाचा हिसाब दिला होता. हे मी मान्य करू शकत नाही की भावाने काही पैसे हडप केलेत.

'तू मान्य कर अथवा नको, ही मागचीच कमाई आहे'

'कोणावरही खोटा अरोप नाही केला पाहीजे.'

'ठीक आहे तर गाय घ्यायला पैसे कोठून आले ? आभाळातून पडलेत की तितके शेत तर आपल्याजवळही आहे. तितके उत्पन्न आपलेही आहे. तर आपल्याजवळ मढ्यासाठी पण कापड नाही आणि त्यांच्याजवळ गाय आहे?'

'भोला उधार देणारा माणूस नाही'

'काही का असेना गाय फार देखणी आहे, गोबर घेऊन जात होता, त्यावेळी पाहिलय तिला.'

'बेईमानीची कमाई येते तशी जाते. ईश्वराच्या कृपेने गाय जास्त दिवस दारासमोर राहणार नाही.'

होरी यापुढे ऐकू शकला नाही. तो झालं गेलं विसरून आपल्या ऱ्हदयात प्रेम आणि सौहार्दची भावना घेऊन भावांकडे आला होता. या आघाताने तो घायाळ झाला होता आणि त्या भावना त्याच्या ऱ्हदयात आता राहिल्या नव्हत्या. काहीही करून त्या भावना आत्ता तो परत आणू शकत नव्हता. स्वत:ची नियत साफ असेल तर कोणी काही करू शकत नाही. ईश्वरासमोर तो निर्दोष आहे. इतरांची त्याला पर्वा नव्हती, तसाच पावली परत आला आणि जळलेली तंबाखू ओढू लागला, परंतु ते शब्दाचे विष त्याच्या धमन्यामध्ये चढू लागलं होतं. त्याने झोपी जाण्याचा प्रयत्न केला. पण झोप आली नाही. बैंलाच्या जवळ जाऊन त्यांना हाताळू लागला. विष काही उतरले नाही. दुसरी चिलम भरली, परंतु त्यातही काही रस वाटेना. विषाने सगळ्या चेतना अचेतन केल्या होत्या. जसे नशा केल्याने चेतना एकांगी होते, जसे पसरलेलं पाणि एका ठिकाणी वाहू लागल्यावर वेगवान बनतं. तशी त्याच्या मनाची अवस्था झाली होती. तशा उन्मादाच्या स्थितीमध्येच तो आत गेला. दरवाजा अद्याप उघडाच होता. अंगणातील चटईच्या एका काठावर धनियाकडून हात-पाय दाबून घेत होता आणि रूपा जी रोज सांज होताच झोपी जात असते आज गाईला पहात बसली होती. होरीने गाईला खुंटीचे सोडवले आणि दाराकडे घेऊन आला. तो याच क्षणी गाईला भोलाकडे घेऊन जाण्याच्या दृढ संकल्पात होता. इतका मोठा कलंक डोक्यावर घेऊन तो गाईला स्वत:जचळ ठेवू इच्छित नव्हता. कोणत्याही अटीवर नाही.

धनियाने विचारले- कुठे घेऊन चाललात रात्रीचं ?

होरीने एक पाऊल टाकले आणि म्हटले- घेऊन जातो भोलाच्या घरी परत द्यायला.

धनियाला आश्चर्य वाटलं, उठून समोर आली आणि म्हणाली- 'परत कशासाठी ? काय भोलाने रूपये मागितलेत?'

'नाही, भोला कुठे आलाय इकडे ?

'तर मग काय झालय' ?

'काय करणार आहेस विचारून ?'

झेप घेत धनियाने गाईचा कसरा आपल्या हाती घेतला, तिच्या चप्पळ बुद्धीने जणू पडणारा पक्षी पकडला होता. म्हणाली- 'तुम्हाला भावांची भीती असेल तर जाऊन त्यांच्यापायावर लोटांगण घला. आपली प्रगती पाहून कोणाच्या पोटात दुःखत असेत तर दुःखू द्या. मला त्याची पर्वा नाही.'

होरीने विनवणीच्या स्वरात म्हटले- 'हळू बोल महाराणी ! कोणी ऐकलं तर म्हणतील की हे इतक्या रात्री भांडत आहेत ! मी माझ्या कानाने काय ऐकून आलोय तुला काय माहीत ! त्यांच्यात अशी चर्चा चालू आहे की मी वेगळं होण्यापूर्वी काही रूपये लपवून ठेवले होते आणि भावांना धोका दिला. तेच रूपये आत्ता बाहेर निघू लागलेत.'

'हिरा म्हणत असेल'

'सारं गाव म्हणतय, हिराला कशाला बदनाम करू. मी आत्ताच जाऊन विचारते की तुमच्या बापाने मरण्यापूर्वी किती रूपये मागे ठेवले होते. दाढीवाल्यामागे आम्ही बरबाद झालोत, साऱ्या जीवनाची माती झाली, लाहनचं मोठं केल्यावर आम्ही बेईमानी करू ! मी सांगून ठेवते, गाय घराच्या बाहेर काढल्यास अनर्थ होईल. आपण रूपये लपवलेत, शेतामध्ये पुरून ठेवलेत, हिरा आणि सोभा आणि गावातल्या सगळ्या लोकांना काय करायचे असेल त्यांनी ते करावं. कारण का तर रूपये ठेवलेत. ? दोन सांडांची लग्न केली नाहीत ? त्यांच्या बायकांची बोळवण नाही केली ?'

होरी तडफडला. धनियाने त्याच्या हातातून कासरा हिसकावला आणि गाईला दावणीला बांधून दाराकडे गेली. होरीने तिला धरण्याचा प्रयत्न केला. पण ती बाहेर गेली होती. तिथेच डोक्याला हात लावून बसला. बाहेर तिला धरून त्याला तमाशा करायचा नव्हता. धनियाचा राग त्याला चागलाच माहीत होता, बिघडली तर ती चंडीका बनते. मारा-कापा काही फरक पडत नाही. परंतु हिराला देखील तसाच राग येतो. मारहाण किती की दुसरेच लफडे झाले म्हणून समजा. हिरा इतका मूर्ख नव्हता. मी हे काय करून बसलोय. त्याला स्वतःचाच राग येऊ लागला. मी हे मनातच ठेवलं असतं तर हे भांडण उभं राहिलं नसतं. अचानक धनियाचा कर्कश आवाज कानी पडला. नंतर पुनियाची किंचाळी सुद्धा कानावर आली. अचानक तिला गोबरची आठवण आली होती. धावत येऊन त्याची खाट पाहिली. गोबर तिथे नव्हता. कमालच होती ! गोबरही तिथे आला. आत्ता काही खरं नाही. नवीन रक्ताचं लेकरू आहे, माहीत नाही काय करील ते. परंतु होरी तिथे कसा जाईल ? हिरा म्हणेल, तुम्ही तर बोलत नाहीत. म्हणूनच या डायनला भांडायला पाठवलय. गोंधळ वाढत गेला. सारं गाव जागी झाला. असं वाटत होतं की कुठे आग लागलीय आणि लोक खाटेवरून उठून ती विझवायला निघालेत.

इतका वेळ तो दबा धरून बसला होता. त्याला राहावलं नाही. धनियाचा त्याला राग आला. ती का अंगावर जाऊ लागलीय. आपल्याच घरातील लोकांनाच माहीत नाही काय बोलेलं. जोपर्यंत तोंडावर कोणी काही बोलत नाही तोपर्यंत असे समजावे की कोणी काही बोलले नाही. होरीची

अंगकाठी भांडायला घाबरत होती. चार गोष्टी ऐकत घरात झुरत बसलेलं कधीही चांगलं. कधी मारामारी झाली तर पोलिसाचे तोंड पहावे लागेल, बोंबलत फिरावे लागेल, सगळ्यांची मनधरणी करा, कोर्टाच्या पायऱ्या झिजवा, शेती-बाडी मसनात जाईल, हिरा त्याच्या ऐकण्यात नव्हता पण मग धनियाला तर ओढत आणू शकत होता. खूप झालं तर शिव्या देईल, एक-दोन दिवस नाराज राहिल, पोलिसाची तर भानगड राहणार नाही. जाऊन हिराच्या दारात सर्वांपासून दूर दरवाज्याच्या आत जाऊन उभा राहिला. एका सेनापतीप्रमाणे मैदानात उडी घेण्यापूर्वी परिसिथतीची पहाणी करू इच्छित होता. आपला विजय होणार असेल बोलण्याची गरज नाही. पराभव होत असेल तर तात्काळ हस्तक्षेप करू, पहिले तर ठाकूर, जे गावचे कर्ता-धर्ता होते. सगळे हजर होते. धनियाचे पारडे हलके पडू लागले होते. तिचा राग जनमतविरोधी जात होता. ती रणनीतीमध्ये कुशल नव्हती. रागाने असा शिव्या-शाप देवू लागली होती की लोकांची सहनुभूती तिच्यापासून दूर चालली होती.

ती ओरडत होती- 'तू आमच्यावर कशाला जळत असतोस? आम्हाला पाहून तुला आग का लागते ? लहानचं मोठं केलं, काय त्याचं हे फळ आहे. आम्ही सांभाळ केला नसता तर आज कुठेतरी भीक मागत फिरला असतास. सुखाची सावली सुद्धा मिळाली नसती.'

होरीला हे बोलणं अनावश्यक वाटलं, भावांचा सांभाळ करणे तर त्याचा धर्म होता. त्यांच्या वाट्याची जायदाद त्याच्या ताब्यात होती. कसा सांभाळणार नव्हता ? जगाला काय तोंड दाखवलं असतं ?

हिराने उत्तर दिले- 'आम्हाला बाकीचं काही माहीत नाही. तुझ्या घरी कुत्र्यासारखं एक वक्ताला तुकडा खाऊन दिवसभर राबायचोत. माहीत झालं नाही बालपण आणि तारूण्य काय असतं. दिवसभर राबयचं आणि त्यात तू दहा शिव्या दिल्याशिवाय भाकर देत नसे, तुझ्यासारख्या कैदासनिच्या तावडीत सापडून तर जीवनाची माती झाली.'

धनिया आत्ता आक्रमक झाली- 'तोंड संभाळून बोल, नाहीतर जीभ काढून घेईन, कैदासिन असेल तुझी बायको. तू कोणत्या भ्रमात आहेस. भीकमाग्या, नमकहराम.'

दातादीनने हस्तक्षेत केला- 'इतकं वंगाळ कशाला बोलसेस धनिया. स्त्रीचा धर्म आहे सहन करणे, तो उनाड आहे, त्याच्या कशाला तोंडी लागतेस.'

लाला पटेश्वरी पटवारीने दुजोरा दिला. शब्दाचं उत्तर शब्दाने दे. शिव्याने नाही. तू बालपणी त्याचा सांभाळ केलास पण तू हे का विसरलीस की त्यांची जायदाद तुझ्या ताब्यात होती'

धनियाच्या लक्षात आले- 'सगळे मिळून मला कमी लेखू लागलेत. सर्वांच्या तोंडाला लागायला तयार झाली. म्हणाली, लाला राहू द्या! मला माहीतय सगळं. या गावात वीस वर्षापासून राहातेय'. होरीने तिला कसं वागवले ईश्वरचं जाणो. दुसरा कोणी असता तर एक दिवस वरगवलं नसतं.

हिरा यावेळी जरा गाप राहिला असता तर तिचा विजय झाला असता परंतु त्या शिव्या ऐकून तो स्वतःचं अस्तित्व विसरला. इतर मंडळी आपल्या बाजूनं बोलतात म्हटल्यावर त्याला धीर आला होता. ओरडून बोलला- 'निघ माझ्या दारातून, नाहीतर जोड्याने मारीन, झिंज्या धरून आपटून काढीन. शिव्या देतेय आवदसा, पोराच्या जीवावर बोलतेय, रक्त....'

बाजू पलटली होती, होरीचं रक्त तापलं होतं. जणू आगीची ठिणगी पडली होती. पुढे होत

बोलला- पुरे झालं, आता शांत हो हिरा. यापुढे नाही ऐकूण घेणार. या बाईला काय बोलावं तेच समजत नाही. मी नसताना नादी लागतेय. हिच्यामुळे.... माहीत नाही का शांत बसवले जात नाही.

सगळीकडून हिरावर भडिमार होऊ लागला. दातादीनने निर्लज्ज म्हटले, पटेश्वरीने गुंड ठरवले. झिंगुरीसिंहाने सैतानाची पदवी दिली. दुकानदार बाईने त्याला कुपुत्र म्हटले. एका उदंड शब्दाने धनियाचे पारडे हलके झाले होते. उरली-सुरली बाकी होरीच्या बोलण्याने भरून काढली होती.

हिरा सावरला. सारं गाव त्याच्या विरोधात गेलं. आता गप्प राहण्यातच त्याचं हित होतं. रागाच्या भरातही त्याला याचे भान होते.

धनियाचे काळीज थंड झाले. होरीला म्हणाली- 'कान उघडे ठेवून ऐका. भावांसाठी खस्ता खाता. हे भाऊ आहेत, यांचे तर थोबाड नाही पाहिले पाहिजे. हा मला जोड्याने मारणार आहे, खाऊन-पिऊन...'

होरीने धमकावलं- आत्ता कशाला वटवट करू लागलीस तू ! घरी का जात नाहीस ?

धनिया जमीनीवर बसली आणि आर्त स्वरात बोलली,' नाही मी याचे जोडे खाऊनच जाईल. जरा याची मरदानगी पाहून घेते. कुठे आहे गोबर ? कोण्या दिवशी कामाला येईल ? पहातोस काय पोरा तुझ्या आईला जोड्याने मारू लागलाय हा !'

असा विलाप करून तिने तिच्या क्रोधासहित होरीच्या क्रोधालाही क्रियाशील केलं, हिरा पराभूत होऊन मागे सरकला. पुनिया त्याचा हात धरून घराकडे नेऊ लागली होती. अचानक धनियाने वाघिनीप्रमाणे झेप घेत हिराला एक जोराचा धक्का देवून खाली पाडलं. कुठे निघालास, जोडे मार, जोडे मार, पहाते तुझी मरदुमकी!

होरीने धावत जाऊन तिचा हात धरला आणि ओढत -ओढत तिला घरी आणले.

५

इकडे गोबर जेवण करून जागलीवर गेला. आज झुनियासोबत त्याचं बरच बोलणं झालं होतं. तो गाय घेऊन निघाला असता, ती अर्ध्या रस्त्यापर्यंत त्याच्यासोबत आली होती, गोबर गोईला घेऊन एकटा कसा जाईल. अनोळखी व्यक्तीसोबत जायला तिला वेगळं वाटू शकत होतं. थोडा वेळ चालून झाल्यावर ती गोबरला प्रेमपूर्ण नेत्राने म्हणाली होती- आता तू कशाला इकडे येशील !'

एक दिवसापर्यंत गोबर कुमार होता-गावात जितक्या तरूण्या होत्या. त्या एक तरत्याच्या बहिणी होत्या किंवा वहिणी. बहिणीसोबत छेडछाड होण्याचे काही कारण नाही, वहिणी कधी-कधी त्याला चिडवत असत. पण तो केवळ थट्टामस्करी करत असायचा. त्यांच्या दुष्टिने तो काही तरूण झालेला नव्हता. तरूणच झाला नाही म्हटल्यावर त्याला पटविण्यात त्यांना काही रस दिसत नव्हता. असं कोणाकडून प्रोत्साहन न मिळल्याने त्याचं तारूण्य अपेक्षितच होतं. झुनियाचे वंचित मन, ज्याला वहिनीचे व्यंग आणि थट्टा मस्करीने सकारात्मक बनवले होते. त्याचं तारूण्य बहरून येऊ लागलं होतं. झाडाची सळसळ होताच झेपलेले शिकारी प्राणी उठून पळावं तसं त्याच्या तारूण्याचं झालं होतं.

गोबरने उघडपणे म्हटले-' भिकाऱ्याला भीक मिळण्याची अशा असेल तर तो दिवस-रात्र

दारात उभा राहिल.'

झुनियाने कटाक्ष टाकत म्हटले-'तर असे म्हण ना की तू पण मतलबा पुरताच मित्र' आहेस.

गोबरच्या धमन्यातील रक्त सळसळू लागलं. म्हणाला-भुकेल्या माणसाला हात पुढे केले तर त्याला माफ केले पाहिजे.'

झुनिया अधिकच परीक्षा घेऊ लागली- भिकारी दहा दरात फिरणार नाही तर त्याचं पोट कसं भरेल. मी अशा भिकाऱ्याला भीक नाही वाढत, असे तर दारोदार सापडतात, भिकारी देतो तरी काय, अशिर्वाद ! आशीर्वादाने कोणाचे पोट भरले आहे!'

मंदबुद्धीच्या गोबरला तिचं बोलणं काही समजलं नाही. झुनिया लहान असल्यापासूनच लोकांच्या दारोदारी दूध घेऊन जावे लागायचे. आजही दही विण्याचं काम तिच करीत होती. वेगवेगळ्या स्वभावाच्या लोकांसोबत तिची गाठ-भेट व्हायची. दोन-चार रूपये हाती पडत. थोड्यावेळासाठी मनोरंजनही होत असे. पण अशा मागणीतला आनंद, ज्यामध्ये स्थैर्य नव्हतं, समर्पण नंव्हतं, अधिकार नव्हता, तिला अशाप्रकारचं प्रेम हवं होतं, ज्याच्यासाठी ते जगणं-मरणं असेल.तिला केवळ ठिणगीचा उजेड नाही तर दिव्याचा प्रकाश हवा होता. ती एका व्यक्तिची कन्या होती, जिच्या स्त्रित्वाला लगटबाजांनी ओरबडलं नव्हतं.

गोबरने काम उद्दिष्ट चेहऱ्याने विचारले- भिकऱ्याला एकाच ठिकाणी मिळाले तर तो कशाला दारोदार फिरेल ?

झुनियाने सऱ्हदय भावनेने त्याच्याकडे पाहिले. किती भोळा आहे, लक्षात कसं येत नाही याच्या.

भिकऱ्याला कुठे पोटभर मिळतं? त्याला तर घासकुटकाच मिळेल ना. सर्वस्व त्यावेळी मिळेल ज्यावेळी सर्वस्व दिल्या जाईल.

'माझ्याजवळ काय आहे झुनिया ?'

'तुझ्याजवळ काही नाही ? मला तर असं दिसतय, माझ्यासाठी तुझ्याकडे इतके आहे की मोठमोठ्या लखोपतीजवळ नाही. तू माझ्याकडे भीक न मागता मला सगळे काही देऊ शकतोस '

गोबर तिला चकित नजरेने पाहू लागला.

झुनिया पूढे म्हणाली-'आणि माहीतय, किंमत काय द्यावी लागेल ? माझे होऊन राहावे लागेल. मग कोणापूढे हात पसरविताना पाहिले तर घराच्या बाहेर काढीन.'

गोबरला जणू अंधरात हरवलेली वस्तू सापडावी तसं झालं. एका विचित्र भयमिश्रित आनंदाने त्याचा रोम रोम रोमांचीत झाला. पण हे कसे होईल ? झुनियाला ठेवलं तर तिला घरात कुठं ठेवायचं.

नातेवाईकांची झंझट आहेच. सारं गाव कावकाव करील, सगळे दुश्मन बनतील, आई तर हिला घरात येऊ देणार नाही, पण स्त्री असून ही घाबरत नसेल तर पुरूष असून त्यानं का घाबरावं. फार झालं तर समाज त्याला वाळीत टाकील, तो राहिल वेगळा. झुनियासारखी तरूणी गावात आहे का दुसरी ? किती समजदारीच्या गोष्टी करतेय. काय तिला हे माहीत नाही का की मी तिच्या लायकीचा नाही, तरीपण माझ्यावर प्रेम करतेय. माझी व्हायला तयार आहे. गावकऱ्यांनी काढून दिलं, तर या

जगात दुसरे गाव नाही ? आणि गाव का सोडायचं ? मातादीनने चांभारीन ठेवली, तर कोणी काय केलं, दातादीन हातावर हात मारीत गप्प राहिला. मातादीनने इतके केले की आपला धर्म वाचवला. अजूनही स्नान-पूजा केल्याशिवाय पाण्याचा थोंब घेत नाहीत, दोघेजण वेगवेगळा स्वयंपाक करतात, आतातर वेगळा स्वयंपाकही करीत नाहीत. झिंगुरसिहाने ब्राह्मणी ठेवली होती, त्याचं कोणी काय केलं ? त्याचा मानसन्मान जितका पूर्वी होत होता, तितका आजही आहे. उलट जास्त वाढलाय. पहिले नोकरी शोधत फिरत होते, आता तिच्याच पैशानी महाजन बनलेत. ठकूराईनचा रूबाब तर होताच. महाजनी बनल्यावर अधिकच वाढला. पण पुन्हा विचार आला -झुनिया चेष्टा तर करीत नसेल. पहिलं तिला पक्के तर ठरूव द्या.'

त्याने विचारले- मनापासून बोलतेस झुनिया की केवळ लालूच दाखवू लागलीस. मी तर तुझा झालो, पण तू होणा आहेस माझी ?

'तू माझा झालास कसं समजू ?'

'तू जीव दे म्हणालीस तरी देईन '

'जीव देण्याचा अर्थ तरी माहीतय '

'तू समजावून सांग ना'

'जीव देण्याचा अर्थ आहे सोबत राहून संसार करणे. एकदा हात धरल्यावर आयुष्भर न सोडणे, मग दुनिया काही का म्हणेना ! भाऊबंद, घर-दार सगळे काही का सोडावे लागेना. तोंडाने जीव द्यायला असणारे अनेक पाहिलेत, भुंग्याप्रमाणे फुलातील रस पिऊन उडून जातात. तू पण तसा नाही उडणार ना ?

गोबरच्या एका हातात गाईचा कासरा होता. दुसऱ्या हाताने त्याने झुनियाचा हात धरल. जणू विजेच्या तारावर हात पडला आन् सारं अंग तारूण्याच्या पहिल्या स्पर्शानं रामांचित झालं. किती मऊ, गुळगुळीत कोमल मनगट,!

झुनियाने हात सोडवला नाही, जणू या स्पर्शाचं तिच्यासाठी काही महत्त्वाच नव्हतं. एका क्षणानंतर गंभीर भावाने बोलली- 'आज तू माझा हात धरलास, लक्षात ठेव.'

'चांगलं लक्षात ठेवीन झुना आणि मरेपर्यंत साथ देईन'

झुनिया अविश्वासयुक्त हास्य करीत बोलली- सगळेजण असेच बोलतात गोबर! उलट यापेक्षाही गोड शब्दाने, परंतु मनात काही खोट असेल तर सांगून ठेव, सावध राहायला. अशांना मी मन नाही देणार, त्यांच्यासोबत फक्त बोलण्याइतकं नातं ठेवते. वर्षापासून बाजारात दूध घेऊन जातेय, एकापेक्षा एक बाबू महाजन, ठाकूर, वकील, अमलदार, अधिकारी आपला रंगेलपणा दाखवून मला फसवू इच्छितात. कोणी मला नुकतेच टकमक पहात असतात, जणू प्रेमाच्या नशेने बेहोश झाले आहेत. कोणी रूपयाची तर कोणी दागिण्याची लालूच दाखवतो, सगळे माझी गुलामी करायला तयार असतात. आयुष्भर, उलट दुसऱ्या जन्मी पण, पण मी सर्वांच्या नाड्या ओळखते. सगळेजण फुलातला रस काढून उडणारे भुंगे, मी त्यांना नादी लावून सोडते, तिरक्या नजरेने पहाते, ते मला गधी बनवतात तर मी त्यांना उल्लू. मी मेले तर त्यांच्या डोळ्यात अश्रुचा थेंब नाही दिसणार. ते मेले तर मी म्हणेल- बरं झालं, बिनलाज्य मेला. मी तर ज्याची होईल, आयुष्यभरासाठी त्याची होईल. सुखात, दुःखात,

संकटात, संपन्नतेत त्याला साथ देईन. छिनाल नाही की सगळ्यांना हसत -बोलत फिरेन. ना रूपयाची भुकेली आहे ना दागिण्याची. फक्त एका चांगल्या व्यक्तीची संगत हवीय. जो मला त्याचं समजेन. मी पण त्याला माझं समजेनं, एक पंडितजी कपाळी टिळा लावतात, अर्धा सेर दूध पितात, एक दिवशी त्याची पत्नी कुठेतरी गेली होती, मला हे माहीत नव्हतं. रोजच्याप्रमाणे दूध घेऊन आत गेले. तिथे हाक मारत राहिले, बाईसा! बाईसा !आवाज आला नाही, इतक्यात पहाते तर पंडितजीने आतून घराला कडी लावली आणि माझ्याकडे येऊ लागले, माझ्या लक्षात आलं, याची नियत बिघडली आहे. मी रागावत विचारले-'तुम्ही दरवाजा का बंद केला ? काय बाईसा कुठे गेल्यात ? घरात इतकी शांतता कशी आहे ?'

ते म्हणाले-'ती एका कार्यक्रमाला गेली आहे आणि माझ्याकडे आणखी दोन पाऊले टाकली.'

मी म्हणाले- 'तुम्हाला दूध घ्यायचे असेल तर घ्या नाहीतर मी निघाले. म्हणाला- आज तर तू या ठिकाणाहून जाऊ शकणार नाहीस झुना राणि. रोज रोज काळजावर सुरी चालवून निघून जातेस, आज माझ्या हातून वाचणार नाहीस, खरं सांगते गोबर, मी तर घाबरूनच गेले.'

गोबर अवेशात येऊन बोलला- 'भडव्याला पाहून घेतो, जमिनीत गाडतो, खून करतो त्याचा, मला एकदा दाखव.'

'ऐक तर, अशा लोकांचे थोबाड फोडायला मी खंबीर आहे.माझी छाती धडधड करू लागली. हा कुठे बदनामी करत बसला तर काय करू. ओरडले तर कोणी ऐकणारही नव्हतं परंतु मनात पक्कं ठरवलं होतं, माझ्या अंगाला हात लावला तर दुधाने भरलेला ही हंड्डी डोक्यात मारीन. चार-पाच शेर दुधाचेच नुकसान होईल. पण बेट्याला चांगली अद्दल घडेल. धाडस् करून बोलले-'या भ्रमात राहू नका पंडितजी ! मी गवळ्याची पोरं आहे. मिशीचा एक-एक केस उपटून काढीन. तुमच्या पोथी पुराणात हेच लिहिले आहे काय की कोणाच्या लेकी-बाळीला घरात बंद करून बेईज्जत करावे, म्हणूनच कपाळी गंध टिळा, लावण्याचे हे सोंग केलय?' लागला हात जोडायला, पाय पडायला, एक प्रेमीची काही इज्जत ठेवलीस तर तुझं काही नुकसान होईल, झुना राणी! कधी-कधी गरिबावर दया करीत जा. नाहीतर विचारणा करीन. मी तुला इतके रूपधन दिले होते, तू एका ब्राह्मणाला खूश करू शकली नाहीस. त्यावेळी काय उत्तर देशील ? मी ब्राह्मण आहे, रूपये -पैसे तर दान म्हणून रोजच मिळतात, आज सौदर्याचं दान दे.'

मी उगीच त्याचं मन ठेवण्यासाठी बोलले, मी पन्नास रूपये घेईन. खरं सांगते गोबर, तात्काळ आत गेला आणि दहा-दहाच्या पाच नोटा काढून माझ्या हातात देवू लागला आणि मी त्या नोटा ज्यावेळी खाली फेकल्या आणि गेले दरवाज्याकडे, तर त्याने माझ्या हाताला धरलं, मी तर आधीच तयारी केली होती. हुंडा त्याच्या तोंडावर मारला, पायापासून डोक्यापर्यंत तरफडला, मारही चांगलाच लागला. डोक्याला हात लावून बसला आणि लागला हाय-हाय करायला. मी पाहिलं, आता हा काही करू शकत नाही. तर पाठीत दोन लाथा ठेवून दिल्या आणि कवाड उघडून गेले पळून.'

गोबर फुशारकी मारत बोलला- खूप चांगले केलेस तू. दूधाने अंघोळ केले असेल. गंध-टिळाही पुसून निघाला असेल. मिशा का नाहीत उखडल्या ?

'दुसऱ्या दिवशी मी पुन्हा त्याच्या घरी गेले. त्याची पत्नी आली होती. तो त्याच्या बैठक

खोलीत डोक्याला पट्टी बांधून बसला होता. मी म्हटलं, म्हणत असाल तर काल काय झालं ते सांगू पंडित ! लागला हात जोडायला, मी म्हटलं, ठीक आहे, थुंकी चाटतोस, तर सोडून देते. डोके जमीनीवर घासत सांगू लागला. आत्ता माझी इज्जत तुझ्या हातात आहे, झुना असे समज की पंडिताईन मला जिवंत सोडणार नाही, मलापण त्याची दया आली'

गोबरला त्याच्यावर दाखवलेली दया आवडली नाही, 'हे तू काय केलेस ? त्याच्या पत्नीला जाऊन का सांगितले नाहीस ?अशा ढोंगी माणसावर दया नाही दाखवली पाहिजे. उद्या मला कोण माणूस आहे ते दाखवं, मग पहा. कशी हाजामत करतो ते.

झुनियाने त्याच्या अर्धविकसित देहाकडे पहात म्हटले-'तू त्याचं काही करू शकणार नाहीस, चांगला रगडमगड आहे. ऐतं खातोय त्याला काय.'

गोबरला त्याच्या देहाचा असा अपमान कसा हसन झाला असता. बढाई मारत बोलला-रगडमगड असलं म्हणून काय झालं. हे पोलादी शरीर आहे. तिनशे बैठका रोज काढतो. दूध-दही मिळत नाही, नाहीतर छाती अशी पुढे आली असती, असं म्हणत त्याने त्याची छाती अशी फुगवली.

झुनियाने आश्वस्त नेत्राने पाहिले- 'बरं, नंतर कधी पाहिल. परंतु इथे सगळे सारखेच आहेत कोण-कोणाला दाखवणार आहेस. माहीत नाही की पुरूषाला कसली सवय आहे की तरूण, सुंदर तरूणी पाहिली की लागते लाईन मारायला. छाती दाखवायला आणि ते ज्यांना मोठी माणसं म्हणतात, ते तर फारच लंपट असतात, मी तर कोणी सुंदरी नाही.'

गोबरने अक्षेप घेतला-'तू! तुला पाहून तर असं वाटतय की काळजात बसवावं.'

झुनियाने त्याच्या पाठीवर हळूच बुक्का मारला, लागला इतरांप्रमाणे तू पण खोटी स्तुती करायला. मी जे काही आहे ते मला माहीतय. पण या लोकांना थोड्यावेळच्या मनोरंजनासाठी तरूणी मिळली तर झालं. गुण तर माणूस त्याचे पहातो ज्याच्या सोबत आयुष्य घालवायचे आहे. आजकाल पाहून आणि ऐकून आहे की मोठ्या घरच्या भानगडी विचित्रच आहेत. ज्या गल्लीत माझे सासर होते, त्याच गल्लीत गपडू नावाचा एक काश्मीरी रहात होता. भारीच माणूस होता तो. त्याच्याघरी पाच सेर दूध लागतं होतं, त्याला तीन मुली होत्या. कोणाचं वय वीस-पंचवीस असेल. एकापेक्षा एक सुंदर. तिघी मोठ्या कॉलेजात शिकत. एक कॉलेजात शिकवत पण होती. तिनशे रूपये महीना मिळत होता, सितार वाजवता येत होतं तिला, हार्मोनियम पण. त्यावर नाचायची, गायची, पण लग्न कोणासोबत करायचे नाही, देवालाच माहीत ती एखाद्याला तरूणाला पसंत करीत होती की तरूण तिला पसंत करीत नव्हता. एकदा मी थोरलीला विचारलं, तर हसून म्हणाली-'आम्ही हा आजार पाळत नाही, पण गुपचुप सगळया भानगडी करायचे. जी सार्वत मोठी होती ती कोट पॅन्ट घालून पुरूषासोबत घोडेस्वारी करायला जात. सगळ्या शहराला ही गोष्ट माहीत होती. गपडू बाबु मान खाली घालून, जणू तोंडाला काळे फासले आहे. पोरींना रागवयाचे, समजून सांगायचे, पण सगळयाजणी खुलेआम हे सारं करायच्या. तुम्हाला मध्ये बोलण्याचा अधिकार नाही. आम्ही आमच्या मनाच्या राण्या आहोत. आमच्या मनात येईल तसं करू. बिचारा बाप तरूण जवान पोरींना काय बोलणार. मारून-बांधून पाहिलं, धमकावून पाहिलं, पण बाबा मोठ्या लोकांच्या बाबतीत आपण काय बोलावं. त्यांना तर भाऊबंध आणि पंचायतीची पण भीती नाही. माझ्या तर हे लक्षात येत नाही की रोज-रोज त्यांच्या मनात नव्याच गोष्टी कशा

येतात. काय माणूस गाय-बकरीपेक्षाही रनटी झाला आहे? कोणा बद्दल वाईट नाही बोलत ! मनाला जसं बनवू ते बनतं. अशा लोकांना पण पहातेय, ज्यांना जेवण झाल्यानंतर तोंडाची चव बदलण्यासाठी हलवा-पुरी पण पाहिजे. अशा लोकांना पण पहातेय, ज्यांना घरची भाजी-भाकर पाहून उलटी येते. हलवा-पुरीचं त्यांना काही पडलं नाही, माझ्या भाऊजयाचेच पहा, माझे भाऊ काही लंगडे-खुळे नाहीत. पण त्यांना ते आवडत नाहीत. त्यांना तर कानात सोन्याच्या बाळया करणारे, महाग साड्या घेणारे, रोज चटपटीत खाऊ घालणारे नवरे पाहिजेत. बाळया आणि मिठाई मलाही आवडते पण त्यासाठी लाज सोडून फिरणं बरं नाही. एकासोबतच लग्न करून आयुष्य घालविणं, हिच माझी इच्छा आहे. खासकरून पुरूषच स्त्रीयांना बिघडून टाकतात. पुरूष इकडे-तिकडे तोंड घालणार असेल तर बाईपण नजरा फिरवतेच. पुरूष जर बाईच्या मागे लागणार असेल तर बाईपण दुसरा पुरूष पहाणारच. पुरूषाचा रंगेलपणा स्त्रीयांनाही तितकाच वाईट वाटतो, जितका बाईचा वाटतो. मी तर माझ्या पतीला स्पष्ट शब्दात सांगून ठेवले होते, तू जर इकडे-तिकडे तेांड मारत फिरू लागलास तर मीपण मनात येईल ते करीन. असे नाही की तू मनात येईल ते करशील आणि बायकोला माराचा धाक दाखवून गप्प करशील. तर असे होणार नाही. तू खुलेआम करशील, मी लपून-छपून करीन. बायकोला दुःखी ठेवून कोणी सुखी नाही राहू शकत.

गोबरसाठी हा विषय एकदम वेगळा होता. तल्लीन होऊन ऐकत होता. कधी-कधी तर त्याचे पाय अडखळत. पुन्हा भानावर आल्यावर चालू लागायचा. झुनियाने तिच्या रूपाने मोहीत केले होते. आज तिने आपले ज्ञान आणि अनुभव कथन करून, तसेच आपल्या सतीत्वाचे दाखले दाखवून त्याला मुग्ध केले होते. अशा रूपाचे, गुणाचे, ज्ञानाचे, आगार त्याला मिळाले तर तो धन्य होईल, मग तो कशाला भाऊबंद आणि पंचायतला घाबरतोय ?

झुनियाने पाहिले की तिची जादू चालती आहे तर छातीवर हात ठेवत जिभ दाताखाली चावत म्हणाली- 'अरे, हे तर तुझे गाव आले ! मला म्हणालाही नाहीस की परत जा.' असे बोलून ती माघारी फिरली.

गोबरने अग्रह करत म्हटले- एक क्षणासाठी माझ्या घरी का येत नाहीस ?

आईने तुला पाहिले असते.

झुनियाने लज्जेने नेत्र झुकवत म्हणाली- अशीच नाही येणार तुझ्या घरी. मला तर याचेच आश्चर्य वाटते की मी इतक्या दूर कशी आले. बरं, सांग, पुन्हा कधी येशील ? रात्री माझ्या घरच्या दारात भेट होईल.

'आणि नाही भेटलीस तर ?'

'तर परत जा'

'तर मग मी नाही येणार '

'यावे लागेल, सांगून ठेवते'

'तू वचन दे, भेटणार म्हणून ?'

'मी वचन नाही देत '

'तर मी पण नाही येत'

जा, मग तिकडं !'

झुनिया अंगठा दाखवत निघून गेली. प्रथम भेटीतच दोघेजण आपआपल्या प्रभाव सोडून गेले होते. झुनियाला माहीत होतं, तो येईल, कसा येणार नाही, गोबरला माहीत होतं, ती भेटेल, कशी भेटणार नाही. तो एकटा गोईला हाकत निघाला होता, असे वाटत होते की जणू स्वर्गातून पडला आहे.

६

जेष्टातली उदास आणि उष्ण सांज सेमरीच्या रस्त्यावर आणि गल्लीमध्ये पाणि शिंपडण्याने शीतल आणि प्रसन्न झाली होती. मंडपाच्या चोहीबाजू फुलांनी आणि कोवळया फांद्यानी सजवल्या होत्या. रायसाहेब त्यांच्या कारखाण्यात दिवे तयार करीत असत. त्यांचे शिपाई पिवळया कपड्यात, निळे रूमाल गुंडाळून, जनतेला रूबाब दाखवत फिरत होते. नोकर शुभ वस्त्र परिधान करून, केसरी पगड्या बांधून, पाव्हूण्यांचे आणि गाव प्रमुखांचे आदरातिथ्य करीत होते. त्याचवेळी एक मोटर सिंह द्वाराच्या समोर येऊन उभी राहिली. त्यातुन तीन महानुभाव उतरले. ते जे खादीचा शर्ट आणि चप्पल घातलेले होते, त्यांचे नाव पंडित ओंकारनाथ आहे. हे दैनिक बिजलीचे यशस्वी संपादक आहेत ज्यांना देशाची चिंता सतावत असते. दुसरे महोदय जे कोट-पॅन्टमध्ये आहेत, ते आहेत तर वकील पण वकीली चालत नसल्याने एका विमा कंपनीची दलाली करीत आहेत आणि तालुका स्तरावरील महाजनांना बँकेद्वारा कर्ज देऊन वकीलीपेक्षा जास्त कमाई करतात. यांचे नाव आहे शामबिहारी तखा आणि तिसरे सज्जन जे रेशमी अंगरखा आणि तंग पायजम्यात आहेत, ते आहेत मि.बि. मेहता. विद्यापीठात तत्त्वज्ञानाचे प्राध्यापक आहेत, हे तिंन्ही सज्जन रायसाहेबाचे वर्ग मित्र आहे आणि शगुनच्या प्रसंगी निमंत्रित आहेत. आज संपूर्ण भागातून मंडळी येतील आणि शगुणाचे भेट देतील. रात्री धनुष्य यज्ञ होईल आणि पाव्हूण्यांना जेवण दिल्या जाईल. होरीने शगुन म्हणून पाच रूपये दिले आहेत आणि गुलाबी बंडी अंगात घालून, गुलाबी पगडी बांधून, गुडघ्यापर्यंत पंचा नेसून, तोंडाला पाऊडर लावून राजा जनकाचा माळी बनला आहे आणि गर्वाने इतका खूश झाला आहे की जणू हा सर्व उत्सव त्याच्या पुरूषार्थामुळेच होऊ लागला आहे.

रायसाहेबांनी पाव्हूण्यांचे स्वागत केले. दोहेरी हाडाचे उंच व्यक्ती होते. बांधीव शरीर, तेजस्वी चेहरा, उंच कपाळ, गोरा रंग, ज्यावर शरबती चादर शोभून दिसत होती.

पंडित ओंकारनाथने विचारले- 'यावेळी कोणते नाटक ठेवले आहे ? माझ्या आवडीची ही एकमेव गोष्ट आहे.'

रायसाहेबांनी तिन्ही सज्जनांना आपल्या राव्हटी समोरच्या खुर्चीवर बसवत म्हटले-'प्रथम धनुष्य यज्ञ होईल. त्यानंतर एक हास्य नाटीका, नाटक काही चांगले मिळाले नाही, एक होतं ते पाच तासानंतरही संपलं नसतं आणि क्लिष्ट इतकं की इथे एकाही व्यक्तीला त्याचा अर्थ समजला नसता. शेवटी मी स्वतःच एक विनोदी नाटक लिहून काढले, जे दोन तासात संपेल.'

ओंकारनाथांना रायसाहेबांच्या बोलण्यात तथ्य वाटले नाही. त्यांचे मत होते की प्रतिभा

तर दारिद्र्यातच दिव्या समान चमकते, जी अंधरातच आपला प्रकाश दाखवते. अपेक्षेने जिला लपवून ठेवण्याचा प्रयत्न केला नाही म्हणून पंडित ओंकारनाथ नाराज झाले.

मिस्टर तंखा या असल्या निरर्थक भानगडीत पडू इच्छित नव्हते. तरी पण रायसाहेबांना ते दाखवू देवू इच्छित होते की या विषयावर बोलण्याचा त्यांना पण अधिकार आहे. म्हणाले- नाटक कोणतेही चांगले ठरू शकते, त्यातील कलाकार चांगले असतील तर वाईट कलाकारांच्या तावडीत चांगले नाटक सापडल्यावर त्याचीपण वाटच लागते. जोपर्यंत नाट्य क्षेत्रात शिकलेल्या मुली येत नाहीत तोपर्यंत आपल्या नाट्य कलेचा उद्धार नाही होऊ शकत. यावेळी आपल्या कौऊंसिलमध्ये प्रश्नांचा इतका भडीमार केला की मी खात्रीने सांगू शकतो की कोणत्याही सदस्याचे रेकॉर्ड इतके शानदार नसेल,

तत्त्वज्ञानाचे अभ्यासक मिस्टर मेहताला हे वाक्य टोचलं. विरोध तर करू इच्छित होते पण तत्त्वज्ञानाचा आधार घेऊन त्यांनी अनेक वर्षाच्या परिश्रमानंतर एक पुस्तक लिहिले होते. त्याचा जितका गाजावाजा व्हायला हवा होता तितका झाला नव्हता. म्हणून फार नाराज होते. म्हणाले- प्रश्नांचे मला काही वावडे नाही, माझी अशी इच्छा आहे की आपलं जीवन आपल्या सिद्धांताप्रमाणे असलं पाहिजे. आपण शेतकऱ्यांचे हितचिंतक आहात. त्यांना वेगवेगळ्या सवलती देवू इच्छिता, जमीनदाराचे अधिकार हिसकावू इच्छिता, उलट याला आपण समाजाचा श्राप समजता, तरीपण आपण जमीनदार आहात. तसे पाहिले तर जमीनदारासारखे हजारो जमीदार आहेत, तुम्हाला जर वाटत असेल की शेकऱ्यांना सवलती मिळयाला हव्यात, तर त्याची सुरूवात स्वतःपासून करा. कास्तकारांकडून भेटवस्तू न घेता जमीनीचे पट्टे लिहून द्या. वेठबिगारी बंद करा. नफोखोरीला तिलांजली द्या. गायरान जमीन ठेवा. मला त्या लोकांबद्दल थोडीही सहानुभूती नाही जे कम्युनिष्टांसारखे विचार मांडतात पण जगतात श्रीमंतासमान, तितकेच विलासमय, तितकेच स्वार्थाने भरलेले.

रायसाहेबांवर आघात झाला. वकील साहेबांच्या कपाळावर आठ्या पडल्या आणि संपादक साहेबांच्या तोंडाला जणू काळे फासले आहे. ते स्वतः समष्टिवादाचे समर्थक होते पण घरात सरळ आग लावू इच्छित होते.

तंखाने रायसाहेबांची बाजू घेतली- 'मला असं वाटतं, रायसाहेबांचे आपल्या असामीसोबत जसा व्यवहार आहे तसा व्यवहार सगळ्याच जमीदाराने ठेवला तर प्रश्न उभा राहणार नाही.'

मेहता साहेबांनी दुसरा आघात केला. माहीतय तुमचा तुमच्या आसाम्यासोबत चांगला व्यवहार आहे. परंतु प्रश्न असा आहे की त्यात स्वार्थ आहे किंवा नाही. याचे कारण काय हे नाही होऊ शकत की मध्यम आगीवर भोजन चांगले शिजते ? गुळप्रयोगाने मारणारा विष प्रयोग करून मारण्यापेक्षा जास्त यसस्वी ठरतो. मला केवळ इतकेच माहीत आहे की आपण साम्यवादी आहोत किंवा नाही. आहोत तर तसा व्यवहार करावा. नसेल तर केवळ बोलणं सोडावं मी नकली जीवनाचा विरोध करतो. मांस खाणे चांगले आहे असे समजत असाल तर उघडपणे खा. वाईट समजता तर खाऊ नका. हे मला समजतं, परंतु चांगले समजणे आणि लपून छपून खाणे, हे काही मला समजत नाही. मी याला भेकडपणाही समजतो आणि धुर्तपणाही, जो वास्तवात एक आहे.

रायसाहेब हुशार व्यक्ति आहेत. अपमान आणि हल्ला धैर्याने पचविण्याचा अभ्यास त्यांचा

चांगला होता. थोडे गोंधळल्यागत बोलले-'तुम्ही बोलता ते अगदीच बरोबर आहे मेहताजी, मी आपल्या स्पष्टवक्तेपणाची कदर करतो. परंतु आपण एक गोष्ट विसरता की इतर प्रवासाप्रमाणेच विचाराच्या प्रवासातही पायऱ्या असतात, तुम्हाला पहिली पायरी सोडून लगेच दुसऱ्या पायरीवर नाही जाता येणार, मानवी जीवनाचा इतिहास याचा प्रत्यक्ष पुरावा आहे. मी अशा संस्कारात वाढलो आहे की जिथे राजाला ईश्वर आणि जमीनदाराला मंत्री समजले जाते. माझे स्वर्गवासी वडिल आसाम्यावर इतकी दया दाखवत की कधी ओला तर कधी कोरडा दुष्काळ पडल्यावर अर्धा किंवा पूर्णच कर माफ करीत असत. आपल्या बखरीमधून धान्य काढून आपल्या असाम्यांना खायला देत. घरातील दागिणे विकून मुलीच्या लग्नासाठी मदत करीत असत. परंतु तोपर्यंत, जापर्यंत प्रजेचं पालन करणे सनातन धर्म होता, परंतु ते अधिकाराच्या नावाने एक कवडीही दातावर मारायला देत नसत. मी त्याच संस्कारात वाढलो असल्याने मला गर्व आहे की व्यवहार म्हणून जरी मी काही केले तरी विचाराच्या बाबतीत त्यांच्यापुढे आहे. असे मी समजतो की जोपर्यंत शेतकऱ्यांना सवलती अधिकाराच्या स्वरूपात मिळणार नाही, स्वइच्छिेनं आपला स्वार्थ सोडला तर अपवाद समजावा. मी स्वतः सद्‌भावना म्हणून स्वार्थ नाही साडू शकत आणि इच्छा करतो की आमच्या वर्गाला शासन आणि नीतीच्या जोरावर आपला स्वार्थ सोडायला मजबूर केल्या जावं. याला तुम्ही भेकडपणा म्हणाल. मी याला विवशता समजतो. मी हे मान्य करतो की कोणालाही दुसऱ्याच्या श्रमावर श्रीमंत होण्याचा अधिकार नाही, श्रमावर जगणे लज्जास्पद आहे, कर्म करणे प्राणि मात्राचा धर्म आहे, समाजाची अशी व्यवस्था आणि शिक्षण ज्याला मी भांडवलाचा एक भाग समजतो, ही इमारत जितक्या लवकर कोसळेल तितके चांगले होईल. ज्यांच्या पोटाची सोय नाही, अधिकारी आणि व्यवस्थपाकाने दहा-दहा, पाच-पाच हजार फटकारे मारावेत हे हास्यास्पद आणि लज्जास्पद आहे. या व्यवस्थेने आम्हाला जमीनदारांमध्ये किती विलासीता, किती दुराचार, किती पराधिनता आणि किती निर्लज्जपण भरविला आहे; हे मला चांगले माहीत आहे. परंतु मी या कारणामुळे या व्यवस्थेचा विरोध नाही करू शकतं. माझे तर असे म्हणणे आहे की आपल्या स्वार्थाच्या दृष्टिने देखील याचे समर्थन नाही केल्या जाऊ शकत. आपली शान मिरवण्यासाठी आम्हाला आमच्या आत्म्याची इतकी हत्या करावी लागते की आमच्यात आत्मभान नावाची काही गोष्टच राहत नाही. आम्ही आमच्या आसाम्यांना लुटण्यासाठी मजबूर आहोत. अधिकाऱ्यानं किमती वस्तू भेट दिल्या नाहीत तर ते विद्रोही समजतील. थाटात नाही राहिलं तर कंजूष समजले जाईल. प्रगतीची थोडी चाहूल लागताच आमचा थरकाप उडतो. अधिकाऱ्याकडे धावतच जातो आणि सांगतो की आमचे रक्षण करा. आमचा आमच्यावर विश्वास नाही राहीला, ना पुरूर्षाथ राहीला आहे, आमची आवस्था त्या लहान लेकरासारखी झाली आहे ज्याला चमच्याने दूध पाजले जाते. बाहेरून गुटगुटीत आणि आतून दूर्बल, सत्वहीन आणि मोताज.

मेहताने टाळी वाजवत म्हटले-'ऐका, ऐका! तुमच्या जिभेमध्ये जितकी बुद्धी आहे, कदाचित तिच्या आधी मेंदूत असती ! खेद याचा वाटतो की सगळे काही माहीत असून तुमचेच विचार तुम्ही आमलात आणू शकत नाही.'

ओंकारनाथ म्हणाले- एकटा माणूस काही नाही करू शकत मिस्टर मेहता ! आपल्याला काळासोबत पण चालायवे आहे आणि लोकांना पण सोंबत घ्याचे आहे. वाईट कामातच सहकार्याची

गरज नसते. चांगल्या कामासाठी सहकार्याची अत्यंत गरज असते.

तुम्ही कशाला आठशे रूपये हडप करता, तिकडे तुमचे करोडो बांधव आठ रूपयात कसंबसं जगत असतात.

रायसाहेबांनी वरून खेद, परंतु आतून समाधानाने संपादकजीकडे पाहिलं आणि म्हणाले- वैक्तिक विचारावर टिका नका करू संपादकजी ! आपण इथे सामाजीक व्यवस्थेबद्दल बोलत आहोत.

मिस्टर मेहता शांत मनाने बोलले- नाही, नाही, मी याला वाईट नाही समजत, समाज व्यक्तिचा बनतो आणि व्यक्तिला सोडून आपण व्यवस्थेचा विचार नाही करू शकत. मी यामुळे इतका पगार घेतो की माझा या व्यवस्थेवर विश्वास नाही. संपादकजीला आश्चर्य वाटले- 'बरं,तर आपण वर्तमान व्यवस्थेचे समर्थक आहोत?'

मी या सिद्धांताचा समर्थक आहे की या जगात लहान-मोठे नेहमी असणारच आहेत आणि ते नेहमी असलेच पाहिजे. हा भेद कमी करण्याचा प्रयत्न म्हणजे मानव जातीचा विनाश करण्यासारखे आहे.

कुस्तीसाठी पहिलवान बदलला, रायसाहेब बाजूला गेले आणि संपादकजी आखाड्यात उतरले,'आपण विसाव्या शतकात श्रेष्ठ-कनिष्ठ असा भेद पाळता.!'

होय, पाळतो आणि जाहीरपणे पाळतो. ज्याचे आपण समर्थन करीत आहात ती काही नवी गोष्ट नाही. माणसामध्ये करूणेचा जन्म झाल्यापासून हे तत्त्व समाजात आहे. बुद्ध आणि प्लेटो आणि ईसाई सर्व समाजात समतेचे समर्थक होते. युनानी, रोमन आणि सिरियाई, सगळ्या संस्कृतीने ही परीक्षा दिली, परंतु अनैसर्गीक असल्याने ती काही स्थिर झाली नाही.

'तुमचे बोलणे ऐकून मला आश्चर्य वाटतय'

'आश्चर्य अज्ञानाचे दूसरे नाव आहे'

'मी आपला कृतज्ञ राहील! आपण जर या विषयावर लेखमाला सुरू केली '

'जी, मी इतका किरकोळ नाही, चांगले मानधन मिळाले तर आवश्य'

'आपण सिद्धांतच असा निवडला आहे की खुलेआम जनतेला लुटू शकता'

'तुमच्यात आणि माझ्यात हाच फरक आहे की मी बोलल्याप्रमाणे वागतो आणि तुम्ही बोलता एक, वागता दुसरेच. संपत्तीला तुम्ही एखादा उपाय करून सगळीकडे समान वाटू शकता. परंतु बुद्धीला, चरित्राला, रूपाला, प्रतिभेला आणि शक्तीला समान स्वरूपात वाटणे तुमच्या कुवतीच्या बाहेरचे आहे. लहान-मोठा फरक केवळ संपत्तीवरून ठरत नाही, मी मोठ्या-मोठ्या धनाड्याना फकिरासमोर गुडघे टेकविताना पाहिले आहे. सौंदर्याच्या दारात मोठ-मोठ्या हस्ती नाक घासताना. काय ही समाजिक विषमता नाही ? तुम्ही रशियाचे उदाहरण द्याल, तिथे याशिवाय काही वेगळे आहे की मालकाने राज्य कर्मचाऱ्याची जागा घेतलीय, बुद्धीचे सुरूवातीलाही वर्चस्व होते. आजही आहे आणि नेहमी राहीन.

डब्यात पाणाचे विडे आणले. रायसाहेबांनी पाव्हूण्यांना विडा आणि इलायची देतांना म्हटले- 'बुद्धी जर स्वार्थहीन असेल तर तिचं महत्त्व मान्य करायला आम्ही तयार आहोत. आम्ही साधू-महाराजा समोर यामुळे नतमस्तक होतो की त्यांच्यात त्यागाचे बळ आहे. दुसरीकडे आम्ही बुद्धीच्या हाती अधिकार आणि सन्मानही देऊ इच्छितो, नेतृत्त्व देखील परंतु काणत्याही अटीवर संपत्ती नाही.

बुद्धीचा अधिकार आणि सन्मान व्यक्तिसोबतच नाहीसा होतो, परंतु त्याची संपत्ती विष पेरण्यासाठी, त्याच्यानंतरही प्रबळ बनते. बुद्धीला वगळून कोणताही समाज जगू शकणार नाही. आम्ही केवळ विंचवाची नांगी कापू इच्छितो.'

दुसरी मोटार आली आणि मिस्टर खन्ना उतरले. जे एका बँकेत मॅनेजर आणि साखर मिलचे मॅनेजिंग डायरेक्टर आहे. दोन स्त्रीया त्यांच्यासोबत होत्या, रायसाहेबांने दोन्ही स्त्रीयांना खाली उतरण्यास मदत केली. ती जी खादीची साडी परिधान केलेली, खूपच गंभीर आणि विचारशील आहे, ती आहे मिस्टर खन्नाची पत्नी आहे कामीनी खन्ना, दुसरी महीला जिने उंच टाचाचे सँडल घातल्या आहेत आणि चेहऱ्यावर हास्य आहे, ती आहे मिस मालती. ह्या इंग्लडवरून डॉक्टरीचा कोर्स करून आल्यात आणि आता प्राक्टीस करीत आहेत. तालुकास्तरीय महिलेसोबत त्यांचा चांगला वावर आहे. ह्या आधुनिक युगाची साक्षात प्रतिमा आहेत. कांती कोमल पण सफलता ठासून भरलेली. लज्जा किंवा संकोच कुठे दिसत नाही. मेकपमध्ये प्रवीण, हजरजबाबी, पुरूष मानसिकतेचा चांगला अभ्यास. हास्यविनोद करण्याला जीवनाचे तत्त्व समजणारी. मन ठेवण्याच्या कलेत निपुन, जिथे आत्म्याचे स्थान आहे, तिथे दिखावा, जिथे ऱ्हदयाचे स्थान आहे तिथे अभिनय, मनोद्‌गारावर कठोर लक्ष, ज्यात इच्छा किंवा अभिलाषा याला जागा नाही.

त्यांनी मिस्टर मेहताचा हात हाती घेत म्हटले-'खरं सांगते, आपण चेहऱ्यावरूनच तत्त्वज्ञानी दिसता. अलिकडच्या नव्या मांडणीनं तर आपण आत्मवाद्यांना चांगलेच तोंडावर पाडले आहेत. वाचता-वाचता अनेकदा मला असे वाटले की तुमच्यासोबतच विवाद करावा. तत्त्वज्ञानी लोकांकडून सऱ्हदयता का नष्ट होते ?

मेहता ओशाळले, अविवाहीत होते आणि अधुनिक तरूणीच्या प्रेमाच्या प्रतिक्षेत होते. पुरूष मंडळीत चांगलेच बोलके असायचे, पण जशी ही महीला आली आणि यांची बोलती बंद झाली. जणू बुद्धिला कुलूप लावले आहे कोणी. स्त्रीयांसोबत कसे बोलावे याचेही भान रहात नव्हते.

मिस्टर खन्नाने विचारले- 'तत्त्वज्ञानी लोकांच्या चेहऱ्यात अशी कोणती विशेष गोष्ट असते बाईसाहेब ?'

मालतीने मेहताकडे दयापूर्ण कटाक्ष टाकत म्हटले-'मिस्टर मेहता वाईट म्हणणार नसाल तर सांगू ?'

खन्ना मिस मालतीच्या स्तुती पाठकापैकी होते. जिथे मिस मालती जाणार, तिथे खन्ना जाणार हे निश्चित. तिच्या आजुबाजूला भोवऱ्यावानी फिरत. प्रत्येक वेळी त्यांची अशी इच्छा असे की मालती सोबत जास्तीत जास्त त्यांनी बोलावं. त्यांची नजर अधिक वेळा तिच्यावर असे.

खन्नाने डोळा मारत म्हटले-'तत्त्वज्ञानी कोणाच्या बोलण्याचं वाईट वाटून घेत नाहीत, त्यांचे हे लक्षण आहे.'

'तर ऐका, तत्त्वज्ञानी नेहमी मृत-मनाचे असतात. पहावं त्यावेळी आपल्याच विचाराच्या तंद्रीत. तुमच्याकडे कटाक्ष टाकतील पण लक्ष देणार नाहीत. तुम्ही त्यांच्यासोबतच बोला, ऐकून न ऐकल्या सारखे करतील. जणू शून्यात हरवले आहेत.'

सगळेजण मोठ्याने हसले. मिस्टर मेहताला त्यांनी बाद केलं. ऑक्सफोर्डमध्ये मला तत्त्वज्ञानाचे

प्रोफेसर हसबंड होते.

खन्ना मध्येच बोलले-'नाव चांगले आहे.'

'बरोबर होते आणि अविवाहीत आहेत.'

'मिस्टर मेहता पण अविवाहीत आहेत.'

'हा आजार सगळया तत्त्वज्ञानी लोकांना आहे'

आत्ता मेहताला संधी मिळाली, म्हणाले-'तुम्हालापण या रोगाचा संसर्ग आहे.'

'मी शपथ घेतली आहे की, एखाद्या तत्त्वज्ञानी व्यक्ति सोबत लग्न करू आणि हाच लग्नाच्या नावाने जास्त घाबरतो.'

हसबंड साहेब तर बाईला पाहून घरात लपून असायचे. अनेक मुली त्यांच्या विद्यार्थी होत्या. त्यापैकी एखादी जरी काही विचारायला त्यांच्याकडे जाई, तर ते असे घाबरत, जणू एखादा वाघ आला आहे. आम्ही त्यांची खूप मजा ध्यायचोत. पण बिचारे फार सरळ मार्गी होते. हजारो रूपयाचा पगार होता. पण मी नेहती त्यांना एकच ड्रेस घालताना पाहिले आहे. त्यांना एक विधवा बहिण होती. तिच त्यांच्या घरचं सारं पहायची, मिस्टर हजबंडला तर खाण्या-पिण्याचेही भान नसायचे. भेटायला येणाऱ्या लोकांच्या भीतीने दरवाजा बंद करून असत. जेवणाची वेळ झाल्यावर त्यांची बहिण हळूच आतील दारातून त्यांच्याजवळ जाई पुस्तक बंद करी. त्यावेळी त्यांना माहीत होई की जेवनाची वेळ झाली आहे. रात्रीची जेवनाची वेळ ठेरलेली होती. त्यांची बहिण खोलीतील दिवा विझवायची, एक दिवशी बहिणीने पुस्तक बंद करण्याचा प्रयत्न केला, तर त्यांनी पुस्तकाला दोन्ही बाजूंनी दाबून धरले. बहिण आणि त्यांच्यात शक्तीप्रदर्शन झाले. शेवटी बहिणीने त्यांना त्यांच्या चाकाच्या खुर्चीसहीत जेवणाच्या खोलीत आणले.

रायसाहेब म्हणाले-'पण मेहतासाहेब तर मोठे आनंदी अणि मित्रवत्सल आहेत. नाहीतर अशा गोंधळात कशाला आले असते.'

'तर मग हे तत्त्वज्ञानी नसतील. स्वतःच्याच काळजीनं डोकं दुःखायला लागतं तर जगाची काळजी करणारे आनंदात कसं राहू शकतील!'

तिकडे संपादकजी श्रीमती खन्नासोबत आर्थिक अडचणी बद्दल बोलत होते. इतके समजा श्रीमतीजी की संपादकाचे जीवन एक दिर्घकालीन समस्या आहे. जे ऐकून लोक दया दाखवण्यापेक्षा कानावर हात ठेवतात. बिचारा ना स्वतःच्या फायद्याचा ना दुसऱ्याच्या. जनता त्यांच्याकडून अपेक्षा ठेवते की प्रत्येक आंदोलनात त्याने सर्वात पुढे असावे जेलमध्ये जावं, मार खावा, घरात मित्रमंडळी जमववी, पार्टी करावी. हा त्याचा धर्म समजला जातो. परंतु त्याच्या आर्थिक समस्येकडे कोणाचे लक्ष नसते. असले तरी तो प्रत्येक विद्या, प्रत्येक कला, त्याला आली पाहिजे. परंतु त्याला जगण्याचा अधिकार नाही. तुम्ही तर आजकाल काही लिहित नाहीत, आपली सेवा करण्याची संधी मला जी मिळते तिच्यापासून मला कशाला वंचित ठेवता. ?

मिसेस खन्नाला कविता करण्याचा नाद होता. या नात्याने संपादकजी त्यांना कधी-कधी भेटत असत. परंतु घरातील कामाच्या व्यापाने अलीकडे त्यांना काही लिहिता आले नाही. वास्तव तर

हे होतं, खरी प्रतिभा तिच्यात फारच कमी होती.

काय लिहू काही समजत नाही, आपण मिस मालतीला कधी लिहायला नाही सांगितले?

संपादकजी अपेक्षित भावनेने बोलले- त्यांना वेळ कुठे असतो कामिनी देवी! लिहिता तर ती माणसं ज्यांच्यात दुःख असतं, अनुराग असतो, तल्लीनता असते, विचार आसतो, ज्यांनी धन आणि भोग विलासाला आपलं जीवन समजलं आहे ते काय लिहिणार ?

कामिनीने ईर्षा मिश्रित विनोदाने म्हटले-'तुम्ही जर ज्यांच्याकडून काही लिहून घेऊ शकलात तर तुमचा प्रचार दुप्पट होईल. लखनौमध्ये असा कोणी रसिक नाही जो आपला ग्राहक होणार नाही.'

'धन माझ्या जीवनाचा आदर्श असता तर मी अशा दशेत तुम्हाला सापडलो नसतो. मलाही पैसे कसे कमवाचे ते माहीत आहे, आजही लाखो कमऊ शकतो, परंतु मी धनाला कधी काही किंमतच दिली नाही, साहित्याची सेवा माझ्या जीवनाचे ध्येय आहे आणि राहीन'

'कमीत-कमी माझे नाव तरी ग्राहकामध्ये असू द्या'

'आपले नाव ग्राहकामध्ये नाही, आश्रयदात्यात लिहीन'

'अश्रयदात्यात, राणी-महाराण्यांना ठेवा, ज्याची थोडीशी स्तुती करून त्यांना तुमच्या दैनिकात लाभाची वस्तु बनवू शकता'

'माझी राणी-महाराणी तुम्ही आहात, मी तर तुमच्यासमोर कोण्या राणी-महाराणीची कथा नाही ऐकणार जिच्यात दया आणि विवेक आहे तिच माझी राणि. स्तुतीची मला घृणा येते.

कामिनीने फिरकी घेतली-परंतु माझी स्तुती तर आपण करत आहात संपादकजी !

संपादकजीने गंभीर होऊन श्रद्धापूर्ण स्वरात म्हटले- ही स्तुती नाहीय देवीजी, ऱ्हदयाचे खरे बोल आहेत

रायसाहेबांनी बोलावले-'संपादकजी, जरा इकडे या. मिस मालती आपणासा काही सांगू इच्छितात.'

संपादक साहेबाचा सारा ताठा गायब झाला. नम्रता आणि विनयाची मूर्ती होऊन उभे राहिले. मालतीने त्यांना सऱ्हदय नेत्राने पाहून म्हटले-'मी असं म्हणतेय मला या जगात सर्वात जास्त भीती कशाची वाटत असेल तर ती संपादकाची, कारण त्यांनी ठरवलं तर क्षणार्धात खेळखंडोबा करू शकतात. मला चिफ सेक्रेटरी साहेबांने एकदा म्हटले- मी जर त्या ब्लडी ओंकारनाथला जेलमध्ये टाकू शकलो तर स्वतःला नशीबवान समजेन.'

ओंकारनाथच्या लांब-लांब मिशा ताठ झाल्या. डोळ्यात गर्वयुक्त चमक दिसू लागली, तसे ते फारच शांत प्रवृत्तीचे व्यक्ती होते. परंतु असे काही ऐकून त्याचे पुरूषत्व जागृत होत होते. खंबीर स्वरात म्हणाले-या कृपेबद्दल आपला कृतज्ञ आहे. त्या सभेत माझा उल्लेख तर झाला, हे काय कमी आहे. आपण सेक्रेटरी महोदयाला सांगा की ओंकारनाथ त्या लोकांपैकी नाही जे अशा धमक्यांना घाबरतात. माझी लेखनी त्याच दिवशी थांबेल ज्या दिवशी माझा शेवट होईल. मी अनीती आणि स्वैराचाराला मुळापासून उपटून फेकण्याची शपथ घेतली आहे.

मिस मालतीने आणखी आग लावली. पण माझ्या हे लक्षात येत नाही की, साधेपणाने

अधिकाऱ्यासोबत सलोख्याचे संबंध ठेवता येत असतील तर वाकड्यात कशाला शिरायचं ? तुम्ही जर तुमच्या लेखणीतून टीका आणि विष कमी केले तर मी खात्रीनं सांगते, सरकारकडून तुम्हाला चांगली मदत मिळू शकते. जनता तर तुम्हाला माहीत आहे. त्यांना आवाहन केले, त्यांचे कौतूक केले, तुमची समस्या सांगून पाहिली, परंतु काही परिणाम झाला नाही. आता जरा अधिकाऱ्याच्या नादी लागून पहा. तिसऱ्या महिन्यापासून तुम्ही जर गाडीमधून नाही निघालात आणि कार्यक्रमाला निमंत्रित नसाल तर मी वाट्टेल ते ऐकून घेईन तुमचे. त्यावेळी हे श्रीमंत आणि नॅशनॅलिस्ट जे तमची पर्वा करीत नाहीत, आपल्या दारांचे उंबरठे झिजवू लागतील.

ओंकारनाथ गर्वाने म्हणाले- हेच तर मी नाही करू शकत देवीजी ! मी माझ्या सिद्धांताना नेहमीच कायम ठेवले आणि ह्यातभर त्याप्रमाणे वागेन. धनाच्या मागे लागणारे तर सगळीकडे सापडतील, मी सिद्धांताचा पुजारी आहे.

'मी याला ढोंग समजते'

'आपली इच्छा '

'धनाची तुम्हाला पर्वा नाही '?

'सिद्धांताचा खून होणार असेल तर नाही '

'तर आपल्या दैनिकात परदेशी वस्तुची जाहीरात का असते? मी कोणत्याही दुसऱ्या दैनिकात इतक्या जाहिराती पाहिल्या नाहीत, तुम्ही आदर्शवादी आणि सिद्धांतवादी असल्याचे सांगत आहात, पण तुमच्या फायद्यासाठी देशातले धन विदेशात पाठविताना तुम्हाला थोडाही खेद खंत वाटत नाही? कोणत्याही तर्फाच्या आधारे आपण या धोरणाचे समर्थन नाही करू शकत'.

'ओंकारनाथकडे खरोखरच काही उत्तर नव्हते. त्यांना बगला झटकताना पाहून रायसाहेबांनी त्यांची पाठराखण केली. तुम्हाला नेमकं काय हवं आहे ? दोन्हीकडूनही कोंडी झाल्यावर दैनिक कसे चालवायचे?'

दया दाखवणे मिस मालतीला माहीत नव्हतं.

'दैनिक चालत नसेल तर बंद करावं. तुमचे दैनिक चालावे म्हणून तुम्हाला विदेशी वस्तुंचा प्रचार करण्याचा काही एक अधिकार नाही. तुम्ही जर मजबूर असाल तर सिद्धाताचे ढोंग सोडून द्या. मला तर सिद्धांतवादी दैनिकाचा तिटकाराच आहे. वाटतं पेटवून द्यावं. जो व्यक्ती कर्म आणि वचन यांच्यात सलोखा ठेवू शकत नाही, मग तो कोणीही असो, सिद्धांतवादी नाही'.

मेहताला बरं वाटलं, थोड्या वेळापूर्वी त्यांनी असेच विचार मांडले होते. त्यांना समजले या लावण्यावतीमध्ये विचार करण्याची शक्ती सुद्धा आहे. केवळ फुलपाखरू नाही. संकोच कमी होत गेला.

'हे मी आत्ताच सांगत होतो, विचार आणि व्यवहारात सलोखा नसणे हाच धुर्तपणा आहे, मोकारपणा आहे,'

मिस मालती खूश होत म्हणाली-तर या विषयावर आपले एकमत आहे. म्हणजे मी पण तत्तवज्ञानी असल्याचा दावा करू शकते.

खन्नाची जीभ वळवळू लागली, म्हणाली-तुमचं अंग अंग तत्त्वज्ञानात बुडालेले आहे. मालतीने त्यांना आवर घातला. बरं, तुम्हालाही तत्त्वज्ञानात रस आहे ! मला तर असं वाटत होतं की तुम्ही

मागेच तत्त्वज्ञानाला गंगेत सोडलं आहे. नाहीतर आपण इतक्या बँकेचे आणि कंपनिचे डायरेक्टर झालो नसतो.

रायसाहेबांनी खन्ना साहेबांची बाजू घेतली. तर काय समजता, तत्त्वज्ञानी माणसाने फकीर राहीलं पाहिजे ?

'होय, तत्वज्ञानी माणूस मोहावर विजय प्राप्त करू शकला नाही, तर तो तत्त्वज्ञानी कसला?

'या निकषानुसार कदाचित मिस्टर मेहता सुद्धा तत्त्वज्ञानी ठरत नाही !'

मेहताने बाह्या मागे सरकवत म्हटले- मी तर असा कधी दावा केला नाही रायसाहेब !मला केवळ इतकेच माहीत आहे की ज्या साधनांनी लोहार काम करतो, त्याने सोनार नाही करत, तुम्हाला काय वाटतं, काटेरी झाडांची जशी वाढ होते तशीच फुलांची व्हावी? माझ्यासाठी धन अशा सुविधेचं नाव आहे, यामुळे मी आपलं जीवन सार्थक करू शकेल. धन मझ्यासाठी बहारदार आणि वाढत जाणारी वस्तू नाही केवळ साधन आहे. मला धनाची अजिबात इच्छा नाही आहे, जीवनाचा उपभोग घेण्याचे ते एक साधन आहे, त्यासाठी धन असावं इतकेच.

ओंकारनाथ समष्टिवादी होते. व्यक्तिच्या अशा प्रधान्य क्रमाला कसं स्वीकारतील ?

अशा पद्धतीने प्रत्येक कामगार म्हणू शकतो की काम करण्याची सुविधा व्हावी म्हणून एक हजाराची गरज आहे.

'जर तुम्हाला असे वाटत असेल की त्या कामगाराबिगर तुमचे काम होणार नाही, तर त्याला ती सुविधा द्यायला हवी. पण तेच काम दुसरा कामगार कमी मजुरीत करायला तयार असेल तर पहिल्या कामगाराचे कौतूक करणे काही कारण लागत नाही.'

'जर कामगारांच्या हातात अधिकार असता, तर कामगारांसाठी स्त्री आणि शराब दोन्ही समान गरजेच्या गोष्टी झाल्या असत्या, जितक्या तत्त्वज्ञानी लोकांसाठी आहेत'

'तर तुम्ही विश्वास ठेवा. मी त्यांची ईर्षा बाळगत नाही!

'आपलं जीवन सार्थक करण्यासाठी स्त्री इतकी आवश्यक आहे, तर तुम्ही लग्न का करत नाही ?'

मेहताने संकोचीत भावनेनं म्हटलं- 'त्यामुळे मी समजतो, मुक्तभोग आत्म्याच्या विकासात अडथळा ठरत नाही, विवाह तर आत्म्याला जीवनाच्या पिंजऱ्यात बंद करतो.'

खन्नाने याचे समर्थन केले-'बंधन आणि निग्रह जुनेच सिद्धांत आहेत. नवा सिद्धांत आहे मुक्त भोग.'

मालतीने हाती बट धरली-'तर आता मिसेस खन्नाने घटस्फोटाची तयारी करायला हवी.

'घटस्फोटाचा ठरवा तर पास होऊ द्या'

'कदाचित त्याची पहिली अमलबजावणी आपणच करणार ?'

कामिनीने मालतीकडे विषारी नजरेने पाहिले आणि तोंड वाकडे केले, जणू म्हणत होती, खन्ना तुला लखलाभ, मला पर्वा नाही.

मालतीने मेहताकडे पहात म्हटले-'या संदर्भात आपले काय विचार आहेत मिस्टर मेहता ?'

मेहता गंभीर झाले, ते एखाद्या प्रश्नावर आपलं मत व्यक्त करताना सगळा प्राण एकत्र आणत.

'विवाहाला सामाजिक करार समजतो आणि तोडण्याचा अधिकार ना पुरूषांना आहे ना स्त्रीयांना. करार करण्यापूर्वी आपण स्वतंत्र असतो, तो झाल्यानंतर तुमचे हात बांधलेले असतात. '

'तर आपण घटस्फोटाच्या विरोधात आहात काय ?'

'खात्रीनं '

'आणि मुक्त भोगवाला सिद्धांत ?'

'तो त्याच्यासाठी आहे जे विवाह करू इच्छित नाहीत'

'सगळ्यांना आपल्या आत्म्याचा संपूर्ण विकास हवा आहे. तर मग विवाह कोण आणि का करीन ?

'यामुळे की सर्वांना मुक्ती हवी आहे. पण असे कमी आहेत जे लोभापासून अपली सुटका करून घेतात'

'आपण श्रेष्ठ कशाला समजता, विवाहीत की अविवाहीत जीवनाला ?'

समाजाच्या दृष्टिने विवाहीत जीवनाला आणि व्यक्तिच्या दृष्टिने अविवाहीत जीवनाला !

धनुष्य यज्ञाचा अभिनय होणार होता. दहा ते एक धनुष्य यज्ञ, एक ते तीन पर्यंत हास्य नाटक, हा कार्यक्रम होता. भोजनाची तयारी झाली. पाव्हूण्यांसाठी बंगल्यात राहण्याची स्वतंत्र व्यवस्था केली. खन्ना परिवारासाठी दोन खोल्या ठेवल्या होत्या. आणखी कितीतरी पाव्हूणे आले होते. सगळे आपआपल्या खोलीत गेले आणि कपडे बदलून भोजणालयात एकत्र झाले. इथे अस्पृष्य असा काही फरक नव्हता. सगळ्या जाती धार्माची मंडळी जेवायला बसली. केवळ संपादक ओंकारनाथ एकटेच आपल्या खोलीत फलाहार करायला गेले. कामिनी खन्नाला डोके दुखी झाली होती. त्यांनी भोजन करायला नकार दिला. भोजनालयात पाव्हूण्यांची संख्या पन्नासपेक्षा कमी नव्हती. दारू आणि मटणाची व्यवस्था होती. अशा उत्सवासाठी रायसाहेब चांगल्या प्रकारची दारू गाळून घेत होते ?गाळून घेतल्या जात होती औषधाच्या नावाने पण निघत होती निव्वळ दारू. अनेक प्रकारचे मटण शिजवल्या जात होते. कोबड्या, बकरा, हरीन, तितर, मोर, ज्याला जे पसंत असेल त्याने ते खावे.

भोजन सुरू झाल्यावर मिस मालतीने विचारले- संपादकजी कुठे हरवले? कोणाला पाठवा रायसाहेब; त्यांना पकडून आणा, रायसाहेब म्हणाले -ते माळकरी आहेत, त्यांना इकडे बोलावून बिचाऱ्याचा धर्म कशाला भ्रष्ट करता ? फारच व्यवहारवादी माणूस आहे '

'अहो काही नसले तरी तमाशा तर पहातील '

अचानक एका सभ्य गृहस्थाला पाहून त्यांनी हाक मारली- आपणही यावे मिर्जा खुर्शेद साहाब, हे काम तुमच्याकडे, तुमच्या लायकीची परीक्षा तरी होईल.

मिर्जा खुर्शेद गोरेपान होते, भुरकट मिशा, निळे डोळे, दुहेरी अंग, सगळे चांदीसारखे केस, बंद गळ्याचा लांब कोट आणि चुडीदार पायजमा घातलेला, त्यावर हॅट वापरत, मतदानाच्या वेळी गोंधळून जात आणि नॅशनॅलिटांच्या बाजून मतदान करीत. सुफी मुसलमान होते, दोन वेळा हाजला

जावून आले होते. पण दारू काही सोडत नव्हते, म्हणायचे मी अल्लाहाचा एक शब्दही पाळत नाही तर धर्मासाठी जीव कशाला द्यायचा ! मोठा चेष्टेखोर, बिनधास्त माणूस होता. पहिले पोटापाण्यासाठी ठेका घेत, कोर्ट-खटला झाला, जेलमध्ये जाता जाता वाचले, चोवीस तासाच्या आत शहरातून बाहेर जाण्याचा आदेश निघाला, जे काही होत, ते तिथेच सोडलं आणि केवळ पन्नास हजार रूपये घेऊन पळून गेले. मुंबईमध्ये त्यांचा एजंट होता, विचार केला होता, त्यांच्याकडून हिशोब घेऊ, जे काही उरेल त्यात आयुष्य घालवू. परंतु एजंटानी धोकेबाजी करून ते पन्नास हजार रूपये पण हडप केले. निराश होऊन तेथून लखनौला गेले. गाडीमध्ये एका महात्म्यासोबत भेट झाली. माहात्माजीने त्यांना हिरवा बाग दाखवून त्यांची घडी, अंगठी, रूपये, सगळं पळवले. बिचारे लखनौला पोहचले तर अंगावरील कपड्याशिवाय काही नव्हतं. रायसाहेबासोबत जुनी ओळख होती. त्यांची काही मदत घेऊन काही इतर मित्रांच्या मदतीने चपलाचे दुकान सुरू केले. आता पाचशे रूपयाची विक्री होत असे. जनता त्यांच्यावर इतके प्रेम करू लागली की एका मोठ्या मुस्लिम तालुकेदाराला डावलून त्या पदी ते आले. आपल्या जागेवर बसले, म्हणाले-'नाही हो, मला कोणाचा दिवस खराब करायचा नाही, हे काम तुम्हाला स्वतः करावे लागेल, मजा तर त्यावेळी येईल ज्यावेळी तुम्ही त्यांना दारू पाजाल. ही आपल्या तारूण्यांची जादुची कसोटी आहे.'

सगळीकडून आवाज आला, 'हो, हो, मिस मालती, आज तुम्ही दाखवूनच द्या, मालतीने मिर्जाला आव्हान दिले, काही बक्षिस मिळेल ?

'शंभर रूपयाची एक थैली !'

'हुश ! शंभर रूपये ! लाख रुपयाचा धर्म शंभर रूपयासाठी भ्रष्ट करू '

'अच्छा, तुम्ही स्वतःच सांगा किती पाहीजेत '

'एक हजार, कवडी कमी नाही'

'बरं, ठरलं'

'असे नाही, पहिले मेहताजीच्या हातावर ठेवा'

मिर्जाजीने तात्काळ शंभराची नोट खितातून काढली आणि ती दाखवत उभे रहात म्हणाले- बंधुनो ! हा आपल्या सर्व पुरूषांच्या ईज्जतीचा प्रश्न आहे, मिस मालतीची इच्छा पूर्ण जर झाली नाही तर आपल्यासाठी तोंड दाखवायला जागा राहणार नाही, माझ्याजवळ जर रूपये असते तर मी ते मिस मालतीच्या एक-एक अदावर एका-एका लाख खर्च केले असते. एका जुन्या शायरने आपल्या प्रेयशीच्या काळया तीळावर समरकंद आणि बोखाराचे सुभे कुर्बान केले होते. आज आपल्या सर्व पुरूषांच्या तारूण्याची परीक्षा आहे. ज्याच्याजवळ जे असेल, सच्चा सुरमाची शपथ. मागे पाय घेऊ नका, मर्दानो ! रूपये खर्च होतील, नाव कायमचे राहील, असा तमाशा लाखो गेले तरी परवडला. पहा, लखनौच्या सौंदर्याची राणी एका कर्मकाठावर आपल्या तारूमण्याची जादू कशी चालवते ?

भाषण संपताच मिर्जाजीने प्रत्येकाचे खिशे तपासायला सुरूवात केली. पहिली तपासणी मिस्टर खन्नाची झाली. त्यांच्या खिशातून पाच रूपये निघाले.

मिर्जाने तोंड पाडत म्हटले-'व्वा खन्ना साहेब, व्वा ! नाव सोनाबाई आणि हाती कथलाच्या

वाळा. इतक्या कंपन्याचे डायरेक्टर, लाखोंचे उत्पन्न खिशात पाच रूपये ! कुठे आहेत मेहता? तुम्ही जरा मिसेस खन्नाकडून किमान शंभर रूपये घेऊन या.

खन्ना चिडत म्हणाले-'अहो, तिच्याजवळ एक पैसाही नसेल. कोणाला माहीत होतं की आपण इथे झडती घेणार आहात म्हणून ?'

'असो, तुम्ही जरा शांत बसा. मी नशीब तर अजमावून पहातो.'

'बरं, तर मी जाऊन त्यांना विचारतो.'

'अजिबात नाही, आपण ही जागा सोडू शकत नाही, मिस्टर मेहता, आपण तत्त्वज्ञानी आहात, मानसशास्त्राचे पंडित पहा, आपण भेद करू नका'

मेहता दारू पिऊन पंग होते, त्या नशेत त्याचं तत्त्वज्ञान गायब व्हायचे आणि विनोद जागृत व्हायचा, धडपडत मिसेस खन्नाच्या जवळ गेले आणि पाच मिनिटात तोंड वाईट करून परत आले.

'मिर्जाने विचारले- अरे, रिकाम्या हाताने ?'

रायसाहेब हसले- काजीच्या घरी उंदरेही शहाणे

मिर्जाने म्हटले-'फारच नशीबवान आहात खन्ना, खुदा कसम!'

मेहता मोठ्याने हसले आणि खिशातून शंभराच्या नोटा काढल्या.

मिर्जाने झडप घेऊन त्या ताब्यात घेतल्या.

सगळीकडून आवाज आला, कमाल आहे. मानतो, उस्ताद. उगीच नाही तत्त्वज्ञानी आहेत.

मिर्जाने नोटांना डोळ्याला लावत म्हटले-'भाई मेहता, आज मी तुमचा अनुयायी झालो, सांगा, काय जादू चालवली ?'

मेहता मखडत, लाल लाल डोळे करीत बोलले-'अहो, काही नाही. असे कोणतं मोठं काम होते.' जाऊन विचारले-'आत येऊ ? म्हणाली, आपण आहात मेहताजी, या! मी आत जाऊन म्हटले, ती मंडळी ब्रिज खेळू लागलीत ! अंगठीची किंमत एक हजारापेक्षा कमी नाही, तुम्ही तर पाहिले आहे, त्यासाठीच आलोय तुमच्याकडे पैसे असतील तर पाचशे रूपये देऊन हजाराची वस्तू घेऊन या. अशी संधी पुन्हा मिळणार नाही. मिस मालतीने यावेळी पैसे नाही दिले तर निष्कलंक निघून जातील. नंतर कोण देतय म्हणूनच कदाचित त्यांनी अंगठी घेतली की पाचशे रूपये कोणाजवळ असतील. हसल्या आणि पटवून आपल्या बटव्यातून पाचशेच्या नोटा काढून दिल्या आणि म्हणाल्या- मी रिकाम्या हाताने घरातून निघत नाही, कोणी सांगावं कधी गरज पडेल.

खन्ना त्रागा करीत बोलले-'आमच्या प्राध्यापकाचे हे हाल असतील तर विद्यापिठाला ईश्वरच वाली आहे.'

खुर्शेदने जखमेवर मीठ शिंपडलं-'अरे, अशी कोणती मोठी रक्कम आहे, ज्यासाठी तुमचा जीव चाललाय. मी खोटं बोलत नसेल तर ही आपली एक दिवसाची कमाई असेल कल्पना करा. आजारी पडलात तर मिस मालती सोडून कोणाकडे जाणार आहात, आपल्या दुखावरचे औषध मिस मालतीजवळच आहे.'

मालतीने झिडकारले-'पहा मिर्जाजी, तबेल्यात लाथ मिळणं चांगलं नाही.'

मिर्जाने गोंडा घोळला-'कान धरातो, बाईसाहेब !'

मिस्टर तंखाची झडती घेतली- कसेबसे दहा रूपये निघाले, मेहताच्या खिशातून केवळ आठ आणे निघाले ! अनेक सभ्य गृहस्थांनी एक-एक, दोन-दोन रूपये स्वतः काढून दिले. हिशोब केला तर तिनशे रूपयाची कमतरता होती. कमी उणीव रायसाहेबांनी उदारपणे कमी केली.

संपादकजीने मेवा आणि फळाचे सेवन केले होते आणि जरा कंबर मोकळी करीत होते तोच रायसाहेबांनी जाऊन म्हटले-'मिस मालतीने आपली आठवण केली आहे.'

खूश होत म्हणाले-'मिस मालतीने माझी आठवण केलीय, नशीब माझे !रायसाहेबांसोबतच हॉलमध्ये प्रवेश केला.'

दुसरीकडे नोकारांनी मेज स्वच्छ केला. मालतीने पुढे होऊन त्यांचे स्वागत केले.

संपादकजीने नम्रता दाखवली- बसा ना, त्रास नका घेऊ, मी इतका मोठा माणूस नाहीय.

मालतीने श्रद्धापूर्ण स्वरात म्हटले- आपण त्रास समजत असाल. मला असं वाटतं की मी आपल्या सन्मानात भर घालत आहे. तसे तुम्ही स्वतःला कमी समजता ते तुम्हाला शोभतही नाही. परंतु या ठिकाणी एकत्र झालेली जी मंडळी आहेत ते सारे आपल्या राष्ट्र आणि साहित्यसेवेने प्रभावीत झालेले आहेत. आपण या श्रेत्रात जे योगदान दिले आहेत, त्याचं आज कोणाला महत्व वाटत नसेल, परंतु ती वेळ दूर नाही ,मी तर म्हणते ती वेळ आली आहे. प्रत्येक शहरातील जनता आपलं नाव रस्त्यांना देईल, टाऊनहॉलमध्ये आपले चित्र टांगले जाईल, वर्तमानात जे काही थोडफार प्रबोधन झाले आहे ते आपल्या मुळीच, हे ऐकून आपल्याला आनंद होईल की, देशात आता आपले असे अनुयायी निर्माण झाले आहेत, जे आपल्या ग्रामीण सुधारणा कार्यक्रमात तुम्हाला हातभार लावायला उत्सूक आहेत आणि त्यांची मोठी इच्छा आहे की हे काम संघटीत स्वरूपात केल्या जावे आणि एक ग्रामसुधार संघ स्थापन करण्यात यावा. ज्याचे आपण प्रमुख असाल.

ओंकारनाथच्या जीवनातली ही पहिली संधी होती. त्यांना त्याच्या गटातील लोकांकडून सन्मान मिळू लागला होता, तसे तर कधी-कधी साधारण सभेत बोलत होते आणि सभेचे प्रमुख, उपप्रमुखही असत. परंतु सुशिक्षीत समाजाने आतापर्यंत त्याची उपेक्षाच केली होती. तशा लोकांत ते कधी सामील होत नसतं म्हणून साधारण सभेत त्यांची निष्क्रियता आणि स्वार्थांधतेची तक्रार करीत होते आणि आपल्या दैनिकांकडून एका-एकाला चांगले उत्तर देत. लेखणीत दम होता. वाणी कठोर, गंभीरतेच्या ठिकाणी पोरकटपणा करीत, म्हणून जनता त्यांना निव्वळ पोकळ समजत. त्याच समाजात आज त्यांचा किती सन्मान ! कुठे आहे आज 'स्वराज्य' आणि 'स्वतंत्र भारत' आणि 'निर्भिड' संपादक, येऊन पहा आणि मन शांत करा. आज निश्चितच देवतांची त्यांच्यावर कृपादृष्टि आहे. सदुद्योग निष्फळ ठरत नाही. ऋषीचे वाक्य आहे, ते स्वतःच स्वतःच्या नजरेतून उतरले होते. कृतज्ञतेनं प्रसन्न होत म्हणाले-'बाईसाहेब, आपण तर मला काट्यामधून ओढत आहात, मी तर जनतेची जी काही सेवा केली, आपलं कर्तव्य समजून केली, मी या सन्मानाला माझा नाही, त्या उदिष्टांचा सन्मान समजतो, ज्यासाठी मी जीवन समर्पण केले.परंतु माझी नम्र विनंती आहे की प्रमुख पद एखाद्या प्रभावशाली पुरूषाला दिले जावे. पदावर माझा विश्वास नाही. मी तर सेवक आहे आणि सेवा करू इच्छितो'

मिस मालती हे सहजा-सहजी मान्य करू शकत नव्हती. प्रमुख पंडितजीला व्हावे लागेल.

नगरात तिला इतका प्रभावशाली व्यक्ति दुसरा दिसत नव्हता. ज्याच्या लेखनीत जादू आहे, वाणीत आहे, ज्याच्या व्यक्तिमहत्वात जादू आहे ते कसे म्हणू शकतात की ते प्रभावशाली नाहीत. तो जमाना गेला ज्या काळात धन आणि प्रभावामध्ये हातमिळवणी होती. आता प्रतिभा आणि प्रभावाची हातमिळवणी होण्याचे युग आहे. संपादकजीला हे पद खात्रीनं स्वीकारावे लागेल. मंत्री मिस मालती असेल. या सभेसाठी एक हजाराची देणगी पण गोळा झाली आहे. अजून तर सारं शहर आणि विभाग बाकी आहे. चार-पाच लाख जमा होणं साधारण गोष्ट आहे.

ओंकारनांथावर नशा चाढल्यासारखे झाले. त्यांच्या मनात ज्या प्रकारच्या उत्तेजित लाटा उसळत होत्या, त्यांनी गंभीर जबाबदारीचे स्वरूप धारण केले. म्हणाले- पण तुम्ही हे लक्षात घ्या मिस मालती, हे मोठेच जबाबदारीचे काम आहे आणि तुम्हाला तुमचा बराच वेळ द्यावा लागेल. मी माझ्या वतीने आपल्याला विश्वास देतो की मी सभास्थळी सर्वांत आधी दिसेल.

मिर्जाजीने दुजोरा दिला- तुमचा मोठ्यातला मोठा शत्रू सुद्धा हे कधी अमान्य करणार नाही की आपण जाबाबदारी पूर्ण करण्यात कधी कसूर ठेवता म्हणून

मिस मालतीने पाहिले, दारूचा थोडा-थोडा परिणाम होऊ लागला आहे. मग तर अधिकच गंभीर होत बोलली-'आम्ही जर तुमच्या कामाचे महत्त्व लक्षात घेतले नसते तर ना ही सभा स्थापन झाली असती ना आपण तिचे प्रमुख असता. आम्ही एखाद्या धनाड्या किंवा तालुकेदाराला प्रमुख करून त्याच्याकडून खूप पैसा उकळला असता आणि सेवेच्या आडून स्वार्थ सिद्ध केला असता. परंतु हा आमचा उद्देश नाही आहे, आमचा एकमेव उद्देश आहे जनतेची सेवा करणे. त्याचे सर्वात मोठे साधन आहे आपले दैनिक. आम्ही ठरवले आहे की प्रत्येक शहर आणि गावात त्याचा प्रचार केला जावा आणि लवकरात लवकर त्याची ग्राहक संख्या वीस हजारापर्यंत जावी. विभागातील सर्व नगरपरिषदा आणि जिल्हा बोर्डाचे चेअरमेन आमचे मित्र आहेत. अनेक चेअरमेन तर इथेच उपस्थित आहेत. जर प्रत्येकानी पाचशे प्रती जरी घेतल्या तर पंचवीस हजार प्रती खात्रीनं गेल्या म्हणून समजा. पुन्हा रायसाहेब आणि मिर्जा साहेबांचा तसाच सल्ला आहे की कौन्सिलमध्ये या विषयावर एक प्रस्ताव सादर केल्या जावा की प्रत्येक गावासाठी 'बिजली'ची एक प्रत सरकारमार्फत म्हणून मागविण्यात यावी किंवा काही वार्षीक मदत जाहीर केल्या जावी आणि आम्हाला पूर्ण विश्वास आहे की हा प्रस्ताव पास होईल.

ओंकारनाथने जणू नशेत तर्र असल्यासारखं म्हटले- आपल्याला गव्हर्नरकडे डेप्युटेशन घेऊन जावे लागेल.

मिर्जा खुर्शेद म्हणाले- आवश्य !

त्यांना सांगावे लागेल की कोणत्याही सभ्य सरकारसाठी हि किती लज्जास्पद आणि काळीमा फासणारी गोष्ट आहे की ग्रामोत्थानाच्या संदर्भात एकमेव दैनिक 'बिजली' असतानाही त्याचे अस्तित्त्व सुद्धा मान्य केले जात नाही.

मिर्जा खर्शुद म्हणाले-'जरूर - जरूर!'

मी गर्व नाही करत. गर्व करण्यासारखं काही घडलं नाही, परंतु मी असा दावा करतो की ग्रामसंघटनासाठी 'बिजलीने' जितके काही केले....

मिस्टर मेहताने भर घातली-'नाही महाशय, तपस्या म्हणा '

मी मिस्टर मेहताना धन्यावाद देतो, होय, याला तपस्याच म्हणावी लागेल, मोठी तपस्या. 'बिजलीने' जितकी तपस्या केली आहे ती या भागाचीच नाही तर राष्ट्राच्या इतिहासात अभूतपूर्व आहे.'

मिर्जा खुर्शेद म्हणले-'जरूर जरूर !'

मिस मालतीने एक ग्लास भरून दिला-'आमच्या संघाने हा निश्चय केला आहे की कौन्सिलमध्ये यावेळी जी एक जागा रिकामी आहे. त्यासाठी आपण उमेद्वार म्हणून असणार आहात तुम्हाला. केवळ होय म्हणायचे आहे. बाकीचं काम आम्ही करू. तुम्हाला ना खर्चाची काळजी आहे ना प्रचार, ना धावपळ.'

ओंकारनाथाच्या डोळयातील तेज वाढलं. गर्वपूर्ण नम्रतेने बोलले-'मी आपल्या लोकांचा सेवक आहे, माझ्याकडून होण्यासारखं काम करून घ्या.'

आम्हाला आपल्याकडून हिच आशा आहे. आम्ही आतापर्यंत खोट्या देवासमोर नाक घासून- घासून पराभूत झालोत पण काही हाती लागलं नाही. आता आम्ही आपल्यामध्ये सच्चा, मार्गदर्शक, सच्चा गुरू पाहिला आहे आणि या शुभ दिनी आनंदात आज आम्ही एकमनाने, एक जीवाने, आपल्या अहंकाराला, आपल्या दंभाला तिलांजली द्यायला हवी. आपल्यात आजपासून कोणी ब्राह्मण नाही, कोणी शुद्र नाही, कोणी हिंदू नाही, कोणी मुसलमान नाही, कोणी श्रेष्ठ नाही, कोणी कनिष्ठ नाही, आपण सर्व एकाच आईची लेकरं, एकाच मांडीवर खेळणारे, एकाच ताटात जेवणारे बांधव आहेत, जी मंडळी भेदभावात विश्वास ठेवतात, जी मंडळी प्रथकता आणि कट्टरतेचे उपासक आहेत, त्यांच्यासाठी आपल्या सभेत स्थान नाही. ज्या सभेचे प्रमुख पुज्य ओंकारनाथ सारखे विशाल ऱ्हदयावाले व्यक्ति आहेत. या सभेत श्रेष्ठ-कनिष्ठतेचा, खाण्या-पिण्याचा आणि जाती-पातीचा काही फरक नाही होऊ शकत. जो महानुभाव एकमतेमध्ये आणि राष्ट्रीयतेमध्ये विश्वास ठेवत नाही, त्यांनी कृपया या ठिकाणाहून बाहेर पडावे.

रायसाहेबांनी शंका व्यक्त केली-'माझ्या दुष्टिने एकतेचा हा अर्थ नाही की सगळया लोकांनी खाण्या-पिण्याचा विचार सोडून द्यावा. मी दारू पित नाहीम्हणजे काय मी या सभेत नाही थांबले पाहिजे.'

मालतीने कठोर स्वरात म्हटले-'अगदीच बाहेर जायला हवं. आपण या संघात राहून कसल्याही प्रकारचा भेद करू शकत नाही.'

मेहताजीने मुद्यावर बोट ठेवले-'मला शंका आहे की आपले सभा प्रमुख स्वतः खाण्या-पिण्याच्या एकमतेवर विश्वास ठेवत नाहीत.'

ओंकारनाथाचा चेहरा मठ्ठ झाला. या मुर्खाला ऐनवेळी हे काय सुचलं, बावळट कुठला, मुडदे उकारायला लागलाय, नाहीतर तर हे सारं वैभव स्वप्नावत शून्यात विलीन होईल.

मिस मालतीने त्यांच्या चेहऱ्याकडे जिज्ञासापूर्वक नजरेने पाहून खंबीरपणे म्हटले-'आपली शंका निराधार आहे मेहता महोदय ! काय आपण समजता की राष्ट्राच्या एकतेचा असा दुसरा उपासक, असा उदारतावादी पुरूष, असा रसिक कवी, अशा निरर्थक आणि लज्जास्पद भेदाला मानत असेल ? अशी शंका घेणे त्यांच्या देशभक्तीवरच अपमान करण्यासारखे आहे.

ओंकारनाथच्या चेहऱ्यावर प्रसन्नता दिसू लागली- समाधानाची झलक दिसू लागली.

मालतीने त्याच स्वरूपात म्हटले- आणि त्यापेक्षा जास्त त्यांच्या पुरूषत्वाचा, एक तरूणीच्या हाताने दारूच्या ग्लासाची प्राप्ती नको म्हणायला कोण सभ्य गृहस्थ असेल ? हा तर स्त्री जातीचा अपमान होईल. त्या स्त्री जातीचा जिच्या नेत्रबाणांने आपल्या ऱ्हदयाला घायाळ होऊ देण्याची लालसा पुरूषात असते. घ्या, बाटली आणि ग्लास, आणि हा क्रम असाच चालू द्या. अशा महानप्रसंगी कसल्या प्रकाराची शंका, कसल्या प्रकारचा आक्षेप, राष्ट्रद्रोहापेक्षा कमी नाही. पहिले आपण आपल्या सभा प्रमुखांना त्यांच्या तबियतीसाठी ग्लास देवू.

बर्फ, दारू आणि सोडा आधीच सज्ज होता. मालतीने ओंकारनाथला आपल्या हाताने लाल विषाने भरलेला ग्लास दिल आणि त्यांना अशा मादक नजरेने पाहिले की त्यांची सारी निष्ठा, सारी वर्ण ताठरता चक्काचूर झाली. मनाने म्हटले- सारा आचार-विचार परिस्थितीच्या नियंत्रणाखाली आहे. आज तुम्ही गरीब आहात, म्हणून धूळ उडवत धावणाऱ्या मोटार सायकलकडे असे पहाता की तिला दगडाने ठेचून काढावे. परंतु काय आपल्या मनात कारची लालसा नसते ? परिस्थितीच विधी आहे. दुसरे कोणी नाही, वाड-वडिलांनी पिली नसेल, नसेल पिली, त्यांना अशी संधीच कधी मिळाली होती? त्याची उपजिवीका पोथी-पुराणावरच होती. दारू आणणार कशी, जरी पिली तर जाणार कुठे ? त्यात पुन्हा ते रेल्वेत बसत नसत, कालचे पाणि पित नसत, इंग्रजी शिकणे पाप समजत. काळ किती बदलला आहे. काळाबरोबत गेलो नाहीत तर तो आपल्याला मागे टाकून निघून जातो. अशा स्त्रीच्या हातून विष जरी मिळाले तरी त्याचे प्राशन करायला हवे. ज्या सौभाग्यासाठी मोठेमोठे राजे तरसतात, ते आज त्यांच्यासमोर उभा होतं.

त्यांनी ग्लास घेतला आणि मान खाली घालून आपली कृतज्ञता दाखवत एकाच दमात पिऊन टाकली आणि मग लोकांकडे गर्भित नजरेनं पाहिलं. काय समजता, मी काय निव्वळ पोंगा पंडित आहे. आता तर मला ढोंगी आणि पाखंडी म्हणण्याचे धाडस नाही करू शकत.?

इतक्यात प्रचंड गोंगाट ऐकू आला. जणू कोंडवाड्यातील बंदिस्त जनावरे एकदाच बाहेर आली आहेत. व्वा देवीजी ! काय बोलायचं ! कमाल आहे मिस मालती, कमाल आहे. भंग पावला धर्म, सगळे सिद्धांत मांडीत निघाले, कट्टरतेला तडा गेला.

ओंकरनाथच्या घशातून दारू अजून उतरलीही नव्हती तोच लोकांची रसिकता पोकळ निघाली. हसत म्हणाले-'मी माझ्या धर्माची दोर मिस मालतीच्या हाती सोपवले आहे आणि मला विश्वास आहे, त्या योग्यरितीनं तिला हाताळतील. त्यांच्या चरण कमळाच्या ह्या प्रसादावर मी असे एक हजार धर्म अर्पण करू शकतो.

गोंधळातून आवाज आला.

संपादकांचा चेहरा प्रसन्न दिसत होता. डोळ्यांची उघडझाप होत होती. दुसरा ग्लास भरवत बोलले- हा मिस मालतीच्या आयुरारोग्यासाठी होता. तुम्ही घ्या आणि त्यांना आशीर्वाद द्या.

लोकांनी पुन्हा आप-आपले ग्लास रिकामे केले.

त्याचवेळी मिर्जा खुर्शेदने एक पुष्पहार आणून संपादकांच्या गळयात घातला आणि म्हणाले- सज्जनांनो, सेवकाने सुद्धा पूज्य सदर साहेबांच्या सन्मानार्थ एक स्तुतीकाव्य केले आहे. तुमची

परवानगी असेल तर ऐकवता येईल.

सगळीकडून आवाज आले- होय, होय, अवश्य ऐकवा.

ओंकारनाथ भांग तर दररोज पित असत. त्यांच्या मेंदूला त्याची सवय झाली होती. परंतु दारू पिण्याची त्यांना मिळालेली ही पहिली संधी होती. भांगाची नशा हळूवारपणे स्वप्नासमान येत होती आणि ढगारसमान सगळीकडे पसरत होती. त्यने त्यांची चेतना जागृत असायची. त्यांना समज असायची. यावेळी त्यांची वाणी चांगलीच जोमदार आहे आणि कल्पना प्रबळ. दारूची नशा त्यांच्यावर शिहासारखी आक्रमण करून डोक्यावर चढून बसली.त्यांना वेगळेच म्हणायचे असताना व्यक्त होत असायचं दुसरेचं. नंतर तर ते काय बोलत आहेत आणि करीत आहेत हेच त्यांना समजेना. हा स्वप्नांचा रोमांचक विचित्रपणा नव्हता. जागृतीचे असे चक्कर होते ज्यात आकार निराकार होऊन जायचा.

माहीत नाही त्यांच्या मनात ही कल्पना कशी जागृत झाली. स्तुती काव्य वाचणे मोठेच खराब काम आहे. मेजवर हात आपटत बोलले'नाही, अजिबात नाही, इथे कसलेही स्तुतीकाव्य होणार नाही, मी सभा प्रमुख आहे, माझे सांगणे आहे. मी आत्ताच ही सभा बरखास्त करू शकतो. सगळ्यांना बाहेर काढू शकतो, माझे कोणी काही करू शकत नाही, मी सभाप्रमुख आहे. दुसरा कोणीही सभा प्रमुख नाही.'

मिर्जाने हात जोडून म्हटले- 'हुजूर, या स्तुती काव्यात तुमची स्तुती करण्यात आली आहे.'

संपादकजीने लाल, पण मलीन नजरेने पाहिले. तुम्ही माझी स्तुती कशाला करता ? का करता ? सांगा, माझी स्तुती का केली ? मी कोणाचा नोकर नाही, कोणाच्या बापाचा नोकर नाही, कोणाचे घेऊन खात नाही, मी स्वतः संपादक आहे. मी 'बिजलीचा' संपादक आहे. मी त्यात सर्वांची स्तुती करीन, बाईसाहेब, मी तुमची स्तुती नाही करणार. मी कोणी मोठा माणूस नाही, मी सगळ्यांचा गुलाम आहे. मी तुमच्या चरणाची धूळ आहे. मालतीदेवी माझी लक्ष्मी, सरस्वती, माझी राधा... असे म्हणत मालतीच्या पायाकडे झेप घेतली आणि तोंडावर खाली पडले. मिर्जा खुर्शेदने धाव घेत त्यांचा बचाव केला आणि खुर्च्या बाजूला करीत फरशीवर झोपू घातलं. मग त्यांच्या कानाजवळ तोंड घेऊन जात म्हणाले- रामराम सत्य है ! म्हणत असाल तर यांची अंतयात्रा काढू ?

रायसाहेब म्हणाले- 'उद्या पहा, कशी खरडपट्टी काढतात एकेकाची. असा बदनाम करीन लक्षात ठेवा. एकमेव दृष्ट आहे जो कोणाची कीव करीत नाही. लिहिण्यात तर याचा हात कोणी धरणार नाही. इतका गाढव माणूस इतके कसे चांगले लिहितो, हे एक रहस्यच आहे.

दोघा-चौघांनी संपादकजीला उठवलं आणि नेऊन त्यांच्या खोलीत झोपवलं. इकडे मंडपात धनुष्य यज्ञ होत होता. अनेकदा या मंडळींना बोलावणे आले होते. अनेक अधिकारी पण मंडपात स्थापनापन्न झाले होते. ही मंडळी तिकडे जायला निघाली होती तोच एक अफगाण अचानक दाखल झाला. गोरा रंग, लांब-लांब मिशा, उंच बांधा, रुंद छाती, डोळ्यात निर्भयाचा उन्माद, लांब कुर्ता, पायात सलवार, जरीचे काम केलेली बंडी, डोक्यावर पगडी, काखेत बॅग आणि खांद्यावर बंदूक ठेवलेला. कमरेला तलवार बांधून माहीत नाही कोठून आला आणि मोठ्याने बोलला- खबरदार ! कोणीही जागेवरून हालणार नाही. आम्ही लोकांनी तुम्हाला घेरले आहे. इथला जो कोणी सरदार आहे, त्यांनी

आमच्या माणसाला लुटले आहे ,त्याचा माल तुम्हाला द्यावा लागेल ! एक-एक कवडी द्यावी लागेल. कुठे आहे सरदार? त्याला बोलवा.'

रायसाहेबांनी समोर येऊन क्रोधीत स्वरात म्हटले-'कसली लूट ! कसला डाका ? हे सगळं तुमच्या लोकांचे काम आहे. इथे कोणी कोणाला नाही लुटत. सरळ-सरळ सांग, काय भानगड आहे ?'

अफगानणे डोळे वटारले आणि बंदूकीचे टोक जमीनीवर टेकवत बोलला-'मला विचारतोस कसली लूट, कसला डाका ? तू लूटतोस, तुझी माणसं लुटतात, मी इथल्या कोठीचा मालक आहे. आमच्या कोठीत पंचवीस तरूण आहे. आमचा माणूस पैसे घेऊन येत होता कराचे, एक हजार, ते लुटण्यात आलेत, आणि म्हणतोस कसला डाका ? मी सांगतो, कसला डाका असतो ते. आमचे पंचवीस तरूण येत असतील, तुझ्या गावाला लूटतील, कोणी साला काही-काही करू शकणार नाही.

खन्नाने अफगाणचा अवतार पाहून घेतल्यावर हळूच काढता पाय घेतला, सरदारने जोराने धमकावले- 'कुठे निघालास ? कोणीही कुठे जाणार नाही. नाहीतर आम्ही सगळ्याना ठार करू आता गोळीबार करीन. माझे तुम्ही काही करू शकत नाही. आम्ही तुमच्या पोलिसांना नाही घाबरत. पोलिसांची माणसं आमचा अवतार पाहूनच घाबरतात. आमच्या लोकांचे काऊंसिल आहे, आम्ही त्याला पत्र पाठवून लाट साहेबाकडे तक्रार करू. आम्ही येथून कोणाला नाही जाऊ देणार, तुम्ही आमचे एक हजार रूपये लुटले आहेत. आमचे रूपये नाही दिले, तर आम्ही कोणालाही जिवंत सोडणार नाहीत. तुम्ही लोकांचा माल लुटता आणि इथं माशूकसोबत दारू पिता.'

मिस मालती त्याची नजर चुकवून तिच्या खोलीतून निघालीच होती ताच उडी मारून तिच्या पुढ्यात उभा राहिला. म्हणाला-'तू या बदमाषांकडून माझा माल मिळवून दे. नाहीतर मी तुला उचलून नेईन. माझ्या कोठीत मजा करीन. तुझ्या तारूण्यावर मी फिदा झालो आहे किंवा मला एक हजार रूपये ताबडतोब देवून टाक किंवा तुला माझ्यासोबत यावे लागेल. मी तुला नाही सांडणार. मी तुझा आशीक झालो आहे. माझा दिल तुझ्यावर आलाय. या ठिकाणी पंचवीस जवान आहेत. या जिल्ह्यात आमचे पाचशे जवान काम करतात. मी आमच्या कबिल्याचा खान आहे. आमच्या कबिल्यात दहा हजार शिपाई आहेत. आम्ही काबुलच्या आर्मीसोबत लढू शकतो. इंग्रज सरकार मला वर्षाला वीस हजार खिराज देतेय. तुम्ही जर माझे रूपये नाही दिले, तर आम्ही गावची-गावं लूट करू आणि तुमची माशूक घेऊन जाऊ. खून करताना आम्हाला मजा येते. आम्ही रक्ताचे पाट वाहू.'

कार्यक्रमावर दहशत पसरली. मिस मालती चिवचिव करायचं विसरली. खन्नासाहेबांचे हात-पाय थरथरत होते. बिचारे चोरांच्या भीतीपोटी एक मजली बंगल्यात रहात होते. जिन्यावर चढणे त्यांच्यासाठी सुळावर चढण्यासारखं होतं. गरमीमध्ये सुद्धा भीतीपोटी खोलीतच झोपत असत. रायसाहेबांना ठकुराईनचा अभिमान होता. ते आपल्याच गावात एका पठाणाला घाबरणे हास्यस्पद समजत होते, परंतु त्याच्या बंदुकीचं काय करतील ? यांनी थोडी जरी गडबड केली की त्याने बंदूक चालवलीच म्हणून समजा. गडबड तर होतच रहाते, या लोकांचा निशाना पण किती अचूक असतो. त्याच्या हातात जर बंदूक नसती तर रायसाहेब त्याच्यासोबत दोन हात करायला सुद्धा तयार झाले असते. समस्या अशी होती की दुष्ट कोणाला बाहेर जाऊ देत नव्हता. नाहीतर, सारं गाव गोळा करून याच्या साथीदाराला बदडून काढले असते.

शेवटी त्यानं धीर एकवटला आणि जीवावर उदार होत म्हणाले-'मी तुला सांगितलय आम्ही डाकू-चोर नाहीत म्हणून. मी इथल्या काउंसिलाचा सदस्य आहे आणि ह्या बाईसाहेब लखनौच्या सुप्रसिद्ध डॉक्टर आहेत. इथे सगळे सभ्य आणि इज्जतदार मंडळी जमलेत. आम्हाला अजिबात कल्पना नाही की तुमच्या माणसाला कोणी लुबाडले ? तुम्ही जावून पोलिसात तक्रार करा.'

खानने जमीनीवर पाय आपटले. ढंग बदलला आणि बंदूकीला खांद्यावरून हातात घेत म्हणाला-'वटवट बंद करा. काउंसिलच्या सदस्याला आम्ही असं पायाखाली चिरडून टाकतो. (पाय जमीनीवर आदळतो.) आमचे हात असे-तसे नाहीत. आमचा दिल मजबूत आहे. आम्ही खुदाताला शिवाय कोणालाही घाबरत नाही. तुम्ही आमचे रूपये देणार नाही तर आम्ही (रायसाहेबाकडे इशारा करीत)जागीच तुमची कत्तल करू.'

आपल्याकडे बंदुकीचे टोक पाहिल्यावर रायसाहेब खाली वाकत मेजच्या इतके झाले. विचित्र प्रसंग ओढवला होता, सैतान पुन्हा पुन्हा म्हणत होता, तुम्ही माझे पैसे लुबाडलेत. ना काही ऐकून घेतोय, ना काही समजून घेतोय, ना कोणाला आत-बाहेर जाऊन देतोय. नोकर-चाकर, शिपाई-प्यादे, सगळे धनुष्य यज्ञ बघण्यात मग्न होते. जमीनदारांचे नौकर तसेही आळशी आणि कामचोर असतात. दहावेळा हाक मारल्याशिवाय ते काही येत नाहीत. आणि यावेळी तर ते एका शुभ कार्यात गुंतले होते. धनुष्य-यज्ञ त्यांच्यासाठी केवळ तमाशा नव्हता तर ईश्वरी खेळ होता. एक माणूस जरी तिकडचा इकडे आला असता तर क्षणभरात खानाची नशा उतरली असती. दाढीचा एक-एक केस उपटून टाकला असता, किती रागीट आहे, असतातही जल्लाद ! न मरण्याचं दुःख ना जगयाचा आनंद.

खन्ना रडवेला चेहरा करीत म्हणाले-'काही रूपये देवून ही बला येथून घालवून द्या.'

रायसाहेबांनी मालतीकडे पाहले-'बाईसाहेब, काय विचार आहे आपला ?'

मालतीच्या चेहऱ्यावर प्रचंड संताप होता. म्हणाली -'काय होईल, माझी इतकी बेईज्जती होऊ लागली आणि तुम्ही नुसतेच पाहू लागलात ! वीस पुरूष असतानाही एक अडमुठा पठाण माझी इतकी दुर्गती करू लागलाय आणि तुमचे रक्त थोडेही गरम नाही होऊ लागले. तुम्हाला जीव इतका प्रिय आहे ? का एखादा माणूस बाहेर जाऊन ओरडत नाही ? का तुम्ही त्याच्यावर हल्ला करून त्याच्या हातातील बंदूक हिसकावून घेत नाहीत. बंदूकच चालवील ? चालवू द्या. एक किंवा दोघांचा जीव जाईल ? जावू द्या.'

परंतु मरू देण्याला बाईसाहेब जितकं सहज समजत होत्या, इतर मंडळी समजत नव्हते. एखादा माणसाने बाहेर जाण्याचा प्रयत्न करावा आणि पठाणाने रागाच्या भरात पाच-दहा लोकांवर गोळ्या चालवाव्यात. तर इथे हत्याकांड होईल. फार झालं तर सरकार त्याला फाशीची शिक्षा देईल. ते पण शक्य नाही ! एक मोठ्या कबिल्याचा सरदार आहे. त्याला फाशी देतांना सरकारही विचार करीन. वरून दबाव येईल. राजकारणापुढे न्यायाचा कोण विचार करतो ? उलट आपल्यावरचं खटले दाखल होतील आणि पोलीस चौकशी सुरू होईल. असे झाल्यास नवल नाही, किती आनंदानं सगळं चाललं होतं. आतापर्यंत नाटकाचा आनंद घेत असतो. या सैतानाने येऊन नवेच संकट उभे केले आहे आणि असे दिसते आहे की एक दोन खून केल्याशिवाय काय तो ऐकणार नाही.

खन्नाने मालतीला फटकारले-'बाईसाहेब, तुम्ही जर आम्हालाच धारेवर धरू लागलात. जणू आपली प्राण रक्षा करणे काही पाप आहे. प्रत्येकाला आपला जीव प्रिय असतो आणि आपण आपला जीव वाचवण्याचा प्रयत्न करीत असलो तर काही लज्जेचा विषय नाही. तुम्हाला अमचा जीव इकता स्वस्त वाटतो. याचेच मला दु:ख होत आहे, एक हजाराचीच तर गोष्ट आहे. तुमच्याजवळ फुकटचे एक हजार रूपये तर आहेत, ते देवून का नाही जीव वाचवत ? तुम्ही स्वतःच्या हाताने बेइज्जत होऊ लागलात, त्यात आमचा काय दोष ?'

रायसाहेबाने रागावत म्हटले-'याने बाईसाहेबांना हात जरी लावला, तर माझा जीव गेला तरी हरकत नाही, मी याच्यासोबत दोन हात करीन. शेवटी त्यालाही दोनच हात आहेच.'

मिर्जा साहेबांनी शंकायुक्त मान हालवत म्हटले-'रायसाहेब, तुम्हाला यांची खरी ओळख नाही, हा गोळ्या झाडने सुरू करीन. तर मग कोणाला जिवंत सोडणार नाही. यांचा निशाना वाया जात नाही.'

मि. तंखा बिचारे आगामी निवडणुकीच्या समस्या सोडवायला आले होते. पाच-दहा हजार निवढणूक निधी गोळा करून जाण्याचा त्यांचा बेत होता. इथे तर जीवच धोक्यात आला होता. म्हणाले सरळ साधा उपाय नाही. खन्ना साहेबांनी सांगितल्याप्रमाणे, एक हजाराची गोष्ट आहे, ते आपल्याजवळ आहेत. तर तुम्ही इतका कसला विचार करताय ?

मिस मालतीने तंखाकडे तिरस्कारयुक्त नजरेने पाहीले.

'आपण इतके भित्रे असाल याची कल्पना नव्हती.'

'मला याची कल्पना नव्हती की तुम्हाला फुकटचे पैसे इतके प्रिय असतील '

तुम्ही मंडळी माझा होत असलेला अपमान पाहू शकता म्हणजे तुमच्या घरच्या स्त्रींयांचा आपमानही असाच पाहू शकला असता ?'

'तर तुम्ही पैशासाठी तुमच्या घरच्या पुरूषांना गोळ्या मारू द्याल?'

खान इतक्या वेळापासून चिडून या लोकांची वटवट ऐकून घेत होता. अचानक ओरडून बोलला-'आता मी नाही ऐकून घेणार. मी इतक्या वेळापासून इथं उभा आहे, तुम्ही लोक काही बोलतच नाही. (खिशातून शिटी काढत) मी तुम्हाला अजून थोडा वेळ देतो. तुम्ही लोकांनी पैसे जर दिले नाहीत तर सिटी वाजवीन आणि माझे पंचवीस जवान येतील, पहा.'

पुन्हा डोक्यात प्रेमाची झलक भरवून त्याने मिस मालतीकडे पाहिले.

'तू माझ्यासोबत येशील दिलदार ! मी तुझ्यावर फिदा झालो आहे, माझा जीव तुझ्या पायावर ठेवील. इतकी माणसं तुमच्यावर फिदा आहेत पण कोणी आशीक नाही. खर इश्क काय असतो, ते मी तुला दाखवून देईन, तू म्हणशील तर स्वतःच्या छातीत खंजर मारून घेईन.

मिर्जाने गयावया करीत म्हटले-'बाईसाहेब, ईश्वरासाठी या आडमुठ्याला रूपये देऊन टाका.'

खन्नाने हात जोडून विनंती केली-'आमच्यावर दया करा मिस मालती!'

रायसाहेब कठोर होत बोलले-'अजिबात नाही, आज जे काही व्हायचे असेल ते होऊ द्या. एकतर आपण मरू किंवा या जल्लादाला चांगली अद्दल घडवू.'

तंखाने रायसाहेबाला धमकावले- वाघाच्या गुहेत घुसण्यात काय बहादुरी नसते. मी याला

मुर्खपणा समजतो.

परंतु मिस मालतीच्या मनात दुसरेच काही चालले होते. खानच्या लालसायुक्त नेत्रांनी तिला अस्वस्त केले होते आणि आता या घटनेत मनचलपणचा आनंद येत होता. तिचं ऱ्हदय काही वेळ यां पुळचटामध्ये राहून त्याच्या रानटी प्रेमाचा आनंद घेण्यास उत्सूक होतं. शिष्ट प्रेमाची दुर्बलता आणि निर्जीवतेचा तिला अनुभव आला होता. आज उद्ध, बिनधास्त, पठाणाच्या उन्मत प्रेमासाठी तिचं मन धाऊ लागलं होतं. जसे की संगिताचा आनंद घेतल्यावर एखाद्या मस्तवाल हत्तीची लढाई पहाण्यासाठी धावावं.

तिने खाँ साहेबांच्या समोर जाऊन निशंक भावनेनं म्हटलं-'तुम्हाला रूपये नाही मिळणार.'

खानने हात पुढे करीत म्हटले-'तर मी तुला उचलून नेतो.'

'तू इतक्या लोकांमधून मला नाही घेऊन जाऊ शकणार'

'मी तुला हजार लोकांच्यामधून उचलून नेऊ शकतो'

'तुला जीव गमवावा लागेल'

'मी माझ्या माशुकासाठी आपल्या देहाची बोटी-बोटी करू शकतो'

त्याने मालतीला हाताला धरून ओढले- त्याचक्षणी होरीने खोलीत प्रवेश केला. तो राजा जनकाचा माळी बनला होता आणि त्याच्या अभिनयाने खेडूतांना हसवून लोट-पोट केले होते. त्याने विचार केला, मालक अजून का बरं नाहीत आले ? त्यांनी येऊन पहायला हवं होतं की खेडूत या कामात किती कुशल आहेत. जसाही वेळ मिळाला, धावत आला. पण इथले दृष्य पाहून दंग राहीला. सगळीकडे भयभीत शांतता होती. कातर नजरेने खानला पहात होते आणि खान मालतीला आपल्याकडे ओढत होता, त्याच्या सामान्य बुद्धीने अंदाज लावला त्याचवेळी रायसाहेबांनी आवाज दिला-'होरी, पळत जा!

होरी मागे वळला होता तोच खानने त्याच्याकडे बंदूक करत धमकावलं- कुठे निघालास सुअर, मी गोळी घालीन.'

होरी खेडूत होता, लाल पगडी पाहून त्याच्या जीव जात होता. परंतु मस्तवालवर काठी घेऊन त्याची जिरवायचा. तो भित्रा नवहता. मारणे आणि मरणे दोन्ही माहीत होतं, पण पोलिसाच्या चौकशीसमोर त्याचं काही चालत नसे. विनाकारण कोण चकरा मारीन, त्यांना देण्यासाठी रूपये कोठून आणायचे, बाल-बच्चे कोणाच्या भरोशावर ठेवायचे, पण मालक बोलवतात म्हटल्यावर, मग कशाची भीती ? अशावेळी तो मृत्युच्या दरीतही उडी मारील.

त्याने झडप घेत खानची कमर पकडली आणि अशी आडवी लाथ मारली की खान जमिनीवर कोसळला आणि लागला ग्रामीण शिव्या द्यायला. होरी त्याच्या छाताडावर बसला आणि जोराने दाढी धरून ओढली. दाढी त्याच्या हाती लागली. खानने तात्काळ आपला पोशाख उतरला आणि उभा राहीला. अरे ! हे तर मिस्टर मेहता आहेत, मेहता !

लोकांनी सगळीकडून मेहताला घेरलं. कोणी त्यांच्या गळयात पडलं, कोणी त्यांच्या पाठीवा थोपटून शब्बासकी देत होतं आणि मेहताच्या चेहऱ्यावर कसलेच भाव नव्हते. ना हसू, ना गर्व. शांतपणे उभे. जणू काहीच झालं नाही, मालतीने उसना राग दाखवत म्हटले-'तुम्ही हे नाटक कुठे

शिकलात, माझं काळीज अजून धडधड करतय.'

मेहता हसत म्हणाले- जरा या सभ्य गृहस्थांच्या पुरूषत्त्वाची परीक्षा घेत होतो, जे काही झालं त्याबद्दल माफ करावं.

७

हा अभिनय ज्यावेळी संपला, तोपर्यंत रंगशाळेतला धनुष्य यज्ञ समाप्त झाला आणि सामाजिक विनोदी नाट्याची तयारी चालली होती. परंतु या मंडळींना त्यात थोडाही रस नव्हता. मेहता फक्त पहायला गेले आणि सुरूवातीपासून शेवटपर्यंत नजरे खालून घातलं. त्यांना खूप मजा येत होती, अधुन-मधून टाळ्या वाजवत, 'पुन्हा एकदा', 'पुन्हा एकदा' म्हणत कलाकारांना प्रोत्साहन पण देत. रायसाहेबांनी या नाटकात एक मुकादमी ढंगाच्या खेडूत जमिनदाराची टर उडवली होती, सांगायलाच विनोदी नाटक होतं. परंतु करूणेनं भरलेलं होतं. नायकाचं शब्दाशब्दाला कायद्याची भाषा बोलणं, पत्नीवर केवळ यामुळे खटला भरणे की स्वयंपाक करायला थोडासा उशीर लावला, त्यात वकिलांचे नखरे आणि खेडूत सांक्षीदाराच्या दांड्या, पहिल्या साक्षीसाठी तात्काळ तयार होणे, पण कोर्ट बसल्यावर बोलावणी केल्यास खूप आढेवेढे घेणे आणि निरनिराळ्या मागण्या करून उल्लू बनवणं, हे सगळे दृष्य पाहून लोकांची हसून-हसून तारांबळ व्हायची. इतकं जिवंत आणि सत्य होतं की मेहता खिळून राहिले आणि नाटक समाप्त झाल्यावर नायकाला छातीशी धरलं आणि सर्व कलाकारांना एक एक मंडप देण्याची घोषणा केली. रायसाहेबांबद्दल त्यांच्या मानात श्रद्धायुक्त भाव उत्पन्न झाले. रायसाहेब स्टेजच्या मागे नाटकाचे दिग्दर्शन करीत होते. मेहता धावत जाऊन त्यांच्या गळयात पडले आणि मुग्ध होत म्हणाले- आपली दृष्टि इतकी सूक्ष्म आहे याची कल्पना नव्हती.'

दुसऱ्या दिवशी चहा-पाणि झाल्यावर शिकारीचा कार्यक्रम होता. असा एका नदीच्या काठावर भोजन तयार केले जाणार होते. खूप जलक्रिडा केल्यावर सायंकाळी मंडळी घरी जाणार होती. ग्रामीण जीवनाचा आनंद घेतला जाणार होता. ज्या लोकांना विशेष काम होतं त्यांनी निरोप घेतला, केवळ रायसाहेबांवर ज्यांची गाढी मैत्री होती अशी मंडळी थांबली. मिसेस खन्नाचे डोके दुःखत होते. ती जाऊ शकली नाही आणि संपादकजी या मंडळीवर खवळलेले होते की या लोकांचा समाचार घेण्यासाठी कसलीतरी लेखमाला सुरू करण्याच्या बेतात होते. सगळेच सगळे निर्ढावलेले गुंड आहेत. हरामाचे पैसे उडवतात आणि मिशावर ताव मारतात. जगात काय चाललय याची यांना खबरच कुठे आहे ! याच्या शेजारी कोण मरू लागलय, यांना काय त्याचं, यांना तर त्यांच्या भोग विलासाचं पडलंय. हा मेहता, जो स्वतःला तत्त्वज्ञानी समजतो, त्याच्या डोक्यात एकच गोष्ट असते की जीवनाला संपूर्ण किंवा परिपूर्ण बनवणे, ज्याला ही काळजी असते की मुलीचा विवाह कसा होईल किंवा आजारी पत्नीसाठी वैद्य कोठून आणायचा किंवा या महिण्याचे घर भाडेकसे द्यायचे,तो आपलं जीवन परिपूर्ण कसं करील. मोकाट रेड्यासारखे दुसऱ्याच्या शेतात तोंड घालवत फिरतात आणि समजतात की या जगात सगळे सुखी आहेत, तुमचे डोळे त्यावेळी उघडतील ज्यावेळी क्रांती होईल आणि तुम्हाला सांगितल्या जाईल की बेट्या शेतात निघ नांगर हाकायला. मग पहा, तुमचे जीवन कसे पूर्ण होते ते.

आणि ती जी मालती आहे ना, जी बारा घाटाचे पाणि पिऊनही मिस मालती बनून फिरते आहे ! लग्न करणार नाही, यामुळे जीवन बंधनात अडकतं आणि बंधनामुळे जीवनाचा पूर्ण विकास होत नाही. फक्त जीवनाचा विकास यामध्ये आहे की जगाला लुटत फिरा आणि बेधुंद विलास करावा. सारे बंधन तोडावेत, धर्म आणि समाजाला गोळी मारा, जीवनाला कर्तव्याच्या आसपासही फिरकू देऊन नका. झाले तुमचं जीवन पूर्ण. यापेक्षा सोपं काय आहे ! आई-बापासोबत जमत नाही, त्यांना धतुरा दाखवायचा, लग्न नाही करायचे, का तर ते बंधन आहे, मूलं होतील, हा मोहपाश आहे, मग टॅक्स कशाला देता ? ते पण बंधनच आहे, कायद्याचे थोडे जरी उल्लंघने केले तरी बेड्या पडू शकतात, दोरीला साप-साप म्हणून बडवा, यातच खरी बहादुरी आहे. जिवंत सापाजवळ जाण्याची हिंमत नाही, तो फुत्कार करील, त्याला पाहताच शेपूट आत घेऊन पळ काढायचा. हे आहे यांचे संपूर्ण जीवन !

आठ वाजेपर्यंत शिकार पार्टी चालली. खन्नाने कधी शिकार नव्हती केली. बंदुकीच्या आवाजानेच घाबरत असत, परंतु मिस मालती निघाली म्हटल्यावर ते कसे थांबणार होते. मिस्टर तंखाला सुद्धा आजपर्यंत इलेक्शनच्या संदर्भात बोलण्याची संधी मिळाली नव्हती. कदाचित तिथे वेळ मिळू शकतो. रायसाहेब आपल्या ह्या विभागात अनेक दिवसापासून गेले नव्हते. तिकडे काय चालले आहे ते त्यांना पहायचं होतं. कधी-कधी आपल्या भागात फिरल्याने लोकांसोबत चांगले संबंध प्रस्थापित होतात आणि रूबाबही राहतो. कारकून आणि प्यादेही सावध राहतात. मिर्जा खुर्शेदला जीवनात नवीन अनुभव घेण्याचा छंद होंता. खास करू ज्यामध्ये काही धाडस दाखवावे लागतात, मिस मालती एकटी कशी रहाणार होती ! तिला तर रसिकांची गर्दी हवी होती. केवळ मिस्टर मेहता शिकार करण्याच्या खऱ्या-खुऱ्या उत्साहाने चालले होते. रायसाहेबांची इच्छा तर होती की भोजनाचे सामान, स्वयंपाकी, कहार, मदतनीस सगळ्यांना सोबत न्यावे. परंतु मिस्टर मेहताने त्याला विरोध केला.

खन्ना म्हणाले- 'शेवटी तिकडे भोजन करू अथवा उपाशी मरू.'

मेहताने उत्तर दिलं- 'का नाही भोजन करायचं, परंतु आज आपण आपलं स्वतःचं काम स्वतः करणार. पाहिले पाहिजे की नौकराविना आपण जिवंत रहातो किंवा नाही. मिस मालती स्वयंपाक करतील आणि आपण आहोत खायला. खेड्यात हांडे-पातेले तर मिळून जातात आणि सरपणाची काही कमतरता नाही. शिकार आपण करू.'

मालतीने तक्रार केली- 'माफ करा, रात्री तुम्ही माझे मनगट इतक्या जोराने धरले होते की अजून दुखतय.'

'काम तर आम्हीच करणार आहोत, तुम्ही फक्त सांगा'

मिर्जा खुर्शेद म्हणाले- 'अहो, आपण केवळ तमाशा पहा, मी सारी सोय करीन. कोणती मोठी गोष्ट आहे. जंगलात हांडी आणि भांडी शोधणे मुर्खपणा आहे. हरणाची शिकार करायची, भाजून काढा, खा आणि तिथेच झाडाच्या सावलीला झोपा घ्यायच्या.'

हा प्रस्ताव स्वीकारण्यात आला. दोन मोटारी निघाल्या. मिस मालती गाडी चालवत होती. दुसरी स्वतः रायसाहेब. विस-पंचविस मैलावर पहाडी भाग सुरू झाला. दोन्हीकडून उंच पर्वतरांगा धावत निघाल्या होत्या. रस्ते वळणदार, थोड्या वेळाच्या चढानंतर अचानक उतार आला आणि गाड्या खाली ओढल्या गेल्या. दूरवरून नदीचे पात्र दिसू लागले. एखाद्या रोग्याप्रमाणे दुर्बल, स्पंदनहीन,

काठावर एका झाडाखाली गाड्या थांबविण्यात आल्या. सगळे खाली उतरले. असे बजावण्यात आले की दोन तुकड्या करण्यात याव्यात. बारा वाजेपर्यंत शिकार करून परतावे. मिस मालती मेहतासोबत जायला तयार झाली.

खन्नाच्या मनात आढी बसली. ज्या विचाराने आले होते त्यातली हवाच निघून गेली. परंतु रायसाहेबांची सोबत रोमांचक नसली तरी वाईट नव्हती. त्यांच्यासोबत अनेक विषयावर चर्चा करायची होती. खुर्शेद आणि तंखा दोघेच एका टोळीत होते. तिनही तुकड्या वेगवेगळ्या दिशांनी निघून गेल्या.

काही अंतरावरील दगडी रस्त्यातून मेहता सोबत चालल्यावर मालती म्हणली- 'तुम्ही तर चालतच निघालात, जरा विश्रांती पण घेऊ.'

मेहता हसले- 'अजून आपण एक मैल पण नाही चाललोत, आताच थकलात ?'

'थकले नाही परंतु थोडी विश्रांती घ्यायला काय हरकत आहे'

'जोपर्यंत एखादी शिकार हाती लागत नाही, आपल्याला थांबता येणार नाही.'

'मी शिकार करायला आले नव्हते. '

मेहताने वेड्याचे सोंग घेत म्हटले-'बरं, हे मला माहीत नव्हतं, मग काय करायला आला होता ?'

'आत्ता तुम्हाला कसं सांगू'?

हरणाची एक झुंड चरत आलेली नजरेस पडली, दोघे एका शिळेच्या आड लपले आणि नेम धरून गोळी सोडली. नेम चुकला, झुंड पळून गेली.'

मालतीने विचारले-'आत्ता ?'

'काही नाही, चला, पुढे एखादी शिकार मिळेल '

दोघे थोडा वेळ शांतपणे चालत राहिले, नंतर मालतीने थांबून म्हटले-'गरमीमुळे थकून गेल्यासारखं वाटतय. या, या झाडाखाली बसू.'

'आत्ताच नाही, तुम्हाला बसायचे असेल तर बसा, मी तर नाही बसणार'

'फारच निर्दयी आहात तुम्ही, खरं सांगते'

'मग तर तुम्ही मला ठारच कराल, बरं सांगा, रात्री तुम्ही मला इतका का त्रास दिला. मला तुमचा खूप राग आला होता. माहीतय, तुम्ही मला काय म्हणाला होता ?-तू माझ्यासोबत येणार दिलदार ? मला माहीत नव्हतं. तुम्ही अशा तऱ्हेचे आहात म्हणून. बरं, खरं सांगा, यावेळी तुम्ही मला सोबत नेले असते ?

मेहता काही बोलले नाहीत. जणू काही ऐकलेच नाही.

थोडावेळ चालत राहिले, एक तर उन्हाळ्यांचे दिवस, त्यात दगडी रस्ता, मालती थकून बसली.

मेहता उभ्यानेच बोलले- 'ठीक आहे, तुम्ही आराम करा मी आलोच.'

'मला एकटीला सोडून तुम्ही जाणार?'

'मला माहीतय, तुम्ही स्वतःचे रक्षण करू शकता. !'

'कसं माहीतय,?'

'अधुनिक काळातील तरूण्यांचे हेच तर वैशिष्ट्ये आहे. त्यांना पुरूषाचे उपकार नकोत, खांद्याला खांदा लावून चालू इच्छिते ती.'

मालतीने ओशाळत म्हटले- तुम्ही पोकळ तत्त्वज्ञानी आहात, खरोखर. समोर झाडावर एक मोर बसला होता, मेहताने नेम धरला, गोळी हवेत गेली आणि मोर हवेत उडाला.

मालती खूश होत म्हणाली- 'खूप चांगलं झालं, माझा शाप लागला.'

मेहताने खांद्यावर बंदूक टाकत म्हटले- तुम्ही मला नाही स्वतःलाच शाप दिला. शिकार मिळाली असती तर मी तुम्हाला दहा तिनिटे बसू दिलं असतं. आता तर तुम्हाला लगेच निघावे लागेल.

मालतीने मेहताचा हात धरत म्हटले- तत्त्वज्ञानी लोकांना कदाचित ऱ्हदय नसते वाटतं. तुम्ही बरं केलं, लग्न केलं नाही ते. त्या बिचारीला ठारच केलं असतं. परंतु मी नाही असेच जावू देणार. तुम्ही मला सोडून नाही जाऊ शकणार.

मेहताने एका झटक्यात आपला हात सोडवला आणि पुढे निघाले.

डोळ्यात अश्रू आणत मालती म्हणाली- 'मी म्हणते, जावू नका. नाहीतर मी या शिळेवर डोकं फोडून घेईन.'

मेहता झपाट्याने पुढे गेले. मालती पहात राहिली ते विस पाऊले गेले, त्योवळी कासाविस झाली आणि त्यांच्या मागे धावली. एकटं थांबण्यात काही आनंद नव्हता.

जवळ येत म्हणाली- 'मी तुम्हाला इतकं रानटी समजलं नव्हतं.'

'मी जे हरीण मारणार आहे, त्याचे कातडे तुम्हालाच भेट देईन.'

'कातडी गेली चुलीत. आत्ता मी तुमच्यासोबत बोलणारही नाही'

आपल्याला शिकार नाही करता आली आणि दुसऱ्याने चांगली शिकार केली तर मला फार ओशाळल्यासारखे होईल

एक मोठा नाला मध्येच आला. त्याच्या दोन्ही कडा दाताप्रमाणे भासत होत्या. धार इतकी गतिमान होती की लाटा कोसळून पडत. सूर्य माथ्यावर आला होता आणि त्याची तहानलेली किरणे पाण्यात क्रिडा करीत होती.

मालतीने प्रसन्न होत म्हटले- 'आत्ता तर परतावे लागेल.'

'का? त्या पलिकडे जावू. तिकडे तर शिकार मिळेल.'

'धारामध्ये किती वेग आहे ! मी तर वाहून जाईन.'

'हो, तुम्ही जा, मला तुमच्या जीवाचं काही पडलं नाही'

मेहताने पाण्यात पाय टाकला आणि पायाला जोर लावत निघाले. जसे-जसे पुढे निघाले, पाणि खोल-खोल लागले, इतके की छातीपर्यंत आले.

मालती अधीर झाली. शंकेनं मन चंचल झाले. अशी व्याकूळ ती यापूर्वी कधी नव्हती. झाली. मोठ्या आवाजात म्हणाली- 'पाणि खोल आहे, थांबा मी पण येते.'

'नाही, नाही, तुम्ही वाहून जाल, पाण्याची धार वेगवान आहे'

'काही हरकत नाही, मी येत आहे. येऊ नका, खबरदार !'

मालती साडी वर करून पाण्यात उतरली, पण दहा हात पुढे येताच पाणि तिच्या कमरेला लागले.

मेहता घाबरले, दोन्ही हातानी तिला परत जायला सांगत होते- 'तुम्ही इकडे येऊ नका मालती ! इथे तुमच्या डोक्याला पाणि लागेल.'

मालतीने एक पाऊल पुढे टाकले आणि म्हणाली- 'असू द्या, तुमची हिच इच्छा आहे ना की मी मरावं तर तुमच्याजवळ येऊन मरते.'

मालती पोटाइतक्या पाण्यात होती. धार इतकी गतीमान होती की, पाय निसटत असल्याचे समजत होते, मेहता परत आले आणि त्यांनी मालतीला पकडलं.

मालतीने मादक नजरेने तक्रारीच्या सुरात म्हटले- 'मी तुमच्यासारखा पत्थर दिल माणूस नाही पाहिला. असो, आज काय त्रास द्यायचा ते द्या, मी कधी लक्षात ठेवील.'

मालतीचे पाय घसरत असल्याचे जाणवले. तिने बंदूक संभाळत त्यांना कवटाळले.तिने त्या अनुभवाचा आनंद घेत म्हटले- 'आजचा दिवस लक्षात राहिन.'

मेहताने विचारले- 'तुम्ही फार घाबरू लागलात ?'

'पहिल्यांदा घाबरले पण नंतर विश्वास आला की तुम्ही दोघांचे रक्षण करू शकता '

मेहताने गर्वाने मालतीकडे पाहिले-तिच्या चेहऱ्यावर थकल्यासह चमकही होती.

'हे ऐकून मला किती बरं वाटलं, तुम्हाला हे समजेन मालती ?

'तुम्ही कधी समजावलं ? उलट जंगलात फरफटत घेऊन चाललात आणि पुन्हा येताना त्याच नाल्यातून जावे लागेल. तुम्ही कसल्या संकटात टाकलेत, मला तुमच्यासोबत रहावे लागेल, तर एक दिवस जमणार नाही.'

मेहता हसले. या शब्दाचा अर्थ ते चांगलाच समजत होते.

'तुम्ही मला इतकं दूष्ट समजता ! आणि मी जर म्हणालो की तुमच्या वर मी प्रेम करतो, तर माझ्यासोबत विवाह कराल ?'

'अशा पत्थरदिल माणसासोबत कोण करील लग्न ! रात्रंदिवस विरहाच्या आगीत जाळून माराल.'

आणि गोड नजरेनं पाहिलं, जणू म्हणत होती, याचा अर्थ चांगला समजता, बुद्धू नाहीत.

मेहेता जणू सावध होत म्हणाले - 'तुम्ही खरं बोलताय मालती. मी एखाद्या युवतीला खूश नाही ठेवू शकत. माझ्यासोबत एखादी तरूणी प्रेमाचं सोंग नाही करू शकत. मी तिच्या ऱ्हदयापर्यंत जाईल. पण पुन्हा अरूचि होईल.'

मालती सावरली. या शब्दात किती सत्य होतं.

तिने विचारले- 'सांगा, तुम्हाला कशा प्रकारचं प्रेम हवं आहे.?'

'इतकेच की जे मनात आहे ते चेहऱ्यावर असावं! माझ्यासाठी रंग-रूप आणि हाव-भावाचे महत्त्व तितकेच आहे, जितके असायला हवे. मला असे भोजन हवे आहे, ज्यात मनाचे समाधान असेल, उत्तेजक आणि मसालेदार पदार्थांची मला गरज नाही.'

मालतीने ओठ चावत आत श्वास घेत म्हटले- 'तुमच्या कोणी नादी लागणार नाही. एकच शब्दात सांगा, माझ्याबद्दल तुमचा काय विचार आहे.'

मेहता लाजून हसत म्हणाले- 'तुम्ही सगळे काही करू शकता, बुद्धीमान आहात, हुशार आहात, प्रतिभासपन्न आहात, दयाळू आहात, चंचल आहात, स्वाभीमानी आहात, त्याग करू शकता, परंतु प्रेम नाही करू शकत.'

दोघे नाल्याच्या काठावरून चालत होते. बारा वाजून गेले होते. परंतु आता मालतीला ना आरामाची इच्छा होती ना परत जाण्याची. आजच्या संवादामधून तिला असा आनंद मिळू लागला होता की जो तिच्यासाठी अगदीच नवीन होता. तिने कितीतरी विद्धानाना आणि नेत्यांना एका स्मित हास्याने, एक मधूर वाक्याने उल्लू बनवले होते. वाळूचे घर तिला तयार करायचे नव्हते. आज घर बांधणीसाठी कडक आणि मजबुत जमीन मिळाली होती. टिकावाच्या घावासहित ठिणग्या उडत होत्या आणि त्याची कठोरता तिला क्षणोक्षणी मोहीत करीत होती.

गोळीबाराचा आवाज आला. एक पक्षी नाल्यावरून उडत चालला होता. मेहताने नेम धरला. पक्षी गोळी लागूनही उडत होता, नंतर नाल्यातील धारदार पाण्यात पडून वाहून गेला.

'आत्ता ?'

'आत्ता जावून आणतो, जातोय कुठे ?'

असे म्हणत ते वाळूतून पळाले आणि बंदूक काठावर ठेवून धाडकन पाण्यात उडी मारली. प्रवाहासोबत वाहू लागले. परंतु अर्धा मेल वाहत जावूनही पक्षी नाही मिळाला. पक्षी मरूनही जणू उडून गेला होता.

अचानक त्यांनी पाहिले- एक तरूणी काठावरून एक झोपडीतून निघाली. पक्षाला वाहताना पाहून साडीला कमरेला खोचलं आणि पाण्यात उडी घेतली. एका क्षणात तिने पक्षी धरला. मेहताला दाखवत म्हणाली- पाण्यातून बाहेर या बाबुजी, हा घ्या तुमचा पक्षी. मेहता तरूणीचे धाडस आणि चपळाई पाहून मुग्ध झाले. तात्काळ किणाऱ्याला लागले आणि दोन तिनिटात तरूणीजवळ गेले.

तरूणी तशी दिसायला अगदीच काळी होती. कपडे मळकट आणि ओंगळवाणे, दागिण्यांच्या नावाने केवळ हातात दोन-दोन, मोठ-मोठ्या बांगड्या, डोक्यावरील केस अस्तव्यस्त झोलेले, परंतु त्या स्वच्छ, निर्मळ जलवायुने तिच्या काळयापणावर असा रंग चढवला होता आणि निर्सगाच्या कुशीत तिचं शरीर इतकं सुडौल, बांधीव आणि स्वच्छंदी बनले होते की तारूण्याचे चित्र रेखाटण्यासाठी तिच्यापेक्षा सुंदर कोणी मिळालं नसतं. तिचा रेखीव बांधा मेहताच्या मनाला जणू शक्ती आणि तेज उर्जा प्रदान करीत होतं.

मेहताने तिला धन्यवाद देत म्हटले- 'तू फार ऐनवेळी धावलीस नाहीतर माहीत नाही मला किती दूर जावे लागले असते.'

मेहता आश्वासन देत म्हणाले-'तुम्ही इथे उभा नाही राहू शकत. मी आपल्याला खांद्यावर उचलून घेतो.'

मालतीने भुवया वाकड्या करीत म्हटले-'काय पलिकडे जाणे फारच आवश्यक आहे ?

मेहता काही बोलले नाही. बंदूक मानेवर दाबून धरली आणि मालतीला दोन्ही हातानी

उचलून खांद्यावर घेतले.'

मालती आपली साडी सावरत बोलली- 'कोणी पाहिल बरं ?

'वाईट तर वाटतच '

दोन पाऊलानंतर तिने करूण स्वरात म्हटले- 'बरं सांगा, मी इथे पाण्यत बुडाले तर तुम्हाला दुःख होईल किवा नाही ? मला तर वाटतं तुम्हाला अजिबात दुःख होणार नाही.'

मेहताने दुःखी स्वरात म्हटले- 'तुम्हाला वाटतं, मी माणूस नाही.'

'मला तर असेच वाटते, कशाला लपवू'

'खरं सांगतो मालती '

'मग काय समजता ?'

'मी ! कधी सांगेन'

पाणि मेहताच्या गळ्यापर्यंत आलं. पुढचे पाऊल टाकताच बुडणार तर नाही, मालतीचं काळीज धडधड करू लागलं. म्हणाली-'मेहता, ईश्वरासाठी आता पुढे नका जाऊ. नाहीतर मी पाण्यात उडी मारेन'

या संकटात मालतीला ईश्वर आठवला, ज्याची ती टिंगल करायची. माहीत होतं तिला, ईश्वर कुठे बसला नाही म्हणून परंतु मनाला ज्या आशेची आणि ऊर्जेची गरज होती, ती आणखी कोठून मिळणार होती ?

पाणि कमी होऊ लागलं होतं, मालतीने प्रसन्न होत म्हटले- तुम्ही आता मला खाली घ्या.

'नाही, नाही, गुमान बसून रहा, पुढे एखादा खड्डा असला तर'

'तुम्ही समजत असाल, ही किती स्वार्थी आहे'

'मला याची मजूरी द्या'

मालतीच्या मनात गुदगुदी झाली

'कांय मजदुरी घेणार?'

'हिच की जीवनात अशी कधी वेळ आली तर मला बोलवा'

काठावर आले, मालतीने काठावर आपल्या साडीचे पाणि झटकले. चपलेतलं पाणि काढलं, हात-पाय धुतले, पण हे शब्द रहस्यमय आशयासहित तिच्यासमोर नाचू लागले.

तरूणीने खुश होत म्हटले- 'मी तुम्हाला पोहतानी पाहिले, तर धावले. शिकार करायला आलाय ना ?'

'होय, आलोय तर शिकारीलाच, परंतु दुपार झाली तरी हा पक्षी सोडला तर काही मिळालं नाही.

'चित्ता मारायचा असेल तर मी त्यांचा कळप दाखविन. रात्रीला रोज इथे पाणि पिण्यासाठी येतात. कधी-कधी दुपारी पण येतात.'

नंतर थोडा संकोच करीत बोलली-'त्याची कातडी आम्हाला द्यावी लागेल. चला माझ्या घरी, तिथे पिंपळाची दाट सावाली आहे. इथे उन्हात किती वेळ उभा राहाणार ? कपडे पण ओले झालेत.'

मेहताने तिच्या सर्वांगाला चिकटलेल्या साडीकडे पाहून म्हटले-'तुझे कपडे पण ओले झालेत.'

तिने पर्वा न करता म्हटले-'ऑ.... माझे काय, मी तर जंगलातच राहणारी आहे, दिवस-दिवस उन्हा-पाण्यात उभा रहावे लागते, तुम्ही थोडेच राहू शकता.'

तरूणी किती समजदार आणि अडाणी.

'तू कातडी घेऊन काय करणार आहेस ?'

'माझे वडील बाजारात विकतात, आमचे कामच आहे ते'

'परंतु दुपार इथे घालवली तर तू काय खाऊ घालणार ?'

तरूणीने लाजत म्हटले- तुमच्यालायक आमच्या घरी काय आहे ! मक्क्याची भाकरी खा. पक्षाची भाजी करू. तुम्ही सांगा कशी करायची, थोडेसे दूध पण आहे, आमच्या गाईला एक चित्त्याने घेरले होते, त्याला सिंगाने ढुसणी देऊन पळून आली. तेव्हापासून चित्ता तिला घाबरून असतो.

'परंतु मी एकटा नाही, माझ्यासोबत स्त्री पण आहे'

'तुमची पत्नी असेल'?

'नाही, पत्नी नाही, ओळखीची आहे'

'तर मग मी पळत जावून तिला बोलावते, तुम्ही तोंड धुवून घ्या'

'नाही- नाही, मी बोलावून आणतो'

'तुम्ही थकून गेले असाल. शहरातील रहिवासी जंगलात कशाला येत असतील, आम्ही तर जंगलातली माणसं. काठावर तर उभी असेल'

मेहता काही बोलणार तोपर्यंत ती गायब झाली. मेहता पिंपळाच्या सावलीला बसले. या स्वच्छंदी जीवनामुळे त्यांना प्रेम उत्पन्न झाले, समोरच्या पर्वतरांगा तत्त्वज्ञानाप्रमाणे अगम्य आणि दुरपर्यात पसरल्या होत्या. जणू ज्ञानाचा विस्तार होत होता, जणू आत्मा त्या ज्ञानाला, त्या प्रकाशाला, त्या अगम्यतेला, त्याच्या प्रत्यक्ष विराट रूपात पहात आहे, दूर तिकडे एका उंच शिखरावर एक छोटेसे मंदीर होते. जणू तिथपर्यंत भरारी घेऊन पक्षी विश्राम करू इच्छितो आणि त्याला दुसरे ठिकाण सापडत नाही.

मेहता त्याच विचारात गढले होते, तोच ती तरूणी मिस मालतीला घेऊन आली, एक रान-फुलासारखी उन्हात फुललेली, दुसरी उन्हाने सुकलेल्या फुलासारखी निर्जिव.

मालतीने तुसडपणे म्हटले- पिंपळाची सावली चांगली वाटू लागलीय वाटत ? आणि इथं भुकेनं जायची वेळ आलीय.

तरूणीने दोन मोठ मोठे मटके उचलून आणले आणि म्हणाली- मी पाणि घेऊन येते, तोपर्यंत तुम्ही इथे बसा. नंतर चूल पेटवतेक, माझ्या हातचं खाऊन जा. मी एका क्षणात मटन शिजवते. नाहीतर, आपोआप शिजवल्या जाईल, हो पण गव्हाचे पीठ माझ्या घरी नाही आणि इथं एखादं दुकान पण नाही घेऊन यायला.

मालतीला मेहताचा राग आला होता, म्हणाली- तुम्ही इथे कशाला आलात ?

मेहताने चिडवत म्हणाले- एक दिवस या जीवनाचाही आनंद घे. पहा, मक्क्याच्या भाकरीत

किती स्वाद आहे.

'मी नाही खाणार मक्क्याच्या भाकरी आणि जरी पोटात घातल्या तरी पचणार नाहीत. तुमच्यासोबत येऊन मला पश्चाताप झालाय. रस्त्याने दूरपर्यंत फिरवून दमवलं आणि आता इथं कोंडून ठेवलय!

मेहताने कपडे काढले होते आणि केवळ एक निळया चंड्डीवर बसले होते. तरूणीला मटके घेऊन जाताना पाहिले तर तिच्या हातून मटके हिसकावून घेतले आणि विहीरीवर पाणि भरायला गेले. तत्वज्ञानाचा गाढा आभ्यास करतानाही त्यांनी आपल्या तबियतीची काळजी घेतली होती, आणि दोन्ही मटके घेऊन चालताना त्यांच्या मासल मांड्या आणि रूंद छाती एखाद्या पहिलवानाच्या शरीराची आठवण करून देत होती. तरूणी पाणि शेंदतांना त्यांना प्रेमपूर्वक नजरेने पहात होती, आता ते तिच्या दयेस पात्र नव्हते तर तिच्या श्रद्धेचा विषय झाले होते.

विहीर खूप खोल होती, साठ हात, मटके वजनदार होत.

मेहता व्यायाम करीत असतानाही एक मटके ओढता -ओढता ढिल्ले झाले, तरूणीने तत्परता दाखवत त्यांच्या हातून दोरी हिसकावली आणि म्हणाली-'तुम्हाला नाही जमणार, तुम्ही जाऊन खाटावर बसा, मी सेंदते.'

मेहता आपल्या पुरूषत्त्वाचा असा अपमान सहन नाही करू शकले. दोरी तिच्या हातातून हिसकावली आणि जोर दाखवत दुसरा मटकाही ओढून काढला आणि दोन्ही हातात दोन मटके घेतले, येऊन झोपडीच्या दारात उभे राहिले. तरूणीने पटकन चूल पेटवली. पक्षाचे पंख काढले, चाकूने त्याच्या बोट्या केल्या, चुलीवर शिजवायला ठेवून दिले आणि चुलीच्या दुसऱ्या कोपऱ्यावर कढईत दूध उकळू लागली.

आणि मालती भुवयांना ताण देवून, खाटावर खिन्नपणे पडून हे दृष्य पहात होती. जणू एखाद्या ऑपरेशनची तयारी होत आहे.

मेहता झोपडीच्या दारावर उभे राहून तरूणीचे गृह कौशल्य निरखत होते, म्हणाले- 'मला पण काही काम सांग, मी काय करू ?'

तरूणी झिडकारत बोलली- 'तुम्ही काही करू नका, जावून बाईजवळ बसा, बिचारीला खूप भूक लागलीय, दूध गरम होताच त्यांना प्यायला द्या.'

तिने एका मटक्यातून पीठ काढले आणि मळू लागली, मेहता तिच्या अंगाकडे पाहू लागले, तरूणी पण त्यांना तिरप्या नजरेने पाहून आपलं काम करीत होती.

मालतीने हाक मारली-'तुम्ही तिकडे काय करताय ? माझे डोके जोराने दुखू लागले आहे, अर्ध डोकं इतकं दुखू लागलं आहे की जणू फुटणार आहे.'

मेहताने जवळ येत म्हटलं-'असं वाटतय, ऊन लागलय.'

'मला काय माहीत, तुम्ही मला ठार करण्यासाठी इकडे आणलय.'

'काय एखाद्या रोग्याला पहायला आले नव्हते, औषध जवळ ठेवायला. माझा एक औषधाचा बॉक्स आहे. तो सेमरीत आहे ! उफ ! डोकं फुटणार वाटतं!'

मेहताने तिच्या डोक्याच्या बाजूने जमिनीवर बसत डोके चोळायला सुरूवात केली. मालतीने

डोळे बंद केले.

तरूणी हाताला लागलेलं पीठ, डोक्याचे विस्कटलेले केस, धुराने लाल झालेले डोळे, पाण्यासहित, सर्वांगावर घाम, ज्यामधून तिचे वक्ष स्पष्ट दित होते. येऊन उभी राहिली आणि डोळे बंद करून पडलेल्या मालतीकडे पहात बोलली-'बाईला काय झालय ?'

मेंहता म्हणाले- डोके दुखी झालीय.

'पूर्ण डोक्यात की अर्ध्या ?'

'अर्ध्य म्हणतात'

डावीकडे की उजवीकडे ?

'डावीकडील'

'मी आत्ता औषध घेऊन येते. घासून लावताच बरे वाटेल. '

'तू अशा उन्हात कुठे जाणार'

तरूणीने काही ऐकले नाही, धावत जाऊन एका उंच टेकडीत गडप झाली, अर्ध्या तासाने मेहताने तिला उंच पहाडी चढताना पाहिले, दूरवरून अगदीच बाहूलीप्रमाणे दिसत होती. विचार किला, या रानातील मुलींमध्ये किती सेवाभाव आहे अणि किती व्यवहार ज्ञान, उष्मा आणि उन्हात डोंगरावर चढू लागलीय.

मालतीने डोळे उघडून पाहिले, कुठे गेली ती कारटी, काळी पण किती आहे. जणू कोळशाची खाण, तिला पाठवा, या वातावरणात माझा जीव जाईल.

'औषध आणायला गेलीय, सांगत होती, त्याने अर्धडोकं दुःखी तात्काळ थांबते !'

त्यांचे औषध त्यांच्या कामाला येतं, मला नाही होणार काही तुम्ही तर त्या पोरीवर फिदा झालात. किती छिछोरे आहात ! खाण तशी माती !

खरं बोलल्यावर मेहताला राग नव्हता येत.

'काही गोष्टी तिच्याकडे अशा आहेत, त्या जर असल्या तुर तुम्ही देवी झाला असता'

'तिच्याकडच्या खास गोष्टी तिलाच लखलाभ, मला नाही व्हायचं देवी'

'तुमची इच्छा असेल तर मी कार घेऊन येऊ, कार या ठिकाणी येईल असे मला तीह वाटत नाही'

'त्या काळीला का नाही पाठवत ?'

'ती तर औषधी आणायला गेलीय, आल्यावर स्वयंपाक करणार आहे'

'तर आज तुम्ही तिचे पाव्हूणे आहात, कदाचित रात्री पण इथे थांबण्याचा विचार असेल, रात्रीलाच चांगली शिकार मिळते.'

या आरोपाने चिडून जात मेहताने म्हटले- 'या तरूणीबद्दल माझ्या मनात असे प्रेम अणि श्रद्धा आहे, मी तिच्याकडे वासनेने पाहिले तर माझे डोळे फुटतील, मी माझ्या जीवलाग मित्रासाठी पण अशा उष्णतेमध्ये उंच पहाडीवर गेलो-नसतो, आपण काही तासाचे पाव्हूणे आहोत, हे तिला माहीत आहे. ती एखाद्या गरीब स्त्रीसाठी पण अशीच धावत गेली असती. मी विश्व-बंधुत्वावर आणि विश्व-प्रेमावर केवळ लेख किंवा भाषणे करू शकतो, पण प्रत्यक्षातला व्यवहार ती करू शकते. बोलण्यापेक्षा

करणे अधिक कठीण आहे, हे तर तुम्हालाही माहीत आहे.'

मालतीने उपहासपूर्ण भावनेने म्हटले-'पुरे, पुरे, ती देवी आहे, मान्य केलं मी. तिच्या वक्षाला उभार आहे, तिचे नितंब ताठर आहेत, देवी होण्यासाठी यापेक्षा दुसरे काय हवे आहे.'

मेहता तडफडले, तात्काळ उठून कपडे बदलले जे वाळले होते. बंदूक उचलली आणि निघायला तयार झोल. मालतीने खोडा घातला- मला एकटीला सोडून तुम्ही नाही जाऊ शकत

'तर मग कोण जाईल ?'

'ती तुमची देवी '

मेहता हतबल होऊन उभे होते, स्त्री पुरूषावर किती सहज विजय मिळवू शकते. याचा त्यांना आज पहिला अनुभव आला.

ती धापा टाकत आली होती. ती काळी तरूणी, हातात एक रोपटं घेऊन मेहताच्या जवळ येते आणि त्यांना कुठे जाण्यासाठी तयार असलेले पाहून बोलली-'मी ते औषध शोधून काढलं, आता घासून लावते, परंतु तुम्ही कुठे निघालात ? मटण तर शिजले असेल. मी भाकरी भाजते. तुम्ही खाऊन घ्या. बाईसाहेब दूध पितील, थंड झाल्यावर निघून जा.'

तिने निःसंकोच होऊन मेहताच्या कोटाच्या गुंड्या काढल्या ! मेहताने स्वतःला सावरले होते. असं वाटत होतं की या खेडूत मुलीला चरणस्पर्श करावा.

मालती म्हणाली- 'राहू दे ते औषध, नदीच्या काठावर, झाडाखाली आमची गाडी उभी आहे. तिथे माणसे असतील, त्यांना सांग, इकडे कार घेऊन यायला धावत जा.'

तरूणीने करूण नजरेने मेहताकडे पाहिले, इतक्या कष्टानं ओषधी आणलीय, त्याचं हे फळ ! या खेडूत मुलीचं औषध तिला नको होतं तर ठीक आहे, तिची समज काढण्यासाठी थोडं लावलं असतं तर काय बिघडलं असतं !

तिनं औषधी रोपटे जमिनीवर ठेवत म्हटले- तोपर्यंत चुल विझून जाईल बाईसा. म्हणाल तर भाकरी भाजून जाऊ. बाबुजी जेवण करतील आणि तुम्ही दूध पिऊन घ्या. त्यानंतर आराम करा. मी जाईल कार घेऊन यायला.

ती झोपडीत गेली. विझलेली चूल पुन्हा पेटवली. पाहिलं तर मटण शिजलेलं होतं. काही जळालेसुद्धा होते, घाई-घाईने भाकरी भाजल्या, दूध गरम होतं, त्याला थंड केलं आणि एका कटोरीत घेऊन मालतीकडे गेली. मालतीने मळकट काटोरीकडे पाहून तोंड वेंगाडले. परंतु दूधाला नाही म्हणू शकली नाही. मेहता झोपडीच्या दारात बसून एका ताटात मटण आणि भाकरी खाऊ लागले, तरूणी त्यांना पंख्यानं हवा घालत होती.

तरूणीने मालतीकडे एकदा प्रश्नार्थक नजरेने पाहिले. हिला नेमकं काय म्हणायचे आहे, अशा तिला मालतीच्या चेहऱ्यावर आजाऱ्याची नम्रता आणि कृतज्ञता आणि विनंती असं काही दिसलं नाही. त्याऐवजी अभिमान आणि मोठेपणाची झलक दिसली. खेडुत तरूणी मनोभाव ओळखण्यात पटाईत होती. म्हणाली-'मी कोणाची नोकर नाही बाईसा ! तुम्ही मोठ्या असाल, तुमच्या घरच्या. काही मागायला येत नाही मी तुमच्याकडे, मी गाडी आणायला नाही जाणार.'

मालती रागावली-'असं, तू हे मुद्दाम करू लागलीस ! सांग तू कोणच्या हद्दीत येतेस ?'

'हा रायसाहेबांचा इलाका आहे'

'तर त्याच रायसाहेबांच्या हाताने मार बसवते'

'मला मरून तुम्हाला आनंद मिळणार असेल तर खुशाल मारा बाईसा ! मी कोणी राणि-महाराणि थोडीच आहे की लष्कर पाठवावे लागेल'

मेहताच्या पोटात दोन-चार घास गेले नसतील तोच मालतीचे हे शब्द कानी पडले. घास घशातच अडकला. लगेच हात धुतला आणि म्हणाले-'ती नाही जाणार, मी चाललो'

मालती पण उठून उभा राहिली, तिलाच जावे लागेल

मेहता इंग्रजीमधून बोलले-'तिचा अपमान करून तू तुझा सन्मान वाढवू नाही लागलीस मालती !'

मालतीने झिडकारलं- 'अशाच पोरी पुरूषांना पसंत पडतात, ज्यांच्यात दुसरा गुण असोत किंवा नसतो, त्यांच्या पुढे पुढे करणाऱ्या आणि स्वतःला धन्य समजणाऱ्या की पुरूषांनी माझ्याकडून हे काम करून तर घेतलं, त्या देवी आहेत, शक्तीस्थान आहेत, विभूती आहेत, मला वाटत होतं, तुम्ही त्याप्रकारचे पुरूष नाहीत. परंतु आतून , संस्काराचे, तुम्ही पण तसेच आहात.'

मेहता मानसशास्त्राचे तज्ञ होते. मालतीच्या मानोभावना समजत होते. इर्षाचे असे दुसरे उदाहरण त्यांनी पाहिलं नव्हते. त्या तरूणीमध्ये, जी इतकी हळव्या स्वभावाची, इतकी उदार, इतकी प्रसन्न चेहऱ्याची होती, इतकी प्रचंड ईर्षा मनात आहे तिच्या !

म्हणाले- 'काही म्हण, मी तिला नाही जाऊ देणार, तिची सेवा आणि कृपेची अशी परत फेड करून स्वतःच्याच नजरेत नाही पडू शकत.'

मेहताच्या शब्दात इतकी कठोरता होती की मालती हळूच उठली आणि जायला निघाली. तिचा जळफळाट झाला होता. म्हणाली- 'तर मीच जाते. तुम्ही हिच्या चरणाची पूजा झाल्यावर या.'

मालती दोन-तीन पाऊलं पुढे गेल्यावर मेहताने तरूणीला म्हटले-'आता मला निरोप दे ताई. तुझी ही निःस्वार्थ सेवा नेहमी लक्षात राहिन.'

तरूणीने दोन्ही हाताने, सजल नेत्राने त्यांना प्रणाम केला आणि ती झोपडीच्या आत गेली.

दुसरी टोळी रायसाहेब आणि खन्नाची होती, रायसाहेब तर आपल्या त्या रेशमी कुर्ता आणि रेशमी चादरीत होते, परंतु खन्ना साहेबांनी शिकारी पोशाख केला होता, जो कदाचित आजच्यासाठीच केला होता. कारण की खन्नाला इतका वेळ होताच कुठे शिकार करायला. खन्ना ठेंगणे, एकलकोंडे, रूपवान व्यक्ति, गव्हाळ रंग, टपोरे टोळे, चेहऱ्यावर देवीचे व्रण, बोलण्यात पटाईत.

थोडा वेळ चालल्यावर खन्नाने मिस्टर मेहताचा विषय छेडला- जो कालपासून त्यांच्या डोक्यावर राहू प्रमाणे फिरत होता.

म्हणाले-'मेहता म्हणजे विचित्रच माणूस आहे, मला तर जरा नमुनाच वाटतात ते.'

रायसाहेब मेहताची इज्जत करीत हेते, आणि त्यांना सच्चा आणि सच्चा निष्कपटव्यक्ति समजत होते, परंतु खन्नासोबत देवाण-घेवाणीचा व्यवहार होता.स्वभावाने थोडे शांतपणे होते, विरोध करू शकले नाही, म्हणाले- मी तर केवळ त्यांना मनोरंजनाची वस्तू समजतो. कधी त्यांच्या तोंडी

लागत नाही आणि लागायचे म्हटले तरी त्यांच्याइतके समजते कुठे आपल्याला ? ज्यांनी जीवानच्या क्षेत्रात कधी पायच ठेवला नाही ते जर जीवनाबद्दल काही नवा सिद्धांत मांडत असतील तर मला हसू येतं, कामधाम न करता एक हजार महिना उचलतात, ना बायकोची झंझट, ना कसली चिंता, मग त्यांनी तत्वज्ञान सांगू नाही तर मग कोणी सांगावं ? तुम्ही निर्द्वन्द राहून जीवनाला संपूर्ण बनविण्याचं स्वप्न पहाता. अशा व्यक्तिसोबत कसली चर्चा होऊ शकते.

'मी ऐकलय, चरित्र ठीक नाही म्हणून '

'बिनधास्त वागणाऱ्याचं चरित्र चांगलं कसं असू शकतं, समाजात रहा आणि समाजाचे कर्तव्य आणि मर्यादाचे पालन करा, त्यावेळ समजतं !'

'माहीत नाही काय समजून मालती त्याच्यावर फिदा असते'

'मला काय जळवणार ! एका खेळण्यापेक्षा तिला मी जास्त महत्त्व देत नाही'

'असं म्हणू नका मिस्टर खन्ना, मिस मालतीवर जीव ओवाळून टाकता तुम्ही'

'हा आरोप तर मी तुमच्यावरही करू शकतो'

'मी खरोखर खेळणं समजतो, तुम्ही त्यांना प्रतिमा बनवलं आहे'

खन्ना मोठ्याने हसायला लागले, वास्तवीक हसण्यासारखं काही नव्हतं

'एक लोटा देवाला वाहिल्याने वरदान मिळत असेल, तर काय वाईट आहे !'

यावेळी रायसाहेब मोठ्याने हसले- इथेही हसण्याचेही कारण नव्हते.

तर तुम्ही तिला समजूनच घेतले नाही. तुम्ही तिची जितकी पूजा कराल, तितकी दूर दूर पळेल, जितके दूर जाल तितकी ती आपल्याकडे येईल.

'मग तर तिने तुमच्या मागे लागायला हवे'

'माझ्यामागे ! मी त्या रसिक लोकापासून फार दूर आहे मिस्टर खन्ना, खरं सांगतोय, माझ्यात जितकी बुद्धी, जितकी शक्ती आहे ती या विभागाची व्यवस्था करण्यातच खर्ची पडते. घरातील जे काही सदस्य आहेत, ते त्यांच्या त्यांच्या कामात व्यस्त असतात, कोणी उपासनेत, कोणी विषय - वासनेत, कोणी कशात तर कोणी कशात आणि त्या अजगरांना चारा-पाणि घालणं माझं काम आहे, कर्तव्य आहे. माझे अनेक तालुकेदार बांधव भोग विलासात मग्न आहे. हे मला माहीत आहे. पण ही मंडळी घर पाहून तमाशा पहातात, कर्जाचा बोजा डोक्यावर चढत आहे, रोज हिशोब होत आहेत, ज्यांचे घेतात त्यांचे देणे होत नाही, सगळीकडून बदनाम, मी तर असे जीवन जगण्यापेक्षा मेलेलं बरं समजतो. ! माहीत नाही कोणत्या संस्कामुळे माझा जीव जात नाही, ज्याने मला देश आणि समाजाच्या मोहबंधनात बांधले आहे. सत्यग्रह, आंदोलन झाले, माझे सर्व बांधव दारू-मटणात बुडाले होते. मी स्वतःला रोखू शकलो नाही, जेलमध्ये गेलो आणि लाखो रूपयाची भरती केली, त्याची आजपर्यंत भरपाई करीत आहे. मला त्याचा पश्चाताप नाही, अगदीच नाही. मला त्याचा गर्व आहे. मी त्या व्यक्तिला व्यक्ती नाही समजत. जो देश आणि समाजाच्या कल्यणासाठी झटत नाही आणि त्याग करीत नाही. मला चांगले थोडेच वाटते गरीब शेतकऱ्यांचे रक्त शोषून घ्यायला आणि आपल्या कुटुंबाच्या वासनांच्या तृप्तेचे सामान गोळा करू, पण काय करू ? ज्या व्यस्थेत वाढलो आणि जगलो, तिची घृणा येऊनही तिचा त्याग नाही करू शकत. त्याच चरख्यात रात्रंदिवस पिळल्या जात आहे. एकाच चिंतेने

ग्रस्त असतो की काहीही झाले तरी स्वतःची इज्जत-अब्रू टिकून रहावी आणि आत्म्याची हत्या होऊन नये. असा मनुष्य मिस मालतीच्याच काय पण कोणाच्याही मागे लागू शकत नाही. तसे झाले तर त्याचा सर्वनाश झालाच म्हणून समजा. हो, थोडेसे मनोरंजन करणे वेगळी गोष्ट आहे.'

मिस्टर खन्ना पण धाडसी व्यक्ती होते. युद्धाला पुढे चालू ठेवणारे. दोन वेळा जेलमध्ये जावून आलेले. कोणाला घाबरत नसत, खादी वापरत नसत, अणि फ्रान्सची दारू प्यायचे, वेळ पडल्यास कसल्याही संकटाला सामोरे जात. जेलमध्ये दारूला तोंड लावले नाही आणि'ए' क्लासमध्ये राहून देखील 'सी' क्लासच्या भाकरी खात. असे असले तरी त्यांना प्रत्येक गोष्टीत सूट मिळाली असती पण युद्ध क्षेत्रात जाणारा वेगानं न धावणाऱ्या रथात बसू शकत नाही. त्यांच्या जीवनात थोडीसी रसिकता स्वभावीक होती. म्हणाले- तुम्ही सन्याशी होऊ शकता, मी नाही होऊ शकत, मी तर असे समजतो की जो भोगी नाही. तो युद्धातही पूर्ण उत्साहाने नाही जाऊ शकत, जो तरूणीवर प्रेम करू शकत नाही, तो देशावर प्रेम करू शकतो याच्यावर तरी माझा विश्वास नाही.

रायसाहेब हसले- 'तुमचा रोख माझ्याकडेच आहे.'

'शब्द नाही, तत्त्वाची गोष्ट आहे'

'कदाचित असेल'

'तुम्ही तुमच्या मनामध्ये डोकावून पाहिले तर लक्षात येईल'

'मी डोकावून पाहिले आहे आणि मी खात्रीनं सांगतो की तिथे पाहिजे तितक्या वाईट गोष्टी असतील, पण विषय वासना नाही'

'तर मग मला तुमची दया येते. आपण इतके दुःखी निराश आणि चितींत आहात, याचं एकमेव कारण आपला हट्ट आहे, मी तर हे नाटक शेवटाला नेईल, मग लोकांत का होईना! ती माझी गंमत करते की मला तिची पर्वा आहे किंवा नाही, परंतु मी धाडस नाही दाखवू शकत. मला अजून तिचा स्वभाव कळला नाही, काय केल्यानं तिचे आणि माझं जमू शकतं, मला हे समजत नाही.

'ती कदाचित तुम्हाला मिळेलही पण मेहता बाजी मारतील असं दिसतय.'

एक हरिण हरणाच्या कळपासोबत चालले होते, मोठ्या सिंगाचे, अगदीच काळे, रायसहेबांनी नेम धरला. खन्नाने अरडवलं- कशाला हत्या करता राव ? बिचारं चरू लागलय, चरू दे. ऊन झालाय, चला कुठे बसूया. तुमच्यासोबत थोडे बोलायचे आहे .

रायसाहेबांनी बंदूक चालवली, पण हरीण पळाली. म्हणाले- एक शिकार मिळाली होती पण नेम चुकला.

'आपल्या भागात ऊस आहेत ?'

'कठीण आहे मिळणं '

'बर मग आमच्या शूगर मिलमध्ये का नाही शामील होत ? भाग धडाधड विकू लागलीत. तुम्ही जास्त नाही, एक हजाराचे भाग विकत घ्या ?'

'कमाल आहे, इतके रूपये कोठून आणायचे ?'

'इतके प्रसिद्ध इलाकेदार आणि रूपये नाहीत ! एकूण पन्नास हजार तर होतात.'

'अरे नाही बाबा, यावेळी माझ्याकडे अजिबात रूपये नाहीत'

'जितके पाहिजेत तितके रूपये माझ्याकडून घ्या, बँक आपलीच आहे, हो, अजून तुम्ही जीवन विमा केला नसेल. माझ्या कंपनीकडून एखादी चांगली पॉलिसी घ्या. शंभर दोनशे रूपये तुम्ही महीन्याला भरू शकता आणि एक रक्कमी रूपये मिळतील- चाळीस हजार रूपये. मुलांसाठी यापेक्षा चांगली व्यवस्था तुम्ही नाही करू शकत. आमच्या अटी पहा आम्ही पूर्ण सहकारी तत्वाचे पालन करतो. ऑफीस आणि कर्मचाऱ्याचा खर्च वगळता एक पैसाही कोणाच्या खिशात जात नाही. तुम्हाला आश्चर्य वाटेल की जर असे असेल तर कंपनी चालू तरी कशी आहे. आणि माझ्या सल्ल्याने थोडे स्पेकुलेशनचे काम पण सुरू करा. हे जे आज शकडो करोडपती बनले आहेत, सगळे स्पेकुलेशनमुळे बनले आहे, कापूस, साखर, गव्हू, रबर, कोणत्याही वस्तूचा सट्टेबाजार करा. मिनिटात लाखोची उलाढाल होते. काम जरा वेगळे आहे. अनेक लोकांना घाटा बसतो, परंतु अशांना जे अडाणी आहेत. आपल्यासारख्या अनुभवी, सुशिक्षित आणि दूरदृष्टि असणाऱ्यांसाठी नफा कमविण्याचे दुसरे सोपे साधन नाही. बाजारातील चढ-उतार काही अचानक घटना नाहीत. त्याचेही शास्त्र आहे. एकदा त्याचा चांगला अभ्यास करा. मग काय मजाल आहे तोटा होण्याची.

रायसाहेबांचा कंपण्यावर विश्वास नव्हता. एकदा-दोनदा याचा त्यांना अनुभवही आला होता, परंतु मिस्टर खन्नाची प्रगती ते पहात होते आणि त्यांच्या कार्यक्षमतेवर ते फिदा होते. अगदी दहा वर्षा पूर्वी जो व्यक्ति बँकेत क्लर्क होता, तो केवळ आपली चिकाटी, पुरूषार्थ आणि आणि प्रतिभेमुळे शहरात ओळखलो जातो. त्याचा सल्ला असा सहज अव्हेरला जावू शकत नव्हता. या संदर्भात स्वतः खन्ना मार्गदर्शन करणार असतील तर खूप फायदा मिळू शकतो. अशी संधी का सोडावी ? अशा प्रकारचे अनेक प्रयत्न त्यांच्या मनात घोळू लागले.

अचानक एक खेडूत एका मोठ्या टोकरीत काळी मूळं, काही पाने, काही फळे, घेऊन जाताना दिसला.

खन्नाने विचारले-'अरे काय विकतोस ? खेडूत दचकला, घाबरला, काही झंझटीत तर सापडणार नाही, म्हणाला-'काही नाही मालक ! घास-पाला आहे'

'याचे काय कारण आहेस ?'

'विकणार आहे मालक ! जडी-बुटी आहे'

'कोणती- कोणती जडी-बुटी आहे सांग ?'

खेडुताने आपल्या जडी-बुट्या काढून दाखवल्या.साधारण वस्तू होत्या. जे जंगलातून घेऊन जातात आणि त्यांच्या हातावर दोन -चार आणे ठेवले जातात. जसे की मका, फणी, धोतऱ्याचे बीज, रुईची फुलं, करजे आदी, प्रत्येक वस्तू दाखवत होता आणि त्याचे गुणही सांगत होता. हे मकोय आहे सरकार ! ताप असो, मंदाग्नि असो, तिल्ली असो, भीती असो, पोटभूळ असो, खोकला असो, एक खुराक घेतला की आराम मिळतो. हे धोतऱ्याचे बीज आहे मालक, संधीवात असो, बाई असो....

खन्नाने किंमत विचारली-त्याने आठ आणे सांगितली. खन्नाने एक रूपया दिला आणि त्याला पायरीपर्यंत जायला सांगितले, गरिबाला पाहिजे तितकी नाही मिळाली तर त्यापेक्षा जास्त किंमत मिळाली, आर्शीवाद देऊन चालता झाला.

रायसाहेबांनी विचारले-'आपण हा झाड-पाला घेऊन काय कराल?'

खन्ना हसत म्हणाले-'याच्या नोटा बनवतो, मी जादूगार आहे, हे कदाचित तुम्हला माहीत नाही'

'तर यार हा मंत्र मलाही शिकव'

'होय, होय, आनंदाने, माझे शिष्यत्व स्वीकारा. पहिले सव्वा शेर लाडू आणून द्या, मग सांगतो. गोष्ट अशी आहे की माझी अनेक लोकासोबत भेट होते. काही मंडळी अशीही भेटतात जे जडी-बुटीसाठी कितीही किंमत मोजू शकतात. त्याना एकदा माहीत झाले की हे एखाद्या फकीराने दिलेली बुटी आहे. आणि एकदा तुम्ही त्यांना ती बुटी द्या. तर ते नेहमी साठी तुमचे आभारी राहतील. एक रूपयात दहा वीस बुद्धू उपकार केले जात असतील तर काय वाईट आहे? थोड्याशा उपकाराने मोठ-मोठी कामे करून घेतली जातात' रायसहेबांनी कुतूहलाने विचारले- पण या जडी-बुटीचे गुण तुमच्या कसे लक्षात राहतील ?

खन्ना मोठ्याने हसू लागले- 'तुम्ही पण रायसाहेब !' फारच गंमतीशीर बोलता, ज्या बुटीत जो गुण सांगितला आहे तो तुमच्या लहरीवर अवलंबून आहे. आजार तर विश्वास ठेवल्यानेच आठ अणे बरा होतो आणि हे लांब शेपटीचे विद्वान आणि हे श्रीमंत अंत्यत अंधश्रद्धाळू असतो, ज्यांना वनस्पतीची नीट ओळखही नाही.या विद्वावानांची तर टर आमचे स्वामीजी चांगली उडवतात, तुमची आणि त्यांची कधी भेट नसेल झाली, यावेळी ते आल्यावर भेटवतो. माझ्या गार्डनमध्ये ते थांबले की लोकांची रिघ लागते. सपत्तीची जादू त्यांच्यावर चालत नाही, फक्त एकदा दूध पितात, अशा विद्वान महात्मा मी आजपर्यंत नाही पाहिला. माहीत नाही किती वर्ष हिमालयावर तप केलय, अगदी सिद्ध पुरूष आहेत, तुम्ही त्यांच्याकडून जरूर दिक्षा घ्या.मला विश्वास आहे, तुमची सारी परेशानी संपून जाईन, तुम्हाला पहाताच तुमच्याबद्दल सगळे सांगून टाकतील, चेहरा तर इतकी प्रसन्न की त्यांना पाहून आपणही खूश होतो. आश्चर्य तर याचे वाटते की इतके मोठे महात्मा असताना सन्यास, त्याग, मंदीर आणि मठ, संप्रदाय आणि पंथ या सर्व गोष्टीला ढोंग समजतात. पाखंड समजतात, रूढीपरंपरा तोडा आणि माणूस बना, देवता होण्याचा विचार सोडा, देवता झालात तर तुम्ही माणूस राहाणार नाही.

रायसहेबांच्या मनात शंका उत्पन्न झाली. महात्मा लोकावर त्यांचाही विश्वास होता, खासकरून ज्यांचे नाव झाले आहे. दुःखी प्राण्यांना आत्मीयताच जी शांती मिळते, त्यासाठी ते पण आशावादी होते. मनात विचार घोळत होता की संसाराकडे पाठ फिरवून एकांतात जाऊन बसावे आणि मोक्षाची चिंता करावी, संसारीक बंधनांना ते पण मनुष्यसमान आत्मोन्नतीच्या मार्गातील अडथळे समजत होते आणि त्यापासून दूर जाणे त्यांच्या जीवनाचा देखील आदर्श होता; परंतु संन्यास आणि त्यागाशिवाय बंधमुक्त होण्याचा आणखीन कोणता मार्ग होता ?

'परंतु सन्यासाला ते ढोंग समजतात तर त्यांनी स्वतः का सन्यास घेतला आहे ?'

'त्यांनी कुठे सन्यास घेतला आहे साहेब, ते तर म्हणतात-माणसाने शेवटपर्यंत काम करीत राहीले पाहिजे, विचार स्वतंत्र्य त्यांच्या उपदेशाने तत्व आहे'

'माझ्या काही लक्षात येत नव्हते, विचार-स्वतंत्र्याचा आशय काय आहे ?'

'लक्षात तर माझ्यासाही काही येत नाही, यावेळी आलात तर त्यांच्यासोबत बोलणे होईल. ते प्रेमाला जीवनाचे सत्य समजतात आणि त्याची इतकी सुंदर व्याख्या करतात की मन मुग्ध होऊन

जातं.'

'मिस मालतीला त्यांना भेटवलं नाही ?'

'तुम्ही पण ना गंमतच करता, मालतीला मी कशाला घेऊन जाऊ त्यांच्याकडे...

वाक्य पूर्ण झाले नव्हते, तोच समोरच्या गाडीमधून कसलीतरी सळसळ ऐकून ते दचकले आणि जीव वाचवण्यासाठी रायसाहेबांच्या मागे लपले. झाडीमधून एक चित्ता निघाला आणि हळूच समोरून निघून गेला.

रायसाहेबाने नेम धरला होता, आणि गोळीबार करणार होते तोच खन्ना म्हणाले- 'हे काय करू लागलात आपण ? विनाकारण त्याची छेड काढू लागलात, मागे वळला तर ?'

'मागे काय येईल, तिथेच खाली पडेल'

'तर मंग मला त्या टेकडीवर चढू द्या, अशा प्रकारचा शौकीन नाही मी शिकारीचा '

'मग कशाला निघालात शिकार करायला?'

'आवदसा आठवली, दुसरे काय !'

'रायसाहेबांनी बंदूक खाली धरली,

'चांगली शिकार हातून गेली, अशी संधी फार कमी मिळते'

'मी तर आता इथं नाही थांबू शतक, खतरनाक जागा आहे'

'एखादी शिकार तर मिळू द्या, रिकाम्या हाताने जाणे बरे वाटत नाही'

'तुम्ही मला कृपा करून कार जवळ सोडा, नंतर सिहाची शिकार करा नाहीतर वाघाची'

'तुम्ही फारच घाबरत आहात मिस्टर खन्ना, खरोखर '

'विनाकारण आपला जीव धोक्यात घालणे बहादूरी नाही !'

'तर मग तुम्ही आनंदाने माघारी जाऊ शकता'

'एकटा ?'

'मार्ग सरळ आहे '

'नाही साहेब, तुम्हाला पण माझ्यासोबत यावे लागेल'

रायसाहेबांनी खूप समजावलं, परंतु खन्नाने एक ऐकले नाही, प्रचंड भीतीने त्यांचा चेहरा पडला होता. त्यावेळी झाडीतून एखादं मांजर जरी बाहेर आलं असतं तरी ते ओरडून खाली पडले असते. अंग अंग थरथर कापत होते. घामाने भिजले होते ! रायसाहेबांना विवश होऊन त्यांच्यासोबत माघारी फिरावे लागले.

दोघे बराच दूर आल्यावर खन्ना साहेब भानावर आले.

म्हणले- 'मी घाबरत नाही, पण वाघाच्या गुहेत डोकावणे धोक्याचे आहे.'

'आहो, सोडा, एक चित्ता पाहून जीव गळ्यापर्यंत आला होता.'

'मी शिकार करणे त्या काळाचा संस्कार समजतो, त्याकाळी माणूस प्राणी होता. माणूस आता सुसंस्कृत झाला आहे'

'मिस मालतीकडे तुमचे बिंग फोडीन'

'मी अहिंसावादी असणे लज्जास्पद समजत नाही'

'बरं, तर हा तुमचा अहिंसावाद होता, शब्बास !'

खन्नाने गर्वाने म्हटले-'होय, हा माझा अहिंसावाद होता, तुम्ही बुद्ध आणि शंकराच्या नावाने गर्व करता आणि प्राण्यांची हत्या करता. आपल्याला लाज वाटली पाहिजे, मला नाही'

थोडावेळ दोघे शांत चालत राहिले, नंतर खन्ना म्हणाले-'तर तुम्ही कधी येता ? मला वाटतं तुम्ह पॉलिसीचा फॉम आजच भरावा आणि साखरेचे भागही, माझ्याजवळ दोन्हीही फॉम आहेत.'

रायसाहेबांनी चिंतित स्वरात म्हटले-'विचार करायला थोडा वेळ द्या.'

'यामध्ये विचार करण्याची गरज नाही'

तिसरी तुकडी मिर्जा खुर्शेद आणि मिस्टर तंखाची होती. मिर्जा खुर्शेदसाठी भूत आणि भविष्य कोऱ्या कागदासमान होतं. हे वर्तमानात जगत होते. ना भूतकाळाचा पश्चाताप आणि ना भविष्याची चिंता. जे समोर असायचं त्यात ते जीव ओतून असायचे. मित्रमंडळीत ते विनोदाचे पुतळे असत. काउंसिलमध्ये नेत्यांना रडवून सोडत. कोणासोबत द्वेष-दुश्मनी करणे त्यांना माहीत नव्हतं, अधून-मधून उपहास पण करीत. ते वर्तमान जीवन जगत, भविष्यात नाही, रागीट पण इतके की दंड थोपटून समोर येत. नम्र माणसापुढे नतमस्तक होत असत. पण जरा कोणी शहाणपण केला की लागले हे हात धुवून मागे.मग मागचे -पुढचे पहात नसतं. छंद होता तो दारू आणि शायरीचा. स्त्रीला केवळ मनोरंजनाची वस्तू समजत, अनेक दिवसापासून ऱ्हदभग्न होऊन बसले होते. मिस्टर तंखा धूर्त व्यक्ति होते. सौदा करण्यात, प्रकरण हाताळण्यत, अडथळा आणण्यात, वाळूतून तेल काढण्यात, जीव घेण्यात, सही सलामत निसटून जाण्यात सिद्धहस्त पुरूष होते. सांगा, वाळूत बोट चालवायला आणि दगडावर रोपटं लावायला, तालूकेदारांना माहाजनाकडून कर्ज मिळवून देणे, नव्या कंपन्या उघडणे, निवडनुकिच्या काळात त्यांचं नशीब जोरावर असायचं. एखाद्या खमक्या माणसाला उभा करत, नेटानं त्याचा प्रचार करत, आणि दहा विस हजार काढत. कॉंग्रेसचा जोर असला की कॉंग्रेसच्या बाजूने असतं. जातीयवाद्यांची चलती असली की हिंदुसभेची बाजू घेत. अशा प्रकारचा व्यवहार करतांना ते असं समर्थन करीत की पटलेच पाहिजे. शहरातील सगळे श्रीमंत, सगळे अधिकरी, सगळे पैशावाले यांच्यासोबत त्यांची मैत्री होती. मनापासून त्यांचं धोरण जरी कोणाला पसंद नसलं, तरीपण स्वभावाने ते इतके चांगले होते की तोंडावर कोणी काही बोलत नसे.

मिर्जा खुर्शेदने रूमालानी कपाळावरील घाम पुसत विचारले-'आज काही शिकार मिळेल असं वाटत नाही. आज एखादा मुशायरा व्हायला हवा होता.'

वकिलांनी सहमती दर्शवली- 'बरोबर आहे, ती पण बागेत, मजा आली असती.'

थोड्या वेळाने तिस्टर तंखाने विषयावर भाष्य केलं,

'या निवडनुकित भले-भले पाणि पिणार आहेत, तुमच्यासाठी पण कठीण आहे.'

मिर्जा विरक्त मनाने म्हणाले- 'यावेळी मी उभा राहणार नाही'

तंखाने विचारले -'का ?'

फुकटची बडबड कोण करील ? उपयोगच काय ! आता मला काही लोकशाहीत रस राहिला नाही, थोडसं काम महिन्याची बडबड ! हो, जनतेच्या डोक्यात धुळ फेकण्यासाठी चांगले सोंग

आहे. यापेक्षा गर्व्हनरच्या हाती सत्ता असलेली बरी, मग तो इंग्रज असो, नाहीतरी हिंदुस्थानी, चर्चा नाही. एक इंजिन ज्या गाडीला मोठ्या आरामात हजारो मैल ओढू शकतं, त्याला दहा हजार माणसं मिळूनही तितक्या वेगानं नाही ओढू शकतं. मी तर सगळा तमाशा पाहून काउंसिलमध्ये बेजार झालोय, माझ्या हातात असत, तर काउंसिलला आग लावली असती. ज्याला आपण लोकशाही म्हणतो, ती वास्तवात माठ-मोठ्या व्यापाऱ्यांचे आणि जमीनदारांचे राज्य आहे.दुसरे काही नाही, निवडणुकित तोच बाजी मारतो, ज्याच्याजवळ पैसे आहेत. रूपायाच्या जोरावर तो सगळया गोष्टी करू शकतो. मोठमोठे पंडित, मोठमोठे मौलवी, मोठमोठे लिहिणारे आणि बोलणारे जे आपल्या लेखीणीने आणि वणनि पाहिजे तिकडे जनतेला वहावू शकतात. सगळे सोन्याच्या देवतेसमोर माथा टेकतात, मी तर ठरवले आहे की आता निवडनुकीच्या भानगडीत नाही पडायचं ! माझा प्रचार आता लोकशाहीच्या विरोधात असेल.

मिर्जा साहेबांनी कुराणाची आयात वाचून सिद्ध केले की जुन्या काळातील बादशहांचे आदर्श किती उंच होते. आज आपण त्याकडे साधे पाहू पण शकत नाही. आपल्या डोळयापूढे अंधऱ्या येतील. बादशहाला खजिण्यामधील एक कवडीसुद्धा वयक्तिक कारणासाठी खर्च करता येत नव्हती. ते पुस्तकाची नकल करून, कपडे शिवून मुलांना शिकवून आपलं घर चालवतं. मिर्जाने आदर्श लोकांची एक लांब यादी वाचवून दाखवली. कुठे तो प्रजादक्ष बादशहा, आणि कुठे आहेत आपले मंत्री. पाच, सहा, सात, आठ हजार महिण्याला मिळवणारे, ही लूट आहे की लोकशाही.

हरणांचा एक कळप चरतांना दिसला, मिर्जाच्या चेहऱ्यावर शिकारीचा जोश चमकू लागला. नेम धरला आणि गोळी झाडली. एक काळे हरीण कोसळलं, ते मेलं ! त्या उन्मत ध्वनीच्या दिशेने ते पण बेफाम पळाले. अगदी एखाद्या लहान मुलागत उड्या मारत, टाळ्या वाजवत.

जवळच एका झाडावर एक माणूस लाकूडमोड करीत होता, तो पण तात्काळ झाडावरून उतरून मिर्जा साहेबांच्या सोबत पळाला. हरणाच्या मानेवर गोळी लागली होती. त्याचे पाय थरथरत होते, आणि डोळे बंद झाले होते.

लाकुडमोड्याने हरिणाकडे करूण नजरेने पाहात म्हटले- 'नेम अचूक होता, मन भरापेक्षा कमी भरणार नाही, तुमचा हुकूम असेल तर याला घेऊन चलू ?'

मिर्जा काही बोलले नाहीत, हरणाच्या अर्धमेल्या वेदनेने भरलेल्या डोळयाकडे पहात होते. एक मिनिटापूर्वी हे जिवंत होतं, पाण्याची सळसळ जरी ऐकली तरी कान वर करून पळालं असतं. आपले मित्र आणि बाल-बच्चासोबत हिरवं गवत खात होतं, पण आत्ता निस्पंद पडलं आहे. त्याचे कातडे काढा, त्याच्या बोट्या-बोट्या करा. त्याचा खिमा बनवा, त्याला काही नाही त्याचं, त्यांच्या क्रिडामय जीवनात जो आनंद होता, काय तो आता निर्जिव देहात आहे ? किती सुंदर बांधा होता, किती सुंदर डोळे, किती मनोहर छबी ? त्यांच्या उड्या ह्रदयात आनंदाच्या लहरी उत्पन्न करीत होत्या. त्याच्या मित्रासोबत आपल्या मनातही मैत्रिची भावना जागृत होत होती. जीवनभर स्फुरतीचे वाटप करीत फिरत असत. जसे की फुल सुगंधाचे वाटप करतो. परंतु आता ! त्याला पाहून ग्लानी येतेय.

लाकुडमोड्याने विचारले- 'कुठे घेऊन जायचे मालक ? मला पण दोन-चार पैसे द्या!'

मिर्जाजी जणू भानावर आले. म्हणाले- ठीक आहे, उचल, कुठे नेणार?

'आपण म्हणाल तिकडे '

'नाही, जिकडे तुझी इच्छा आहे, तिकडे घेऊन चल, मी तुला देत आहे हे !'

लाकुडमोड्याने मिर्जाकडे कुतूहलाने पाहिले-'कानावर विश्वास बसला नाही.'

'अरे नाही मालक, हुजूरने शिकार केली आहे तर मी कसं नेणारं '

'नाही,नाही मी खरंच सांगतो आहे, तू याला घेऊन जा.तुझे घर येथून किती दूर आहे ?

'असेल अर्धा कोस मालक !'

'तर मी पण तुझ्या सोबत येतो, पहातो तुझ्या लेकरांबाळाना किती आनंद होतोय'

'मी असाच नाही घेऊन जाणार सरकार ! आपण इतक्या दूरवरून आला आहात, इतक्या कडक उन्हात शिकार केलीत, मी कसं घेऊन जाऊ'

'उचल, उचल, उशीर करू नकोस, माझ्या लक्षात आलय, तू एक चांगला माणूस आहेस म्हणून'

लाकूडमोड्याने घाबरत-' घाबरत आणि राहून-राहून मिर्जाजींच्या चेहऱ्याकडे शंकायुक्त नजरेने पाहिले की ते बिघडणार तर नाहीत, हरणाला उचललं, अचानक त्याने हरीण खाली ठेवलं आणि उभा रहात बोलला- माझ्या लक्षात आलय मालक, हुजूरने याला ठार केले नाही.'

मिर्जाजीने हसत म्हटले- 'पुरे, पुरे, चांगलं लक्षात आलय तुझ्या आता उचल आणि घरी चल'

मिर्जाजीवर धर्माचा इतका पगडा नव्हता. दहा वर्षापासून त्यांनी नमाज अदा केली नव्हती. दोन महिण्यातून एकदा व्रत ठेवत, अगदीच निराहार, निर्जल, पण लाकूडतोड्याला या गोष्टीचे खूप समाधान झाले होते की शिकार केलेले हरीण आता त्यांच्यासाठी अखाद्य झाले आहे आणि त्याचा मांसाहार ते करणार नाहीत.

लाकूडतोड्याने हलक्या मनाने हरणाला मानेवर उचलून घेतले, आणि घराकडे निघाला. तंखा अद्याप त्याच झाडाखाली उभे होते. उन्हात हरणाजवळ जाण्याचे कष्ट कशाला घेतील ? काही समजत नव्हती की भानगड काय आहे, परंतु लाकूडतोड्याला उलट्या दिशेने जाताना पाहून मिर्जा साहेबांना बोलले- आपण इकडे कुठे निघालोत साहेब ! काय रस्ता विसरलात ?

मिर्जाने अपराधी भावनेने हसत म्हटले-'मी ही शिकार त्या गरीब माणसाला देवून टाकलीय, आता थोडं त्याच्या घरी निघालोय, तुम्ही पण या ना'

तंखाने मिर्जाकडे कुतूहलपूर्ण जनरेने पाहिले आणि म्हणाले–'तुमचे डोके तर ठिकाणावर आहेत ?'

'सागू शकत नाही, मलाच माहीत नाही'

'शिकार त्याला का दिली?'

'यामुळे की त्याला ते मिळाल्याने जितका आनंद होईल, तितका तुम्हला किंवा मला होणार नाही'

तंखा ओरडून बोलले- 'जो! विचार केला होता, चागला कबाबवर ताव मारू, तुम्ही तर

सारा खेळ खंडोबा करून टाकलात. असो, रायसाहेब आणि मेहता काही ना काहीआणतीलच. काही हरकत नाही, मी या निवडणूकीत काही भूमिका निभवू इच्छितो, तुम्हाला नसेल उभा रहायचे तर नका राहू. परंतु जी मंडळी उभा रहाणार आहेत त्यांच्याकडून चांगली रक्कम मिळेल याबद्दल संकोच का आहे. मी फक्त तुम्हाला इतके सांगू इच्छितो की तुम्ही उभा राहणार नाहीत असे कोणाला सांगू नका. फक्त माझ्यावर एव्हढे उपकार करा ! खाजा जमाल ताहिर याच शहरातून उभे राहणार आहेत. अधिकाऱ्यांचा पण त्यांना पाठिंबा आहे. तरीपण जनतेवर तुमचा जो प्रभाव आहे त्याने त्यांची बाजू झाकल्या जात आहे. केवळ माघार घेण्याचे तुम्हाला दहा-वीस हजार मिळू शकतात. नाहीतर मला अर्ज करू द्या. या प्रकरणात तुम्ही पडू नका. तुम्ही शांतपणे बसून रहा. मी तुमच्याकडून एक जाहीरनामा लिहून घेईन आणि त्याच रात्री तुम्ही माझ्याकडून दहा हजार रोख वसूल करा.'

तिर्जा साहेबांनी त्यांच्याकडे तिरस्कारयुक्त नजरेने पाहून म्हटले- 'मी अशा रूपयावर आणि तुमच्यावर जाळ टाकतो'

मिस्टर तंखाने थोडेही वाईट वाटून घेतले नाही, कपाळावर आठ्या पण पडू दिल्या नाहीत.

'माझ्यावर काय जाळ ठेवायचा ते ठेवा पण रूपयावर ठेवून तुम्ही तुमचेच नुकसान करीत आहात.'

'मी अशा रूपयाला हराम समजतो '

'तुम्ही शरीयतचे इतके पालन तर करीत नाहीत'

'लुटीच्या कमाईला हराम समजण्यासाठी शरीयतचे पालन करण्याची गरज नाही'

'तर काय या बाबतीत तुम्ही तुमचा विचार बदलू शकत नाही'

'अजिबात नाही'

'चांगली गोष्टी आहे, ते जाऊ द्या. एखाद्या विमा कंपनीचे डाइरेक्टर होण्यास तुम्हाला काही हरकत नाही? कंपनीचा एक भागही तुम्हाला घ्यावा लागणार नाही, तुम्ही फक्त एक अर्ज भरून द्यायचा आहे'

'अगदीच नाही, मला हे पण मान्य नाही, मी अनेक कंपन्याचा डाइरेक्टर, अनेकांचा मॅनिजिंग एजंट, अनेकांचा चेअरमन होतो. पैसा माझ्या पायाशी लोळणं घेत होता, मला माहीतय पैशाने किती आरामदयी जीवन जगता येऊ शकतं. पण मला हे देखील माहीत आहे की पैसा माणसाला किती मग्रुर, किती ऐंदी, किती मोकाट, किती परका बनवतो...

वकील साहेबांना यापुढे कसलाही प्रस्ताव मांडण्याची इच्छा झाली नाही. मिर्जाच्या बुद्धी आणि प्रभावावर त्यांचा जो विश्वास होता तो खूप कमी झाला, त्यांच्यासाठी पैसाच सगळं काही होता आणि असा माणूस जो लक्ष्मीला ठोकर मारतो, त्याला काही किंमत नव्हती.

लाकुडतोड्या हारणाला खांद्यावर टाकून चालला होता, मिर्जाने पण गती वाढवली. परंतु स्थूल देहांचे तंखा मागेच राहिले.

त्यांनी हाक मारली-'अरे ऐका, मिर्जाजी, तुम्ही तर पळून चाललात.'

मिर्जाजीने न थांबता उत्तर दिलं-'तो बिचारा इतकं ओझं घेऊन वेगानं चाललाय, आपण काय स्वतःचं ओझं घेऊनही त्याच्यासोबत नाही चालू शकतं ?'

लाकूडतोड्या हरणाला एका ठिकणी ठेवून विश्रांती घेऊ लागला होता.

मिर्जा साहेबांनी जवळ येत विचारले- 'थकलास, नाही का?'

लाकूडतोड्याने संकोचत उत्तर दिलं-'खूप जड आहे सरकार !'

'तर घे, थोडावेळ मी घेतो'

लाकूडतोड्या हसला, मिर्जा दिसायला त्यांच्यापेक्षा चांगले दणकट होते, तरीपण तो सडपातळ माणूस त्यांना हसला, मिर्जाजीवर जणू कोणी चाबूक ओढला आहे.

'तू का हसला, ?तुला काय वाटतय, मी हे उचलू शकत नाही ?'

लाकूडतोड्याने जणू क्षमा मागितली-'सरकार आपण मोठे लोक आहात, ओझं उचलणं तर आमच्यासारख्याचे कामगारांचे काम आहे.'

'मी तुझ्यापेक्षा दोनपट आहे'

'त्यामुळे काय होतय मालक !'

मिर्जाजीचे पुरूषत्व आणखी आपमान नाही सहन करू शकलं, त्यांनी पुढे होऊन हरणाला खांद्यावर घेऊन निघाले, कसे बसे पन्नास पाऊले गेली असतील तोच खांदा जणू गळून पडू लागला आहे, असं वाटलं. पाय थरथरू लागली, डोळ्यापुढे अंधऱ्या येऊ लागल्या. जीवात जीव आणला आणि वीस पाऊले चालले. कुठे राहिला तो? जणू या मृतदेहात लोखंड भरलेले आहे, जरा मिस्टर तंखाच्या खांद्यावर ठेवू. मजा येईल, पखालीसारखे अंग सोडून चालतात, जरा याची चव पण घ्या म्हणावं. परंतु ओझं उतरायचं कसं ? दोघेही मनामध्ये म्हणतील, लयच जोर दाखवत होता. पन्नास पाऊलामध्ये आई गं केलं.

लाकूडतोड्यानं गंमत केली,'काय मालक, कसं काय ? जास्त ओझं नाही ना ?'

मिर्जाजीला ओझं हलक वाटू लागलं, म्हणाले-'तू आणले तितके दूर तर घेऊन जाऊ शकतो.'

'अनेक दिवस मान दुखेल मालक !'

'तुला काय वाटलं, मी उगाच जाड दिसतोय !'

'नाही मालक, आता तरी असे नाही समजत.'

उगीच तुम्ही त्रास नका घेऊ, ती शिळा दिसते आहे, त्यावर उतरवा'.

'मी अजून इतकेच दूर घेऊन जावू शकतो'

'हे पण चांगले वाटत नाही की मी रिकामा चालू आणि तुमच्याकडे ओझं असावं'

मिर्जा साहेबांनी शिळेवर हरण खाली ठेवले, वकील तोपर्यात पोहचले

मिर्जाने खडा टाकला, 'आता तुम्हालाही थोडा वेळ घ्यावे लागेल जनाब!'

वकील साहेबांच्या नजरेत आता मिर्जाजींचे काही महत्व नव्हते, म्हणाले-'माफ करा, पहिलवान असल्याचा माझा दावा नाही.'

'फार ओझं नाही'

'अहो, राहू द्या ना !'

'तुम्ही जर याला शंभर पाऊले घेउन चाललात तर मी वादा करतो, तुम्ही माझ्यासमोर ज्या

अटी ठेवाल, त्या मला मान्य असतील'

'मी अशा चक्करमध्ये येणारा नाही'

'मी चक्करामध्ये नाही येऊ लागलो, देवा-शपथ. तुम्ही जसे म्हणाल तसे करील, बस म्हणाल बसेल, उठ म्हणाल उठेल, ज्या कंपनीचा डायरेक्टर, मेंबर, मुनीम, कनवेंसर, जे काही म्हणाल ते होईल ! फक्त शंभर पाऊले चला, माझ्याघरी मित्रासोबत असेच चालते, वेळ आल्यास काही पण करावे लागते'

तंखाच्या मनात चलबिचल झाली, मिर्जा आपल्या मतावर ठाम राहतात, त्यात काही शंका नव्हती, हरिण असून किती वजनाचे असेल, मिर्जाने त्याला इथंपर्यंत आणलेच ना. फार थकलेत असे काही वाटत नाही, नाही म्हणावं तर हातातून चांगली संधी जायची. शेवटी वजन तरी किती असणार आहे ! फार झाले तर साठ-सत्तर किलो असेल. दोन-चार दिवस मान दुखेल, खिशात पैसे असतील तर आजार सुखाचीच वस्तू आहे'

'शंभर पाऊले चालतील'

'हो, शंभर पाऊले, मी मोजेल'

'पहा, पळ काढायचा नाही'

'पळून बुटाच्या दोऱ्या पुन्हा एकदा बांधल्या, कोट काढून लाकूडतोड्याने दिला. पायजमा वर घेतला, रूमालाने तोंड पुसले, अणि हरणाकडे असे पाहिले कि जणू उखळात मान घालणार आहेत. नंतर हरणाला खांद्यावर घेण्याचा प्रयत्न केला. दोन-तीन वेळा जोर लावल्याने लाश खांद्यावर तर आली, पण मान वर करता येईना, कमरेत वाकले, धापा टाकू लागले आणि लाशला जमीनीवर टाकणार तोच मिर्जा साहेबांनी त्यांना आधार देवून पुढे केले

तंखाने एक पाय असा उचलाल जणू काही चिखलाात पाय टाकत आहेत. मिर्जाने प्रोत्साहन दिले-शाब्बास ! माझा वाघ, व्वा-व्वा !'

तंखाने आणखी एक पाऊल टाकलं, असं वाटलं, मान मोडते की काय

'मैदान जिंकले ! जीते रहो पट्टे !'

तंखाने आणखी दोन पाऊले टाकली, डोळे बाहेर पडतात की काय असं वाटत होतं.

'झालं, एकदा जोर मार दोस्त! शंभर पाऊले जावूद्या, पन्नास पाऊलांची लागली'

वकील साहेबांची वाईट परिस्थिती होती. ते निर्जीव हरण वाघासारखं त्याच्या मानगुटीवर बसलं होतं, त्याचं ऱ्हदय रक्त शोषत होतं, सगळी शक्ती पणाला लागली होती. केवळ लोभ या ह्या सगळ्या पडत्या घाराला आधार देत होता. एक ते पंचवीस हजारापर्यंतची युक्ती होती . पण शेवटी त्या आधाराने पण धोका दिला, लोभ्याची कंबर गेली कामातून, डोळ्यासमोर अंधार आला, डोक्यात चक्कर आली आणि ते शिकारीला घेऊन जमीनीवर कोसळले.

मिर्जाने त्यांना तात्काळ उठवलं आणि आपल्या रूमालाने हवा मारत त्यांची पाट थोपाटली

'जोर तर तुम्ही खूप लावला, पण नशीब गांडू'

तंखाने धापा टाकत दीर्घ श्वास घेत म्हटले- 'तुम्ही तर आज माझा जीवच घेतला होता, दोन मनापेक्षा कमी नसल भडवीचं'

मिर्जा हसत म्हणाले-'परंतु भाऊसाहेब, मी पण इतक्या दूर उचलून आणलेच होते ना.'

वकील साहेबांनी कौतूक करायला सुरूवात केली- मला तर तुमची इच्छा पूर्ण करायची होती. तुम्हाला तमाशा पहायचा होता, तो तुम्ही पाहिला, आता तुम्हाला तुमचे वचन पूर्ण करावे लागेल.

'तुम्ही ठरवलेल्या प्रमाणे कुठे केलेत ?'

'प्रयत्न तर जीव तोडून केलात'

'ठरल्याप्रमाणे झाले नाही'

लाकूडतोड्याने पुन्हा हरण उचलले होते, आणि धावत निघाला होता, तो दाखवून देऊ इच्छित होता की तुम्ही ज्याला घेऊन दहा पाऊल चालू शकलात म्हणजे पास झालात. या क्षेत्रात तुमच्यापेक्षा दुर्बल असूनही मी तुमच्यापुढे असेल. हो, तुम्हाला वाट्टेल तितकी काळी कागदं येतील आणि खटले चालवता येतील.

एक नाला लागला. ज्यात थोडे पाणि होते, नाल्याच्या पलिकडे एका टेकडीवर पाच-सहा घराची एक वस्ती होती आणि चिंचेच्या झाडाखाली खेळणारी अनेक मूलं, लाकूडतोड्याला पहाताच धावत येऊन सर्वांनी त्याचं स्वागत केलं आणि विचारू लागली- कोणी मारलं बापू ? कसं मारलं, कुठे मारले, कुठे गोळी लागली, कुठे लागली, यालाच का लागली, दुसऱ्या हरणांना का लागली नाही ? लाकूडतोड्या धापा टाकत चिंचेच्या झाडापर्यंत पोहोचला आणि हरणाला खाली ठेवून जवळच्या झोपडीतून दोन्ही महानुभवांना बसण्यासाठी खाट आणायला गेला. त्याच्या चारही मुलांनी शिकारीला ताब्यात घेतलं आणि इतर मुलांना पळवून जायला सांगू लागले.

सर्वात धकट्या बालकाने म्हटले- हे आपले आहे,

त्याच्या मोठ्या बहिणीने, जी चौदा-पंधरा वर्षाची होती, पाव्हूण्याकडे पहात धाकट्या भावाला दाखवलं-'चुप, नाहीतर शिपाई पकडून नेतील'

मिर्जाने मुलांना छेडले- 'तुमचे नाही, आमचे आहे.'

बालकाने हरणावर बसून आपला कब्जा सिद्ध केला आणि म्हणाला बापूने आणलय आमच्या.

बहिणीने शिकवल, 'सांग भैय्या, तुझं आहे म्हणून'

या लेकराची आई बकरीसाठी पाने तोडत होती. दोन नवख्या व्यक्तिला पाहून डोक्यावर पदर घेतला आणि तिला याची लाज वाटली की तिची साडी किती फाटकी, मळकी आहे. तिने अशा अवतारात पाव्हूण्यासमोर कसं यावं ? आणि न जावून काम कसं होईल. पाणि -बिणी द्यावे लागेल.

दुपार व्हायला अजून थोडावेळ बाकी होता. परतु मिर्जा साहेबांनी दुपार याच ठिकाणी घालवायचे ठरवले. गावातील लोकांना गोळा केलं. दारू मागवली, शिकार शिजवली, जवळच्या बाजारातून जाऊन तूप आणि मैदा मागवला आणि संपूर्ण गावाला जेवण दिले. लहान-मोठ्या स्त्री-पुरूषांनी जेवणाचा आनंद घेतला. पुरूषांनी खूप दारू प्याली आणि मस्त होऊन सायकाळपर्यंत गात राहिले. आणि मिर्जाजी बालकासोबत बालक, दारूड्यासोबत दारूडे, म्हताऱ्या सोबत म्हतारे, तरूणासोबत तरूण झाले, इतक्या वेळापासून गावातील लोकासोबत त्यांची इतकी ओळख झाली होती की जणू ते या

ठिकाणचेच आहे. पोरं त्यांच्यावर फिदा होती. कोणी त्याची तुरेदार टोपी डेक्यावर घालायचे, कोणी त्यांची बंदूक खांद्यावर ठेवून थाटात चालायचे, कोणी त्यांची मनगटी घड्याळ खालून आपल्या हातात बांधी, मिर्जा खूप देशी दारू प्याले आणि झुम-झुमकर खेडूत लोकांसोबत झिंगत राहिले.

ज्यावेळी ही मंडळी सायंकाळी गावातून चालली, सगळे गावकरी त्यांना निरोप द्यायला आली. कोणी तर रडत होतं. असे भाग्य त्यांच्या जीवनात पहिलेच आले होते की कोण्या शिकाऱ्याने त्यांना अशाप्रकारचे त्यांना भोजन दिले होते. निश्चितच हे कोणी मोठी माणसं असली पाहिजेत नाहीतर इतकं मोठं मन कोण करतं. यांची भेट कशाला झाली असती.

थोडावेळ चालून झाल्यावर मिर्जाने मागे वळून पाहिले आणि म्हणाला-'बिचारे किती खुश होते. माझ्या जीवनात अशी संधी रोज आली तर किती मजा येईल. आजचा दिवस खूप चांगला आहे.'

तंखाने तुसडपणाने म्हटले- 'तुमच्यासाठी चांगला असेल, माझ्यासाठी तर अशुभ होता. फायद्याची एकही गोष्ट झाली नाही. दिवसभर जंगल आणि पहाडांना पायाखाली घालून तोंड घेऊन परत निघालोत.'

कमर्जाने निर्दयतेने म्हटले- मी सहमत नाही,

दोघेजण ज्यावेळी झाडाखाली गेले तोपर्यंत दोन्ही टोळ्या परत आल्या होत्या. मेहातचे तोंड वाईट झाले होते, मालती हरवल्यासारखी बसली होती. हे पहिल्यांदाच घडले होते, रायसाहेब आणि खन्ना दोघे उपाशीच राहिले होते, आणि कोणीच काही बोलतं नव्हतं, वकील साहेब यामुळे दुःखी होते, की मिर्जाने त्यांच्यासोबत अन्याय केला होता, एकटे मिर्जा साहेब खूश होते आणि ती प्रसन्नता अलौकिक होती.

८

जेव्हापासून होरीच्या घरी गाय आलीय, घराचा अवतारच बदलून गेलाय. धनियाचे घमेंड तर नको त्यापेक्षा जास्त झाले आहे. पहावं त्यावेळी गाईची चर्चा. भुसा कुजून गेला होता. एकं दोन चाऱ्यामध्ये ऊस लागलाय तोच थोडा-थोडा कापून जनावरांना टाकवा लागतोय. डोळे आकाशाकडे लागलेले असतात, कधी पाऊस पडेल आणि गवत उगवेल असं झालय. अर्धा आषाड कोरडा गेला. पाऊसाचा पत्ता नाही.

अचानक एका दिवशी ढग निघाले आषाढाचा पहिला पाऊस झाला. शेतकरी खरीपाची पेरणी करायला औत घेऊन निघाले असतानाच रायसाहेबांच्या कारकूनाने बोलवणे पाठवले.जोपर्यंत बाकी दिल्या जाणार नाही, कोणालाही पेरणी करता येणार नाही. शेतकऱ्यांवर जणू आभाळ कोसळलं, इतकी दांडगाई कधी झाली नव्हती. यावेळी हा आदेश कसा, कोणी गाव सोडून थोडाच पळून चालले आहेत. शेतीत पेरणी झाली नाही तर रूपये कोठून येतील, रूपये शेतातूनच निघतील ना, सगळे मिळून कारकुनाकडे जावून आपलं रडगाणं मांडलं, कारकुनाचे नाव होते पंडित नोखेराम, माणूस वाईट नव्हता, पण मालकाचा आदेश, त्याला कसं टाळणारं, त्या दिवशी रायसाहेबांनी दया आणि धर्मावर कसे व्याख्यान सोडले होते आणि आता असामीवर हा अन्याय. होरी मालकाकडे जायला तयार झाला.

परंतु नंतर विचार केला, त्यांनी कारकुनाकडे एकदा आदेश दिला आहे, त्यांचं काय करायचं. तो एकटाच कशाला वाईट होईल. दुसरे कोणीच काही बोलणार नसतील तर मांजराच्या गळयात घंटा त्यानेच का बांधावी. जे सगळयांचे होईल ते आपले होईल.

शेतकऱ्यात खळबळ माजली होती. सगळे गावातील महाजनांकडे रूपयासाठी धावले. गावात मँगरू साहची आजकाल चलती होती. यावर्षी त्याचा चांगला फायदा झाला होता, गव्हू आणि जवसात त्याने काही कमी कमावले नव्हते. पंडित दातादीन आणि दुलारी दुकानदारीनपण व्याजानं पैसे देत असायची. सर्वात मोठे महाजन होते झिंगुरीसिंह, ते शहरातील एका मोठ्या महाजनांचे एजंट होते. त्याच्या खाली आणखी काही एजंट होते. जे आस-पासच्या गावात फिरून देणं-घेणं करायचे, याशिवाय आणखी लहान मोठे महाजन होते, जे दोन आणे रूपये व्याजावर लिखापढी न करता पैसे द्यायचे. गावकऱ्यांना देण्या-घेण्याचा इतका शौक होता की लोकांना वाटायचे होरीकडे दाबून ठेवलेले पैसे आहेत. शेवटी ते धन गेले कुठे. वाटणीत निघाले नाही, होरीने तिर्थयात्रा, व्रत, भोजन दिले नाही, गेले तर कुठे गेले, जोड गेला तरी त्याचे वळ पायावर असतात.

कोणी कोणापुढे हात जोडले, कोणी कोणापुढे, कोणी कोणापुढे आणा रूपया व्याज मान्य केले कोण दोन आणे, होरीमध्ये आत्मसन्मान अजून होता. होरीकडे ज्यांचे रूपये होते, त्यांच्याकडे तोंड घेऊन कोण कशाला जाईल. झिंगुरीसिंहशिवाय त्याला दुसरे कोणी आठवले नाही. ते लिखापढी करून घेत, भेटवस्तू घ्यायचे त्या वेगळया, स्टॅम्प पेपरवरची लिखापढी वेगळी. त्यावर एक वर्षांचे व्याज कपात करून उर्वरित रक्कम देत असत. पन्नास रूपयाची लिखापढी झाली तर हातात सतरा रूपये पडत, परंतु अशा संकट काळात काय करणार ? रायसाहेबांची जबरदस्ती होती, नाहीतर यावेळी कोणाच्या पुढे कशाला हात पसरले असते.

झिंगुरीसह बसून दातवण करत होते. आडवेतिडवे, काळे, लांब नाक आणि लांब-लांब मिशा असणारे व्यक्ति होते, अगदी विदुषकासारखे, तसेच चेष्टखोरही होते. या गावाला आपली सासरवाडी करून पुरूषासोबत मेव्हण्याचे किंवा सासऱ्याचे आणि स्त्रींसोबत मेव्हणी किंवा मेव्हण्याची बायको असे नाते जोडून होते. रस्त्यातून येता जातान मुले त्यांना दाजी म्हणून चिडवत, आणि झिंगुरीसिह त्यांना ताबडतोब आर्शीवाद देत -तुमचे डोळे फुटो, गुडघे तुटो, मिरगीचा रोग होवो, घराला आग लागो, आणि मुल अशा आर्शीवादाला कधी घाबरत नसतं. परंतु देण्या-घेण्याच्या बाबतीत फारच कठोर होते. व्याजाची एक पाई पण सोडत नसत आणि वायदा केल्याच्या दिवशी पैसे घेतल्याशिवाय दारातून जात नसत.

होरीने सलाम करून त्याची करूण कहाणी ऐकवली

झिंगुरीसिंहने हसत म्हटले-'या सगळया दाबून ठेवलेल्या धनाचं काय केलं ?'

दाबून ठेवलेलं धन असतं तर महाजनांच्या तावडीतून आपला गळा नसता का सोडवून घेतला, व्याज भरायला कोणाला चांगलं वाटतं.

दाबून ठेवलेलं धन रहावं म्हणून कितीही व्याज देणे हेच तर तुम्हा लोकांचे खास धोरण आहे.

कसलं अलय धन भाऊसाहेब, खाण्या-पिण्याचं वांदे आहेत, मुलगा तरूण झालाय, लग्नाचं

अजून काही नाही. मोठी मुलगी लग्नायोग्य झाली आहे, रूपये असते तर कोणत्या दिवसासाठी दाबून ठेवले असते.

झिंगुरीसिंहने जेव्हापासून त्याच्या दारासमोर गाय पाहिली तेव्हापासून त्यांचा तिच्यावर डोळा होता. गाईचा सुडौल बांधा स्पष्ट सांगत होता की ती पाच सेर दुधापेक्षा कमी देत नसेल. मनात ठरवलं होतं की होरीला कसल्यातरी कचाट्यात धरून गाईला हडप करावं. आज ती संधी आली होती.

म्हणाले-'ठीक आहे, तुझ्याजवळ काही नाही मान्य केलं. जितके पाहिजेत तितके घेऊन जा. परंतु तुझ्या हिताचं सांगतोय, काही दागिणे असतील तर गहाण म्हणून ठेव. स्टॅम्पवर लिहून घेतले तर व्याज वाढेल आणि तू अडचणीत येशील.'

'होरीने शपथ घेतली की दागिण्याच्या नावाने घरात बोंबाबोंब आहे, धनियाच्या हातात कडे आहे ते पण वाळ्याचे.'

झिंगुरीसिंह सहानुभूतीचे नाटक करीत म्हणाली–'तर मग एक कर, ती जी नवीन गाय आणलीस, मला विकून टाक. व्याज स्टम्प सगळ्या झंझटीमधून सुटका होईल. पंच जो रक्कम सांगतील तितकी देईल. मला माहीत आहे तिला तू तुझ्या इच्छे खातर आणलेलं आहेस आणि विकण्याची इच्छा नाही, परंतु ह्या संकटातून तरी वाचशील.

पहिल्यांदा तर होरी या प्रस्तावर हसला, याच्यावर शांतपणे विचार करू इच्छीत नव्हता परंतु ठाकुरने उलटं-सुलटं समजावलं, महाजन कसे आर्थिक शोषण करतात याची भीती घातली. ते पण त्याला वाटलं. ठाकूर म्हणतात ते तर खरं आहे. ज्यावेळी हातात पैसे येतील गाईला घेऊन जाऊ. तीस रूपयाचा कागद लिहिल्यावर पंचवीस रूपये हाती पडतील आणि तीन चार पर्ष पैसे देण्यात नाही आले तर त्याचे शंभर रूपये होतील. पहिला अनुभव तसाच होता, एकदा घेतलं की ते काही फिटत नाही.

म्हणाला- मी घरी जाऊन सगळ्याचा सल्ला घऊन सांगतो.

'सल्ला घेऊ नको, त्यांना सांग की रूपये उधार घेण्यात आपलीच बरबादी आहे.

'माझ्या लक्षात आलय ठाकूर, परत आल्यावर सांगतो.'

परंतु घरी येऊन त्यानं प्रस्ताव ठेवताच एकच गोंधळ झाला. धनिया तरी कमी ओरडली असेल- दोन्ही मुलांनी घर डोक्यावर घेतलं, नाही देणार गाय, कोठून आणायचेत रूपये ते आणा.त्यापेक्षा मला विकून टाका असं सोना म्हणाली- गोईपेक्षा थोडा दाम पण जास्त मिळेल. होरी गोंधळात पडला, दोन्ही मुलींचा गाईमध्ये खरोखरच जीव होता. रूपा तर तिच्या गळ्यातच पडलेली असे. तिला खाऊ घातल्याशिवाय अन्नाचा घास खात नसे, गाय पण तिचा हात किती प्रेमाने चाटत होती, किती प्रेमाणं तिच्याकडे पहायची. तिचं वासरू किती सुंदर असेल, आता तिचं नाव ठेवलं होतं मटरू. ती त्या वासराला घेऊन झोपणार होती.गाईवरून दोन्ही बहिणीमध्ये अनेकवेळा भांडणे झाली होती. सोना म्हणायचो गाय माझ्यावर. जास्त प्रेम करते, रूपा म्हणे, माझ्यावर, याचा निर्णय अजून लागला नव्हता.

पण होरीने काहीतरी करून शेवटी धनियाला राजी केलं. मित्रांची आणलेली गाय, अशी गहान ठेवणे ठीक नव्हते, पण संकटाच्या काळात धर्मविसंगत गोष्टी माणूस करतो. ही कोणती मोठी गोष्ट आहे. तसे नसते तर संकटाला कोणी घाबरले नसते, गोबरनेही विशेष विरोध केला नाही,

आजकाल त्याच्या डोक्यात दुसऱ्याच गोष्टी होत्या. असे ठरले की रात्री मुली झोपी गेल्यानंतर गाय झिंगुरीसिंहकडे नेल्या जाईल.

दिवस कसातरी गेला, सायंकाळ झाली, दोन्ही मुली रात्री आठपर्यंत जेवून झोपी गेल्या. गोबरला हे करूण दृष्य पहावले जाणार नाही म्हणून तो बाहेर गेला होता. तो गाईला घेऊन जाताना कसं पाहू शकत होता ? आपल्या अश्रुंना कसं आवरणार होता? होरी पण वरवरचा कठोरपणा दाखवत होता. त्याचं मन चंचल होतं, बरे असा कोणी व्यक्ति देखील नव्हता की जो यावेळी पन्नास रूपये देईल. मग त्याचे पन्नास का घेईना. तो गाईच्या समोर उभा राहिला तर तिचे अश्रुने भरलेले काळे-काळे डोळे जणू असं सांगत होतं की काय चार दिवसातच मला कंटाळलास ? तू तर वचन दिले होतेस की हे जीवात जीव असेपर्यंत हिला विकणार नाही, हेच वचन होते तुझे ! मी तर कोणत्या गोष्टीची कधी तक्रार केली नव्हती. जे काही ओलं-कोरडं दिलय, ते खाऊन मी संतुष्ठ राहिले सांग.

धनिया म्हणाली- मुलीतर झोपी गेल्या. आता हिला घेऊन का जात नाही, विकायचीच आहे तर आत्ताच विका.

होरी कंपीत स्वरात बोलला- माझी तर हिंमत होत नाही धनिया ! तिचा चेहरा नाही पाहिलस ? राहू दे, रूपये व्याजाने घेईन. ईश्वराची इच्छा असेल तर कर्ज फिटेल. तीन-चारशे असतातच किती, एकदा ऊस हाती आल्यावर.

धनियाने गर्वाने आपल्या नवऱ्याकडे पाहिले आणि म्हणाली- इतक्या तपस्यानंतर गाय घरी आलीय, तिला पण विकून टाकायचं, घ्या उद्या रूपये, इतर कर्ज जसे फेडल्या जाते तसे हे पण फिटेल. आता खूप गर्मी होत होती. हवा बंद होती, एक पानही हालत नव्हतं, आभाळ आलं होतं, पण पाऊसाचे चिन्ह दिसत नव्हते. होरीने गाईला बाहेर बांधले, धनियाने हाटकलं पण, कुठे घेऊन निघालात ? पण होरीने ऐकले नाही, म्हणाला- बाहेर हवेला बांधतो, आरामात रहिन. तिला पण जीव आहे, गाय बांधून तो आपला मधला भाऊ सोभाकडे गेला. सोभाला अनेक दिवस दम्याचा आजार झाला होता. औषध-पाण्याची गरज होती. खाण्या-पिण्याची सोय नाही पण काम करावे लागत होते. म्हणून त्याची तबियत दिसवसेंवस बिघडत चालली होती, सोभा मर्जीचा माणूस होता. भांडणापासून दूर राहणारा. अध्यात-मध्यात नसणारा. आपल्या कामाशी काम, होरीला तो आवडायचा आणि तो पण होरीची इज्जत करायचा. दोघात देवाण-घेवाणीची चर्चा होऊ लागली. रायसाहेबांचे हे फर्मान सर्वांच्या टिकेचा विषय बनला होता.

आकरा वाजता-वाजता होरी घरी आला, घरात जाणर तोचा त्याला भास झाली की जणू गाईजवळ कोणी उभा आहे ?

हिरा बोलला- 'मी आहे दादा, तुमच्या चुलीतला विस्तव न्यायला आलो होतो.'

हिरा त्याच्या चुलीतला विस्तव न्यायला आला होता, यावरून त्याची आत्मीयता दिसत होती, गावात कितीतरी चुली आहेत, तिथेही विस्तव मिळाला असता, हिरा त्याच्याच भावाकडे आला होता. आपलं समजतोय म्हणूनच. सारं गाव इथल्या चुलीतून विस्तव नेतोय. गावात सगळयात मोठी हिच चुल आहे. परंतु हिरा दुसऱ्याच कारणासाठी आला होता, आणि त्या दिवसाच्या भांडणानंतर ! हिराच्या मनात राग रहात नाही रागीट आहे ! परंतु मनाने सरळ.

त्यानं प्रेमाणं विचारलं, तंगाखू आहे की आणून देऊ ?

'नाही, तंबाखू तर आहे दादा'

'सोभाची तबियत आज खुपच खालवली होती'

'औषध खात नाही तर काय करावं, सगळ्या डॉक्टरांना, वैद्यांना, हकीमला तो वेड्यात काढतो, ईश्वराकडे जितकी अक्कल होती, तितकी त्याच्या बायकोच्या वाट्याला आली आहे.

चिंतेच्या सुरात होरी म्हणाला- हिच तर खोड आहे त्याच्यात. कुणाला काही मोजतच नाही. चिडचिडे तर आजारात सगळेच होतात, तुला आठवते की नाही, माहीत नाही, तुला ज्यावेळी इफिजा झाला होता. तू औषध फेकून द्यायचास. मी तुझे देन्ही हात धरायचो, त्यावेळी तुझी वहिणी तुझ्या तोंडात औषध टाकायची, त्यावर तू तिला हजारो शिव्या द्यायचास .

'हो, दादा, मी ते कसे विसरू शकतो, तुम्ही इतके केले नसते तर तुमच्यासोबत भांडण्यासाठी कशाला जिवंत राहिलो असतो.

होरीच्या लक्षात आले की हिराचा कंठ दाटून आला आहे, त्याचा ही कंठ दाटून आला.

'अरे, लढाई-झगडे तर जीवनात जणू करावेच लागतात, त्यामुळे जे आपले आहेत ते परके थोडेच होतात, घरात चार माणसं असल्यावर तर भांडणे तर होतातच. ज्याला कोणी नाही, तो कोणासोबत भांडण करीनं'

दोघांनी सोबत चिलम ओढली. नंतर हिरा आपल्या घरी गेला. होरी आत जाऊन जेवण करायला गेला.

धनिया द्वेशाने बोलली-' पहिली आपल्या सुपुत्राची लिला? इतकी रात्र झालीस तरी त्याला अजून कामातून सवड नाही मिळाली. मला सारं माहीत झालंय, भोलाची ती रांड मुलगी नाही का, झुनिया तिच्या नादी लागलाय'

होरीच्या कानावर पण ही भानगड पडली होती, पण त्याचा विश्वास बसला नव्हता. हीरा बिचारा या भानगडीत कुठे होता.

म्हणाला-'कोणी सांगितले तुला?'

धनिया जोशात आली-'तुम्ही कानाडोळा केलाय म्हणून तर सगळीकडे चर्चा आहे. ती सतरा घाटाचं पाणि पिलेली रांड त्याला बोटावर नाचवू लागली आहे आणि हा समजतो आहे की ती त्याच्यावर प्रेम करतेय, तुम्ही त्याला समजून सांगा, काही भलतं-सलतं घडलं तर तोंड दाखवायला जागा राहणार नाही.

होरीच्या मनात दुसरेच चालले होते. थट्टा करण्याच्या उद्देशाने म्हणाला-'झुनिया पहायला तशी चांगली आहे, लावू तिच्यासोत लग्न. अशी स्वस्तातली सून दुसरीकडे कुठे मिळेल.'

धनियाला ही थट्टा झोंबली-झुनिया या घरात आणली तर गळा चिरून टाकीन रांडेचा. गोबरला आवडत असेल तर त्यानं रहावं तिला कुठेही घेऊन.'

'आणि गोबरने या घरात आणली तर'?

'तर या दोन्ही मुली कोणाच्या गळ्यात बांधणार ? मग नातलगात कोण विचारील, कोणी दारात तर उभा करणार नाही.

'तर त्याला काय घाबरायचं'

'असं नाही सोडणार कार्ट्याला, ती मध्येच येईन आणि राज करीन. तोंडाला आग लावीन तिच्या.

अचानक येऊन घाबऱ्या सुरात गोबर बोलला-'दादा, मटरूला काय झालं? विंचू तर नाही चावला ना ? ती तडफडू लागली आहे, होरी जेवायला बसला होता, ताट तसेच सोडून बाहेर आला. आणि म्हणाला- काय अभद्रवाणी बोलतोस, आताच तर मी पाहून आलोय तिला. झोपली होती.'

तिघे बाहेर गेली उजेड करून पाहिला. गाईच्या तोंडातून फेस येत होता. धनिया डोकं आपटून घेऊ लागली. होरी पंडित दातादीनकडे धावला. गावात पशु-चिकित्साचे तेच आचार्य होते. पंडितजी झोपायला लागले होते. धावतच आले. एका दमात सारा गाव गोळा झाला. गाईला कोणीतरी घातले होते तसे लक्षण दिसत होते. विष दिलं होतं, पण गावात असा कोण दुश्मन होता ज्यानं हे दृष्कृत्य केलं होतं. अशी घटना तर गावात यापूर्वी कधी घडली नव्हती. मग बाहेरचा कोण माणूस गावात आला होता. होरीची कोणासोबत दुश्मनी पण नव्हती शंका घ्यायला. हिरासोबत थोडे भांडण झाले होते, पण तो तर भाऊ होता, धमक्या देत होता. ज्याने हे काम केले होते, त्याने दुश्मनी काढण्यासाठी मला ठार करायचं, कितीही रागाचा असला तरी त्याने इतके नीच काम करायचं नसते.

मध्यारात्रीपर्यंत गर्दी होती. सगळेजन हळहळ करीत होते आणि ज्यानं हे केलं त्याला शिव्या देत होते. यावेळी तो पकडल्या गेला असता तर काही खरं नव्हतं. अशी परिस्थिती असेल तर जनावरांना बाहेर कोण बांधील, आतापर्यंत रात्री-बेरात्री जनावारं बाहेर पडलेली असत. कसल्याप्रकारची काळजी नव्हती. परंतु हे तर नवेच संकट उभे राहिले होते. गाय अशी होती की फक्त पहात रहावं, पाचसेर पेक्षा कमी दूध देत नव्हती. शंभर-शंभराचं एक-एक वासरू होतं.

सगळे गावकरी आपल्या आपल्या घरी गेल्यावर धनिया होरीला बोलू लागली, तुम्हाला लाख सांगितले तरी मनाचेच करणार. तुम्ही गाईला सोडून अंगणातून नेल्यापासून सांगतेय की बोहर बांधू नका. दिवस चांगले नाहीत, कधीही काहीही होऊ शकतं, परंतु नाही, तिला फार गरमी लागत होती. आता खूप थंडी पडलीय आणि तुमचे काळीजही थंड पडलं असेल आता, ठाकुर मागत होते तर द्यायची, डोक्यावरचं तरी कमी झालं असतं, दुसऱ्याची ईच्छा पूर्ण झाली असती, ते वेगळेच. पण मग थापड मिळाली नसती ना. एखादी वाईट घटना घडणार असल्यावर माणसाची मती गुंग होते. इतक्या दिवसापासून घरातच बांधून होती. ना गरमी लागली ना थंडी. इतक्या लवकर घरात मिसळली की, कळलेच नाही. नवीन आलीय म्हणून मूलं तिच्या शिंगासोबत खेळत. डोकं पण वर करीत नव्हती. जे काही पुढे टाकाल ते गुमान खात होती. लक्ष्मी होती. अभाग्य व्यक्तिच्या घरी काय राहणार. सोना आणि रूपा हा गोंधळ ऐकून जागी झाल्या होत्या आणि एकमेकींच्या गळयात पडून रडत होत्या. तिची सेवा जर कोणी असेल तर हया दोघींनी. त्यांची मैत्रिण झाली होती. दोघी जवनापूर्वी एक भाकरीचा तुकडा तिला चारत. कशी जीभ बाहेर काढून खाई. आणि जोपर्यंत दोघीच्या हातची भाकर मिळत नसे, ताटकळत उभी राही, नशीबच फुटकं!

गोबर आणि दोन्ही मुली रडून पडून झोपी गेल्या होत्या. होरीला पण डोळा लागला. धनिया तिच्या डोक्याजवळ पाण्याचा लोटा ठेवायला आली तर होरीने हळू आवाजात म्हटले- तुझ्या पोटात

काही आहात नाही, काही सांगावं तर गावभर बोंबलत फिरशील.

धनियाने अक्षेप फेटाळला- सांगा, तर खरं, मी असं काय केलय की माझी बदनामी करू लागलात,

'तुला कोणाचा संशय येतो'?

'माझा संशय कोणावर नाही, काणी बाहेरचा माणूस असावा'

'कोणाला सांगणार नाही?

'सांगितले नाही तर, गावकरी सोन्याने कसे मढवतील'

'जर कोणाला सांगितले तर मारूनच टाकीन'

'मला मरून मजेत राहणार नाही आहे तोपर्यंत दुसरी बायको नाही करू देणार. तुमचे घर सांभाळले आहे. मेले त्या दिवशी छाती बडवत रडाल, आता मी लाख वाईट आहे त्यावेळी अश्रू येतील'

'मला हिराचा संशय येतो'

'खोटं , अगदीच खोटं! हिरा इतका नीच नाही, तो खराब तोंडाचा आहे फक्त'

'मी माझ्या डोळयांनी पाहिलय !तुझी शपथ!

'तुम्ही तुमच्या डोळयांनी पाहिलय,! कधी ?

'इथं, मी सोभाला पाहून आलो तर तो गाईजवळ उभा होता. मी विचारले- कोण आहे? तर म्हणाला मी, मी हिरा आहे, चुलितला विस्तव न्यायला आलो होतो. थोडा वेळ माझ्यासोबत बोलला- मला चिलम दिली, तो घरी गेला. मी आत आलो. तेव्हढ्यात गोबरने खबर दिली. असं दिसतय कि मी गाय बांधून सोभाच्या घरी गेल्यावर त्याने इकडे येऊन गोईला काहीतरी चारलय. राक्षस पुन्हा हे पहायला आला की तो मेली की जिवंत आहे.

धनियाने दीर्घ श्वास घेत म्हटले- असे असतात काय भाऊ! ज्यांना भावाचा गळा कापायलाही काही वाटत नाही.अरेरे !

हिरा मनानं इतका काळा आहे ! त्या मुडद्याला मी सांभाळलं मोठं केलं,

'बरं, जाऊन झोप, पण कोणाजवळ काही बोलू नकोस'

'सकाळ होताच त्याला पोलिसात नाही दिलं तर मी माझ्या बापाच्या पोटची नाही, हा हत्यारा भाऊ म्हणण्याच्या लाईकीचा आहे ! हे भावाचं काम असतं का ! तो दुश्मन आहे, पक्का दुश्मनं, वैऱ्याला मारणे पाप नाही पण माफ करणे पाप आहे.'

होरीने धमकी दिली- 'मी सांगून ठेवतोय धनिया, अनर्थ होईल'

धनिया आवेशात येऊन म्हणाली- 'अनर्थ नाही, अनार्थाचा बाप होऊ द्या, मी त्याला पोलिसात पाठविल्याशिवाय राहणार नाही. तीन साल खडी फोडत बसेल. तीन वर्ष तेथून सुटला तर हत्येचं पाप लागेल. तीर्थ करावं लागेल. जेवणावळ द्यावी लागेल. सुटणार नाहीस म्हणावं ! आणि मी साक्ष देईल, मुलीची शपथ घेऊन.'

तिने घराचे कवाड बंद केले आणि होरी स्वतःला दोष देत राहिला. स्वतः तो ही गोष्ट ।नात ठेवू शकला नाही तर धनियाच्या काय राहिल! आता ही आवदसा ऐकणार नाही ! हट्टाला पेटते. कोणाचे ऐकणार नाही. आज त्याने त्याच्या जीवनातली चूक केली होती.

सगळीकडे निरव शांतता पसरली होती. दोन्ही बैलांच्या गळ्यातील घंटा कधी वाजायच्या. दहा पाऊलावर गाईचा मृतदेह पडला होता. आणि होरी तीव्र पश्चातापाने या अंगावरून त्या अंगावर होत होता. अंधारात उजेड नावाची एकही गोट दिसत नव्हती.

९

सकाळी सकाळी होरीच्या घरात चांगलाच तमाशा झाला. होरी धनियाला मारत होता. धनिया त्याला शिव्याशाप देती होती. दोन्ही मुली बापच्या पायाला धरून रडत होत्या आणि गोबर आईला वाचवत होता, होरीच्या हाताला धरून गोबर मागे ओढत हेाता. पण धनियाच्या तोंडतून एखादी शिवी निघताच होरी आपला हात सोडवून देत तिला दान चार लाथा ठेवून देई. त्याचा म्हातारा राग जणू एखाद्या गुप्त गोष्टी सारखा बाहेर आला होता. संपूर्ण गावात खळबळ माजली, लोक भांडणं सोडविण्याचं निमित्त करून तमाशा पाहू लागली, सोभा काठी टेकत उभा राहिला. दातादीनने तंबी दिली, हे काय आहे रे होरी, वेडा तर झाला नाहीस? घरच्या लक्ष्मीला कोणी मारतं का? तू तर वागत नव्हतास, काय हिराचा रोग तर तुला लागला नाही ?

होरीने नमस्कार करून म्हटले- महाराज, आपण यावेळी नाही बोललात तर बरे होईल, मी आज हिला धडा शिकवल्याशिवाय राहणार नाही. मी काही म्हणत नाही म्हणून ही आता डोक्यावर बसली आहे

धनिया डोळयात पाणि आणत पण क्रोधाने म्हणाली- महाराज, तुम्ही साक्षी आहात, मी आज त्यांना आणि हयांच्या हत्याऱ्या भावाला जेलमध्ये पाठविल्याशिवाय पाण्याला शिवणार सुद्धा नाही. याच्या भावाने गाईला मोहरी चारून मारून टाकले. आता मी पोलिसात चालले तक्रार करायला तर हा हत्यारा मला मारू लागलाय. याच्यासाठी जिंदगी बरबाद केली, त्याचं हे फळ मिळू लागलय.

होरीने दात ओठ खात आणि डोळे वटारत म्हटले-'पुन्हा हिच गोष्ट तोंडातून काढू लागलीस, तू पाहिलं होतस हिराला मोहरी चारताना ?'

'तुम्ही शपथ घेऊन सांगा की तुम्ही हिराला गोईच्या वैरणीजवळ उभा असलेलं पाहिलं नव्हतं ?'

'हो, मी नहतं पाहिलं, शपथ घेतो'

'पोराच्या डोक्यावर हात ठेवून शपथ घ्या'

होरीने गोबरच्या डोक्यावर थरथरता हात ठेवत कंपित स्वरात म्हटले- मी पोराची शपथ घेऊन सांगितो की मी हिराला वैरणी जवळ पाहिलं नव्हतं'

धनिया खाली थुंकली आणि म्हणाली- थुंकते तुमच्या खोटेपणावर. तुम्ही स्वतःच मला सांगितले की हिरा चोरासारखा चाऱ्यापुढे उभा होता आणि भवाला वाचविण्यासाठी खोटं बोलता, छो ! पण माझ्या मुलाचं थोडंही बरं वाईट झालं तरी घराला आग लावीन. साऱ्या संसारला आग लावीन. ईश्वरा ! एका रात्रीतून हा माणूस किती खोटं बोलू लागलाय.

होरी पाय झटकत बोलला- धनिया, राग दाखवू नकोस, नाहीतर वाईट होईल.

'मारू तर लागलात, आणखी मारा. तुम्ही एका बापाची औलाद असाल तर मला मारूनच पाणि प्याल. पाप्याने मारून मारून माझं भुसकट पाडलय तरी मन नाही भरलं. बाई- माणसाला मारून पहिलवानकी दाखवतोय, भावासमोर मांजर बनतोय, पापी कुठला हत्यारा.'

नंतर ती भोकाड पसरून रडू लागली- या घरासाठी तिनं काय नाही केलं, पोटाला चिमटे घेऊन संसार केला. अंगावरचे कपडे कधी वेळेवर मिळाले नाहीत. कशारितीनं एक-एक पैसा बचत केला. कशारितीनं लेकरा-बाळांना घास भरवून पाणि पिऊन झोपी गेली आणि आज त्या सगळ्या बलिदानाचे हे फळ! ईश्वर बसून सारा अन्याय पहात आहे. पण तिचं रक्षण करायला येत नाही, हत्ती आणि द्रोपदीचे रक्षा करायला वैकुठामधून आले होते. आज का झोपी गेलेत.

हळूहळू धनियाची बाजू गावकरी घेऊ लागले. हिरानेच गाईला जहर दिले, हे आता जगजाहिर झालं होतं. हिरा खोटे बालतो आहे, हे पण सिद्ध झांल. गोबरला पण या खोट्या शपथेने आणि खोट्या शपथेमुळे येणाऱ्या संकटाने बापाच्या विरोधात उभे केले. वरून दातादीनने जी तंबी दिली, हिरा तर मनातूनच खचलाच. गुमान बाहेर गेला, सत्याचा विजय झाला.

दातादीनने सोभाला विचारले- 'तुला काही माहीत आहे सोभा, काय झाले ते ?'

सोभा जमिनीवर पडूनच बोलला- मी तर महाराज आठ दिवसापासून बाहेर नाही आलो. होरी दादा कधी-मधी काही देतो, याच्यावरच धकतय. रात्री पण ते माझ्याकडे आले हेाते. कोणी काय केलं. मला माहीत नाही. हो, सांजच्याला हीरा माझ्याकडै खुरपे मागायला आला होता, म्हणत होता, एकूळी काढायची आहे, तेव्हापासून आमची भेट नाही.

धनिया याचा आधार घेत बोलली- पंडित दादा, हे त्याचेच काम आहे, सोभाकडून खूरपे घेतले आणि जुडी-बुटी खोदून गाईला चारली. भांडण झालेल्या दिवसापासून तो डुख धरून होता.

दातादीन म्हणाले- ही गोष्ट सिद्ध झाली तर त्याला हत्येचे पाप लागेल. पोलिस काही करू अथवा न करो, धर्म दंड केल्याशिवाय राहणार नाही. रूपिया तू जा आणि हिराला बोलव. सांग, पंडित बोलावत आहेत, त्याने हत्या केली नसेल तर गंगाजल हाती घेईल अणि ओट्यावर उभा राहून शपथ घेईल.

धनिया म्हणाली- 'महाराज, त्याच्या शपथेवर विश्वास ठेवू नका. लगेच खाईन. धर्मात्मा समजणारे त्यांचे भाऊ शपथ घेतात तर त्याचा काय भरोसा.'

यावेळी गोबर बोलला-' खा म्हणावं थोटी शपथं, वंश बुडू द्या. म्हतारे जगू द्या आणि जवान जगून काय करतील'

रूपाने क्षणार्धात येऊन सांगितले- 'काका घरी नाहीत,पंडित दादा! काकू म्हणतेय कुठे गेलेत.

दातादीनने दाढीला पीळ देत म्हटले-तू विचारलेस नाहीस, कुठे गेले आहेत म्हणून ? घरात तर लपून बसला नाही, तू पहा सोना, आत तर नाही बसला.'

धनिया मध्येच बोलली- त्याला नका पाठवू दादा! हिराच्या डोक्यात हत्येचे भूत आहे, माहीत नाही कोण्यावेळी काय करील .

दातादीन स्वतःच गेले आणि खात्री करून घेतली की खरोखरच हिरा कुठे गायब झाला

आहे. पुनिया सांगत होती, लोटा, दोरी आणि दंडा सोबत घेऊन गेलो आहेत. पुनियाने विचारलेही, कुठे निघालात, पण सांगितले नाही, तिने पाच रूपये वळचणिला ठेवले होते, ते पण घेऊन गेलेत.

धनिया शांतपणे म्हणाली-'तोंडाला काळे फासून कुठे गेला असेल.'

धनियाने शंका व्यक्त केली-'गंगा स्नानासाठी गेला असता तर रूपये कशाला सोबत नेले असते. आजकाल कुठे कार्यक्रम पण नाही.'

ह्या शंकेवर कोणी काही बोललं नाही, संशय दाट झाला.

आज होरीच्या घरी स्वयंपाक नाही झाला. ना कोणी बैलांना वैरण चारा घातला, संपूर्ण गावात खळबळ माजली होती. टोळक्या-टोळक्यानं गोळा होऊन गावकरी या विषयावर उलट-सुलट बोलत होते. हिरा पळूनच गेला असेल. पाहिलं असेल की त्याचं नाव घेतलय, आता जेल जावे लागेल. हत्याची शिक्षा वेगळीच, म्हणून गेला असेल पळून. पुनिया तिकडे रडत होती. काही न सागता, कुठे निघून गेलेत, असं म्हणत होती.

जे व्हायचं बाकी होतं ते पण हावलदाराने सायंकाळी येऊन पूर्ण केलं. गावच्या चौकीदारानं ही घटना पांलिसांना कळवली. त्यांचं कर्तव्य म्हणून त्यांनी घटनास्थळी भेट दिली होती. आता त्यांचा आदर-सत्कार पूर्ण करण्याचं कर्तव्य गावकऱ्यांना करायचं होतं. दातादीन, झिंगुरसिंह, नोखेराम, त्याचे सारे चमचे, मँगरू साह आणि लाला पटेश्वरी, सगळे दाखल झाले होत. आणि हावलदारासमोर हाताची घडी करून उभे राहिले.होरीची तगमग झाली, जीवनात तो पहिल्यांदाच हावलादारासमोर आला होता. असा घाबरू लागला होता की जणू कोणी त्याला फासावर देवू लागले होते. धनियाला मारताना त्याचं अंग अंग फुललं होतं. हावलदारासोर कासवा सारखा आखडून गेला होता. हावलदाराने तीव्र नजरेने पाहिलं, जे होरीच्या ऱ्हदयापर्यंत गेलं. माणूस ओळखणं त्याला जमत होतं, पुस्तकी ज्ञान कमी होतं, पण व्यावहारीक ज्ञानात मानसिक तज्ञ होते. समजले, आज कोण्या भल्या माणसाचे तोंड पाहिले आहे, होरीचा चेहरा सांगत हेाता, त्याला केवळ एका धमकीची गरज आहे.

हावलदाराने विचारले-'तुला कोणाचा संशय आहे?'

होरीने जमिनीला हात लावला आणि हाताची घडी करून बोलला-'माझा कोणावरही संशय नाही सरकार. गाय तिच्या मरणाने मेली आहे. म्हतारी झाली होती.'

धनिया पण मागे येऊन उभी राहिली. तात्काळ बोलली-'गाय तुमच्या भावाने मारली आहे, हिराने. सरकार बुद्धू नाहीत की तुम्ही जे सांगाल ते ते ऐकून घेतील. इथे चौकशी करायला आले आहेत.'

हावलदाराने विचारले-'ही कोण बाई आहे ?'

अनेकांनी हावलदारासोबत बोलायला मिळावे म्हणून चढाओढ केली. सगळे एकाच सुरात बोलले आणि स्वतःच्या मनाची समजूत काढली की मी पहिल्यांदा बोललो-'होरीची पत्नी आहे सरकार!'

'तर मग तिला बोलवा, पहिल्यांदा मी तिलाच विचारतो, कुठे आहे तो हिरा ?

विशिष्ट लोकांनी एका सुरात सोगितले -'तो आज तर सकाळीच कुठे तरी गेला आहे सरकार!'

'मी त्याची-घरची झाडाझडती घेईन'

झाडाझडती ! होरीचा जीव खाली-वर होऊ लागला. त्याचा भाऊ हिराच्या घरची झाडाझडती होईल आणि हिरा तर घरी नाही. तो असताना ही झाडाझडती नाही झाली पाहिजे, आणि आत्ता त्याचा आणि धनियाचा काही संबंधअसणार नाही. कुठे जायचे आहे जा म्हणावं, त्याची इज्जत घालवू लागलीस, तर त्याच्या घरी कशी राहील, अन्नाला महाग झाल्यावर समजेल तिला,

गावातील विशिष्ट लोकांनी हे संकट टाळण्यासाठी कुजबुज सुरू केली

दातादीनने टक्कल हालवित म्हटले-'हे सगळे पैसे उकळण्याचे धंदे आहेत. सांगा हिराच्या घरात काय सापढणार आहे ?'

पटेश्वरी खूप उंच होता, उंच असली तर मुर्ख नव्हतो, आपलं लांब काळं तोंड घेऊन म्हणाले- इथे आलाय कशाला. काही घेतल्याशिवाय थोडाच जाणार आहे ?'

झिंगुरसिंहने होरीला बोलावून कानात म्हटले- 'काही द्यायचं पहा, म्हणजे गळा मोकळा होईल.'

हावलदाराने जरा जोशात येत म्हटले- 'मी हिराच्या घराची झाडाझडती घेईन'

होरीचा असा आवतार झाला होता की जणू अंगात प्राणच राहिला नव्हात. झाडाझडती त्याच्या घरची काय अन् भावाच्या घरची काय एकच गोष्ट होती. हिरा वेगळा रहात असला तरी सगळया गावाला माहीत होतं की भाऊ आहे म्हणून. पण यावेळी त्याचं काही खरं नाही. त्याच्याजवळ काही रूपये असते तर लगेच काढून दिले असते. हावलदाराला म्हणाला असता- सरकार, माझी इज्जत तुमच्या हातात आहे, पण त्याच्याकडे जहर खायला सुद्धा पैसा नव्हता. धनियाजवळ दोन चार रूपये असतील पडलेले पण ती आवदसा कशाल देईल. मृत्युदंडाची शिक्षा केलेल्या आपराध्यासारखा, आपल्या आपमानाची तीव्र वेदना सहन करीत गुमान उभा राहिला.

दातादीनने होरीला सचेत केले- आता नुसतच उभा राहून काही होणार नाही होरी, रूपायाची काही तडजोड कर.

होरी दीन स्वरात बोलला- आता मी काय करू महाराज! अजून पहिलेच कर्ज डोक्यावर आहे. आणखी कोणत्या तोंडानं मागू. परंतु या संकटातून बाहेर काढा. जगलो, वाचलो ता पै,पै परत करीन. मे मेलो तर गोबरकडून वसूल करा.

वरिष्ठांमध्ये सल्लामसलत होऊ लागली. हावलदाराला काय द्यावं

दातादीनने पन्नास रूपयाचा प्रस्ताव ठेवला. झिंगुरसिंहच्या मते शंभर रूपयापेक्षा कमी घेणार नाही . नोखेरामला पण तसेच वाटत होते. फक्त झाडाझडतीची भानगड टळावी, मग निवद कोणता का ठेवता येईल. मुडद्याला ढीगभर लाकडाने जाळले काय किंवा मुठभर, त्याला काय चिंता.

पण पटेश्वरीला हा अन्याय पहावला नाही. कोणी डाका टाकला नव्हता. किंवा खून केला नव्हता, फक्त झाडाझडती घेणार होते. त्यासाठी वीस रूपये खूप झाले.

वरिष्ठांनी अमान्य केलं, 'तर मग हावलदार साहेबांसोबत बोला- आम्ही मध्ये पडणार नाही. कोण बोलणं खाईन.'

होरीने पटेश्वरीच्या पायावर डोकं ठेवलं-'भैय्या, मला वाचवा जीवात जीव असेपर्यंत तुमची

तावेदारी करीन.'

हावलदाराने पुन्हा आपल्या विशाल छातीसह आणि वाढलेल्या ढेरीसह म्हटले- कुठे आहे हिराचे घर ? मी त्याच्या घराची झडती घेतो.

पटेश्वरीने पुढे होऊन हावलदाराच्या कानात म्हटले- झडती घेऊन काय करणार हुजूर ! त्याचा भाऊ आपल्या सेवेत हजर आहे.

दोघेजण बाजूला जाऊन चर्चा करू लागले

'कसा माणूस आहे ?

'फारच गरीब आहे मालक ! जेवणाची पंचाईत आहे ?'

'खरं ?'

'हो हुजूर, खरं सांगतोय '

'अरं मग पाच-पन्नास रूपये पण देणार नाही का ?

'कशाचे मालक, ! दहा मिळाले तर हजार समजा. पन्नास तर जन्मातही शक्य नाही, ते ही कोणी महाजन दारात बसला तर.'

हावलदाराने एक मिनिट विचार केल्यावर सांगितले- तर मग त्याला त्रास देवून काय फायदा, मी अशा लोकांना त्रास देत नाही, जे आधीच मेले आहेत.

पटेश्वरीने पाहिले हे तर उलटच झालं होत. म्हणाली नाही हुजूर, असे करू नका. आमचे कसे होईल, आमच्याजवळ दुसरे काय आहे ?

'तुम्ही या भागाचे पटवारी आहात असं काय बोलताय ?

'अशावेळीच आमच्या पदरात काही पडतं, वीस माझे दहा तुमचे.'

'चार पंच आहेत त्यांचाही विचार करा'

'बरं, अर्धे-अर्धे करू, जा लवकर कर. मला उशीर होतोय,'

पटेश्वरीने झिंगुरसिंहला म्हटले- झिंगूरीने होरीला ईशारा केला. त्याला घरी नेले. तीस रूपये मोजून दिले आणि उपकार केल्याच्या भावनेने बोलले- आजच कागद लिहून घेऊ. तुझ्याकडे पाहून पैसे देवू लागलेाय. भला माणूस आहे म्हणून.

होरीने रूपये घेतले आणि बंडीच्या खिशात ठेवून प्रसन्न चेहऱ्याने येऊन हवालदाराकडे गेले.

अचानक धनिया झपाटल्यासारखी समोर आली आणि त्याच्या बंडीतले पैसे एका झटक्यात हिसकावले, पण पैसे जमिनीवर पडले. नागिनीसारखी फुत्कारत बोलली- हे पैसे कुठे घेऊन निघालात सांगा, भल्यासाठी सांगतेय रूपये परत करा, बायको रात्र-दिवस खपतेय, आणि अन्न पण वेळेवर मिळत नाही आणि मुठभर रूपये घेऊन निघालात इज्जत वाचवायल! फार आलीय तुमची इज्जत! ज्याच्याघरी उंदिर येतात तो पण इज्जतवाला बनतो ! हावलदार झडती तर घेणार आहे. घेऊ द्या ना त्याला झडती. एक तर शंभर रूपयाची गाय मेली वरून हा भुर्दंड ! व्वा रे तुमची इज्जत !

होरी अपमान गिळत होता. सारं गाव जागीच शांत झालं होतं. वरिष्ठांच्या नजरा झुकल्या. हावलदाराचे तोंड बारीक झाले. त्याच्या जीवनात अशी थापड मिळाली नव्हती.

होरी स्तंभीत होऊन उभा होता. जीवनात पहिल्यांदा चार-चौघात धनियाने त्याला सुनावले होते. आता मान कशी वर करणार होता !

परंतु हावलदार सहजासहजी मानणारे नव्हते. खेकसत म्हणाले- 'मला तर असे वाटते आहे की हिराला फसविण्यासाठीच या बाईनं गाईला जहर दिले आहे.'

धनियाने हातवारे करत म्हटले- हा, दिलं, माझी, गाय होती. मारून टाकली. दुसऱ्या कोणाचे जनावर तर मारले नाही? तुमच्या तपासत असेच अढळले असेल तर तसे लिहा. घाला माझ्या हातात हातकडी. पहिला तुमचा न्याय आणि अक्कल. गरिबांचा गळा कापणे वेगळी गोष्ट आहे आणि दुधाचे-दुध, पाण्याचे-पाणि करणे वेगळी गोष्ट आहे.

होरी डोळयात आग भरवत धनियाकडे धावला- परंतु मध्ये गोबर आला आणि कठोर शब्दात बोलला- दादा थांबवा आता हे खूप झालं, मागं व्हा सांगून ठेवतो. नाहीतर माझे तोंड पहाणार नाहीत. तुमच्यावर हात उचलणार नाही, इतका वाईट नाही मी. इथेच फाशी घेईन.

होरी मागे हाटला आणि धनिया वाघीन झाली. तू मागे हो गोबर, पहाते काय करतात माझं, हावलदार बसलेत. यांची हिंमत पहाते, घरची झडती घेतल्याने यांची इज्जत जातेय. आपल्या बायकोला सर्व गावासमोर लाथांनी मारायला याची इज्जत जात नाही. ! हाच वीरांचा धर्म आहे. मोठे आलेत वीर. एखाद्या मर्दासोबत लढा म्हणावं. जिला लग्न करून आणले तिला मारण्यात बहादुरी नाही. तुम्हाला वाटत असेल मी हिला अन्न, कपडे देतोय, आजपासून आपले घर संभाळा. पहाच या गावात तुमच्या छातीवर टिच्चून राहते का नाही. चांगली खाऊन-पिऊन पाहिजे तस, तुम्ही पहा

होरी शांत बसला. त्याला माहीत झालं, स्त्रीसमोर पुरूष किती निर्बल आणि निरूपाय आहे.

वरिष्ठांनी रूपये उचलले होते आणि हावलदाराला तेथून निघायला ईशारा करत होते. धनियाने आणखी एक गर्जना केली -'ज्याचे रूपये आहेत त्याचे देवून या. आपल्याला कोणाची उधारी नको, आणि ज्यांना द्यायचेत, त्यांच्याकडूनच घ्या, मी कवडी पण देणार नाही. मग मला अधिकाऱ्याकडे जावे लागले तरी चालेले. आम्ही उधारी द्यायला पंचवीस रूपये मागत होतो, तेव्हा कोणी दिले नाही. आज मुठभर रूपये सहज काढून दिले. मला सगळं माहीतय. सगळेजण वाटून घेणार होते. सगळ्यांचं तोंड गोड होणार होतं, हे हत्यारे आहेत गावचे पंच. गरिबांचे रक्त पिणारे !

व्याज, नजराने, दलाली जे काय म्हणायचे ते म्हणा. गरिबांना लुटणेच आहे. तशात यांना स्वराज्य पाहिजे. जेलमध्ये गेल्याशिवाय स्वराज्य नाही मिळणार. धर्माचं न्यायाचं,

पंचाच्या तोंडाला जणू काळीमा फासला होता. हावलदाराचा चेहरा पडला होता. इज्जत वाचविण्यासाठी हिराच्या घराकडे निघाले.

रस्त्यात म्हणाले- धाडसी कसली हुजूर! कर्कशा आहे. अशा बाईला तर गोळी मारावी.

'तुम्हा लोकांची तर बोलती बंद केली. चार-पाच रूपये मिळाले असतं.

'हुजूरचे पण पंधरा रूपये गेले'

'माझे कसे जातील. तो देणार नाही. गावचे पंच देतील आणि ते पण पंधराच्या ठिकाणी पन्नास रूपये. तुम्ही तात्काळ बंदोबस्त करा.'

'पटेश्वरीलालने हसत म्हटले- 'हुजूर फारच थट्टाखोर आहेत'

दातादीन म्हणाले- मोठया माणसाची ही लक्षणेच असतात. अशा नशीबवानचे दर्शन कुठे होते.

हावलदार कठोर होत म्हणाला ही स्तुती नंतर करा कधी, यावेळी पन्नास रूपायाचे पहा, रोख आणि तेही लक्षात ठेवा टोलवाटोलवी केली तर मी चौघांच्या घरची झडती घईल. शक्य आहे तुम्हीच हिरा आणि होरीला फसवून त्यांच्याकडून पैसे उकळण्यासाठी हे सगळे नाटक केले आहे'

पंच पण आतापर्यंत असे समजत होते की हावलदार थट्टा करीत आहे.

झिंगुरसिंहने डोळा मारत म्हटले-'काढा पन्नास रूपये पटवारी साहेब !'

नोखेरामने समर्थन केले- 'पटवारी साहेबांचा इलाखा आहे, त्यांनी जरूर आपली सेवा करायला हवी'

पंडित नोखंरामजी यांची चावडी आली. हावलदार एका खाटेवर बसले आणि म्हणाले- 'तुम्ही लोकांनी काय ठरविले आहे ? रूपये देता की झडती घेऊ ?'

दातादीनने आक्षेप घेतला- 'पण हुजूर...'

झिंगुरसिंहने धाडस दाखवले- 'सरकार हा तर सरळ सरळ अन्याय आहे.'

'मी पंधरा मिनिटाचा वेळ देतो. इतक्या वेळात पन्नास रूपये नाही मिळाले तर तुम्हा चौघांच्या घरची झडती होईल. आणि गंडासिहला ओळखता ना त्याने मारले तर कोणी पाणि पण मागत नाही'.

पटेश्वरीलालने तीव्र स्वरात म्हटले- तुम्हाला झडती घेण्याचा अधिकार आहे ? हे बरं, आहे गुन्हा केलाय कोणी आणि पकडू कोणाला लागलात ?

'मी पंचवीस वर्षापासून पोलिसात आहे?'

'परंतु असा अंधार तर कधी पाहिला नव्हता'

'तुम्ही अंधार पाहिला कुठे आहे, म्हणाल तर दाखवू. एका एकाला पाच-पाच वर्षासाठी पाठवतो जेलमध्ये. माझ्या डाव्या हाताचा खेळ आहे, गाऱ्या गावाला आत टाकू शकतो. या भ्रमात राहू नका !'

चौघे सज्जन चावडीच्या कोपऱ्यात जाऊन विचार करू लागले.

नंतर काय झालं , कोणाला माहीत नाही. हावलदार प्रसन्न दिसत होते आणि चौघांच्या तोंडवर जणू कोरडे ओढले आहेत.

हावलदार घोड्यावर स्वार होत निघाले, तर चौघे घोडयाच्या मागे धावत होते. घोडा दूर गेल्यावर परतले. अशा तऱ्हेने की जणू प्रियजनांवर संस्कार करून स्मशनातून परत आलेत.

अचानक दातादीन बोलले- 'माझा श्राप लागला नाहीतर तोंड दाखवणार नाही.'

नोखेरामने समर्थ दिले- 'असे धन काय कामाचे, लुटीचे.'

पटेश्वरीने भविष्यवाणी केली- 'हरामाची कमाई हरामाच्या मार्गाने जाईल'

झिंगुरसिहचा आज देव न्याय करतो याच्यावर विश्वास राहिला नाही. माहीत नाही देव कुठं लपून बसलाय इतका. अंधार पाहूनही दंड देत नाही.

यावेळी या सज्जनांचा फोटो काढून घेण्याच्या लायकीचे होते.

१०

दिवसामागून दिवस जात होते पण हिराचा काही ठाव-ठिकाणा लागत नव्हता. होरीला जितकी धावपळं करणं शक्य होती तितकी केली नंतर ढिल्ला पडला. शेती-वाडीची पण देखभाल करायची होती. एकटा माणूस काय-काय करील. आणि आता स्वतःच्या शेतही इतकीच पुनियाच्या शेतीची पण काळजी होती. पुनिया आता एकटी असूनही चांगली झाली हेाती. होरी तिचे कौतूक करायचा. हिरा होता पण तो तिला दाबून ठेवायचा. तो निघून गेल्यावर तिच्यावर कोणाचा अंकुश राहिला नव्हता. हिराच्या शेतीचा कर होरीलाच द्यावा लागायचा. पुनिया आता अबला होती, तिला काय मागणार तो आणि पुनियाला होरीचा स्वभाव माहीत होता. म्हणून त्याच्या चांगुलपणाचा खूप फायदा घ्यायची. किमान हे तरी बरे होते की कारकुन साहेबांनी पुनियाकडून कर वसूल करण्याची सक्ती केली नाही. केवळ थोडे फार रूपये घ्यायला तयार झाले, नाहीतर होरी आपल्या करासोबत तिचे कर भरण्यासाठी सुद्धा कर्ज घ्यायला तयार झाला होता. जूनमध्ये पेरणीची इतकी धुमधाम होते की मजूर न मिळाल्याने होरीला आपल्या शेतात काही पेरता आले नाही. परंतु पुनियाच्या शेतात पेरणी कशी होणार नव्हती. होरीने पहाटपर्यंत काम करून तिच्या शेतात पेरणी केली. आता होरीच तिचं सगळं काही होता! पुनियाला जर काही कष्ट पडलं तर जग त्यालं हसेल. परिणाम असा झाला की खरिपाचे फार कमी पीक होरीला मिळाले आणि पुनियाच्या घरात धान्य ठेवायला जागा उरली नाही.

होरी आणि धनियाचे त्या दिवसापासून बिनसले ती बिनसलेच. गोबर सोबत बातचीत बंद होती, आई-मुलाने जणू त्याच्यावर बहिष्कार टाकला आहे. आपल्याच घरात तो परक्यासारखा होता. दोन बोटीत एकाच वेळी प्रवास केल्याने जे हाल होतात ते त्याचे होत होते. गावात आता तितका आदर राहिला नव्हता. धनियाने आपल्या धाडसाने स्त्रीयांचेच नाही तर पुरूषांचेही मन जिंकले होते. महिन्यापर्यंत आस-पासच्या भागात या घटनेची खुप चर्चा रंगली. इतकी की त्या घटनेने दैवी रूप धारण केले. धनिया नाव आहे तिचे, भवानी प्रसन्न आहे तिच्यावर, हावलदाराने जशाही तिच्या नवऱ्याच्या हाती बेड्या घातल्या धनियाने भवानी स्मरण केले. भवानी तिच्या अंगात आली मग काय एका झटक्यात नवऱ्याच्या बेड्या तोडल्या आणि हावलदाराच्या मिशा उपटल्या. नंतर त्याच्या छाताडावर बसली. हावलदाराने खूप विनवन्या केल्यावर त्याला सोडले. अनेक दिवस भक्तमंडळी तिच्या दर्शनाला येत. ती गोष्ट जुनी झाली होती. पण गावात आता धनियाचा सन्मान वाढला हेाता. तिच्यात अद्‌भूत सामर्थ्य आहे. आणि वेळ पडल्यावर ती पुरूषांचेही कान पकडू शकते.

पण हळूहळू धनियामध्ये एक परिवर्तन होऊ लागले होते. होरीला पुनियाच्या शेतात राबताना पाहून पण ती काही बोलत नव्हती. यामुळे नाही की ती होरीपासून विरक्त झाली होती. उलट तिला पण आता पुनियाची दया येत होती.हिराचे घरातून पळून जाणे म्हणजे तिचा बदला पूर्ण होण्यास पूरे आहे.

या दरम्यान होरीला ताप येऊ लागला होता. अंगभर हडीताप पसरला होता. होरी त्याच्या विळख्यात सापडला होता. अनेक वर्षानंतर आलेल्या तापाने तर सगळी कसर काढली होती.

एक महिन्यापर्यंत खाटेवर पडून होता. या बिमारीने होरीला अशक्त केलेच, पण धनियाच्या मनामध्यही जागा केली. नवरा मरू लागल्यावर त्याच्यासोबत कोण वैर करील. अशा परिस्थितीत तर वैऱ्यासोबतही वैर नसते. तो तर तिचा नवरा होता. लाख खराब असो, पण त्याच्यासोबत जीवनाचे पंचवीस वर्षे घालवलेत. सुख-दुःख सगळं भोगलं ते पतीसोबत. मग तो चांगला असो वा अथवा वाईट, नवरा आहे. दाढीवाल्याने मला गावासमक्ष मारहाण केली. माझी इज्जत घालविली. परंतु तेव्हापासून किती लज्जित आहे. माझ्याकडे साधे पहात नाहीत, जेवायला येतात त्यावेळी मान खाली घालून जेवतात, भीती वाटते की, मी काही बोलणार तर नाही.

होरी आजारातून बरा होईपर्यत पती-पत्नीमध्ये मेळ झाला होता.

एक दिवशी धनिया म्हणाली- तुम्हाला इतका राग कसा काय आला होता. मला तर तुमचा कितीही राग आला तरी हात नाही उचलणार.

होरी लज्जित होत बोलला- आता त्यावर बोलायचे नको. धनिया ! माहीत नाही काय झालं होतं मला. त्याचं मला किती वाईट वाटलं ते मलाच माहीत आहे.

'आणि मी पण तोच राग घेऊन बसलेय त्याचं काय '

'तर मी काय रडण्यासाठी बसून राहू ? तुझ्यासोबत माझी पण चित्ता जळाली असती '

'बरं, जाऊ द्या. नको त्या गोष्टी बोलण्यात आर्थ नाही'

'गाय गेली ती गेली. माझ्या डोक्यावर एक ओझं टाकून गेली. पुनियाची चिंता मला सतावत असते'

म्हणूनच म्हणतात, ईश्वराने थोरले करू नये, असलं-नसलं, त्यालाच पहावं लागतं. धाकट्याला कोणी काही म्हणत नाही.

माघचा महिना होता. आभाळ भरून आलं होतं. अंधार दाटून आला हेाता. एक तर थंडीची रात्र. त्यात हा पाऊस. स्मशान शांतता पसरली होती. अंधारात काही दिसत नव्हतं. होरी जवण करून पुनियाच्या मटरच्या शेतात आपल्या कोपीत पडला होता. वाटत होतं, थंडीला विसरून जावं आणि झोपावं. परंतु जागोजागी गळणारी ती कोपी. इतके शत्रू असताना झोप कशाला येईल. आज तंबाखू पण नाही मिळाली. त्यात मन रमलं असतं. विस्तव सोबत आणला होता तो पण थंडीने विझला. भेगा पडलेली पाय आपल्या पोटात घुसवून आणि हातांना जाघांच्या मध्ये दाबून, चांदरीत तोंड खुपसून स्वतःच्याच गरम श्वासांनी स्वतःला गरमी देण्याचा निरर्थक प्रयत्न चालू होता . पाच वर्षा पूर्वी ही बंडी शिवली होती. धनियाने एक प्रकारची जबरदस्ती करून बनवली होती. एकदा बाजारातून कपडे घेतले होते. त्यावर किती तमाशा झाला होता किती शिव्या खाव्या लागल्या होत्या. आणि ही चादर तर त्याच्या जन्माच्या अगोदरची आहे. लहानपणी आपल्या आई-वडिलासोबत तो हिच्यातच झोपायचा. तारूण्यात गोरबला घेऊन हिच्यातच थंडी घालविली होती. आणि आज म्हातारपणी हिच चादर त्याची सोबती होती. पण आता अन्नाला चावणारी दातं नाहीत तर दुखणारी आहेत.

जीवनात तर असा एखदा दिवस नाही आला की कर सावकाराला देवून काही उरले आहे आणि आता बसल्याजागी हि झंझट आली आहे. नाही करवं. जग तर हसेल. करावं तर ह संशय असतो की लोक काय म्हणतात, सगळेजण असे समजतात की तो पुनियाला लुटतो आहे. तिचं सारं

पीक स्वतःच्या घरात आणतो, उपकाराचे जाऊ द्या. उलट कलंक लागू लागलाय. तिकडे भोला अनेकदा सांगून थकला आहे की लग्नाचं पहा म्हणावं. आता धकत नाही, सोभा अनेकदा बोलून गेला आहे की पुनियाचे विचार त्याच्याबाबतीत चांगले नाहीत. नसू द्या. पुनियाचं घर त्याला संभाळावेच लागेल, मग रडत असो किंवा हसत.

धनियाने मन अजून तितके साफ झाले नव्हते. तिच्या मनात कुठे तरी मळ होताच. मला गावासमोर मारायला नको होतं. जिच्यासोबत पंचवीस वर्ष घालवले. तिला मारणे आणि ते ही गावासमोर . माझा नीचपणा होता. परंतु धनियाने पण माझी इज्जत घालवायची काही कसर ठेवली नव्हती. माझ्या समोरून कशी तिरकी -तिरकी निघून जाते. जणू काही ओळख नाही. काही सांगायचे असेल तर सोना किंवा रूपाला सांगते. पहातोय तिची साडी फाटली, मला काल सांगितलेही, पण सोनाकडे तिच्यासाठी, स्वतःसाठी म्हणून नाही. सोनाची साडी अजून थिगळे लावून महिना-दोन महिने चालू शकते. तिच्या साडीच्या नुसत्या चिंध्या झाल्या आहेत. मीच कशाला तिच्या विनवन्या करू. मनानेच मी तिच्या मनातलं ओळखून वागलो तर काही लहान बापाचा होणार नाही. तेच झालं असतं, तिनं थोडं प्रेमानं घेतलं असतं, दोन-चार ऱ्हदयाला भिडणारे शब्द बोलली असती, तर मला काय वेदना थोड्याच झाल्या असत्या. परंतु म्हातारा झालो तरी मला काही ते जमलं नाही. आजारी पडलो ते बरेच झाले. त्यामुळे थोडी नरम झालीय नाहीतर माहीत नाही किती दिवस तोंड फुगवून बसली असती.

आज त्या दोघांसाठी जो संवाद झाला, जणू तो भुकेल्यांना अन्न मिळावा तसा होता. ती मनापासून बोलली होती आणि होरीला खूप आनंद झाला होता. त्याच्या मनात आले, तिच्या पायावर डोकं ठेवावं आणि म्हणावं- मी तुला जितके मारले होते, तितके तू मारून घे. जितक्या शिव्या द्यायच्यात दे.अचानक त्याला कोपीच्या समोर बांगड्यांचा आवाज आला. त्याने कान लावून ऐकले. कोण आहे, पटवारीची मुलगी असेल, नाहीतर पंडितची पत्नी. मटर काढायला आली असेल. माहीत नाही या लोकांची नियत इतकी का खोटी आहे. गावात चांगले कपडे यांच्याकडे, खायला चांगले यांच्याकडे, घरात हजारो रूपये पडून यांच्याकडे, व्याज-व्यावहार करतात, गाड्या-घोड्यातून फिरतात, दलाली घेतात, एक ना एक भानगड उकरून त्यातून पैसा काढतात. तरीपण नियत अशी ! जसा बाप असेल बेटा तसाच पैदा होईल. हे स्वतःपुढे येत नाहीत, बायकांना पाठवतात, आता जाऊन हात धरला तर काय इज्जत राहीन.नीच म्हणायला नीच असतो. जे श्रेष्ठ समजतात त्याचं मन अधिकच नीच असतं. स्त्रीचा हात धरूनही चालत नाही. डोळयाने पाहून गाप रहावं लागतं. काय करायचे ते कर म्हणावं, समजूनं घे मी नाही. मोठ्या लोकांना इज्जतीचं काही नाही, लहान लोकांनाच लाज बाळगावी लागते.

पण नाही, ही तर धनिया आहे, हाक मारतेय.

धनियाने हाक मारली- 'झोपलात की जागी आहात ?'

होरी तात्काळ उठला आणि कोपीच्या बाहेर बाला. आज असे दिसत आहे की देवी प्रसन्न झाली आहे. त्याला वरदान द्यायला आली आहे. सोबतच पाऊसाची ही झिमझिम आणि अशा थंडीचत तिचं येणं शंकास्पद होतं. जरूर काही तरी भानगड आहे.

म्हणाली- थंडीमुळे झोप तरी कुठे येतेय ? तू अशा थंडीत कशाला आलीस, ठीक तर आहे सगळं ?'

'होय सगळं ठीक आहे '

'मला बोलवायला गोबरला का नाही पाठविले ?

'धनिया काही बोलली नाही, कोपीत येऊन पेंढीवर बसली. म्हणाली- 'गोबरने तर तोंडाला काळे फासले, त्यानं काय केलय विचारू नका. ज्या गोष्टीची भीती होती, तेच घडलय.

'काय झालय, ते तरी सांग ? कोणासोबत भांडण केलय ?'

'आता मी काय सांगू काय केलय ते, येऊन विचारा त्या रांडेला'

'कोणत्या रांडेला, ? कोणाबद्दल बोलतेस तू हे? वेडी तर झाली नाहीस ?

'हो वेडी का होणार नाही, गोष्टच अशी झालीय की छाती फुगून गेलीय'

होरीच्या मनात आशेच्या किरणांनी प्रवेश केला.

'स्पष्ट का सांगत नाहीस कोणाला रांड म्हणू लागलीस ?'

'तर झुनिया काय घरी आलीय ?'

'मग कुठे जाईल, विचारतय कोण तिला ?'

'गोबर काय घरी नाही ?'

'गोबरचा काही पत्ता नाही. माहीत नाही कुठे गेलाय तिला दिवस गेलेत त्याच्यापासून .

होरीच्या सगळं लक्षात आलं. गोबरला अनेकदा तिकडे जातांना पाहून होरीला ते आवडलं नव्हतं. पण हा असा करील असे वाटले नव्हते. तरूण थोडे स्वच्छंदी असतातच, त्यात काही नवल नाही, पण ज्या कापसाच्या गोळ्याला त्याने निळ्या आकाशात हवेच्या आधाराने सोडून हसला होता, ते सारे आकाशात उडून त्याच्या मार्गात अडथळा उत्पन्न करील हे तर देवाला पण माहीत नव्हतं, गोबर इतका लंपट होता ! तो त्या वेड्याला अजून बच्चा समजत होता. परंतु त्याला भोजणची चिंता नव्हती. झुनिया घरात कशी राहील याची चिंता. पण त्याला नव्हती. त्याला चिंता होती गोबरची. मुलगा लाजळू आहे, स्वाभीमानी आहे, काही तरी भलतेच करू नाही त्याने.

घाबरून बोलला- झुनिया काही बोलली नाही. गोबर कुठे गेलाय ? तिला सांगून गेला असेल ना ?

धनिया आक्रमक होत म्हणाली- 'तुमची अक्कल काय गवत खायला गेलीय. त्याची लैला तर घरी बसलीय. पळून जाईल कुठे तो ? इथेच कुठेतरी लपून बसला असेल . दुध पिणारं बाळ थोडीच आहे तो हरवून जाईल. मला तर त्या काळतोंड्या झुनियाची चिंता आहे की तिचं काय करू ? आपल्या घरात तर तिला क्षणभरही थांबू देणार नाही, ज्या दिवशी गाय आणायला गेला होतात त्या दिवसापासून दोघात काही तरी चाललं होतं. दिवस गेले नसते तर ही गोष्ट उजेडात आली नसती. पण आता दिवस गेल्यामुळे झुनिया लागलीय घाबरायला. म्हणतेय कुठे पळून चल, गोबर टाळत राहीला. एका स्त्रीला घेऊन कुठे जायचं, त्याला काही समजेना. शेवटी आज अति झाल्यावर म्हणाला. माझ्या घरी रहा. तुला कोणी काही बोलणार नाही. मी आईला समजावून सांगेन. ती घोडी त्याच्यासोबत घरी आलीय थोडं अंतर तर सोबत आले. तो मागेच गायब झाला कुठेतरी. ती उभी राहून हाक मारू लागली, रात्र झाल्यावर आली मग सरळ घरी. मी तर सांगितले केले तर भोग आता कर्माचे फळ. आवदसाने माझ्या मुलाचा सत्यानाश केला. आल्यापासून रडतेय. उठतच नाही. म्हणतेय, घरी कोणत्या तोंडाने जाऊ.

ईश्वराने अशा लेकीला वांझ का नाही ठेवलं. सकाळ होताच संपूर्ण गावात कुजबूज सुरू झाली. असं वाटतय की विष प्यावं. मी तुम्हाला सांगून ठेवते, मी तिला घरात घेणार नाही, गोबरला ठेवायचे असेल डोक्यावर तर बसवून घ्या. माझ्या घरात अशा छिनाल बाईला जागा नाही. तुम्ही जर यामध्ये पडलात तर एकतर तुम्ही रहा. नाहीतर तुम्ही राहील.

होरी म्हणाला-तुला जमलं नाही. तिला घरातच घ्यायला नको होतं.

'सगळं करून पाहिलं, उठतच नाही जागची'

'चल बरं पहातो, कशी उठत नाही, ओढत बाहेर काढतो'

'मुडदा भोला पण सगळं पहात होता, पण गप्प बसून होता, बाप पण इतके बिनलाजे असतात !'

'त्याला काय माहीत की या दोघांमध्ये काय चाललेय'

'माहीत कसं नव्हतं, गोबर रात्रंदिसव पडून होता तर त्याचे काय डोळे फुटले होते'

विचार करायला पाहिजे होता. हा धावत-धावत कशाला येतोय.

'चल, मी झुनियाची खबर घेतो'

दोघे कोपीतून बाहेर पडून गावाकडे निघाले. होरी म्हणाला- रात्रीचे पाच प्रहर झाले असतील.

धनिया म्हणाली- हो, पण काय कसे झोपी गेलात. कोणी चोर येऊन साऱ्या गावाला लुबाडून नेईन.

'चोर अशा गावात येत नाहीत, श्रीमंताच्या घरी जातात'

धनिया थांबून होरीचा हात धरीत म्हणाली- पहा, गोंधळ करायचा नाही. सारं गाव जागी होईल आणि बातमी सगळीकडे पसरेल.

होरीने कठोर शब्दात सुनावले- 'मला ते काही माहीत नाही'

हात धरून ओढत आणीन आणि गावाच्या बाहेर काढीन. लफडं तर एक दिवशी गावभर होईलच. मग आजच झालं तर काय हरकत आहे. ती आपल्या घरी कशाला आलीय? जा म्हणावं, जिकडे गोबर आहे, त्याच्यासोबत कुकर्म केलेत ते काय आम्हाला विचारून केलेत?

धनियाने पुन्हा त्याचा हात धरला आणि हळूच म्हणाली- तुम्ही तिचा हात धरला तर ती ओरडेल.

'तर ओरड म्हणावं?'

'इतक्या अंधाऱ्या रात्री ती जाईल कुठे, याचा तर विचार करा'

'जाय म्हणावं, तिच्या कोण्या नातेवाईकाकडे, आपल्या घरात तिचं काय काम आहे'

'हो, पण इतक्या रात्री घरातून बाहेरे काढणं ठीक नाही, पोटुशी आहे, कुठे भ्याली तर, पुन्हा भानगड. अशा नाजूक परिस्थितीत भलतं-सलतं करून चालत नाही.'

'आपल्याला काय करायचय, मरो किंवा जगो, वाट्टेल तिकडे जा म्हणावं, का आपल्या तोंडाला काळीमा फासायचा. मी तर गोबरला पण बाहेर काढून देतो. आता तिच्यापासून सुटका नाही. गोबरची नाव आता बुडाली आहे.

'धनिया गंभीर स्वरात म्हणाली- काळीमा लागायची होती ती तर आता लागली.'

'गोबरची नाही, तिची बुडाली आहे. ते तर लेकरू होतं, तिच्या तावडीत सापडलं'

'कोणी का बुडविणा, बुडाली हे खरं'.

दोघे घराच्या समोर पोहोचले. अचानक धनियाने होरीच्या गळयात हात टाकून म्हटले- पहा, तुम्हाला माझी शपथ. तिच्यावर हात उचलू नका. ती तर स्वतःच रडते आहे. नशीबाची फुटकी नसती तर तिच्या वाट्याला हे दिवस आले नसते ?'

होरीचे डोळे ओले झाले, धनियाचं हे मातृप्रेम अंधरातही दिपकासमान तिची चिंता जर्जर आकृतीला शोभा प्रदान करू लागलं. दोघांच्या ऱ्हदयातही तारूण्याचे ते भाव जागी झाले. होरीला धनिया पंचवीस वर्षाची नवयौवना भासू लागली. त्या अलिंगणात किती अथांग वात्सल्य होतं. जी सारे कलंक, साऱ्या समस्या आणि परंपराना स्वतःमध्ये समावून घेतो.

दोघांनी आत येऊन कवाडाच्या फटीतून आत पाहिलं, देवळीत तेलाचा दिवा जळत होता आणि त्याच मंद उजेडात झुनिया गुडघ्यावर डोकं ठेवून, दाराकडे तोंड करून, अंधारात त्या आनंदाला शोधत होती. जो एक क्षणापूर्वी आपली माहीत छबी दाखवून नाहीसा झाला हेाता. ती पिडितासमान व्यंग-बाणांनी जखमी होऊन जीवनाच्या आघाताने व्यथीत एखाद्या वृक्षाची सावली शोधत फिरत होती आणि तिला जणू एक भवन मिळालं होतं ज्याच्या आश्रयाला तर स्वतःला सुरक्षित आणि सुखी समजत होती. पण आज ते भवन तिचं सारं सुख विलास हिसकावून अल्लाउद्दिनच्या राजमहालासमान गायब झालं होतं आणि भविष्य एक विक्राळ दानवासमान तिला गिळायला आ करून उभा होतं.

अचानक दरवाजा उघडून होरीला आलेलं पाहून भीतीनं कंपित झाली आणि होरीच्या पायावर लोळन घेत बोलली- 'दादा, आता मला तुमच्याशिवाय कुठे आधार नाही, मारा किंवा कापा पण घराबाहेर काढू नका.'

होरीने खाली वाकून तिच्या पाठीवर हात फिरवत प्रेमपूर्ण स्वरात म्हटले-' घाबरू नको बेटी, घाबरु नको, तुझे घर आहे, दार आहे, आम्ही तुझेच आहात, आरामात रहा. तू जशी भोलाची बेटी आहेस, तशीच माझी पण आहेस. आम्ही असतांना तुझ्याकडे कोणी वाकड्या नजरेने पहाणार नाही. खायला-प्यायला काय लागेल ते आम्ही देवू.

झुनिया आश्रय मिळाल्याने अधिकच होरीच्या पायाला बिलगली आणि म्हणाली- दादा, आता तुम्ही माझे माई-बाप, मी अनाथ आहे. मला आश्रय द्या. नाहीतर माझे काका आणि भाऊ मला जिवंत जाळतील.

धनिया आपल्या करूणेला रोखू शकली नाही. म्हणाली- तू घरात बसं मी पहाते काकाला आणि भावाला तुझ्या. जगात त्याचं राज्य नाही, फार झाले तर अंगावरचे दागीने घेतील,तू तोंडावर फेकून मार.

अगदी थोड्यावेळा पूर्वीच धनियाने क्रोधापोटी झुनियाला कुलटा कलंकिनी आणि काळतोडी असं काही -बाही बोलली होती. झाडू मारून काढणार होती. आता ज्यावेळी प्रेम,क्षमा, आणि आश्वासपूर्ण वाक्य ऐकलं तर होरीचे पाय सोडून धनियाच्या पायावर लोळण घेतलं. आणि साध्वी जिने होरीशिवाय कोण्या पुरूषाला डोळेभरून पाहिले नव्हते. चांडाळणीच्या गळयात पडून तिचे अश्रु पुसत होती. आणि

तिच्या त्रस्त ऱ्हदयाला आपल्या कोमल शब्दाने शांत करीत होती. जणू एखाद्या चिमणीने आपल्या पिलाला पंखाखाली घेऊन बसावं.

होरीने धनियाला संकेत दिला काही हिला की खायला-प्यायला द्या आणि झुनियाला विचारले- काय बेटी, तुला माहीत आहे, गोबर कुठे गेलाय !

झुनिया संकोचित होत म्हणाली-'मला काही नाही सांगितले. माझ्या मुळे तुमच्यावर..... असे म्हणताना तिचा कंठ दाटून आला.'

होरी आपली व्याकूळता लपवू शकला नाही.

'आज तू त्याला ज्यावेळी पाहिलस, काय नाराज होता ?'

'बोलत तर हसून होते पण मनात काय चाललय त्यांनाच माहीत'

'तुला काय वाटतं, आहे इथं की गेलाय कुठे बाहेर ?'

'मला तर शंका होती, की कुठे तरी गेलाय '

'तसेच मला पण वाटतेय, किती वेडा आहे, आम्ही त्याचे दुश्मन थोडेच आहोत, चांगलं-वाईट काही का होईना तोंड द्यावं लागतं, अशाप्रकारे गायब होऊन त्याने आम्हाला संकटात टाकले आहे.'

धनियाने झुनियाचा हात धरून तिला घरात घेऊन जाताना म्हटले-'भेकड कुठला, जिचा हात धरला तिला कायमची साथ दिली पाहिजे की तोंडाला काळोख फासवून पळालं. पाहिजे, आता आला तर घरात घेणार नाही.'

होरी तिथेच पेंढीवर आडवा झाला. गोबर कुठे गेला ? हा प्रश्न त्याच्या मनपटलावर एखाद्या पक्षाप्रमाणे घिरट्या घालू लागला.

११

अशा भानगडीने गावात जी खळबळ व्हायला हवी ती झाली आणि महिन्यापर्यंत कुजबुज होत राहिली. झुनियाचे दोन भाऊ काठ्या घेऊन गोबरला शोधत फिरत होते. भोलाने शपथ घेतली की तो त्या गावचं आणि झुनियाचं तोंड पहाणार नाही. होरीला त्याने आपल्या लग्नाची जी बातचीत केली होती, ती आता संपुष्टात आली होती. आता तो त्याच्या गाईची किंमत घेणार आणि तीही ताबडतोब. यामध्ये उशीर झाला तर त्याला कोर्टात खेचून घरादाराचा लिलाव करीन. गावकऱ्यांनी होरीला बहिष्कृत केलं. कोणी त्याची साधी चिलम ओढत नव्हतं. ना घराचं पाणि. पाणि बंद करण्याचा विषय निघाला होता पण धनियाचे चंडीका रूप आठवून सगळे गप्प बसले.

धनियाने सगळ्यांचे ऐकले,म्हणाली- कोणी जर तिला पाणि भरण्यास मज्जाव केला तर ती त्याचं रक्त पिणार होती. या घोषणानी तिला कोणी काही बोललं नाही. सर्वांत वाईट अवस्था आहे झुनियाची. जिच्यामुळे हा सगळा उपद्रव झाला आणि गोबरचं गायब होणं त्यापेक्षा विदारक होतं. दिवसभर घरात तोंड खुपसून पडते. बाहेर पडावं तर लोकांचे इतके टोमणे एकावे लागत की जीव जायची वेळ. दिवसभर घरातली कामं करते आणि वेळ मिळाल्यास रडून घेते. सतत तिला याची धास्ती

असते की धनिया काही बोलणार तर नाही.

स्वयंपाक करू शकत नाही, कारण तिच्या हातचं कोणी खाणार नाही, उर्वरित कामं तिनं स्वतःवर घेतले. गावात जिथे दोन-चार पुरूष-बाया जमल्या की हाच विषय.

एका दिवशी धनिया बाजारावरून येत असताना रस्त्यात दातादीन भेटले ! धनियाने पाहून न पाहिल्यासारखे केले, वाटत होते, न बोलता निघून जांव. परंतु पंडितजी अशी संधी कधी सोडणार होते ! विषय काढलाच- 'गोबरची काही खबर लागली की नाही धनिया? असं कारटं निघालं की घरची सारी इज्जत मातीत घातली.'

धनियाच्या मनात असेच विचार येत असत. उदास होत बोलली- वाईट दिवस येतात त्यावेळी माणसाला काय करावं ते सुचत नाही बाबा. काय बोलायचं.

दोतादीन म्हणाला -'तुम्ही त्या कुलटाला अश्रय द्यायला नको होता. दूधात माशी पडली तर माणूस तिला फेकून देतो आणि दुध पितो. विचार करा, किती बदनामी आणि हसू झालं. तर कुलटा घरात नसती तर काही झालं नसतं. लेकरांकडून अशा प्रकारच्या चुका तर होतच असतात, जोपर्यंत नातेवाईकांना आणि ब्राह्मणांना भोजन देणार नहीस, उद्धार कसा होईल ? तिला घरात ठेवले नसते तर काही झाले नसते. होरी तर वेडाच आहे. तुला तर अक्कल होती.'

दातादीनचा मुलगा मातादीन एका चांभारणीच्या नादी लागला होता. हे सगळया गावाला माहीत होतं. तो गंध-टीळा लावायचा पोथी-पुराणं वाचायचा. त्याची इज्जत थोडीही कमी झाली नव्हती. तो नियमीत स्नान करू आपल्या पापाचे प्रायश्चीत घेत होता. धनियाला माहीत होते, झुनियाला आश्रय दिल्यानेच हे संकट उभे होते. माहीत नाही तिला कशी दया आली तिच त्या दिवशी, तिला बाहेर घालवून दिले असते तर आज ही वेळ आली नसती. परंतु त्यावेळी ती जीवाचं काही बरं वाईट करील याची भीती पण होती. एक जीव त्यागून ती एक नाही दोन कशी ठार करणार होती? शेवटी झुनियाच्या गर्भातले बाळ तिच्या ऱ्हदयाचा तर तुकडा होता. लोकांच्या भीतीपोटी ती त्या बाळाचे कसे प्राण घेणार होती. ! आणि झुनियाची नम्रता आणि दीनता तिला हतबल करीत होती. धनिया बाहेरून थकून-भागून आल्यावर झुनिया पाणि घेऊन येई, तिचे हातपाय दाबायची. त्यामुळे राग पाणि-पाणि व्हायचा. बिचारी आपली लज्जा आणि दुःखाने स्वतःच दबून गेलीय, तिला काय अजून दाबायचे, मेलेल्याला काय मारणार ?

तिने तीव्र स्वरात ठणकावले- आम्हाला कुलप्रतिष्ठा इतकी महत्वाची नाही वाटत महाराज, की त्यासाठी एका जीवाला मारून टाकावं, लग्न नसेल केले पण तिचा तर हात धरलाय माझ्या मुलानं, कोणत्या तोंडाने काढून द्यायचं. हेच काम मोठ्या लोकांनी केलं तरी त्यांना कोणी काही बोलत नाही. त्यांना कलंक पण लागत नाही. तेच काम गरिबांनी केले तर त्यांची इज्जत जाते. नाक कापल्या जाते. मोठ्या लोकांना आपले नाक दुसऱ्याच्या जीवापेक्षा प्रिय असेल, आम्हाला आमचं नाक इतकं प्रिय नाही.

दातादीन पराभव मान्य करणारे प्राणी नव्हते. ते या गावचे नारद होते. इथलं तिथं आणि तिथलं इथं, हाच त्यांचा व्यवसाय होता.

चोरी करण्यात जोखीम असल्यामुळे ते चोरी करत नसत इतकेच. परंतु चोरीचा माल

मिळाल्यावर त्यातला आपला वाटा घ्यायला ते जरूर येत. या कानाची खबर त्या कानाला लागू द्यायची नाही. जमीनदारांना आजपर्यंत एक कवडीचाही कर दिला नव्हता. जप्ती आल्यावर विहिरीत उडी मारायला जात. नोखेरामसाठी काही कमवून ठेवलं नव्हतं. लोकांना व्याजाने पैसे तेव्हढे देत. एखाद्या स्त्रीला दागिणे करायचे आहेत, दातादीन तिच्या सेवेत हजर. लन संबंध जुळविण्यात त्यांना खूप आनंद वाटे. यशही मिळायचं आणि दक्षिण पण. बिमारीसाठी औषध-पाणि पण देतात. जडी-बुट्टीपण रोग्याच्या इच्छेनुसार आणि चार चौघात बोलायला इतके हुशार की तरूणापेक्षा तरूण बनतात. बालकामध्ये त्यांच्यापेक्षा लहान तर म्हाताऱ्यांमध्ये म्हातारे. चोरांचे पण मित्र आणि सर्वांचे पण. गावात त्यांच्यावर कोणी विश्वास ठेवत नाही परंतु त्यांच्या वाणीत इतकी जादू आहे की मंडळी अनेकदा धोका खाऊनही त्यांच्याकडेच जाणार.

अगदी असेच एका दिवशी लाला पटेश्वरीने होरीला छेडलं. त्या गावात पुण्यात्मा म्हणून प्रसिद्ध होते. नित्यनियमाने सत्यनारायणाची कथा ऐकत. परंतु पटवारी आल्याने शेताते वेठबिगाऱ्यांकडून काम करून घेत. शेतीला पाणि देण्याचं कामही वेठबिगाऱ्याडून घेत आणि असाम्यांना आपसात भांडायला लावून पैसे उकळत. सारं गाव त्यांना घाबरत होतं. गरिबांना दहा-दहा , पाच-पाच कर्ज देऊन त्यांनी कित्येक हजाराची संपत्ती कमावली होती. पीक आसाम्याकडून घेऊन कोर्ट कचेरी आणि अमलदारांना भेट देत. त्यामुळे त्याच्या भागात त्यांचा चांगला धाक होता. जर कोणी त्याच्या तावडीत सापडले नाही तर तो हावलदार गंडासिंह जे नुकतेच या भागात आले होते. परमार्थी सुद्धा होते. जाळ-तापीच्या दिवसात सरकारी औषध वाटत आणि पैसे मिळवत. एखाद्या रोग्याला आराम मिळाला तर त्याची चौकशी करायला जरूर जात. लहान-मोठी भांडण जागीच सोडवत. लग्नामध्ये आपली पालखी-गालीची आणि मैफीलचे सामान मागणी करून लोकांचा उद्धार करत. ऐनवेळी यायला विसरत नसत. पण ज्यांचं खात, त्यांचं काम पण करायचे.

म्हणाले-'ही काय भानगड करून बसलास होरी ?'

होरीने मागे वळत विचारले-काय म्हणालात काका, मी काही ऐकलं नाही.

पटेश्वरी मागून धावत आले आणि म्हणाले- मी असं म्हणत होतो की धनियाचं ठीक आहे पण तुला तर अक्कल होती. झुनियाला का नाही तिच्या बापाच्या घरी पाठवत. विनाकारण स्वतःच हसू करू लागलास. माहीत नाही कोणाचं पोट वाढवलं आणि घेतेय तुझ्या पोराचं नाव, तुझ्या अजून दोन मुलीचं लग्न बाकी आहे, विचार कर. कसं पार पडले सगळं.

होरी अशा प्रकारचे सल्ले आणि टीका ऐकून -ऐकून त्रस्त झाला होता. नाराज होत म्हणाला-'हें मला समजतय काका ! परंतु तुम्हीच सांगा मी काय करू ! मी झुनियला घराबाहेर काढलं तर भोला तिला घरात घेईन? ती जायला तयार असेल तर मी आजच तिला पाठवतो, तुम्ही तिला समजावून सांगितले तर उपकार होतील, परंतु तिकडे तर तिचे दोन्ही भाऊ तिचा खून करायला वाटच पाहून आहेत. मग मी तिला घराबाहेर कसं काढू.एकतर पोरगं नालायक निघालं. तिला साथ द्यायची सोडून पळून गेलं. मी तिला घरा बाहेर काढलं तर अशा अवस्थेत ती कामधंदा पण करू शकत नाही. जीवाचं काही बरं-वाईट केलं तर ! राहीला मुलीच्या लग्नाचा प्रश्न तर ईश्वरचं वाली आहे, ती वेळ येईल त्यावेळी काही ना काही मार्ग निघेलच. आमच्या जातीमध्ये अजून मुली कधी बिनलग्नाच्या

राहिल्या नाहीत. जातबांधवाच्या भीतीने पोरीची हत्या मी नाही करणार.

होरी नम्र स्वभावाचा व्यक्ति होता. नेहमी खाली मान घालून चालणारा आणि दुःख गिळून जगणारा. हिरा सोडला तर गावात त्याचं कोणी नुकसान केलं नव्हतं. परंतु समाजाने इतका मोठा अनर्थ कसा सहन करायचा! त्याची मग्रुरी तर पहा किती समजावले तर ऐकत नाही. दोघं नवरा-बायको जणू गावाला आव्हान देत होते की पहा आमचं कोणी काही करू शकत नाही, तर मग आता गाव पण दाखवून देईल की मर्यादाभंग करण्याचा काय परिणाम होता.

त्याच रात्री या समस्येवर विचार करण्यासाठी गावातील कर्त्याधर्त्या पुरूषांची बैठक झाली.

दातादीनने सुरूवात केली- कोणाची निंदा करायची मला सवय नाही. या जगात काय नाही होतं, आपल्याला काय त्याचं, पण रांड धनिया तर माझ्यासोबत भांडू लागली होती. भावांचा हक्क मारून चार पैसे काय जवळ आले, तर आता वाईट गोष्टीशिवाय दुसरं काय सुचणार. जीच जातीचे जिथे खातात तिथेच हागतात, यामुळेच तर शास्त्रात म्हटले आहे-'चांभाराच्या देवाची खेटराने पूजा.'

पटेश्वरीने आपली बाजू जोशात मांडली-'हाच तर त्यांचा दोष आहे, चार पैसे आले की माजले, आज होरीने इतकी अक्कल पाजळली की मी पहातच राहीलो, माहीत नाही स्वतःला काय समजतो. जरा विचार करा, अशा भानगडीचा गावात काय परिणात होईल? झुनियाचे पाहून दुसरी विधवा पण तशीच वागेन की नाही ? आज भोलाच्या घरी ही भानगड झाली, उद्या तुमच्या-आमच्या घरी होईल. समाज तर भीती आहे म्हणून नीट चालतो. समाजावर कोणाची भीती जनू द्या मग पहा कसले-कसले कुकर्म होतात.

झिंगुरसिंहला दोन बायका होत्या. पहिली बायको पाच मुले मागे टाकून वारली होती. त्यावेळी त्यांचं वय होतं पंचेचाळीस. त्यांनी दुसरे लग्न केले, तिला काही लेकरू बाळ होईना म्हणून तिसरे लग्न केले. आत्ता ते पन्नास वर्षाचे आहेत आणि घरी दोन तरूण बायका आहेत. या दोघींच्या बाबतीत कसलं-कसलं बोलल्या जात होतं, परंतु ठाकूर साहेबांच्या धास्तीनं कोणी काही बोलत नव्हतं आणि बोलायला वेळ तर पाहिजे! पती असल्यावर सगळं काही धकून जातं. समस्या तर त्यांची आहे जिला कोणी नवरा नाही. ठाकुर साहेबांचा बायकावर चांगलाच धाक होता आणि त्यांना गर्व होता की त्यांच्या पत्नीचा चेहरा पण कधी कोणाला दिसला नाही. परंतु लपून-छपून काही होत असेल तर कोणाला खबर ?

म्हणाले-'अशा स्त्रीचे डोकं उडवलं पाहिजे. होरीने त्या कुलटेला घरात ठेवून गावात विषवृक्ष लावला आहे.अशा व्यक्तिला गावात राहू देणे म्हणजे गावाला भ्रष्ट करणे आहे. रायसाहेबाला ही माहिती दिली पाहिजे, सरळ-सरळ सांगून टाकू की गावात अशा प्रकारची अनीती चालणार असेल तर इज्जत काय राहील.'

पंडित नोखेराम मोठे कुलीन ब्राह्मण होते. यांचे आजोबा कोण्या राजाच्या दरबारात दिवाण होते. परंतु आपल्या कडील सर्व संपत्तीचा त्याग करून साधू झाले होते. त्यांच्या वडिलांनीही राम-राम जपण्यात आयुष्य घालवलं होतं. नोखेरामला पण ती भक्ती वारसा हक्कानं मिळाली होती सकाळी पूजा-पाठ करायला बसले की दहा वाजेपर्यंत राम-नाम लिहित असत. परंतु ईश्वरासमोरून उठताच

त्यांची मानवता उलटे रूप धारण करायची. त्यांचं मन, वचन आणि कर्म सगळं दुषित होऊन जायचं. या प्रस्तावाने त्यांच्या अधिकाराचा अपमान होत होता. फुगलेल्या गालातून आत गेलेले डोळे बाहेर काढत बोलले-'यामध्ये रायसाहेबांना काय विचारायचे, मी करतो काय करायचे ते, लावा दोनशे रूपयाचा दंड, तिकडे गाव सोडून जाईल, इकडे बहिष्कार घोषीत करू.'

पटेश्वरीने म्हटले- 'परंतु सगळा कर तर भरला आहे ?'

झिंगुरसिंहने समर्थन दिले-'करासाठीच तर माझ्याकडून तिस रूपये घेतले आहेत'

नोखेरामने मोठ्या थाटात म्हटले-'परंतु अजून पावती कुठे दिलीय. पुरावा काय आहे त्याने कर दिल्याचा.'

सर्वानुमते असे ठरविण्यात आले की होरीवर शंभर रूपायाचा दंड ठोठावण्यात यावा. फक्त इतकेच करायचे होते की गावातील लोकांना एकत्र करून त्यांची मंजूरी घेण्याचं नाटक करावं लागणार होतं. शक्य होतं की त्यासाठी पाच-दहा दिवस लागतील. परंतु आजच्या रात्री झुनियाला मुलगा झाला आणि दुसऱ्या दिवशी गावची पंचायत बसली. होरी आणि धनियाला त्यांच्या नशीबाचा निर्णय ऐकायला बोलवण्यात आले. चावडीत इतकी गर्दी होती की पाय ठेवायला पण जागा नव्हती. पंचायतने निर्णय घेतला की होरीवर शंभर रूपये रोख आणि तिस मन धान्य इतका दंड ठोठावण्यात यावा.

धनिया भर पंचायतमध्ये रडक्या स्वरात बोलली-'गरिबाला सतावून भलं नाही होणार. आमचं काय, आम्ही या गावात राहू किंवा नाही. परंतु तुम्हाला श्राप जरूर लागेल. आमच्यावर इतका अन्याय यामुळे करण्यात येत आहे की आम्ही आमच्या सुनेला घरात आसरा दिला. आम्ही तिला घराबाहेर हाकलून भीक मागण्यास मजबुर केले नाही, काय ?'

पटेश्वरी म्हणाले-'ती तुझी सून नाही, घर घुसलीय.'

होरीने धनियाला गप्प बासायला सांगितले -'तू कशाला बोलतेस धनिया! पंच परमेश्वर असतात! त्यांचा जो न्याय आहे, तो मान्यच करावा लागतो. ईश्वराची जर ईच्छाच असेल की आपण गाव सोडून जावं तर आपण कोण. पंचांनो माझ्याजवळ जे काही आहे, ते आता खळ्यात आहे. मी तर दाणा पण घरी नाही आणला. जितके घ्यायचे तितके घ्या. सगळं घ्यायचं सगळं घ्या. ईश्वरचं मालक आहे आता, कमी पडल्यास आमचे दोन्ही बैलही घ्या'

धनिया दात ओठ खात बोलली-'धान्याचा एक कण पण देणार नाही आणि एक कवडी दंड. ज्याच्यात हिंमत असेल त्याने घ्यावी. चांगली गंमत आहे, वाटत असेल, दंडाच्या बहाण्याने ह्यांची सगळी मालमत्ता घ्यावी आणि भेट म्हणून दुसऱ्याला द्यावी. बाग-बगीचा विकून मजा कराल. धनियाच्या जीवात जीव असेपर्यंत असे होणार नाही. तुमची इच्छा कधी पूर्ण होणार नाही. आम्हाला नाही रहायचं जातबांधत. जातबांधवात राहिल्याने आमचा काही फायदा होणार नाही. आताही आम्ही आमच्या कष्टाचं खातो, नंतरही खाऊ.

होरीने तिला हात जोडत म्हटले-धनिया, तुझ्या पाया पडतो, शांत बस. आपण सगळे जातबांधवांना बांधील असतो. जातीबाहेर नाही जाऊ शकत. जो काही दंड आहे तो गुमान मान्य कर. उंच नाकानं जगण्यापेक्षा फास लावून घेतलेला बरा. मेल्यावर जातबांधवाच्याच खांद्यावर जायचं असतं. जातबांधवच वाचवतील. पंचांनो, खळ्यात आहे तितकेच धान्य आहे, जास्त असेल तर मला माझ्या

मुलाचं तोंड पहायला मिळणार नाही. मी जातबांधवांना धोका नाही देणार. पंचाना माझ्या लेकराबाळांची दया आली तर त्यांचे उपकार होतील, नाहीतर मला त्यांची आज्ञा पाळावीच लागेल.

धनिया झटक्याने तेथून निझून गेली आणि होरी रात्र उशीरापर्यंत खळ्यातले धान्य झिंगुरसिंहच्या कोठीत टाकण्यात येत होते. विस मन जे होतं, पाच मन गहू आणि तितकेच मटर, थोडेसे हरभरे, आणि गळिताचे धान्य. एकटा माणूस आणि दोन घरचं बघायचं. हे जे काही होतं, धनियामुळे झालं होतं, झुनिया घरातलं पहायची आणि धनिया दोन्ही मुलीसोबत शेतात राबायची. दोघांनी विचार केला होता की, थोडे व्याज पण देवून टाकू.

जव खाण्यासाठी होतील, त्यात तंगीचे पाच-सहा महिने निघून जातील. तोपर्यंत ज्वारी, मक्का, आदी धान्य येईल. ती सारी स्वप्न मातीत मिसळली. धान्य तर हातातून गेलेच वरून शंभर रूपये बोकांडी बसले. आता खाण्या-पिण्याचे वांदे आहेत आणि गोबरचे काय हाल आहेत ईश्वरालाच माहीत, काही खबर नाही. इतका भेकड होता तर असं कृत्य केलच कशाला. परंतु होणारी घटना कोण टाळू शकतं. जातबांधवाच्या धास्तीने होरी आपल्या डोक्यावरून धान्य वाहून नेत होता. जणू स्वतःच्याच हाताने कबर खोदीत आहे. जमीनदार, सावकार, सरकार यांचाइतका कुठे थाट होता ? उद्या लकरं-बाळ काय खातील याची चिंता सतावत होती. परंतु जातबांधवांची भीती भुतासारखी मानगुटीवर बसून होती. जातबांधवातून बहिष्कृत जीवनाची तो कल्पनाही करू शकत नव्हता. लग्न-विवाह, अंतविधी, जन्म-मरण, आदी सगळं काही जातबांधवाच्या हातात होतं, जातबांधव त्याच्या जीवनात वृक्षासमान मुळे खोल गाडून बसले होते. आणि त्या मुळ्या त्याच्या अंगभर पसरल्या होत्या. जातबांधवातून बहिष्कृत केलं तर त्याचं जीवन विस्कळीत होईल.

खळ्यात ज्यावेळी केवळ दिड-दोन मन जव शिल्लक राहिला, तितक्यात धनियाने जावून त्याला आडवलं आणि म्हणाली- आता राहू द्या. जातबांधवाची लाज तर राखली. लेकराबाळासाठी काही ठेवणार सगळं जातबांधवाच्याच घशात घालणार. मी तर तुमच्या पुढे हात टेकले. माझ्या नशीबात तुमच्यासारख्या बुध्दूची संगत लिहिली होती.

होरीने आपला हात सोडवून टोकरीत उर्वरित धान्य भरून म्हटले-'असे नाही होणार धनिया. पंचाचा डोळे चुकवून एकही कण लपवून ठेवणे माझ्यासाठी हराम ठरेल. मी सगळेची सगळं देवून टाकतो. पंचाना दया आली तर लेकरा-बाळांना काही देतील. नाहीतर ईश्वराची इच्छा'

धनिया आगपाखड करीत बोलली-'हे पंच नाहीत, राक्षस आहेत, एकदम राक्षस ! यांना आपली सगळी मालमत्ता हडप करायची आहे. दंड तर एक बहाणा आहे. मी सांगतेय पण तुमच्या काही डोक्यातच बसत नाही. उलट तुम्ही त्या राक्षसकडून दयेची आशा करता, तुम्हाला काय वाटतं, पाच-दहा मन काढून तुम्हाला देतील, दात घासून बसा.'

होरी काही ऐकत नाही आणि टोकरी डोक्यावर ठेवू लागल्यावर धनिया आपली पूर्ण शक्ती एकवटून टोकरीला पकडलं आणि म्हणाली-'हिला तर मी नाही जावू देणार. माझा जीवघेतला तरी चालेल. मरेपर्यंत आम्ही कष्ट केलं, रात्री उशीरापर्यंत पाणि दिले. हे सगळे उपाशी मरतील, तुम्ही एकट्यानेच नाही कमावले सगळे. मी पण माझ्या मुलीसोबत राबलेय. सरळ टोकरी खाली ठेवा. नाहीतर आज तुमचा आणि माझा काही संबंध राहणार नाही, सांगून ठेवते.

होरी विचारात पडला. धनियाच्या बोलण्यात सत्य होतं. त्याला आपल्या लेकरा-बाळांच्या तोंडचा घास हिसकावून दंड भरण्याचा काय अधिकार आहे ? पुरूष घरचा मालक यामुळे असतो की तो लेकराबाळांच पालन-पोषण करतो, यामुळे नाही की त्यांच्या तोंडचा घास हिसकावून जातबांधवाच्या घशात घालतो. टोकरीतल्या धान्यावर माझा काही अधिकार नाही, जे काही श्लिक आहे ते घेऊन जा. मी पंचांना जाऊन सांगतो.

धनिया धान्याची टोकरी घरात ठेवून आपल्या दोन्ही मुलीसोबत नातवाच्या जन्मदिवसाला गळा फाडून अंगाई गीत गात होती. ज्यामध्ये सारा गाव होता पण जातबांधवाची एकही स्त्री नव्हती. घरातून झुनियाने निरोप पाठविला होता की अंगाई गीत गाण्याची गरज नाही, पण धनिया कधी ऐकणार, जातबांधवाना तिची पर्वा नव्हती तर ती तरी कशाला करीन त्यांची पर्वा.

त्यावेळी होरी आपल्या घराला ऐंशी रूपयासाठी झिंगुरसिंहकडे गहाण ठेवू लागला होता. दंडाचे रूपये देण्यासाठ यापेक्षा त्याच्याकडे दुसरी कोणतीही व्यवस्था नव्हती. विस रूपये गहू, मटर विकून मिळाले होते, उर्वरित रूपयासाठी घर गहाण ठेवावे लागेल. नोखेरामला वाटत होतं की बैंलाची विक्री करावी पण पटेश्वरी आणि दातादीनने त्याला विरोध केला. बैल विकले तर होरी शेती कसा करीन ? जातबांधवानं त्याच्याकडून दंड वसूल करावा, पण असे करू नये की त्याने गावच सोडून जावे. त्यामुळे बैल वाचले.

होरी गहाणखत लिहून दहा-आकरा वाजता घरी आला. धनियाने विचारले-'इतकी रात्र बाहेर काय करीत होता ?'

होरीने वड्याचा राग वांग्यावर काढत म्हटले- 'काय करीत होतो, त्या कार्ट्यानं जे करून ठेवलय ते भोगत होतो. भडवीचा आग लावून गेलाय. आता ती मला विझवावी लागत आहे. ऐंशी रूपयात घर गहाण ठेवावं लागले, काय करणार ! आता कुठे बहिष्कार मागे घेतलाय. जातबांधवानी माफ केलय.

धनिया ओठ चावत म्हणाली-'बहिष्कार मागे घतला नसता तर आपलं काय बिघडलं असतं. चार-पाच महिन्यापासून बहिष्कार होताच काही आडलं आपलं ? मला समजत नाही तुम्ही इतके भोंदू कसे काय आहात ? देवून-घेवून कसं-बसं हे घर वाचले होते ते आज तुम्ही त्याला पण गहाण ठेवून आलात. उरलं-सुरलं जे शेत आहे ते पण विकून टाका म्हणजे भीक मागायला मोकळे. मी विचारते- तुमच्या तोंडाला काय कुलूप लावले होते काय पंचाना विचारायला? तुम्ही आलात कुठले धर्मात्मा, जे दुसऱ्याचा न्याय निवाडा करायला लागलात. तुमचे तोंड पहाणे सुद्धा पाप आहे.

होरीने धमकावले -'शांत बस. फार चरचर बोलू नकोस. जातबांधवाची भानगड तुला माहीत नाही, नाहीतर तोंडातून शब्द निघाला नसता.'

धनिया रागावली होती-'कोणतं पाप केलय, ज्यासाठी जातबांधवाना घारबरायचं, कोणाची चोरी केलीय, कोणाचा शेतातला माल पळवलाय ? घरात स्त्री ठेवणं पाप नाही. हो, ठेवून सोडून देणे पाप आहे, माणसाचं जास्त प्रमाणिक असणेही वाईट आहे. त्याच्या प्रमाणिकपणाचे हेच फळ आहे की कुत्रेही त्याला भुंकू लागतात. आज जातबांधवात तुमची वाहवा होऊ लागली असेल दंड भरल्यामुळे. माझे नशीब फुटले होते म्हणून तुमच्यासारखा नवरा पदरात पडलाय. कधी सुखाचा घास नाही मिळाला.

'मी तुझ्या बापाच्या पाया पडू लागलो होतो, त्यानेच तुला माझ्या गळ्यात बांधले आहे.'

'माती पडली होती त्यांच्या अकलेत, दुसरं काय म्हणू, माहीत नाही काय पाहून फिदा झाले होते. तसे फार रूबाबदार पण नव्हता तुम्ही.'

भांडन विनोदाच्या प्रांतांत आलं, ऐंशी रूपये गेले तर गेले. लाख रूपयाचे बालक तर मिळाले ! त्याला तर कोणी हिसकावून घेणार नाही. गोबर परत येऊ द्या, धनिया दुसऱ्या झोपडीत सुखी राहील.

होरीने विचारले-'बाळ कोणावर गेलय ?'

धनिया प्रसन्न होत म्हणाली-'अगदी गोबरसारखा दिसतोय, खरं !'

'धष्ट-पुष्ट तर आहे ?'

'हो, चांगला आहे'

१२

रात्री गोबर झुनियासोबत चालला असताना असा भीत होता की जणू त्याचे कोणी नाक कापले आहे. झुनियाला पहाताच गावात एकच खळबळ माजेल. गावकरी सगळी कडून कसे काव-काव करतील. धनिया किती शिव्या देईल, याचा विचार करून त्याचे पाय मागेच रहात. होरीची त्याला भीती नव्हती. ते केवळ एकदा दटावतील नंतर गप्प असतील भीती होती धनियाची. एकतर ती जहर घ्यायची नाहीतर घराला आग लावायची, यावेळी तो झुनियाच्या सोबत जावू शकत नव्हता.

परंतु जर धनियाने झुनियाला घरात घेतलं नाही आणि झाडू घेऊन मारायला धावली तर बिचारी कुठे जाईल. तिच्या घरी तर परत जाऊ शकत नाही, नाहीतर विहिरीत उडी मारील किंवा गळयात फास अडकून घेईन, तर कसं ? त्याने दिर्घ श्वास घेतला, कोणाच्या आश्रयाला जावे.

परंतु आई इतकी निर्दयी नाही की मारायला धावेल. रागाच्या भरात दोन-चार शिव्या देईल ! परंतु झुनिया तिच्या पायावर लोळण घेऊन रडू लागली. त्यावेळी तिलाच दया येईल तोपर्यंत तोल स्वतःकुठे तरी लपून राहील, ज्यावेळी वातापरण शांत होईल त्यावेळी हळूच घरी येऊन आईची समजूत काढू. या दरम्यान त्याला कुठ चार पैशाचे काम मिळाले तर धनियाच्या हातावर पैसे ठेवून तिचे तोंड बंद करता येईल.

झुनिया म्हणाली -'माझ्या छातीत धडधड होत आहे, मला काय माहीत तू मला अशा संकटात टाकशील. माहीत कोणत्या मुहूर्तावर तुझी भेट झाली. ना तू गाय घ्यायला येतोस ना ही भानगड होते. तू पुढे जा आणि काय सांगायचे ते सांग. मी पाठीमागून येईल.'

गोबर म्हणाला - 'नाही, नाही, तू पहिले जा आणि सांग की मी बाजार करून घरी चालले होते. रात्र झालीय आता कशी जाऊ. तोपर्यंत मी येतो.'

झुनियाने चिंतीत मनाने म्हटले-'तुझी आई मोठीच रागीट आहे. माझा तर थरकाप होतोय. मारायला लागले तर काय'

गोबरने धीर दिला-'आई तशी नाही, आम्हाला अजून एक थापड पण मारली नाही. तुला साधी बोलणार पण नाही.'

तुला काय मारील, तिला जे काही म्हणायचे असेल मला म्हणेल. तुला साधं बोलणार पण नाही.

गाव जवळ आलं, गोबरने थाबून म्हटले-'तू जा आता.'

झुनियाने विनंती केली-'तू पण उशीर करू नकोस.'

'नाही, नाही, लगेच येतो, तू पुढे तर हो,'

'माझी मलाच माहीतय, माझ्या मनात काय चाललेय, तुझा तर राग आलाय'

'तू इतकी घाबरतेस कशाला? मी तर येतोय आहे ?'

'यापेक्षा दुसरीकडे पळून गेललं परवडलं असतं, '

'स्वतःचं घर असल्यावर दुसरीकडे कशाला जायचं, ?तू विनाकारण घाबरत आहेस '

झुनिया घराकडे गेली. गोबर गोधळून एक क्षणभर उभा राहिला. नंतर अचानक स्वतःच धिक्कार करणारी कल्पना त्याच्या डोक्यात घिरट्या घालू लागली. खरोखरच आई मारायला धावली तर ? याचे पाय जागीच खिळाले. तो आणि त्याच्या घरामध्ये अंतर राहिलं होतं केवळ एका अंब्याच्या बागेचं. झुनियाची काळी आकृती सरकताना दिसत होती. त्याची ज्ञानद्रिय सक्रिय झाली होती. त्याच्या कानावर असे शब्द पडले की जणू त्याची आई झुनियाला शिव्या देत होती. त्याच्या मनाची अशी अवस्था झाली होती की जणू त्याच्या डोक्यावर कोणी मारणार आहे. देहातील सारं रक्त जणू आटून गेलं होतं. क्षणानंतर त्याने पाहिले, धनिया घरातून दुसरीकडे कुठे चालली आहे. दादाकडे चालली असेल ! वेळेवर खाऊन पिऊन दादा मटर काढायला निघाले असतील. तो मटरच्या शेताकडे गेला, जव-गव्हाच्या शेताला तो असा तुडवत चालला होता की जणू त्याच्या मागे कोणी लागले आहे. ती आहे दादाची कोपी. त्याचा अंदाज ठीक होता, तो पोहोचताच धनियाचा आवाज ऐकू आला ओहो! फार वाईट झालं. आई इतकी निर्दयी आहे. एका अनाथ मुलीची तिला थोडीही दया येत नाही आणि ती समोर येऊन तिला सांगतेय की झुनियाला बोलण्याची तुला काही गरज नाही. तर सारी अक्कल निघेल. बरं, दादा पण भलतेच चिडलेत. प्रकरण भलतच गंभीर झालय. मी जास्त इज्जत करतो त्याचाच हा परिणाम, अरे हे काय दादापण घराकडे निघालेत. त्यांनी झुनियाला मारहाण केली तर मला काही ती सहन होणारी नसेल. ईश्वरा आता तुच वाली आहेस ! मला काय माहीत असल्या लफड्यात मी फसेल म्हणून- झुनिया मनातली मनात मला किती धूर्त, भित्रा, आणि नीच समजत असेल. पण तिला ते मारू कसे शकतात ? काय घरात माझा काही हिस्सा नाही. झुनियावर कोणी हात उचलला तर आज महाभारत घडल्याबिगर राहणार नाही. आई-वडील जोपर्यंत मुलाचे रक्षण करू शकतात तोपर्यंत ते आई-वडिल असतात. त्यांच्यात ममता उरली नसेल तर कसले माई-बाप!

होरी जसा कोपीतून निघाला, गोबर पण हळूहळू मागे गेला. परंतु अंगणातला उजेड पाहून त्याचे पाय थांबले, त्या उजेडात तो पाय ठेवू शकला नाही. तो अंधाराच्या आधाराने उभा राहिला. त्याच्या धाडसाने उत्तर दिलं, अरेरे ! बिचाऱ्या झुनियावर हे उगीच खेकसू लागलेत आणि तो काही करू शकत नव्हता. त्याने गंमत म्हणून टाकलेली ठिणगी सारं खळं जाळून टाकीन असं वाटत नव्हतं आणि आता समोर येऊन सांगण्याची त्याच्यात हिंमत नव्हती. की हो, मी केले आहे म्हणून सांगायला. ज्या आधाराने त्याने मनाला सावरले होते ते सगळे या भुकंपामध्ये उद्धवस्त झाले आणि ते झोपडं खाली

कोसळले. तो मागे फिरला. आता तो झुनियाला कसे तोंड दाखवील.

तो शंभर पाऊले चालला पण अशा रितीने की जणू एखाद्या सैनिक युद्ध सोडून पळला आहे. त्याने झुनियासोबत प्रेमाच्या आणि साथ देण्याच्या गोष्टी केल्या होत्या त्यास सर्व आठवल्या. त्याने घालवलेल्या गोड आठवणी आठवल्या. जेव्हा तो गरम श्वासाने, आपल्या नशिल्या स्पर्शातून जणू अपला जीव काढून तिच्या चरणावर ठेवत होता. झुनिया एखाद्या घायाळ पक्षाप्रमाणे आपल्या छोट्याशा घरात जीवन घालवत होती. तिथे प्रियकराचा मत्त आग्रह नव्हता, ना उल्हास, ना प्रियकराची गोड हाक. पण पारध्यांचे जाळे आणि कपट तिथे नव्हते. गोबरने तिला एकांत घरट्यात पाठवून तिला आनंद दिला किंवा नाही, माहीत नाही. परंतु त्याला संकटात मात्र टाकले. तो सावरला. पळून आलेला सैनिक जणू आपल्या एक सहकार्याच्या प्रोत्साहनाने मागे फिरला.

त्याने दारात येऊन पाहिले तर कवाड बंद झाले होते. कवाडाच्या फटीतून उजेड बाहेर पडत होता. त्याने एका फटीतून पाहिले की धनिया आणि झुनिया बसल्या आहेत. तिला समजावत होती की बेटी. तू बस घरात. मी तुझ्या काकाला आणि भावांना समाजावून सांगते. आम्ही आहोत तोपर्यंत काही काळजी करू नकोस. आम्ही असताना तुझ्याकडे कोणी वाकड्या नजरेने पाहू शकत नाही. गोबरला खूप बरं वाटलं, आज त्याला शक्य असतं तर त्या त्याने आई-वडिलांना सोन्याने मढवले असते आणि म्हणाला असता- आता तुम्ही काही करू नका. आरामात बसा आणि जितके दान-पुण्य कमवायचे कमवा. झुनियाची आता त्याला काही काळजी नव्हती. तिला जो आश्रय पाहिजे होता तो देवू शकल. झुनिया त्याला धोकेबाज समजत असेल तर समजू द्या. आता तो घरी अशावेळी जाईल, ज्यावेळी पैशाच्या जोरावर गावचे तोंड बंद करीन आणि आई-वडील त्याला कुळाचा बट्टा न समजता दीपक समजतील.

मनावर जितका जोराचा आघात होतो, त्याची प्रतिक्रिया देखील तितकिच गंभीर उमटते. या अपाकीर्तिने आणि कलंकाने गेाबरच्या मनाचे मंथन करून आसा रत्न बाहेर निघाला जो आजपर्यंत लपून होता. आज पहिल्यांदा त्याला त्याच्या जबाबदारीची जाणीव झाली आणि सोबतच त्याच्या संकल्पनाची सुद्धा. आतापर्यंत तो जास्तीचं भोजन करून कमीत-कमी काम करणे त्याचा अधिकार समजत होता. त्याच्या मनाला कधी हा प्रश्न शिवला नाही की घरासाठी त्याचं काही कर्तव्य आहे. आज आई-वडिलांच्या उदात्त क्षमेनं त्याच्या ऱ्हदयात जणू प्रकाश टाकला. धनिया आणि झुनिया ज्यावेळी आत गेल्या आणि तो होरी बसला होता त्याच कोपीत जावून बसला आणि भविष्याचा विचार करू लागला.

शहरात बेलदारांना पाच-सहा आणे रोज मिळतो. हे त्याच्या ऐकण्यात होतं. सहा आण्यापैकी एक आणा त्याने स्वत:साठी खर्च करून पाच आणे वाचवलेत तर महिन्याला दहा रूपये वाचतील. म्हणजे एका वर्षात शंभर रूपये. शंभर रूपये घरी घेऊन गेल्यावर कोणाची मजाल आहे त्याला कोणी काही बोलायची. हेच पटश्वरी आणि दातादीन येऊन त्याच्या होला हो करतील. आणि झुनियाची छाती तर गर्वाने फुगेल. आज सगळ्या घरची कमाईसुद्धा शंभर रूपये नाही. आतां तो एकटा शंभर रूपये कमवील. लोक हेच म्हणतील की हा मजूरी करतोय, म्हणू द्या. मजूरी करणे पाप थोडीच आहे आणि नेहमीच सहा आणे थोडीच मिळतील. त्याला काम येऊ लागल्यावर मजूरी हळूहळू वाढत जाईल.

त्यावेळी तो वडिलांना म्हणेल- आता तुम्ही घरी बसून ईश्वराचे भजन म्हणा. शेतात राबराब राबण्याशिवाय दुसरे काय आहे. सर्वप्रथम तो दुभती गाय आणील जी चार-पाच शेर दूध देईल आणि दादाला सांगेन की तुम्ही गौमातेची सेवा करा. यामुळे तुमचा लोक आणि परलोक साधल्या जाईल.

एका आण्यामध्ये तो कसाबसा जगेल. भाड्याचं घर कशाला घ्यायचं ? कोणाच्या आश्रयाला पडून राहायचं. शेकडो मंदीर आहेत. धर्मशाळा आहेत आणि तो ज्याची मजुरी करील तो काय त्याला राहू देणार नाही ? दहा शेर पीठ येतं एक रूपायात. एक आण्याचे आडीज पाव झाले. एक आण्याचं तर पीठ लागेल, लाकडं, दाळ, मीठ, भाजी, हे सगळं कसं आणायचं. ? दोन वक्तासाठी शेरभर पीठ तर पाहिजेच आहे ! खाण्याचं तर विचारूच नका. मुठभर घुगऱ्या पोटात घातल्या तरी धकतयं. हलवा-पुरी खाऊनही काम धकू शकतं. तो अर्धा शेर पीठामध्ये दिवसभर मजेत काम करू शकतो, इकडून-तिकडून काड्या गोळा केल्या. सरपनाचं काम झालं, कधी एक पैशाची दाळ घेतली कधी बटाटे, वांगे, भाजून भरीत बनवलं आणि मजेने खाऊन झोपी गेले. घरीच काय लय दोन वेळेचे जेवण मिळतय. एक वेळ घुगऱ्यावर काढू. घरी खातच होतो ना.

त्याला शंका आली. कधी मजूरी नाही मिळाली तर काय करणार ? पण मजूरी का नाही मिळणार ? जीव ओतून त्यानं काम केलं तर कितीतरी त्याला कामासाठी बोलावतीलच. कामच सगळ्यांना प्यारं आहे, इकडे पण दुष्काळ पडतोच, ऊसावर रोग पडतोच, जवाला कीडे लागतात, मोहरीवर कीडे पडतात, त्याला रात्रीचं जरी काम लागलं तरी तो करीन. दिवसभर मजूरी केली. रात्री कुठे चौकीदारी करीन, रात्रीच्या कामाचे दोन आणे जरी मिळाले तरी पुरेशे आहेत, तो परत येईल त्यावेळी सर्वांना साड्या आणील. झुनियासाठी सोन्याच्या बांगड्या आणि दादासाठी एक फेटा.

असेच दिवा स्वप्न पाहून तो झोपी गेला. परंतु थंडीमुळे झोप कशाची. कशीतरी रात्र काढली आणि सकाळी उठून लखनौकडे जाणारा रस्ता धरला. विस कोस तर होतं. संध्याकाळ पर्यंत जाता येईल. गावातलं तिकडे कोणीतरी भेटेलच, पण पत्ता नाही सांगायचा. नाहीतर दुसऱ्या दिवशी दादा टपकलेच म्हणून समजा. त्याला पश्चाताप एकाच गोष्टीचा होता की त्याने झुनियाला का नाही सांगितले. की तू जा मी काही दिवसाने कमाई करून येईल. पण असे सांगितले असते तर ती घरी गेलीच नसती. म्हणाली असती मी पण तुझ्याबरोबरच येईल. तिला घेऊन तो कुठे-कुठे फिरला असता. दिवस वर येऊ लागला होता. रात्री उपाशीच झोपला होता. भूक लगली होती. चालायला बळ नव्हतं. कुठे थांबून आराम करावा असं वाटत होतं. पोटात काही टाकल्याशिवाय तो चालू शकत नव्हता. परंतु जवळ एक पैसाही नव्हता. रस्त्याच्या कडेला बोरांची झाडे होती, त्याने थोडी बोरं पोटात टाकली आणि चालता झाला. एका गावात गुऱ्हाळाचा वास आला. मन राहावलं नाही. विहिरीवर जाऊन पोहरा आणि दोरी मागितली आणि पाणि काढून ओंजळीने पिऊ लागला. तितक्यात एका शेतकऱ्यानं म्हटलं -'अरे बाबा नुसताच पाणि पिणार आहेस ? थोडसं गोड पण खाना ना, यावर्षी गुळाच्या ढेपी करतोय, पुढच्या वर्षी मिल तयार होईल, सगळा उभा ऊस विकला जाईल. भावात साखर मिळू लागल्यावर कोण कोण कशाला गुऱ्हाळ करतोय ? त्याने एका कटोरीत गुळाचे खडे दिले, गोबरने गुळ खाल्ला, पाणि पिला, तंबाखू खातोस का ? गोबरने बहाणा केला, अजून नाही ओढत चिलम. म्हताऱ्याने खूश होत म्हटले- 'फारच चांगले आहे पोरा ! वाईट सवय आहे. एकदा लागली की जीवनभर सुटत नाही.'

पोटाला अन्न मिळाल्यावर पायाला गती आली. थंडीचे दिवस कधी दुपार होतेय असं वाटतं होतं, पाहिले तर एका झाडाखाली एक युवती पतीसाठी सत्याग्रह करीत होती, पती तिच्यासमोर विनवन्या करीत होता. दोन-चार वाटसरू तमाशा पाहू लागले होते. गोबर पण उभा राहिला. प्रियेला समजावण्यापेक्षा कोणते नाटक रोमांचकारी असेल ?'

तरूणीने पतीकडे डोळे वटारत म्हटले-मी नाही जाणार, नाही जणार, नाही जणार.'

पतीनेक जणू शेवटचा पर्याय दिला-'जाणार नाहीस ?'

'नाही जाणार '

'जाणार नाहीस ?'

'नाही जाणार '

पतीने तिच्या झिंज्या धरूनओढायला सुरूवात केली. तरूणी जमिनीवर आडवी झाली.'

पतीने पराभूत होत म्हटले-'मी पुन्हा सांगतोय, चल.'

तरूणीने तितक्याच निश्चयाने म्हटले-'मी तुझ्याघरी सात जन्मापर्यंत येणार नाही. तुकडे-तुकडे केले तरी चालतील.'

'मी तुझा गळा चिरून टाकीन '

'तर फाशी मिळेल'

पतीने तिच्या झिंज्या सोडल्या आणि डोक्याला हात लावून बसला. पुरूषात्वाची कसोटी लागली. यापूढे तो काही करू शकत नव्हता.

एका क्षणानंतर तो पुन्हा उभा राहिल आणि पराभूत स्वरात बोलला-'शेवटी तुला करायचे तरी काय आहे ?'

तरूणी पण उठून बसली आणि ठामपणे बोलली-'मला हेच सांगायचे आहे की तू मला सांडून दे'

'तोंडाने सांगशील काय, झालय ?'

'माझ्या बापाला-भावाला कोणी का शिव्या द्याव्यात ?'

'जाऊन तुझ्या घरी विचार ?'

'येशील तरच विचारत येईल ना ?'

'तू काय विचारशील ? हिंमत आहे का ? जाऊन आईच्या पदरात तोंड खुपसून झोप. ती तुझी आई असेल, माझी कोणी नाही. तू तिच्या शिव्या ऐक ? मी एक रोटी खात होते तर चार रोटीचं काम करतेय. का कोणाच्या धमक्या ऐकू ? सोन्याच्या फुटका मनी पण नाही झाला तुमच्या कडून ?'

वाटसरूंना या भांडणात मजा वाटू लागली होती. परंतु भांडण संपण्याचं काही नाव घेत नव्हतं. जायला उशीर होत होता. एक एक माणूस निसटू लागला होता. गोबरला पुरूषांची निर्दयता दिसू लागली. गर्दीसमोरून तर काही म्हणू शकत नव्हता, सगळे निघून गेल्यावर म्हणाला 'हे पहा,नवरा-बायकोच्या भांडणात बोलणे तर काही ठीक वाटत नाही. परंतु इतका निर्दयीपणा पण चांगला नाही.

पुरूषाने बारीक डोळे करून त्याच्याकडे पाहिले- तू कोण आहेस ?

गोबरने बिनधास्तपणे सांगितले-'मी कोणी का असेना परंतु वाईट गोष्टी पाहू वाटत नाही.'

पुरूषाने मान हालवत म्हटले लग्न झालेलं नाही वाटतं तुझं म्हणूनच असा बोलतोस!

'बायको आली तरी तिच्या झिंज्या धरून ओढणार नाही '

'ठीक आहे. तू तुझ्या कामाचं पहा, मी तिला मारील नाहीतर कापीन. तू कोण आहेस मध्ये बोलणारा. चल, चालता हो'

गोबरला आता जास्तच राग आला. तो का चालता होईल. सडक सरकारी आहे. कोणाच्या बापाची थोडीच आहे. पाहिजे तितका वेंळ तो उभा राहू शकतो. तेथून त्याला जा म्हणण्याचा कोणाला अधिकार नाही.

पुरूषाने ओठ चावत म्हटले-'जात नाहीस ? येऊ का ?'

गोबरने बाह्या मागे सारल्या आणि युद्धासाठी सज्ज झाला. म्हणाला-'तू ये किवा नको येऊ. मी मात्र माझी इच्छा असेपर्यंत इथे थांबेल.'

'तर असे वाटतेय की हात-पाय तोडून घ्यायचेत '

'कोणाला माहीतय हात-पाय कोणाचे तुटणार आहेत ?'

'तू जाणार नाहीस ?'

'नाही '

पुरूष मुठी आवळत गोबरकडे धावला. त्याच क्षणी त्याच्या पत्नीने त्याच्या धोतरला धरून ओढले आणि गोबरला म्हणाली-'तू कशाला भांडण अंगावर घेऊ लागलास, तुझ्या रस्त्यानं का जात नाहीस. इथे काय तमाशा चाललाय? आमचं नवरा-बायकोचं भांडण आहे. कधी ते मला मारतात, कधी मी त्यांच्यावर रागावते. तुला काय करायचे आहे !'

या गोष्टीचा निषेध करीत गोबर निघून गेला. मनात म्हाणाला- ही बाई मार खाण्याच्याच लायकीची आहे.

गोबर निघून गेल्यावर पत्नीने -'पतीला दरडावले तुम्ही सगळयांसोबत कशाला भांडत असता. तो काय वाईट बोलला ज्याचं तुम्हाला वाईट वाटलं, वाईट काम केले तर जग वाईटच म्हणेल. परंतु आहे चांगल्या घरचा आणि आपलाच जातबांधव दिसतोय. तुमच्या बहिणीसाठी का नाही त्याची विचारणा करीत ?'

नवऱ्याने दहा पाऊले धावत जाऊन गोबरला थांबण्याचा हाताने इशारा केला. गोबरने समजून घतले, कदाचित याला भांडण करायचेच आहे वाटतं. मार खाल्ल्याशिवाय शांत बसणार नाही. आपल्या गल्लीत कुत्रा पण वाघासारखे वागतो. पहातोच त्याला.

परंतु त्याच्या चेहऱ्यावर युद्धाची भाषा नव्हती, मैत्रिचं निमंत्रण होतं, त्याने नाव, गाव, आणि जात विचारले. गोबरने सगळं खर-खरं सांगितले. त्या पुरूषाचे नाव कोदई होते.

गोबरने सांगितले- त्याची वडलीपार्जित पाच बिघा जमीन आहे आणि एका बैलाने शेत केले जाते.

मी तुला वेडं-वकटं बोललो, मला माफ कर ! रागात माणूस आंधळा होतो. बायको रूप-गुणाने लक्ष्मी आहे, पण माहीत नाही कधी काय होतं तिला. आता तुच सांग, आईला मी काय बोलणार ? तिनं जन्म दिलाय, मोठं केलय, आता जे काय म्हणायचे आहे ते मी बायकोलाच म्हणेल.

तिच्यावर आपला अधिकार आहे. तुच सांग, मी काही चूक तर नाही बोलत ना. होय, हे खरे आहे की तिच्या झिंज्यांना धरून ओढायला नको होतं, परंतु बाईची जात शिक्षा केल्याशिवाय ताब्यात राहात नाही. ती म्हणतेय मी आई-वडिलापासून वेगळे होऊ. तुच सांग कोणामधून आणि कसं वेगळं व्हायचं. माझ्या आईपासून ? जिने जन्म दिला ? हे माझ्याकडून नाही होणार. बायको राहो अथवा जावो.

गोबरला पण आपले मत बदलावे लागले. म्हणाला- 'आईचा आदर करणे तर सर्वांचा धर्म आहे. आई ऋणातून कोण मुक्त आहे ?'

कोदईने त्याला आपल्या घरी येण्याचे निमंत्रण दिले. आज तो काहीही केले तरी लखनौला नाही पोह्चू शकत. कोस-दोन कोस चालता-चालता रात्र होईल. रात्रीचे कुठे ना कुठे थांबावेच लागेल. गोबरने विनोद केला-'बायकोने ऐकला ?'

'न ऐकून काय करील ?'

'मला तर तिने असे काही ऐकवले की मलाच लज्जास्पद वाटते '

'ती स्वतः पश्चातापदग्ध आहे. चल, जरा आईला समजावून सांग, मला तर काही सांगता येत नाही, तिला पण समजायला पाहिजे की भावाला-बापाला तिने शिव्या नाही दिल्या पाहिजेत. आपल्याला पण बहिण आहे. चार दिवसात तिचेही लग्न होईल. तिची सासू आपल्याला शिव्या देईल, तर त्या ऐकू वाटतील ? सगळा दोष बायकोचाच नसतो. आईचा पण असतो. प्रत्येकवेळी ती आपल्या आईच्या बाजूने बोलत असेल तर आपल्याला वाईट वाटेलच. हिच्यात एक चांगला गुण आहे, तो म्हणजे रूसून जाते पण शिव्या दिल्यावर शिवी देत नाही,

गोबरला रात्रीला निवारा हवा होता. कोदईचा मिळाला, दोघे त्या ठिकणी आले जिथे कोदईची पत्नी बसली होती. आता ती ग्रहणी झाली होती. पदर घेऊन लाजू लागली होती.

कोदईने हसत म्हटले- हे तर येतच नव्हते, म्हणत होते- असा दम दिल्यावर तुमच्याघरी कसं यावं ? बायको येईल त्यावेळी कुठे पळाल ? गाव जवळ आलं होतं, गाव कसलं वस्ती होती, दहा-बारा घरांची ज्यात अर्धी घरं दगडाची आणि अर्धी गवताची होती. कोदईने घरी गेल्यावर खाट काढली, त्यावर एक चादर अंथरली, शर्बत करायला सांगितले. चिलम भरली, एका क्षणात एक तरूणी तिथे शर्बत घेऊन आली. गोबरच्या अंगावर पाण्याचा थेंब शिंपडून जणू क्षमा मागितली, तो तिचा आता नंदवी होऊ लागला हेता. मग का आजपासूनच छेडछाड करू नये.

१३

गोबर उजेडायच्या आधीच उठला होता आणि कोदईची परवानगी घेतली होती. सगळ्यांना माहीत झालं होतं की त्याचं लग्न झालं होतं, म्हणून त्याच्यासोबत कोणी लग्नाची चर्चा केली नव्हती. शील-स्वभावाने सर्व घराला मुग्ध केले होते, कोदईच्या आईला तर त्याने इतक्या गोड शब्दाने आणि तिच्या मातृत्वाचा आदर करत, असा उपदेश दिला की तिने प्रसन्न होऊन आर्शीवाद दिला होता.

'तुम्ही मोठ्या आहात आईसाहेब, पूज्य आहोत, पुत्र मातृ ऋणातून शंभर जन्म घेतले तरी मुक्त होऊ शकत नाही. करोडे जन्म घेऊनही नाही...

म्हतारी अशा मातृभक्तीवर प्रसन्न झाली, त्यानंतर गोबर जे काही बोलला ते तिला चांगलेच वाटले. वैद्यानी एकदा का रोग्याला ठीक केले की मग रोगी त्याच्या हाताने विष पण आनंदाने प्यायला तयार होईल. घरातली सुन रूसून गेली तर अपमान कोणाचा झाला, सुनेला कोण ओळखतं ? कोणाची मुलगी आहे, कोणाची नात आहे, कोणास माहीत ! शक्य आहे तिचा बाप गवत कापणारा का असेना.

म्हतारी ठामपणे म्हणाली-'गवत कापणाराच आहे बेटा, गवत कापणाराचं आहे. सकाळी त्याचं तोंड पाहिलं तर दिवसभर अन्न मिळणार नाही.'

गोबर म्हणाला- 'तर अशा लोकांचं काय हसू होणार ! हसू झालं तुमचं आणि तुमच्या लेकाचं. ज्याने विचारले त्याने हेच विचारले की कोणाची सून आहे ? ती तर अजून नादान आहे. हलक्या घरची पोरं चांगली कशी असणार ? तुमचं वय झालय, तुम्हाला आता राम-नाम घ्यावा लागणार आहे. कोणाला मारणे वगैरे तुम्हाला शोभणार नाही. प्रेमाणे घ्यावे लागेल सगळे. बोला पण तिच्या तोंडी लागू नका. तिला काही फरक पडत नाही पण तुमचा अपमान होतो.

गोबर जाऊ लागला तर म्हतारीने सुपारीचे खांड त्याला खायला दिले. गावातली कितीतरी माणसे मजूरीच्या शोधार्थ शहराकडे निघाले होते. बोलण्यात रस्ता मागे पडला आणि नऊ वाजेपर्यंत सगळेजण अमीनाबादच्या बाजारात दाखल झाले. गोबर परेशान होता, इतकी माणसं शहरात कोठून आली? माणसावर माणूस पडण्याची वेळ होती.

त्या दिवशी बाजारात चार-पाचशे मजूरापेक्षा कमी नव्हते, गवंडी, सुतार, लोहार आणि बेलदार, बाज विकणारे आणि टोकरी विकणारे आदी सगळे जमा झाले होते. गोबर ही गर्दी पाहून निराश झाला. इतक्या सगळ्या मजुरांना कुठे काम मिळणार होतं. आणि गोबरकडे तर कसलं औजार पण नव्हतं. कोणाला कसं समजलं असतं की तो काय काम करतो. कोणी त्याला काय काम दिलं असतं. औजार नसेल तर त्याला कोणी विचारले आसते ?

हळूहळू एका मजूराला काम मिळू लागलं होतं, काही मजूर निराश होऊन परत निघाले होते. जास्त कमी कामचोर शिल्लक राहिले होते. ज्यांच्याकडे काही कौशल्य नव्हतं, त्यांच्यात गोबर पण होता. परंतु आज त्याच्याजवळ जेवनाचा डब्बा हेाता. काही काळजी नव्हती.

अचानक मिर्जा खुर्शेद मजुरांच्या मध्ये येऊन मोठ्या आवाजात बोलले- ज्यांना सहा आणे रोजाने काम करायचे असेल त्यांनी माझ्यासोबत यावे. सगळ्यांना सहा आणे मिळतील. पाच वाजता सुट्टी होईल.

पाच-दहा गवंडी आणि सुतार सोडले तर बाकीचे सगळे त्यांच्यासोबत गेले. चारशे बेकारांची एक फौजच सज्ज झाली, पुढे मिर्जा होते. खांद्यावर मोठा सोटा ठेवलेला, मागे भुके कंगालांची एक मोठी रांग, जणू बकऱ्या आहेत.

एक म्हताऱ्यानं मिर्जाजीला विचारले- कसलं काम आहे मालक ? मिर्जाने जे काम सांगितले, ते ऐकून तर सगळे अधिकच थक्क झाले. फक्त कबड्डी खेळायची होती ! हा काय माणूस आहे जो कबड्डी खेळण्यासाठी सहा आणे रोज देवू लागलाय. लहरीच दिसतोय ! पैसा आल्यावर माणूस लहरी हेतो. कधी कधी खूप शिक्षण घेतल्यावरही माणूस वेडा हेातो. काही लोकांना शंका येऊ लागली की ही त्यांची मस्करी तर नाही ! येथून घरी घेऊन जाईन आणि तिथे गेल्यावर म्हणेल की काही काम नाही

तर याचं कोणी काय करावं ? त्याने खेळ खेळायला लावू द्या, चोर पोलिस खेळायला लावू द्या, नाहीतर विटी दांडू, पण मजूरी द्यावी, अशा लहरी माणसावर विश्वास कसा ठेवायचा ?

गोबरने घाबरत-घाबरत म्हटले-'मालक, आमच्याकडे काही खाण्याची सोय नाही, पैसे मिळाले तर काही खाता येईल.'

मिर्जाने पटकन सहा आणे काढून त्याच्या हातावर ठेवले आणि मोठ्याने बोलले-'मजूरी सगळयांना चालता-चालता दिली जाईल. त्याची चिंता करू नका.'

मिर्जा साहेबां : शहराच्या बाहेर थोडीशी जमीन घेऊन ठेवली होती. मजूरांनी जाऊन पाहिले की एक मोठा परीघ घेरलेला होता आणि त्याच्या आत केवळ एक गवताची झोपडी होती. ज्यामध्ये तीन चार खुर्च्या होत्या. झोपडी बेल आणि वेलींनी झाकली पण सुंदर दिसत होती. आवारात एकीकडे आंबा, लिंब आणि पेरूची झाडे होती. दुसरीकडे काही फुल, मोठा भाग पडीत होता. मिर्जाने सर्वांना एका रांगेत उभे करून मजूरी दिली. आता कोणालाही त्याच्या वेडेपणावर शंका राहिली नव्हती.

गोबरला अधिच पैसे मिळाले हेाते, मिर्जाने त्याला बोलावून रोपांना पाणि घालवण्याचं काम दिलं. त्याला कबड्डी खेळायला मिळणार नव्हती. नाराज होऊन बसला, त्या म्हताऱ्याला उचलून आपटावं, परंतु काही हरकत नाही, कबड्डी खूप झाली. पैसे हातात पडलेत.

आज कित्येक वर्षांनंतर या पीडाग्रस्तांना कबड्डी खेळायला मिळाली. काही तर असे होते की त्यांनी कधी कबड्डी खेळली की नाही हे पण त्यांना आठवत नव्हतं. दिवसभर शहरात राबायचे रात्री उशीरा घरी जात आणि जे काही उरलं-सरलं खाऊन झोपी जायचं. सकाळी यंत्र त्याच पद्धतीनं सुरू व्हायचं. निरस जीवन थांबल्यासारखं झालं होतं. आज ही संधी मिळाल्यावर म्हतारे पण तरूण झाले. अर्धवट वयाचे माणसेही, तोंडात ना दात ना पोटात आतडे. कमरेच्या वर धोतर किंवा लंगोट लावून दंड ठोकत उडया मारत होते. जणू म्हातार हाडात तारूण्य सळसळलं होतं. तात्काळ दोन गट पडले. दोन नायक बनले. खेळाचा सुत्रधार ठरवू लागले. बारा वाजता-वाजता खेळ सुरू झाला. थंडीच्या दिवसात अशा खेळांना चांगलीच रंगत येते.

इकडे मैदानाच्या गेटवर मिर्जा साहेब प्रेक्षकांना तिकीटे वाटप करीत होते. त्यांना असल्या प्रकारची लहर कधी-ना-कधी येतच असायची. श्रीमंताकडून पैसा घेऊन गरिबांना वाटणे. या म्हतार कब्बडीची जाहिरात अनेक दिवसापासून होत होती. मोठ-मोठे पोस्टर लावण्यात येत होते. पत्रके वाटण्यात आली होती. हा खेळ आगळा-वेगळा आणि अभूतपूर्व असा होता. भारताचे म्हतारे आजही कसे खेळणार आहे, ज्यांना हे पहायचे.आहे, या आणि आपले डोळे तृप्त करून घ्या. ज्यांनी हा खेळ पाहणार नाहीत ते पश्चाताप करतील. अशी संधी पुन्हा मिळणार नाही, तिकीटे दोन रूपयापासून दहा रूपये इतकी होती. तीन वाजेपर्यंत सगळं मैदान भरलं होतं. गाड्यांचा ताफा एकिकडे उभा होता. दोन हजारापेक्षा जास्त गर्दी नव्हती. श्रीमंतासाठी खुर्च्या आणि बेंचची व्यवस्था होती. सामान्य प्रेक्षकासाठी होती स्वच्छ जमीन.

मिस मालती, मेहता, खन्ना, तंखा आणि रायसाहेब सगळे स्थान झाले होते.

खेळ सुरू झाल्यावर मिर्जाने मेहतांना म्हटले-'या डॉक्टर साहेब, आपण एक डाव खेळून पाहू.'

मिस मालती म्हणाली- फिलॉसॉफरची कब्बड्डी फिलॉसॉफरसोबतच होऊ शकते.

मिर्जाने मिशावर हात फिरवत म्हटले-'तर तुम्ही काय समजता मी तत्वज्ञानी नाही. माझ्याकडे कोणी समर्थक नाही, परंतु मी फिलॉसॉफर आहे, तुम्ही माझी परीक्षा घेऊ शकता, मेहताजी !'

मालतीने विचारले- ठीक सांगा बरं, तुम्ही आइडियालिस्ट आहात की मटेरियालिस्ट ?'

'मी दोन्ही पण आहे'

'ते कसे ?

'फार चांगल्या पद्धतीने, जशी परिस्थिती तसा बनलो'

'तर तुमचे काही निश्चित नसते.'

'ज्या गोष्टीचे आजपर्यंत काही खरे नाही, ना कधी असेल . त्याचा निश्चय मी कसा करू शकतो. लोकं डोळे फोडून आणि पुस्तके वाचून ज्या निर्णयाला येतात तिथे मी सहज पोहोचलो. तुम्ही सांगू शकता की कोण्या फिलॉसॉफरने अक्कल पाजळल्याशिवाय दुसरे काही केले आहे?

डॉक्टर मेहतांनी कोर्टाची बटणं काढत म्हटले- तर होऊन जाऊ तुमचा विजय, होऊन जावू द्या. कोणी मान्य करू अथवा न करू, मी तुम्हाला फिलॉसॉफर समजतो.'

मिर्जाने खन्नाला विचारले-'तुमच्यासाठी पण एखादा जोडीदार पाहू ?'

मालतीने समर्थन दिले-'हो, हो यांना जरूर घेऊन जा, मिस्टर तंखासोबत.'

खन्ना ओशाळत बोलले-'नाही, मला माफ करा.'

मिर्जाने रायसाहेबांना विचारले-'तुमच्यासाठी पाहू कोणी जोडीदार ?'

रायसाहेब म्हणाले-'माझा जोडीदार तर ओंकारनाथ आहे, पण आज ते कुठे दिसत नाही.'

मिर्जा आणि मेहता पण पादत्राणे काढून,केवळ चड्डीवर मैदानात उतरले. एक ईकडून-दुसरा तिकडून. खेळ सूरू झाला.

प्रेक्षक म्हतार खेळाडूंना पाहून हसत होती, टाळ्या वाजवत होती. शिव्या देत होती, ओरडत होती, पैज लावत होती, व्वा ! जरा हया म्हाताऱ्या बाबाला तर पहा ! कसा थाटात निघालाय, जणू सगळ्यांना पाडूनच परतणार आहे, अरे हे काय, तिकडून पण असलाच म्हातारा उठलाय, दोघे कसे आव आणू लागलेत. ज्यांच्या हड्डीत अजून बराच जोर आहे. या लोकांना जितके तूप खायला मिळाले आपल्याला आज तितके पाणि सुद्धा मिळत नाही. लोक म्हणतात भारत श्रीमंत होऊ लागलाय. होत असेल, आम्ही तर हेच पहात आहेत असे तरूण आज कठीण झाले आहे. त्या म्हताऱ्याने या म्हताऱ्याला कसं धरलय, बिचारा सुटका करून घेण्यासाठी कसा तडफडतोय. परंतु आता सुटका नाही बाबा ! एकाला तिघे झटत आहेत, अशाप्रकारे लोकामध्ये उत्साह आहे. सगळ्यांचं लक्ष मैदानाकडे आहे. खेळांडूना जखमा, उड्या मरणे, पडणे, धरपकड, आणि त्यांच्या धडपडीत ते तल्लीन झाले होते. कधी सगळीकडून ओरड व्हायची, कुठे अन्याय किंवा गडबड झालेली पाहून लोक सोडून द्या, सोडून द्या, म्हणायचे. काहीजण रागाच्या भरात मैदानाकडे धावत. परंतु थोडेसे सज्जन जे मंडपात उंच ठिकाणी बसले होते, जास्त तिकीटाचे पैसे भरून, त्यांना खेळण्यात विशेष आनंद मिळत नव्हता. ते दुसऱ्याच गप्पा करण्यात दंग होते.

खन्नाने जिंजरच्या ग्लास रिचवून सिगारेट पेटवले आणि रायसाहेबांना बोलले- मी तुम्हाला

सांगितले होते की बॅंक यापेक्षा कमी व्याजावर तयार होणार नाही आणि हा व्यवहार मी आपल्यासोबतच केला आहे, कारण तुमच्यासोबत घरगुती संबंध आहेत.रायसाहेबांनी हसत-हसत मिशावरून हात फिरवल. म्हणाले-'आपल्या धोरणात घरगुती संबंध असणाऱ्यांना सुरीने कापले जाते ?'

'हे आपण काय बोलू लागलात?'

'याग्य तेच बोलतोय, सुर्यप्रतापसिंहकडून आपण केवळ सात टक्केच घेतलेत, मला नऊ टक्के मागू लागलात आणि वरून उपकार पण, का करू नये!'

'त्याच नियमाने मी पण आपल्याकडून तितकेच व्याज घेईल. मी त्यांची संपत्ती गहाण ठेवली आहे आणि कदाचित ती संपत्ती पुन्हा त्यांच्या हाती येणार नाही'

'मी माझ्याकडची संपत्ती विक्रिला काढील. नऊ टक्के विनाकारण भरण्यापेक्षा फालतुची पडलेली संपत्ती विकणे काय वाईट, माझी जॅकसन रोडवरची कोठी टाकतो विकून, कमिशन घ्या'

'त्या कोठीचं याग्य भावात विकणं जरा कठीण आहे. पंधरा बिघे जमीन पण आहे तिच्या सहित. खन्ना तर अवाकच झाले. म्हणाले- आपण गेल्या पंधरा वर्षापूर्वीचे स्वप्न पहात आहात रायसाहेब ! तुम्हाला माहीत असायला हवे की इकडच्या मालमत्तेत पंधरा टक्क्याने घट झाली होती.

'मी घेण्याऱ्याच्या शोधात राहिन पण आपल्याकडून कमिशन म्हणून पाच अक्के घेईल.

'दुसऱ्याकडून कदाचित दहा टक्के घेता, काय करणार इतक्या रूपयाचे ?'

तुम्हाला किती द्यायचेत द्या. तयार तर झालात. साखर मिलचे भाग अजून विकत घेतले नाहीत ? आता फार थोडे राहिलेत. हात चोळत राहाल, इंशोरची पॉलिसी पण आपण घेतली नाहीत. तुम्हाला टाळत राहण्याची फार वाईट सवय आहे. फायद्याच्या गोष्टी तुम्ही टाळत असाल इतर गोष्टींचे तर विचारायलाच नको ! यालाच म्हणतात, राज्यकर्त्यांची अक्कल चरायला जाते. माझ्या हातात असतं तर मी तालुकादारांचे पद बरखास्त केले असते.

मिस्टर तंखा मालतीला पटविण्याच्या प्रयत्नात होते. मालतीने स्पष्ट सांगितले होते की ती इलेक्शनच्या भानगडीत पडणार नाही. परंतु तंखा इतक्या लवकर ऐकणार नव्हते. येऊन कोपराच्या आधारने मेजवर टेकून बोलले-'तुम्ही जरा या विषयावर पुन्हा विचारा करा. मी म्हणतो अशी संधी पुन्हा कदाचित मिळणार नाही. राणीसाहेब चंदाला तुमच्या तुलनेत रूपयात एक आणा पण संधी नाही, मनी केवळ इतकीच इच्छा आहे की काऊंसिलमध्ये अशा लोकांना संधी मिळावी ज्यांना काही अनुभव आहे आणि जनतेची काही सेवा केलली असावी. ज्या बाईला भोग-विलासा शिवाय काही माहीत नाही, जिने जनतेला आपल्या गाडीचे केवळ पेट्रोल समजले, पार्टी करणे हिच जिची मौल्यावान सेवा आहे, जी ती गव्हर्नर आणि सेक्रेटरींना देते. तिच्यासाठी काउंसिलमध्ये जागा नाही. नव्या काउंसिलमध्ये खूप सारे अधिकारी प्रतिनिधींच्या हातात असतील आणि मला नाही वाटत की तो अधिकार दुसऱ्या कोणाच्या हातात जावा.

मालतीने सुटका करून घेण्यासाठी म्हटले-'परंतु साहेब, माझ्याजवळ इलेक्शनमध्ये खर्च करायला दहा-पंधरा हजार रूपये कुठे आहेत ? राणीसाहेब तर दोन-चार लाख खर्च करू शकतात. मला पण वर्षातून हजार-पाचशे मिळत असतात, ती रक्कम पण हातातून जायची'

'मला तुम्ही एक सांगा तुमची इच्छा आहे किंवा नाही ?'

'इच्छा तर आहे, पण पैसे नाही खर्च झाले पाहिजेत !'

'तर ती माझी जबाबदारी, तुम्हाला खर्च करावा लागणार नाही'

'तसे नाही, माफ करा, मला पराभव स्वीकारण्याची इच्छा नाही. राणीसाहेब पैशाचा पाऊस पाडू लागल्यावर तुम्ही पण कदाचित तुमचे मत त्यांनाच दिलेले असेल.

तुम्हाला असे वाटते की निवडणूक केवळ पैशाने जिंकता येते. ?

'तसे नाही, माणसाचा प्रभाव असतोच. परंतु एकदा जेलमध्ये गेले होते इतके जर सोडले तर मी कोणती जनसेवा केलीय ?आणि खरं सांगायचे म्हणजे त्यावेळी मी माझ्या स्वार्थापोटीच गेले होते. ज्या प्रकारे रायसाहेब गेले होते. नव्या राजकारणाचा आधार पैसा आहे. विद्या, सेवा आणि सगळ्या गोष्टी पैशापुढे गौण आहेत. कधी-कधी इतिहासात अशी वेळ आलेली आहे की आंदोलनापुढे पैशाने हार मानली आहे. परंतु हा अपवाद समजा मी माझं स्वतःचं सांगते. अनेक गरीब बायका दवाखान्यात येतात त्यांना मी स‍ाधं बोलतपण नाही बराच वेळ. परंतु कोणी एखादी कारमधून आली तर तिचं स्वागत करायला दारापर्यंत धावते. ते ही असं स्वागत करते जणू एखाद्या देवीचं करावं. राणीसाहेबांच्या तुलनेत मी कुठेच नाही, ज्या प्रकारची काउंसिल होत आहे, राणीसाहेब त्यासाठी योग्य आहेत.

दुसरीकडे मैदानात मेहता साहेबांची टीम कामजोर पडत होती. अध्यपिक्षा जास्त खेळाडू बाद झाले होते. मेहता कधी कब्बड्डी खेळले नव्हते, मिर्जाच्या आवडीचा हा विषय होता. मेहतांच्या सुट्या अभ्यासामध्येच निघून जात. अभिनय करण्यात त्यांचा हात कोणी धरणार नाही, मिर्जाला आवड होती खेळामध्ये, कुस्त्यामध्ये आणि बायांमध्ये सुद्धा.

मालतीचे लक्ष तिकडे पण लागलेले होते, उठून रायसाहेबांना बोलली- मेहताच्या पार्टीचा तर चांगला नराभव होऊ लागलाय.

रायसाहेब आणि खन्नामध्ये इशोंरसची चर्चा होत होती. रायसाहेबांना या विषयावर चर्चा नको होती. मालतीने जणू त्यांना या झंझटी मधून बाहेर काढले होते. उठून म्हणाली-'होय, पराभव तर होऊ लागलाय. मिर्जा पक्के खेळाडू आहेत.'

'मेहताना काय ही आवदसा आठवली, स्वतःचं हसू करू लागलेत'

'त्यात कसलं हसू ? गंमत चाललीय '

'मेहताच्या पार्टीतला जो बाहेर पडतो तो बाद होतो'

'एका क्षणानंतर त्याने विचारले- काय या खेळात अर्धा वेळ नसतो?

खन्नाला विनोद आठवला म्हणाले-'तुम्ही निघाला होता मिर्जासोबत दोन हात करायला? समजत होते, ही पण फिलॉसॉफीच आहे'.

'मी विचारले- या खेळात मध्यली सुट्टी नसते ?

खन्नाने पुन्हा चिडवलं-'मग तर खेळचं संपतो. मजा तर त्यावेळी येईल ज्यावेळी मिर्जा मेहताला दाबतील आणि मेहता सोबत 'आई ग' म्हणतील.'

रायसाहेब म्हणाले- या खेळात मधली सुट्टी ! एकावेळी एक माणूस तर समोर येतोय.'

'अरे हे काय मेहताचा आणखी एक गडी बाद झाला'

खन्ना म्हणाले- तुम्ही पहात रहा ! अशा रितीने सगळे बाद होतील आणि शेवटी मेहता साहेब पण बाद होतील

मालतीचा जळफळाट झाला-‘तुम्ही नाही दाखवली हिंमत ?’

‘मी अडाण्याचा खेळ नाही खेळत.मी टेनिस खेळतो’

‘टेनिसमध्ये पण मी तुम्हाला अनेकदा मात दिलीय’

‘जिंकण्याचा दावा मी कधी केलाय?’

‘दावा असेल तर मी तयार आहे’

मालती त्यांच्यावर तोफ डागत आपल्या जागेवर बसली. मेहताबद्दल कोणाला सहानुभूती नव्हती. कोणाला असे वाटत नव्हते की आता खेळ संपविल्या जावा. मेहता पण अजब बुद्धू आहेत. काही गडबड का नाही करत, इथे त्यांची न्याय-प्रियता दाखवू लागलेत. आता बाद होऊन आले तर सगळेजण टाळ्या वाजवतील. आता त्यांच्याकडून आणखी वीस गडी आहेत, लोक अधिकच खूश दिसत आहेत.

खेळाचा शेवट जसा जवळ येऊ लागला होता प्रेक्षक अधीर होत चालले होते आणि मैदानाकडे झुकत होते. दोरीने सगळ्यांना राखून धरले होते. ते तोडण्यात आले. स्वयंसेवक रोखण्याचा प्रयत्न करीत होते. परंतु लोक उन्मादापुढे त्यांचे काही एक चालले नाही, इतका की खेळ अंतिम टप्यात पोहोचला आणि मेहता एकटे पडले आणि आता त्यांना मुक्याची भूमिका करावी लागेन. आता सारी भिस्त त्यांच्या होती, ते स्वतःला वाचवून रेषेच्या आत आले तर त्यांचा पक्ष वाचत होता. नाहीतर पराभवाचा सारा आपमान आणि लज्जा घेऊन त्यांना परतावे लागले असते. दुसऱ्या बाजुच्या जितक्या गड्यांना स्पर्श करून ते येतील तितकेक गडी बाद होणार होते आणि तितकेच गडी त्यांचे पुन्हा खेळायला उठणार होते. सर्वांच्या नजरा मेहतावर रोखून होत्या. मेहता गेले, प्रेक्षेकांनी सगळीकडून रेषेला घेरले होते. तन्मयता सर्वेच्च शिगेला होती. मेहता किती शांतपणे आपल्या शत्रूच्या हद्दीत जाऊ लागले होते. त्याची प्रत्येक गती प्रेक्षकावर प्रतिबिंबीत होती. कोणाची मान तिरपी होत होती, कोणी पुढे झुकला हेता, वातावरण तापले, पारा पार मध्यभागी आला. मेहता शत्रूच्या हद्दीत घुसले, गडी मागे -मागे हटत आहेत, त्याचा संघ इतका मजबूत आहे की मेहताच्या हाताला कोणी येण्याची शक्यता नाही. अनेक लोकांना आशा होती, की मेहता त्यांच्या संघातील पाच-दहा गड्यांना जिवंत करतील. त्यांची निराशा होत होती.

अचानक मिर्जाने उडी मारून मेहताच्या कमरेला मिठी मारली. मेहता सुटका करून घेण्यासाठी जोर लावत आहेत, मिर्जाला रेषेकडे ओढत आहेत. लोक ओरडू लागलेत. आता हे समजणे कठीण झाले आहे कोण रसिक आहे कोण टवाळखोर, सगळे सारखेच झाले. मिर्जा आणि मेहतामध्ये जणू कुस्ती होऊ लागलीय: मिर्जाच्या पक्षातील अनेक वृद्ध मेहताच्या दिशेने आले आणि मेहतावर झडप मारली. मेहता जागच्या जागी उभे राहीले. परंतु काहीही करून त्यांनी दोन हात पुढे गेले असते, तर त्यांचे पन्नास गडी जिवंत झाले असतके, परंतु ते जाग्यावरून हाल चालच करू शकत नाहीत. मेहताचा चेहरा लाल बुंद होऊ लागलाय, डोळे बारीक झालेत, घाम निघू लागलाय आणि मिर्जा आपल्या स्थूल देहाचे ओझे घेऊन त्याच्या पाठीला चिपकलेत.

मालतीने जवळ जाऊन उत्तेजित स्वरात म्हटले-'मिर्जा खुर्शेद, हे काही ठीक नाही.

खुर्शेदने मेहताच्या मानेवर एक ठाकसा मारत म्हटले- जोपर्यंत हे 'ची' बोलणार नाहीत, मी सोडणार नाही. का नाही 'ची' बोलत?'

मालती आणखी पुढे सरकली- 'ची' बोलण्यासाठी तुम्ही इतकी जबरदस्ती नाही करू शकत.

मिर्जाने मेहताच्या पाठीवर जोर देत म्हटले-'बिलकुल करू शकतो. तुम्ही यांना सांगा,'ची' म्हणा, मी आता सोडतो.'

मेहताने पुन्हा एकदा उठण्याचा प्रयत्न केला परंतु मिर्जाने त्यांची मान दाबली.

मालतीने त्यांचा हात धरून ओढण्याचा प्रयत्न करत म्हणाली-'हा खेळ नाह, सूड घेणे आहे.'

'सूड तर सूड '

'तुम्ही सोडणार नाहीत ?'

त्याचवेळी जणू भूकंप झाला. मिर्जा साहेब जमिनीवर झोपले होते आणि मेहता पळत रेषेकडे चालले हेाते आणि हजारो माणसं वेड्यासारखे टोप्या आणि पगड्या आणि काठ्या वर फेकत होती,हे कस झालं, कोणाला समजलं नाही.

मिर्जाने मेहताला उचलून घेतले आणि मंडपापर्यंत आणले. प्रत्येकाच्या चेहऱ्यावर हेच भाव होते-बाजू कशी एकदम पलटली याचेच सगळ्यांना आश्चर्य वाटत होते. सगळेजण मेहताच्या चिवटपणाचे आणि धैर्याचे गुणगाण करीत होते.

मजुरांसाठी आधीच नारंगीचा रस मागितला हेता. त्यांना तो पाजून निरोप देण्यात आला. मंडपामध्ये पाव्हूण्यांना चहा-पाण्याची सोय केली हेती. मेहता आणि मिर्जा समोरा-समोर मेजवर बसले होते, मालती मेहताच्या शेजारी बसली.

मेहता म्हणाले-'मला आज नवीन अनुभव मिळाला. स्त्रीचे प्रोत्साहन असेल तर माणूस काहीही करू शकतो.'

मिर्जाने मालतीकडे पाहिले-'अच्छा ! तर प्रकरण असं होतं ! मला त्याचेच तर आश्चर्य वाटतय की तुम्ही अचानक बाहेर कसे पडलात.'

मालती लाजून लाल झाली होती. म्हणाली- फारच बिनलाजे व्यक्ती आहात मिर्जाजी ! आज माहीत झालं.

'चूक यांची होती, हे का 'ची' म्हणत नव्हते?'

'मी तर 'ची' बोलणार नव्हतो, जीव गेला असता तरी '

मित्रांमध्ये थोडावेळ गप्पा चालल्या. नंतर धन्यवाद आणि आभार व्यक्त करणारी भाषणे झाली. पाव्हूणे निरोप घेऊन निघाली. मालतीला पण एक पेशंटला भेटायचं होतं, ती गेली. फक्त मेहता आणि मिर्जा उरले. त्यांना आता स्नान करायचे होते. मातीमध्ये लोळले होते. कपडे कसे घालणार ? गोबरने पाणि सेंदले आणि दोघांनी अंघोळी केल्या.

मिर्जाने विचारले- लग्न कधी होणार आहे ?

मेहताने आश्चर्यचकित होत विचारले- 'कोणाचे ?'

'तुमचं'

'माझं लग्न ! कोणासोबत ?'

'व्वा ! आपण असे लपवू लागलात की जणू ही लपवायची गोष्ट आहे'

'नाही-नाही, मी खरंच बोलतोय, मला काहीच खबर नाही, काय माझं लग्न होऊ लागलय ?

आणी तुम्हाला काय वाटतय, मिस मालती तुमची जीवनसाथी होईल ?

मेहता गंभीरपणे म्हणाले- तुम्ही चुकीचा विचार करताय. मिर्जाजी ! मिस मालती सुंदर आहे, खूश आहे, समजदार आहे, सुधारणावादी आहे आणि आणखी पण त्यांच्यावर कितीतरी गुण आहेत. पंरतु माझ्या जीवनसाथीमध्ये जे गुण असायला हवेत ते गुण तिच्यात नाहीत आणि कदाचित नसतील. माझ्या दृष्टीने स्त्री म्हणजे निष्ठा आणि त्यागाची मूर्ती आहे, जी आपल्या निःशब्दपणाने, आपल्या त्यागाने, स्वतःला विसरून पतीचे एक अंग बनते. देह पुरूषाचा असला तरी आत्मा स्त्रीचा बनतो. तुम्ही म्हणाल पुरूष असे का नाही करू शकत ? स्त्रीकडून का तो आशा करतो. पुरूषात ते सामर्थ्य नाही, त्याने तसा प्रयत्न केला तर तोच संपून जाईल. तो एखाद्या गुहेत जाऊन बसेल आणि सर्वात्मा शोधण्याचा प्रयत्न करीन. तो प्रकाशीत जीव आहे, अहंकारी होऊन तो असे समजेल की तो ज्ञानाचा पुतळा आहे. सरळ ईश्वराला भेटण्याची इच्छा मनी बाळगून आहे. स्त्री पृथ्वीसमान ध्यैर्यवान आहे. शक्तीसंपदा आहे, सहिष्णू आहे, पुरूषामध्ये स्त्रीचे गुण उतरतात तव्हा तो महाम्ता बनतो, स्त्रीमध्ये गुण आवतरले तर ती कुलटा बनते. पुरूष परिपूर्ण स्त्री असलेल्या स्त्रीकडे आकर्षित होतो. मालतीने अद्याप मला आकर्षित नाही केले. मी तुम्हाला मला कसली स्त्री हवी आहे ती सांगू, या जगात जे काही सुंदर आहे त्यालाच मी स्त्री समजतो. मी तिच्याकडून अशी आशा करतो की तिला मारून टाकले तरी तिच्यात प्रतिहिंसा करण्याचा विचार होऊ नये. तिच्या समक्ष मी दुसऱ्या स्त्रीवर प्रेम करू लागलो तरी तिच्या मनाला ईर्षा स्पर्श करणार नाही, अशी स्त्री मिळाली तर मी तिच्या चरणी लोळण घेईन आणि स्व्तःला तिच्या स्वाधीन करीन.

मिर्जाने मान हालवत म्हटले-'अशी स्त्री कदाचित या जगात असावी तरी.'

मेहताने डोक्याला हात लावत म्हटले-'एक नाही, हजारो आहेत, नसत्या तर हे जग विरण असतं.'

'एखादे उदाहरण सांगा '

'मिसेस खन्नाचेच उदाहरण घ्या '

'परंतु खन्ना !'

'खन्ना दुर्दैवी आहेत. हिरा हाती पडून त्याला ते काच समजत आहेत. विचार करा, किती त्याग आहे आणि त्यांच्यावर किती प्रेम आहे. खन्नाच्या सौदर्यासक्त मनात कदाचित थोडेही प्रेम नाही परंतु खन्नावर काही संकट आले तर ती स्वतःला झोकून देते. खन्ना आज आंधळे किंवा कुष्ठ रोगी जरी झाले तरी तिच्या प्रेमात फरक पडणार नाही. खन्नाला तिची पर्वा नाही, पण तुम्ही पहा, एक दिवशी खन्ना तिच्या चरणाची धूळ कपाळी लावतील. मला अशी पत्नी नाही पाहिजे जी आइंस्टाइनच्या

सिद्धांतावर प्रेम करेल, किंवा जी कवितेमधील चूका शोधील. मला अशी पत्नी हवी आहे जी माझ्या जीवनाला पवित्र आणि उज्ज्वल करील. आपल्या प्रेम आणि त्यागाने '

'खुर्शेदने आपल्या दाढीवरून असा हात फिरवला जणू त्यांना काही आठवले आहे. म्हणाले- 'तुमचा विचार खूपच चांगला आहे मिस्टर मेहता! अशी स्त्री मला मिळाली तर मी पण लग्न करीन, परंतु अशी स्त्री असण्याची शक्यता मला तरी नाही.'

मेहता हसले. म्हणाले- तुम्ही शोधत रहा, मी पण रहातो, कदाचित कधीतरी नशीब फळाला येईल.'

पण मिस मालती तुम्हाला सोडणार नाही. म्हणाल तर लिहून देतो. अशा स्त्रीसोबत मी मनोरंजन करू शकतो. लग्न नाही. लग्न तर आत्मसमर्पण आहे '

'विवाह आत्मसमर्पण आहे तर प्रेम काय आहे ?'

'प्रेम ज्यावेळी आत्मसमर्पणाचे रूप धारण करते त्यावेळी तो विवाह होतो; त्यापूर्वी केवळ मनोरंजन '

'मेहताने कपडे घातले आणि ते निघाले. सायंकाळ झाली होती. मिर्जाने जाऊन पाहिले तर गोबर अजून शेताला पाणि देत होता. मिर्जाने खूश होऊन विचारले- जा आता तुला सुट्टी दोतो, उद्या पुन्हा येशील?'

गोबरने नम्रपणे म्हटले- 'मला कुठेतरी काम पाहिजे आहे मालक !'

'काम पाहिजे आहे तर माझ्याकडे रहा'

'किती पगार मिळेल मालक ?'

'तुला किती पाहिजे '

'मी काय मागणार, तुम्हाला जितका द्यायचा ते द्या'

'मी तुला पंधरा रूपये देईल पण काम खूप करून घेईन.'

गोबर कष्टाला घाबरत नव्हता. त्याला पैसे मिळणार असतील तर दिवसभर काम करीन, पंधरा मिळत असतील तर विचारूच नका, तो कितीही काम करीन

म्हणाला- 'रात्रीचा निवारा मिळाला तर बरे होईल'

'हो, हो, त्याची पण सोय करतो, या झोपडीत एका बाजूला झोपत जा.

गोरबला जणू स्वर्ग मिळला.

१४

होरीचं सगळेची सगळं पीक दंडापाई गेलं होतं. वैशाख महिना कसातरी गेला परंतु जेष्ठ लागल्यावर धान्याचा एक कण राहीला नाही. घरात खाणारी तोंडे पाच आणि धान्याच्या नावाने बोंबाबोंब. दोन वेळेची नाही पण एका वेळेची तरी मिळाली पाहिजे. पोटभर नाही मिळाले तरी अर्धपोट तरी. उपाशी एखादा किती दिवस राहू शकेल. उधार घ्यावं तर कोणाकडून ! गावातील लहान-मोठ्या सावकारांपासून तोंड लपवून राहावं लागत होतं. मजुरी करावी तर कोणाची ? जेष्ठात स्वतःचेच काम खूप पडलेलं.

ऊसाला पाणि द्यायचं होतं पण उपाशीपोटी तरी काम कसं करायचं !'

संध्याकाळ झाली होती. लहान मुलगा रडू लागला होता. आईला खायला नाही मिळालं तर दूध कसं येणारं ? सोनाला परिस्थिती समजत होती. पण रूपाला कोण समजून सांगेन !सारखी भाकर-भाकर करायची. दिवसभर फळ-कैऱ्या खाऊन जगत असे. परंतु रात्रीच्यावेळी अन्नच पाहिजे. होरी दुकानदारीनकडे उधार धान्य मागायला गेला होता. पण ती दुकान बंद करून पेढीत गेली होती. मँगरू साहेब केवळ नाहीच म्हटले नाही तर टोमणे पण मारले. उधार मागायला आलाय, तीन वर्षापासून व्याजाची कवडी दिली नाही, ईश्वराला देखील असे वागणे मान्य नाही, कारकुन बोलल्यावर कसे पैसे काढून दिले. माझे द्यायला नाहीत आणि बायको आहे तिचे दोन शब्द नम्रतेचे नाहीत.

तेथून उदासवाना येऊन बसल्यावर पुनिया विस्तव न्यायला आली. स्वयंपाक रूमच्या दरवाज्यात जाऊन पाहिले तर अंधार. म्हणाली-'आज स्वयंपाक नाही करू लागलात का ताई ? आता तर रात्र झालीय ?'

गोबर घर सोडून गेल्यापासून पुनिया आणि धनिया बोलू लागल्या होत्या. होरीचे उपकार पण समजू लागली होती. हिराला आता ती शिव्या देत होती-हत्यारा, 'गोहत्या, करून पळाला. तोंडाला काळीमा फासला. घरी कसा येईल. आला तरी घरात पाय ठेवू देणार नाही. गोहत्या करतांना त्याला लाज वाटली नाही. पोलिसात घेऊन गेले असते तर बरं झालं असतं !'

धनिया काही बहाणा करू शकली नाही. म्हणाली-'भाकरी -कशाच्या कराव्यात, घरात तर पीठ नाही. मालकानं जातबांधवांचे पोट भरले. बाल-बच्चे मरो अथवा जगो, आता कोणी येऊन पहात नाही.'

पुनियाला चांगले पीक झाले होते आणि ते मान्य करीत होती की हे सारं होरीमुळे झाले आहे. हिरा असताना शेत इतकं कधी पिकलं नव्हतं.

म्हणाली- माझ्या घरून धान्य का नाही आणलं ? ते मालकाच्या कष्टातूनच आलेलं आहे, चांगले दिवस आले तर भांडून घेऊ. दुःखात सोबत रडावेच लागते. मी काय इतकी निर्दयी आहे का, मला समजत नाही. मालकानं आश्रय दिला नसता तर आज माझं काय झालं असतं?'

ती आल्या पाऊली सोनाला घेऊन गेली. एक क्षणात धान्याचं दोन टोपले भरून अंगणात ठेवले. दोन मनापेक्षा कमी नव्हतं. धनिया अजून काही बोलली नव्हती तोच ती पुन्हा परत गेली आणि एक लहानशा टोकरीत हरभऱ्याची दाळ आणली. म्हणाली-'चला, मी चूल पेटवून देते.'

धनियाने पाहिले तर जवाच्या वर एका छोट्याशा डब्यात चार-पाच सेर पीठ पण होतं. आज जीवनात पहिल्यांदा तरी पराभूत झाली होती, डोळ्यात प्रेम अणि कृतज्ञतेचे मोती भरवत बोलली- सगळेच आणलय, घरात काही ठेवले की नाही? कुठे पळून चाललं होतं ?'

अंगणात मुलगा खाटेवर रडत होता. पुनिया त्याला कडेवर घेत त्याचा लाड करीत म्हणाली-'तुमच्या कृपेनं अजून खूप आहे ताई ! पंधरा मन तर जव झाल्या आणि दहा मन गव्हू. पाच मन मटर झाल्या, खोटं नाही सांगत, दोन्ही घरचं धकू शकतं, दोन-तीन, महिन्यानंतर पुन्हा मका होईल, नंतर ईश्वराची मर्जी.'

झुनियाने पदर घेऊन धाकट्या सासुचे पाय धरले. पुनियाचा आर्शीवाद घेतला. सोना विस्तव आणायला गेली. रूपाने पाण्यासाठी कळशी घेतली, थांबलेली गाडी निघाली. पाण्याला अडथळा

असल्यामुळे पाण्यात कचरा होता, खळखळाट होता, फेस होता, ते सारं निघून गेल्यावर आता पाणि संथ गतीने वाहू लागलं होतं.

पुनिया म्हणाली-'मालकाला दंड देण्याची इतकी काय घाई झाली होती ?'

धनिया म्हणाली-'जातबांधवात पुज्यनिय कसे ठरले असते ?'

'ताई, वाईट वाटून घेणार नसाल तर एक गोष्ट बोलू ?'

'बोल, वाईट कशाला मानू ?'

'नाही सांगाना, तुम्ही रागावणार तर नाहीत ?'

'सागून ठेवते, काही म्हणार नाही, सांग तर'

'तुम्ही झुनियाला घरात नव्हतं घ्यायचं '

'तर मग काय करती ? ही मेली असती ना '

'माझ्या घरात ठेवले असते तर कोणी काही बोलले नसते '

'हे तू आज बोलतेस, त्या दिवशी आठवले असते तर झाडू घेऊन धावली असतीस!'

'इतक्या खर्चात तर गोबरचा विवाह झाला असता.'

'होणारी घटना कशी टाळता येते. यामधूनच बाहेर पडलो नाहीत तर तिकडे भोला गोईचे पैसे मागू लागलाय. त्यावेळी तर गाय देवून सांगितले की माझ्यासाठी कुठेतरी नवरी पहा. आता म्हणतोय मला लग्न नाही करायचं. माझे पैसे द्या. त्याची दोन्ही मूलं काठ्या घेऊन फिरतात. आपल्याकडे कोण रिकामं आहे सर्वनाश करून घ्यायला.

थोड्या गप्पा करून पुनिया विस्तव घेऊन गेली, होरी सगळं काही पहात होता. आत येऊन बोलला-' पुनिया मनाची मोठी आहे'

'हिरा मनाचा मोठाच होता ?'

धनियाने धान्य तर ठेवून घेतले होते परंतु मनातली मनात लज्जित आणि अपमानीत झाली होती. हे कालचक्र आहे ज्याने खाली पहायला लावले.

'तू कोणाचे उपकार समजत नाहीस, हिच तुझ्यातली उणीव आहे'

'उपकार का मानू ? माझा पती झटत होता शेतात. मी दान म्हणून थोडेच घेतलेत? घेतले तेव्हढे परत देईन. '

परंतु पुनिया आपल्या जावेचा स्वभाव ओळखून सुद्धा होरीचे उपकार फेडत होती. मन-दोन मन धान्य दिल्याने खाण्याची समस्या संपली होती. परंतु जेव्हा पाऊसाळा आला होता पाऊस झाला नाही, मग तर समस्या आणखीच जटील झाली. उन्हाळ्याला सुरूवात झाली होती, बगळे उडायला लागले होते, विहीरी कोरड्या पडू लागल्या होत्या, ऊस उन्हाने वाळून चालला होता, नदीतून थोडसं पाणि मिळत होतं, पण त्यासाठी मारामारी होत हेाती. इतक्या की नदीनेच उत्तर दिलं, जागेजागी चोऱ्या होऊ लागल्या, सर्व परिसरात हाहाकार माजला. एक चांगलं झालं की भादव्यात पाऊस झाला आणि शेतकऱ्यांच्या जीवात' जीव आला. किती उत्साह होता त्या दिवशी ! पृथ्वी तहानलेली जणू तृप्त झाली आणि शेतकरी इतके खूश झाले होते की जणू आभाळातून पाणि नाही नाणे पडत आहेत. 'घ्या जितके घ्यायचेत' शेतीत जिथे बगळे फिरत होते, आता नांगर दिसतो आहे. बाल-

बच्चे बाहेर पडून डब्ब्यात बुडी घेत आहेत. अरे हो ! हे काय तलाव तर अर्धा भरला आणि तेथून खड्याकडे धावत.

परंतु आता कितीही पाऊस पडला तरी ऊस हातातून गेला होता. एक-एक हाताचा ऊस होईल, मक्का, ज्वारी आणि इतर धान्याने कर थोडाच दिल्या जाईल. सावकाराचे पोट थोडेच भरेल. एक झालं जनावरांसाठी चारा झाला अणि माणसं जगली.

माघ महिना उलटून गेल्यावर भोला तावातावाने एक दिवशी होरीच्या घरी आला. कारण त्याला पैसे मिळाले नव्हते.गरजला-'हा आहे काय तुझा वादा ? याच तोंडाने ऊस विकल्यावर पैसे देण्याची जबान दिली होती. आता तर ऊस निघालेत, चल टाक माझे पैसे !'

होरी ज्यावेळी आपली कर्मकहाणी ऐकवून आणि सगळ्या प्रकारच्या युक्त्या वापरून पराभूत झाला, तरीपण भोला दारातून बाजूला गेला नाही. म्हणून होरीने चिडून म्हटले-'पाटील यावेळी तरी माझ्याकडे रूपये नाहीत, ना मला कुठे उसणे मिळू शकतात, मी कोठून आणू ? खायला मोताद आहे, विश्वास बसत नसेल तर घरात जाऊन पहा, जे काही मिळेल घेऊन जा.

भोलाने निर्दयीपणे म्हटले- मी तुझ्या घरची झडती कशाला घेऊ किंवा तुझ्याजवळ पैसे असण्याचा -नसण्याचा याच्याशी माझा काही संबंध नाही. ऊस विकल्यावर पैसे देण्याचा शब्द दिला होता. ऊस गेला आता मला माझे पैसे द्या.'

'तर जे म्हणाल ते करतो '

'काय म्हणू '

'ते तुमच्यावर सोडतो '

'मग तुमचे बैल घेऊन जाऊ'

होरीने त्याच्याकडे चकित नजरेने पाहिले, जणू स्वतःच्या कानावर विश्वास बसत नव्हता. नंतर हतबल होऊन स्तब्ध झाला. भोला काय त्याला भिकेला लावणार होता ? दोन्ही बैल घेऊन गेल्यावर तर दोन्ही हात नसल्यासारखेच होईल.

दीन स्वरात बोलला-'दोन्ही बैल घेऊन गेल्यावर तर माझा सर्वनाश होईल, तुमचा धर्म या गोष्टीला परवानगी देत असेल तर तसे करा.'

'तुमचे काय होईल, याचे मला काही देणे-घेणे नाही'

'आणि मी जर म्हणालो, पैसे दिलेत तर ?'

'भोला चवताळला. त्याला ऐकायला कसेतरी वाटले. होरी इतकी मोठी बेईमानी करू शकतो, हे शक्य नाही'

रागात येऊन बोलला-'हातात गंगाजल घेऊन सांगितलेस की मी रूपये दिलेत तर मी सोडून देईन.

'म्हणावं तर वाटतं, शेवटी काय करणार, परंतु तसे बोलणार नाही'

'तुम्ही बोलू शकत नाही'

'हो बाबा नाही म्हणू शकत, गंमत केली '

क्षणभर तो गोंधळला. नंतर म्हणाला-'तुम्ही माझ्यासोबत इतके निर्दयीपणे का वागू लागलात

भोला भाई ! झुनिया माझ्या घरी आली तर मला काही स्वर्ग नाही मिळाला. मुलगा घरातून निघून गेलाय. दोनशे रूपायाचा दंड भरावा लागला. मी तर सगळीकडूनच लाथाडला गेलोय आणि उरली-सुरली इज्जत तुम्ही कमी करू लागलात. ईश्वरालाच माहीत, मला काहीच माहीत नव्हतं, की गोबर कुठे जात होता. मला वाटत होतं, गाणं ऐकायला जात असेल, मला तर त्या दिवशी माहीत झालं ज्या दिवशी झुनिया मध्यरात्री घरी आली. त्यावेळी मी घरात ठेवलं नसतं तर विचार करा, कुठे तरी गेली असती ?कोणी आसरा दिला असता ?'

झुनिया दाराआडून हे सारं बोलणं ऐकत होती. बापाला आता ती बाप नाही, शत्रू समजत होती, घाबरली, होरी बैलं तर देवून टाकणार नाही, जाऊन रूपाला बोलली-'आईला लवकर बोलवून आणा. म्हणावं, महत्वाचं काम आहे, उशीर करू नका.'

धनिया शेतात फेकायला गेली होती. सुनेचा निरोप ऐकून आली. म्हणाली-'कशाला बोलावलेस सुनबाई, मी तर घाबरून गेलेय'

'काकाला तुम्ही पाहिले आहे ना ?'

'हो तर, खाटकासारखा दारात बसलाय, मी तर बोलले पण नाही '

'आपले दोन्ही बैल मागू लागलेत दादाला. धनियाच्या पोटातले आतडे अंकुचन पावले.

'दोन्ही मागू लागलेत ?'

'हो, म्हणतात, आमचे रूपये द्या, नाहीतर दोन्ही बैल घेऊन जावू'

'तुझे सासरे काय म्हणाले ?'

'ते म्हणाले, तुमचा धर्म परवानगी देत असेल तर घेऊन जा'

'तर घेऊन जावू दे. पण आमच्या दारात येऊन भीक मागू नका म्हणावं, माझ्या नावावर थुक म्हणावं, आमच्या रक्तानं त्यांची छाती भरत असेल तर भर म्हणावं '

ती तशाच तोऱ्यात बाहेर येऊन होरीला म्हणाली-'पाटील दोन्ही बैल मागत आहेत तर देवून का टाकत नाहीत ? आतापर्यंत स्वतःच्या शेतात राबत होतो. आता दुसऱ्याच्या शेतात राबू'

ईश्वराची ईच्छा असेल तर पुन्हा बैल घेऊ आणि मजूरी केली तर बिघडले कुठे. कराची तरी झंझट राहाणार नाही, मला माहीत नव्हतं, हे आपले वैरी आहेत. नाहीतर गाय घेऊन संकट कशाला ओढवून घेतलं असतं ! त्या गोईचा पाय ज्या दिवशी या घराला लागला, सगळा सत्यानाश झाला.'

भोलाने आतापर्यंत जे शस्त्र लपवून ठेवले हेते, ते शस्त्र बाहेर काढण्याची वेळ आली होती. त्याचा विश्वास दृढ झाला की, बैल हा एकमेव मार्ग आहे. बैलांना वाचविण्यासाठी हे घर वाट्टेल ते करायला तयार होईल. चांगल्या नेमबाजाप्रमाणे मनाला एकाग्र करून बोलला- तुम्हाला जर असे वाटत असेल की आमची इज्जत जावो आणि तुम्ही अरामात असावे, तर तसे होणार नाही. तुम्ही दोनशे रूपयासाठी कुढत आहात, इथं लाखाची अब्रू गेलीय. तुमचे कल्याण यामध्ये आहे की झुनियाला जसे घरामध्ये घेतले तसे बाहेर काढा. नंतर मी ना बैल मागेल ना गाईचे रूपये, तिने आमचे नाक कापले आहे, तर मी पण तिला भीक मागताना पाहू इच्छितोय, इथे ती राणी होऊन बसलीय आणि आम्ही तोंडाला काळे फासून तिच्या नावाने रडत आहात. हे नाही पाहू शकत मी. ती माझी मुलगी आहे. तिला मी कडेवर घेतलय. हे नाही पाहू शकत. ईश्वर साक्षी आहे मी तिला मुलापेक्षा कमी समजलं

नाही, परंतु आज तिला भीक मागताना पाहून आणि खळ्यात दाणे वेचताना पाहून छाती हालकी होईल. बाप असून मी माझ्या ऱ्हदयावर दगड ठेवलाय, मग विचार करा, माझ्या मनाला किती मोठी जखम झाली असेल. त्या काळतोंडीनं सात पिढ्यांना नरकात घातलय आणि तुम्ही तिला घरात ठेवताय, हे माझ्या जखमेवर मीठ चोळणे नाही तर काय आहे.

धनियाने जणू दगडावरची रेष आहे, अशा थाटात म्हटले-'तर पाटील माझे पण ऐकून घ्या. जे तुम्ही म्हणताय ते होणार नाही, कधीच होणार नाही. झुनिया आमचा जीव आहे, तुम्ही बैल घेऊन जाण्याच्या गोष्टी करताय, घेऊन जा. तुम्हाला तुमचे कापलेले नाक जोडायचे आहे तर जोडा. पूर्वजांची इज्जत वाचवायची आहे तर वाचवा. झुनियाचे चुकले आहे ,ज्या दिवशी तिने अंगणात पाय ठेवला, मी झाडू घेऊन मारायला धावले होते, परंतु जेव्हा तिच्या डोळ्यातून झरझर अश्रू वाहू लागले तर मला तिची दया आली. तुम्ही आता म्हातारे झालात पाटील ! आजही तुम्हाला लग्न करावं वाटतं, मग ती तर तरूण आहे.

भोलाने विनंतीपुर्वक नजरेने होरीकडे पाहिले-'ऐकताय हेरी यांचं बोलणं ! आता माझा दोष नाही, आत मी बैल घेऊन जात आहे'

होरीने ठामपणे म्हटले-'घेऊन जा.'

'नंतर रडू नका की माझे बेल, सोडून नेले'

'नाही रडणार'

भोला बैलाचे कासरे सोडतच होता तोच झुनिया ठिपक्याची साडी घालून, मुलाला कडेवर घुऊन बाहेर आली, कंपित स्वरात बोलली-'काका, मी चालले हे घर सोडून, तुमची इच्छाच आहे की भीक मागून मी माझ्या मुलाचा सांभाळ करावा, म्हणजे तुमची इच्छा पूर्ण होईल आणि शेवटी कुठे भीक नाही मिळाले तर पाण्यात उडी घेईल.'

भोला खेकसून बोलला-'दूर हो माझ्या नजरेसमोरून! ईश्वर नाही करो, मला पुन्हा तुझे तोंड पहायला मिळो, कुळाचा सत्यानाश करणारी ! आता तुझ्यासाठी पाण्यात बुडून मरणेच योग्य आहे.

झुनियाने त्याच्याकडे पाहिलेही नाही, त्याच्यात असा क्रोध होता, जो आपल्या लोकांनाच गिळू इच्छित होता. ज्याच्यात हिंसा नव्हती, आत्मसमपर्ण आहे, धरतीनं तिला तिच्यात सामावून घेतलं असतं तर तिनं स्वतःला धन्य समजलं असतं ! तिनं पुढे एक पाऊल टाकलं.

परंतु ती दोन पाऊले पण गेली नाही तोच धनियाने धावत येऊन तिला धरले आणि हिंसायुक्त प्रेमाणे बोलली-कुठे निघालीस सुनबाई, चल घरात. हे तुझे घर आहे, मी असेपर्यंत आणि मेल्यावरही. बुडून ते मरतील जे आपल्या मुलांनाच शत्रू समजतात. असे बोलायला या माणसाला जराही लाज वाटत नाही. मला धमक्या देतोय ! घेऊन जा बैलांना, पी त्यांचं रक्त.

झुनिया रडत बोलली- 'सासुबाई, माझा बाप जर असे बोलत असेल तर मी बुडूनच मरायला हवे. माझ्यामुळे तर तुम्हाला दुःख मिळाले आहे, तुम्ही इतके दिवस मला प्रेमाणे ठेवले नसते. ईश्वराने मला पुन्हा जन्म दिलाच तर तो तुमच्यापोटी द्यावा. हीच माझी इच्छा आहे.'

धनिया तिला आपल्याकडे ओढत म्हणाली-'हा तुझा बाप नाही वैरी आहे, हत्यारा. आई असती तर तिने असे केले नसते. तिने जोड्याने बडवले असते याला.'

झुनिया सासुच्या मागे-मागे घरात गेली. तिकडे भोलाने दोन्ही बैलाचे कासरे सोडले आणि धापा टाकत घराकडे निघाला. जणू एखाद्या ठिकाणी भोजनाला गेल्यावर जेवनाऐवजी जोडे मिळावेत. आता कर म्हणावं शेती. माझा अपमान करू पहातात सगळेच. माहीत नाही कोण्या जन्मीचं वैर काढत आहेत, नाहीतर अशा मुलीला कोणी घरात ठेवलं असतं. सगळेची सगळे बेशर्म झालेत. पोराचं कुठं लग्न झालं नसतं अशान आणि त्या रांड झुनियाची धिटाई पहा, माझ्यासमोर येऊन उभा राहिलीय. दुसरी असती तर तोंड दाखवलं नसतं. लाजलज्जा सोडलीय. सगळे दुष्ट आणि मूर्ख आहेत. समजतात, झुनिया आता आमची झालीय. हे लक्षात घेत नाहीत की जी! बापाच्या घरी राहिली नाही ती दुसऱ्याच्या घरी कशी राहिल. वेळ खराब आहे. नाहीतर भर बाजारात या चुडैल धनियाच्या झिंज्या उपटल्या असत्या. मला किती शिव्या देत होती.

नंतर त्याने दोन्ही बैलाना पाहिले, किती तयार होते. चांगली जोडी आहे, वाट्टेल तिथं शंभर रूपायाला विकू शकतो. माझे ऐंशी रूपये वसूल होतील.

अजून तो गावाच्या बाहेरही पडला नव्हता तोच दातादीन, पटेश्वरी, सोभा आणि दहा-विस माणसं धावत येताना दिसले. भोला थंड पडला. आता फौजदारी होईल, बैलपण हातचे जातील. मार पण पडेल. तो थांबला, मरायचेच असेल तर लढून मरू.

दातादीनने जवळ येत म्हटले- 'हे तू काय करू लागलास भोला. ऑ ! त्याचे बैल चालवलेस. तो काही म्हणाला नाही , म्हणून वाघ झालास का. सगळी माणसं आपआपल्या कामाला लागली होती. कोणाला माहीत नाही झालं. होरीने थोडी जरी कल्पना दिली असती ती तर तुझे काही खरे नव्हते. जीव प्यारा असेल तर बैल सोड, थोडीपण माणूसकी नाही तुझ्यात.'

पटश्वरी म्हणाले-'हे होरीच्या इमानदारीचे फळ आहे. तुझे पैसे त्याच्याकडे आहेत, तर जाऊन त्याच्यावर खटला दाखल कर. बैल घेऊन जाण्याचा तुला काय अधिकार आहे ? आता फौजदारी करतो. तुझ्यावर, मग बस बोंबलत.'

भोलाने हळू आवाजात म्हटले-'अरे तात्या जबरदस्तीने थोडेच चालवलेत. होरीने स्वतः दिलेत.'

पटेश्वरी भोलाला म्हणाले- 'तू बैल परत कर भोला, शेतकरी आपले बैल आनंदाने देत असतो का ?'

भोला बैलाच्या समोर उभा राहिला-'माझे रूपये द्यायला सांगा. बैलाचे मला काय करायचे आहे ?'

'आम्ही बैल घेऊन जात आहोत, रूपायासाठी कोर्टात जा नाहीतर मारून टाकू. तू रोख रक्कम दिली होती? एक पांढऱ्या पायाची गाय बिचाऱ्याच्या माथी मारली आणि आता त्याचे बैल घेऊन निघालास.'

भोला बैलाच्या समोरून बाजूला झाला नाही, उभा राहिला दगडासारखा. मरेल किंवा मारेल. पटवारीच्या प्रश्नावर त्याच्याकडे काय उत्तर होतं ?

दातादीनने थोडे पुढे जाऊन आपली वाकडी कंबर सरळ करीत म्हटले-'तुम्ही सगळे बघताय काय नुसते, बघा याच्याकडे, आपल्या गावातून बैल घेऊन चाललाय.'

बन्सी तरूण होता. त्याने भोलाला जोराचा धक्का दिला, भोला सहन नाही करू शकला. खाली पडला. उठू पहात असतानाच बन्सीने दिली एक लाथ ठेवून.

होरी धावत आला होता. भोलाने त्याच्याकडे दहा-पाऊले जाऊन विचारले-'खरं सांगा होरी पाटील, मी बैल जबरदस्तीने घेऊन चाललेत?'

होरी संकोचत बोलला-'हा मला म्हणू लागला एक तर झुनियाला घरातून बाहेर हाकला, पैसे द्या नाहीतर बैल घेऊन जातो. मी म्हटलं-'सुनेला तर नाही हाकलणार. माझ्याकडे पैसे पण नाहीत. तुझ्या धर्मात असेल तर बैल घेऊन जा. मी त्याला त्याच्या धर्मावर सोडले. तो बैल घेऊन चालला होता.'

पटेश्वरी तोंड बारीक करीत म्हटले-'याने धर्म सोडूनच दिला म्हटल्यावर कशाची जबरदस्ती, त्याच्या धर्माने सांगितले घेऊन चल, घेऊन चालला, घेऊन जा बाबा बैल'

दातादीनने समर्थत केले-'हो, धर्माचा विषय असल्यावर कोण काय बोलणार.'

सगळेजण होरीकडे तिरस्कारयुक्त नजरेने पहात, पराभूत होऊन माघारी फिरले आणि विजयाच्या उन्मादात भोला मोठ्या थाटात बैलांना घेऊन गेला.

१५

मालती बाहेरून दिसायला फुलपाखरू आणि आतून गांधीलमाशी. तिच्या जीवनात फक्त हास्य नाही. केवळ गुळ खाऊन कोण जगू शकतं. जगलं तरी ते काही सुखी जीवन नसतं. ती यासाठी हसते की तिला त्याचे पैसे मिळतात. तिचं नटखं-खटणं यामुळे नाही की ती त्यालाच जीवन समजते. किंवा स्वतःच्याच इतकी प्रेमात पडली आहे की ती जे काही करतेय स्वतःसाठीच. कर्तव्याचं तिच्यावरील ओझं थोडं हलकं होतं. तिचा बाप त्या विचित्र प्राण्यापैकी होता जो केवळ शब्दचलाखीने लाखो रूपये कमावत होते. मोठ-मोठ्या श्रीमंताच्या मालमत्ता विकणे, त्यांना कर्ज देणे किवा त्यांची प्रकरणे अधिकाऱ्यांच्या कानावर टाकणे, हाच त्यांचा व्यावसाय होता. दुसऱ्या शब्दात सांगायचे तर दलाल होते. या वर्गातली मंडळी मोठीच प्रतिभासंपन्न असते. ज्या कामात काही मिळण्याची शक्यता असते, ते काम हाती घेणारच. काहीही करून ते हाती घेणारचं. एखाद्या राजाचे लग्न कोण्या राजकुमारीसोबत जोडणे आणि दहा-विस हजार उकळणे हेच दलाल ज्यावेळी छोटे-छोटे सौदे करतात, त्यावेळी त्यांना टाउट म्हणतात आणि आपण त्यांची घृणा करतो. मोठमोठी कामे करून हेच टाउट राजासोबत शिकारीला जातात आणि गव्हर्नरांसोबत चहा पाणि पितात. मिस्टर कौल त्यापैकीच एक तीन तीन मुलीचं, त्यांची इच्छा होती की तिघींना इंग्लडला पाठवून उच्च शिक्षण द्यावे, इतर योग्य लोकांप्रमाणे त्यांचाही विचार होता की इंग्लडमध्ये शिक्षण घेतल्याने माणूस काही ठीक रहात नाही. कदाचित तिथल्या हवेचाच हा दोष असेल, परंतु त्यांची ही इच्छा एक-तृतिअंश पेक्षा जास्त पूर्ण झाली नाही.

मालती इंग्लडमध्ये असतानाच त्यांच्यावर पक्षाघात झाला आणि त्यांना बेकार केलं. आता मोठ्या कष्टानं दोन लोकांच्या मदतीने उठतात बसतात बोलणे अगदीच बंद आहे, मग उत्पन्नही बंद झालय. जे काही होतं बोलण्यावर होतं, काही शिल्लक ठेवणे त्यांचा स्वभाव नव्हता. अनियमित उत्पन्न

होतं आणि अनिमित खर्च. म्हणून इकडे आल्यावर त्यांचे दिवस खूप तंगीत चालले. सारी जबाबदारी आता मालतीवर आहे. मालतीच्या चारशे-पाचशे रूपायात त्यांचा भोग-विलास कसा होईल ! इतके होत होते की दोन्ही मुलीचे शिक्षण होऊ लागले होते आणि सभ्य गृहस्थासारखे आयुष्य चाललं होतं. मालती सकाळपासून संध्याकाळपर्यंत धावायची. तिला वाटायचं वडिलाची आबाळ होऊ नये, परंतु वडिलांना दारू आणि मटणाची इतकी सवय लागली होती की जमतच नव्हतं. कोठून काही मिळाले नाही तर बंगला प्रोनोटवर ठेवून हजार दोन हजार घेत असत. महाजन त्यांचा जुना मित्र होता. ज्यांनी अशा देवाण-घेवाणीमधून खूप कमावले होते. लज्जेपोटी काही बोलत नव्हता. त्यांचे पंचविस हजार डोक्यावर होते. त्याच्या मनात येईल त्यावेळी तो जप्ती आणू शकत होता. मैत्रीमुळे तसे करीत नव्हता. आत्मसेवकामध्ये ज्याप्रकारची निर्लज्जता येते, तशीच कौल यांच्यामध्येही उतरली होती. कितीही तकाजा असला तरी त्यांना पर्वा नव्हती. मालती त्यांच्या फालतुच्या खर्चावर भडकायची. परंतु तिची आई जी साक्षात देवी होती आणि या युगातही पतीची सेवा हिच ईश्वराची सेवा समजत होती. म्हणून घरात भांडणे होत नसत.

सांजवेळी झाली होती. हवेत अजून गरमी होती. आकाशात ढग जमा झाले होते, मालती आणि तिच्या दोन्ही बहिणी बंगल्याच्या आवारातील गवतावर बसल्या होत्या. पाणि न मिळाल्याने गवत वाळून गेले होते आणि आतली माती बाहेर येत होती.

मालतीने विचारले- 'माळी अगदीच पाणि देत नाही ?'

मधली बहिण सरोजने उत्तर दिले-'नुसता झोपून असतो डुक्कर. सांगावं त्यावेळी सतरा बहाणे सांगतो.'

सरोज बी.ए. शिकेतय. सडपातळ, लांब, पिवळी, तुसड. तिला कोणाचे काही पसंत पडत नव्हते. नेहमी दोष काढत असायची. डॉक्टरांचे तिला सांगणे होते की तिने कसलेच परिश्रम करू नये आणि उंच ठिकाणी राहावे. परंतु घरची परिस्थिती तशी नव्हती की तिला एखाद्या उंच पहाडावर ठेवावे.

सर्वांत धाकट्या वरदाला सरोजचा यामुळे तिरस्कार होता की सारं घरचं काम तिला करावं लागत होतं. तिला वाटायचे, ज्या बिमारीत इतकी मजा आहे, ती बिमारी तिला का होत नाही. गोरी, गर्विष्ठ, निरोगी, चंचल, डोळयांची तरूणी होती. जिच्या चेहऱ्यावर प्रतिभेची झलक होती. सरोज सोडून तिला उर्वरित जगाची चिंता होती. सरोजच्या प्रत्येक वाक्याचे खंडण करणे तिचा स्वभाव होता. म्हणाली-'दिवसभर दादाजी बाजारात पाठवत राहातात. वेळच कुठे मिळतो. मरायला वेळ मिळत नाही तर झोपेल कसला.'

सरोजने दरडावले-'दादाजी तुला कधी बाजारात पाठवतात गं खोटारडी कुठली ?'

'दररोज पाठवतात, आजच पाठवलं होतं, आता पाहिजे तर विचारते, विचारू ?'

'विचार, बोलवायचं ?'

मालती घाबरली दोघीत लागलं तर बसणं कठीण होईल. विषय बदलत बोलली-'बरं जाऊ द्या, असेल, आज डॉक्टर मेहताचे तुमच्याकडे भाषण झाले होते, सरोज ?'

सरोजने नाक मुरडत म्हटले-'हो, झालं तर होतं, परंतु कोणाला आवडले नाही, ते म्हणू लागले-'जगात स्त्रीयांचे क्षेत्र पुरूषापेक्षा फार वेगळे आहे. स्त्रीयांचे पुरूषांच्या क्षेत्रात येणे म्हणजे कलंक

आहे. सर्व मुलींनी टाळ्या आणि शिट्या वाजवल्या. बिचारे लज्जित होऊन बसले. फार विचित्र माणूस वाटतोय. त्यांनी तर अशीही मुक्ताफळे उधळली की प्रेम केवळ कवी कल्पना आहे. वास्तवीक जीवनात ते कुठे नाही, लेडी हुक्का यांनी त्यांची खूप घेतली.'

मालतीने कटाक्ष टकाला-'लेडी हुक्काने ? या विषयावर बोलवायचं त्या पण धाडस करतात, तू डॉक्टर साहेबांचे भाषण सुरूवातीपासून शेवटपर्यंत ऐकायला हवे होते. त्यांनी मुलीबद्दल काय विचार केला असेल ?

पूर्ण भाषण ऐकण्याची सहनशक्ती कोणात होती ? ते तर जणू जखमेवर मिठाचा सिडकावा करीत होते.

'अरे मग त्यांना बोलावलेच कशाला होते ? त्यांचे स्त्रीयांसोबत काही वैर तर नाही. ज्याला आपण सत्य समजतो, त्याचाच तर प्रचार करतो, स्त्रीयांना खूश करण्यासाठी काहीतरी बोलावं यातले ते नाहीत आणि कोणी सांगावं की स्त्रीयां ज्या मार्गाने जावू इच्छितात तो मार्ग सत्याचाच आहे. शक्य आहे की, पुढे चालून आपल्याला आपली धारणा बदलावी लागेल.'

त्यांनी फ्रन्स, जर्मनी आणि इटलीच्या स्त्रीयांचे जीवन आदर्श सांगितले आणि म्हणाले-'लवकरच वुमेन लिगच्या वतीने त्यांचे व्याख्यान होणार आहे.'

सरोजला कुतूहल वाटले.

परंतु तूच तर म्हणतेस की स्त्री-पुरूषांचे अधिकार समान असायला हवेत.

आता पण म्हणतेय, परंतु दुसऱ्या विचाराचे काय म्हणतात, ते पण ऐकून घेतले पाहिजे, होऊ शकतं, आपणच चुकीचे ठरू शकतो.

ही लिग शहरातील नवी संस्था आहे आणि मालतीच्या प्रयत्नाने सर्वासाठी खुली आहे. शहरातील सर्व शिकलेल्या बायका त्यात सहभागी आहेत. मेहताच्या पहिल्या भाषणाने स्त्रीयांमध्ये मोठीच खळबळ उडवून दिली होती आणि निश्चय केला की याचे चांगलेच उत्तर दिले जाईल. मालतीवरच ही जबाबदारी दिली होती. मालती अनेक दिवस आपली मजबूत बाजू मांडण्यासाठी युक्ती आणि पूरावे शोधत होती, इतर बायकापण भाषण लिहिण्याच्या खटाटोपात होत्या. त्या दिवशी मेहता लिगच्या सभागृहात आले. असे वाटत होते की हॉल फुटतो की काय. त्यांना गर्व वाटला. यांचं भाषण ऐकण्यासाठी इतका उत्साह ! आणि हा उत्साह केवळ चेहऱ्यावर आणि डोळ्यात नव्हता, आज सगळ्या बायका दागिण्यांनी सजल्या होत्या. जणू एखाद्या लग्न कार्यात आल्यात. मेहताच्या मताचे खंडण करण्यासाठी सगळ्यांनी निकराचे प्रयत्न केले होते आणि असे कोण म्हणू शकतं की झगमगाट सामर्थ्याचा भाग नाही. मालतीने तर आजच्यासाठी एक फॅशनची साडी काढली होती. नवे काठाचे झंपर शिवले होते आणि चांगला मेक-अक केला होता अंगभर. जणू तिचे लग्नच होते की काय. वुमेन लिगमध्ये इतका मोठा कार्यक्रम कधी झाला नव्हता. डॉक्टर मेहता एकटे होते. तरीपण बायका मनातून बिथरल्या होत्या. सत्याची एक ठिणगी असत्याच्या मोठ्या पहाडाला भस्म करू शकत होती.

सर्वात शेवटच्या रांगेत मिर्जा खन्ना आणि संपादकजी विराजमान होते, रायसाहेब भाषण सुरू झाल्यावर आले आणि सर्वात मागे उभा राहीले.

मिर्जा म्हणाले-'या इतके या, उभा कितीवेळ राहाणार ?'

रायसाहेब म्हणाले- अहो, नाही, इथे माझा जीव गुदमरून चाललाय. मी उभा रहातो, तुम्ही बसा.

रायसाहेबांनी त्यांच्या खाद्याला प्रेमाणे कुरवाळले, त्रास करून घेऊ नका. बसून रहा. मी थकलो, तर उठवील आणि मी बसेल. मिस मालतीची सभा चांगली झाली. खन्ना साहेबांनी काही इनाम द्यावा.

खन्नाने रडवेला चेहरा करीत म्हटले-'आता मिस्टर मेहतावरच आहे मदार.'

मिस्टर मेहताचे भाषण सुरू झाले-

देवींनो, मी अशा पद्धतीनें तुम्हाला संबोधीत करतो तर तुम्हाला काही खटकत नाही. या सन्मानाला तुम्ही अधिकार समजता, परंतु आपण एखाद्या स्त्रीने पुरूषांच्या बाबतीत असा व्यवहार केलला पाहिला आहे का ? तुम्ही त्याला देवता म्हणालात तर त्याला वाटेल ह्या मला बनदू लागल्यात. तुमच्याकडे दान देण्यासाठी दया आहे, श्रद्धा आहे, पुरूषाजवळ देण्यासाठी काय आहे ? तो दवता नाही, लेवता आहे. तो अधिकारासाठी हिंसा करतो, संग्राम करतो, युद्ध...

टाळया वाजल्या, रायसाहेबब म्हणाले-'स्त्रीयांना खूश करण्याचा काय उपाय शोधलाय यांनी..

'बिजली' च्या संपादकाला वाईट वाटलं-'काही नवीन गोष्टी नव्हती. हा विषय मी अनेकदा काढला आहे.'

मेहता पुढे म्हणाले-म्हणून जेव्हा मी पहातो, आपल्या उन्नत विचारांच्या देवी ती दया, श्रद्धा आणि त्यागाच्या जीवनापासून असंतुष्ट होऊन संग्राम, कलह आणि हिंसेच्या जीवनाकडे निघाल्या आहेत आणि समजत आहेत की हाच सुखाचा मार्ग आहे. तर मी त्यांना सुभेच्छा नाही देवू शकत.

मिसेस खन्नाने मालतीकडे सगर्व नजरेने पाहिले-मालतीने मान खाली घातली.

खुर्शेद म्हणाले-आता बोला, मेहता धाडसी माणूस आहे. खरं बोलतात आणि ते पण तोंडावर

'बिजली' च्या संपादकाने नाक मुरडले-आता असे दिवस आलेत की बायका अशा बोलण्यावर फिदा होतात. त्यांचे अधिकार हिसकावून घ्या आणि त्यांना केवळ हरभऱ्याच्या झाडावर चढवा, देवी, लक्ष्मी, माता असे म्हणून,

मेहता पुढे म्हणाले-स्त्रीला पुरूष वेषात, पुरूषाचे काम करताना पाहून मला तशा प्रकारची वेदना होते, जशी पुरूषाला स्त्रीच्या वेषात, स्त्रीचे काम करताना पाहिल्यावर. मला विश्वास आहे, अशा पुरूषांना तुम्ही तुमच्या प्रेमाला आणि विश्वासाला पात्र समजत नाहीत आणि मी विश्वास देतो की, अशी स्त्री पण पुरूषाचं प्रेम आणि श्रद्धेस पात्र ठरत नाही.

खन्नाच्या चेहऱ्यावर आनंदाची चमक दिसली.

रायसाहेबांनी मजा घेतली-'आपण खूप प्रसन्न आहात खन्नाजी !'

खन्ना म्हणाले-'मालती भेटल्यावर विचारतो, आता बोला.'

मेहता पुढे म्हणाले-मी प्राण्यांच्या विकासात स्त्री पदाला पुरूष पदापेक्षा श्रेष्ठ समजतो. अगदी जसे प्रेम आणि त्याग. आणि श्रद्धेला, संग्राम आणि कलहापेक्षा श्रेष्ठ समजतो. आपली देवी जर

सृष्टी आणि पालनाच्या देव-मंदीरातून हिंसा आणि कलहाच्या दानव-क्षेत्रात येऊ इच्छित असेल तर त्यामुळे समाजाचे कल्याण होणार नाही. मी या विषयावर ठाम आहे. पुरूषाने आपल्या अभिमानात आपल्या कीर्तिला जास्त महत्व दिले आहे. तो आपल्या बांधवाचे स्वप्न हिसकावून आणि त्यांना रक्तबंबाळ करून समजू लागला की त्याने मोठी कामगिरी केली आहे. ज्या लहान बाळांना स्त्रीयांनी आपल्या रक्ताने पोषलं, मोठं केलं, त्यांना बॉम्ब आणि मशीनगन आणि सहस्त्र टँकचा शिकार बनवून तो स्वतःला विजेता समजतो. आणि ज्यावेळी आपलीच आई त्याच्या कपाळावर केसरचा टिळा लावून आणि त्याला आपल्या आर्शीवादाचे कवच देवून हिंसा-क्षेत्रात पाठवते तर आश्चर्य आहे की पुरूषाने विनाशालाच जगातील कल्याणाची वस्तू समजली. आणि त्यांची हिंसा प्रवृत्ती दिवसेंदिवस वाढत गेली आणि आज आपण पहात आहेत, की दानवता रोंद्ररूप धारण करून समस्त जगाला तुडवत, प्राण्यांना पायाखाली रगडत, हिरव्यागार शेतीला जाळत आणि फुलांच्या बागेला विराण करीत निघाली आहे. देवींनो, मी तुम्हाला विचारतो, काय तुम्ही अशा दानव लिलेला सहकार्य कराल? या संग्राम क्षेत्रात उतरून जगाचे कल्याण करणार ? मी आपणास विनंती करतो, नाश करणाऱ्यांना त्यांचे काम करून द्या, तुम्ही तुमच्या धर्माचे पालन करा.

खन्ना म्हणाले -'मालती तर वर पहात नाही'

रायसाहेबांनी समर्थन दिले-'मेहता म्हणतात, ते खरेच आहे.'

'बिजली' चे संपादक बिघडले-पण काही नवी गोष्ट नाही केली.स्त्री आंदोलनाचे विरोधक अशाच गोष्टी उचलतात. मी ही गोष्ट मान्यच करीत नाही की त्याग आणि प्रेमाने जगाचे कल्याण केले आहे, जगाचे पुरूषार्थाच्या जोरावर कल्याण केले आहे. पराक्रमाच्या, बुद्धी-बळाच्या जोरावर कल्याण केले आहे.

खुर्शेद म्हणाले-'बरं ऐकू द्या, नाहीतर तुमचे तरी चालू द्या ?'

मेहताचे भाषण चालू होते-देवींनो, मी या मताचा नाही जी मंडळी म्हणतात की स्त्री-पुरूषात समान शक्ती आहे, समान प्रवृत्ती आहे, आणि त्यांच्यात काही भेद नाही, अशा भयंकर असत्याची मी कल्पना करू शकत नाही. हे ते असत्य आहे, जे युगानुयुगाच्या संचित अनुभवाला अशारितीने झाकून टाकू इच्छिते. जसे एखादा ढग सूर्याला झाकून टाकण्याचा व्यर्थ प्रयत्न करतो. मी तुम्हाला जागृत करतो आहे की तुम्ही या जाळयात अडकू नका. स्त्री पुरूषापेक्षा तितकीच श्रेष्ठ आहे जितका प्रकाश अंधारापेक्षा. मनुष्यासाठी क्षमा,त्याग, अहिंसा हे जीवनाचे सर्वोच्च आदर्श आहेत. नारी हे आदर्श प्राप्त करून बसली आहे. पुरूष धर्म आणि अध्यात्म आणि ऋषींचा आश्रय घेऊन त्या उद्दिष्टापर्यंत पोहोचण्यासाठी युगानुयुगे प्रयत्न चालू आहेत. परंतु यश नाही मिळालं. मी म्हणतो, पुरूषाचा सारा अध्यात्म आणि योग एकिकडे आणि स्त्रीचा त्याग एकिकडे आहे.

टाळया मिळाल्या. हॉलमध्ये जिवंतपणा आला. रायसाहेब खूश होत म्हणाले-'मेहता त्यांना जे वाटतं ते बोलतात.'

ओंकारनाथने टीका केली-'परंतु हे काही नवीन बोलत नाहीत.'

जुन्या गोष्टी आत्मविश्वासाने बोलल्यावर नवीन होऊन जातात'

'जो एक हजार रूपये महिन्याला मिळवून विलासात खर्च करतो, त्याच्या बोलण्यात आत्मविश्वास

असू शकत नाही, हे केवळ जुन्या विचारांच्या स्त्रीयां आणि पुरूषांना खूश करण्याचा मार्ग आहे'

खन्नाने मालतीकडे पहिले-'ही का इतकी खूश होऊ लागलीय ? हिने तर लज्जित व्हायला हवय.'

खुर्शेदने खन्नाला उचकावलं-'आता तुम्हीच एक उपाय काढा. खन्ना, नाहीतर मेहता तुम्हाला फेकून देतील, अर्धी लढाई तर ते जिंकले आहेत.'

खन्ना खेकसत बोलले-'माझा विषय नका काढू. मी कितीतरी पाखरं फसवून सोडलेत.'

रायसाहेबांनी खुर्शेदकडे डोळा मारत म्हटले-'अलिकडच्या काळात आपले महिला मंडळाकडे येणे-जाणे असते. खरं सांगा, किती देणगी दिलीय ?'

खन्ना ओशाळले-'मी अशा मंडळांना देणग्या नाही देत. जे कलेचं ढोंग करून दुराचार पसरवतात.'

मेहताचे भाषण चालू होतं-

पुरूष म्हणतो, जितके तत्त्वाज्ञानाचे आणि वैज्ञानिक शोध लागले आहेत, सगळे पुरूषांनी लावले आहेत जितके महात्मा होऊन गेले, ते सारे पुरूष होते. सगळे योद्धे, सगळे राजकारणी, मोठमोठे नावीक, सगळे सगळे पुरूष होते. परंतु या सगळया मोठमोठ्या पुरूषांनी ऐकूण काय केलं ? महात्म्यांनी आणि धर्म-प्रर्वतकांनी या जगात रक्ताच्या नद्या वाहिल्या आणि वैमनस्य वाढविण्याशिवाय दुसरे काय केले. योद्धांनी आपल्याच बांधवाचे गळे कापण्याशिवाय दुसऱ्या कोणत्या आठवणी मागे ठेवल्यात. राजकीय तंज्ञाची ओळख आता केवळ साम्राज्याचे ओसाड किल्ले उरले आहेत आणि शोधांनी मनुष्याला मशीनचे गुलाम करण्यापेक्षा दुसरी कोणती समस्या सोडवली आहे. पुरूषांनी निर्माण केलेल्या या संस्कृतीमध्ये शांती कुठे आहे ? सहकार्य कुठे आहे ?

ओंकारनाथ जायला निघाले-'भोग विलासात बुडालेल्या व्यक्तिच्या तोंडून मोठमोठ्या बाता ऐकून माझा देह भस्म होईल.'

खुर्शेदने त्याचा हात धरून बोलले-'तुम्ही पण संपादक आहे निव्वळ भोंगळ राहीलात. अहो, हे जग आहे, ज्याला जे वाटतं ते तो बडबडतो. काही मंडळी ऐकतात आणि आणि टाळया वाजवतात. चला, खूप झालं. असे अनेक मेहता येतील आणि जातील, जग आपल्या पद्धतीने चालत राहीन. इतकं बिघडायला काय झालं ?'

'खोट्या गोष्टी मला ऐकवल्या जात नाहीत !

रायसाहेबांनी त्यांना थोडे चढवले-छिनालच्या तोंडून पतिव्रताच्या गोष्टी ऐकून कोणाला राग येणार नाही.'

ओंकारनाथ पुन्हा बसले. मेहताचे भाषण चालू होते-'मी तुम्हाला विचारतो, काय बहिरी ससाण्याला चिमण्यांची शिकार करताना पाहून हंसाला हे सोभा देईल की त्याने बागेतली आनंदमयी शांतता सोडून चिमण्यांची शिकार करावी ? आणि तो जर शिकरी बनला तर तुम्ही त्याला सुभेच्छा द्याल ? हंसाजवळ तितकी तीक्ष्ण चोच कुठे आहे, तितकी तीक्ष्ण नजर नाही, तितके वेगवान पंख नाहीत. रक्ताची तितकी तहानही नाही. हे सगळे अस्त्र एकत्र करायला त्याची पिढी जाईल. तरीपण तो बहिरी ससाणा बनू शकणार नाही. खरे की खोटे, परंतु बहिरी ससाणा बनो, अथवा न बनो, तो

हंस रहाणार नाही. हंस जो मोती निवडतो.

खुर्शेदेन टीका केली- 'हे तर शायरी भाषेत झालं, मादी ससाणा पण तशाच प्रकारे शिकार करतो, जसा की नर ससाणा.'

ओंकारनाथ प्रसन्न दिसले-'तुम्ही फिलॉसॉफर शोभता ते याच तर्काच्या आधारावर'

खन्नाने मन मोकळे केलं-फिलॉसॉफर शेपटी असली की तो फिलॉसॉफर होतो....

ओंकारनाथने वाक्य पूर्ण केलं--'जो सत्यापासून रेषभरही हटणार नाही.'

खन्नाला हि समस्या पूर्ण रूचली नाही, मला सत्य -बित्य माहीत नाही. मी फॉलॉसॉफर त्याला म्हणतो जो फिलॉसॉफर सत्यावादी असेल !'

खुर्शेदने समर्थन दिले-फिलॉसॉफरची आपण खऱ्या अर्थाने स्तुती केली आहे. व्वा क्या बात है ! फिलॉसॉफर त्याने असावे जो फिलॉसॉफर आहे. का असू नये !

मेहता पुढे बोलू लागले-मी असे म्हणत नाही की स्त्रीयांना शिक्षणाची गरज नाही आहे, आणि ती पण पुरूषापेक्षा जास्त. मी नाही म्हणत की स्त्रीयांना सशक्त करण्याची गरज नाही. आहे पुरूषापेक्षा जास्त आहे. परंतु ते शिक्षण आणि ती शक्ती नाही ज्याच्या आधारवर पुरूषाने जगाला कुरूक्षेत्रात रूपांतरित केले आहे. जर तिच विद्या आणि शक्ती तुम्ही धारण केली तर जग वाळवंट होऊन जाईल. आपली विद्या आणि आपला अधिकार हिंसा आणि विध्वंस यात नाही. सृष्टी आणि पालनात आहे काय आपण समजता, मतदानाने मानवजातीचा उद्धार होणार आहे किंवा ऑफीस, कोर्ट आणि लेखनी चालविल्याने होईल ? या बनावटी अनैसर्गिक, विनाशकारी अधिकारांसाठी आपण तो अधिकार सोडून देवू इच्छितो, जो तुम्हाला निसर्गाने दिला आहे.

सरोज आतापर्यंत मोठ्या बहिणीच्या ऐकण्यात होती. आता ती ऐकणार नाही. घोषणा देती झाली-'आम्हाला पुरूषाच्या बरोबरीचे अधिकार हवेत.'

आणि अनेक तरूण्या एक सुरात ओरडल्या-'अधिकार ! अधिकार !'

ओंकारनाथ उभा राहून मोठ्या आवाजात बोलले-'स्त्रीयांच्या विरोधात असणारांनी माना खाली घालाव्यात.'

मालतीने टेबलावर हात आदळत म्हटले-'शांत रहा, जी मंडळी बाजूने अथवा विरोधात बोलू इच्छितात, त्यांना संधी दिल्या जाईल.

मेहता म्हणाले-अधिकार नव्या युगाचा मायाजाळ आहे, कलंक आहे, धोका आहे, त्याच्या भानगडीत पडून आपण ना इकडचे रहाणार ना तिकडचे. कोण म्हणतो की आपले अधिकार क्षेत्र संकुचित आहे आणि त्यात आपल्याला अभिव्यक्तिला संधी नाही. आपण सगळे मनुष्य आहोत, आपलं जीवन आपलं घर आहे, तिथेच आपले जग आहे, तिथेच आपले पालन होते, तिथेच जीवनाचा व्यापार होतो, जर हे क्षेत्र संकुचित आहे तर मग यापेक्षा कोणते क्षेत्र अमर्याद आहे ? काय तो संघर्ष जिथे संघटित अपहरण आहे ? ज्या कारखान्यात मनुष्य आणि त्याचं नशीब घडतं, ते सोडून आपण अशा कारखान्यात जावू इच्छिता जिथे त्याचे रक्त शोषले जाते.

मिर्जा मध्येच बोलले-पुरूषांच्या अत्याचारामुळेच स्त्रीयांनामध्ये ही प्रेरणा उत्पन्न केली आहे.'

मेहता म्हणाले-'बरोबर, पुरूषांनी अन्याय केला. परंतु त्याचे हे उत्तर नाही. अन्यायाला

संपवा पण स्वतःला संपवून नाही.'

मालती म्हणाली-स्त्रीयांना यासाठी अधिकार हवा आहे की त्या त्यांचा सदुपयोग करतील आणि पुरूषांना त्याचा दुरूपयोग करण्यापासून रोखतील.

मेहताने उत्तर दिलं-या जगात अधिकार तर सेवा आणि त्याग केल्याने मिळतो आणि तो तुम्हाला मिळला आहे. या अधिकारासमोर मतदानाचा अधिकार मोठी गोष्ट नाही. मला खेद वाटतो. आपल्या स्त्रीयां पश्चिमेचे अनुकरण करतात. जिथे स्त्रीयांनी आपले पद गमावले आहे आणि मालकीच्या पदावरून जावून भोगाची वस्तू बनली आहे. पश्चिमेकडील स्त्री स्वच्छंदी होऊ पहातेय. यामुळे की तिला अधिकाधिक मौज-मस्ती करायची आहे. आपल्या आईंनी कधी भोग विलास केला नाही. त्यांनी केवळ सेवेच्या अधिकारानी सेवा सदैव गृहस्थी चालवली आहे. पश्चिमेकडील ज्या गोष्टी चांगल्या आहेत, त्या त्यांच्याकडून घ्या. संस्कृतीमध्ये सदैव आदान-प्रदान होत आली आहे. परंतु अंधानुकरण तर मानसिक दुर्बलतेचं लक्षण आहे ! पश्चिमेकडील स्त्री आज गृह-लक्ष्मी राहू इच्छित नाही. भोगाच्या अतृप्त लालसेने तिला उच्छृंखल बनवले आहे. ती आपल्या लज्जेला आणि स्वाभीमानाला, जी तिची सर्वात मोठे भूषण होतं, चंचलता आणि आमोद-प्रमोदावर जाळ ठेवू लागली आहे. ज्यावेळी तिकडच्या शिकलेल्या तरूण्यांना आपल्या रूपाचा किंवा भूवया कोरताना पहाते किंवा त्यांच्या नग्नतेचे प्रदर्शन पहातो, तर मला त्यांची दया येते. त्यांच्या लालसेने त्यांना इतके पराभूत केले आहे की त्या त्यांच्या लज्जेचेपण रक्षण करू शकत नाहीत. स्त्रीची यापेक्षा जास्त कोणती अधोगती होऊ शकते ?

रायसाहेबांनी टाळ्या वाजवल्या. हॉलमध्ये टाळयांचा कडकडाट झाला. जणू फटाके फोढण्यात आले होते.

मिर्जा साहेबांनी संपादकजींना म्हटले-'उत्तर तर तुमच्याकडेही नसेल ?'

संपादकजीने विरक्त मनाने म्हटले-'संपूर्ण भाषणात ही एकच गोष्ट ते खरे बोलले आहेत'

'तर तुम्हीपण मेहताचे फॅन झालात?'

'नाही, आपली माणसं कोणाचे अनुयायी होत नाहीत. मी याचे उत्तर शोधतो आहे, 'बिजली' मध्ये वाचा'

'याचा अर्थ असा की तुम्ही अधिकाराच्या शोधात नाहीत तर केवळ आपली बाजू रेटण्यासाठी लढू इच्छिता'

रायसाहेबांनी धारेवर धरले-याच्यावर आपल्याला आपल्या सत्य-प्रेमाचा अभिमान आहे ?

'संपादकजी ठाम होते-वकिलाचे काम असते आपल्या पक्षकाराची बाजू घेणं. सत्य किंवा असत्याचे निराकरण करणे नाही'

'तर असे म्हणा की तुम्ही स्त्रीयांचे पक्षकार आहात ?'

'मी त्या सर्व लोकांचा वकील आहे, जे निर्बल आहेत, असाह्य आहेत,पीडित आहेत'

'फारच निर्लज्ज आहात राव !'

मेहताजी म्हणत होते-हे पुरूषांचे षड्यंत्र आहे; स्त्रीयांना वरच्या पदावरून खाली ओढून आपल्या बरोबरीला आणण्यासाठी त्या पुरूषाला, जो भित्रा आहे, ज्याच्यात वैवाहीक जीवनाची जबाबदारी घेण्याची क्षमता नाही. जो स्वच्छंद काम -क्रिडेच्या तरंगात सांडा प्रमाणे दुसऱ्याच्या हिरव्यागार शेतीत

तोंड मारत आपली अतृप्त लालसा तृप्त करू इच्छितो. पश्चिमेकडे यांचे षडयंत्र यशस्वी झाले आणि स्त्रीयां फुलपाखरू झाल्या. मला हे सांगताना लाज वाटते की त्याग आणि तपस्येच्या भारत भूमित काही प्रमाणात तसे वातावरण निर्माण होऊ लागले आहे. खास करून आपल्या शिक्षित बहिणीवर ती जादू मोठ्या प्रमाणात होऊ लागली आहे. त्या गृहणीचा आदर्श त्यागून फुलपाखरू बनू लागल्यात.

सरोज उत्तेजित होत म्हणाली- आपल्याला पुरूषाकडून सल्ला नको आहे, ते जर त्यांच्याबाबतीत स्वतंत्र असतील तर स्त्रीया पण त्यांच्या बाबतीत स्वतंत्र असतील. तरूण्या आता विवाहाचा व्यावसाय नाही बनू पहात. त्या केवळ प्रेमाच्या आधारावरच विवाह करतील.

मोठ्याने टाळ्या वाजल्या. खास करून समोरच्या रांगेत जिथे स्त्रीयां होत्या.

मेहताने उत्तर दिलं-ज्याला तुम्ही प्रेम समजता तो धोका असतो, उत्तेजित लालसेचं विकृत रूप. त्याप्रमाणे ज्याप्रमाणे सन्यास केवळ भीक मागण्याचं सुसंस्कृत रूप आहे. ते प्रेम जर वैवाहीक जीवनात कमी आहे, तर मुक्त विलासी जीवनात बिलकुल नाही, खरा आनंद, सच्ची शांती, केवळ सेवा व्रतामध्ये आहे. तेच अधिकाराचे स्त्रोत आहे. तोच शक्तीचा उद्‌गम आहे. सेवा असे सिमेंट आहे जे कुटुंबाला अखरेपर्यंत प्रेम आणि सहचर्याने बांधून ठेवू शकते. ज्याच्यावर मोठमोठ्या आघाताचा कसलाही परिणाम होत नाही. जिथे सेवेचा अभाव आहे तिथेच विवाह -विच्छेद आहे. अविश्वास आहे, आणि तुमच्या हाती पुरूष जीवनाची नौका असल्याने जबाबदारी जास्त आहे. तुम्ही ठरवले तर नौकेला वादळाच्या स्वाधीन केल्या जाऊ शकते आणि सोबत तुम्ही पण.

भाषण संपले. विषय वादग्रस्त झाला होता आणि अनेक महिलांनी प्रश्न विचारण्याची परवानगी मागितली होती. परंतु खूप उशीर झाला होता. म्हणून मालतीने मेहताचे आभार व्यक्त करून सभा संपवली होती. पण सूचना देण्यात आली होती की पुढच्या रविवारी स्त्रीयां या विषयावर आपले मत मांडतील.

रायसाहेबांनी मेहतांना सुभेच्छा दिल्या-'माझ्या मनातलं बोंललात मिस्टर मेहता. मी आपल्या प्रत्येक मताशी सहमत आहे.'

मालती हसली-'आपण सुभेच्छा देणारच. एक चोर दुसऱ्या चोराचा भाऊ असतो. परंतु हा सारा उपदेश गरीब स्त्रीयांच्या माथीच मारला का जातो ? त्यांच्यावरच आदर्श, मर्यादा आणि त्याग, मेहर्ता सगळं काही पालन करण्याचा भार का असतो ?

मेहता म्हणाले-यामुळे की तिला विषय समजतं.

खन्नाने मालतीकडे आपल्या मोठमोठ्या डोळयांनी पाहून जणू तिच्या मनातली गोष्ट समजून घेण्याचा प्रयत्न करीत बोलले-डॉक्टरसाहेबांचे हे विचार तर मला अगदीच शंभरवर्षापूर्वीचे मागासलेले वाटतात.

मालतीने वाईट तोंड करीत विचारले- कोणते विचार ?

'हेच सेवा आणि कर्तव्या आदी'

'तुम्हाला हेच विचार शंभर वर्षापूर्वीचे वाटतात तर कृपा करून आपण आपले ताजे विचार सांगा, जोडपं कसं सुखी राहू शकतं.याचा ताजा उपाय तुमच्याकडे आहे ?'

खन्ना खेकसले मालतीला खूश करण्यासाठी ते बोलले होते पण चिडली, म्हणाली-हा

उपाय तर मेहतांनाच माहीत असेल.

डॉक्टर साहेबांनी सांगितले आणि तुमच्या म्हणण्यानुसार तो शंभर वर्षापूर्वीचा आहे. तर नवीन उपाय तुम्ही सागायला हवा. तुम्हाल कदाचित हे माहीत असायला हवे की या जगात अशा अनेक गोष्टी आहेत ज्या कधी जुन्या होत नाहीत. समाजात अशा प्रकारची समस्या नेहमी उद्‌भवते आणि भविष्यात तसे होत राहील.

मिसेस खन्ना खाली हॉलच्या आवारात गेल्या होत्या. मेहताने त्यांच्याजवळ जावून प्रणाम करीत विचारले-'माझ्या भाषणाच्या संदर्भात तुमचे काय मत आहे ?'

मिसेस खन्नाने डोळे झुकवत म्हटले-छान झले, फारच छान झाले. परंतु अद्याप आपण अविवाहीत आहात. म्हणून तर स्त्रीयां तुम्हाला देवी, श्रेष्ठ आणि संसाराचा आधार वाटतात. विवाह केल्यावर विचारेल, आता स्त्री कशी वाटते ? आणि विवाह तर तुम्हाला करावाच लागेल कारण विवाहापासून पळ काढणाऱ्या पुरूषाला आपण भित्रे म्हणालात.

मेहता हसले-'त्यासाठीच तर वातावरण निर्मिती करतो आहे.'

'मिस मालती काही वाईट नाही'

'अट एकच आहे की काही दिवस तुमच्या चरणी बसून तिने स्त्री धर्म शिकावा '

'पुन्हा स्वार्थी पुरूषाची गोष्ट ! आपण पुरुष कर्तव्य शिकून घेतलय ?'

'त्याचाच विचार करतोय कोणाकडून शिकू ?'

'मिस्टर खन्ना आपल्याला चांगले शिकवू शकतात '

'मेहता मोठ्याने हसले-नाही, मी पुरूष कर्तव्य पण तुमच्याकडूनच शिकेन '

'चांगली गोष्ट आहे, माझ्याकडूनच शिका. सर्वप्रथम ही गोष्ट विसरून जा की स्त्री श्रेष्ठ आहे सारी जबाबदारी तिच्यावरच आहे. पुरूष श्रेष्ठ आहे आणि त्याच्यावरच घरची आणि सारी जबाबदारी आहे. स्त्रीमध्ये सेवा, संयम, आणि कर्तव्य या सगळया गोष्टी पुरूषच पैदा करू शकतो. जर त्याच्यात ह्या सर्व गोष्टीचा अभाव असेल तर स्त्रीमध्येही हे गुण नाहीत.

मिर्जा साहेबांनी येऊन मोहताला मिठी मारत म्हटले-'अभिनंदन !'

मेहताने प्रश्नाकीत नजरेने पाहिले-'तुम्हाला माझी स्टाईल पसंत पडली.'

'स्टाईलचे राहू द्या पण यशस्वी झालात. तुम्ही परीला बाटलीत बंद केलेत.'

तुमच्या स्टाईलचे कौतूक यामुळेच की जी आजपर्यंत कोणाच्या तोंडी लागली नाहीआज ती तुमचं प्रत्येक वाक्य वाचत आहे.

मिसेस खन्ना हळू स्वरात बोलली-'नशा उतरल्यावर सांगा '

मेहताने विरक्त भावनेने म्हटले-'माझ्यासारख्या पुस्तकी किड्याला कोणती स्त्री पसंत करीन. बाईसाहेब ! मी पूर्ण आशावादी आहे.'

मिसेस खन्नाने तिच्या पतीला कारकडे जाताना पाहिले. म्हणून ती तिकडे गेली. मिर्जा पण बाहेर गेले. मेहताने स्टेजवरील आपली छडी उचलली आणि बाहेर पडू लागले तोच मालतीने येऊन त्यांचा हात धरला आणि आग्रहयुक्त नजरेने म्हणाली-'आपण लगेच नाही जावू शकत. चला, वडिलांना तुम्हाला भेटवते आणि आजचे जेवण इकडेच करून जा.'

मेहताने कानावर हात ठेवत म्हटले-‘नाही. मला माफ करा, तिथे सरोज माझा जीव घेईन मी या पोरींना खूप घाबरतो.’

‘ती तोंड पण उघडणार नाही, याची मी तुम्हाला खात्री देते’

‘ठीक आहे, तुम्ही चला मी थोड्या वेळात येतो ’

‘नाही, नाही, असे होणार नाही. माझी करा. सरोजला सोडवायला गेली आहे. तुम्ही मला घेऊन तर जाणार नाही. दोघे मेहताच्या कारमध्ये बसले. कार निघाली.

एका क्षणानंतर मेहताने विचारले-माझ्या ऐकण्यात आले आहे की खन्ना साहेब आपल्या पत्नीला मारहाण करतात. तेव्हापासून त्यांची घृणाच येते. जो माणूस इतका निर्दयी आहे, त्याला मी माणूस नाही समजत. वरून स्त्रीयांचे मोठे हितचिंतक बनतात. तुम्ही त्यांना कधी समजावले नाही ?

मालती उद्गिग्न होत म्हणाली-‘टाळी नेहमीच एका हाताने वाजत नाही, हे आपण विसरून जाता.’

‘मी तर अशा कोणत्या कारणांची कल्पना नाही करू शकत की एखाद्या पुरूषाने आपल्या पत्नीला मारावे’

‘मग स्त्री कितीही फटकळ तोंडाची का असेना ?’

‘हो, कितीही ’

‘तर तुम्ही एक विचित्र मनुष्य आहात’

‘एखादा माणूस फटकळ तोंडाचा आहे तर त्यांच्यावर हंटरचा वर्षाव करायला पाहिजे, काय ?’

‘स्त्री जितकी क्षमाशील असे शकते, पुरूष नसतो. आपण स्वतः ही गोष्ट मान्य केली आहे’

‘तर स्त्रीच्या क्षमाशीलतेचा हाच पुरस्कार आहे! मला असे वाटते की तुम्ही खन्नाच्या तोंडी लागून त्याला आणखीनच समर्थन देता. तुमचा ते जितका आदर करतात. तुमच्यावर त्यांची जितकी भक्ती आहे, त्याच्या जोरावर तुम्ही सहज, त्यांना सरळ करू शकता. परंतु त्यांची बाजू घेऊन तुम्ही त्यांच्या गुन्ह्यातच सहाभागी होता’

मालती उत्तेजित होत बोलली-तुम्ही यावेळी हा विषय उगीच काढला. मला कोणाबद्दल काही वाईट बोलायचे नाही. परंतु तुम्ही अजून गोविंदी देवीला ओळखलं नाही. तुम्ही त्यांचा साधा-भोळा चेहरा पाहून समजले की ती देवी आहे. मला त्यांना ही पदवी नाही द्यायची. तिने बदनाम करण्याचा इतका प्रयत्न केलाय, माझ्यावर असे आरोप केलेत, ते जर सांगितले तर तुम्ही चकित व्हाल आणि त्यावेळी तुम्हाला मान्य करावे लागेल की अशा स्त्री सोबत असाच व्यवहार करायला हवा.

‘तुमचा ती इतका द्वेष का करते, याचे काही कारण तर असेल ?’

‘कारण त्याला विचारा, मला कोणाच्या मनातलं कसं माहीत ?’

‘तिला न विचारताही तिच्या मनातलं ओळखता येऊ शकतं,

ते म्हणजे- जर कोणी पुरूष माझ्या आणि पत्नीच्यामध्ये येण्याचा प्रयत्न करीत असेल तर त्याला गोळी मारेल. त्याला नाही मारू शकलो तर स्वतःच्या छातीत घालीन. अशाच रितीने मी एखाद्या स्त्रीला माझ्या आणि माझ्या पत्नीच्यामध्ये आणण्याचा प्रयत्नात असेल तर माझ्या पत्नीला पण अधिकार आहे की

तिला जे योग्य वाटतं ते करण्याचा, या विषयावर मी कसलीही तडजोड करणार नाही. ही वैज्ञानिक मनोवृत्ती आहे. जी आपण आपल्या पूर्वजाकडून घेतली आहे आणि आजकाल लोक याला असभ्य आणि सामाजिक व्यवहार म्हणतील, परंतु मी आजपर्यंत या मनोवृत्तीवर विजय प्राप्त करू नाही शकलो. ना प्राप्त करू इच्छितो. या विषयाच्या संदर्भात मी कायद्याची पर्वा करीत नाही, माझ्या घरात माझा कायदा आहे'

मालतीने तीव्र स्वरात म्हटले- 'परंतु आपण हा अंदाज केला की मी मिस्टर खन्ना आणि त्यांच्या पत्नीमध्ये येऊ इच्छिते, तुम्ही असा अंदाज करून माझा आपमान करीत आहात. मी खन्नाला माझ्या चपलेल्या बरोबरीचे देखील समजत नाही.

मेहताने अविश्वासयुक्त स्वरात म्हटले-हे तुम्ही मनापासून बोलत नाही मालती !काय तुम्ही सगळे समजता, तिच गोष्ट मिसेस खन्ना समजत असेल. तर मी त्यांना दोष देणार नाही.

मालतीने चिडत म्हटले-जगाला दुसऱ्याला बदनाम करण्यात मजा वाटते. हा जगाचा स्वभाव आहे, मी तो कसा बदलणार . मी हा व्यर्थ आरोप आहे, होय, मी इतकी निर्लज्ज नाहीकी खन्नाला जवळ येत असलेलं पाहून त्यांच्या गळयात पडेल. माझे कामच असे आहे की मला सगळ्याचे स्वागत आणि सत्कार करावा लागतो. त्याचा जर कोणी वेगळा अर्थ काढत असेल तर तो आणि तोच....

मालतीचा गळा दाटून आला आणि तोंड पलिकडे करून अश्रू पुसले. नंतर म्हणाली-इतरांप्रमाणे तुम्ही पण मला.... याचे दुःख वाटते.....तुमच्याकडून ही अपेक्षा नव्हती.

नंतर कदाचित तिला तिच्या दुर्बलतेवर खेद झाला. ती जोशात येऊन बोलली-'तुम्हाला माझ्यावर आरोप करण्यात काही एक अधिकार नाही. तुम्ही पण त्यांच्या सारखेच जर असाल जे स्त्री-पुरूषांना एकत्र पाहून बोटे मोडायला सुरूवात करतात, तर खुशाल तसे करा. मला त्याची थोडी पण पर्वा नाही. एखादी स्त्री तुमच्याकडे कोणत्यान् कोणत्या कामानिमित्त आली, तुम्हाला तिनं तिचा देवता समजलं, प्रत्येक गोष्टीत तुमचा सल्ला घेतला, तुमच्यासाठी तिच्या नेत्रांचे अंथरून टाकले, तुमच्या ईशाऱ्यावर आगीत उडी मारायला तयार असेल, तर मी खात्रीनं सांगतो की तुम्ही तिची उपेक्षा करणार नाहीत, त्याच्या विरोधात तुम्ही कितीही तर्क अथवा पुरावे गोळा करा. परंतु मी नाही ऐकणार, मी तर म्हणते, उपेक्षा तर दूर तिला टाळण्याचा विषय राहू द्या, तुम्ही त्या स्त्रीचे चरण धुवून पिणारे आणि लवकरच ती तुमच्या ऱ्हदयस्थानी असेल. मी तुम्हाला हात जोडून सांगते, माझ्यासमोर खन्नाचे नाव घेऊ नका.

मेहताने जणू या आगीत हात घालत म्हटले-अट एकच आहे की मला तुम्ही खन्नासोबत दिसल्या नाही पाहिजेत.

'मी मानवतेची हत्या नाही करू शकत. ते आले तर मी त्यांना दूर करू शकणार नाही'

'त्यांना सांगा, आपल्या पत्नीसोबत नीट व्यवहार करा'

'मी कोणाच्या खाजगी आयुष्यात हस्तक्षेप करू इच्छित नाही, मला तसा अधिकार पण नाही '

'तर तुम्ही कोणाचे तोंड बंद नाही करू शकत'

मालतीचा बंगला आला. कार थांबली. मालती उतरली आणि हातात हात न घेता निघून

गेली. ती हे पण विसरली की तिने मेहताला भोजनाचे निमंत्रण दिले होते. ती एकांतामध्ये जावून खूप रडू इच्छित होती. गोविंदीने आधीही जखमा दिल्यात. परंतु आज तिने ज्या जखमा दिल्यात, त्या खूपच खोल आणि वेदनादायी आहेत.

१६

रायसाहेबांना ज्यावेळी ही माहीती मिळाली की त्यांच्या भागात होरीकडून गावच्या पंचानी दंड वसूल केला आहे, तेव्हा तात्काळ नोखेरामला बोलावून उत्तर मागितले की त्यांना ह्याची कल्पना देण्यात आली. अशा नमकहराम दगाबाज व्यक्तिसाठी त्यांच्या दरबारात जागा नाही.

नोखेरामला खूप शिव्या मिळाल्या. त्यामुळे रागावून तो पण म्हणाला-मी एकटा थोडाच होतो तिथे. गावातली इतर पंच पण होते. मी एकटा काय करू शकतो.

रायसाहेबांनी त्याच्या तोंडाकडे तीक्ष्ण नजरेने पाहिले-बडबड करू नकोस ! तू त्याचवेळी सांगायला हवं होतं, जोपर्यंत सरकारला कळवल्या जाणार नाही, मी पंचाना दंड वसूल करू देणार नाही. पंचाना माझ्या आणि माझ्या प्रजेमध्ये हस्तक्षेप करण्याचा काय अधिकार आहे ? हा दंड वागळता विभागात आणखी कोणते उत्पादनाचे साधन आहे ? वसूली सरकारच्या घरी गेली, भानगड असामीनी दबून ठेवली. तर मग माझं काय ? खेद वाटतो की दोन पिढ्यापासून गुमास्ता म्हणून काम पाहील्यावरही तुला ही गोष्ट सांगावी लागतेय, होरीकडून किती माल वसूल केला ?

नोखेरामने आढेवेढे घेत सांगितले-ऐंशी रूपये.

'रोख?'

'रोख त्याच्याकडे कुठे होते हुजूर !काही धान्य दिलं, उर्वरित रक्कमेसाठी घर लिहून दिलं.'

रायसाहेबांनी स्वार्थाची बाजू सोडून होरीची बाजू घेतली-बरं, तर तू आणि तुझ्या त्या तथाकथित पंचानी मिळून माझ्यामातब्बर आसामीला लूबाडलं. मी विचारतो की तुम्हा लोकांना माझ्या विभागात मला न विचारता एखाद्याकडून दंड वसूल करण्याचा काय अधिकार आहे. या प्रकरणासाठी मी ठरविले तर त्या जालीम पटवारी आणि त्या धुर्म पंडीताला सात-सात वर्षासाठी जेलमध्ये पाठवू शकतो. तुम्ही समजले की तुम्हीच तुमच्या भागाचे बादशहा आहात. मी सांगून ठेवतो, आज संध्याकाळपर्यंत दंडाची पूर्ण रक्कम माझ्याकडे आली पाहिजे. नाहीतर वाईट होईल. मी एकाएकाला सोडणार नाही. जा होरी आणि त्याच्या मुलाला माझ्याकडे पाठवून द्या.

नोखेरामने दबक्या स्वरात म्हटले-त्याचा मुलगा तर गावसोडून पळालाय. ज्या रात्री ही घटना घडली, त्याच रात्री पळाला.

रायसाहेबांनी रागाने म्हटले-'खोटं बोलू नकोस, तुला माहीतय खोटं बोललेलं मला आवडत नाही. मी आजपर्यंत कधी ऐकले नाही. कोण्या तरूणीन आपल्या प्रेमिकाला स्वतःच्या घरी आणून नंतर तो पळून जातो. त्याला जर पळून जायचेच होते तर त्याने त्या मुलीला घरी आणलेच कशाला असते ? त्याला तुम्ही लोकांनीच पळवून लावलेलं दिसतय. तुम्ही गंगेत बुडून जरी शपथा घेतल्या तरी मी ऐकणार नाही. तुम्ही लोकांनी तुमच्या समाजाच्या प्रिय मर्यादांची रक्षा करण्यासाठी त्याला धमकावले

असेल. बिचारा पळून जाणार नाही तर काय करीन. !

नोखेराम यावर काही बोलला नाही. मालक जे काही म्हणतात ते ठीक आहे. तो असे पण म्हणला नाही की तुम्ही स्वतः येऊन खरं-खोटं तपासा. मोठी माणसं रागावली तर आपण गप्प बसावं. त्यांच्या विरोधात ते एक शब्दही ऐकून घेत नाहीत.

पंचानी रायसाहेबांचा निर्णय ऐकला तर त्यांची नशा चांगलीच उतरली. धान्य तर अजून जसेच्या तसं पडलं होतं. परंतु रूपये कधीचेच गायब झाले होते. होरीचे घर गहान ठेवले होते पण अशा घराला गावात विचारतो तरी कोण. जसे की हिंदु स्त्री पतीच्या घरी मालकीन असते पण नवऱ्याने सोडून दिल्यावर तर कोणीच उरत नाही, त्याचप्रमाणे होरीसाठी त्या घराची किंमत लाख आहे पण विकायला गेलं तर काहीच नाही. इकडे रायसाहेब पैसे घेतल्याशिवाय ऐकणार नव्हते. हाच होरी त्यांच्याकडे जावून रडला असेल. पटेश्वरी जास्त घाबरले होते. त्यांची तर नौकरीच जाईल. चौंघे सज्जन या गहन समस्येवर चिंतन करीत होते. परंतु कोणालाच काही सुचत नव्हतं. एक दुसऱ्यावर दोषारोप करीत होते. नंतर खूप भांडणे झाली.

पटेश्वरी आपली लांब शंकायुक्त मान हालवत म्हणाले-मी म्हणत होतो की होरीबद्दल आपण गप्प बसावं. गाईच्या बाबतीत सगळ्याना दंड द्यावा लागेल. दंडाची रक्कम देवूनच गळा मोकळा करून घ्यावा लागेल.नोकरी जाण्याची भीती होती. परंतु तुम्हा लोकांना रूपायाचे पडले आहे. काढा विस-विस रूपये. अजूनही वेळ गेली नाही. रायसाहेबांनी रिपोर्ट केला तर जावे लागेल खडी फोडायला.

दातादीनने आपली हूशारी दाखवत म्हटले-माझ्याजवळ विस रूपये तर सोडा विस पैसे पण नाहीत. ब्राह्मणाना भोजन दिले. होम केला. काय त्यात खर्च झाला नसेल ? रासाहेबांची इतकी हिंमत की ते मला जेलमध्ये पाठवतील? ब्रह्म होऊन एक-एक घर संपवून टाकीन. त्यांना अजून ब्राह्मण काय करू शकतो, माहीतच नाही.

झिंगुरीसिंह सुद्धा अशाच पद्धतीचं बोलले-ते रायसाहेबांचे नौकर नाहीत. त्यांनी होरीला काही मारहान केली नाही, काही दडपण आणले नाही. होरी प्रायश्चित करू इच्छित होता, त्याची त्याला संधी दिली. त्यासाठी त्यांच्यावर कोणी खटला नाही भरू शकत. परंतु नोखेरामची मान सहज-सहज सुटू शकत नव्हती. इथे बसून मस्त मजा करीत होते, दहा रूपयापेक्षा जास्त पगार नव्हता, परंतु एक हजारापेक्षाही वर्षाचे उत्पन्न जास्त होते. शकडो लोकांवर हुकूमत, चार-चार चमचे हाजीर, फुकटात सारं काम व्हायचं. ठाणेदार स्वतः खुर्ची देत, हे सुख त्यांना दुसरीकडे कुठे होते ? दोन-तीन दिवस याच चिंतेत बुडालेले होते की या संकटातून त्यांना कसं बाहेर पडावं. शेवटी त्यांना एक मार्ग सापडलाच कधी कधी त्यांना ऑफिसात दैनिक 'बिजली' चा अंक दिसायचा. जर निनावी पत्र त्या दैनिकात रायसाहेब आपल्या आसामीकडून कशी जबरदस्तीने वसूली करतात हे छापले तर रायसाहेबांना महागात पडेल. नोखेराम पण सहमत झाले. दोघांनी मिळून एक पत्र लिहीले आणि रजिष्ट्री करून पाठवले.

संपादक ओंकारनाथ तर अशा पत्रांची वाटच पाहून असायचे. पत्र मिळताच त्यांनी रायसाहेबांना कळवले. त्यांना असे एक पत्र मिळाले आहे की ज्याच्यावर विश्वास ठेवणे कठीण आहे. पण पत्र

पाठविणारांने असे पुरावे दिले आहेत की विश्वास ठेवावाच लागेल. हे खरे आहे का की रायसाहेबांनी ऐंशी रूपयाचा दंड यामुळे वसूल केला की त्याच्या आसामीच्या मुलाने एक विधवेला आपल्या घरात आश्रय दिला होता ? संपादकाचे कर्तव्य त्यांना विवश करीत आहे की या प्रकारणाची चौकशी करून ते पत्र प्रकाशित केल्या जाते. संपादकाला मनापासून वाटते की या प्रकरणात तथ्य असू नये, पण त्यात तथ्य नसेल तर ते जनहितार्थ ते छापावेच लागेल. कर्तव्याच्या आड मैत्री येणार नाही.

रायसाहेबांना ही सूचना मिळाली तर डोळे फोडून घेतले. पहिल्यांदा तर असे वाटते की जावे आणि ओंकारनाथला पन्नास हंटरचे फटके द्यावे, जिथे हे पत्रे छापल्या जाईल तिथे ही बातमी पण छाप म्हणावं, परंतु त्याचा परिणाम लक्षात घेऊन मनाला शांत केलं आणि तात्काळ त्याला भेटायला गेले. थोडाही उशीर केला आणि ओंकारनाथने ते पत्र छापले तर सर्व आयुष्य अंधारमय होईल.

ओंकारनाथ भटकून आले होते आणि आजच्या अंकासाठी संपादकीय लिहिण्याच्या विचारात गढले होते. परंतु मन पक्षाप्रमाणे इकडे-तिकडे भिरभिरत होतं. त्यांच्या धर्मपत्नीने रात्रही त्यांना कसल्या-कसल्या गोष्टी सांगितल्या होत्या, ज्या आतापर्यंत काट्याप्रमाणे सलत होत्या. त्यांना कोणी दरिद्री म्हटले, दुर्दैवी म्हटले, बुद्धू म्हटले, तरी मनाला लावून घेत नसत. परंतु त्यांच्यात पुरूषत्व नाही असे कोणी म्हटले तर ते असह्य होत असे. पण स्वतःच्या पत्नीला असे बोलण्याचा काय अधिकार आहे ? तिच्याकडून अशी अपेक्षा केल्या जाते की कोणी अशाप्रकारे बोलले तर त्याचे तोंड बंद करावे. म्हणूनच ते अशाप्रकारच्या बातम्या छापत नसत. अशा प्रकारचं लिखाण करीत नसत की काही नवीन संकट उभा राहील. फार जपून पाऊल टाकतात. या अशा अंधारयुगात ते करू पण काय शकतात. पण ते का सापाच्या बिळात हात घालत नाही ? यामुळे नाही की त्यांच्या कुटुंबियांना त्याचा त्रास होईल आणि त्यांच्या सहिष्णुतेचा त्यांना हा पुरस्कार मिळू लागलाय ? काय अंधार आहे? त्यांच्याकडे रूपये नाही मग बनारसी साडी कशी मागवणार ? डॉक्टर, सेठ आणि प्रोफेसर भाटिया आणि कसल्या-कसल्या स्त्रीयां बनारसी साड्या वापरतात. ते तर काय करू शकतात ? का त्यांची पत्नी आपल्या खादीच्या साडीने त्यांना लज्जित करीत नाही ? त्यांची स्वतःची अशी सवय होती की एखाद्याला भेटायला जाताना उंची वस्त्रे घालून जायचे आणि कोणी टीका केली तर त्याला जशाच तसे उत्तर द्यायला तयार असत. त्यांच्या पत्नीमध्ये तसे आत्मभान कसे येत नाही. ती का दुसऱ्यांचा थाट-बाट पाहून विचलित होते ? तिला समजायला हवे की ती एका देशभक्त पुरूषाची पत्नी आहे. देशभक्ताकडे आपली भक्ती सोडून दुसरी संपत्ती असते ? याच विषयाला आजच्या आग्रलेखाचा विषय करावा असा विचार करीत त्यांचे लक्ष रायसाहेबांच्या प्रकरणाकडे गेले. रायसाहेब सुचनेचं काय उत्तर देतात, हे पहायचं होतं. ते जर त्यांची बाजू मांडण्यात यशस्वी झाले तर मग काही समस्या नव्हती. परंतु ते जर असे समजून असतील की ओंकारनाथ दबाव, दहशत किंवा मैत्रीखातर या प्रकरणाकडे दर्लक्ष करतील तर हा त्यांचा भ्रम ठरेल. या साऱ्या तप आणि साधनाचा पुरस्कार त्यांना याशिवाय दुसरा काय मिळतो की ते त्यांनी वेळ मिळाल्यास कायदेशीर चोरीचा भंडाफोड करावा. त्यांना चांगले माहीत होते की रायसाहेब मोठे प्रभावशाली व्यक्ति आहेत. काऊंसिलचे सदस्य तर आहेतच, अधि-काऱ्यांमध्येही त्यांची चांगली उठबस आहे. त्यांनी ठरवले तर ओंकारनाथवर खटला भरू शकतात. परंतु ओंकार अशा गोष्टींना भीक करणारांची खबर घेतच राहतील.अचानक गाडीचा आवाज ऐकून ते दचकले. तात्काळ

कागद घेऊन अग्रलेख लिहायला सुरूवात केली. आणि क्षणार्धात रायसाहेबांनी त्यांच्या खोलीत प्रवेश केला. ओंकारनाथांनी त्यांचं ना स्वागत केलं ना त्यांना कसे आहात म्हणून विचारले, त्यांना बसायला सांगितले. त्यांना अशा पद्धतीनं पाहिले की जणू कोणी आरोपी त्यांच्या कोर्टात आला आहे आणि रूबाबात विचारले-तुम्हाला माझी चिठ्ठी मिळाली ? ती चिठ्ठी लिहिण्याची मला काही गरज नव्हती, माझे कर्तव्य इतकेच होते की स्वतः त्या प्रकरणाची चौकशी करावी, परंतु मैत्रिखातर तत्वाचा विचार करून चालत नाही, काय त्या प्रकरणात काही तथ्य आहे?

रायसाहेब अमान्य करू शकले नाहीत. होय, हे खरे होते की त्यांना अजून दंडाची रक्कम मिळाली नव्हती आणि ती मिळणार नाही असे ते स्पष्ट म्हणू शकत होते, परंतु त्यांना हे पहायचे होते की हे महायश काय निर्णय घेतात.

ओंकारनाथने खेद व्यक्त करीत म्हटले-'तर माझ्याकडे ते पत्र प्रकाशित करण्यापलिकडे दुसरा कोणताच मार्ग नाही. माला याचे तीव्र दुःख आहे की माझ्या एका चांगल्या हितचिंतक मित्रांची बदनामी मला करावी लागत आहे. परंतु कर्तव्यासमोर व्यक्तिला महत्व नाही, संपादक त्याचं कर्तव्य पूर्ण करणार नसेल त्याला या पदावर राहाण्याचा काही एक अधिकार नाही.

रायसाहेब खुर्चीवर बसले आणि तोंडात पानाचा विडा ठेवत बोलले-परंतु हे तुमच्यासाठी चांगले होणार नाही. मला जे काही व्हायचं आहे ते नंतर होईल, तुम्हाला लागलीच होईल. तुम्ही जर मित्रांची पर्वा करत नसाल तर मी देखील तसाच व्यक्ति आहे.

ओंकारनाथने शहिदाचा आव आणत म्हटले-याची मला कधी भीती वाटली नाही, ज्या दिवशी मी दैनिकाचा संपादक झालो, त्याच दिवशी जीवाचा मोह सोडला. माझ्यासाठी संपादकाचा सर्वात चांगला मृत्यू हाच आहे की त्याने न्याय आणि सत्याची रक्षा करीत शहीद व्हावं.

चांगली गोष्ट आहे. मी आपले आव्हान स्वीकारतो. मी आतापर्यंत तुम्हाला माझे समजत आलो होतो. परंतु तुम्ही लढण्याच्याच तयारीत आहात. लढाई तर लढाई. शेवटी मी तुमच्या दैनिकाला पाचपट देणगी का देतोय? केवळ यासाठी की दैनिकाने आमच्या काही गोष्टी झाकून ठेवाव्यात, मला ईश्वराने श्रीमंती दिली आहे. पंच्याहत्तर रूपये देतोय, यासाठी तुमचे तोंड बंद ज्यावेळी आपण दैनिक चालविण्यासाठी पैसे नाही म्हणता, तीन महिनेही जात नसतील तोच तुम्ही रडता, तर मी अशावेळी तुम्हाला मदत करतो, आणि वर्षातून पचवीस वेळा तुम्हाला जेवण देतो. कशासाठी तुम्ही आर्थीक मदत आणि कर्तव्य एकाचवेळी पूर्ण करू शकत नाही.

ओंकारनाथ उत्तेजित होऊन बोलले-मी कधी पैसे घेतले नाहीत.

रायसाहेबांने खडसावले-हा आर्थीक व्यवहार रिश्वत नाही तर मग रिश्वत काय असते ? मला जरा समजून सांगा. काय तुम्हाला असे वाटते काय की तुम्ही सोडून बाकीचे सगळे गाढवं आहेत. जे निःस्वार्थ भावनेनं तुमचे नुकसान पूर्ण करतात ? तुमची वही काढा आणि पहा, आतापर्यंत माझ्याकडून तुम्हाला किती रूपये मिळाले आहेत ? मला खात्री आहे, हजारोची रक्कम असेल, तुम्हाला जर स्वदेशी-स्वदेशी बोंबलून विदेशी औषधं आणि वस्तूंच्या जाहिरात छापायला लाज वाटत नसेल तर मी आपल्या आसाम्याकडून दंड वसूल करायला कशाला लाजू ? असे समजू नका की केवळ तुम्हालाच शेतकऱ्यांची खूप काळजी आहे. मला शेतकऱ्यांसोबत जगणे-मरणे आहे. मी सोडून दुसरा कोणी त्यांचा

हितचिंतक असू शकत नाही. परंतु माझी रोजी-रोटी कशी चालेल? अधिकाऱ्यांना जेवणावळी कशी देणार, सरकारला देणग्या कोठून देणार, घरातील शेकडो लोकांच्या गरजा कशा पूर्ण करणार ? माझ्या घरचा खर्च कदाचित तुम्हाला माहीत असेल, तर काय माझ्या घरात रूपये पीकतात ? पैसे येईल तर तो आसाम्यांच्या घरातूनच. तुम्ही समजत असाल की जमीनदार, तालुकेदार, हे सगळे भोग विलासात बुडालेले आहेत. त्यांची खरी मेख तुम्हाला माहीत नाही, ते जर धर्मात्मा बनून राहिले तर त्यांचं जिवंत रहाणं कठीण होऊन जाईल. अधिकाऱ्यांना देणग्या दिल्या नाहीत तर घराचे रूपांतर जेलमध्ये होईल. आम्ही विंचू नाहीत की विनाकारणच सगळ्यांना दंश करीत फिरत असतो किंवा गरिबांना त्रास देणे फार मोठे बहादुरीचे काम आहे. परंतु मर्यादेचे पालन करावे लागते. तुम्ही जसे माझ्या श्रीमंतीचा फायदा उठवू पहाता, त्याचप्रमाणे अनेकजण मला सोन्याची कोंबडी समजतात. एकदा बंगल्यावर या म्हणजे कळेल की सकाळपासून संध्याकाळपर्यंत कितीजण खिशाला कात्री लावून जातात. कोणी काश्मीवरून शाल आणलीय, कोणी सुगंधी अत्तर आणि तंबाखुचा एजंट आहे. कोणी पुस्तके आणि पत्रिका घेऊन आलाय, कोणी जीवनविमा, कोणी ग्रामोफोन घेऊन उरावर बसलय, कोणी काही देणगी मागायला आलेले तर असंख्य त्यांचं दुःख सांगायला येतात. येतात मला मूर्ख बनवून माझे रूपये लूटण्यासाठी. आज मर्यादाचा विचार सोडून दिला तर ते रिकाम्या हाताने जातील. अधिकाऱ्यांना देणग्या नाही दिल्या तर मला विद्रोही समजतील. त्यावेळी तुम्ही लेख लिहून माझी बाजू मांडणार नाहीत. कॉग्रेसमध्ये सहभागी झालो, त्यांना देणगी देणे आहे. काळ्या यादीत नाव गेले आहे, माझ्या डोक्यावर किती कर्ज आहे, हे आपण कधी विचारलेत ? सगळ्या सावकारांनी हिशोब काढला तर माझ्या हातात अंगठी सुद्धा राहणार नाही. तुम्ही म्हणाल, मग कशाला करता हे ढोंग ? सात पिढ्यापासून ज्या वातावरणात वाढलोय, त्यातून बाहेर नाही पडू शकत. गवत कापणे माझ्यासाठी अशक्य आहे, तुमच्याकडे जमीन नाही, मालमत्ता नाही, मर्यादेचे ओझे नाही, तुम्ही निर्भिड होऊ शकता. तुम्ही तर शेपूट घालून बसता. तुम्हाला काही कल्पना आहे, कोर्टात किती भ्रष्टाचार चालू आहे, किती गरिबांना नाडल्या जात आहे, किती स्त्रीयांवर अत्याचार होऊ लागलाय, आहे हिंमत लिहिण्याची, मी पुरावे देतो.

ओंकारनाथ थोडे नरम होत बोलले-जिथे कुठे संधी मिळाली मी मागे नाही हटलो.

रायसाहेब पण थोडे नरम झाले-होय, मी मान्य करतो की एक दोन वेळा आपण हिंमत दाखवली आहे, परंतु आपली नजर नेहमी फायद्याकडेच होती, लोकहिताकडे नाही. डोळे वटारून नका किंवा तोंड पण लाल करू नका. जेव्हा कधी आपण मैदानात आलात, त्याचा चांगला परिणाम असा झाला की आपला सन्मान, प्रभाव आणि उत्पन्नात वाढ झाली आहे. माझ्यासोबत तुम्हाला तोच कट करायचा असेल तर तुमची सेवा करायला मी तयार आहे. रूपये देणार नाही कारण तो भ्रष्टाचार असेल. तुमच्या पत्नीसाठी दागिणे बनवायला टाकू, आहे मंजूर ? आता मी तुम्हाला एक सत्य सांगतो की तुमच्या हातात जी चिठ्ठी पडली आहे ती काही खरी नाही, पण तरी देखील सांगतोय की आपल्या इतर बांधवाप्रमाणे मी सुद्धा आसाम्याकडून दंड घेतो आणि वर्षातून दहा-पाच हजार हाती लागतात, आणि माझ्या तोंडाचा घास आपण हिसकावणार असाल तर तुमचा काही फायदा होणार नाही. तुम्हाला पण जीवनात सुखात रहाचय आणि मला पण. याने काय फायदा होणार आहे, की तुम्ही न्याय

आणि कर्तव्यांचे ढोंग करून मलाही जेलमध्ये पाठवाल. तर स्वतःच जेलमध्ये जाणार. मनातलं सांगा, मी तुमचा दुश्मन नाही, तुमच्यासोबत अनेकदा एका टेबलावर झोपलोय. मला हे पण माहीत आहे की तुम्ही अडचणीत आहात. तुमची अडचण कदाचित माझ्यापेक्षाही अधिक आहे. हो, पण तुम्ही हरिशचंद्र होण्याची शपथ घेतली असेल तर तुमची मर्जी,मी निघतो.

रायसाहेब खुर्चीवरून उठले. ओंकानारथने त्यांचा हात मैत्री भावनेने धरत म्हटले-'नाही, नाही, आता तुम्हाला बसावे लागेल. मी आज माझी परिस्थिती मोकळ्या पणानं सांगू इच्छितो. आपण माझ्या सोबत ज्या प्रकारचं वागलात त्याबद्दल आपले आभार. परंतु इथे सिद्धांताचा विषय आला की तुम्हाला तर माहीतच आहे, सिद्धांत प्राणापेक्षा प्रिय असतो.'

रायसाहेब खुर्चीवर बसून जरा गोड शब्दात बोलले-ठीक आहे, वाट्टेल ते लिहा. मी तुमचा सिद्धांत मोडू इच्छित नाही. फार तर काय होईल, बदनामी होईल, जाऊ द्या, किती दिवस नावासाठी मरावं ! कोण असा तालुकादार आहे, जो आसाम्यांना थोडासा त्रास देत नाही ? कुत्र्याने हाडाची राखण केली तर खाईल काय ? मी इतकेच करू शकतो की भविष्यात अशा तक्रारी होणार नाहीत याची काळजी घेईल. तुमचा माझ्यावर थोडा विश्वास असेल तर यावेळी मला माफ करा, दुसऱ्या कोण्या संपादकाला मी असं समजावत बसलो नसतो. त्याला तर बाजारात बडवले असते परंतु तुमच्या सोबत माझी दोस्ती आहे. म्हणून थोडं नमतं घ्यावं लागतं. हा समाचार पत्राचा जमाना आहे. सरकार सुद्धा दैनिकाला घाबरत, मी कोठून आलो ! तुम्हाला काय करता येईल ते करा, असो, हे भांडण इथेच थांबवू ,सांगा. आजकाल दैनिकात काय हाल आहे? ग्राहक संख्या वाढली ?

ओंकारनाथने अनिच्छा दाखवत म्हटले-दिवस कसेतरी ढकलले जातात आणि वतर्मान परिस्थितीमध्ये जास्त आशा ठेवत नाही.मी या क्षेत्रात धन आणि भोगविलासाची अपेक्षा ठेवून आलो नव्हतो म्हणून माझी काही तक्रार नाही. मी जनतेची सेवा करायला आलो होतो आणि ते काम जमेल तसं चाललय. देशाचे कल्याण व्हावे हिच माझी इच्छा आहे. एका व्याक्तिच्या सुख-दुखाची काही किंमत नाही.

रायसाहेब आणखी सन्हृदय होत बोलले-'हे सगळं ठीक आहे बाबा. परंतु सेवा कारण्याठी जिवंत राहणे तर गरजेचे आहे. आर्थिक विवंचनेत राहून तुम्ही एकाग्रचित्त होऊन सेवा तर नाही करू शकत. काय वाचक संख्या अजिबात वाढली नाही ?'

'प्रश्न असा आहे की मी माझ्या दैनिकाचा आदर्श पायदळी तुडवू इच्छित नाही. आज मी जर चित्रपट तारकांचे चरित्र छापू लागलो तर ग्राहक वाढू शकतात. परंतु माझे ते धोरण नाही. आणखी कितीतरी अशा युक्त्या आहेत. ज्या वापरल्या तर संपत्ती कमवता येईल. परंतु मला ते योग्य वाटत नाही.'

याचाच हा परिणाम आहे की तुमची आज इतकी इज्जत केल्या जाते. मी प्रस्ताव मांडू इच्छितो, माहीत नाही आपण तिचा स्वीकार कराल किंवा नाही, आपण माझ्यातर्फे शंभर लोकांना फुकटत पेपर द्या, मी त्याचे पैसे भरीन.

ओंकारनाथने सकृतज्ञ होऊन मान झुकवली आणि म्हटले-'मी धन्यावादासहित आपला प्रस्ताव स्वीकारतो, खेद याचाच वाटतो की दैनिकाच्या बाबतीत जनता किती उदासिन आहे, स्कूल,

कॉलेज आणि मंदिरासाठी धनाची कमतरता नाही, परंतु आजपर्यंत असा एकही दानशूर निघाला नाही ज्याने दैनिकाच्या प्रचारासाठी दान दिले आहे. अर्थात लोकशिक्षणाचे काम जितक्या कमी खर्चात दैनिकाद्वारे पूर्ण होऊ शकते, दुसऱ्या कोणत्याच मार्गाने नाही, जसे की शिक्षण संस्थांना आर्थिक मदत मिळते, तशीच पत्रकारांना मिळू लागली, तर बिचाऱ्यांचा जितका वेळ जाहिराती गोळा करण्यासाठी जातो, तो कशाला जाईल. मी आपला आभारी आहे.'

रायसाहेबांनी निरोप घेतला. ओंकारनाथांच्या चेहऱ्यावर प्रसन्नता नव्हती. रायसाहेबांनी कसली अट घातली नव्हती, कसले बंधन नव्हते, परंतु इतका जबरदस्त फटका बसूनही ओंकारनाथ ते दान अस्वीकृत नाही करू शकले. परिस्थिती अशी उत्पन्न झली होती की त्यातून बाहेर पडण्याचा मार्ग दिसत नव्हता. प्रेसच्या कर्मचाऱ्यांना महिन्यांचा पगार बाकी होता. कागदाचे एक हजारापेक्षा जास्त देणे होते. हे काय कमी होते की त्यांना कोणापुढे हात पसरावे लागले नाहीत.

त्यांची पत्नी तावातावाने येत म्हणाली-काय अजून जेवणाची वेळ झाली नाही. किंवा असा काही नियम आहे की जोपर्यंत एक वाजणार नाहीत जागेवरून उठायचे नाही ?कितीवेळ चुलीत जाळ फुकत बसणार ?

ओंकारनाथने वाईट तोंड करून बायकोकडे पाहिले. गोमतीचा विद्रोह कमी झाला. ती त्यांच्या अडचणी समजून होती. दुसऱ्या बायकांच्या गळ्यातील दागिणे पाहून तिच्याही मनात विद्रोहाचे भाव येत होते आणि नवऱ्याला कमी जास्त बोलून जात होती. परंतु वास्तव हा राग त्यांच्यावर नव्हता तर स्वतःच्या दुर्दैवावर होता आणि त्याची थोडीसी झळ आपोआपच ओंकारनाथला सहन करावी लागायची. ती त्यांचं तपस्वी जीवन पाहून मनातली मनात कुढायची आणि त्यांच्याबद्दल सहानुभूती पण बाळगायची फक्त त्यांना थोडं लहरी समजायची. त्यांचा उदास चेहरा पाहून विचारलं-'का उदास आहात, पोटात काही गडबड आहे का ?'

ओंकारनाथला हसावं लागलं-कोण आहे उदास, मी ?आज मी फार खूश आहे. इतकी तर लग्नाच्या दिवशी पण झाली नव्हती. आज सकाळी पंधराशे हाती लागलेत. कोण्या भल्या माणसाचं थोबाड पाहिलं होतं.

गोमतीचा विश्वास बसला नाही. म्हणाली-खोटं आहे. तुम्हाला पंधराशे कशाचे भेटतात हो, पंधरा रूपये मिळाले असतील.

'नाही, नाही, तुझी शपथ पंधराशे मिळालेत. आताच रायसाहेब येऊन गेलत, शंभर पेपरची वर्गणी देण्याचे वचन देऊन गेलेत.'

'गोमतीचा चेहरा पडला-तर मग मिळाले'

'नाही, रायसहेब शब्दाचे पक्के आहेत'

'मी कोण्या तालुकेदाराला शब्दाचं असलेलं पाहिलं नाही. दादा एका तालुकेदाकडे नोकर होते, वर्ष-वर्ष पगार मिळत नव्हता. ती सोडून दुसऱ्याची नौकरी धरावी लागली. त्याने दोन पर्षापर्यत एक कवडी दिली नाही. एका दिवशी दादा थोडे गरम झाले तर मारहाण करून पिटाळून लावले. त्यांच्या शब्दाचं काही खरं नाही.

'मी आजच बिल पाठवतो'

पाठवा, म्हणतील उद्या या. उद्या आपल्या भागाच्या दौऱ्यावर निघून जातील. तीन महिन्यानी परत येतील.

ओंकारनाथ गोंधळात पडले, ठीक तर आहे. रायसाहेबांनी नंतर नाही म्हणून सांगितले तर काय करावं? तरीपण जोर देवून म्हणाले-असे नाही होऊ शकत. किमान रायसाहेबांना तर मी धोकेबाज नाही समजत. माझी त्यांच्याकडे काहीं बाकी नाही.

गोमती पुन्हा त्याच संशयाने म्हणाली-यामुळेच मी तुम्हाला बुद्धू समजते. जरा कोणी सहानुभूती दाखवली की तुम्ही फुगलात. मोठे श्रीमंत आहात. त्यांच्या पोटात असे किती लोकांनी दिलेले शब्द राहू शकतात. जितक्यांना शब्द दिलेत,ते सारे पूर्ण करू लागले तर भीक मागण्याची वेळ येईल. माझ्या गावातील ठाकूर साहेब तर दोन-दोन, तीन-तीन, वर्ष व्यापाऱ्यांचा हिशेब करीत नसत. नोकराचा हिशोब तर नावाला करीत. वर्षभर काम केले, नोकराने हिसाब मागितला, तर मारहाण करून पिटाळले. अनेकदा याच नादी हेन्दीत शाळेतून त्यांच्या मुलाचे नाव कमी केले, शेवटी त्यांनी मुलाला घरी बोलावले. एकदा रेल्वेचे तिकीट उधार मागितले होते, हे रायसाहेब देखील त्यांचेच भाऊबंद आहेत. चला, जेवण करून घ्या आणि तुमच्या नशीबात लिहिले आहे ही मोठी माणसे तुम्हाला फटकारत रहातील, तेच चागले. ते तुम्हाला एक पैसा देतील पण चार पैसे त्याच्या आसामीकडून वसूल करतील. आता त्यांच्या बाबतीत जे काही वाटतं ते लिहीता, नंतर तर त्यांची सेवाही करावी लागेल.

पंडितजी भोजन करीत होते. पण घास तोंडात अडकतो असे वाटत होतं, शेवटी मनातलं न सांगता, जेवण करणे कठीण झाले होते, म्हणाले-पैसे जर नाही दिले तर असा समाचार घेईल की विचारू नको. त्यांची शेंडी माझ्या हाती आहे. गावातली माणसं खोटी बातमी देऊ शकत नाहीत. खरी बातमी सांगायला त्यांचा जीव जातो, खोटी कशाला देतील. रायसाहेबांच्या विरोधात एक चिठ्ठी माझ्याकडे आली आहे. छापली तर बेट्याचे घरातून बाहेर पडणे कठीण होईल. मला ते काही दान नाही देऊ लागले. मोठ्या कोंडीत अडकल्यामुळे इथपर्यंत आलेत, पहिल्यांदा धमक्या देत होते. नंतर लक्षात आलं, काही उपयोग होणार नाही. नंतर हे गाजर दाखवले. मी पण विचार केला, यांना एकट्याला ठीक केल्याने काही पूर्ण देंश सुधारणार नाही. मग त्यांचा प्रस्ताव का नको स्वीकारू ? मी माझ्या आदर्शापासून जरूर मागे हटलो आहे, पण इतके करूनही रायसाहेबांनी धोका दिला तर मी माझ्या औकातीवर येईल. जो गरिबांना लुटतो, त्याला लुटण्यसाठी आपल्या आत्म्याला खूप समजावे लागणार नाही.

१७

गावात बातमी पसरली की रायसाहेबांनी पंचाना बोलावून खूप झापलं आणि या मंडळीने जितके रूपये वसूल केले होते ते सगळे त्यांच्याकडून घेतले. ते तर या लोकांना जेलमध्ये पाठवत होते, ते सगळे त्यांच्या हाता-पाया पडली, तेव्हा कुठे सोडले. धनियाला थोडं बरं वाटलं. गावात फिरून पुचाना लज्जित करीत होती. माणसांनी गरिबाचा टाहो ऐकला नसला तरी ईश्वरा ऐकतोच. पचांनी विचार

केला होत, यांच्याकडून दंड वसून करून ऐश करू. ईश्वराने अशी झापड लगावली की चांगलीच ऐश निघाली. एकाचे दोन भरावे लागले. आता चाटा म्हणावं माझं घरं.

परंतु बैलाशिवाय शेती कशी करायची ? गावता पेरणी सुरू झाली होती. कार्तिकच्या महिन्यात शेतकऱ्याकडे बैल नसतील तर त्यांचे हात नसल्यासारखे होतात. होरीला आता दोन्ही हात नव्हते. सर्वांच्या शेतात कामं चालू होती, पेरणी करणे चालू होते, कुठे कुठे भलरी ऐकू येत होती. होरीचं शेत एखाद्या अनाथ अबलेप्रमाणं एकटच पडलं होतं. पुनिया आणि सोभाकडे औत होते पण त्यांच्याकडे इतका वेळ कुठे होता की होरीच्या शेतात पेरणी करतील. होरी दिवसभर इकडे-तिकडे बोंबलत फिरत होता. कधी त्यांच्या शेतात जाई. कधी त्यांची पेरणी करून देई, अशा रितीने थोडे धान्य मिळे. धनिया, रूपा आणि सोना सगळे दुसऱ्यांची पेरणी करू लागले. जोपर्यंत पेरणीचं काम चाललं, पोटापाण्याचा प्रश्न सुटला. मानसिक त्रास तर आवश्य झाला पण खायला मिळत होतं. रात्री जवरा-बायकोत थोडी कुरबूर होत असायची.

इतकी की कार्तिकचा महीना निघून गेला आणि गावात मजूरी मिळणेही कठीण झाले. आता सारा भार ऊसावर होता. जो शेतात उभा होता.

रात्रीची वेळ होती. थंडी खूप पडली होती. होरीच्या घरात आज खायला काही नव्हतं. दिवसा थोडसं तळलेलं मटर मिळालं होतं. परंतु आज चुल पेटण्याची शक्यता दिसत नव्हती आणि रूपा भुकेने व्याकूळ होती आणि बाहेर चुलीसमोर रडत होती. घरात अन्नाचा एक कणही नसेल त्यावेळी काय मागणार, काय बोलणार !

राहावले नाही त्यावेळी विस्तवाचे निमित्त करून ती पुनियाच्या घरी गेली. पुनिया बाजरीच्या भाकरी करीत होती. वासाने रूपाच्या तोंडाला पाणि आलं.

पुनियाने विचारले-'तुझ्या घरी चूल नाही पेटली का गं ?'

रूपाने केविलवाणी चेहरा करीत म्हटले-'आज तर घरात काहीच नव्हतं, चूल कशी पेटणार ?'

'तर मग विस्तव मागायला कशी आलीस ?'

'दादा तंबाखू ओढणार आहेत '

पुनियाने चुलीतला विस्तव बाहेर काढून दिला, पण रूपाने विस्तवाला हात देखील लावला नीह. तिच्याजवळ जात म्हणाली-भाकरीचा खमंग वास येऊ लागलाय काकु ! मला बाजरीच्या भाकरी आवडतात.

पुनियाने हसून विचारले-खायची ?

'आई रागावेल '

'आईला कोण चाललय सांगायला'

रूपाने पोटभर भाकर खाल्ली आणि खरकट्या तोंडाने घराकडे पळाली. होरी बारीक तोंड करून बसला होता तोच दातादीनने विचारले-होरीच्या काळजात धस्‌ झालं, नवीन भानगड आहे की काय. येऊन त्यांना प्रणाम केला आणि त्यांच्यासाठी खाट आणली.

दातादीनने बसत सहानूभुतीच्या स्वरात म्हटले-यावेळी तुझं शेत पडीत पडलय होरी ! तू

गावता कोणाला काही म्हणाला नाहीस. नाहीतर भोलाची काय मजाल होती बैल घेऊन जाण्याची ! इथेच मुडदा पाडला असता, जानवे हाती धरून सांगतो होरी, मी तुझ्यावर दंड नव्हता ठोठावला, धनिया मला विनाकारण बदनाम करीत फिरत आहे. हे लाला पटेश्वरी आणि झिंगुरीसिंह यांचे कारस्थान आहे. मी तर लोकांच्या सांगण्यावरून पंचायतमध्ये बोललो होतो. ती मंडळी तर कडक शिक्षा देण्याच्या तयारीत होते. मी समजावले, पण आता सगळेजण डोक्याला हात लावून रडत आहेत. समजत होतें, इथे त्यांचेच राज आहे. त्यांना हे माहीत नव्हतं, की गावचा राजा दुसरा कोणी तरी आहे. तर आता शेतात पेरणीचा काय बंदोबस्त केलाय ?

होरीने करूण स्वरात म्हटले-काय सांगू महाराज, पडीत राहीन.

'पडीत राहीन ? हा तर मोठा अनर्थ आहे !'

'ईश्वराचीच तशी ईच्छा असेल तर ठीक आहे '

मी असताना तुझे शेत कसे पडात राहीन. उद्या मी तुझ्या शेतात पेरणी करतो, अजून शेतात थोडी ओल आहे, पीक दहा दिवस उशीरा येईल इतकेच. पीकामध्ये अर्धा वाटा माझा राहीन. यात तुझे आणि माझे काही नुकसान नाही. मी आज बसल्या-बसल्या विचार केला. खूप वाटलं, चांगलं शेत पडीक रहाणं चागलं नाही. पावसाळाभर या शेतात खत टाकलं. पाळी केली आज केवळ पेरणीसाठी पीकामधला अर्धा वाटा द्यावा लागत आहे. वरून हाच उपकाराची भाषा करतोय. परंतु यापेक्षा शेत पडीक राहीलेलेच चागले. जास्त काही मिळणार नाही, पण कर तेव्हढा जाईल. नाहीतर मागची बाकी दिली नाही तर भानगडी वाढतील.

त्याने हा प्रस्ताव स्वीकारला,

दातादीन प्रसन्न होत बोलले-तर आजच बियाणे देतो, सकाळी सकाळी तुला कामाला लागता येईल. जेवण तरी केलय का ?.

होरीने आज मान खाली घालत घरात चूल न पेटण्याची कथा ऐकवली.

दातादीनने मोठ्या तक्रारीच्या सुरात म्हटले-'अरे ! तुझ्या घरची चूल पेटली नाही आणि तू मला सांगितले नाहीस ! आपली दुश्मनी तर नाही, यामुळेच माझा जीव जळतो. अरे भल्या माणसा, यात लाज वाटण्यासारखे काय आहे, आपण सगळे एक तर आहेत. तू शुद्र असला म्हणून काय झाले, मी ब्राह्मण असलो म्हणून काय झाले, रहातो तर एकाच गावात ना. सगळेच दिवस सारखे नसतात, कोणी सांगावं उद्या माझ्यावर एखादं संकट येणार नाही, त्यावेळी मी तुला सांगणार नाही तर कोणाला सांगेन, बरं जाऊ दे, चल माझ्या सोबत, तुला मन -दोन मन धान्य आजच खायला देतो.

अर्ध्या तासाने होरी मनभर धान्याचे टोकरे डोक्यावर घेऊन आला. घराचं जातं सुरू झालं. धनिया रडत रडत पीठ दळत होती. ईश्वर तिला कोणत्या कुकर्माचं फळ देत होता.

दुसऱ्या दिवसापासून पेरणी सुरू झाली. होरीचं सारं घरादार कामाला लागलं होत. जणू सगळं काही आपलेच आहे. अनेक दिवसानंतर मजुरी झाली ती अशी. दातादीनला आयतेच मजूर मिळाले. आता कधी-कधी त्यांचा मुलगा मातादीन पण घरी येऊ लागला. तरूण होता. मोठा रसिक आणि बोलका. दातादीन जे काही लुबाडून आणायचा, ते तो क्षणार्धात उडवून टाकायचा. एका चांभारणी बरोबर त्याचं लफड होतं. म्हणून अजून विवाह केला नव्हता. आपला धर्म आहे आपलं अन्न, अन्न बाटलं नाही तर धर्म संकटात येत नाही. अन्न ढाल बनून अर्धर्मचे रक्षण करते.

आता अर्धलीची शेती करण्याच्या निमित्ताने मातादीनला झुनिया सोबत बोलायला मिळू लागलं. तो अशावेळी यायचा ज्यावेळी झुनिया एकटीच घरी असायची. कधी कोणत्या बाहाण्याने तर कधी कोणत्या. झुनिया सुंदर नव्हती परंतु जवान आणि चांभारीन प्रेमिकापेक्षा चांगली होती. काही दिवस शहरात राहीलेली, राहाणीमान, बोलणं-चालणं, ठीक होतं. आणि लाजाळू सुद्धा जे स्त्रीचं सर्वात मोठं आकर्षण होतं. मातादीन कधी-कधी तिच्या मुलाला कडेवर उचलून घ्यायचा लाड करायचा. झुनिया प्रसन्न व्हायची.

एका दिवशी त्याने झुनियाला प्रश्न केला-'तू काय पाहून गोबरसोबत आलीस, झुना?'

झुनिया लाजत बोलली-'नशीबानं आणलय दुसरं काय.'

मातादीन दुखी होत बोलला-फारच धोकाबाज निघाला. तुझ्यासारख्या लक्ष्मीला सोडून कुठे मारा-मारा फिरू लागलाय. चंचल स्वभावाचा माणूस आहे. त्यामुळेच मला शंका वाटते की काही दुसरीच्या तर नादी लागला नसेल. अशा माणसाला तर गोळी मारली पाहिजे. माणसाचा धर्म आहे जिचा हात धरला तर शेवटपर्यंत नाही सोडला. याला काय अर्थ आहे की एकीचं जीवन बर्बाद करून निघाला दुसरीला बर्बाद करायला.

झुनिया रडू लागली. मातादीनने इकडे-तिकडे पाहून तिचा हात धरला आणि समजावू लागला-'तू याची का पर्वा करतेस झुना. गेला तर जावू दे. तुझ्यासाठी कशाची कमी आहे, रूपये पैसे, दागिणे-कपडे, जे पाहिजे ते मला माग.

झुनियाने हळूच हात सोडवून घेतला आणि मागे सरकत बोलली-'सगळी आपली कृपा आहे महाराज ! माझं तर काही खरं राहीलं नाही, मी तर आता ना ईकडची राहीलेय ना तिकडची. ना धन मिळालं ना नवरा हाती आला. दुनिया कशी आहे माहीत नव्हतं. याच्या गोड गोड बोलण्याला फसले.'

मातादीन गोबरची बदनामी करू लागला- तो तर निव्वळ लफंगा आहे. घर का ना घाट का! पहावं त्यावेळी आई-वडिलासोबत भांडणं, कुठे पैसे मिळला, लावले पैसे जुगारावर. चरस् गांजाशिवाय तर त्याला जमतच नव्हतं. टुकार मित्रांची संगत, पोरी-सोरीना छेडणे, हेच त्यांच काम होतं. ठाणेदार साहेब त्याला टाकणार होते आत, आम्ही लोकांनी मध्यस्थानी करून सोडवलं. दुसऱ्या शेतातून धान्य चोरून आणायचा. अनेकदा तर मी स्वतःच पकडले होते. परंतु गावातला समजून सोडून दिलं.

सोनाने बाहेर येऊन सांगितले-वहिनी, आईने धान्य काढून उन्हात वाळायला सांगितलेय. नाहीतर भुसा खूप निघेल. पंडीतने जणू पखालीत पाणि भरलं होतं.

मातादीन पुढे बोलला-'असं दिसतय तुझ्या घरी पाऊस नाही पडला वाटतं. पावसाळयात लाकडे ओले होतात, धान्य शेवटी धान्य आहे.'

असे म्हणत तो बाहेर निघून गेला. सोना आल्यामुळे त्याचा डाव अर्ध्यावर मोडला.

सोनाने झुनियाला विचारले-मातादीन कशाला आला होता ?

झुनियाने माथ्यावर आठ्या आणत सांगितले-'कुबड्या मागत होते. मी सांगितले नाहीत म्हणून.'

'हा सगळा बहाणा आहे, मोठाच नालायक माणूसय '

'मला तर चांगला वाटतोय, काय खराबी आहे त्यांच्यात ?'

'तुला नाही माहीत ! सिलिया चांभारनीला ठेवलय'

'तर यामुळे खराब माणूस झाला ?'

'आणि मग कशामुळे माणूस खराब होतो ?'

'तुमच्या भावाने मला आणलय, ते पण खराब झाले? '

सोनाने याचे उत्तर न देता म्हटले-'माझ्या घरात पुन्हा आला तर सांगेन मग.'

'आणि त्याच्यासोबत तुमचं लग्न झालं तर ?'

सोना लाजली-'तू पण वहिनी, काहीतरीच बोलतेस '

'काय त्यात काहीतरीच कुठ?'

'मला बोललात ठीक, नाहीतर...'

'तर का तुमचा विवाह एखाद्या देवतासोबत होणार आहे. गावात असा देखणा तरूण कुठे आहे ?'

'तर तू निघून जा त्याच्यासोबत, सिलियापेक्षा कितीतरी चांगली आहेस'

'मी का जावू ? मी तर एकासोबत आलेय, चांगला असो अथवा वाईट '

'आणि जर एखाद्या म्हाताऱ्यासोबत विवाह झाला तर ?'

सोना हसली-मी त्यांच्यासाठी गरम-भाकरी करीन' त्याचा दवा-पाणि करीन, त्याच्या हाताला धरून उठवीन, मरेल तर तोंड लपवून खूप रडेल.

'आणि एखाद्या तरूणासोबत झालं तर!

'मग तुमचं डोंबलं, नाहीतर काय!'

'बरं सांगा, तुम्हाला म्हातारा बरा वाटतो की तरूण ?'

'जो आपल्याला पसंत करीन तोच तरूण आहे, पसंत न करणारा म्हातारा'

'ईश्वर करो, तुमचा विवाह एखाद्या म्हाताऱ्यासोबतच व्हावा. मग पाहू तुम्हाला तो कसा आवडतो ते, त्यावेळी वाटले की हे म्हातारं मरावं आणि तरूणाने गळयात पडावं.'

'मला या त्या म्हाताऱ्यावर दया येईल'

यावर्षी या भागात एक साखरेची मिल सुरू झाली होती. त्याचे प्रतिनिधी आणि दलाल गावा-गावात फिरून शेतकऱ्यांना उभ्या ऊसाचे पैसे देत होते. ही मिल मिस्टर खन्नाने सुरू केली होती. एक दिवशी त्याचा प्रतिनिधी गावात पण आला होता. शेतकऱ्यांनी भाव विचारला, तर माहीत झालं, गुळ करण्यासाठी काही उरत नाही. घरी ऊस लावून हा दाम मिळणार असेल, तो ऊस पेरण्याची मेहनत कशाला करायची? सारा गाव ऊस विकायला तयार झाला. थोडा पैसा कमी मिळाला तरी पर्वा नाही, तात्काळ मिळेल ! कोणाला बैल घ्याचा होता, कोणाला कर्ज फेडायचं होतं, कोणाला सावकाराच्या तावडीतून सुटका करून घ्यायची होती, होरीला बैलजोडी घ्याची होती, यावेळी ऊसाची पैदास चागली झाली नव्हती, म्हणून ही पण भीती होती की गुळ होणार नाही, गुळाच्या भावात साखर मिळत असेल तर गुळ घेईनच कोण ? सगळयांनी ॲडव्हान्स घेतला. होरीला किमान शंभर रूपयाची आशा होती, यामध्ये एक साधारण जोडी येईल. परंतु सावकाराचं काय करणार! दातादीन, मँगरू, दुलारी, झिंगुरसिंह, सगळे वाटच पाहून होते, सावकारला पैसे द्यायचे ठरवले तर शंभर रूपये व्याजाला पण पुरणार नाहीत

! काही असा उपाय सुचत नव्हता की ऊसाचे पैसे हातात येतील पण कोणाला खबर लागणार नाही. ज्यावेळी बैल घरी येतील त्यवेळी कोण काय करील ? गाडीला जुंपल्यावर सारं गाव पाहिलच. शक्य आहे मँगरू आणि दातादीन सोबतच असतील, पैसे मिळताच त्यांच्या हातात द्यावे लागतील.

सांजवेळी गिरधरने विचारले-'तुमचा ऊस कधीपर्यात निघेल होरी काका ?'

होरी खोटं बोलला-'तसं काही सांगता येत नाही, तू कधीपर्यंत घेऊन जाणार !'

गिरधरने पण ठोकून दिले-'अजून माझे काही नक्की नाही काका! आणि लोकही अशारितीने काही बाही सांगत होते, कोणाचा कोणावर विश्वास नव्हता. झिंगुरसिंहचे सगळे कर्जबाजारी होते आणि सर्वांना हेच वाटत होतं, की झिंगुरसिंहच्या हातात रूपये नाही पडले पहिजेत. नाहीतर ते सगळेच गडप करतील. दुसऱ्या दिवशी आसामी कर्ज घ्यायला जाईल त्यावेळी नवीन कागद, नवीन भेटवस्तू, नव्या अटी. दुसऱ्या दिवशी सोभाने येऊन विचारले-दादा असा काही उपाय काढा ज्यामुळे झिंगुरीला कॉलरा होईल. असा पडला पाहिजे की पुन्हा उठणार नाही.'

होरी हसून बोलला-'का, त्याला लाल-बच्चे नाहीत ?

'त्याच्या बालबच्च्याला पहायचं की आपल्या ? तो दोन-दोन बायकांना आरामात ठेवतो, इथे तर एकिलाच जगवता येईना, सगळं घेऊन जाईल, एक पैसा पण घरी घेऊन जावू देणार नाही.'

'माझी परिस्थिती तर अधिकच खराब आहे बाबा. रूपये हातातून गेले तर बर्बाद होईल. बैलाबिगर काम नाही होणार '

'अजून दोन-तीन दिवस तर ऊस तोडायलाच लागतील. जसाही ऊस पोहोचता होईल, जमादाराला सांगू बाबा थोडे पैसे घे पण ऊसाला लवकर उचल. पैसे नंतर दे. इकडे झिंगुरीला सांगू अजून पैसे मिळाले नाहीत'

'होरीने विचार करून सांगितले-झिंगुरीसिंह तुझ्यापेक्षा जास्त हुशार आहे सोभा ! जावून मुनीमला भेटेल आणि त्याच्याकडूनच रुपये घेईन. आपण पहातच राहू. ज्या खन्ना बाबुची मिल आहे, त्यांचीच सावकारकी सुद्धा आहे. दोघे सारखेच आहेत.

सोभा निराश होऊन बोलला-'माहीत नाही या महाजनाच्या तावडीतून कधी सूटका होईल की नाही.'

होरी म्हणाला-'या जन्मी तरी काही आशा नाही ! आपल्याला राज्य नको आहे, भोग विलास नको आहे, केवळ चांगलं खायला आणि नेसायला मिळणं तरी पुरेसं आहे, ते पण मिळत नाही.'

सोभाने धूर्तपणे म्हटले-'मी तर दादा, या सगळ्यांना आता चकमा देईन. जमादाराला काही लालूच देवून या गोष्टीवर राजी करू मी रूपये आम्हाला अजून दिलेच नाहीत असे सांगायला सांगू. काय करील झिंगुरी ?'

होरी हसत म्हणाला-'असं काही होणार नाही भैय्या ! यामध्येच कल्याण आहे की झिंगुरीच्या हात-पाया पडावे. आपण जाळ्यात अडकलोत. जितकी जास्त फडफड करू तितके पकडल्या जावू.'

'तुम्ही तर दादा, म्हताऱ्यासारख्या गोष्टी करता. जाळ्यात आडकून पडणे तर भित्रेपणा आहे. फास आवळल्या जाईल, पण गळा मोकळा करण्यासाठी जोर मारायवाच लागेल. हेच होईल की झिंगुरी घर-दार विक्रिला काढेल, तर काढू द्या ! मी तर म्हणतो की आम्हाला रूपये देवू नका, उपाशी

मरू द्या. लाथा खाऊ द्या, एक पैसा पण उधार देवून नका, परंतु हे पैसे व्याजाने देणार नाहीत तर यांना व्याज कोठून मिळेल. एक वर आपली तक्रार करतोय तर दुसरा आपल्याला व्याजाने पैसे देवून फसवतोय. मी तर त्याच दिवशी रूपये आणायला जाईल, ज्या दिवशी झिंगुरी कुठेतरी गावाला गेलेला असेल.

होरीचे मन सुद्धा विललित झाले-हो ठीक आहे.

'ऊस मोजायला देवू, रूपये डोळा चुकवून आणू'

'ठरलं-ठरलं, याच पद्धतीनं करायचं'

दुसऱ्या दिवशी सकाळीच गावच्या लोकांनी ऊस तोडायला सुरूवात केली. होरी पण आपल्या शेतात कोयते घेऊन गेला. तिकडून सोभा पण त्याच्या मदतीला आला, पुनिया, धनिया, झुनिया हे सगळे शेतात जमले. कोणी ऊस तोडत होतं, कोणी सोलत होतं, कोणी मोळी बांधत होतं. महाजनाने ऊस तोडतांना पाहिल्यावर पोटात जणू कळ उठली. एकिकडून दुलारी धावली, दुसरीकडून मँगरू साहेब, तिसरीकडून दातादीन, पटेश्वरी आणि झिंगुरीची माणसं. हातापायात मोठे मोठे चांदीचे कडे घातलेली दुलारी, कानात सांन्याचे झुबके, डोळ्यात काजळ घातलेले, म्हतारी पण तरूणीसारखी सजलेली. येऊन बोलली-पहिल्यांदा माझे पैसे टाका, नंतरच ऊस तोडा, मी जितका दम खातेय तितकेच तुम्ही वाघ होता. दोन वर्षापासून एक कवडी व्याज दिले नाही, पन्नास रूपये तर व्याजाचेच होतात.

होरी विनंती करीत बोलला-'वहिनी, ऊस तोडू दे. याचे जितके पैसे येतील, शक्य तितके देण्याचा प्रयत्न करीन. ना गाव सोडून चाललोय ना म्हतारा झालोय मरायला. शेतातला उभा ऊस तर पैसे देणार नाही ?'

दुलारीने त्याच्या हातातून कोयता हिसकावत म्हटले-'नियत इतकी खराब झालीय तुम्ही लोकांची, त्यामुळच बरकत नाही.'

आज पाच वर्ष झालेत. होरीने दुलारीकडून तीस रूपये घेतले होते, तीन वर्षात त्याचे शंभर रूपये झाले. त्यावेळी स्टॅम्प वर लिहून घेतलय. दोन वर्षात ऊसावर पन्नास रूपये चढले होते.

होरी म्हणाला-'वहिनी, नियत तर कधी खराब नव्हती, आणि ईश्वराची इच्छा असेल तर कवडी कवडी परत करीन, हो, आजकाल तंग आहे, हे तू म्हणू शकतेस.'

दुलारीला जावून काहीच क्षण झाले नसतील तोच मँगरू साह पोहोचले. काळा रंग, ढेरी कमरेच्या खाली सुटलेली, दोन मोठेमोठे तोंडातून बाहेर आलेले दात, डोक्यावर टोपी, गळयात चादर, वय पन्नासपेक्षा जास्त नाही. परंतु काठीच्या आधारे चालतात. संधिवाताचा आजार झालाय, खोकला पण येतोय. काठी टेकवत उभा राहिले आणि होरीला झापलं-पहिले माझे रूपये टाक होरी. नंतर ऊस तोड, मी पैसे व्याजाने दिले होते, दान-धर्म नव्हता केला. तीन तीन वर्ष झालीत. ना मुद्दल ना व्याज. पण असे समजू नको की तुला माझे पैसे बुडवता येतील. मी ते तुझ्या प्रेताकडूनही वसूल करीन.

सोभा गमत्या होता. म्हणाला-'मग कशाला काळजी करता साहजी, यांच्या प्रेताकडूनच वसूल करा. नाहीतर, एक-दोन वर्षाच्या फरकाने दोघेजण स्वर्गात जाल, त्यावेळी ईश्वरासमक्ष आपला हिसाब करा.'

मँगरूने सोभाला फार वाईट शब्दात फटकारले-घेताना गोंडा घोळला आणि द्यायची वेळ

आली तर गुरगुरता. घर विक्रिला काढील, जनावरांचा लिलाव करीन.

सोभाने पुन्हा डिचावले-'खरं सांगा साहुजी, किती रूपये दिले होते, ज्याचे आता तिनशे रूपये झालेत ?'

'तुम्ही वर्षाची वर्षाला व्याज देणार नाहीत तर आपोआपच वाढील'

'सर्वप्रथम किती रूपये दिले होते आपण? पन्नास तर होते, '

'किती दिवस झाले असतील ?'

'दहा वर्ष पूर्ण झालेत, आकरावे वर्ष चाललेय'

'पन्नास रूपायाचे तिनशे रूपये घेताना तुम्हाला थोडीपण शरम वाटत नाही'

'शरमेचं काय, रूपये दिलेत, दान -धर्म नाही केला'

होरीने त्याला पण हाता-पाया पडून परत पाठवले. दातादीनने होरीसोबत अर्धलीची शेती केली होती. बियाणे देवून अर्ध पीक घेणार होते. यावेळी जास्त ताणणे ठीक होणार नव्हते. झिंगुरीसिंहने मिलच्या मॅनेजराला आधीच सगळं सांगून ठेवलं होतं. त्यांच्या गाडीत ऊस नेऊन टाकत होती. नदी गावच्या अर्धा मेल अंतरावर होती. एक गाडी दिवसभरात सात-आठ चकरा मारत होती, आणि नाव एका खेपेला पन्नास गाड्यांचं ओझं घेऊन जात होती. अशारितीने खूप काटकसर करावी लागत होती. अशी सोय करून झिंगुरीसिंहने मिलच्या गेटवर ताबा मिळवला होता. प्रत्येकाचा ऊस मोजत, किंमतीची चिठ्ठी देत, खजिनादाराकडून पैसे वसूल करीत आणि आपले येणे वजा करन उर्वरित रक्कम देत. आसामी कितीही रडली-बोंबलली तरी काही ऐकत नसत. मालकाचा हाच आदेश आहे. आसामीचं काय चालणार !

होरीला ऐकशे वीस रूपये मिळाले. त्यातून झिंगुरीसिहने त्यांचे पूर्ण पैसे कपात करून पंचवीस रूपये होरीच्या हातात दिले.

होरीने रूपायाकडे उदासीन भावनेनं पहात म्हटले-हे घेऊन मी काय करू ठाकूर. हे पण तुम्हीच ठेवा. मजूरीवर जगेल कसातरी.

झिंगुरीने पंचवीस रूपये जमिनीवर फेकत म्हटले-घे अथवा फेकून दे, तुझी इच्छा. तुझ्यामुळे मालकाच्या धमक्या ऐकल्या आणि आता रायसाहेब डोक्यावर आहेत भुतासारखे. तुझ्या परिस्थितीचा विचार करून पैसे देतो. रायसाहेबांनी सक्ती केली तर उलट घरातूनच द्यावे लागतील.

होरीने हळूच रूपये उचलले, आणि बाहेर पडू लागताच नोखेरामने हाक मारली, होरीने उरलेले पंचवीस रूपये सुद्धा त्यांच्या हातावर ठेवले, आणि काही न बोलता त्या ठिकाणाहून चालता झाला. त्याचं डोकं गरगरू लागलं होतं, सोभाला तितकेच रूपये मिळाले होते, बाहेर पडला तर पटेश्वरीच्या तावडीत सापडला.

सोभा बिघडला. म्हणाला-माझ्याजवळ पैसे नाहीत, तुम्हाला काय करायचे ते करा.

पटेश्वरीने रागावत म्हटले-'ऊस विकला की नाही ?'

'हो, विकलाय '

'तुझा शब्द होता की ऊस विकल्यावर पैसे देईन ?

'हो होता तर '

'मग का नाही देत, इतर लोकांचे दिले की नाही ?'

'हो, दिले,'

'तर मग माझे का नाही देत ?'

'माझ्याजवळ जे काही उरलं आहे ते बालबच्चासाठी आहे

पटेश्वरीने बिघडत म्हटले-तू रूपये देणार आहेस, बऱ्या बोलानं आणि आजच. हो, आता तुला काय बडबड करायची असेल कर. एक रिपोर्ट लिहिला तर जाशील सहा महिन्यासाठी. एक दिवस कमी ना एक दिवस जास्त. हा जो दररोज जुगार खेळतोस ना, एक रिपोर्टमध्ये बंद होईल. मी जमीनदार किंवा महाजनांचा नोकर नाही. सरकार बहादुरचा नोकर आहे. ज्यांचं सर्वत्र राज्य आहे आणि जे तुमच्या महाजन आणि जमिदाराचे मालक आहेत.

पटेश्वरी लाला जायला निघाले. सोभा आणि होरी थोडा वेळ शांत चालले. जणू या धिक्काराने त्यांना अस्तित्वहीन केले होते. होरी म्हणाला-सोभा, याचे रूपये देवून टाक. असं समज की ऊसाला आग लागली होती. मी पण असाच विचार करून मनाची समजूत काढली.

सोभाने दुःखी स्वराने म्हटले-हो देईल. नाही देवून कुठे जावू ? समोरून गिरघर ताडी पिऊन झिंगत आला होता. दोघांना पाहून बोलला-झिंगुरीने सगळेची सगळे रूपये घेतले काका ! दातावर मारायला एक रूपया ठेवला नाही. हत्यारा कुठला. रडलो, पायावर पडलो, पण त्या पाप्याला दया नाही आली.

सोभा म्हणाला-ताडी तर पिलात, वरून म्हणतो की एक पैसा पण ठेवला नाही.

गिरधने पोट दाखवत म्हटले-संध्याकाळ झालीय. पाण्याचा थेंब जरी पोटात गेला असला तरी गोमास भक्षण केल्यासारखे होईल, ऐ नाणं तोंडात लपवलं होती. त्याची ताडी पिलोय. विचार केला, वर्षभर घाम गाळलाय तर एक दिवशी ताडी पिली म्हणून काय झालं. पण खरं सागतो, नशा नाही, एका आण्यात काय नशा येईल. हो, झिंगतो आहे ज्यामुळे लोकांना वाटेल की खूप पिलो आहे. खूप चांगलं झालं काका बेबाक झालं. विस घेतले त्याच्यापोटी एकशे साठ रूपये भरावे लागले, काही न्याय आहे?

होरी घरी पोहोचला. रूपाने पाणि दिलं. सोन्याने चिलम भरली. धनियाने चवना आणि पीठ आणून ठेवले आणि सगळे भरल्या डोळ्याने त्याला पहू लागले. झुनिया पण दरवाज्यात उभी होती, होरी उदास बसला होता. कसा हात पाय धुईन, कसा चवना खाईन, इतका लज्जित आणि ग्लानीपूर्ण होता, जणू हत्या करून आला आहे.

धनियाने विचारले-'किती रूपये मिळाले ?'

'एकशे विस रूपये मिळाले, पण तिथेच लुटल्या गेले, कवडी पण हाती नाही लागली.'

धनियाचे सारे आवसानच गळाले. मनात असा उद्वेग उठला की आपलं तोंड झोडज्ञवं. म्हणाली-तुमच्यासारख्या घमेडी माणसाला ईश्वर का ठेवतो आहे, तो भेटला तर त्यांला विचारील, तुमच्या सोबत सारं आयुष्य बर्बाद झालं, ईश्वर मरण पण देत नाही. म्हणजे झंझट मागची जाईल. सारे पैसे सावकाराला देवून टाकले. आता कोणतं उत्पन्न आहे, ज्याचे बैल आणता येतील. नांगराला काय मला जुंपणार की तुम्हाला ? मी म्हणते, तुम्ही म्हतारे झालात, तरी तुम्हाला इतकी अक्कल नाही की बैलजोडी आणण्या इतके पैसे ठेवावेत ! तुमच्या हातातून हिसकावून थोडेच कोणी घेत होते. पुसाच्या

थंडीत अंगावर धड पांघरून नाही. घेऊन जा आणि सगळ्यांना नदीत बुडवा. झुरत जगण्यापेक्षा एक दिवशी मेलेलं चागलं, किती दिवस गवतामध्ये घुसून रात्र काढणार. काढली तरी गवत खाता तर येत नाही ! तुमची ईच्छा असेल की आम्ही गवत खावे तर आमच्याकडून तसे होणार नाही.

असे बोलता -बोलता ती हसायला लागली. इतक्या वेळात एक गोष्ट तिच्या लक्षात आली होती की महाजन ज्यावेळी डोंबल्यावर बसलेला असतो आणि रूपये आपल्या हातात असतील आणि महाजनाला माहीत असेल की याच्याजवळ पैसे आहेत., तर आसामी पैसे वाचवू शकत नाही !

होरी मान खाली घालून आपल्या नशीबावर रडत होता. धनियाचं हसणं त्याला नाही दिसलं, म्हणाला-मजुरी तर मिळेल !मजुरी करून खाऊ.

धनियाने विचारले-कुठे आहे या गावात मजुरी ? आणि कोणत्या तोंडाने मजुरी करणार ? पाटील समजतात सगळे !

होरीने चिलमचे अनेक झुरके मारले. म्हणाला-मजुरी करणं काही वाईट नाही. मजुर झाला तर शतकरी होतो. शेतकरी नाही राहीला तर मजुर होतो, मजुरी करणे नशीबात नसले तरी ही आपत्ती कशाला आली असती ? कशाला गाय मेली असती ? कशाला पोरगं नालायक निघालं असतं ?

धनियाने सुन आणि लेकराकडे पहात म्हटले-तुम्ही सगळेची सगळे घेराव घालून का उभे आहात. आपलं काम पहा. ही ती गोष्ट नव्हती की बाजारावरून आल्यावर काय-काय आणलय. हे पहाण्यासाठी गर्दी. पण इथे तर मिळालेल्या पैशाची कशी वाट लावली हे पहायला गर्दी जमली होती. एक पण मरत नाही म्हणजे त्यांच्या कमाईत फरक पडेन. जे खर्च करतात त्यांनाच मिळतं, जे ,खर्च करू शकत नाहीत, ना कपडे परिधान करतात, त्यांना रूपायाचे काय करायचे आहे, जमिनीत पुरण्यासाठी?

होरीने हसत विचारले-कुठे आहे ते गाडलेलं धन ?

'जिथे ठेवलय, तिथेच असेल. वाईट तर याचे वाटते की हे तुम्हाला माहीत आहे पैशाची मारामार आहे ! चार पैशाचे पदार्थ आणून लेकराच्या हातात ठेवले असते तर काही आभाळ कोसळलं नसतं. झिंगुरिला म्हणाला असता की एक रूपया मला दे. नाहीतर मी पैसे देत नाही. जा जावून कोर्टातून घे, त्याने जरूर दिले असते.'

होरी लज्जित झाला. त्याने जर चिडून ते पंचवीस रूपये नोखेरामला दिले नसते, तर नोखेरामने काय केले असते ? फार तर, मुद्दलावर दोन-चार आणे जास्त व्याज घेतले असते. परंतु आता चुक झाली.

झुनियाने आत जावून सोनाला म्हटले-मला तर दादाची कीव येते. बिचारे दिवस भरात थकून-भागून घरी आलेत तर आई त्यांना टोचून बोलते आहे. महाजनाने गळा धरल्यावर काय करणार बिचारे !

'मग बैलजोडी कशाची येईल.'

'महाजनला पैसे हवे होते, त्याला आपल्या अडचणीचं काय ?

'आई तिथं असती तर महाजनला दाखवलं असतं, भडवीचा रडला असता'

झुनियाने चेष्ट केली-मग आपल्याकडे पैशाला काही कमी नाही. तू महाजनला जरा हसून बोल. बघ सगळे पैसे देवून टाकतोय की नाही. खरं सांगतेय, दादाचं सगळं दुःख, दारिद्रय दूर होऊन

जाईल,

सोनाने दोन्ही हाताने तिचे तोंड दाबत म्हटले-फार झाल, शांत बसा, नाहीतर सांगून ठेवते, आता जावून आईला मातादीन इथे येऊन गेलेला सांगितले तर रडायला लागताल.

झुनियाने विचारले-काम सांगणार आईला ? सांगायला तर काही असावं ? एखादा बहाणा करून तो घरी येतो तर काय म्हणावं त्याला, बाहेर जा मला घेऊन तर जात नाही ना तेच मला देतात. शिवाय गोड-गोड बोलण्याशिवाय ते झुनियाकडून काही घेऊ शकत नाहीत ! आणि आपलं गोड बोलणं महागड्या किंमतीला विकणं पण मला जमतं. मी अशी वेडपट नाही की कोणी माझा फायदा घेईन. हो, तुमच्या भावाने तिकडे एखादी बाई ठेवलीय हे माहीत झाल्यावर नाही राहाणार. मला माझ्यावर कोणाचे बंधन असणार नाही. अजून तर विश्वास आहे की ते माझे आहेत आणि माझ्यामुळेच त्यांना दारोदार फिरावे लागत आहे. हसण्या-बोलण्याची गोष्ट वेगळी आहे. परंतु मी त्यांचा विश्वासघात नाही करणार ? जो दोघीचा झाला. तो एकीचा रहात नाही.

सोभाने येऊन होरीला हाक मारली आणि पटेश्वरीचे रूपये त्याच्या हातात ठेवत बोलला-भैय्या, हे पैसे पटेश्वरीला देवून ये. मला त्या वेळी माहीत नाही काय झालं होतं.

होरी रूपये घेऊन उठलाच होता, तोच शंखध्वनी कानी पडला. गावच्या त्या कोपऱ्याला ध्यानसिंह नावाचे एक ठाकूर रहात होते. फलटणमध्ये नौकर होते आणि दहा वर्षांनंतर सुट्टीवर आले होते. आता लग्न करण्याच्या विचारात होते. म्हणून पुजा-पाठ करून ब्राह्मणांना प्रसन्न करू इच्छित होते.

होरी म्हणाला- असं वाटतय की सात अध्याय पूर्ण झाले, आरती होत आहे.

सोभा म्हणाला-हो, तसेच दिसतेय, चला आरतीला जावू.

होरीने चिंताग्रस्त होत म्हटले-तू जा, मी थोड्या वेळाने येतो. ध्यानसिंह ज्या दिवशी आले होते, गावाताल प्रत्येक घरी त्यांनी मिठाई वाटली होती.होरीची ज्यावेळी भेट होईल, त्यावेळी विचारपूस करायचे. त्यांच्या कथेत जावून त्यांना काही द्यायचं नाही म्हणजे अपमानाचीच गोष्ट आहे.

आरतीचे ताट त्यांच्याच हातात असेल. त्यांच्या समोर होरी रिकाम्या हाताने कसा आरती घेईल! त्यापेक्षा तिकडे न गेलेलेच चागले. इतक्या लोकात त्यांना काय लक्षात राहीन की होरी आला नव्हता, तो जावून खाटावर आडवा झाला.

परंतु त्याचं मन राहून -राहून सांगत होतं, त्याच्याजवळ एक पैसा पण नाही ! तांब्याचा एक पैसा ! आरतीचं पुण्य आणि महात्म्याचं त्याच्या बिलकूल लक्ष नव्हतं. गोष्ट केवळ व्या.व्यवहाराची होती. ठाकूरजीची आरती तो केवळ श्रद्धा म्हणून करू शकत होता. परंतु मर्यादा कशी तोडणार, सगळ्या समक्ष तो कपाळकरंटा कसा होईल !

अचानक तो उठून बसला !का मर्यादाची गुलामी करायची.मर्यादेचा विचार करून आरतीचं पुण्य का सोडावं. लोक हसतील, हसू द्या. त्याला पर्वा नव्हती, ईश्वराने त्याला कुकर्मापासून दूर ठेवावं. त्याला अधिक काही नको होतं.
तो ठाकुरच्या घराच्या दिशेने निघाला.

खन्ना आणि त्याच्या पत्नीचं जमत नव्हतं. का पटत नव्हतं हे सांगणे कठीण होतं. ज्योतिषाच्या म्हणण्याप्रमाणे त्याचे ग्रह जुळत नव्हते, परंतु विवाहाच्या वेळी ग्रह आणि नक्षत्रांना जुळवून आणलं होतं. कामशास्त्रानुसार न पटण्याचं दुसरच काही कारण असू शकतं, आणि मानसशास्त्र दुसरेच कारण सांगू शकतं. आपल्याला केवळ इतकेच माहीत आहे की दोघात जमत नाही. खन्ना धनवान आहे, रसिक आहे, मनमिळावू आहे, रूपवान आहे, चांगले शिकलेले -सवरलेले आहेत आणि शहरातील मोजक्या पुरूषांपैकी आहेत. गोविंदी अप्सरा नसेल. परंतु सुंदर मात्र आहे. गव्हाळ वर्ण, लाजाळू डोळे जे पाहिल्यावर झुकले जातात, गालावर गुलाबीपणा नाही पण चिकणे आहेत. कोमल कांती, सुडौल, गोल भूवया, चेहऱ्यावर एक प्रकारचा कोरडेपणा, ज्यात काही प्रमाणात गर्वाची झलक आहे, जणू जगातील व्यवहार आणि व्यापाराला तुच्छ समजते.

खन्नाकडे भौतिक सुखाच्या साधनांची कमतरता नाही, अव्वल दर्जाचा बंगला आहे. अव्वल दर्जाचे फर्निचर आहे, अव्वल दर्जाची कार आणि प्रचंड संपत्ती, परंतु गोविंदीच नजरेत या गोष्टीला जणू काही किंमत नव्हती. या शहरात ती तहानलेलीच आहे. मुलांचा सांभाळ आणि गृहस्थीचं छोटं-मोठं काम तिच्यासाठी सगळं काही. या सगळ्या कामात ती इतकी व्यस्त असते की भोग-विलासाकडे तिचे लक्षच जात नाही. आकर्षण काय वस्तू आहे आणि कसे उत्पन्न होऊ शकते याचा तिने कधी विचारच केला नाही. ती पुरूषाचे खेळणे नाही किंवा भोग वस्तू पण नाही मग तिने का आकर्षक होण्याचा प्रयत्न करावा ? पुरूषाला तिचं नैसर्गिक सौदर्य पहायला डोळे नाहीत, रूपगर्विताच्या मागे-मागे फिरतात, तर हे त्यांचं दुर्दैव आहे. ती त्याच प्रेम निष्ठेने पतीची सेवा करीत आहे. जणू द्वेष आणि मोह सारख्या भावनेला तिने जिंकले आहे. आणि ही प्रचंड संपत्ती जणू तिचा कोंडमारा करीत या ढोंगापासून मुक्त होण्यासाठी तिचं मन सदैव तत्पर होतं. आपल्या सरळ आणि स्वभावीक जीवनात त्याच वेळी मालती का तिच्या मार्गात अडथळा आणायची ! का वेश्यांचे मुजरे होतात, का ही शंका आणि बनावट अशांती तिच्या जीवनाच्या मार्गात अडथळा बनते ! खूप वर्षापूर्वी ज्यावेळी ती शाळेत शिकत होती, तिला कविता लिहण्याचा आजार जडला होता. जिथे दुःख आणि वेदना हेच जीवनाचे तत्व आहे. संपत्ती आणि विलास तर केवळ यामुळे आहे की त्याची होळी केली जावी, जो मनुष्याला असत्य आणि अशांतीकडे घेऊन जातो. आता ती कधी-कधी कविता करते. परंतु ऐकवणार कोणाला ? तिची कविता केवळ मनाचे तरंग किंवा भावनेच्या भराऱ्या नव्हत्या. तिच्या एक-एका शब्दात तिच्या जीवनाची व्यथा आणि तिच्या अश्रुंचे थंड दाह भरलेली होती. एखाद्या अशा ठिकाणी जावून राहण्याची इच्छा, जिथे ती पाखंड आणि वासनेपासून दूर आपल्या शांत झोपडीत सरळ आनंदाचा उपभोग घेईल. खन्ना तिच्या कविता पाहून तिची टर उडवत आणि कधी-कधी फाडून फेकत.

आणि संपत्तीची ही भिंत दिवसेंदिवस उंच होत जात होती. आणि या जोडप्याला एक दुसऱ्यापासून वेगळं करीत होती. खन्ना आपल्या ग्राहकासोबत जितके नम्र आणि चांगले रहात, घरात तितकेच कडक आणि शिस्तीत. गोविंदीला नेहमी अपशब्दाने दुखावत, शिष्टता त्यांच्यासाठी जगाला फसविण्याचं साधन होतं, मनाचा संस्कार नाही. अशावेळी गोविंदी आपल्या एकांत खोलीत जावून

बसे आणि रात्रभर रडत बसायची. खन्ना तिकडे दिवाणखान्यात मुजरे ऐकत किंवा क्लबमध्ये जावून दारू पित. इतकं सगळं असूनही खन्ना तिच्यासाठी सर्वस्व होतं. ती दलित आणि अपमानीत होऊन पण खन्नाची रखेलीच होती. त्यांच्यासोबत भांडलं तरी त्यांचीच. त्यांच्यापासून वेगळं जीवन जगण्याची ती कल्पना पण करू शकत नव्हती.

आज मिस्टर खन्ना कोणा वाईट माणसाचं तोंड पाहून उठले होते. सकाळीच दैनिक वाचायला घेतले तर त्यांच्या अनेक स्टॉकचा दर घसरला होता, ज्यामुळे त्यांचे कितीतरी हजाराचे नुकसान होणार होते. साखर मिलच्या कामगार दंगा-फसाद करण्याच्या बेतात होते. नफ्याच्या आशेपोटी चांदी विकत घेतली होती पण तिचा दर आज घसरला होता. रायसाहेबासोबत जो सौदा होऊ लागला होता आणि ज्यात त्यांना खास नफ्याची आशा होती. तो काही दिवस लटकण्याची शक्यता होती. त्यात रात्री खूप दारू पिल्याने डोकं जड पडलं होतं. दुसऱ्या मकॅनिकने कारच्या इंजिनमध्ये काही खराबी असल्याचे सांगितले होते आणि लाहोरमध्ये त्यांच्या बॅंकेवर दिवाणी खटला दाखल केल्याची बातमी पण वाचनात आली होती. मनातली मनात चरफडत असतानाच गोविंदीने येऊन सांगितले-भिष्मची ताप आज पण उतरली नाही. एखाद्या डॉक्टरला बोलवा.

भिष्म त्यांचा सर्वात धाकटा मुलगा होता आणि जन्मापासून कमकुवत असल्याने त्याची दररोज एक नवी तक्रार असायची. आज खोकला तर उद्या ताप, कधी अंग दुःखतय तर संडासचा त्रास आहे. दहा महिन्याचा झाला होता, पण दिसत होता पाच-सहा महिन्याचा. खन्नाला वाटत होतं की हे लेकरू वाचत नाही, म्हणून त्याच्याकडे त्याचं लक्ष नसे. परंतु गोविंदी यामुळे इतर मुलांपेक्षा जास्त लक्ष त्याच्याकडे द्यायची.

खन्नाने पितृप्रेम दाखवत म्हटले-लेकराला औषधांची सवय लावणे ठीक नाही, आणि तुला औषध पाजण्याचा रोग आहे. जरा काही झालं की बोलावले डॉक्टरला. काल-परवाच तर दाखवलय. कदाचित आज आपोआपच उतरेल.

गोविंदीने आग्रह केला-तिन दिवसापासून नाही उतरला, घरगुती औषाधानं काही होत नाही.

खन्नाने विचारले-ठीक आहे, बोलावतो, कोणाला बोलावू ?

'डॉक्टर नागला बोलवा'

ठीक आहे, त्यांनाच बोलावतो, पण एक लक्षात ठेव नाव झाल्याने कोणी चांगला डॉक्टर होत नाही, तो तर रोग्यांना स्वर्गात पाठविण्यासाठी प्रसिद्ध आहे.

'तर ज्यांना बोलवाचे आहे त्यांना बोलवा. मी नागचे नाव यामुळे घेतले की ते यापूर्वी अनेकदा आलेत'

'मिस मालतीला बोलावले तर ? फीस पण कमी आहे आणि स्त्री असल्याने तिला बाळाचे दुखणे कळेल. पुरूषाला नाही कळणार नीट'

गोविंदीचा जळफळाट झाला,म्हणाली-मी मिस मालतीला डॉक्टर नाही समजत.'

खन्ना पण डोळे वटारत बोलले-तर ती इंग्लडला काही गवत कापायला गेली नव्हती. हजारो लोकांना जीवनदान देत आहे त्याचं काही नाही ?

'असेल, माझा तिच्यावर विश्वास नाही, तिने पुरूषांच्या ऱ्हदयावर औषध द्यावे, बाकी कोणता इलाज तिच्याकडे नाही '

'भांडण जुंपलं. खन्ना बोलू लागले, गोविंदी ओरडू लागला, त्यांच्यात मालतीचं नाव येणे म्हणजे भाडंणाची सुरूवातच होती.

खन्नाने सारी कागदं जमिनीवर फेकत म्हटले-'तुझ्यासोबत आयुष्य बर्बाद झालं.'

गोविंदीने त्याच भावात म्हटले-'तर मालतीसोबत विवाह करा ना ! अजून कुठं वेळ गेलीय, जमलं तर पहा.'

'तू मला काय समजतेस ?'

'हेच की मालती तुमच्या सारख्यांना गुलाम करून सोडते, पत्नी होत नाही ती कोणाची'

'तुझ्या नजरेत मला इतकीच किंमत आहे ?'

आणि त्यांनी त्याचा पुरावा द्यायला सुरूवात केली, मालती जितका त्यांचा आदर करते, तितका कदाचित दुसऱ्याचा करीत असेल. रायसाहेब आणि राजा साहेबांनी साधं बोलत पण नाही. परंतु माझ्यासोबत एक दिवस जरी बोलली नाही तरी तक्रार करते.

गोविंदीने असले पुरावे चुलीत घातले-'यामुळे की ती तुम्हाला सर्वात मोठा बावळट समजते. दुसऱ्यांना इतक्या सहजा-सहजी मूर्ख नाही बनावता येत तिला.'

खन्नाने बढाई मारली-त्याने ठरवले तर ते आज मालतीसोबत विवाह करू शकतत आज, आत्ता...

परंतु गोविंदीचा यावर विश्वास नव्हता-तुम्ही सात जन्मापर्यंत नाक घासले तरी ती विवाह करणार नाही. तुम्ही तिचे टट्टू आहात. तुम्हाला घास चारील, कधी-कधी तुम्हाला गोड गोड बोलेल, तुमच्या भावनांना खतपाणी घालीन, यामुळे की घोड्यावर स्वार होत यावं म्हणून तुमच्यासारखे एक हजार बुद्धू तिच्या खिशात आहेत.

गोविंदी आज चढ्या आवाजात होती, जणू ती त्यांच्यासोबत भांडण्याच्या इराद्यानेच आली होती. डॉक्टरला बोलावणे हा तर केवळ एक बहाणा होता. खन्ना आपली योग्यता, दक्षता आणि पुरूषात्वावर इतका आक्षेप कसा सहन करू शकत होते.

'तुझ्या विचारानं मी मुर्ख आणि बुद्धू आहे, तर ही हजारो माणसं माझ्या दारावर कशाला नाक घासतात ? कोण राजा किंवा तालुकेदार आहे, जो मला दंडवत करत नाही ? शेकडो लोकांना उल्लू बनवलं आहे.

'हे तर मालतीचे विशेष आहे की जी इतरांना सरळ वस्तऱ्याने करते त्याला ती उलट वस्तऱ्याने करते'

तुला मालतीला काय वाईट ठरवायचे आहे ते ठरवं. तू तिच्या पायाची धूळ पण नाहीस.

माझ्या नजरेत ती वेश्यापेक्षाही वाया गेलेली आहे, कारण का तर ती पडद्याच्या आडून शिकार करतेय.

'दोघांनी आपले-आपले अग्निबाण सोडले. खन्ना गोविंदीला कितीही वाईट बोलले असले तरी त्याचं त्यांना तितकं वाईट वाटलं नसतं. परंतु मालतीसोबत तिची ही घृणित तुलना तिच्या असह्यतेच्या पलिकडची होती. गोविंदीने पण खन्नाला काहीही म्हटले असते तरी त्यातका राग आला

नसता आला. परंतु मालतीचा केलेला आपमान ते सहन करू शकत नव्हते. दोघांनाही एकमेकांच्या कमजोर जागा माहीत होत्या. दोघांचे बाण ठिकाणावर लागले आणि दोंघेही तडफडू लागले. खन्नाचे डोळे तर गोविंदीचे गाल लाल झाले. खन्ना जोशात आले, त्याने दोन दिल्या ठेवून, गोविंदी आत रडत गेली.

थोड्यावेळाने डॉक्टर नाग आले आणि सिव्हिल सर्जन मि. टॉड आले आणि भिषगाचार्य निलकंठ शास्त्री आले, पण गोविंदी मुलासाठी आपल्या खोलीत बसून राहिली. कोण काय बोललं, कोणी काय इलाज केला, तिला काही कळलं नाही. ज्या संकटाची ती कल्पना करीत होती ती आता तिच्या डोक्यावर होती. खन्नाने आज जणू तिच्यासोबतचे नाते तोडले. जणू तिला घरात बंदिस्त करून टाकले होते. जी सौंदर्याचा बाजार भरवते, तिची सावली पण अंगावर पडू नाही असे वाटते. तिने अप्रत्यक्षपणे आपल्यावर शासन करावे ? असे नाही होणार. खन्ना तिचे पती आहेत. त्यांचा मार पण सहन करू शकते, पण मालतीचं अप्रत्यक्ष राज्य ?अशक्य ! परंतु बाळाचा ताप जोपर्यंत शांत होणार नव्हता, ती शांत बसणार नव्हती. स्वाभिमानालाच कर्तव्यासमोर

बाळाचा बाप उतरला. गोविंदीने एक तांगा मागितला आणि ती निघाली. जिथे तिचा इतका अनादर होतो तिथे आता ती राहू शकत नाही. आघात इतका मोठा होता की बाळाचा मोह पण राहीला नाही. आईचा जो धर्म होता तो तिने पूर्ण केला. उर्वरित जो काही धर्म आहे तो आहे खन्नाचा. हो, कडेवरील बाळाला सोडून ती राहू शकत नव्हती. तो तिचा जीव होता आणि त्याला घेऊन तिने घर सोडले होते. या घरात तिचं काहीच नव्हतं, त्यांचा हा दावा आहे ते तिला खायला-प्यायला देतात, पण त्याचां अश्रय नसला तरी ती जिवंत राहू शकते. हे ती दाखवून देईन. तिन्ही मूलं अशावेळी खेळायला गेली होती. गोविंदीला वाटलं एकदा त्याऩं भेटावं, परंतु ती कुठे पळून तर नव्हती चालली, वाट्टेल त्यावेळी येऊन मुलांना भेटेल. त्यांच्यासोबत खेळेल, केवळ खन्नाच्या आश्रय तिला नको होता.

सांजवेळी झाली होती. पार्कमध्ये उत्साह होता. लोक हिरव्या गवतावर लोळून हवेचा आनंद घेत होते. गोविंदी हजरतगंजवरून चिडियाघराकडे वळलीच होती तोच जीपमधून मालती आणि खन्ना समोरून येताना दिसले. तिला माहीत झालं, खन्ना तिच्याकडे ईशारा करून काहीतरी बोलले पण ती हसली नाही. कदाचति हा तिचा भ्रम असावा. खन्ना मालतीकडे तिची निंदा करणार नाहीत, पण किती बेशर्म आहेत. ऐकण्यात आलय, हिचा चांगला व्यावसाय चालतो, घरची श्रीमंत आहे, तरीपण स्वतःला असं विकत फिरते माहीत नाही का विवाह करीत नाही, परंतु असली सोबत लग्न तरी कोण करीन. नाही, असे नसेल. पुरूषामध्ये असे अनेक आहेत ज्यांना वाटते की मालती सारखी पत्नी आपल्याला मिळावी, परंतु मालतीला पण कोणी पसंत आले पाहिजे ? आणि विवाहामध्ये तरी कोणतं सुख आहे. विवाह करीत नाही तेच ठिक आहे ? आता सगळे तिचे गुलाम आहेत. लग्नानंतर एक रखेल म्हणून राहिल, चांगलेच करीत आहे ती. आत्ता तर हे महाशय पण तिचे तळवे चाटत आहेत. यांच्याबरोबर विवाह केला तर यांनाच ठेवीन मुठीत, परंतु दोन-चार स्त्रीया राहील्या तर चांगलेच आहे.

आज गोविंदीच्या मनात मालतीबद्दल मोठीच सहानुभूती उत्पन्न झाली. ती मालतीवर आरोप करून मोठाच अन्याय करीत आहे. काय माझी दशा पाहून तिचे डोळे उघडत नसतील ? विवाहात जीवनची दुर्दशा उघड्या डोळ्याने पाहून जर ती या जाळ्यात अडकत नसेल तर काय वाईट करतेय !

चिडियाघराकडे सर्वत्र सन्नाटा होत. गोविंदीने तांगा थांबवला आणि मुलांसाठी हिरव्या गवताकडे

गेली, परंतु दोन पाऊले टाकले नसतील तोच चप्पल पाण्यात बुडाली. थोड्या वेळापूर्वीच गवतावर पाणि शिंपडले हेाते आणि गवताखालून पाणि वहात होते . त्या घाईत तिने मागे न वळता एक पाय आणखी टाकला तर तो सरळ चिखलात रूतला. तिने पायाकडे पाहिले, आता इथे पाय धुण्यासाठी पाणि कोठे मिळेल ? तिची सारी मनोव्यथा लुप्त झाली. पाय धुवून स्वच्छ करण्याची चिंता लागली. विचारप्रक्रिया बंद पडली. पाय जोपर्यंत धुतल्या जाणार नाहीत ती कसलाही विचार करू शकत नव्हती.

अचानक एक लांब पाईप गवतामध्ये लपलेला दिसला. ज्यातून पाणि वहात होतं, तिने जाऊन पाय धुतले. चप्पल धुतली, हात पाय धुतले, थोडेसे पाणि ओंजळीत घेऊन पिली आणि पाईपच्या पलिकडच्या टोकाला कोरड्या जागेत जाऊन बसली. उदासीमध्ये मृत्युची आठवण तात्काळ येते. ती जर बसल्या जागीच मेली तर काय होईल ? तांगेवाला तात्काळ खन्नाला सांगेन, खन्ना बातमी ऐकताच खूश होतील, परंतु जगाला दाखविण्यासाठी खोटं खोटं रडतील. मुलांसाठी खेळणी आणि खेळ आईपेक्षा प्रिय आहे. हे आहे तिचं जीवन, जिच्यासाठी चार अश्रू गाळणारे पण नाहीत. मग तिला तो दिवस आठवला, ज्यावेळी तिची सासू जिवंत होती आणि खन्ना असे उडडाणटप्पू नव्हते. त्यावेळी सासुचे प्रत्येक गोष्टीला बिघडणे वाईट वाटत होते. आज तिला सासूच्या त्या रागावण्यात प्रेमाचा रस मिसळलेला दिसला. त्यावेळी ती सासुवर रूसायची आणि सासू तिची समजूत काढायची. आज ती महिनाभर रूसून बसली तरी कोणाला पर्वा आहे ?

अचानक तिचं मन उडून आईजवळ गेलं. हाय ! आज आई असती तर, काय तिची अशी दुर्दशा झाली असती ! तिच्याजवळ अधिक काही नव्हतं. परंतु प्रेमाची मांडी तर होती. प्रेमाचा पदर तर होता, ज्यात तोंड लपवून ती रडली असती. परंतु नाही, ती आता रडणार नाही, जे काही करणं शक्य होतं ती ते करून गेली. माझ्या कर्माची सोबतीन तर ती होणार नाही. आणि तिने तरी का रडावं ?आता ती कोणाची गुलाम नाही, ती स्वतःच्या पोटापूरतं कमवू शकते. ती उद्यापासून गांधी आश्रमातून वस्तू विकत घेऊन विकायला सुरूवात करीन. लाज काय त्यात ? हेच होईन, लोक बोट दाखवत म्हणतील- ती जात आहे खन्नाची बायको. परंतु या शहरात मी राहूच कशाला ? दुसऱ्या शहरात का जावू नये मी. जिथे मला कोणी ओळखत नाही, दहा-वीस रूपये कमावणे इतके कठीण थोडेच आहे. आपल्या घामाचे तर खाईन. मग तर माझ्यावर कोणी रूबाब नाही करणार. हे महाशय यामुळेच इतका रूबाब करतात. बायकोचं पालन-पोषण करतात. आता मी स्वतःचं पालन-पोषण करीन.

अचानक तिने मेहताला आपल्याकडे येताना पाहिले. ती गोंधळत पडली ! यावेळी तिला पूर्ण एकांत हवा होता. कोणाला बोलण्याची इच्छा नव्हती. पण इथेही हे महाशय आलेच. त्यावर हे लेकरू पण रडायला लागलय.

मेहताने जवळ येत चकित होऊन विचारले-आपण यावेळी इकडे कशा?

गोविंदी बाळाला शांत करीत बोलली-'जसे तुम्ही आलात'

मेहता हसत बोलले-'माझी गोष्ट नका काढू. धोबी का कुत्ता, न घर ना घाट का. घ्या, मी बाळाला शांत करतो.'

'आपल्याला जमतं हे ?'

'अभ्यास करावा म्हणतो, ही परीक्षा द्यायची आहे ना '

'बरं ! परिक्षेचे दिवस जवळ आलेत ?'

'ते तर माझ्या तयारीवर आहे. तयारी होईल त्यावेळी बसेल. छोट्या छोट्या पदव्यासाठी आपण डोळे फोडतो, ही तर जीवनाची परीक्षा आहे '

'चांगली गोष्ट आहे, मी पण पाहिन, आपण कोणत्या ग्रेडमध्ये पास आहोत '

'असे म्हणत तिने बाळाला त्याच्या कडेवर दिले. त्यांनी बाळाला अनेकदा खाली-वर केल्यावर ते शांत झालं. बालकाप्रमाणे बढाया मारत बोलले-पहिलेत, कसा मंत्राच्या जोरावर शांत झालं.. आता मी पण कोठूनतरी बाळ आणतो.

गोविंदीने विनोद केला-'बाळालाच आणणार की त्याच्या आईला ?'

मेहताने विनोदपूर्ण निराशेने मान हालवत म्हटले-'अशी स्त्री तर कुठे मिळत नाही.'

'का, मिस मालती नाही ? सौंदर्यवती, शिकलेली, गुणवान, मनोहर, आणखी काय हवय आपल्याला ?'

मिस मालतीमध्ये ती गोष्ट नाही, जी मला माझ्या पत्नीमध्ये पाहिजे.

गोविंदी त्यांची मजा घेण्यासाठी बोलली-तिच्यात काय वाईट आहे, सांगा तरी. भवरे तर सदा भोवताली फिरत असतात. मी ऐकलय की आजकाल पुरूषांना अशाच स्त्रीयां आवडतात.

मेहताने बाळाच्या मुठीतील मिशा सोडूवन घेत म्हटले-माझी स्त्री काही वेगळ्या ढंगाची असेल ती अशी असेल जिची पुजा करू शकेल.

गोविंदी आपलं हसू रोखू शकली नाही-'तर आपल्याला स्त्री नाही, एखादी प्रतिमा हवी आहे. अशी स्त्री कदाचितच मिळेल.'

'नाही, अशी एक देवी आहे या शहरात '

'खरं, मला तिचं दर्शन घेता येईल का, आणि तिच्याप्रमाणे बनण्याचा प्रयत्न करील.'

'तुम्ही तिला चांगलं ओळखता. एका लखोपतीची पत्नी आहे. परंतु विलासाला तुच्छ समजते, जी उपेक्षा आणि अनादर सहन करूनही आपल्या कर्तव्यापासून थोड्याही विचलित होत नाहीत. जी मातृत्वाच्या वेदीवर स्वतःला कुर्बान करते. जिच्यासाठी त्यागच सर्वात मोठा अधिकार आहे. आणि त्या योग्यतेची आहे जिची प्रतिमा बनवून पूजा केली जावी.'

गोविंदीच्या ऱ्हदयात आनंदाचे कंपन उठले. समजून न समजण्याचा अभिनय करीत बोलली. अशा स्त्रीची तुम्ही तारीफ करता परंतु माझ्या नजरेत तर ती दयेस पात्र आहे. ती आदर्श नारी आहे आणि जी आदर्श नारी होऊ शकते, तिच आदर्श पत्नी सुद्धा होऊ शकते.

मेहताने चकित होऊन म्हटले-'आपण तिचा अपमान करीत आहात.'

'परंतु तो आदर्श या युगासाठी नाही '

'तो आदर्श सनातन आणि अमर आहे, तनुष्य त्याला विकृत करून आपला सर्वनाश करीत आहे.'

गोविंदीच्या ऱ्हदयात आनंदाच्या लहरी उठत होत्या. असं कधी झालं नव्हतं. जितक्या पुरूषासोबत तिचा परिचय होता, मेहताचे स्थान सर्वात प्रथम होते. त्यांच्या तोंडून हे प्रोत्साहन ऐकून तिला स्वर्ग ठेंगणा भासू लागला होता.

त्याच नशेत बोलली-तर चला, माझी आणि तिची भेट घडवून आणा.

मेहताने बाळाच्या गालावर चेहरा झाकत म्हटले-ती तर इथेच बसली आहे'

'कुठे, मला तर दिसत नाही '

'त्याच देवीसोबत बोलतोय मी'

गोविंदी मोठमोठ्याने हसू लागली-'तुम्ही मला मूर्ख बनवण्याचं ठरवले आहे काय ?'

मेहता सश्रद्ध होत म्हणाले-देवीजी, आपण माझ्यावर अन्याय करीत आहात आणि तुमच्यावर सुद्धा. या जगात फार थोडी माणसे आहेत, ज्यांच्याबद्दल माझ्या मनात श्रद्धा आहे. त्यापैकीच तुम्ही एक आहात. आपलं धैर्य, त्याग, शील, आणि प्रेम अनुपम आहे, मी माझ्या आपल्यासारख्या देवीच्या चरणाची सेवा आहे. ज्या स्त्रीत्वाला आदर्श मानतो, आपण तिचं सजीव रूप आहात.

गोविंदीच्या डोळयातून आनंदाचे अश्रू ओघळले, या श्रद्धा -कवचाला धारण करून ती कोणत्या संकटात सामना करणार नाही ? तिच्या अंगाअंगातून जणू मृदु-संगीताची ध्वनी निघाली, तिने आपल्या स्त्रीत्वाचा सन्मान मनात लपवत म्हटले-आपण तत्त्वज्ञानी कशाला झालात मेहताजी ? तुम्ही तर कवी व्हायला हवं होतं?

मेहता सहज हसत म्हटले-काय तुम्हाला असं वाटतं, तत्त्वज्ञानी झाल्याशिवाय कोणाला कवी होता येतं ? तत्वज्ञान हा त्यामधला मजला आहे.

'तर तुम्ही सद्या कवित्वाच्या मार्गावर आहात परंतु तुम्हाला हे देखील माहीत आहे की कवीला या जगात कधी सुख नाही मिळत ?

'हे जग ज्याला दुःख समजतं, कवी त्याला सुख समजतो. धन आणि ऐश्वर्य, रूप आणि सामर्थ्य, विद्या आणि बुद्धी या गोष्टी जागाला कितीही आकर्षित करीत असल्या, तरी कवीला त्या आकर्षित करू शकत नाही. त्याच्या आकर्षणाची एखादी वस्तू तर विरलेली अचशा आणि लुप्त झालेल्या आठवणी आणि तुटलेल्या ऱ्हदयाचे अश्रू आहेत. ज्या दिवशी या गोष्टीबद्दल त्याला प्रेम राहणार नाही. तो कवी राहाणार नाही तत्त्वज्ञान जीवनाच्या या रहस्याबद्दल केवळ विनोद करतं. कवी त्यात सामावून जातो. मी आपल्या दोन-चार कविता वाचल्यात आणि त्यात जितका रोमांच, जितके कंपन, जितकी मधूर व्यथा, जितका रडवेला उन्माद आहे; ते केवळ मलाच माहीत आहे. निसर्गाने माझ्यासोबत किती अन्याय केला आहे की तुमच्यासारखी दुसरी स्त्री निर्माण केली नाही.

गोविंदीने हळहळ व्यक्त करीत म्हटले-नाही मेहताजी, हा आपला भ्रम आहे. अशी स्त्री तुम्हाला सगळीकडे मिळू शकते आणि मी तर त्यांच्यापेक्षा वाया गेलेली आहे. जी स्त्री आपल्या पतीला प्रसन्न ठेवू शकली नाही, स्वतःला पतीसारखं बनवू शकली नाही, ती काय स्त्री आहे ? मला तर कधी-कधी वाटतं की मालतीकडून ही कला शिकून घेऊ. जिथे मी असफल आहे तिथे ती सफल आहे. मी माझ्याच माणसाला माझं करू शकले नाही. ती तर इतरांनाही तिचं करू शकते. काय ही तिच्यासाठी श्रेय घेण्यासारखी गोष्ट नाही ?

मेहताने तोंड वेंगाडून म्हटले-दारू लोकांना वेडं करीत असेल, म्हणून काय तिला पाण्यापेक्षा चांगलं समजलं जावं. जे तहान भागवते, शांत करते ?'

गोविंदीने विनोदाचा आधार घेत म्हटले-मी तर हेच पहात आहे की पाणि वणवण भटकतं आणि दारूसाठी घरदार विकले जातात. आणि दारू जितकी तीव्र आणि नशीली असते, तितकी चांगली माझ्या. ऐकण्यात आहे, आपण सुद्धा दारूचे उपासक आहात ?

गोविंदी निराशेच्या अशा अवस्थेला पोहोचली होती जिथे व्यात्तिला सत्य आणि धर्मावर

शंका यायला लागते, परंतु मेहताचे इकडे लक्ष नव्हते, त्याचं लक्ष तर वाक्याच्या शेवटच्या भागावरच केंद्रित होतं. आपल्या दारू पिण्यावर त्यांना आज किती लाज आणि क्षोभ वाटलं. इतका मोठमोठे उपदेश ऐकून पण वाटला नव्हता. तर्काचे त्याच्याकडे सडेतोड उत्तर होते, परंतु या गोड सल्ल्याचा त्यांच्याकडे काही इलाज नव्हता. त्यांना पश्चाताप झाला की कशाला त्यांनी दारूचे उदाहरण दिले. त्यांनी स्वतः मालतीला दारूची उपमा दिली होती. लज्जित होत म्हणाले- देवीजी, मी स्वीकार करतो की मला ही सवय आहे. मी स्वतःसाठी तिची गरज सांगून तिच्या विचारोत्तेजक गुणांचा पुरावा देवून गुन्ह्याला कमी लेखणार नाही, जे गुन्ह्यापेक्षा भयंकर आहे, आज मी आपल्या समोर प्रतिज्ञा करतो की दारूचा एक थोंबही कधी पिणार नाही.

गोविंदी आवाक् होत म्हणाली-हे आपण काय केलत मेहताजी ! मी ईश्वराची शपथ घेऊन सांगतो, मला तसे म्हणायचे नव्हते, मला याचे वाईट वाटते.

'नाही, तुम्ही खूश झाले पाहिजे की आपण एका व्यक्तिचा उद्धार केलात'

'मी आपला उद्धार केला? मी स्वतः उद्धारासाठी चाललेय '

'माझ्याकडे ? नशीब माझं '

गोविंदीने करूण स्वरात म्हटले- हो, तुमच्याशिवाय मला तरी दुसरं कोणी दिसत नाही. ज्याला मी माझी कथा ऐकवू. पहा, ही गोष्ट कोणाला सांगू नका. वास्तवात तुम्हाला हे सांगण्याची गरज नाही. मला आता माझे जगणे असाह्य झाले आहे. माझ्याकडून जितके झाले तितके केले, परंतु आता नाही सहन होत. मालती माझा सर्वनाश करू पहातेय. कोणत्याही शस्त्राच्या आधारावर मी तिच्यावर विजय नाही मिळवू शकत, आपला तिच्यावर प्रभाव आहे. ती तुमचा जितका आदर करते, कदाचित दुसऱ्या पुरूषाचा तितका करीत नसेल. तुम्ही जर काहीतरी करून मला तिच्या तावडीतून सोडवले तर मी जन्मभर तुमची ऋणी राहील. ती माझ्या नवऱ्याला बर्बाद करीत आहे. तुम्ही जर मला वाचवू शकत असलात तर वाचवा. मी घरातून असा निर्धार करून बाहेर पडलेय की पुन्हा त्या घरात पाय ठेवणार नाही. मोहाची बंधने तोडून फेकण्याची मी हिंमत दाखवली, परंतु स्त्रीचे मन फार दुर्बल असते, मेहताजी ! मोह तिचा प्राण आहे, जिवंतपणी मोहातून बाहेर पडणे तिच्यासाठी अशक्य आहे. मी आजपर्यंत आपलं दुःख मनात ठेवलं, परंतु आज मी पदर पसरवून भीक मागते की, मालतीपासून मला वाचवा. तिच्यामुळे माझा सर्वनाश होऊ लागलाय.

तिचा स्वर अश्रुत बुडाला, ती ओक्साबोक्सी रडू लागली.

मेहता स्वतःच्या नजरेत इतके महान ठरले नव्हते, त्यावेळी पण नाही ज्यावेळी त्यांच्या पुस्तकाला फ्रांसच्या अकादमीने शतकातली सर्वोत्तम कृती संबोधून त्यांना सुभेच्छा दिल्या होत्या. ज्या प्रतिमेची ते मनापासून पूजा करीत होते, जिला आपल्या मनामध्ये आपली इष्टदेवी समजत होते, ती आज त्यांना भीक मागत होती. त्यांना आज त्यांच्यातील आशा सुप्त शक्तीचा अनुभव आला की ते मोठा पर्वत देखील फोडू शकतील. समुद्र ओलांडून जाऊ शकतात. त्यांना नशा आल्यासारखे झाले. जणू बालक घोड्यावर बसतो पण त्याला हवेत उडल्यासारखं वाटतं. कामं किती असाध्य आहे. त्याची सुध राहीली नाही. आपल्या सिद्धांताची किती हत्या करावी लागेल. काही कल्पना नाही उरली. आश्वासनपूर्ण शब्दात बोलले-मला माहीत नव्हतं, तिच्यामुळे आपण इतक्या दुःखी आहात. हा माझ्या बुद्धीचा दोष आहे, डोळ्यांचा दोष आहे, कल्पनाचा दोष आहे, आणखी काय सांगू, नाहीतर तुम्हाला

इतका त्रास सहन करावा लागला नसता. गोविंदीला शंका आला. म्हणाली-परंतु वाघीनीपासून तिची शिकार हिसकावून घेणे सोपे नाही, हे लक्षात ठेवा.

मेहताने खंबीरपणे म्हटले-स्त्री ऱ्हदय धरती समान आहे. ज्यातून गोडवा आणि कडवटपणाही मिळू शकतो. त्यात आपण कसलं बी पेरतो त्याच्यावर अवलंबून आहे.

'तम्हाला पश्चाताप होत असेल, कशाला हिची भेट घेतली.'

'मी जर म्हणालो की मला आजच जीवनाचा खरा आनंद मिळला तर कदाचति तुमचा विश्वास बसणार नाही '

'मी आपल्यावर फार मोठी कामगिरी सोपवलीय '

मेहताने श्रद्धा-मधूर स्वरात म्हटले-आपण मला लज्जित करीत आहात मेहताजी ! मी सांगितलय, मी आपला सेवक आहे. तुमच्यासाठी माझे प्राण जरी गेले तरी मी माझे सौभाग्य समजेल. याला कविचं भावविवश होणं समजू नका. हे माझ्या जीवनाचे सत्य आहे. माझ्या जीवनाचा काय आदर्श आहे, तुम्हाला हे सांगण्याचा मोह मला आवरता येत नाही, मी स्त्रीभक्त आहे आणि मनुष्याला त्याच्या नैसर्गिक दृष्टीने पाहू इच्छितो, जो प्रसन्न होऊन हसतो, दुःखी होऊन रडतो, आणि रागात येऊन मारून टाकतो. जो दुःख आणि सुख दोघांचे दमन करतो. जो रडण्याची कमजोरी आणि हसण्याला कमी समजतो, त्यांच्यासोबत माझे जमत नाही. जीवन माझ्यासाठी आनंदमय क्रिडा आहे, सरळ आहे, स्वच्छंद, जिथे कप्टीपणा, ईर्षा आणि जळावूपणासाठी काही जाग नाही. मी भूतकाळाची चिंता नाही करत. भविष्याची पर्वा नाही करत. माझ्यासाठी वर्तमान सगळं काही आहे. भविष्याची चिंता आपल्या भूतकाळाच्या ओझ्याने कंबर मोडते. आपल्यात जीवनाची शक्ती इतकी कमी आहे की भूत आणि भविष्यात पसरल्याने ती अधिकच क्षीण झाली आहे. आपण नको ते ओझं अंगावर घेऊन, रूढी आणि श्रद्धा आणि इतिहासाच्या मलब्याखाली दबून गेलो आहोत. उठायचं नाव घेत नाही. ते सामर्थ्य नाही राहीले ! जी शक्ती , जी स्फुर्ती मानव-धर्माला पूर्ण करण्यासाठी लावायला हवी होती, सहकार्यात बंधुभावात, ती जुन्या भांडणाचा बदला घेणे आणि वाडवडिलांचे कर्ज फेडण्यात खर्ची पडते आणि हे जे मोक्ष आणि ईश्वराचे चक्कर आहे ना, याचे तर मला हसू येतं. तो मोक्ष आणि उपासना अहंकाराची पराकाष्ठा आहे, जो आपल्या मानवतेला नष्ट करून टाकते. जिथे जीवन आहे, क्रिडा आहे, चिवचिवाट आहे, प्रेम आहे, तिथेच ईश्वर आहे, आणि जीवनाला सुखी करणे हिच उपासना आहे, मोक्ष आहे. ज्ञानी म्हणतो, ओठावर हसू नाही आलं, डोळ्यात पाणि नाही आलं, तर तुम्ही मनुष्य नाहीत, दगड आहात, ज्ञान जे माणसाला पिंजून काढतं, ते ज्ञान नाही, घाणा आहे, परंतु माफ करो,मी तर पूर्ण भाषणच देवून टाकले. आता उशीर झालाय, चला मी तुम्हाला सांगतो, बाळ पण माझ्या मांडीवर झोपी गेलय.

गोविंदी म्हणाली-मी तर तांगा आणलाय.

'तांग्याला इथूनच पाठवून देऊ '

'मेहताने तांग्याचे पैसे दिले. गोविंदी म्हणाली-परंतु आपण मला कुठे घेऊन जाणार आहात?'

मेहताने दचकून विचारले-'का, तुमच्या घरी पोहोचवतो ना ?'

'ते माझं घर नाही मेहताजी !'

'मग काय मिस्टर खन्नाचे घर आहे?'

'ही पण! काय विचारायची गोष्ट आहे? आता ते माझं घर नाही उरलं. जिथे अपमान आणि धिक्कार मिळतो, त्याला मी माझं घर नाही समजत, ना समजू शकते.'

मेहताने दुःखी स्वरात, ज्यांचा एक एक शब्द मनापासून निघत होता. म्हणाली-नाही देवीजी, ते घर अपले आहे, आणि सदैव राहीन, त्या घराची आपण रचना केलीय, त्यांच्या लेकरांना जन्म दिलाय. प्राण जसा देहाचे संचालन करतो आणि तोच निघून गेला तर देहात उरतच काय ? आईचे काम जीवनदान देणे आहे, जिच्या हातात इतकी अमूल्य शक्ती आहे, तिला त्याची काय परवा की कोण रूसतय आणि कोण रागावतय. प्राण सोडून जसा देह राहू शकत नाही, त्या प्रमाणे प्राणाचे पण सर्वांत उपयुक्त स्थान आहे देह. मी तुम्हाला धर्म आणि त्यागाचा काय उपदेश देवू ? आपण तर त्याची जिवंत प्रतिमा आहात. मी तर हेच म्हणेल की....

गोविंदी अधीर होत म्हणाली-परंतु मी केवळ आईच नाहीतर स्त्री पण आहे ?

मेहता क्षणभर मौन राहिल्यानंतर म्हणाले-होय, होय, परंतु मी समजतो की नारी केवळ आई आहे, आणि ते सोडून ती जे काही आहे ते सगळं मातृत्वाचाच प्रकार आहे. मातृत्व जगातील सर्वात मोठी साधना,सर्वात मोठी तपस्या, सर्वांत मोठा त्याग आणि सर्वांत महान विजय आहे, एका शब्दात मी त्याला संगीत म्हणेल-जीवनाचं, व्यक्तित्वाचं आणि स्त्रीत्वाचं, तुम्ही मिस्टर खन्नाच्या बाबतीत इतकेच समजून घ्या की ते शुद्धीवर नाहीत. ते जे काही आहेत किंवा करीत आहेत ते उन्मादाच्या आवस्थेत करीत आहेत, परंतु हा उन्माद कमी व्हायला जास्त उशीर नाही लागायचा. आणि ती वेळ फार लवकर येईल. ज्यावेळी तुम्हाला ते त्यांची इष्टदेवी समजतील.

गोविंदी यावर काही बोलली नाही. हळूहळू निघून गेली. मेहताने पूढे होऊन कारचा दरवाजा उघडला. गोविंदी आत बसली. कार निघाली परंतु दोघेही मौन होते.

गोविंदी ज्यावेळी आपल्या घरासमोर उतरली, तर दिव्याच्या प्रकाशात मेहताने पाहिले, तिच्या डोळ्यात पाणि होते.

मूलं घरातून बाहेर आले आणि आई-आई म्हणत तिला बिलगले. गोविंदीच्या चेहऱ्यावर मातृत्वाची उज्ज्वल गौरवमयी चमक दिसू लागली.

ती मेहताला म्हणाली-या त्रासाबद्दल आपल्याला खूप धन्यावाद ! आणि मान खाली घातली, अश्रुचा एक थेंब तिच्या गालापर्यंत ओघळला.

मेहतांच्या डोळ्यात पण पाणि आले-या ऐश्वर्य आणि विलासाच्या मध्येही हे स्त्री ऱ्हदय किती दुःखी आहे.

१९

मिर्जा खुर्शेद यांचा आखाडा पण होता. ऑफिस पण होतं. दिवसभर गर्दी असायची. वस्तीत आखाड्यासाठी कुठे जागा मिळत नव्हती. मिर्जाने एका ठिकणी आखाड्यासाठी जागा केली आहे. तिथे रोज शंभर - पन्नास कुस्त्या होतात. मिर्जाजी पण त्याच्यासोबत जोर काढतात. वस्तीतल्या पंचायती पण इथे भरतात. नवरा-बायको, सासू-सून आणि भावा-भावाचे भांडणे इथे सोडविली जातात. वस्तीतल्या सामाजिक जीवनाचे हेच केंद्र आहे आणि सामाजिक आंदोलनाचे देखील. दररोज सभा होतात, इथेच स्वयंसेवक

थांबतात, इथेच त्यांचे प्रोग्राम होतात, येथूनच शहराचे राजकारण चालते.

गोबरला इथे राहून आता वर्ष झालय. आता तो गावंढळ युवक नाही राहीला. त्याने खूप जग बघितलय आणि या जगाचा वेगवेगळा अनुभव घेतलाय. मुळात तो खेडूतच आहे, पैशाला दातात धरतो, स्वार्थ कधी सोडत नाही, अणि परिश्रमापासून दूर पळत नाही. कधी हिंमत नाही हरत, परंतु अर्धपोटी राहून थोडेस पैसे वाचविलेत. नंतर त्याने वडापावाची गाडी लावायला सुरूवात केली. इकडे थोडा पैसा मिळू लागल्यावर काम सोडून दिले. उन्हाळयाच्या दिवसात शर्बताची दुकान लावे. देणे-घेणे ठीक होतं म्हणून त्याच चांगलं जमलं. थंडीच्या दिवसात शर्बताची दुकान केली बंद आणि चहाची टपरी केली सुरू. आता त्याची रोजची कमाई अडीच-तीन रूपयापेक्षा कमी नाही. त्यांने इग्रज स्टाईल कटींग केलीय. चांगले धोतर आणि शर्ट परिधान केलय, एक लाल लोकरीची चादर घेतलीय, आणि पान-सिगारेटचा शौकीन झालाय. राजकारण्याच्या सभेत वावरल्याने त्याला थोडे राजकारण पण समजू लागले आहे. राष्ट्र आणि वर्गाचा पण अर्थ समजू लागलाय. सामाजिक रुढींची प्रतिष्ठा आणि लोक-निंदा याची भिती त्याला आता तितकी राहीली नव्हती. दररोजच्या पंचायतीने त्याला निःसंकोच बनवले होते. ज्या गोष्टीमुळे तो इथं घरापासून दूर, तोंड लपवून आहे, त्या प्रकारची प्रकरणे इथे रोज येतात, त्यापेक्षाही निंदास्पद, पण कोणी पळून नाही जात, मग त्यानेच का इतके घाबरावे आणि तोंड लपवावे.

इतक्या दिवसात त्याने पैसा पण घरी नाही पाठवला. तो आई-वडिलांना रूपये-पैशाच्या बाबतीत फार हुशार नाही समजत. ते तर रूपये मिळताच हवेत उडायला लागतील. दादाला तात्काळ बैलजोडी घेण्याची आणि आईला दागिणे करण्याचे वेड लागेल. अशा निरर्थक गोष्टसाठी तो पैसे देणार नाही. आता तो छोटा सावकार आहे. शेजारचे टपरीवाले, गाडीवाले, आणि धोब्यांना व्याजाने पैसे देतोय. या दहा आकरा महिन्यातच त्याने आपली मेहनत, नफा आणि पुरूषार्थाने आपले स्थान मजबूत केले आहे, आणि आता झुनियाला पण इकडे घेऊन येण्याच्या विचारात आहे.

तिसऱ्या प्रहरीची वेळ आहे, तो रस्त्यावरील नळावर अंघोळ करून आलाय, आणि संध्याकाळसाठी बटाटे उकळू लागलाय, तोच मिर्जा खुर्शेद येऊन दारात उभा राहीले. गोबर आता त्यांचा नौकर नाही आहे, परंतु इज्जत पूर्वीसारखीच करतोय आणि म्हणून त्यांच्यासाठी जीव द्यायला पण तयार असतो. दारात येऊन विचारले-काय आदेश आहे सरकार ?

मिर्जाने उभ्यानेच सांगितले-तुझ्याजवळ काही रूपये आहेत, ती दे. आज तीन दिवसापासून दारू पिलो नाही, फार अस्वस्थ होतय. गोबरने यापूर्वीही दोन वेळा मिर्जाला रूपये दिले होते, परंतु अद्याप मागू शकला नाही, मागण्याची भीती वाटत होती आणि मिर्जाजीला घेतलेले पैसे परत करण्याची सवय नव्हती. त्यांच्या हातात रूपये राहातच नव्हते. एकिकडून आले-दुसरीकडे गेले. हा तर म्हणू शकला नाही की मी रूपये देत नाही किंवा माझ्याकडे पैसे नाहीत. दारू बद्दल वाईट बोलू लागला-आपण दारू का सोडत नाही, सरकार ? काय ती पिल्याने काही फायदा होता ?

मिर्जाजीने घराच्या आत खाटेवर बसत म्हटले-तुला काय वाटतं, मला सोडावी वाटत नाही, आणि शौकाने पितोय. मी पिल्याशिवाय जिवंत राहू शकत नाही, तू पैशाची काळजी करू नको. मी एक-एक कवडी परत करीन.

गोरब अवचिलित राहीला-मी खरं सांगतोय मालक ! या वेळी माझ्याकडे पैसे असते तर मी

दिले नसते ?

'दोन रूपये पण नाही देवू शकत ?'

'यावेळी तरी नाहीत '

'माझी अंगठी गहाण ठेवं '

गोबरच्या मनात लालूच जागृत झाली. परंतु आता पैसे कसे द्यायचे.

म्हणाला-हे आपण काय बोलताय मालक, रूपये असते तर तुम्हाला दिले असते. अंगठीचं काय ?

मिर्जा आपल्या स्वरात विनंती भरवत आग्रहाने बोलले-मी पुन्हा तुला कधी नाही मागणार गोबर. मला उभं राहणं कठीण झालय, या दारूपायी मी लाखो रूपायाला बर्बाद झालोय आणि भिकारी झालोय. आता मी जिद्दीला पेटलोय की भीक जरी मागावी लागली तरी दारू सोडणार नाही.

यावेळी सुद्धा गोबरने नकार दिल्यावर मिर्जा साहेब निराश होऊन निघून गेले. शहरात त्यांना भेटणारे हजारो होते. त्यांच्या कृपेने कित्येकांचे भले झाले होते. कित्यकांना अडचणीच्या काळात मदत केली होती, पण अलिकडे ते त्यांना भेटू इच्छित नव्हते. त्यांना अशा हजारो युत्त्या माहीत होत्या, ज्याच्या जोरावर ते वेळोवेळी हजारो रूपये जमा करू शकत होते. परंतु त्यांच्या नजरेत पैशाची काही किंमत नव्हती. त्यांच्या हातात पैसे जणू उडून जात होते, कोणत्यान् कोणत्या कारणासाठी पैसे खर्च केल्याबिगर त्यांना चैन पडत नव्हतं. गोबर बटाटे सोलू लागला. वर्षाच्या आतच इतका चतूर झाला होता आणि पैसे जोडण्यात इतका माहीर की आश्चर्य होत होतं,

ज्या घरात तो रहात होता, मिर्जा साहेबांनी दिली होती. गोबर जवळ-जवळ एक वर्षापासून त्यात रहातो आहे. परंतु मिर्जा साहेबांनी किराया मागितला ना याने दिला. त्यांच्या हे लक्षात देखील नव्हते की कदाचित या घराचे काही भाडे पण मिळू शकते.

थोड्यावेळाने एक टपरीवाला रूपये मागायला आला. अलादीन नाव होते त्याचं, डोकं चकचकीत, थोडीसी दाढी आणि काना, त्याची मुलगी सासरला निघाली होती, पाच रूपयाची त्याला खूप गरज होती. गोरबने एक आणा व्याजाने रूपये दिले.

अलादीनने धन्यवाद देत म्हटले-'भैय्या आता बायको-पोराला बोलावून घे. किती दिवस हातानी करून खाणार.'

गोबरने शहरातील खर्चाचे रडगाणे गायले-'थोड्या खर्चात घर कसे चालेल ?'

अलादीन बीडी ओढत म्हणाला-खर्चाचं काय भैय्या. अल्लाहा आहे ना ! विचार कर, किती आराम मिळेल. मी सांगतो, जितका खर्च तू एकट्याचा करतोस त्यात घर चालेल. स्त्रीच्या हातात मोठी बरकत असते. खुदा कसम, ज्यावेळी मी एकटा होता, कितीही कमावले तरी हाती काही उरत नव्हतं, बीडी तंबाखूला पण पैसे रहात नव्हते. वरून थकून-भागून या आणि घोड्याला चारा घाला. त्याला फिरवून आणा, नंतर नानबाईच्या दुकानावर जा, नाकाला फेस येत होता. जेव्हापासून घरवाली आली त्याच कमाईत आता घर चाललय, आणि आराम पण मिळतोय. शेवटी माणूस आरामासाठीच तर कमावतोय, जीव जाईपर्यंत काम करूनही आराम मिळणार नसेल तर जिंदगी वायाच गेली. मी तर म्हणतो की, तुझी कमाई वाढेल ! जितक्या वेळात बटाटे शिजवले, सोलले तितक्याच वेळात दोन-चार चहा विकले असतेस. आता चहा बाराही महिने विकल्या जाते. रात्री घरी आल्यावर घरवाली पाय

दाबीन, सारी थकावट दूर होईल.

ही गोष्ट गोबरला पटली. उतावीळ झाला. आता तो झुनियाला घेऊनच येईल. बटाटे चुलीवरच उकळत राहिले आणि त्याने घरी जायची तयारी सुरू केली. परंतु लक्षात आले की होळी आली आहे. म्हणून होळीचे सामान पण घेऊन जावं. कंजूष लोकांत सणासुदीला मोकळ्या मनाने खर्च करण्याची जी एक प्रवृत्ती असते ती त्याच्यात जागी झाली. शेवटी याच दिवसासाठी कवडी कवडी जमा करीत होता तो. आईला, बहिणीला आणि झुनियाला सगळ्यासाठी एक-एक जोडी घेऊन जाईन. होरीसाठी एक धोतर, आणि एक चादर. सोनासाठी तेलाची एक बाटली आणि एक जोडा चप्पल. रूपासाठी जपानी बांगड्या आणि झुनियासाठी एक पेटी. ज्यात तेल, सिंदूर आणि आरसा असेल. मुलासाठी एक टोप आणि फ्रॉक जो बाजारात तयार मिळतो. त्याने रूपये घेतले आणि बाजाराला निघाला. दुपारपर्यंत सर्व वस्तू घेतल्या. गाठोडं देखील बांधलं, वस्तीला माहीत झालं, गोबर घरी चाललाय म्हणून. अनेक स्त्री-पुरूष त्याला निरोप द्यायला आल्या. गोबर आपल्या घराकडे लक्ष द्या म्हणाला. तुमच्या भरोशावर घर आहे, ईश्वराची इच्छा असेल तर होळीच्या दुसऱ्याच दिवशी येईल.

एका तरूणीने हसून म्हटलं-'बायकोला आणल्याशिवाय येऊ नका. नाहीतर घरात जावू देणार नाही.'

दुसऱ्या बाईने दुजोरा दिला-'हो, नाहीतर काय, खूप दिवसापासून हाताने करतोय, वेळेवर भाकर मिळेल.'

गोबरने सगळ्यांना. राम-राम केला, हिंदू पण होते, मुसलमान पण होते, सगळ्यांत बंधूभव होता, सगळेजण एकमेकांच्या सुखदुःखात सहभागी होते. रोजा पाळणारे रोजा करीत होते, एकादशी ठेवणारे एकादशी ठेवत, कधी-कधी चेष्ट-मस्करी पण करीत. गोबर आलादीनच्या नमाजला उठ-बस म्हणे, अलादीन पिंपळाच्या झाडाखालील स्थापीत शोकडो छोट्या -छोट्या शिवलिंगाचे घर काढायचा. परंतु त्याला आनंदाने वाटं लावीत आहेत.

इतक्यात तांगेवाला आला, आताच दिवसभराचे काम करून आला होता. बातमी समजली, गोबर घरी चालला आहे, तसाच तो गोबरकडे निघाला, घोडा तयार नव्हता, त्याला अनेक चाबुक मारले. गोबरने घोड्यावर सामान ठेवले, घोडा निघाला, निरोप देण्याच्या गल्लीपर्यंत आले, मग गोरबने सगळ्यांना रामराम केला आणि घोड्यावर बसला.

रस्त्याने घोडा भरधाव निघाला होता. गोबर घरी जाण्याच्या धुंदीत तांगेवाला त्याला घरी पोहचण्याच्या खुशीत होता. घोडा होता चपळ, हवेतच चालला होता. बोलण्याच्या ओघात स्टेशन आले. गोबरने खुश होऊन एक रूपया काढला आणि घोडे स्वराला देवू लागला. म्हणाला तुझ्या लेकाराबाळांसाठी मिठाई घेऊन जा.

घोडेस्वाराने कृतज्ञतायुक्त नजरेने त्यांच्याकडे पाहिले-'तू मला परका समजतोस भैय्या ! एका दिवशी घोड्यावर बसला म्हणून तुझ्याकडून ईनाम घेईन! तुझ्यासाठी घामच काय पण रक्त सांडविण्याची देखील तयारी आहे, इतकं छोटं मन नाही माझं आणि समजा घेतले तरी बायको मला जिवंत ठेवणार नाही.'

गोबर काही बोलला नाही, लज्जित होऊन आपलं गबाळ उतरलं आणि तिकिट काढायला गेला.

१८३ : गोदान

फाल्गुन नवचैतन्याची झूल पाघरून आला होता. अंब्याच्या झाडांनी सर्वत्र आपला सुगंध दरवळीत केला होता आणि कोकीळा अंब्याच्या फांद्याआड दडून आपलं संगीत ऐकवीत होती.

गावात ऊसाची लागवड होत होती, अजून सूर्य उगवला नसला तरी होरी शेतात पोहोचला आहे. धनिया, सोना, रूपा, तळयातून ऊसाचे भिजलेल्या मोळया घेऊन शेतात जात आहेत. होरी कोयत्यानी ऊसाचे तुकडे करीत आहे, आता तो दातादीनकडे मजुरी करू लागला आहे. शेतकरी नाही मजुर आहे.

दातादीनने येऊन धमकावले-'जरा अंगात जीव असल्यासारखं काम कर होरी ! अशा तऱ्हेने केलेस तर दिवस जाईल.'

होरी खोटा अभिमान दाखवत बोलला-'तेच करतोय ना मालक, बसलो थोडाच आहे.'

दातादीन मजुराकडून खूप काम करून घ्यायचा. म्हणून त्याच्याकडे कोणी कामगार टिकत नव्हता. होरीला त्यांचा स्वभाव माहीत होता पण करणार काय !

पंडित त्याच्यासमोर उभा राहून बोलले-काम करण्यात फरक आहे, केलं तर एका तासात काम होते, नाहीतर तेच काम दिवसभरात होत नाही.

होरीने विष गिळले आहे. वेगाने ऊसाचे तुकडे करायला सुरूवात केली. महिन्यापासून त्याला पोटभर भोजन मिळाले नव्हते. एका वक्ताला घुगऱ्या खाऊनच दिवस ढकलत होता. दुसऱ्या वक्ताला जेवण मिळाले तर त्याला वाटायचं काम संपवून टाकावं एकदाचं, परंतु हा हात काही उचलल्या जात नव्हता. वरून दातादीन उरावरच बसून होते. थोडावेळ विश्रांती घेतली तर बरं वाटू शकत होतं. पण विश्रांती कशी घेणार ? शिव्या मिळण्याची धास्ती होती.

धनिया आणि तिन्ही मुली ऊसाच्या मोळया घेऊन ओल्या साड्यासहित भिजून चिखलातून आल्या. मोळया टाकून धापा टाकत बसल्या. तोच दातादीन खेकसले-नुसतीच काय तमाशा पहातेस धनिया ? जा आपलं काम कर. पैसे झाडाला लागत नाहीत. एका तासात फक्त एक खेप आणलीस. असं काम केलस तर दिवसातून ऊस आणणं होणार नाही.

धनियाने कपाळावर आठ्या आणत म्हटले-जरा आराम पण करू देणार नाहीत का मालक. आम्ही पण माणसेच आहोत. तुमची मजुरी करू लागल्यापासून बैल नाहीत झालो. जरा डोक्यावर एखादी मोळी आणून पहा मग कळेल.

दातादीन बिघडले-'त्याचेच पैसे देतोय मी. आराम करण्यासाठी नाही. आराम करायचा आहे तर घरी जावून करा.'

धनिया काही बोलणार तोच होरीने फटकारलं-'तू जात का नाहीस धनिया ? कशाला तोंडी लागतेस ?'

धनियाने पानाचा विडा तोंडात घालत म्हटले-'चालले तर आहे, परंतु चालत्या बैलाला खोडी नाही कली पाहिजे.'

दातादीने लाल डोळे केले-असं वाटतय अजून अक्कल ठिकाणावर नाही आली. म्हणून

खायला मोताज आहात.

धनिया कशाला गप्प राहीन-'तुमच्या दारावर भीक मागायला नाही येत.'

दातादीन चिडक्या स्वरात बोलले-'हिच खुमखुमी असेल तर भीक मागण्याचीच वेळ येईल.'

धनियाजवळ उत्तर तयार होतं. परंतु सोना तिला हाताला धरून तळ्याकडे घेऊन गेली. नाहीतर विषय वाढला असता, परंतु आवाज येणार नाही इतक्या अंतरावर जावून बोलली-भीक मागशील तू. तुझी भिकाऱ्याची जात आहे. आम्ही तर मजूरच आहोत, जिथे काम करू तिथे पैसे काढू.

सोनाने तिचा तिरस्कार केला-'आई, जावू देना, तुला तर वेळ-काळ पण दिसत नाही. उठ-सुठ भांडायला निघतेस.'

होरी वेड्यासारखा डोक्यावर उंच कोयता नेऊन ऊसाचे तुकडे करीत होता. तो जणू वेडापीसा झाला होता. त्याच्यात अलौकीक शक्ती आली होती. त्याच्यात अनेक पिढ्यांचे संचित पाणि होतं, ते यावेळी वाफ होऊन त्याला यंत्रासारखी राक्षसी शक्ती प्रदान करीत होती. त्याच्या डोळ्यासमोर अंधार दाटून आला. डोक्यात गरगरू लागलं होतं, तरीपण त्याचे हात यंत्रागत न थांबता, चालत होते. त्याच्या देहातून घामाच्या धारा निघत होत्या. तोंडातून लाळ गळत होती, डोक्यात सन्न होत होतं, परंतु त्याला जणू भूत लागल्यागत त्याचं काम चालू होतं.

अचानक त्याच्या डोळ्यासमोर अंधार पसरला. त्याला वाटलं आपण जमिनीत गाडल्या जावू लागलोत. त्याने स्वतःला सावरण्याच्या प्रयत्नात हवेत हात पसरले आणि बेशुद्ध पडला. कोयता हातातून निसटला आणि तसाच जमिनीवर कोसळला.

त्याचवेळी धनिया ऊसाची मोळी घेऊन आली होती. पाहिलं तर होरी भोवती लोकांची गर्दी. एक हालवाईवाला दातादीनला म्हणत होता-मालक तुम्हाला या विषयावर नाही बोललं पाहिजे. तुम्हाला टोचेल ते.

धनियाने ऊसाची मोळी आदळून ती धावतच होरीजवळ गेली आणि त्याचं डोकं आपल्या मांडीवर ठेवत रडायला लागली. तुम्ही मला सोडून कोठे निघालात, अरे सोना, जरा पाणि घेऊन ये. आणि जाऊन सोभाला सांग, दादाची तबियत ठीक नाही म्हणून. अरे देवा ! आता मी काय करू. आता मला कोण वाली आहे. कोण मला धनिया म्हणून हाक मारील...

लाला पटेश्वरी धावत आले आणि प्रेमाने पण कठोरपणे बोलले-काय म्हणतेय धनिया, स्वतःला सावर. होरीला काही नाही झालं. गर्मीमुळे बेशुद्ध पडलाय. आता शुद्धीवर येईल. इतकं हलकं काळीज केलेस तर कसे चालेल ?

धनियाने पटेश्वरीचे पाय धरले आणि बोलली-काय करू लाला, मन ऐकत नाही. ईश्वराने सगळं काही हिसकावलं, मी धीर सोडला नाही, आता नाही धीर धरवत. अरे देवा माझा हिरा !

सोना पाणि घेऊन आली. पटेश्वरीने होरीच्या तोंडावर पाणि मारले. अनेकजण त्यांच्याकडील टावेलांनी हवा मारत होते. होरीचा देह थंड पडला होता. पटेश्वरीला पण चिंता वाटू लागली. परंतु धनियाला ते धीर देत होते.

धनिया अधीर होत बोलली-'असे कधी झाले नव्हते लाला, कधी नाही.'

पटेश्वरीने विचारले-'रात्री काही खाल्ले होते ?'

धनिया बोलली-भाकरी केल्या होत्या. परंतु आजकाल आमच्यावर जी वेळ आहे ती काय आपल्यापासून लपली आहे ? महिन्यापासून पोठभर अन्न नशीबी नाही. किती सागत होते, जिवाला जपून काम करा. परंतु आराम तर आमच्या नशीबातच नाही.

अचानक होरीने डोळे उघडले आणि अंधुक डेळयाने सगळीकडे नजर टाकली.

धनियाच्या जिवात जीव आला. व्याकूळ त्याच्या गळयात पडून बोलली-आता कसं वाटतय तुम्हाला ? माझा तर जीवच निघून गेला होता.

होरीने कातर स्वरात म्हटले-बरं वाटतय, माहीत नाही फारच कसंतरी वाटत होतं.

धनिया प्रेमभरीत शब्दात बोलली-'अंगात जीव तर नाही, जरव जाईपर्यंत कशाला काम करता- लेकराचं पुण्य होतं, नाहीतर तुम्ही तर आम्हाला सोडून गेला होता.'

होरीने अतूर होत विचारले-'खरोखरच तू रडू लागली होती धनिया ?'

धनियाने पटेश्वरीला मागे ढकलत म्हटले-'यांना बोलू द्या, विचारा, हे का कागद सोडून घरातून धावत आले होते ?'

पटेश्वरीने चिडवलं-'तुला हिरा-हिरा म्हणून रडत होती. आता लाज वाटते म्हणूननाही म्हणतेय, छाती बडवत होती.'

होरीने धनियाकडे सजल नेत्राने पाहिले-'वेडी आहे दुसरं काय. माहीत नाही आता कसलं सुख पहाण्यासाठी मला जिवंत ठेवू लागलीय.'

दोन लोकांनी होरीला उचलून आणले आणि खाटेवर आडवे केले. दातादीन तर कुढत होते की ऊस लावायला उशीर होऊ लागला आहे म्हणून. परंतु मातादीन इतका निर्दयी नव्हता. पळत जाऊन घरून गरम दूध आणले आणि दुसऱ्या बाटलीत गुलाबजल पण आणलं, दूध पिल्यावर होरीमध्ये जीव आला.

त्याचवेळी गोबर एका मजुराच्या डोक्यावर आपलं सामान देवून घराकडे येताना दिसला.

बाजूची कुत्री पहिल्यांदा तर भुंकतच त्याच्याकडे धावली. पण नंतर लागली गोंडा घोळायला. रूपाने जाहीर केंल, भैय्या आला आणि टाळ्या वाजवत पळाली. सोना पण दोन-तीन पाऊले पुढे गेली. परंतु आपला उत्साह तिने जाहीर नाही केला. एका वर्षात ती तरूणी होऊन थोडीसी लाजाळू बनली होती.

गोबरने आई-बाबाचे आर्शीवाद घेतले आणि रूपाला कडेवर उचलून तिचा लाड केला. धनियाने त्याला आर्शीवाद दिला आणि त्याचे डोके आपल्या छातीशी घट्ट आवळले जणू तिला पुरस्कारच मिळाला होता. तिचं ऱ्हदय गर्वानं फुललं होतं. आज तर ती राणि होती ! अशा कंगाल अवस्थेत पण राणि. कोणी तिचे डोळे पहावेत, तिचा चेहरा पहावा, तिचं ऱ्हदय पहावं, तिची चाल पहावी, राणी पण लाजली असती. गोबर किती मोठा झालाय. आणि कपडे घातल्यावर तर कसा सज्जन दिसतोय. धनियाच्या मनात कधी वाईट विचार आले नव्हते. तिचं मन सांगत होतं, गोबर कुशल आहे आणि प्रसन्न आहे. आज तिच्या डोळयात पाहिल्यवर जसे दिसत होते की जणू धुळीत हरवलेला सत्न सापडला आहे. परंतु होरीने तोंड फिरवले.

गोबरने विचारले-'दादाला काय झालय, आई ?'

धनिया घरची परिस्थिती सांगून त्याला दुःखी करू इच्छित नव्हती. म्हणाली-काही नाही

बेटा, थोडी डोकेःदुखी आहे, चल, कपडे बदल, हात-पाय धुवून घे. कुठे होतास इतके दिवस ? असं कोणी घरातून पळून जातं का ? कधी एक चिठ्ठी पण पाठविली नाहीस. आज वर्षानंतर आठवण झालीय. तुझी वाट पाहून डोळे फुटायची वेळ आलीय. याच दिवसाची वाट पाहून होते की कधी हा दिवस उगवतोय. कोणी सांगे मिरजला आहे. कोणी म्हणे डमरा टापुत आहे, ऐकून बरं वाटायचं, कुठे घालवलेस इतके दिवस ?

गोबर लाजत बोलला-'कुठे दूर गेलो नव्हतो आई, इथं लखनौला तर होतो.'

'आणि इतक्या जवळ राहून एक चिठ्ठी पण लिहिली नाहीस'

दुसरीकडे सोना आणि रूपा आतमध्ये गोबरने आणलेले सामान उघडून वाटण्या करू लागल्या होत्या. परंतु झुनिया दूर उभी होती. आज तिच्या चेहऱ्यावर मान-सन्मानाची रूसवी झलक दिसत होती. गोबरने तिच्या सोबत जो व्यवहार केला, आज त्याचा ती बदला घेणार होती. आसामीला आलेलं पाहून महाजन त्याच्याकडून ते रूपये वसूल करण्याच्या बेतात होते जे त्याने बुडीत खात्यात टाकले होते. झुनियाचं बाळ त्या आस्तव्यस्त वस्तूकडे झेप घेत होतं. सगळं सामान एका मुठीत घेऊन तोंडात टाकावं, परंतु झुनिया त्याला कडेवरून उतरून देत नव्हती.

सोना म्हणाली-'भैय्यानी तुमच्यासाठी आरसा, कंगवा आणलाय वहिनी !'

झुनिया अपेक्षित भावनेनं बोलली 'मला आरसा-कंगवा नाही पाहिजे. तुमच्याजवळ ठेवा. रूपाने बाळासाठीची टोपी काढली, अरे व्वा ! ही तर बाळाची टोपी आहे आणि ती बाळाच्या डोक्यावर ठेवली.'

झुनियाने टोपी काढून बाजुला ठेवली आणि अचानक गोबरला आत येत असलेलं पाहून अपल्या खोलीत निघून गेली. गोबरने पाहिले सारे सामान अस्तव्यस्त पडलं आहे. त्याला वाटत होतं, पहिलं झुनियाला भेटून तिची माफी मागावी, परंतु रूपा आत जाण्याचं धाडस नाही केलं. तिथेच बसला आणि आणलेल्या वस्तू एका-एकाला देवू लागला, परंतु यामुळे नाराज होऊन बसली की तिच्यासाठी चप्पल का नव्हती आणली. आणि सोना तिला चिडवू लागली. तुला कशाला पाहिजे चप्पल. आपल्या बाहुली सोबत खेळ, आम्ही तर तुझी बाहूली पाहून रडत नाहीत. तू माझी चप्पल पाहून का रडतेस ? मिठाई वाटण्याची जबाबदारी धनियाने स्वतःकडे घेतली. इतक्या दिवसानंतर मुलगा सुखरूप घरी आला होता. ती प्रसाद वाटप करत फिरेन. एक गुलाम-जामून रूपासाठी उंटाच्या तोंडात जिरा ठेवल्यासारखा होता. तिची इच्छा होती, तिच्यासमोर ठेवली हांडी जावी. ती त्याच्यावर तुटून पडेन.

आता संदूक उघडली आणि त्यातून साड्या बाहेर काढल्या. सगळ्या काठाच्या होत्या. जशा की पटेश्वरी लालाच्या घरी परिधान केल्या जात. परंतु वजनाला हलक्या, अशा भारी साड्या कोणत्या दिवशी नेसाव्यात ! मोठी माणसं भारी साड्या कधी का नेसेनात, इथेतर शेतातच जावं लागतं. अरे व्वा ! होरीला धोतर सोडून पंचा पण आणलाय.

धनिया खूश होऊन बोलली-'हे तू फार छान केलेस बेटा ! यांचा पंचा अगदीच चिंधी झाला होता.'

गोबरला इतक्या वेळात घरची परिस्थिती समजली होती. धनियाच्या साडीला अनेक ठिगळं लागली होती. सोनाची साडी पदराला फाटली होती आणि त्यातून तिचे केसं बाहेर येत होते, रुपाच्या कमरेच्या गुंडाळलेल्या साडीच्या चिंध्या झाल्या होत्या. सगळ्यांचे चेहरे उदास, रूक्ष, कोणाच्या चेहऱ्यावर

तेज नाही. पहावं तिकडं भणंगपणा जाणवत होता.

मुली तर साड्या पहाण्यात मग्न होत्या. धनियाला चुलीवर काय शिजवावं याची चिंता होती. घरात थोडेसे जवाचे पीठ संध्याकाळसाठी जपून ठेवले होते. ही वेळ तर घुगऱ्या खाऊन काढल्या जात होती. पण गोबर आता पूर्वीचा गोबर थोडाच आहे. तो जवाच्या भाकरी थोड्याच खाईन. तिकडे माहीत नाही काय-काय खात असेल. जावून दुलारीच्या दुकानावरून गव्हाचे पीठ, तांदूळ, तेल उधार आणावं, ती गेल्या अनेक दिवसापासून मागच्या उधारीमुळे उधार देत नव्हती. पण तिने आज एकदा पण विचारले नाही, पैसे कधी मिळतील.

तिने विचारले-'गोबरने चांगली कमाई केली असेल, नाही ?'

धनिया म्हणाली-अजून काही बोलला नाही दीदी !आल्या-आल्याच विचारने मी योग्य समजले नाही, हो पण सगळयासाठी पदराच्या साड्या आणल्यात. तुमच्या आर्शीवादाने सुखरूप आलाय. माझ्यासाठी हेच मोठे आहे.

दुलारीने आर्शीवाद दिला-'ईश्वर कृपेनं, जिथे राहील सुखात राहील, आई-वडिलांना काय पाहिजं! मुलगा समजदार आहे, दुसऱ्यरा मुलासारखा उडव्या नाही, आमची अजून मुद्दल नाही मिळाली, किमान व्याज तरी द्या. दिवसेंदिवस वाढत तर आहे.'

इकडे सोना बाळाला त्याचे कपडे टोपी घालून त्याला राजा करू लागली होती. बालक या गोष्टी अंगात परिधान करण्यापेक्षा हातात घेऊन खेळणे जास्त पसंत करीत होतं. आतमध्ये झुनिया-गोबर एकमेकांना समजावून सांगत होते.

झुनियाने तिरस्कायुक्त डोळे करून पाहिले-'मला आणून इथं ठेवलं. तुम्ही गेलात परगावाला निघून. मागे वळून पाहिले नाहीत मेली आहे की जिवंत. वर्षानंतर आता तुम्हाला जाग आलीय. किती मोठे कपटी आहात तुम्ही, मला वाटलं तुम्ही माझ्या मागे-मागे येत आहात, पण तुम्ही उडालात. आलात तेही वर्षानंतर परत. पुरूषाचा विश्वासच काय, तिकडे कोणी ठेवलीच असेन, विचार केला असेल, एक घरच्यासाठी आहे, दुसरी बाहेरसाठी असू द्यावी.'

गोबरने सफाई दिली. झुनिया, मी ईश्वराला साक्षी ठेवून सांगतो जर कोणाकडे डोळा वर करून पाहिले असेल. लाज आणि भीतीपोटी घरातून पळालो हे खरं आहे. पण तुझी मूर्ती एका क्षणासाठी सुद्धा डोळ्यासमोरून गेली नाही. आता तर मी ठरवून आलोय की तुला घेऊनच जावं सोबत माझ्या. म्हणून तर आलोय, तुझ्या घरचे फारच संतापलेले असतील ?

'दादा तर माझा जिवावरच उठलेत'

'खरं !'

तिघेजण आले होते तावातावात. आईने असे झापले की पहातच राहीले तोंडाकडे

'हो, पण आपले दोन्ही बैल घेऊन गेलेत'

'इतकी मोठी जबरदस्ती ! आणि दादा काही बोलले नाहीत?'

'दादा एकटे कोणाकोणासोबत लढतील. गावावाले घेऊन जावू नव्हते. परंतु दादानेच फार सभ्यतेचा आव आणला. मग गावकरी तरी काय करतील ?

तर आजकाल शेतीवाडी कशी काय होत आहे ?'

'शेती-वाडी सगळी संपली, पंडीतच्या इथे मजुरी करीत आहोत, त्याचा ऊस लावायचा

बाकी आहे. गोबरच्या कमरेला यावेळी दोनशे रूपये होते. पैशाची गर्मी काय साधी नसते. ही परिस्थिती ऐकून तर त्याच्या अंगात आग पडली.

म्हणाला-'तर पहिलं मी त्यांना जावून बघतो की त्यांची ही मजाल घरासमोरची बैलं घेऊन जातात! हा तर डाका आहे, जाहीर डाका. तीन-तीन वर्षासाठी जेलमध्ये जावा लागेल तिघांना. असे देणार नाहीत तर कोर्टाकडून घेईन. सारी मस्ती उतरवली जाईल.

तो जोशामध्ये निघाला होता तोच झुनियाने त्याला धरलं आणि म्हणाली-'तर जा, पण इतकी घाई काय आहे ? काही आराम तर करा. काही खाऊन-पिऊन घ्या. दिवस पडलाय. इथं पंचायत बसली होती, पंचायतने ऐंशी रूपायचा दंड ठोठावला. तीन मन धान्य घेतलं, त्यामुळे तर आणखीनच तारांबळ झाली.

सोना बाळाला कपडे बूट घालून आली. कपडे घालून तो तर खरोखर राजा बनला होता. गोबरने त्याला कडेवर घेतलं. पण यावळी त्याला बालकाचं काही वाटलं नाही, त्याचं रक्त सळसळत होतं आणि कमरेचे रूपये त्याला काही गप्प बसून देत नव्हते. पंचाना अधिकारच काय आहे, दंड ठोठावण्याचा ?त्याने एक बाई ठेवली, म्हणून पंचाना काय त्याचं ? कोण आहेत ते मध्ये पडणारे ? या प्रकरणात त्याने फौजदारी दावा केला तर सगळेजण जातील जेलमध्ये. सारं घर बर्बाद झालय. काय समजलय काय या लोकांनी !'

बाळ त्याच्या कडेवर थोडसं हसलं. नंतर मोठ्याने ओरडू लागलं जणू काही एखादी भीतीदायक गोष्ट पाहिली आहे.

झुनियाने त्याला आपल्याकडे घेतले आणि म्हणाली-'आता जावून हात-पाय धुवून घ्या. कसल्या विचारात पडलात. सगळ्यासोबत भांडत बसलात तर एक दिवस जगणे कठीण होईल. ज्याच्याजवळ पैसे आहेत तोच मोठा माणूस. पैसे नसतील तर सगळे रूबाब करतात. घर सोडून जाणं माझा मूर्खपणा होता. नाहीतर पाहिलं असते कोण कसा दंड करतोय.'

'शहराची हवा खाऊन आलात म्हणूनच तुम्हाला हे सुचतय, मग घरातून पळून गेलाच कशाला होता.'

'असे वाटतेय कीर काठी घ्यावी आणि पटेश्वरी, दातादीन, झिंगुरिसिंह सगळ्यांना बदडून काढावं आणि त्यांच्याकडून पैसे काढावे.'

'रूपायाची लय गुर्मी आलीय आत्ता. चला, काढा आत्तापर्यंत किती कमावलेत ?

तिने गोबरच्या कमरेला हात लावला. गोबर बोलला-कशाचे कमवलेत, तू सोबत आलीस तर होईल कमाई, वर्ष तर शहरात काम-धाम शोधण्यातचं गेलं.'

आई जाऊ देईल त्यावेळी ना ?'

'आई का नाही जाऊ देणार, तिला काय करायचय ?'

'व्वा ! त्यांच्या इच्छेच्या विरोधात मी नाही जाणार. तुम्ही तर सोडून गेलात, माझं कोण होतं इथं? त्यांनी घरात घेतलं नसतं तर कुठे गेले असते ? जीवात असेपर्यंत त्यांच्या ऐकण्यात राहीन आणि तुम्ही काय आयुष्यभर गाव-गाव फिरत राहाणार आहात ?'

'नाहीतर इथं बसून काय करू. कमवा आणि मरा, याशिवाय इथे आहेच काय ? थोडीसी अक्कल असेल आणि काम करण्याची तयारी असेल तर माणूस उपाशी मरणार नाही. इथे तर अक्कल

काही कामच करीत नाही. दादा का माझ्यावर नाराज होऊन बसलेत ?'

'तुमच्या घर सोडून जाण्याचं त्यांना काहीच वाटणार नाही? तुम्ही उपद्रव इतका मोठा केला होता, मेहरबानी फक्त रूसलेत, मारलं नाही'

'तर तुला पण खूप शिव्या देत असतील?'

'कधी नाही, चुकून पण नाही, आई तरी कधी-कधी बोलल्या पण दादा कधी नाही. ज्यावेळी हाक मारायचे, मोठ्या आवडीने !माझे साधे डोके जरी दुखू लागले तरी त्रस्त होत, स्वतःच्या बापाचा आवतार पाहिल्यावर यांनाच देव समजतेय. आईला सांगत असतात, सुनबाईला काही बोलू नकोस. तुमच्यावर शेकडो वेळा बिघडले असतील, म्हणत पोरीला एकटं सोडून माहीत नाही कुठं तोंड काळ केलय. आजकाल पैशाची तंगी आहे. ऊसाचे पैसे सावकारांनी हिसकावले, आता तर मजुरी करावी लागतेय, आज बिचारे काम करता-करता बेशुद्ध पडले. तेव्हापासून खाटेवरच पडून आहेत.

हात-पाय धुवून आणि केसांना चांगले विचरून गोबर गावात चक्कर मारायला गेला. दोन्ही चुलत्याच्या घरी जावून रामराम केला. नंतर काही मित्रांना भेटला. गावात काही विशेष परिवर्तन झालं नव्हतं. एक झालं होतं, पटेश्वरीचं ऑफिस आणि झिंगुरिसिंहने दारात विहीर खोदली होती. गोबरच्या मनातला विद्रोह अधिकच तीव्र झाला. जो भेटला त्याने त्याचा आदर केला आणि तरूणांनी तर त्याला आपला हिरो समजलं आणि त्याच्यासोबत लखनौला जायला तयार झाले. एका वर्षातच गोबर किती बदलला होता.

अचानक झिंगुरिसिह आपल्या विहीरीवर अंघोळ करताना आदळले. गोबर निघाला पण त्याने ना त्यांना सलाम केला ना काही बोलला. तो ठाकुरला दाखवून देवू इच्छित होता की तो त्याला काही समजत नाही,

झिंगुरिसिंहने स्वतःच विचारले-'कधी आलास गोबर, काय मजेत ? कुठे नौकरीला होता लखनौत ?'

गोबर भाव खात बोलला-'लखनौत गुलामी करायला नव्हतो गेलो, नौकरी तर गुलामी आहे, मी व्यापार करायला गेलो होतो.'

ठाकुरने कौतूकाने त्याच्या पायापासून डोक्यापर्यंत पाहिले-'किती कमवत होता रोज ?'

गोबरने शब्दांचा बाण त्याच्यावर चालवला-'मिळत हेाते कधी अडीच-तीन रूपये, कधी जमले तर चार सुद्धा, यापेक्षा कमी नाही.'

झिंगुरीने कितीही आदळ आपट केली तर पंचवीस तीसपेक्षा जास्त कमावत नव्हता आणि हे खेडूत पोर शंभर रूपये कमावू लागलय. त्याची मान खाली गेली. आता याच्यावर रूबाब कसा गाजवायचा ? वर्णव्यवस्थेनुसार ते त्याच्यापेक्षा श्रेष्ठ होते, पण वर्णाला विचारतोय कोण! त्याच्यासोबत स्पर्धा करण्यात अर्थ नव्हता. त्याच्यासोबत तडजोड करूनच काम करून घ्यावे लागणार होते. म्हणाले चांगली कमाई करतोस बेटा, गावात तीन आणे पण मिळत नाहीत ! भवनियाला (त्यांच्या थोरल्या मुलाचे नाव होते)पण कुठे काम मिळवून दे. पाठवून देतो तुझ्यासोबत. अडाणी आहे, गावात भानगडी करीत रहातो. कुठे मुनीमची जागा असेल तर सांग. नाहीतर सोबतच घेऊन जा. तुझा तर मित्रच आहे. पगार कमी असला तरी चालेल, पण वरची कमाई असली पाहिजे.

गोबर गर्वयुक्त हास्य करीत बोलला-'ही वरची कमाई माणसाला बर्बाद करून टाकते परंतु

आपल्या सवयचइतकी घाण लागली आहे की बेईमानी केल्याशिवाय पोटच भरत नाही.'

लखनौमध्ये मुनीमचं काम मिळू शकतं. परंतु प्रत्येक महाजन ईमानदार, चौकस माणसाला काम देतो. मी भवानीला कुठे कामाला लावून तर देईल. पण मागे त्याने काही भानगड केली तर तो माझीच मान धरीन. जगात ज्ञानाची कदर नाही. ईमानाची आहे.

ही चपराक ऐकवूनच गोबर पुढे निघाला. झिंगुरी मनातली मनात विचार करीत बसला. लौंडा किती घमेंडात आलाय. जणू धर्माचा आवतार आहे.

अशाच रितीने गोबरने दातादीनला पण रगडलं. भोजन करायला निघाले होते. गोबरला पाहून खूश होत म्हणाले-'काय मजेत नाही ? ऐकण्यात आले, कुठे चांगल्या नौकरीला लागलास. मातादीनला पण कुठे काम पहा ना ? भांग पिऊन पडून राहाण्याशिवाय दुसरे काही करीत नाही.'

गोबरने सांगितले-तुमच्या घरी कशाची कमी आहे महाराज. ज्याच्याकडे जाल तेथून काही ना काही आणणारच. जन्म झाला तरी मिळणार, कुणी मेलं तरी मिळणार. लग्न असेल मिळणार, दुःख असलं तरी मिळणार, शेती करता, व्याज व्यवहार करता, दलाली करता, कोणाकडून काही चूक झाली तर पंचायत बसवून त्याला लुटता. इतक्या कमाईने पोट नाही भरत ? काय युक्ती काढलीय ?'

दातादीनने पाहीले, गोबर किती धिटाईने बोलत होता, आदर-सत्कारसारख्या गोष्टी जणू विसरून गेलाय. याला अजून माहीत नाही वाटतं बाप माझी गुलामी करीत आहे. खरेच आहे, उथळ पाण्याला खळखळाट फार. परंतु चेहऱ्यावर तसं दाखवलं नाही. जसे की मोठी माणसं बालकाने मिशा ओढल्यातरी हसतच राहातात. त्याने पण हे बोलणं हसण्यावारी नेलं आणि विनोद भावाने बोलले-लखनौची हवा खाऊन तर फार चंट झालास गोबर !चल, काय कमावून आणलस, दाखवं ? खरं सांगतोय गोबर तुझी खूप आठवण यायची, काही दिवस राहाणार आहेस ?

'हो, राहाणार तर आहे, त्या पंचायत प्रमुखावर फौजदारी करायची आहे. ज्यांनी दंडाच्या नावाखाली दिडशे रूपये गिळले आहेत. पहातोच कोण माझा हुक्का-पाणि बंद करतोय. आणि कोणते जात बांधव मला जातीबाहेर टाकतात.

ही धमकी देवून तो पुढे गेला ! त्याच्या हेकडीने त्याला तारूण्य भक्तीचा उपासक बनवलं होतं.

एकजन म्हणाला-फौजदारी कर गोबर भाऊ ! म्हतारा काळसर्प आहे, जो चावल्यावर उतारा नाही. तू चांगलेच झापलेत. पटवारीचे कान पण जरा गरम कर. फारच आगलाव्या आहे !बाप-लेकात भांडणे लावीन. भावा-भावात भांडणे लावीन, अधिकाऱ्यांना भेटून आसाम्याचे गळे कापतो. स्वतःचं शेत नंतर पण याचं शेत आधी कसा. आपल्या शेतात पाणि सोडा, पहिलं याच्या शेतात सोडा.

गोबरने मिशावर ताव मारत म्हटले-मला कशाला सांगता राव ! मी काय एका वर्षात थोडाच विसरलो आहे, इथे मला राहायचे नाही, नाहीतर एका-एकाला नाचवलं असतं. यावर्षीची होळी मोठ्या उत्साहात साजरी करा आणि होळीच्या रंगात या सगळयांना चांगलं रंगवा.

होळीची तयारी सुरू झाली, खूप भांग वाटल्या गेला. गोड आणि रंगासोबत काळा रंग पण तयार केला आणि गावप्रमुखाच्या तोंडाला फासवला जावा. होळी असल्यामुळे कोण काय बोलू शकतो ! नंतर होळीचे नाटक आणि त्यात पंचाची उडवली जावी. रूपये पैशाची चिंता नाही. गोबरने कमावलेत पैसे.

होरीने कातर स्वरात म्हटले-'राडा करू नकोस पोरा, भोला बैंलांना घेऊन गेला तरी जाऊ दे. ईश्वर त्याचं भलं करो. परंतु त्याचे पैसे वळत होते आपल्याकडे.'

गोबर उत्तेजित होत बोलला-दादा, तुम्ही मध्ये बोलू नका. त्याची गाय पन्नासची होती, आपली बैलं दिडशे रूपायात आली होती. आपण तीन वर्ष शेती केली. असे असले तरी शंभराची तर होतीच. त्यांनी त्यांच्या पैशासाठी कोर्टात जायचं होतं, जप्ती आणायची. जे काही करायचं ते करायचं होतं. आपल्या दारातून बैलाची जोडी कशाला सोडवून नेली ? आणि तुम्हाला काय सांगावं इकडे बैलजोडी गामावून बसलोत अन् तिकडे दिडशे रूपायांचा दंड भरावा लागला. हे आहे बैलजोडी असण्याचं फळं. माझ्यासमोर बैल सोडून नेले असते तर दाखवले असते. तिघांना इथच लोळवलं असतं. आणि पंचाना तर बोलूनच दिलं नसतं. पाहिलं असतं, मला कोणी जातबांधवातून बाहेर काढलं असतं. परंतु तुम्ही आणलात राजा हरिश्चंद्राचा आव.

होरी गुन्हेगारासारखी मान खाली घालून बसला-परंतु धनिया हा अन्याय कसा पाहू शकत होती ? म्हणाली-बेटा, तू पण अति करतोस, हुक्का-पाणि बंद झाला असता, तर गावात जगणं झालं असतं ! तरूण मुली बसल्यात, त्यांच्या लग्नाचं काही करावं लागणार की नाही ? मेल्यावर माणसाला जातबांधवाच्या खांद्यावर....

गोबरच्या मताचे खंडण केले-हुक्का-पाणि चालू होता, जातबांधवात आदर होता, तर मग माझं लग्न का झालं नाही ? सांगा. यामुळे की घरात खायला नव्हतं, रूपये असतील तर कोणी हुक्का -पाणि बंद करीत नाही, ना जातबांधव बहिष्कार टाकतात. दुनिया पैशाची आहे. बहिष्काराला कोण विचारतं.

धनिया तर बाळाचं रडणं ऐकून आत निघून गेली आणि गोबर पण घरातून निघाला. होरी बसून विचार करीत होता. पोराला जणू अक्कल फुटलीय. कशा निरर्थक गोष्टी करतोय. त्यांच्या वक्रबुद्धीने होरीच्या धर्म आणि नितीला पराभूत केलं होतं.

अचानक होरीने विचारले-'मी पण सोबत येऊ ?'

'मी भांडायला नाही चाललो दादा, घाबरू नका. आपल्याकडे कायदा आहें, मी कशाला भांडायला जाऊ. ?

'मी आलो तर काय हरकत आहे ?'

'हो, मोठीच हरकत आहे, तुम्ही उगीच काहीतरी कराल.'

होरी चूप झाला आणि गोबर निघाला,

पाच मिनिटे पण झाले नसतील तोच धनिया बाळाला घेऊन बाहेर आली आणि म्हणाली- 'काय गोबर गेला ? मी म्हणते, ईश्वर तुम्हाला कधी बुद्धी देणार की नाही, भोला काय सहज बैलजोडी देईन ? तिघे त्याच्यावर तुटून पडलीत. ईश्वराचा धावा करा, आता कोणाला सांगावं की पळा आणि गोबरला पकडून आणा. मी तर तुमच्यापुढे हात टेकले बाई.'

होरीने कोपऱ्यातला दांडा उचलला आणि गोबरच्या मागे धावला. गावच्या बाहेर येऊन त्याने डोळे फाडून पाहिलं, एक आकृती क्षितिजावर वळवळताना दिसली, इतक्या कमी वेळात गोबर इतका दूर कसा गेला ! होरीचा आत्मा त्याचा धिक्कार करू लागला. त्याने का गोबरला आडवलं नाही, जर त्याने धमकावून सांगितले असते की भोलाच्या घरी नको जावू तर गोबर गेला नसता.आणि आता

तर त्याला पळल्याही जात नाही. तो हताशं होऊन तिथेच बसला आणि म्हणाला-त्याची रक्षा कर महावीर स्वामी !

गोबर त्या गावात गेला. त्याने पाहिले की गावकरी मंडळी झाडाखाली बसून जुगार खेळत होती. त्याला पाहून लोकांना वाटलं पोलिसच आला आहे. कोवड्या गोळा करून ते पळून जाण्याच्या बेतात असतानाच जंगीने त्याला ओळखले. अरे, हा तर गोवर्धन आहे.

गोरबने पाहिले, जंगी झाडाच्या आड लपून पहात आहे. म्हणाला-घाबरू नकोस जंगी भैय्या, मी आहे. राम-राम ! आजच आलोय. विचार केला, येऊन सगळ्यांना भेटायचं नंतर माहीत नाही कधी येणे होईल ! मी तर बाबा, तुझ्या आर्शीवादाने सहिसलामत निसटलो. ज्या राजाच्या नौकरीला मी आहे, त्यांनी मला सांगितले आहे की एक-दोन माणसं मिळाली तर घेऊन ये. चौकीदार म्हणून हवी आहेत. मी म्हटलं, सरकार असा माणूस देतो की प्राण गेला तरी मागे हटणार नाहीत, इच्छा असेल तर माझ्यासोबत चल. चांगली नोकरी आहे.

जंगी त्याचा थाट पाहून त्याच्या प्रभावाखाली आला. त्याला कधी चामड्याचे बूट पण मिळाले नव्हते आणि गोबरने चमचमीत बुट घातले होते. स्वच्छ धुतलेला सदरा. व्यवस्थित केस. अगदी बाबुसाहेब वाटत होता. तो भणंग गोबर आणि ह्या बाबुमध्ये खूप फरक होता. हिंसा भाव तर कधीचाच नष्ट झाला होता आणि उरलेला आता शांत झाला. जुगारी तर होताच. त्यावर गांज्याची सवय. त्यात घरात पैसे मिळत नसत. ही वेगळीच बोंब. तोंडाला पाणि येऊ लागलं. म्हणाला-का नाही येणार. इथे पडून माशा तर मारू लागलोय. किती रूपये मिळतील ?

गोबरने मोठ्या आत्मविश्वासाने म्हटले-याची काही काळजी करू नको. सगळं काही आपल्या हातात आहे. मनाप्रमाणे होईल. मी विचार केला, घरचा माणूस आहे तर दुसरीकडे कशाला शोधायचं,

जंगीने उत्सुकतेने विचारले-काम काय करावं लागेन ?

काम मग चौकीदारीचे असो, नाहीतर वसूलीचे, वसूलीचे काम सर्वात चांगले. आसामीला गाठलं, येऊन मालकाला सांगतिले, तो घरी नाही. आठ आणे रोज मिळू शकतो.

'राहायची सोय होईल ?'

'जागेची कुठे कमी आहे, सारा महाल पडलाय. पाण्याचा नळ, वीज, कशाची कमतरता नाही ! कामता आहे की घरी कुठे गेलाय ? दूध घेऊन गेला आहे, मला कोणी बाजाराला जावू देत नाही. म्हणतात, तू गांजा ओढतोस, मी आता फार कमी ओढतोय भैय्या, परंतु दररोज द्रोन पैसे लागतातच. तू कामताला काही सांगू नकोस, मी तुझ्यासोबत येईल.

'हो, हो बिनधास्त होळीनंतर '

'तर ठसलं '

दोघेजण बोलता-बोलता भोलाच्या दारापर्यंत आले. भोला बसून सूत कातत होता. गोबरने पूढे जाऊन त्यांना प्रणाम केलाआणि यावेळी त्याचा गळा खरोखरच भरून आला. म्हणाला-काका, माझ्याकडून जी चूक झाली, त्याबद्दल माफ करा.

भोलाने सूत कातने बंद केले आणि कोरड्या स्वरात बोलला-काम तर तू तसे केलेत गोबर. तुझे डोके उडवले तरी पाप लागणार नाही. परंतु माझ्या घरी आलास, आता काय करणार !असो, माझ्यासोबत जे केलस त्याची शिक्षा ईश्वर देईल. कधी आलास

गोबरने खूप मिर्ची-मीठ लावून आपल्या भाग्योदयाचा वृतांत सांगितला आणि जंगीला आपल्यासोबत घेऊन जाण्याची परवानगी मागितली. भोलाला जणू न मागता वरदान मिळाले, जंगी घरी कसला ना कसला उपद्रव करीत होता.बाहेर गावी गेला तर चार पैसे कमवील. आम्हाला नाही दिली तरी त्याचा, खर्च तरी स्वतः करीन.

गोबर म्हणाला-नाही काका, ईश्वराची इच्छा असेल आणि जंगीने ठीक काम केलं तर वर्ष दोन वर्षात चांगला माणूस होईल.

'हो, याच्याकडून होईल का '

'जबाबदारी डोक्यावर आल्यावर, माणूस आपोआपच सुधारतो,'

'तर कधी निघणार आहेस ?'

'होळी झाल्यावर जाईल, इथलं शेतीचं बस्तान बसवतो, म्हणजे निश्चिंत होऊन जाईल '

'होरीला सांगा, आता राम-राम करीत बसा'

'मी तर म्हणतोय, पण त्याने ऐकले पाहिजे ना '

'तिकडे एखाद्या वैद्यासोबत तुझी ओळख तर असेन, खोकला फारच त्रास देवू लागलाय. जमलं तर काही औषध पाठवून द्या !

एक चांगले वैद्य तर माझ्या शेजारीच रहातात, त्यांना सांगून औषध पाठवून देतो, खोकला रात्री त्रास देतो की दिवसा ?

'नाही बेटा, रात्रीला झोप लागत नाही. नाहीतर तिथे राहाण्याची सोय असेल तर मी येतो, इथे तर काही फरक पडत नाही.

रोजगाराची जी मजा तिकडे आहे, इथे कुठली असणार ? इथे तर दहा सेर दुधाला पण कोणी विचारत नाही. हालवायच्या हांजी-हांजी करावं लागतं. तिथे पाच-सहा सेराच्या भावाने पाहिजे तितके दूध एका तासात विका.

जंगी गोबरसाठी दूधाचे शर्बत करायला गेला होता. भोलाने एकांत पाहून म्हटले-अरे बाबा ! आता या भानगडीत जीव उबगलाय. जंगीचे पहातोस ना. कामता दूध घेऊन जातो. दाणा-पाणि, खोलणे-बांधणे सगळं काही मला करावं लागतं. आता तर असं वाटतय की सुखाची एखादी रोटी खाऊन कुठेतरी पडून राहू. पण कोणी एक लोटा पाण्यालाही विचारत नाही. दोरखंड तुटलेत, त्याचं कोणाला काही पडलं नाही. मी बनूवन घेईन त्यावेळीच बनतील.

गोबर आत्मीयता दाखवत बोलला-तुम्ही चला लखनौला काका. पाचसेर दूध विका नगद. कितीतरी मोठ्या लोकांसोबत माझी ओळख आहे. मन-भर दूध विक्रिची जबाबदारी माझ्यावर. माझे चहाचे दुकान पण आहे. दहा सेर दूध तर मीच घेतो. तुम्हाला कसल्याही प्रकारचं दुःख होणार नाही.

जंगी दुधाचे शर्बत घेऊन आला. गोबरने एक ग्लास शर्बत पिऊन म्हटले-तुम्ही फक्त सकाळ-संध्याकाळ चहाच्या दुकानावर बसत जा. त्याचा एक रूपया कुठे नाही गेला.

भोलाने एक मिनिटानंतर संकोचयुक्त भावनेने म्हटले-रागामध्ये बेटा, माणूस आंधळा बनतो, मी तुझे बौल घेऊन आलो. ते घेऊन जा. इथं कोण शेती-बाडी करतय.

'मी तर एक बैलजोडी पाहून ठेवलीय काका !'

'नाही, नाही, नवी बैलजोडी घेऊन काय करणार ? हे घेऊन जा .'

'तर मी तुमचे पैसे पाठवून देईल '

'रूपये दुसऱ्या परक्याकडे थोडेच आहे बेटा, घरात तर आहेत. जातबांधवाचा तकाजा आहे, नाहीतर आपल्यात काय फरक आहे.? खरं पाहिलं तर मी खूश व्हायला हवं होतं, झुनिया चांगल्या घरात आहे, आरामात आहे आणि मी तिचा दुश्मन बनलो होतो '

सांजवेळी गोबर तेथून निघाला होता. बैलजोडी त्याच्यासोबतच होती आणि दह्याच्या दोन हंड्या घेऊन जंगी मागे मागे येत होता.

ग्रामीण भागात सहा महिने कसल्यान् कसल्या सण-उत्सवात ढोंल बाज्या वाजतच असतो. होळीच्या एक महिना आधीच होळीचा रंग चढतो. आषाढ लागताच पोवाडे गायला सुरूवात होते आणि श्रावण-भादव्यात श्रावणगीत चालतात. श्रावण गाण्यानंतर गीत रामायण होतं. महाजणांच्या धमक्या आणि अधिकाऱ्यांच्या शिव्यांना या काळात कोणी भीक घालत नाही. घरात धान्य नाही, अंगावर कपडे नाहीत, खिशात पैसे नाहीत, कोणी पर्वा करीत नाही, जीवनातील आनंदीवृत्तीला दाबून टाकल्या जाऊ शकत नाही, हसल्याबिगर जगणार तरी कसं.

तसे तर होळीमध्ये गाणे गाण्याचे मुख्य ठिकाण नोखेरामचा ओटा होता. तिथेच भंग तयार होई, तिथेच रंग उडवला जात, तिथेच नाचकाम होई, या उत्सवात अधिकाऱ्यांचे दहा-पाच रूपये खर्च होत असायचे. कोणामध्ये इतकी हिम्मत नव्हती की तो आपल्या घरासमोर जलसा करीन.

परंतु यावर्षी गोरबने सर्व तरूणांना आपल्या घरासमोर बोलावलय आणि नोखेरामचा ओटा ओस पाडला. गोबरच्या दारात भांग तयार केल्या जातोय, पानाचे विडे तयार होत आहेत, रंग तयार केल्या जात आहे, फरशी अंथरण्यात आली आहे, आणि ओट्यावर कोणीच नाही. भांग ठेवलाय पण ओढणार कोण? ढोल-बाज्या सगळं सज्ज आहे, पण गाणार कोण ? पहावं तो गोबरच्या घराकडे धावत चाललाय, तिथे भांगात गुलाब-जल, केसर आणि बदामाचे मिश्रण आहे, होय-होय, सेरभर बादाम गोबरने स्वतः आणलेत. पिताच माणूस तर्र होतो, डोळे गरगरू लागतात. खमीरा तंबाखू आणलीय, खास प्रकारची ! रंगात केवडा सोडलाय, रूपये जसे कमविणे माहीत आहे तसे खर्च करणे पण. पुरून ठेवले तर कोणाला समजतं ? इथे श्रीमंतीचं प्रदर्शन आहे. केवळ भांगाचं नाही, जितके गाणारे आहेत, सर्वांना निमंत्रण आहे, गावात ना नाचणाऱ्या ना गाणाऱ्याची कमतरता आहे, ना अभिनय करणाराची. सोभा श्रीकृष्णाची अशी भूमीका वठवितो की ती तोंडात बोटे घालावीत आणि आवाजाची नक्कल करण्यात त्याचा कोणी हात धरणार नाही. ज्याचा आवाज म्हणाल त्याचा आवाज, माणसाचा, प्राण्याचा कोणाचाही. गिरधर अभिनयात अव्वल आहे. वकिलाची नक्कल म्हणा, पटवारीची नक्कल म्हणा, ठाणेदाराची,सगळ्यांची नक्कल तो करतो. सेठ-सावकाराची पण. त्या बिचाऱ्याकडे सामान नाही पण यावेळी गोबरने ते मागवलय आणि त्याची नक्कल पहायला गर्दी होईल.

ही चर्चा इतकी पसरली की सायंकाळी तमाशा पहायला गर्दी होऊ लागली. शेजारच्या गावातून लोकांच्या झुंडी येऊ लागल्या. दहा वाजता-वाजता तीन-हजार प्रेक्षक जमा झाले. आणि ज्यावेळी गिरधर झिंगुरीसिंहाचे सोंग घेऊन कलाकार प्रेक्षकासमोर उभा राहीला. त्यावेळी तर लोकांना उभा राहायला जागा मिळाली नाही. तेच मोठं डोकं, त्याचं मिशा, आणि तशीच ढेरी ! बसून भोजन करीत आहेत आणि पहिली पत्नी हवा घालत आहे.

पती-पत्नीला रसिक नेत्राने पाहून म्हणातात-तू अजून तशीच आहेस, कोण्या तरूणानं

तुला पाहिलं तर तो घायाळ होईल. पत्नी खूश होऊन म्हणते-म्हणून तर दुसरी बायको आणलीय.

'तिला तुझी सेवा करायला आणलय, ती तुझी काय बरोबरी करील ?'

धाकटी बायको हे वाक्य ऐकते आणि तोंड वेंगाडून निघून जाते.

दसऱ्या दृष्यामध्ये ठाकूर खाटावर बसलेत आणि धाकटी पत्नी वाईट तोंड करून खाली बसलीय, पती वारंवार तिचा चेहरा आपल्याकडे वळवण्याचा निरर्थक प्रयत्न करीत आहेत.

'माझ्यावर का रूसलीस माझी लाडके ?'

'तुमची लाडकी जिकडे असेल तिकडे जा, मी तर लौंडी आहे. सवतीची सेवा करायला आणलय.'

'तू माझी राणि आहेस, तुझी सेवा करायला ती आहे म्हतारी ' पहिली पत्नी हे ऐकते आणि झाडू घेऊन घरात घुसते आणि अनेक झाडू त्याला मारते. पती बिचारा जीव वाचवून पळ काढतो.

नंतर दुसरं नाटक झालं, ज्यामध्ये ठाकूरने दहा रूपये कागदावर लिहून हातात पाच रूपये दिले. उर्वरीत नजराने आणि भेट आणि व्याज यामधे वजा केले.

शेतकरी येतो आणि ठाकुरच्या चरणी लोळून आपलं गाऱ्हाणं मांडतो. ठाकुर नाही-नाही करत पैसे द्यायला तयार होतो. ज्यावेळी लिहून घेतल्या जाते आणि आसामीच्या हातात पाच रूपये ठेवल्या जातात तर तो चकित होऊन विचारतो-

हे तर पाच रूपये आहेत मालक !'

'पाच नाही, दहा आहेत. घरी जाऊन मोज'

'नाही सरकार, पाच आहेत !'

एक रूपया नजराना यासाठी गेला की नाही ?'

'हो सरकार !'

'एक रूपया लिखाणाचा '

'हो सरकार !'

'एक कागदाचा?'

'हो सरकार !'

'एक दलालीचा ?'

'हो सरकार !'

'एक व्याजाचा ?'

'हो सरकार !'

'पाच रोख, दहा झाले की नाही ?'

'हो सरकार ! आता हे पाच रूपये सुद्धा माझ्यातर्फे ठेवून घ्या.'

'कसा वेडा आहेस ?'

'नाही सरकार, एक रूपया छोट्या ठाकुरबाईचा नजराना आहे, एक मोठ्या ठाकुरबाईला पान खायला, उरलेला एक रूपया आपल्या अंतविधीसाठी ठेवा '

अशा पद्धतीने नोखेराम, पटेश्वरी, आणि दातादीनची आळी-पाळीन खबर घेतली आणि व्यांगामध्ये काही नवेपणा नसेल आणि नकला जुन्याच असतील, परंतु गिरधारीचा ढंग असा हस्यजनक

होता. प्रेक्षक इतके सरळमार्गी होते की विनाकारनही हसत, रात्रभर असा समाचार घेण्यात आला आणि शोषितांनी काल्पनिक का होईना बदला घेतल्याचे समाधान मानले. शेवटची नाटीका संपली, त्यावेळी कावळे ओरडत होते.

सकाळ झाल्यावर पहावं त्याच्या तोंडी तिच रात्रीची गाणी त्याच नकला, त्याच गमती, पंचाचा तमाशा झाला. जिकडे जावे तिकडे मुले मागे लागून नाटकातील संवाद बोलतं. झिंगुरीसिह तर चेष्टाखोर मनुष्य होता, परंतु पटेश्वरीला चिडण्याची सवय होती. पंडित दातादीन तर इतके चिडखोर होते की भांडण करायला तयार होत. सर्वांनी माझी इज्जत करावी अशी त्यांची अपेक्षा होती. अधिकारीच काय, रायसाहेब सुद्धा त्यांना नमस्कार करीत असत. त्यांची अशी टिंगल केली जावी आणि तेही आपल्याच गावात. हे त्यांच्यासाठी असह्य होतं. जर त्यांना शक्य असतं, तर त्यांनी सगळया नाटक कंपनीला भस्म केलं असतं. परंतु ह्या कलियुगात चालणारा उपाय काढला. होरीच्या घरी आले. डोळे वटारून बोलले-काय आज पण तू काम करायला येणार नाहीस होरी ? आता तर तुझी तबियत पण चांगली झालीय. माझे किती नुकसान होते आहे, याचा तू विचार करीत नाहीत.

गोबर उशीरा झोपला होता. डोळे चोळत बाहेर येत होता तोच दातादीनचे शब्द कानावर पडले. नमस्कार करणे तर दूरच, उलट आपली मग्रुरी दाखवत बोलला-आता आम्ही तुमची मजूरी नाही करणार. आम्हाला आमचा ऊस लावायचा आहे.

दातादीन तोंड वासून बोलले-काम कसे करणार नाही ?मध्येच काम नाही सोडू शकतं. जेष्टात सोडायचे असते तर सोडा, आता करावाच लागेन, त्यापूर्वी नाही सोडू शकत.

गोबरने जांभाई देत म्हटले-त्यांनी तुमची गुलामी करायचं ठरवलेलं नाही. जोपर्यंत इच्छा होती, काम केलं, आता इच्छा नाही, नाही करायचं. यामध्ये कोणी जबरदस्ती नाही करू शकत.

'तर होरी काम नाही करणार ?'

'नाही !'

'तर आमचे व्याजासहित पैसे परत करा. तिन वर्षाचे व्याज होते शंभर रूपये. मुद्दल मिळून होतात दोनशे. मला वाटलं तीन रूपये महिन्याला व्याजातून कपात होतील, परंतु इच्छा नाही, नका करू. माझे रूपये द्या, धन्नासेठ बनायचं असेल तर धन्ना सेठ बना.'

होरीने दातादीनला सांगतिले-तुमच्या कामाला मी कुठं नाही म्हणतोय महाराज ?परंतु आमचा ऊस पण लावायचा आहे ना.

गोबरने बापाला झापलं-कसलं काम आणि कोणाचं काम ? इथे कोणी कोणाचा चाकर नाही, सगळं एकसारखे आहे. चांगली गंमत आहे. एखाद्याला शंभर रूपये काय दिले मोबदल्यात त्याला आयुष्यभर कामावर घेतलं ठेवून. मुद्दल जशीच्या तशी ! ही सावकारकी नाही, रक्ताचे शोषण आहे.

'तर रूपये दे बाबा, कशाचं भाडण, मी आणा व्याज घेतो. तुला जवळचा समजून आर्धा आणा व्याज लावले होते'

'आम्ही तर एक रूपया शेकडा देऊ. एक कवडी पण कमी नाही. तुला घ्याचे असेल तर घे. नाहीतर कोर्टातून घे. एक रूपया शेकडा हे काही कमी व्याज नाही'

'असं वाटतय की पैशाची मस्ती आलीय '

मस्ती त्यांना होतें जे एकाचे दहा घेतात. आम्ही तर मजूर आहोत. आमची मस्ती घामाद्वारे निघून जाते. मला आठवतं, तुम्ही बैलासाठी तीन रूपये दिले होते, आणि आता शंभराचे दोनशे झाले. अशारितीने तुम्ही लोकांनी शेतकऱ्यांना लुटून शेतमजुर केलं आणि तुम्ही त्यांच जमिनीचे मालक. तीस रूपायाचे दोनशे ! काही मर्यादा आहे. किती दिवस झाले असतील दादा'

होरीने कातर स्वरात म्हटले-आठ नऊ वर्ष झाले असतील

गोबरने छातीवर हात ठेवत म्हटले-नऊ वर्षात तीस रूपायाचे दोनशे ! एका रूपायाच्या हिसाबाने किती झाले ?

त्याने जमिनीवर रेषा ओढून हिशोब केला-दहा वर्षात छत्तीस रूपये होतात. मुद्दल मिळून सहासष्ट. तुम्ही सत्तर घ्या. यापेक्षा कवडी पण जास्त देणार नाही.

दातादीनने होरीला मध्ये घालत म्हटले-ऐकलत होरी, गोबरचा निर्णय ? मी माझे दोनशे रूपये सोडून सत्तर घेऊ, नाहीतर कोर्टात जाऊ. अशा प्रकारचा व्यवहार चालला तर किती दिवस संसार चालेल ? आणि तुम्ही बसून ऐकणारे. परंतु लक्षात ठेवा मी ब्राह्मण आहे, माझे पैसे हडप करून तुम्हाला सुख मिळणार नाही. मी हे सत्तर रूपये पण सोडले आणि कोर्टात पण जाणार नाही. जा, मी जर खरा ब्राह्मण असेल तर पूर्ण दोनशे रूपयें वसूल करून दाखविन ! ते पण माझ्या घरी येऊन.

दातादीन झपाटल्यासारखे दाखल झाले. गोबर आपल्या जागी बसून राहीला. परंतु होरीच्या मनात धर्माने खळबळ माजवली होती. हे रूपये जर ठाकूर किंवा बनियाचे असते तर त्याला जास्त चिंता नसती. परंतु ब्राह्मणाचे रूपये ! त्याची एक कवडी जरी बुडाली तर हात-पाय तोडून घेईन. ईश्वर न करो आणि ब्राह्मणाचा कोप कोणावर होवो. वंशात ग्लासभर पाणि देणारा, घरात दिवा लावायला कोणी उरत नाही. त्याचं धर्मभिरू मन त्रस्त झालं! त्यांने धावत जावून पंडितजीचे पाय धरले आणि आर्त स्वरात बोलला-महाराज, जोपर्यंत मी जिवंत आहे. तुमची एक कवडी न् कवडी परत करीन. मुलाचं बोलणं मनावर घेऊ नका. व्यवहार तर आपल्या दोघातला आहे. तो कोण आहे निर्णय घेणारा ?

दातादीन जरा नरम झाले. -जरा याची जबरदस्ती तर पहा. म्हणतोय की दोनशे रूपायाचे सत्तर घ्या नाहीतर कोर्टात जा. अजून जेलची हवा माहीत नाही याला. एकदा का तिथं जावून आला की मग ही मस्ती उरणार नाही. चार दिवस शहरात काय राहिला, हुकूमशहा बनलाय.

'मी तर म्हणतोय महाराज,तुमची एक एक कवडी परत करीन '

'तर उद्यापासून माझ्याकडे काम करायला यावे लागेन'

'माझ्या शेतात ऊस लावायचा आहे. महाराज, नाहीतर तुमचे काम केले असते'

दातादीन निघून गेल्यावर गोबरने तिरस्कारयुक्त नजरेने पाहून म्हटले-गेले होते देवतेला प्रसन्न करायला !तुम्ही लोकांनीच यांना डोक्यावर चठवून ठेवलय. तीस रूपये दिलेत, आता दोनशे रूपये मागतोय. वरून दादागिरी, तमुच्याकडून काम करून घेईन आणि काम करता-करता मारून टाकीन.

होरीने स्वतःची सत्य बाजू मांडताना म्हटले- नैतिकतेचा मार्ग नाही सोडला पाहिजे बेटा, ज्याचं-त्याचं कर्म. आपण जे पैसे व्याजाने घेतले ते तर द्यावेच लागेन. यात तो आहे ब्राह्मण. त्याचा पैसे पचेल ? असा पैसा त्या लोकांनाच पचतो.

गोबर चिडून बोलला-नैतीकता कोण सोडा म्हणतोय आणि कोण म्हणतोय की ब्राह्मणाचा पैसा बुडवा ?

मी इतकेच म्हणतोय की जास्तीचे व्याज मिळणार नाही,बँकवाले बारा आणे व्याज घेतात, तुम्ही एक रूपया घ्या. मग काय एखाद्याला लुबाडणार ?

'त्याचा आत्मा दुःखी होईल, त्याचं काय ?'

'झाला तर झाला. त्याच्या दुःखी होण्याच्या भीतीने आपण बिळ का खोदावं?'

'बेटा, जोपर्यंत मी जिवंत आणि, मला माझ्या मार्गाने चालू दे. मी मेल्यावर तुझ्या मनासारखं कर '

'तर मग तुम्हीच द्या, मी माझ्या हाताने माझ्याच पायावर कुऱ्हाड मारून घेणार नाही, माझा मूर्खपणा होता की तुमच्यामध्ये पडलो, तुम्ही घेतलेत, तुम्हीच भरा, मी कशाला माझा जीव देवू '

असे म्हणत गोबर आत गेला. झुनियाने विचारले-आज सकाळी सकाळी दादासोबत कशाला हुज्जत घालता ?'

गोबरने सारा वृत्तांत सांगितला आणि शेवटी बोलला-यांच्यावर कर्जाचा बोजा असाच वाढत जाईन. मी किती भरणार ?त्यांनी कमवून दुसऱ्याचे घर भरवले आहे, मी का त्यांनी खोदलेल्या खड्डयात पडू ?त्यांनी मला विचारून कर्ज नाही घेतले. ना माझ्यासाठी घेतले, मी त्यांचा देणे लागत नाही.

तिकडे पंचामध्ये गोबरची मानहानी करण्याचे षड्यंत्र रचले जात होते. हा लौंडा जाळ्यात नाही अडकला तर गावात उपद्रव करीन. प्यादा होता, राजा झालाय. वाकडा तर चालेलच. माहीत नाही कोठे शिकलाय इतके शहाणपण ? म्हणतो रूपये शेकड्याने देईन. घ्यायचे असेल तर घ्या. नाहीतर कोर्टात जा. रात्री त्याने पोरांना गोळा करून किती तमाशा केला. परंतु पंचामध्येही ईर्षा काही कमी नव्हती, एकमेकांचे व्यंग पाहून खूश होते. पटेश्वरी आणि नोखेराममध्ये चर्चा चालली होती, पटेश्वरी म्हणाले-परंतु सगळयांना आपल्या घरचा खडान् खडा माहीत आहे. झिंगुरीसिंहची तर अशी टिंगल केली होती की विचारू नका. त्यांच्या दोन्ही बायकांचं बोलणं ऐकून प्रेक्षक तर लोटपोट झाले होते.

नोखेरामने टोमणे मारले-पण नक्कल खरी होती, मी अनेकदा त्यांच्या धाकट्या पत्नीला दारात उभा राहून मुलांना बोलताना पाहीले आहे.

'आणि मोठी बायको नट्टा-पट्ट करून तरूण असल्याचा आव आणत असते.'

'दोघीत रात्रंदिवस लागलेलं असतं. झिंगुरी अगदीच बिनलाजा आहे, दुसरा कोणी असता तर वेडा झाला असता.'

'ऐकण्यात आहे, तुमची चांगलीच उडवली, चांभारबाईने घर बंद करून मारहान केली '

'मी पण बेट्यावर असा कर लावतो, त्यावेळी आई आठवेन त्याला,'

'कर तर त्याने दिला आहे ना ?'

'परंतु पावती मी कुठे दिलीय, पुरावा काय आहे की कर दिलाय ? आणि इथं कोण हिसाब पहातोय ? आजच माणूस पाठवून बोलावून घेतो.'

होरी आणि गोबर ऊस लावण्यासाठी शेतात आळे करीत होते. यावर्षी ऊसाची शेती काही आशा नव्हती, म्हणून शेत पडीत पडलं होतं. आता बैल आले आहेत. तर ऊस का लावू नये'

'परंतु दोघांत छत्तीसचा आकडा होता. ना बोलत होते ना पहात होते. होरी बैलांना हाकत

होता आणि गोबर मोट घेऊन चालत होता. सोना आणि रूपा शेतामध्ये पाणि खेळवत होत्या. तितक्यात त्यांच्यात भांडणे झाली. भांडणाचा विषय हा होता की, झिंगुरीसिंहची धाकटी पत्नी पहिल्यांदा खाते आणि नवऱ्याला नंतर देते किंवा नवऱ्याला दिल्यावर जेवते. सोना म्हणत होती, पहिल्यांदा ती खाते. रूपाचे म्हणणे उलट होते.

रूपाने युक्तीवाद केला-जर ती पाहिल्यांदा जेवते तर मोठी का नाही ? ठाकुर का मोठे आहेत ? जर ठाकूर तिच्यावर पडले तर तिचे पीठच होऊन जाईल.

सोनाने प्रतिवाद केला-तुला काय वाटतं, माणसं खाण्यामुळे जाड होतात, खाण्यामुळे माणसं ताकतवान होतात, जाड नाही. जाड होतात झाड-पाला खाण्याने.

'तर ठाकुराईन ठाकुरपेक्षा ताकदवान आहे ?'

'नाहीतर काय, त्या दिवशी दोघात झगडा झला, तर ठाकुराइनने ठाकुरला असा हिसका दिला की त्यांचे गुडघे फुटले.

'तर तू पण स्वतः अधी खाऊन नंतर भाऊजीला देशील?'

'नाहीतर काय '

'आई तर पहिलं दादाला खाऊ घालते '

'म्हणून तर पहावं त्यावेळी दादा धमकावत असतात तिला, मी ताकतवान होऊन नवऱ्याला मुठीत ठेवीन. तुझा नवरा तुला मारीन तुझी हड्डी तोडून टाकीन'

रूपा रडवेली होऊन म्हणाली-का मारीनं, मी मार खाण्याचं काम नाही करणार.

'तो काहीच ऐकून घेणार नाही, तू थोडे काही बोललीस की तो लागेल मारायला. मारता-मारता तुझे कातडे निघेल.

रूपाने बिघडून सोनाची साडी दाताने फाडण्याचा प्रयत्न केला आणि निष्फळ ठरल्यावर चिमटे घ्यायला लागली.

सोनाने पुन्हा चिडवलं-तो तुझे नाक पण कापून घेईन.

त्यावर रूपाने बहिणीला दाताने चावा घेतला. सोनाच्या हातातून रक्त वाहू लागले. तिने रूपाला जोराने ढकलले. ती खाली पडली आणि उठून रडू लागली. सोना पण दाताचे व्रण पाहून रडायला लागली.

त्या दोघींचे रडणे ऐकून गोबर तावातावाने आला आणि दोघींच्या दोन-दोन श्रीमुखात मारल्या.दोघी रडतच शेतातून घरी आल्या. पाणि देण्याचे काम थांबले. त्यावरून पिता-पुत्रात संघर्ष पेटला.

होरीने विचारले -पाणि कोण देईल ? पळत-पळत गेलास आणि दोघींना घरी पाठवलेस, आत्ता त्यांची समजूत का काढत नाहीस ?

'तुम्हीच त्यांना लाडावून ठेवलय'

'अशा तऱ्हेने मारल्यावर त्या आणखीनच निर्लज्ज होतील '

'दोन वेळेच अन्न बंद करा, आपोआप ठीक होतील '

'मी त्यांचा बाप आहे, कसाई नाही'

पायाला एकदा ठोकर लागल्यावर कोणत्याही कारणाने पुन्हा पुन्हा त्याच ठिकाणी लागते.

कधी अंगठ्यात पाणि होतं आणि महीनाभर त्रास देतो. पिता-पुत्रातील नात्याला आज पुन्हा तडा गेला. आजचा तिसरा हल्ला होता.

गोबरने घरी येऊन झुनियाला पाणि देण्यासाठी सोबत आणलं झुनिया बाळला घेऊन शेतात गेली.धनिया आणि तिच्या दोन्ही मुली पहात राहिल्या, आईला पण गोबरचा मुद्दामपणा वाईट वाटला. रूपाला मारलेलं तिला वाईट वाटलं नसतं पण सोना आता जवान झाली होती.

आजच रात्री गोबरने लखनौला जायची तयारी केली. आता तो इथं नाही राहू शकत. घरात त्याचं कोणी ऐकूत नसेल तर त्यानी घरात का राहावं. तो देण्या-घेण्याच्या संदर्भात बोलू शकत नाही. मुलींना थोडं मारलं काय अन् ही मंडळी दुःखी झाली, जणू तो कोणी घराबाहेरचा माणूस आहे, आता तो या भानगडीत पडणार नाही.

दोघे भोजन करून बाहेर आले होते तोच नोखेरामच्या माणसाने येऊन सांगितले-चल, अधिकाऱ्याने बोलावले आहे.

होरीने गर्वाने सांगितले-'रात्रीला कशाला बोलावता, मी तर कर दिलाय.'

माणूस म्हणाला-मला तुला हजर करण्याचा हुकूम आहे, जे काही सांगायचे ते तिथे येऊनच सांग.'

होरीची इच्छा नव्हती, परंतु जावा लागलं. गोबर विरक्तासारखा बसून राहीला. अर्ध्यातासाने होरी परतला आणि चिलम भरून ओढू लागला. गोबरला राहावले नाही. विचारले-कशाला बोलावले होते ?

होरीने रडवेल्या आवाजात सांगितले-'मी कवडी-कवडी कर परत केलीय. ते म्हणतात की दोन वर्षाची बाकी आहे. ऊस विकला त्या दिवशी पंचवीस रूपये जागेवरच दिले आणि आज ते म्हणतात की दोन वर्षाची बाकी आहे. मी सांगितले- मी एक कवडी पण देणार नाही.

गोबरने विचारले-'तुमच्याजवळ पावती आहे ?'

'पावती कुठे देतात ते '

'तुम्ही पावती न घेता पैसे देताच कशाला ?'

मला काय माहीत की ते बेईमानी करतील. हे सगळं तुझ्या तमाशाचा पणिाम आहे. रात्री तू त्यांची टिंगल केलीस, हा त्याचाच पणिाम आहे. पाण्यात राहून माशासोबत वैर ठीक नाही. व्याजासहित सत्तर रूपये बाकी काढले. ते कोणाच्या घरातून येतील ?

गोबरने स्वतःची बाजू मांडत म्हटले-तुम्ही पावती घेतली असती तर मी त्यांची कितीही टिंगल केली फअसती तरी तुमच्या केसालाही हात लावू शकले नसते. मला हे समजत नाही की व्यवहाराच्या बाबतीत तुम्ही सावधानी का बाळगत नाही.पावती देत नाहीत तर पोस्टाद्वारे पैसे पाठवा. हेच होईल की एखादा रूपया जास्त लागेन. अशा प्रकारची गडबड तर होणार नाही.

तू त्यांची नक्कल केली नसतीस तर काही झालं नसतं. आता तर सगळे पंच खवळलेत. बेदखल करण्याची पण धमकी दिलीय. ईश्वरालाच माहीतय कसा निभाव लागणार आहे !'

'मी जावून त्यांना विचारतो '

'तू जावून आणखी आगीत तेल ओतण्याचं काम होईल'

'आग लावावी लागली तरी लावीन, ते बेदखल करू लागलेत, करा म्हणावं. मी त्यांच्या

हातात गंगाजल देवून कोर्टात शपथ घ्याला लावीन. तुम्ही शेपूट घालून बसा. मी लढेन त्यांच्याशी. मला कोणाचा रूपया पण ठेवायचा नाही, ना आपला पैसा विनाकारण देणार आहे'

तो त्याचवेळी उठला आणि नोखेरामच्या ओसरीवर गेला. पाहिले तर सगळ्या पंचची कॅबिनेट बसली आहे, गोबरला पहाताच सगळे सतर्क झाले. वातावरणात षड्यत्र केल्याचा वास येत होता.

गोबरने उत्तेजित स्वरात म्हटले-ही काय भानगड आहे अधिकारी महोदय, आपल्याला माझ्या वडिलांनी नांगरणीचे पैसे पण दिलेत आणि आता आपण दोन वर्षाची बाकी आहे म्हणून सांगता. ही काय भानगड आहे ?

नोखेरामने गादीवर लोळण घेत दिमाखात म्हटले-जोपर्यंत होरी आहे तोपर्यंत व्यवहाराबद्दल मी तुझ्यासोबत बोलणार नाही.

गोबरने दुःखी स्वरात म्हटले-तर मी घरातला नाही त्यांच्या?

'तू तुझ्या घरी सगळं काही आहेस, इथे कोणी नाहीस'

'चांगली गोष्ट आहे, तुम्ही बेदखली दाखल करा. मी कोर्टत तुमच्याकडून गंगाजल हाती घ्याला लावतो. या गावातून शेकडो लोकांचा बळी देवून सिद्ध करीन तुम्ही पावत्या देत नाहीत. भोळे-भाबडे शेतकरी आहेत. तुम्ही समजता की सगळे निव्वळ उल्लू आहेत. त्यांना अदम समजत असतील, मी नाही. शब्दान् शब्दाचं वर्णन करीन आणि दाखवून देईल की कसे तुम्ही पैसे वसूल करता.

त्याच्या बोलण्यात सत्याचें बळ होते. डरपोक प्राण्यात सत्य पण मुकं होऊन जातं. तेच सिमेंट जे इटवर लावल्यास पत्थर बनतं. मातीवर चढवलं तर माती होतं, गोबरने निर्भीड स्पष्टवक्तेपणानं त्या अनीतीच्या पडद्याला चिरून टाकलं. ज्यामुळे सज्जित होऊन नोखेरामचा दुर्बल आत्मा स्वतःला शक्तीमान समजत होता.

नोखेरामने जणू काही आठवण करण्याचा प्रयत्न करीत म्हटले-इतके गरम कशाला होतोस, यात रागावण्यासारखं काय आहे ? होरीने जर पैसे दिले तर ते कुठेन् कुठे लिहून ठेवले असतील. मी उद्या काही कागदं तपासून पहातो, मला थोडं आठवते की कदाचित होरीने पैसे दिले होते, तुम्ही बिनधास्त रहा. जर रूपये दिले असतील, कुठेतरी नोंद असेल. तू थोड्या पैशासाठी खोटे थोडाच बोलणार आहेस आणि ना मी काही माडी बांधणार नाही.

गोबरने ओसरीवरून आल्यावर होरीला असे झापले की बिचारा म्हतारा रडवेला झाला. तुम्ही तर लहान लेकरापेक्षाही भित्रे आहात. कुत्र्या-मांजराचे म्याऊ ऐकूनही घाबरता. कुठे कुठे तुम्हाला वाचवत फिरू. मी तुम्हाला सत्तर रूपये देवून जातो. दातादीनला दिले तर पावती घ्या. याच्यावर एक पैसा जरी तुम्ही दिला तरी मी पुन्हा एक रूपया पण देणार नाही. मी परगावी यासाठी गेलो नाही की तुम्ही स्वतःला लुटावं आणि मी पैशाची भरपाई करावी. मी उद्या निघून जाईन. परंतु इतके सांगून ठेवतो की कोणाकडून एक रूपया सुद्धा घेऊ नका आणि कोणाला काही देवू नका. मँगरू, दुलारी, दातादीन, सगळ्यांना एक रूपायापेक्षा जास्त शेकडा व्याज देवू नका.

धनिया पण जेवण करून बाहेर आली म्हणाली-आताच कशाला जातोस बेटा. दोन-चार दिवस आणखी रहून ऊस लावणी कर आणि देण्या-घेण्याचा व्यवहार पण ठीक करून जा.

गोबने भाव खात म्हटले-माझे रोज दोन-तीन रूपायाचे नुकसान होऊ लागले आहे, हे पण

लक्षात ठेव ! इथे मी जास्तीत जास्त चार आण्याची मजूरी करू शकतो. आणि यावेळी झुनियाला पण सोबत घेऊन जात आहे. तिथे मला खाण्यापिण्याची मोठीच अडचण होते.

धनिया घाबरत -घाबरत बोलली-परंतु ती एकटी कसं घर सांभाळीन कशी लेकराला संभाळील ?

'आता मी लेकराला पाहू की पोटा-पाण्याचं पाहू, मला स्वयंपाक नाही करता येत '

'घेऊन जायला मी नाही म्हणत नाही परंतु परगावी बाळ घेऊन जाणे, ना तिकडे कोणी नातेवाईक ना कोणी ओळखीचं विचार कर किती झंझट आहे'

'परगावी पण ओळखीचे लोक निघतात आई आणि इथे तर हातावरचं पोट आहे. ज्याच्यासाठी काम करावं तो आपला समजतो. कमावता नसला तर आई वडील पण विचारीत नाहीत'

धनियाच्या लक्षात आलं. तिच्या पायातून डोक्यापर्यंत आग लागली, म्हणाली-आई-वडिलांना पण तू त्याच पैशाच्या बरीबरीने समजलेस ?

'डोळे पहातोय'

'नाही पहातोय, आई-बापाचे मन इतके निष्ठूर नाही होत. मुलगा चार पैसे कमावू लागला की आई-वडीलाकडे दूर्लक्ष करतो. या गावात एक दोन नाही, दहा वीस उदारहणे देवू. आई-वडील कर्ज घेतात, कोणासाठी ?मुलांसाठी की स्वत;च्या उपभोगासाठी'?

'काय माहीत कशासाठी कर्ज घेतलेत ? मला तर एक पैसा पण नाही दिसला'

'आपोआपच इतका मोठा झालास?'

मोठं करण्यात तुमचं काय नुकसान झालं ? मूलं होतं तोपर्यंत दूध पाजलं, नंतर बेवारसाप्रमाणे सोडून दिलं. जे सगळ्यांनी खाल्लं ते मी पण. माझ्यासाठी दूध नव्हतं येत. दही नव्हतं, तुला आणि दादाला पण वाटतं की मी सारं कर्ज फेडू. कर भरू, मुलींचे लग्न करू, जणू माझं आयुष्य तुमचं कर्ज फेडण्यासाठीच आहे. मला पण लेकरू बाळ आहे ? धनिया संतापली. एका क्षणात तिच्या मनातली सारी स्वप्न उद्ध्वस्त झाली. आतापर्यंत ती मनातून पसन्न होती. तिला वाटत होतं तिचं सारं दुःख दारिद्रय दूर झालं. गोबर घरी आल्यापासून तिच्या चेहऱ्यावर एक प्रकारची खूशी दिसत होती. तिच्या वाणीत मृदुता आणि व्यवहारात उदारता आली होती. ईश्वराने तिच्यावर दया केली आहे, तर तिने नम्रपणे वागलं पाहिजे. आतली शांती बाहेरून सौजन्यशील बनली होती. हे शब्द तापलेल्या वाळूसारखे ऱ्हदयावर पडले. धान्याप्रमाणे त्याच्या लाह्या झाल्या. तिचं सारं स्वप्नं विरलं. इतकं ऐकून घेतल्यावर आता जीवनात काय मजा राहीली होती.ज्या नावेत बसून जीवन किणारी घेऊन जावू पहात होती. त्या नावेलाच छिद्र पडल्यावर, कशासाठी जगायंच !

परंतु नाही ! तिचा गोबर इतका स्वार्थी नाही, तो कधी आईला उलट बोलला नाही. कधी कशासाठी हट्ट केला नाही, जे काही मिळालं ते खात होता. तो साधा-भोळा, शील-स्नेहाचा पुतळा आज अशी विद्रोही भाषा का करत होता ? त्याच्या इच्छेच्या विरोधात तर कोणी काही बोललं नव्हतं. आई-वडील दोघेही त्याच्या तोंडाकडे पहात, त्याने स्वतःचं देण्या-घेण्याचा विषय काढला. नाहीतर त्याला कोण काय म्हणत होतं. आई-बापाचं कर्ज फेड असं त्याला आम्ही थोडेच म्हणालोत. आई-वडिलासाठी हिच मोठी गोष्ट होती की तो सभ्य गृहस्थासारखा कमावत होता. त्याला शक्य झालं तर त्यानं आई-वडिलाची मदत करावी. नाही केली तर आई-वडील त्याचा गळा थोडीच दाबणार होते.

झुनियाला घेऊन जायचे असेल तर आंनदाने जा म्हणावं. धनियाने केवळ त्याच्या भल्यासाठी सांगितले होते की झुनियाला घेऊन जाण्यामुळे झंझट वाढेल. त्यात वाईट वाटण्यासरखं काय होतं की त्याला इतकं लागलं. असे होऊ नाही ही आग झुनियाने लावलेली असू नये. तिच बसल्या बसल्या तिला मंत्र शिकवू लागलीय, इथं नट्टा-पट्टा करायला मिळत नाही, घरातलं काही ना काही काम करावं लागतं. तिथे रूपया हातात पडतील. चांगलं चुंगलं खायला मिळेल, चांगले कपडे मिळतील आणि टांगा पसरून झोपता येईल. दोन माणसाच्या भाकरी करायला काय लागतय. तिथे तर पैसाच लागतो. ऐकण्यात आलय, बाजारात तर आयत्या भाकरी पण मिळतात. हा सारा उपद्रव तिनेच उभा केला आहे. शहरात काही दिवस राहून पण आलीय. तिथली जीभेला चव लागलीय, इथे कोणी विचारत नव्हतं. हा भोंदू मिळला, याला फसवलं, ज्यावेळी इथं पाच महिन्याचं पोट घेऊन आली होती, कशी म्याव-म्याव करीत होती. त्यावेळी आम्ही थारा दिला नसता तर भीक मागत फिरली असती, हो ईमानदारीचं फळ आहे! या आवदसामुळे दंड भरावा लागला. जातबांधवात बदनामी झाली. शेतीचं नुकसान झालं, सारं वाटोळ झालं. आज ही आवदसा ज्या ताटात जेवली त्यालाच छेद करू लागलीय. पैसे पाहिले तर नियत फिरली. म्हणूनच चाल बदललीय. आज नवरा चार पैसे कमवू लागलाय ना. इतक्या दिवस नाही सुचलं. त्यावेळी तेल घेऊन धावत यायची सासूचे पाय चेपायला. आवदसा त्याची कमाई आपल्या हातात घ्यायला निघालीय.

दुःखी स्वरात बोलली-हे मंत्र तुला कोण देवू लागलय बेटा. तू तर असा नव्हतास. आई-वडिल तुझे आहेत, बहिणी तुझ्या आहेत, घरही तुझे आहे, इथं बाहेरचं कोण आहे आणि आम्ही काय असेच जिवंत रहाणार आहोत कायमचे ? घराची मर्यादा सांभाळून राहिलास तर तुलाच सुख मिळेल. माणूस घरच्या लोकांसाठी धन कमवतो की दुसऱ्यासाठी ? आपलं पोट तर कुत्रं भरतं, मला माहीत नव्हतं, झुनिया नागीन होऊन आम्हाला दंश करेन.

गोबर चिडून बोलला-'आई, मी नादान नाही की झुनिया मला काही शिकवीन. तू विनाकारण तिला मध्ये आणतेस. तुमच्या घरचा सारा खर्च मी नाही करू शकत. माझ्याकडून जितकी मदत होईल तितकी करीन. परंतु स्वतःच्या पायात बेड्यां नाही आडकू शकत.'

झुनिया पण घरातून बाहेर येत बोलली-आई, वड्याचं तेल वांग्यावर कशाला काढता. कोणी तान्हेबाळ नाही की त्यांना शिकवू. ज्याला त्याला आपलं-चांगलं वाईट समजतं. माणूस यासाठी जन्म घेत नाही की आयुष्यभर तपस्या करावी आणि शेवटी रिकाम्या हातानं मरावं. सगळयांना सुख हवे आहे, सगळयांनाच वाटतं की हातात चार पैसे असावेत.

धनियाने दातओठ खात म्हटले-बरं, बरं, फार हुशारी शिकवू नकोस, आता तुला पण तुझं चांगलं-वाईट समजतय. ज्यावेळी माझ्या पायावर आपलं डोकं टेकवून रडत होतीस त्यावेळी तुला नाही समजलं, तुझं चांगलं-वाईट ? त्यावेळी आम्ही आमच्या चांगल्या वाईटाचा विचार केला असता तर आज तू इथे नसतीस.

त्यानंतर लागले जोराचे भांडण. टोमणे-शिव्या, गचाड्या सगळे भांडणातले प्रकार झाले. गोबर पण मध्ये ताव मारायचा. होरी ओट्यावर बसून सगळं ऐकत पहात होता. सोना आणि रूपा अंगणात मान झुकवून उभी होती. दुलारी, पुनिया आणि अनेक स्त्रीया भांडण सोडवायला आल्या. आभाळ गर्जना करू लागल्यावर कधी-कधी थेंब पण पडतात. दोघी पण आपण निर्दोष असल्याचे सिद्ध

करीत होत्या. झुनिया वारकाचे उकांडे उकरत होती. आज तिला हिरा आणि सांभाबद्दल विषेश सहानुभुती झाली होती. ज्यांना धनियाने कुठलेच ठेवले नव्हते, धनियाचे आणि कोणाचेही आजपर्यंत पटले नव्हते मग झुनियासोबत कसे पटू शकत होते. धनिया आपली सफाई देण्याच्या प्रयत्नात होती. परंतु माहीत नाही जनतेचा कौल झुनियाच्या बाजूने होता. कदाचित यामुळेच की धनिया मर्यादा सोडून बोलत होती तर झुनिया मर्यदित राहून. कदाचित यामुळे असेल की झुनिया कमवत्या पुरूषाची पत्नी होती आणि त्याला खूश करण्याच्या प्रयत्नात होती.

होरीने अंगणात येत म्हटले-मी तुझ्या पाया पडतो धनिया. शांत बस. माझ्या तोंडाला काळीमा फासू नकोस. अजून मन भरलं नसेल तर पुन्हा सांगतो.

धनिया झिडकारा देत तिकडे धावली-तुम्ही निघालात मोठे दिवे लावायला. माझाच दोष आहे, ती तर माझ्यावर फुलांचा वर्षाव करीत आहे ?

युद्धक्षेत्रात बदल झाला.

'जो लहान्याच्या नादी लागेल तो लहान'

धनिया कशी झुनियाला लहान समजेन ?

होरीने दुःखी स्वरात म्हटले-बरं बाबा ती मोठी तर ती मोठी.

ज्याला इथं राहाण्याची इच्छा नाही त्याला काय तू बांधून ठेवणार ? आई-वडिलाचा धर्म असतो लेकराचं पालण-पोषण करणे, आपण ते केलं. त्यांच्या पंखात बळ आलय. आता तुझी काय इच्छा आहे, त्यांनी चारा-पाणि आणून तुला चारावं. आई-वडिलाचा धर्म सोळा आणे मुलाच्या बाजूने असतो. मुलाचा एक आणा पण आपल्या आई-वडिलाबद्दल धर्म नाही. जो निघालाय, त्याला आर्शीवाद देवून निरोप दे. आपल्याला ईश्वर वाली आहे. जे काही भोगायचे बाकी असेल, ते भोगू. सत्तेचाळीस वर्ष असेच रडण्यात गेलेत. पाच-दहा उरलेत ते पण निघून जातील.

तिकडे गोबर जाण्याची तयारी करीत होता. या घरचे पाणि पण त्याच्यासाठी हराम आहे. आई असून त्याला अशा भाषेत बोलते, ती आता त्याचं तोडं पण पहाणार नाही.

पहाता-पहाता त्यानं त्याचं सामान बांधलं. झुनियाने पण कपडे बदलले. बाळ पण टोपी आणि फ्रॉक घालून राजा बनलं.

होरीने दाटून आलेल्या कंठाने म्हटले-बेटा, तुला काही बोलण्याची इच्छा तर नाही पण मन रहात नाही. जावून अपल्या गर्विष्ठ आईचे दर्शन घेतलेस तर काही होणार नाही? ज्या आईच्या पोटी जन्म घेतलास आणि जिचे दूध पिऊन मेाठा झालास, तिच्यासाठी इतके पण नाही करू शकत?

गोबरने तोंड फिरवत म्हटले-मी तिला माझी आई नाही समजत.

होरीने डोळ्यात अश्रू आणत म्हटले-जशी तुझी इच्छा. जिथे रहाशील, सुखात रहाशील.

झुनियाने सासूजवळ जाऊन पदराने तिच्या पायाला स्पर्श केला. धनियाच्या तोंडून आर्शीवादाचा एक शब्द सुद्धा नाही निघाला.तिने डोळे वर करून सुद्धा नाही पाहिले. गोबर बालकाला घेऊन पुढे-पुढे निघाला होता. झुनिया गबाळं घेऊन मागे-मागे. एक चांभाराचा मुलगा पेटी घेऊन होता. गावातील अनेक स्त्री पुरूष गोबरला निरोप द्यायला गावच्या बाहेर आले.

आणि धनिया बसून रडत होती. जणू तिचा ऱ्हदयाला कोणी चिरले आहे. ज्या घराला आग लागली आहे असे तिच्या मातृत्वाचे झाले होते, ज्यात तिचं सगळं भस्म होऊ लागलं होतं, बसून

रडायला पण जागा राहीली नव्हती.

२२

इकडे अनेक दिवसापासून रायसाहेबांच्या कन्येच्या विवाहाचा विषय चालला होता. वरून निवडणूका पण तोंडावर आल्या होत्या. परंतु हे सगळं असताना त्याना एक केस कोर्टात दाखल करायची होती, जिची फिस पंचवीस हजार रूपये इतकी होती. वरचा खर्च वेगळाच, रायसाहेबाचे मेव्हूने जे आपल्या मालमत्तेचे एकमेव मालक होते. ऐन तारूण्यात अपघातात मरण पावले होते. आणि रायसाहेब आपल्या कुमार पुत्राच्या वतीने त्या मालमत्तेवर अधिकार मिळविण्यासाठी कायद्याचा आश्रय घेऊ पहात होते. त्यांच्या चुलत मेव्हूण्याने संपत्तीवर कब्जा केला होता आणि रायसाहेबांना त्यातला हिस्सा द्यायला तो काही तयार नव्हता. रासयाहेबांनी खूप प्रयत्न केले की त्याच्या मेव्हूण्यांनी योग्य रक्कम घेऊन बाजूला व्हावं. इतके की त्या सर्व संपत्तीमधला आर्धा हिस्सा सोडायला तयार होते. परंतु मेव्हूण्याने कसल्याही प्रकारची तडजोड स्वीकारली नव्हती. आणि केवळ बळाच्या जोरावर तालुक्यात वसुली करायला सुरूवात केली होती. रायसाहेबांना जाण्याशिवाय पर्याय नव्हता. कोर्टात गेलं तर लोखो रूपये खर्च होणार होते. परंतु संपत्ती वीस लाखापेक्षा कमी नव्हती. वकिलांनी खात्री दिली होती की निश्चितच रायसाहेबांच्या बाजूने निकाल लागेल. अशी संधी कोण सोडणार होतं ? प्रश्न असा होता की हे तीनही महत्वाची कामे एकदाच आली होती आणि त्यापैकी कोणतेच टाळता येण्याजोगे नव्हते. मुलगी आठरा वर्षाची झाली होती. केवळ हातात रूपये नसल्यामुळे आतापर्यंत तिचा विवाह टाळल्या जात होता. परंतु एक चांगले स्थळ चालून आले होते. कुँवर दिग्विजयसिंहची पत्नी यक्ष्माची भेट झाली होती. आणि कुँवर साहेब आपल्या विस्कळीत घराला लवकरात लवकर सावरू इच्छित होते. सौदा पण पटला होता आणि ही संधी हातची जावू नये म्हणून याच लग्नात लग्न होऊन जाणे अति आवश्यक होते.

कुँवर साहेब वाईट सवईचे भांडार होतं. शराब, गांजा, अफीम, चरस असा कोणता नशेचा प्रकार नसेल जे ते करत नसतील. आणि ऐश तर श्रीमंतीची शोभा आहे. तो श्रीमंतच नाही, जो ऐश करीत नसेल, पैशाचा उपयोग दुसरा कशासाठी करायचा असतो ? परंतु इतके सगळे दुर्गून असतानाही ते असे प्रतिभासपन्न होते की चांगले-चांगले विद्वान त्यांना मानत होते. संगीत, नाट्यकला, हस्तरेखा, ज्योतीष, योग, लाठी, कुस्ती, निशानेबाजी आदी कलांमध्ये त्यांना जोड नव्हती. सोबतच ते मोठे दबंग आणि निर्भीड होते. राष्ट्रीय आंदोलनात सहभाग घेत होते. हो, ते पण गुप्तपणे. अधिकाऱ्यांमध्ये ही गोष्ट लपून राहीली नव्हती तरीपण त्यांची मोठी प्रतिष्ठा होती आणि वर्षातून एक-दोन वेळा गव्हर्नर साहेब देखील त्यांचे पाव्हूणे बनत. वय अजून तीस बत्तीसपेक्षा जास्त नव्हतं, तबियत तर अशी की एक बकरा खाऊन ढेकूर देतील.

रायसाहेबांना वाटलं, सुंठीवाचन खोकला गेला. कुँवर साहेब पहिल्या पत्नी पासून अजून नीट वेगळे पण झाले नव्हते, तोच रायसाहेबांनी बातचीत सुरू केली. कुँवर साहेबासाठी विवाह केवळ आपला प्रभाव आणि शक्ती वाढविण्याचं साधन होतं. रायसाहेब कॉंसिलचे सदस्य होते. होते तसे प्रभावशाली. राष्ट्रीय आंदोलनात आपल्या त्यागाचा परिचय देवून श्रद्धेस पण पात्र ठरले होते. लग्न ठरविण्यात कसल्याही अडचणी आल्या नाहीत. अर्थातच लग्न ठरलं.

प्रश्न होता निवडणूकीचा. ती सोन्याची बेडी होती, ना ती खाता येत होती ना परिधान करता येत होती. आतापर्यंत दोन वेळा ते निवडून आले होते आणि दोन्ही वेळा त्यांना एक-एक लाख खर्च सोसावा लागला हेाता. परंतु यावेळी राजा साहेब याच भागातून उभे राहीले होते आणि जाहीर केले होते की एका-एका मतदाराला एक-एक हजार जरी द्यावे लागले तरी चालेल. मग पन्नास लाखाची मालमत्ता मातीत गेली तरी चालेल. परंतु रायअमरपालसिंहला कौसिलमध्ये जावू देणार नाही. आणि त्यांना अधिकाऱ्यांने आपण मदत करू असे आश्वासन पण दिले होते. रायसाहेब विचारी होते, चतुर होते, आपला फायदा तोटा समजत होते. परंतु होते राजपूत आणि प्रचंड श्रीमंत होते. ते आव्हान मिळाल्यावर मैदानातून कसे हटतील ?तसे त्यांना राजा सूर्य प्रतापसिंहने येऊन सांगितले असते, भाऊसाहेब, आपण तर दोन वेळा काऊंसिलवर गेलात. यावेळी मला जावू द्या तर कादाचित रायसाहेबांनी त्याचे स्वागत केल असते. काउंसिलचा मोह आता त्यांना नव्हता. परंतु त्या आव्हानाचा सामना करण्याशिवाय दुसरा मार्गच नव्हता. आणखी एक सल्ला होता मिस्टर तंखाने त्यांना विश्वास दिला होता की तुम्ही उभे रहा, नंतर राजासाहेबाकडून एक लाख रूपये घेऊन माघार घ्या. त्यांनी तर इतके पण सांगितले होते की राजा साहेब रायसाहेबांना पराभूत करण्याचा गौरव गमावू इच्छित नाहीत आणि त्याचं मुख्य कारण होतं, रायसाहेबांच्या मुलीचे लग्न कुँवर साहेबाबरोबर होणं. दोन प्रभावशाली घराण्याचं एकत्र येणे स्वतःसाठी हानीकारक समजत होते. तिकडे रायसाहेबांना सासरवाडीची मालमत्ता मिळण्याची पण अशा होती. राजासाहेबांच्या मनात ही सल पण बोचत होती. ती मालमत्ता जर राजासाहेबांना मिळाली-आणि कायदा तर रायसाहेबांच्या बाजूने होता-मग राजासाहेबांचा एक प्रतिस्पर्धी उभा राहीन, म्हणून त्यांचा धर्म होता की रायसाहेबांना चिरडून टाकावे आणि त्यांची प्रतिष्ठा मातीत घालावी.

बिचारे रायसाहेब मोठ्या अडचणीत आले होते. त्यांना अशी शंका येऊ लागली हेाती की आपल्या मतलबासाठी तंखा त्यांना धोका देतात की काय. आता तर असं कानावर आलं होतं की ते राजासाहेबांच्या बाजूने गेलेत. हे तर रायसाहेबांच्या जखमेवर मीठ चोळल्यासारखे होते. त्यांनी अनेकदा तंखांना बोलावले होते, पण एक तर ते घरी सापडत नव्हते किंवा येतो म्हणून सांगत आणि विसरून जात. शेवटी त्यांना भेटायचेच म्हणून त्यांच्याकडे गेले. सुदैवाने तंखा घरीच सापडले. परंतु रायसाहेबांना एक तास त्यांची वाट पहावी लागली. हे तेच तंखा आहेत, जे कधी काळी रायसाहेबांच्या घरी पडलेले असत. आज त्याची इतकी मजाल की भेट घेत नव्हते जसेही मिस्टर तंखा तयार होऊन, तोंडात सिगार पेटवून खोलीत आले आणि हस्तोदंलानासाठी हात पुढे केले तोच रायसाहेबांनी बॉम्ब फेकला- मी तासापासून इथं बसलोय आणि तुम्ही येता-येता इतका उशीर केला. मी हा माझा अपमान समजतो!

मिस्टर तंखा आरामात सोफ्यावर बसत आणि सिगारेटचा धूर हवेत उडवत म्हणाले-मला याबद्दल खेद आहे, मी एका महत्वाच्या कामात होतो. फोन करून तुम्ही माहिती द्यायला हवी होती.

आगीत तेल पडलं. परंतु रायसाहेबांनी रागाला आवरलं. ते भांडायला आले नव्हते. ही अपमानाला गिळून टाकण्याची वेळ होती. म्हणाले-हो, ही चूक झाली. आजकाल तुम्हाला वेळच मिळत नाही बहुधा.

'हो, ना, फारच कमी, नाहीतर मी आलो नसतो का'

'मी त्याच प्रकरणाबद्दल तुमच्याशी बोलायला आलो होतो. तडजोडीची तर काही शक्यताच

दिसत नाही तिकडे तर निवडणुकीची तयारी जोरात चालू आहे'

'राजासाहेबांना तर तुम्ही ओळखताच. आकडू माणूस आहे. अगदीच लहरी. कसल्यान् कसल्या भानगडीत असतात. अलिकडच्या काळात त्यांच्या डोक्यात एकच गोष्ट आहे की रायसाहेबांना पराभूत करायचं. त्यांनी का एखादी गोष्ट ठरवली की मग कोणाचे ऐकत नाहीत, त्यासाठी कितीही नुकसान सोसावे लागले तरी चालेल. चाळीस लाखाचे कर्ज डोक्यावर आहे. परंतु त्याची पर्वा नाही. खर्च तसाच पाण्यासारखा. पैशाला तर काही समजतच नाहीत. सहा महीन्यापासून नौकरांचा पगार दिलेला नाही, परंतु महाल बांधणे चालू आहे. संगमरवरी फरशा आहेत, बांधकाम असं होऊ लागलय की नजर थांबत नाही. अधिकाऱ्यांना रोज नजराने जातात, ऐकण्यात आहे, मॅनेजर म्हणून कोण्या इंग्रजाला ठेवणार आहेत.

'मग आपण कसे म्हणालात की ते जडजोड करतील?'

'माझ्याकडून जे शक्य होतं मी केलं, याशिवाय मी काय करू शकतो ? जर शक्य एखद्याला दोन-चार लाखाचे नुकसानच करून घ्यायचे असेल तर मी काय करणार?'

रायसाहेबांना आता राग आवरता आला नाही-विशेष म्हणजे त्या दोन चार लाखापेक्षा दहा-वीस हजार आपल्या हातावर पडणार असतील.

मिस्टर तंखा कशाला गप बसतील ?म्हणाले -रायसाहेब आता सगळच स्पष्ट सांगायला लावू नका. इथे ना मी सन्यासी आहे ना तुम्ही. आपल्या सगळ्यानाच कामाई करायची आहे. आंधळ्यांना दोन डोळे आणि लंगड्यांना पाय हवेच असतात. जितकी मला पैशाची गरज आहे तितकीच तुम्हालाही. मी उभा राहाण्यास सांगितले. तुम्ही एक लाखाच्या लोभाने उभे राहीलात. परंतु नशीबात असतं तर आज तुम्ही एका लाखाचे मालक असता आणि एक कवडी न देता कुँवर साहेबांसोबत नाते पण जुळले असते. शिवाय खटला पण दाखल झाला असता. परंतु तुमच्या दुर्दैवाने तसे झाले नाही. तुम्हीच अशा परिस्थितीत असल्यावर मला काय मिळणार ? शेवटी झक मारून मी त्यांच्या बाजूने गेलो. काहीही करून ही नदी पार करावीच लागेन.

रायसाहेबांना इतका राग आला होता की या दुष्ट माणसाला गोळी मारावी. याच बदमाष माणसाने गाजर दाखवून त्यांना उभे केले आणि आता असे स्पष्टीकरण देत आहे. पाठीला धूळ पण लागून नाही देवू लागला. परंतु परिस्थितीने तोंड बंद केले होते.

'तर आता तुम्ही काही नाही करू शकत ?'

'तसेच समजा '

'मी पन्नास हजारात सुद्धा माघार घ्यायला तयार आहे '

'राजा साहेब ऐकणार नाहीत?'

'पंचवीस हजारात तर तयार होतील ?'

'काही आशा नाही, त्यानी स्पष्ट शब्दात सांगून ठेवलेय '

'त्यांनी सांगितलय तुम्ही मानाचेच सांगत आहात ?'

'तुम्ही मला खोटे समजता ?'

रायसाहेबांनी नम्र स्वरात म्हटले-मी तुम्हाला खोटे नाही समजत, परंतु इतके जरूर समजतो की तुम्ही ठरवले तर काम होऊ शकता.

'तर तुम्ही असे समजता की मी तडजोड होऊ दिली नाही ?'

'नाही, मला असे म्हणायचे नाही. मला इतकेच म्हणायचे आहे की तुम्ही ठरवलं असतं तर काम झालं असतं आणि मी भानगडीत पडलो नसतो.

मिस्टर तंखाने घड्याळाकडे पहात म्हटले-तर रायसाहेब, तुम्ही स्पष्टच ऐकणार असाल तर सांगतो की -तुम्ही जर दहा हजार माझ्या हातावर टेकवले असते तर आज तुम्ही एका लाखाचे मालक असता. तुम्हाला अपेक्षित असेल की राजा साहेबाकडून रूपये मिळाले असते तर तुम्ही मला हजार-दोन हजार दिले असते, तर मी आता व्यवहार करीत नाही. तुम्ही राजासाहेबाकडून पैसे घेतले असते आणि मला दाखवला असता अंगठा, त्यानंतर मी काय केलं असतं ? सांगा? कुठे तक्रार-खटला तर करू शकत नाही.

रायसाहेबांनी घायाळ नजरेने पाहिले-तुम्ही मला बोईमानी समजता?

तंखाने जागेवरून उठत म्हटले-याला बेईमानी कोण समजते ! आजकाल यालाच हुशारी म्हणतात. कसं दुसऱ्याला उल्लू बनवलं जाऊ शकतं. हेच यशस्वी धोरण आहे, आपण तर या विषयातले तज्ञ आहात

रायसाहेबांने हाताच्या मुठ्ठी घट्ट करत म्हटले-मी ?

'होय, तुम्ही ! पहील्या निवडणुकीत मी तुमचा किती प्रचार केला. तुम्ही मोठ्या प्रयत्नानंतर पाचशे रूपये दिले. दुसऱ्या निवडणुकीत ती तसली भंगार गाडी गळयात बांधून स्वतःचा गळा मोकळा केला. दुधाने पोळलेला ताक पण फुंकुन पितो. ते खोलीतून निघाले आणि कार ड्राइव्हरला बोलावले.

रायसाहेबांना खूप राग आला होता. या अशिष्टपणालाही काही मर्यादा आहे ! एक तर तासभर वाट पहायला लावली आणि आता इतकं उद्धटपणे वागून त्यांना जबरदस्तीने घरातून जायला सांगत आहे. त्यांनी जर ठरविले असते की मिस्टर तंखाना आपटी द्यायची तर त्यानी कधीच दिली असती. पण मिस्टर तंखा शरीराने तसे मजबुत होते. मिस्टर तंखाने हॉर्न वाजविल्यावर ते पण आपल्या कारमध्ये जावून बसले आणि सरळ मिस्टर खन्नाकडे गेले.

नऊ वाजत आले होते. परंतु खन्ना अजून गोड झोपेचा आनंद घेत होते. ते रात्री दोनच्या आधी कधी झोपत नव्हते. मग नऊ वाजेपर्यंत झोपणे स्वभावीकच होते. इथे पण रायसाहेबांना आर्धा तास बसावे लागले. म्हणून साडे नऊ वाजता ज्यावेळी मिस्टर खन्ना हसत आले त्यावेळी रायसाहेबांनी त्यांना झापले. असं! आता सरकारला जाग आलीय. रूपये जमा केलेत म्हणूनच सरकारला अशी निवांत झोप लागलीय. माझ्यासारखे तालुकेदार असते तर असेच कोणाच्या दारात उभे असता. बसून-बसून चक्कर आली असती.

मिस्टर खन्नाने सिगारेट बॉक्स त्यांच्यासमोर धरत प्रसन्न चेहऱ्याने म्हटले-'रात्री झोपायला उशीर झाला. अशावेळी कोठून आलात?'

रायसाहेबांनी थोडक्यात आपलं गाहाणं मांडलं. मनातून खन्नाला शिव्या देत होते. जो त्यांचा वर्गमित्र अजून नेहमीच त्यांना गंडविण्याच्या प्रयत्नात असतो. परंतु तोंडावर त्यांची स्तुती करतात.

खन्नाने असा आव आणला की जणू त्यांना खुपच चिंता आहे. म्हणाले-माझा तर सल्ला

आहे, तुम्ही निवडणुकीच्या भानगडीत पडू नाही आणि तुमच्या मेव्हूण्यावर खटला दाखल करावा. राहीला लग्नाचा विषय, तर ती तीन दिवसाची गोष्ट आहे. त्या नंतर परेशान होण्याची गरज नाही. कुँवर साहेब माझे दोस्त आहेत. देण्या-घेण्याचा विषय काढू देणार नाही.

रायसाहेब व्यंग करीत बोलले-आपण हे विसरता मिस्टर खन्ना की मी बँकवाला नाही. तालुकेदार आहे. कुँवरसाहेब हुंडा नाही मागत. त्यांना ईश्वराने सगळं काही दिले आहे. परंतु तुम्हाला हे माहीत नाही की ही माझी एकुलती एक मुलगी आहे आणि तिला आई नाही. ती कादाचित आज जिवंत असती तर आज सारं घर रिकामं केलं असतं, तरी तिचं समाधान झालं नसतं. त्यावेळी मी तिला खर्चाला आळा घालण्याचा सल्ला दिला असता. परंतु आता तरी मी माय आणि बाप मीच आहे. माझ्या ऱ्हदयातले रक्त काढून द्यावे लागले तरी मी देईन. या विधूर जीवनात मी मुलीकडे पाहूनच तारूण्य जाळलं. दोन्ही मुलींच्या प्रेमात बुडूनच मी पत्नीव्रतचे पालन केले आहे. माझ्यासाठी हे अशक्य आहे की अशा शुभ प्रसंगी मी प्रत्येक गोष्ट तिच्या मनासारखी करणार नाही. मी माझ्या मनाला समजावतो, पण जो पत्नीचा आदेश आहे, त्याला मी कसं टाळू शकतो. आणि निवडणूकीच्या मैदानातून पळ काढणेही ठीक नाही. मला माहीत आहे, माझा पराभव होईल. राजासाहेबाबरोबर मी लढत देवू शकत नाही. परंतु राजासाहेबांना मी इतकेच दाखवून देवू इच्छितो की लढाई सोपी नाही.

'आणि खटला दाखल करणे अतिआवश्य आहे'

'त्यावर तर सर्व भिस्त आहे. आता तुम्ही मला सांगा, तुम्ही माझी काय मदत करू शकता ?'

'माझ्या डायरेक्टर मंडळींना या विषयाबद्दल काय आदेश आहे तो तर तुम्ही जाणतातच. आणि राजा साहेब देखील आमचे डाईरेक्टर आहेत, हे पण तुम्हाला माहीत आहे. मागची वसूली करण्यासाठी वारंवार सक्ती करण्यात येत आहे. काही नवी प्रकरणे क्वचितच होतील.'

रायसाहेब तोंड बारीक करीत म्हणाले-'तुम्ही तर माझी नाव बुडवायला निघालात मिस्टर खन्ना !'

'माझ्याजवळ जे काही स्वतःचे आहे ते तुमचेच आहे. परंतु बँकेच्या प्रकरणात तर मला माझ्या मालकाचे ऐकावेच लागेल'

'जर ही मालमत्ता आली आणि मला त्याची पूर्ण अशा आहे, तर मी पैसान् पैसा परत करीन'

'तुम्ही सांगू शकता, यावेळी आपल्यावर किती कर्ज आहे ?'

रायसाहेब संकोचत बोलले-पाच-सहा लाख समजा. थोडे कमी असतील.

खन्ना अविश्वास दाखवत बोलले-एकतर तुमच्या लक्षात नसेल किंवा तुम्ही लपवू लागलात.

रायसाहेबांनी जोर देवून सांगितले-नाही मी विसरलो नाही. ना लपवतो आहे, माझी संपत्ती यावेळी कमीत-कमी पन्नास लाखाची आहे आणि सासरची मालमत्ता देखील त्यापेक्षा कमी नाही, इतक्या मोठ्या संपत्तीवर दहा-पाच लाखाचे कर्ज म्हणजे काहीच नाही.

'परंतु आपण कसे म्हणू शकता की सासरकडील मालमत्तेवर कर्ज नाही ?'

'मला जितकी माहीती आहे, त्यानुसार तिच्यावर कसलेही कर्ज नाही '

'आणि मला अशी माहीती मिळाली आहे त्या संपत्तीवर दहा लाखापेक्षा कमी कर्ज नाही.

ती संपत्ती अजून मिळणे बाकी आहे आणि तुमच्या मालमत्तेवरही माझ्यामते दहा लाखापेक्षा कमी कर्ज नाही. आणि ती मालमत्ता आता पन्नास लाखाची नाही, फार तर पंचवीस लाखाची आहे. अशा परिस्थितीत कोणतीही बॅंक तुम्हाला कर्ज नाही देवू शकत. असे समजा की तुम्ही ज्वालामुखीच्या तोंडाजवळ उभे आहात. एक थोडीसी चूक तुम्हाला भस्म करू शकते. तुम्हाला अशा प्रसंगी खूप जपून पाऊले टाकावी लागतील'

रायसाहेबांनी त्यांचा हात आपल्याकडे ओढत म्हटले-हे मला सगळं नीट माहीत आहे, मित्रा! परंतु जीवनाची शोकांतीका यापेक्षा काय असू शकते की तुमचा आत्मा जे काम करू इच्छित नाही, तेच काम तुम्हाला करावं लागतय, तुम्हाला माझ्यासाठी अशाप्रसंगी किमान दोन लाखाचा बंदोबस्त करावा लागेन.

खन्नाने दीर्घ श्वास घेत म्हटले-माई गॉड ! दोन लाख ! अशक्य ! अगदीच अशक्य !

'मी तुमच्या दरवाज्यावर डोकं फोडून घेईन मिस्टर खन्ना, हे लक्षात ठेवा. तुमच्या भरोशावरच हे सारे कार्यक्रम आखलेत, तुम्ही जर मला निराश केलेत तर कदाचित जहरच खावे लागेल. मी सुर्यप्रतापसिंहच्या समोर गुडघे टेकवणार नाही. मुलीचा विवाह दोन चार महिन्याने पुढे ढकलता येईल. खटला दाखल करायला पण खूप वेळ आहे. परंतु ही निवडणूक तोंडावर आली आहे. आणि मला चिंता याचीच जास्त आहे.

खन्ना चकित होऊन म्हणाले-तर तुम्ही निवडणुकीसाठी दोन लाख खर्च करणार ?

'अरे बाबा निवडणुकीचा प्रश्न नाही, हा इज्जतीचा प्रश्न आहे. काय तुमच्या नजरेत माझी दोन लाखाची पण इज्जत नाही. माझं सारं राज्य जरी हातचं गेलं तर जावू द्या. परंतु सूर्यप्रतापसिंहला मी सहजा-सहजी जिंकू देणार नाही.

खन्नाने एक मिनिट धूर ओढल्यानंतर म्हटले-बॅंकेची जी परिस्थिती आहे ती मी आपल्यासमोर मांडली, बॅंकेने एक प्रकारे देण्या-घेण्याचा व्यवहार बंद केलाय. माझा प्रयत्न राहील की तुमचा विशेष विचार केला जावा. परंतु Business is Business हे तर तुम्ही जाणताच. परंतु माझे कमिशन काय असेल ? मला तुमच्यासाठी खास प्रयत्न करावे लागल? राजासाहेबांचा इतर डाईरेक्टवर पण किती प्रभाव हे पण तुम्हाला माहीत आहे, मला त्यांच्या विरोधात गटबाजी करावी लागेल. असे समजा की माझ्या जबाबदारीवरच हे प्रकरण होईल.

रायसाहेबांचे तोंड पडले. खन्ना त्यांचे अंतर्गत मित्र होते. त्यापैकी होते. सोबत शिकलेले, सोबत उठ-बस असलेले आणि हे त्यांच्याकडून कमिशनची आशा ठेवत होते. इतका निर्लज्जपणा ? शेतात भाजी-पाला पिकला, फळे आली तर पहिले खन्नाकडे डाल जात होती. कसला उत्सव असला, कसला जलसा असला, सर्वात आधी खन्नाला निमंत्रण असे. त्याचं हे फळ आहे ? उदास मनाने बोलले-जशी आपली इच्छा, परंतु मी आपल्याला माझा भाऊ समजत होतो.

खन्नाने कृतज्ञता दाखवत म्हटले-ही आपली कृपा आहे. मी पण आपल्याला नेहमी थोरल्या भावाच्या ठिकाणी समजले आहे आणि आता पण समजतो. तुमच्यापासून कधी काही लपवून ठेवले नाही, परंतु व्यापार ही दुसरी गोष्ट आहे. जिथे कोणी कोणाचा दोस्त नाही, कोणी कोणाचा भाऊ नाही, ज्याप्रमाणे भावाच्या नात्याने मी असे नाही म्हणू शकत की मला दुसऱ्यापेक्षा जास्त कमिशन द्या. त्याचप्रमाणे तुम्हालाही माझ्या कमिशनमध्ये सूट देण्यासाठी आग्रह नाही केला पहिजे. मी आपल्याला

विश्वास देतो की मला जितकी सवलत देता येईल तितकी मी देण्याचा प्रयत्न करीन. उद्या तुम्ही ऑफीसच्या वेळेला या आपण लिखापढी करून घेऊ. झाला व्यवहार पूर्ण. तुम्ही दुसरेच काहीतरी ऐकले ! मेहता साहेब अलिकडच्या काळात मालतीवर फारच फिदा आहेत. सारं तत्वज्ञान संपलय. दिवसातून एक-दोन वेळा भेटल्याशिवाय रहात नाहीत आणि सायंकाळी दोघे सोबतच फिरायला निघतात. ही माझीच चूक होती की कधी मालतीकडे साधं हाय-हॅलो करायला गेलो नाही. कदाचित त्याचाच बदला घेत असावी. कधी काळी अशी गोष्ट होती की जे काही होतं ते होतं मिस्टर खन्ना. काहीही झालं तरी पळाली खन्नाकडे. रूपायाची गरज पडली की आली खन्नाकडे आता तर मला पाहून तोंड फिरवते. मी खास तिच्यासाठी फ्रांन्सवरून एक घड्याळ मागवले होते. गेलो तर होतो तिला देण्यासाठी, पण नाही घेतली. काल-परवा मेवा पाठवला होता-काश्मीवर वरून मागवलेला-परत पाठवला. मला तर आश्चर्य वाटतं की माणूस इतक्या लवकर इतका बदलतो !

रायसाहेब तर मनातली मनात तिच्या अशा वागण्यावर खूश झाले. परंतु सहानुभूती दाखवत म्हटले-जर असे ग्रहित धरले की ती मेहताच्या प्रेमात पडली आहे, तरीपण तिने असे वागण्याचे काही कारण नाही.

खन्नाने जखमी स्वरात बोलले-हेच तर दुःख आहे रायसाहेब ! ते तर मला पहिल्यापासून माहीत होतं, ती माझ्या हाती लागणार नाही ! मी तुम्हाला खरं सांगतो की मी या भ्रमात कधी राहीलो नाही की मालती माझ्या प्रेमात आहे. प्रेमासारखी गोष्ट तिच्याकडून मिळू शकते याची मला आशा नव्हती. मी तर केवळ तिच्या सौदर्यांचा उपासक होतो. साप विषारी आहे, हे माहीत असतानाही मी त्याला दूध पाजत आहे. पोपटासारखा निष्ठूर जीव दुसरा कोणी आहे का, पण केवळ गोड दिसतो आणि बोलतो म्हणून त्याला पिंजऱ्यात ठेवतो. आपण माझ्यासाठी सुद्धा मालती त्या पोपटासारखी होती. दुःख याचेच वाटते की मला याची का जाणीव झाली नाही ? तिच्यासाठी मी माझे हजारो रूपये बर्बाद केलेत. भाऊसाहेब! तिचा निरोप मिळताच मी रूपये पोहेचते केलेत. माझी कार आजही तिच्या मदतीला असते. तिच्यापाई माझा खूप खर्च झालाय रायसाहेब ! ऱ्हदयात जितकं पाणि होतं, ते वरच्या भागात इतकं मुरलं की खालच्या भागातला बाग वाळून गेलाय. अनेक वर्ष झाले असतील मी गोविंदीबरोबर नीट बोलले पण नाही. तिची सेवा, स्नेह आणि त्यागाची मला त्याप्रमाणे अरूची झाली होती. जशी उजीर्ण झालेल्या व्याक्तिला पकवानाची होते. मालती मला असं नाचवत होती जसा एखादा माकडावाला एखाद्या माकडाला आणि मी आनंदाने नाचत होतो. ती माझा अपमान करीत होती आणि मी आनंदाने हसत होतो. ती माझ्यावर रूबाब करीत होती आणि सेवाभाव दाखवत होती. तरी माझ्या कधी तोंडी लागली नाही. मी मान्य करतो, तिने मला कधी प्रोत्साहीत केले नाही हे पण खरे आहे, तरीपण मी त्या पतंगाप्रमाणे दीपकाभोवती घिरट्या घालत होतो. आणि आता ती केवळ औपचारीकता पण दाखवत नाही ! परंतु रायसाहेब ! मी सांगून ठेवतो, खन्ना शांत बसणारा माणूस नाही. तिची एक-एक गोष्ट मला माहीत आहे, मी तिच्याकडून पै-पै वसूल करील, आणि डॉक्टर मेहताला मी लखनौमधून हाकवून दिल्यानंतरच शांत बसेन, त्यांचं इथं राहणं अशक्य करून टाकीन...

त्याचवेळी हॉर्नचा आवाज आला. क्षणार्धात मिस्टर मेहता येऊन उभे राहीले. गोरापान रंग, निरोगी असल्याचं चेहऱ्यावरून दिसतं होतं, आखूड कोट, चुडीदार पायजमा, रूबाबदार ऐनक ! शांततेचा पुतळा भासत होते.

खन्नाने उठून हस्तादोलंन केले-'या मिस्टर मेहता, तुमचाच विषय चालला होता.'

मेहताने दोन्ही सभ्य गृहस्तांच्या हातात हात देत म्हटले-फारच चांगल्या मुहूर्तावर घरातून बाहेर पडलोय, कारण दोन्ही महानुभाव एकाचवेळी भेटलेत. तुम्ही दैनिकातून कदाचित वाचले असेल. मी इथं महीलांसाठी व्यायाम शाळेचे आयोजन चालू आहे, मिस मालती त्या समितीवर आहे. अंदाज आहे त्या शाळेसाठी दोन लाख रूपये लागणार आहेत, शहरात अशा गोष्टीची किती गरज आहे हे तुम्ही माझ्यापेक्षा चांगले जाणता. माझी अशी इच्छा आहे की तुम्ही दोघांची यादीत नावे सर्वात वरची असावीत. मिस मालती स्वतः येणार होती. परंतु आज तिच्या वडिलाची तबियत ठीक नसल्याने येऊ शकली नाही.

त्यांनी देणगीची यादी रायसाहेबांच्या हातात ठेवली, पहिलं नाव राजा सूर्यप्रतापसिंह यांचं होतं, ज्याच्यासमोर पाच हजाराची रक्कम होती. त्यानंतर कुँवर दिग्विजयसिंहचे तीन हजार होते. त्यानंतरच्या रक्कमा इतक्याच किंवा त्यापेक्षा कमी होत्या. मालतीने पाचशे रूपये दिले होते आणि डॉक्टर मेहताने एक हजार रूपये.

रायसाहेब खूश होत म्हणाले-'चाळीस हजार तर तुम्ही लोकांनी हातोहात उकळले'

मेहता गर्वाने बोलले-ही सगळी आपल्या सारख्यांची कृपा आहे, आणि ही केवळ तीन तासाची मेहनत आहे. राजा सुर्यप्रतापसिंहने क्वचितच सार्वजनिक ठिकाणी भाग घेतला असेल परंतु आज कसलाही विचार न करता रूपये दिले आहेत ! समाजात जागृती झालीय ! प्रजा कोणत्याही चांगल्या कामाला मदत करायला तयार आहे. केवळ लोकांना विश्वास असला पाहिजे की याचा सदुपयोग होईल, आपल्याकडून तर माझ्या मोठ्या अपेक्षा आहेत मि. खन्ना !

खन्नाने उपेक्षित भावनेनं म्हटले- मी असल्या निरर्थक कामात लक्ष घालत नाही, माहीत नाही आपण पश्चिमेकडील लोकांची गुलामी किती प्रमाणात करणार आहात. म्हणून महिलांना घर कामात रस राहीलेला नाही, व्यायामाचं भूत डोक्यात शिरलय. तर मग तिचं काही खरं नाही. जी महिला घरकाम करते तिला अशा व्यायामाची काही गरज नसते. तिच्यासाठी बांधण्यात येणाऱ्या व्यायामशाळेला देणगी देणं मी अधर्म समजतो.

मेहता थोडे पण खचले नाहीत-अशा स्थितीत मी आपणाला काही मागणार पण नाही. ज्या कार्यावर आपला विश्वास नसेल अशा कार्यासाठी मदत घेणे वास्तवात अधर्म आहे. आपण मिस्टर खन्नाच्या मताशी सहमत आहत, रायसाहेब ?

'मी म्हटलं तुम्ही तरी अशा कार्याला मदत करणं अधर्म तर समजत नाहीत ?

'ज्या कामात आपण सहभागी आहात, ते कर्म अधर्म आहे अथवा धर्म; याचा मि विचार करीत नाही.

मला वाटतं, तुम्ही विचार करावा आणि तुम्हाला जर या आयोजनात समाजहित दिसत असेल तर त्यासाठी मदत करा. मिस्टर खन्नाचे धोरण मला खूप आवडले.

खन्ना म्हणाले-मी तर स्पष्टच बोलतो म्हणून बदनाम आहे.

रायसाहेब चेहऱ्यवर हसू आणत म्हटले-माझ्यात तर विचार करण्याची शक्तीच नाहि. सज्जन लोकांचे अनुकरण करणे यालाच मी माझा धर्म समजतो.

'तर सांगा मग एखादा आकडा '

'तुम्ही सांगाल तो लिहीतो '

'तर हजारापेक्षा कमी लिहिण्यात काय अर्थ आहे?'

रायसाहेब दुःखी स्वरात म्हणाले-'तुमच्या नजरेत माझी हिच औकात आहे ?'

त्यांनी पेन घेतला आणि स्वतःच्या नावासमोर पाच हजार इतकी रक्कम लिहिली. मेहताने यादी त्यांच्या हातात घेतली, पण त्यांना इतकी ग्लानी आली की रायसाहेबांना धन्यवाद द्यायला पण ते विसरले. रायसाहेबांना देणगीदारांची नावे माहीत करून देवून त्यांनी मोठीच चूक केली होती. हे शल्य त्यांना टोचू लागलं,

मिस्टर खन्नाने रायसाहेबांकडे दया आणि उपहासाच्या नजरेने पाहिले. त्यांची नजर जणू म्हणत होती, किती गाढव आहात तुम्ही !

अचानक मेहता रायसाहेबांच्या गळ्यात पडले आणि मुक्त कंठाने उदगारले-three cheers for Rai Sahib Hip Hip Hurrah!

खन्ना विषय बदलत बोलले-ही मंडळी राजे-महाराजे आहेत, अशा कामाला मदत करणार नाहीत तर कोणत्या ?

मेहता म्हणाले-मी तर आपल्याला राजांचा राजा समजतो, आपण राज्य करता, त्यांची कोठी आपल्या हातात आहे.

रायसाहेब खूश झाले-हे आपण माझ्या मनातले बोललात मेहताजी ! आम्ही नावाचे राजे आहोत, खरे रोज तर हे बँकवाले आहेत.

मेहताने खन्नाची स्तुती करण्याचा मार्ग अवलंबिला-माझी आपल्याबद्दल काही तक्रार नाही खन्नाजी ! आपण यावेळी कामात सहभागी होत नाही, ठीक आहे, परंतु कधी ना कधी भेट द्या. श्रीमंताच्या कृपेनेच आपल्याकडे मोठमोठ्या संस्था चालतात, राष्ट्रीय आंदोलनाला कोणी इतक्या मोठ्या प्रमाणे चालवलं ! इतक्या धर्मशाळा आणि शाळा कोण बांधू लागलय ? आज जगाचे शासनसूत्र बँकवाल्याच्या हातात आहे, सरकार त्यांच्या हातचे खेळणे आहे. मी आपल्यावर नाराज नाही, जो व्यक्ति देशासाठी जेलमध्ये जातो, त्याच्यासाठी दोन-चार हजार रूपये खर्च करणे मोठी गोष्ट नाही. आम्ही ठरवले आहे की या शाळेचा पहिला दगड गोविंदी देवीच्या हाताने बसवायचा. आम्ही दोघे लवकरच गर्व्हनर साहेबांना भेटणार आहोत आणि मला विश्वास आहे, आम्हाला त्यांची मदत मिळेल. लेडी विलसन यांना यांना महिला आंदोलनाबद्दल किती प्रेम वाटते हे तर आपल्याला माहीतच आहे. राजा साहेब आणि इतर मंडीळींना वाटत होतं की पहिला दगड लेडी विलसनच्या हाताने ठेवला जावा. परंतु शेवटी ठरलं की हे कार्य एखाद्या आपल्याच बहिणीच्या हातून व्हावं. आपण अशा शुभ प्रसंगी किमान हजेरी तरी लावाल?

खन्ना उपहासाने बोलले-हो, आता लेडी विलसन येणार म्हटल्यावर माझ्यासारख्याने आलेच पाहिजे ना. अशाऱ्हेने आपण बऱ्याच श्रीमंताना गंडवणार बहूतेक. तुम्ही लोकांना युक्त्या पण चांगल्या सुचतात आणि आपले श्रीमंत आहेत त्याच लायकीचे. त्यांना उल्लू बनवूनच फसविल्या जाऊ शकते.

ज्यावेळी संपत्ती नको त्यापेक्षा जास्त असते, तर ती बाहेर पडण्याचा मार्ग स्वतःच शोधते. तशी नाही बाहेर पडली तर जुगारात जाईल, घोड्याच्या शर्यतीवर जाईल, दगडमातीत जाईल, किंवा

मौजमस्तीमध्ये जाईल.

आकराची वेळ झाली होती. खन्नासाहेबांच्या ऑफीसची ती वेळ होती. मेहता निघून गेले. रायसाहेब जायला निघाले तोच खन्नाने त्यांच्या हाताला धरून बसवलं-'नाही, तुम्ही जरा बसा.तुम्ही पाहिलेच असेल की मेहताने मला कसे फसविले, बाहेर पडण्याचा काही मार्ग नाही. गोविंदीच्या हाताने पायाभरणीचा दगड ठेवणार आहेत !अशा परिस्थितीत यापासून दूर राहणे माझ्यासाठी हास्यास्पदचं ठरेल की नाही ? गोविंदी कशी तयार झाली आणि मालतीने तिला कसं सहन केलं, हे समजने पण कठीण आहे. यात काही रहस्य दिसतय की नाही तुम्हाला ?

रायसाहेबांनी आत्मीयता दाखवली-अशा प्रकारणात स्त्रीला नेहमी पुरूषाची परवानगी घ्यायला पाहिजे !

खन्नाने रायसाहेबांकडे धन्यवादाच्या नजरेने पाहिले-याच गोष्टी वरून गोविंदी आणि माझे पटत नाही आणि यामुळेच समाज माझ्या नावाने बोंबा मारतो. तुम्ही मला सांगा, मी कशाला पडू असल्या भानगडीत ? त्यांनी पडावं , ज्यांच्याकडे फालतूचे रूपये पडलेले अहेत. फालतुचा वेळ आहे आणि मोठे होण्याची हौस आहे. होणार इतकेच की दोन-चार महाशय सेक्रेटरी आणि उपप्रधान बनून अधिकाऱ्यांना निमंत्रण देतील, त्याचे कृपापात्र ठरतील आणि विद्यापीठातील तरूण्यांना गोळा करून त्यांच्यासोबत हातात हात घालून फिरतील. व्यायाम तर केवळ दाखवायचे दात आहेत. अशा संस्थेत नेहमी असेच हेते आणि आपण बनू उल्लू. आपले बांधव जे श्रीमंत आहेत, ते ही केवळ गोविंदीमुळे.

एकदा खुर्चीवरून उठले, पुन्हा बसले. गोविंदीचा त्यांना खूप राग आला होता. त्यांनी दोन्ही हात डोक्याला लावत म्हटले-मला समजत नाही, मी काय करावं ते.

रायसाहेबांनी धीर दिला-काही नाही, तुम्ही गोविंदी देवीला स्पष्ट सांगून टाका की मेहताला कार्यक्रमासाठी येता येणार नाही, अशी चिठ्ठी लिहायला लावा. झाली सुटका. मी तर राजकारणात अडकलोय,तुम्हाला कशाची भीती ?

खन्नाने एक क्षण या प्रस्तावावर विचार करून म्हटले-परंतु विचार करा, किती कठीण काम आहे, लेडी विलसनने तिचा उल्लेख केला असेल. साऱ्या शहरभर बातमी पसरली असेल आणि दैनिकात देखील आतमी छापून आली असेल. हे सगळे मालतीचे कारस्थान आहे. तिनेच मला कमी लेखण्यासाठी हा मार्ग काढला आहे.

'हो, दिसतय तर तसेच'

'ती मला अपमानीत करू पहात आहे'

'तुम्ही भूमिपुजनाच्या दिवशी बाहेर कुठेतरी निघून जा '

'कठीण आहे रायसाहेब ! कुठे तोंड दाखवायला जागा राहाणार नाही. त्या दिवशी मला पटकीचा झटका आला तरी जावे लागेल.

रायसाहेब आशावादी राहून उद्या येण्याचा शब्द देऊन जसे गेले तोच खन्ना साहेबांनी आत पत्नीला धारेवर धरले-तू त्या व्यायामशाळेचे भूमिपूजन करायला कशाला हो म्हणालीस?

गोविंदी कसं सांगणार होती की हा सन्मान मिळाल्याने ती किती प्रसन्न होती. त्या प्रसंगासाठी किती विचार करून भाषण लिहीत होती आणि किती अर्थपूर्ण कविता लिहीली होती. तिने मनात ठरवलं होतं, हा प्रस्ताव स्वीकारून ती खन्नाला खूश करीन. तिचा सन्मान हाच तिच्या पतीचा सन्मान

आहे. खन्नाला काही वाईट वाटू शकतं. याची तिने कल्पना देखील केली नव्हती-अलिकडच्या काळात पतीच्या सौजन्यपूर्ण वागण्यावर ती खूश होती. ती आपल्या भाषणाने आणि कवितेने लोकांना मुग्ध करण्याचं स्वप्नं पहात होती.

हा प्रश्न आणि खन्नाचा चेहरा पाहिला तर तिच्या मनात धडकी भरली. गुन्हेगारासारखी बोलली-डॉक्टर मेहताने आग्रह केल्यामुळे मला होय म्हणावे लागले.

'डॉक्टर मेहता तुला विहिरीत उडी मारायला सांगतील, काय त्यावेळा इतक्याच आनंदाने राजी व्हाल'

'गोविंदी निःशब्द झाली '

'तुला ईश्वरानं बुद्धी दिली नसेल तर मला तरी विचारायचे होते ? मेहता आणि मालती कारस्थान करून माझ्याकडून दोन-चार हजार हडप करण्याच्या प्रयत्नात आहेत. मी मात्र ठरवले आहे की कवडी पण देणार नाही. तू आजच मेहताला जमणार नाही म्हणून सांग '

गोविंदीने क्षणभर विचार केल्यावर म्हटले-तर तुम्हीच लिहा ना'

'मी काय लिहू? विषय तुमचा झालाय अन् मी लिहू?'

'डॉक्टर साहेब कारण विचारतील, मग काय सांगू ?'

'तुझी हुशारी दाखव ! मी या व्याभिचार शाळेला एक कवडी पण देणार नाही.'

'तर तुम्हाला कोण द्या म्हणतय?'

खन्नाने ओठ चावत म्हटले-कसलं डोकं नसल्यासारखे बोलतेस ? तू भूमिपुजन करणार आणि दान देणार नाहीस, जग काय म्हणील?'

गोविंदीने भयंकर मुद्रा करीत म्हटले-ठीक आहे, लिहिते तसं'

'आजच लिहावे लागेन'

'म्हणाले ना लिहीते म्हणून '

खन्ना बाहेर आले आणि आलेली पत्रे वाचू लागले. त्यांना ऑफिसला जायला उशीर होत होता म्हणून त्यांचा नौकर घरीच पत्रे आणत होता. साखर महाग झाली, खन्ना खूश झाले, दुसरे पत्र उघडले. ऊसाचा दर ठरविण्यासाठी जी समिती नेमली होती तिने निर्णय दिला की साखरेवर तसे नियंत्रण आणता येणार नाही. ह्यात तिच्या आईला ! हे तर ते आधीच सांगत होते, पण अग्निहोत्रीने आगपाखड करून समिती नेमली. शेवटी बेट्याच्या मुस्काटात बसलीच. हा मिलवाले आणि शेतकरी यांच्यातला प्रश्न आहे. सरकार यामध्ये दखल देणारे कोण?

अचानक मिस मालती कारमधून उतरली. कमळासारखी भासली. दीपकाप्रमाणे तेजस्वी-स्फूर्ती आणि उत्साहाची प्रतिमा. निशंक, निर्द्वन्द्व, जणू तिचा विश्वास आहे की या जगात तिच्यासाठी आदर आणि सुखाचे द्वार उघडे आहे. खन्नाने अंगणात येऊन नमस्कार केला

मालतीने विचारले-काय इकडे मेहता आले होते?

'होय, आले तर होते'

'काही म्हणाले, कुठे जाणार वगैरे ?'

'याबद्दल काही नाही बोलले '

माहीत नाही कुठे लपून बसलेत ! मी सगळीकडे फिरून आलेय. आपण व्यायामशाळेसाठी

किती दिलेत ?

खन्नाने अपराधी भावनेनं म्हटलं-मला हे प्रकरणच समजले नाही.

मालतीने वटारून त्यांच्याकडे पाहिलं-जणू विचार करीत होती या माणसावर दया दाखवू की रागावू

'यामध्ये समजून घेण्यासारखे काय होतं, नंतर कधी समजून घेतले असते.यावेळी देणगी देण्याचा विषय आहे. मी मेहतांना त्यासाठीच इकडे पाठविले होते. बिचारे घाबरत होते की तुम्ही काय उत्तर द्याल.आपल्या या चिकटपणाचा काय परिणाम होईल, तुम्हाला माहीतय ? इथल्या व्यापारी समाजाकडून काही मिळणार नाही. कदाचित आपण मला अपमानीत करण्याचे ठरविलेले दिसते आहे. सगळ्यांना राजी केलं आणि आता तुम्ही म्हणताय की मला हे प्रकरण समजले नाही ! याचा आर्थ एकच निघतो की तुम्ही मला लज्जित करू इच्छिता, ठीक आहे, होऊ द्या तुमच्या मनासारखे !

मालतीचा चेहरा लाल झाला. खन्ना घाबरले. त्यांची नशा उतरली-पण सोबतच त्यांना गोष्ट समजली की, ते स्वतः जर काट्यात अडकले असतील तर मालती दलदलीत फसलीय. त्यांचे केवळ रूपये खर्च होणार असतील तर मालतीच्या प्रतिष्ठेचा प्रश्न निर्माण झालाय, जो रूपयापेक्षा मौल्यवान आहे. आता त्यांचं मन मालतीचा दुरावस्थेत आनंद कसा घेईल ? त्यांनी मालतीला धर्मसंकटात टाकले होते. असे असताना ते तिला नाराज करू इच्छित नव्हते. परंतु दोन-चार खऱ्या खुऱ्या गोष्टी ऐकवणे त्यांना आवश्यक वाटत होते. हे पण दाखवू देऊ इच्छित होते की ते निव्वळ ढोंगी नाहीत. त्यांना अडवत म्हणाले-तुम्ही माझ्यावर इतक्या कृपाळू झाल्यात, याचे मला आश्चर्य वाटतय मालती !

मालती भूवया वाकड्या करीत म्हणाली-मला याचा अर्थ नाही समजला.

'काय तुम्ही माझ्यासोबत असेच वागणार, जसे पूर्वी वागत होतात?'

'मला तर काही फरक दिसत नाही'

'परंतु मला तर जमीन आसमानचा फरक दिसतोय'

'ठीक आहे, मान्य केलं तुमचा अंदाज ठीक आहे, मग? मी तुमच्याकडे एका चांगल्या कामाला मदत मागायला आलेय. मी आपल्या व्यवहाराची परीक्षा द्यायला आलेय. आणि तुम्ही जर समजत असाल, काही देणगी देवून तुम्ही यश आणि धन्यवाद सोडून दुसरे काही मिळवू शकता, तर तुम्ही भ्रमामध्ये आहात'

खन्नाने माघार घेतली. ते आशा पेचात अडकले होते की त्यांना इकडे-तिकडे हालायला जागा नव्हती. काय ते तिला असं म्हणण्याचं धाडस करू शकत होते का की मी आतापर्यंत तुझ्यावर इतके रूपये उधळले; त्याचे हे फळ आहे ? लज्जेनं त्यांचा चेहरा बारीक झाला. जणू आखडून गेला आहे ? ओशाळत बोलले-मला असे म्हणायचे नव्हते मालती, तुम्ही अगदीच गैरसमज करून घेतलीत.

मालतीने उपहासाच्या स्वरात म्हटले-ईश्वर करो, मी चुकीचे समजले असेल तर कारण मी त्याला खरं समजेन. तुमच्या सावलीपासूनही दूर पळेल. मी सौंदवती आहे. तुम्ही पण माझ्या अनेक चाहत्यापैकी एक आहात ! ती माझी कृपा होती जिथे मी इतरांच्या भेटवस्तू पण स्वीकारायचे आणि गरज पडल्यास तुमच्याकडून रूपये पण उसणे घ्यायचे. तुमच्या धनोन्मादाने याचा अर्थ वेगळा काढला असला तर मला माहीत नाही. हे पुरूष प्रकृतीला अपवाद नाही. परंतु एक गोष्ट लक्षात ठेवा की धनामुळे आजपर्यंत कोणत्याही स्त्रीवर विजय मिळवला नाही. ना कधी मिळवेल.

खन्ना एका-एका शब्दाने जणू हातभर खाली चालले होते. अजून हल्ले पचविण्याची त्यांच्यात हिंमत नव्हती. लज्जित होऊन बोलले-मालती, तुमच्या पाया पडतो, आता मला लज्जित करण थाबवा, बाकी नसलं तरी मैत्री कायम ठेवा.

असे म्हणत चेकबुक काढले आणि एक हजार लिहून घाबरत-घाबरत मालतीकडे सरकवला.

मालतीने चेक घेऊन निर्दयी व्यंग केले-हे माझ्या व्यवहाराचे मूल्य आहे कि व्यायामशाळेला देणगी.

खन्ना डोळ्यात पाणि आणत बोलले-आता तरी माझ्यावर टीका करणे सोडा मालती, का मेलेल्या सापावर धोपाट्या मारताय.

मालती मोठ्याने हसायला लागली-पहा, झापलं आणि वरून एक हजार पण मिळाले. यानंतर तुम्ही असे वागणार तरी नाही.?

'कधी नाही, आयुष्यात कधी नाही'

'कान पकडा '

कान पकडतो, परंतु आता कृपा करून जा आणि मला एकांतामध्ये बसून विचार करू द्या आणि रडून घेऊन द्या. तुम्ही आज माझ्या जीवनाचा सर्व आनंद...

मालती आणखी मोठ्याने हसली-पहा, खन्ना तुम्ही माझा खूप अपमान करू लागलात आणि तुम्हाला माहीतय, रूप अपमान नाही सहन करू शकत. मी तर तुमच्यासोबत चांगलेच केले आणि तुम्ही वाईट समजता.

खन्ना विद्रोह पूर्ण डोळे करून म्हणाले-तुम्ही माझ्यासोबत चांगले केले की सुरीने माझा गळा कापला आहे ?

'काय, मी तुम्हाला लुटून माझे घर भरवत होती, तुम्ही त्या लुटीपासून वाचलात'

'का जखमेवर मीठ चोळू लागलात मालती! मी पण माणूस आहे.

मालतीने अशा रितीने त्यांच्याकडे पाहिले, जणू ठवरत होती का ते माणूस आहेत की नाही,

'अजून तर मला तसे लक्षणं दिसले नाहीत'

'तुम्ही अगदीच एक कोडे आहात, आज सिद्ध झालं'

'हो, तुमच्यासाठी कोडे आहे आणि कोडेच राहीन '

'असे म्हणत ती पक्षाप्रमाणे भुर्र उडून गेली आणि खन्ना डोक्याला हात लावून विचार करू लागले, ही लीला आहे की हिचे खरे रूप.

२३

गोबर आणि झुनिया निघून गेल्यानंतर घरात एक प्रकारचा उदासपणा पसरला. धनियाला वारंवार बाळाची आठवण यायची. बाळाची आई जरी झुनिया असली तरी तिचं पालन धनियाच करीत होती. तिचं त्याला आंघोळ घालायची, काजळ लावायची, झोपू घालवायची आणि कामकाजातून वेळ मिळाल्यावर लाड करायची. वात्सल्याची ही नशाच तिला अडचणी विसरायला लावायची. त्याचा भोळा-भाबडा

चेहरा पाहून ती आपली सारी चिंता विसरून जाई आणि स्नेहमय गर्वाने तिचं ऱ्हदय फुलून यायचं. तो जीवनाचा आधार आता नव्हता. त्याचा रिकामा पाळणा पाहून तिला रडू यायचं. ते बाळ तिचं साऱ्या चिंता आणि निराशापासून रक्षण करायचं. ते हिरावल्या गेलं होतं. ती पुन्हा-पुन्हा विचार करी, तिनं झुनियाचं असं काय वाईट केलं होतं, जिची तिने शिक्षा दिली, आवदसाने येऊन तिचं सोन्यासारखं घर मातीत घातलं होतं. गोबर कधी तिला उलट तोंड करून बोलला नव्हता. त्यां रांडेने त्याला फोडलं, आणि तिथे जाऊन माहीत नाही त्याला कसं नाचवतेय, इथं पण ती बाळाची काय पर्वा करीत होती. तिचा सगळा वेळ नट्टया-पट्टयातच जात होता. बाळाला काय सांभाळणार. बिचारा एकटा जमिनीवर पडून रडत असेल. बिचारा एक दिवस पण सुखाने राहीला नाही. कधी खोकला, कधी उलट्या, कधी काही तर कधी काही. असा विचार करून तिला झुनियाचा राग यायचा. गोबरबद्दल तिच्या मनात आजही तेच प्रेम होते. याच चुडैलने त्याला काही खायला घालून वश केलं दिसतय. अशी मायावी नसती तर अशी जादू थोडीच केली असती, कोणी विचारलं नसतं. भावाच्या लाता मिळाल्या असत्या. हे गाढव मिळालं तर आज राणि झालीय.

होरी चिडून बोलला-पहावं त्यावेळी तू झुनियालाच दोष देतेस, पण असे समजत नाहीस की आपले सोने खोटे निघाल्यावर सोनाराला दोष देण्यात काय अर्थ आहे. गोबर तिला घेऊन गेला नसता तर काय आपोआप गेली असती ?शहरातली हवा लागण्याने पोराची चालच बदलली. असे का नाही समजत.

धनिया ओरडली-शांत बसा. तुम्हीच रांडेला डोक्यावर चढवून ठेवलं होतं. नाहीतर मी पहिल्याच दिवशी झाडूने मारून हाकलून लावलं असतं. शेतात कांड्या जमा झाल्या होत्या. होरी बैलांना जुंपून धान्य पेरायला निघाला होता. मागे वळून बोलला-मान्य आहे की सुनबाईने गोबरला फोडले. तर त्यात इतकं रागावण्याचं काय कारण आहे? जे जगात चाललय, त्यापेक्षा गोबरने काय वेगळं केलं ? आता त्याला लेकरं बाळं आहेत, माझ्या लेकराबाळासाठी आता तो कशाला त्रास घेईन. आपल्या डोक्यावरचं ओझं स्वतःच्या डोक्यावर कशाला घेईन !

'तुम्हीच सगळ्या भानगडीच्या मागे आहात '

'तर मला पण काढून दे. घेऊन जा बैलांना, औताला. मी बसतो हुक्का पित.

'तुम्ही जावून चक्की चालवा मी धान्य टाकते'

विनोदामुळे दुःख थोडं हलकं झालं. तेच औषध आहे यावर. धनिया खूश होऊन रूपाचे केस विंचारायला बसली होती. ज्यांचा अगदीच गुंताडा झाला होता आणि होरी गेला शेतात. रसिक वसंत, सुगंध, प्रमोद जीवनाचा आनंद लुटत होता. दोन्ही हाताने, मनापासून. कोकीळा अंब्याच्या फांदीवर बसून आपल्या रसिल्या, मधूर, आत्मस्पर्शी आवाजाने अशा जागवत होती. झाडांच्या फांद्यावर मैनाची वरात बसली होती. लिंब आणि सिरस आणि करवंदाच्या घमघमाटाने नशा ओतली होती हवेत. होरी आंब्याच्या वनात गेला. तर वृक्षांच्या खाली जणू तारे चमकत होते. त्याचं व्यथित, निराशा मन देखील या व्यापक शोभा आणि स्फूर्तीमध्ये येऊन गाऊ लागले.

'हिया जरत रहत दिन-रैन !
आम की डरिया कोयल बोले,
तनिक न आवक चैन !

समोरून दुलारी गुलाबी साडी घालून येत होती. पायात मोठाली चांदीचे कडे होते. गळयात सोन्याची साखळी. चेहरा कोरडा पडलेला,पण मन बहारदार. कधी काळी होरी तिला शेतात छेडायचा. ती वहिनी होती. तो दीर होता. या नात्याने दोघात थट्टा-मस्करी चालायची. साहजी देवाघरी गेल्यापासून दुलारीने घरातून बाहेर पडणे बंद केले होते. दिवसभर दुकानावर बसून रहायची आणि तेथूनच साऱ्या गावची खबर घ्यायची. कुठे कोणात भांडण-तंटा झाला तर दुलारी मध्ये पडून ते सोडवायची. व्याजाशिवाय पैसे उसणे देत नसायची. असे असले तरी व्याजाच्या लोभापाई मुद्दल पण हाती पडत नसायची. जो रूपये घेई, खाऊन बसायचा. परंतु तिच्या व्याजाचा दर कायम असायचा. बिचारी कशी वसूल करणार. तक्रार करून पाही, पोलिसात जाऊन पाही, केवळ जिभेचा जोर होता. पण वयापेक्षा जिभ पण साथ देत नसाची, आता तिच्या शिव्यांना लोक हसायचे आणि गमतीवर न्यायचे. काय करणार इतक्या रूपायाचा काकी, सोबत तर एक कवडी पण घेऊन जाता येत नाही. गरीबांना मदत करून जितका आर्शीवाद मिळवायचा तो मिळवा. तोच स्वर्गात कामी येईल आणि दुलारी स्वर्गाच्या नावाने जळायची.

होरीने छेडले-आज तर वहिनी तुम्ही खरोखरच तरूण दिसता,

दुलारी खूश होत बोलली-मोजचा दिवस शुभ आहे. नजर लागू नाही म्हणून मी चांगला रहात नाही. घारातून निघाले तर सगळे बघायला लागतात. जणू त्यांनी कधी बाईच पाहिली नाही. पटेश्वरी अजून तिच्या मागे आहे.

होरी स्तब्ध झाला ,अंत्यत नाजूक विषय त्याने छेडला होता. बैल समोर निघून गेले होते.

'ते तर आज काल फार साधु महाराज झालेत, पहात नाही. प्रत्येक पौर्णिमेच्या दिवशी ते सत्यनारायणाची कथा ऐकतात आणि दोन्ही वेळा मंदीरात दर्शनाला जातात.'

'असे जितके लंपट आहेत, सगळे देवाचे भक्त बनतात, कुकर्माचे प्रायश्चित तर करावेच लागेल. बिचारा, आता मी म्हतारी झालेय, माझ्यावर काय हसता'

'तुम्ही आताच म्हतारी कुठं झालात वहिनी ? मला तर आता पण ...'

'बरं शांतच बसा. नाहीतर शिव्या मिळतील. मुलगा परगावी पैसे कमवायला गेलाय, एक दिवस पण भोजनाची निमंत्रण दिले नाही, बळजबरी वहिनीचे नाते लावायला तयार.'

'शपथ घेऊन सांगतो वहिनी, मी जर गोबरच्या कमाईचा एक पैसा पण घेतला नाही. माहीत नाही काय आणलं, कुठे खर्च केले, मला काही माहीत नाही, फक्त एक धोतर जोडी आणि एक पगडी तेव्हडी मिळाली.'

'चांगला कमाऊ लागलाय. आज नाही तर उद्या सांभाळीन, ईश्वर त्याला सुखी ठेवो. आमचे रूपये पण थोडे-थोडे देत चला, व्याज पण वाढू लागलय.'

तुमची एक -एक पाई देवू वहिनी, हातात पैसे तर येऊ द्या आणि खाऊन टाकले तर कोणी बाहेरचा तर नाही. तुमचेच तर आहेत '

दुलारी अशा विनोदी टोमण्यांनी निरस्त्र होऊन जाई. हसत आपल्या मार्गाने निघून गेली. होरी धावत बैलाकडे गेला आणि त्यांना देवडीमध्ये टाकून चक्कर देवू लागला. सारं गाव ह्याच कामाला लागलं होतं कोणी धान्य उफणत होतं, सगळे बारा बलुतेदार अपलं-आपलं खळ मागायला जमा झाले होते. एका झाडाखाली झिंगुरीसिंह खाटावर बसून आपली वसूली करीत होते. अनेक बनिया उभा राहून राशीचा भाव करीत होते. संपूर्ण शेतीला भाजीमंडईचे स्वरूप आले होते. एक बाई बोरं आणि

मका विकत होती आणि एक मिठाईवाला शेव आणि जिलाबी घेऊन फिरत होता. पंडित दातादीन वाटा घ्यायला आले होते आणि झिंगुरीसिंह जवळ खाटेवर बसले होते.

दातादीन तंबाखू चोळत बोलले-काही ऐकण्यात आलय, सरकार पण महाजनांकडून व्याज कमी करण्याच्या बेतात आहे, नाहीतर मोजणी करणार नाही.

झिंगुरी तंबाखू झटकत बोलले-पंडित, मला तर एक गोष्ट माहीतय. त्यांना गरज पडली तर आपल्याकडे शंभरदा येतील, मग आपण आपल्या मनाप्रमाणेच व्याज घेऊ शकतो. सरकार जर आसाम्याकडून रूपये उधार देण्याचा काही बंदोबस्त करणार नसेल तर आपल्याला त्या कायद्याने काही होणार नाही.

'हे तर ठीक आहे, परंतु सरकारला या सगळ्या गोष्टी चांगल्या सजतात, याच्यावर पण.... काही उपाय निघेल. पाहून घ्या'

'याच्यावर काही उपाय निघू शकत नाही '

'बरं, त्यांनी जर अट टाकली, जोपर्यंत स्टॅम्पवर गाव प्रमुख किवा अधिकाऱ्याची सही होणार नाही, ते निश्चित होणार नाही, मग काय करतील ?

'आसामीला शंभरदा गरज असेल, प्रमुखाकडे हाता-पाया पडत येईल आणि सही करेल. आपण तर एक चौथाई कापूनच घेऊ?

'आणि एकदा फसलोत ! नकली हिसाब केला आणि गेले चौदा वर्षासाठी'

'झिंगुरीसिह मोठ्याने हसले-तुम्ही काय बोलता पंडीत. मग काय जगात बदल होईल ? कायदे आणि न्याय त्यांचा आहे ज्यांच्याकडे पैसा आहे. कायदा तरी आहे म्हणून महाजन आसामीसोबत अन्याय करीत नाही. कोणी जमीनदार कास्तकाराबरोबर जबरदस्ती करीत नाही. परंतु काय होतं ते तुम्ही पहातच आहात. जमीनदार मुसक्या बांधून मारतो तर महाजन लात-जोड्याशिवाय बात करत नाही. जो मोठा शेतकरी आहे त्याला जमीनदार बोलतो ना महाजन. अशा माणसासोबत हात मिळवणी करून आपण गरिबांना त्रास देत असतो. तुमच्याकडूच रायसाहेबांचे पाचशे रूपये फिरतात. परंतु नोखेराममध्ये इतकी हिंमत कुठे आहे तो तुम्हाला काही म्हणेल ? त्यांना माहीत आहे की तुमच्यासोबत हात मिळवणी करण्यातच त्याचं हित आहे. आसामीमध्ये इतकी ताकद कुठे आहे रोज कोर्टात पळायची. सर्व कारभार असाच चालत राहीन. जसा चालू आहे. कोर्टकचेरी तर पैसे आसणारांची कामे आहेत. आपल्या सारख्यांना घाबरण्याचं काही कारण नाही.

असे म्हटल्यावर त्यांनी शेताला एक चक्कर मारली आणि पुन्हा खाटावर येऊन बसत बोलले-हो, मतईच्या विवाहाचे काय झाले ?मी तर म्हणतो की त्याचे लग्न करून टाका. आता तर लोकं चर्चा करू लागलेत.

दातादीनला जणू विंचूचावल्यासारखं झालं. अशा बोलण्याचा काय अर्थ होता, त्यांना चांगले माहीत होते. रागात येऊन बोलले-मागे कोणीही काहीही बोलू शकतं, आमच्या तोंडावर बोलावं, त्याच्या मिशा काढून टाकू. कोणी आमच्याबद्दल काही बोलून तर पहावं, कितीतरी महाशय आहेत ज्यांना ना कशाचे बंधन आहे, ना धर्माचा संबंध, ना कर्माशी, ना कथाशी, ना पुराणाशी, ते पण स्वतःला ब्राह्मण समजतात. आम्हाला काय हसणार कोण, त्याने त्याच्या जीवनात साधी एकादशीपण नीट धरली नाही. कधी स्नान न करता तोंडात नाही टाकलं. नियमाने वागणे कठीण आहे. कोणी

सांगावे की आम्ही कधी बाजारातील पदार्थ सेवन केलेत किंवा दुसऱ्याच्या हाताचे पाणि घेतले आहे. तर त्यांच्या टांगा खालून जाईल. सिलियाला आमच्या दाराचा उंबरठा ओलांडता येत नाही, उंबरठ !भांड्याना स्पर्श करणे तर दुरच. मी असे नाही म्हणत की मतई हे काम फार चागंले करू लागला आहे. परंतु एकदा का एखादी घटना घडली की माणसाचं काम आहे त्या स्त्रीला सोडून देणे. मी तर जाहीर सांगतो की यामध्ये लपवण्यासारखं काही नाही, स्त्री जात पवित्र आहे.

दातादीन आपल्या तारूण्याच्या काळात मोठेच रंगीन होते. परंतु आपला कर्म-धर्म कधी नाही सोडला. मातादीन पण बापाच्या पायावर पाय ठेवून चालला होता. धर्माचे मूळ तत्व आहे-पूजापाठ, कथाव्रत, आणि घरदार. दोघेही बाप-लेक धर्माच्या मार्गावरन चालत असतील, तर कोणाची मजाल आहे त्यांना पदभ्रष्ट म्हणण्याची.

झिंगुरिसिंह नरम होत बोलले-मी तर बाबा जे ऐकलं,ते बोलतो.

दातादीनने महाभारत आणि पुराणामधून ब्राह्मणापोटी इतर जातीच्या स्त्रीयांना झालेल्या अपत्यांची यादी सादर करून सांगितले की ही अपत्य ब्राह्मण म्हणूनच जगली आणि त्यांच्यापोटी जन्मलेल्या अपत्यानाही ब्राह्मणच म्हटल्या गेले. ही प्रथा आदिकाळापासून चालू आहे आणि लज्जास्पद काही नाही.

झिंगुरिसिंह त्यांच्या पंडित्यावर मुग्ध होऊन बोलले-तर मग आजकाल सर्व लोकांच्या डोक्यात पवित्र कुळाच्या कल्पना कशा आहेत ?

त्या त्या काळातील प्रथा आहे, दुसरे काय ! एखाद्यामध्ये तितकी शक्ती असावी की विष खाल्ले आणि पचविले. ती सतयुगातील गोष्ट होती. सतयुगासोबत गेली, आता आपल्याला जातबांधवाबरोबर चरावं लागतं. पण करता काय, कोणी पोरगी देत नाही. तुम्हाला पण सांगितलं, इतरांना पण सांगितले, कोणी ऐकत नाही तर मी काय पोरगी होऊ?

झिंगुरिसिंहाने झापले-खोटे बोलू नका पंडित, मी दोन लोकांना आणले होते. पंरतु लागलात तोंड वासायला. तर दोघेही वर कान करून निघून गेले. शेवटी कशाच्या आधारावर हजार-पाचशे मागता तुम्ही? दहा बिघे जमीन आणि भिक्षा मागण्याशिवाय तुमच्याकडे आहेच काय ?

दातादीनच्या स्वाभीमानाला धक्का लागला. दाढीवर हात फिरवत म्हणाले-माझ्याजवळ काही नसेल, भिक्षा का मागत असेना पण मी माझ्या मुलींच्या लग्नात पाचशे-पाचशे दिले आहेत. मग मुलीसाठी पाचशे का मागू नये ? कोणी फुकटात माझ्या मुलीसोबत विवाह केला असता तर मी एखाद्याच्या पोराला फुकट घेऊन आलो असतो. राहीला औकातीचा विषय. तुम्ही पाव्हूणचाराला भीक समजा, मी त्याला जमीनदारी समजतो, बँक जमीनदारी संपो, बँक लुटल्या जावो,परंतु पाव्हूणचार शेवटपर्यंत रहातो. जोपर्यंत हिंदू जाती रहातील, तोपर्यंत ब्राह्मण रहातील आणि पाव्हूचारपण. लग्नसराईत आरामात घर बसल्या शे-दोनशे उकळतो. कधी नशीबात असलं तर पाचशे पण मिळतात, कपडे, भांडी, भोजण वेगळेच. दररोज कुठे काही ना काही धार्मीक कार्य असतेच. काही नाही मिळाले तर एक-दोन थाळी आणि दोन-चार आणे दक्षिणा मिळतोच. असे सूख ना जमीनदारीत आहे ना सावकारीत. सिलियाकडून मला जे मिळतं ते ब्राह्मण कन्येकडून काय मिळेल ? ती तर राणि होऊन असेल. फार झालं तर स्वयंपाक करीन. इथे सिलिया एकटी तीन लोकांचे काम करते. आणि मी तिला भाकरीशिवाय काही देत नाही. फारच झालं वर्षातून एकदा नेसायला देतो.

दुसऱ्या झाडाखाली दातादीनच्या सदरा ठेवला होता. चार बैलाकडून मळणी चालली होती, धन्ना चांभार बैलाना हाकत होता. मातादीन दुसरीकडे बसून आपल्या काठीला तेल लावत होता.

सिलिया, सावळी, चपळ बालिका होती. जी सौदर्यवती नसली तरी आकर्षक होती. तिच्या हसण्यात, तिच्या चितवनात, अंगाच्या विलासात हर्षाचा उन्माद होता, ज्याने तिचे अंग अंग नाचत होतं. पायापासून डोक्यापर्यंत घामाने घामाघूम, डोक्याची केस अर्ध मोकळे, ती घाईघाईने धान्य उफणत होती, जणू तन-मनाने काही खेळ खेळत आहे.

मातादीन म्हणाला-आज संध्याकाळपर्यंत धान्य नाही उरलं पाहिजे सिलिया ! तू थकली असलीस तर मी येऊ ?

सिलिया खूश होत म्हणाली-तुम्ही कशाला येता पंडित. मी सांजपर्यंत सगळं उफणते.

'ठीक आहे, तर मी धान्य भरून नेऊ, तू एकटी काय-काय करशील ?'

'तुम्ही कशाला घाबरता. मी धान्य पण उफणते, टाकून पण येते, पहिल्या प्रहरपर्यंत इथं एक दाणा पण राहाणार नाही'

दुलारी तिचं येणं वसूल करीत फिरत होती. सिलियाने होळीच्या दिवशी तिच्या दुकानावरून दोन पैशाचा गुलाबी रंग आणला होता. अजून पैसे दिले नव्हते. सिलियाजवळ येत म्हणाली-काय गं सिलिया, महीना होऊन गेलाय रंग घेऊन गेलीस अजून पैसे दिले नाहीस. मागते तेव्हा मटकत निघून जातेस, आज मी पैसे घेतल्याशिवाय जाणार नाही.

मातादीन हळूच सटकला होता. सिलियाचे तन आणि मन दोन्ही घेऊनही तो त्या बदल्यात काही देवू इच्छित नव्हता. सिलिया त्याच्यासाठी आता केवळ काम करणारी मशीन होती, दुसरी काही नाही, तिच्या प्रेमाला तो खुबीनं नाचवत होता. सिलियाने वर नजर करून पाहिले तर मातादीन गायब. म्हणाली-ओरडू नका बाईसाहेब, हे घ्या. दोनच्या ठिकाणी चार पैशाचे धान्य. आता काय जीव घेणार ?मी काय मरू लागले नव्हते! तिने अंदाजे सेरभर धान्य ढिगातून काढले आणि दुलारीच्या पसरलेल्या झोळीत टाकले. त्याचवेळी मातादीन झाडाआडून ओरडतच आला आणि दुलारीचा पदर धरत बोलला-धान्य गुमान ठेवून दे दुलारी, लूटीचे नाहीत ते.

मग त्याने डोळे वटारून सिलियाला झापले-तू धान्य का दिलेस? कोणाला विचारून दिलेस ? तू कोण आहेस माझे धान्य देणारी ?

दुलारीचे धान्य ढिगाऱ्यात टाकले आणि सिलिया चकित होऊन मातादीनच्या थोबाडाकडे पहात राहीली. असे वाटत होते की ज्या फांदीवर ती निश्चिंत होऊन बसली होती, ती तुटल्या गेली आहे ती आधारहीन झाली आहे ! रडवेल्या चेहऱ्याने, डोळयात पाणि आणत, दुलारीला म्हणाली-तुमचे पैसे मी पुन्हा कधी देईल बाईसाहेब !आज माझ्यावर दया करा.

दुलारीने तिला अश्रुपूर्ण नेत्राने पाहिले आणि मातादीनकडे धिक्कार युक्त नजरेने पाहून ती निघून गेली.

नंतर सिलियाने धान्य उफणताना जखमी स्वरात म्हटले-तुमच्या वस्तूवर माझा काही अधिकार नाही ?

मातादीन डोळे वटारत बोलला-नाही, तुझा काही अधिकार नाही. काम करतेस तर खातेस. तुला वाटत असेल की मी खाईन, आणि लोकांनाही वाटून देईल तर तसे होणार नाही, तुला

जर इथं काम करायचं नसेल तर दुसरीकडे कुठे जाऊन कर. मजुराची कमी नाही. फुकटात नाही करत,जेवण-कपडे मिळतात तुला. सिलियाने त्या पक्षाप्रमाणे, ज्याचे नंख कापून त्याला पिंजऱ्याबाहेर फकले आहे, मातादीनकडे पाहिले. तिच्या मनात वेदना अधिक होत्या की भर्त्सना, हे सांगणे कठीण आहे, पण त्याच पक्षाप्रमणाणे तिचं मन तडफडत होतं आणि उंच फांदीवर स्वैर मोकळ्या आकाशात उडण्याची शक्ती गमावून त्याच पिंजऱ्यात बसू इच्छित होती. मग तिला बिगर अन्न-पाण्याचे पिंजऱ्यावर डोके फोडून घेत मरण आले तरी चालणार होते. सिलिया विचार करीत होती. आता तिला दुसरं कोण आसरा देईल. ती विवाहीत होती, मातादीनने तिला मारले काय किंवा ठेवले काय, दुसरीकडे तिला थारा नव्हता. तिला ते दिवस आठवले ज्याला अजून दोन वर्ष पण झाले नव्हते. हाच मातादीन तिचे तळवे चाटत हेाता. त्यावेळी त्याने जानवे हातात धरून सांगितले होते-सिलिया, जीवात जीव असेपर्यंत तुला पत्नीप्रमाणे वागवीन.

त्यावेळी तो प्रेमातूर होऊन शेतातून बागेतून आणि नदीच्या कठावरून वेड्याप्रमाणे तिच्या मागे-मागे फिरत हेाता. आज त्याने अशा प्रकारचा निष्ठूर व्यवहार करावा ! मुठभर धान्यासाठी त्याने त्याची औकात दाखवली.

तिने काही उत्तर दिलं नाही. तोंडात मिठाचा खडा पडल्यासारखी, जखमी ऱ्हदय आणि गलितगात्र हातांनी पुन्हा काम करू लागली.

त्याचवेळी तिच्या बापाने, दोन्ही भावाने आणि इतर जातबांधवानी माहीत नाही कधी मातादीनला घेरले. सिलियाच्या आईने येताच तिच्या हातून धान्याची टोकरी हिसकावून घेतली. म्हणाली-रांडे, तुला मजुरीच करायची होती तर घरी काही काम नव्हतं, ब्राह्मणासोबत रहातेस तर ब्राह्मणासारखी रहा. साऱ्या जातभाईचं नाक कापून चांभारीनच व्हायचं होतं तर इथं काय तुपाचे घबाड घ्यायला आली होतीस. जीव का देत नाहीस कोरड्या विहिरीत!

झिंगुरिसिह आणि दातादीन दोघेही धावले आणि चांभाराचा बदललेला आवतार पाहून त्यांना शांत करण्याचा प्रयत्न करू लागले. झिंगुरीसिंहने सिलियाच्या बापाला विचारले-काय बात आहे चौधरी, काय भानगड आहे ?

सिलियाचे वडील हरखू साठ वर्षाचे वृद्ध होते ! काळा, सडपातळ, वाळलेल्या मिर्चीप्रमाणे सुकलेला ! पण तितकाच उग्र. म्हणाला-भानगड काही नाही ठाकूर. आम्ही आज मातादीनला चांभार तरी करू किंवा त्याचं आणि आमचं रक्त एक तरी करू. सिलिया मुलगी आहे. कोणाच्यातरी घरी जाईलच. यावर आम्हाला काही बोलायचे नाही. पण तिला जो कोणी ठेवीन त्याने आमचं होऊन रहावं. तुम्ही आम्हाला ब्राह्मण होऊ देणार नाही तर तुम्ही चांभार व्हा. आम्हाला ब्राह्मण बनला. आमचे सर्व बांधव ब्राह्मण व्हायला तयार आहेत, हे शक्य नसेल तर तू चांभार हो. आमच्यासोबत खा-प्या, बसा-उठा, आमची इज्जत तुमच्या हाती आहे तर तुमचा धर्म आम्हाला द्या.

दातादीनने काठी दाखवत म्हटले-तोंड सांभाळून बोला हरखू ! तुझी मुलगी तिकडे उभी आहे, पाहिजे तर घेऊन जा तिला, आम्ही तिला बांधून नाही ठेवलं. काम करीत होती, मजुरी घेत होती, इथं मजुरांची कमी नाही.

सिलियाची आई बोट दाखवत बोलली-वा रे पंडित ! चांगला न्याय करता, तुमची मुलगी एखाद्या चांभारासोबत निघून गेली असती तर त्यावेळी हिच भाषा केली असती कका. आम्ही चांभार

आहोत म्हणून आम्हाला काही इज्जत नाही. आम्ही सिलियाला नाही घेऊन जाणार, तिच्यासोबत मातादीनला पण घेऊन जाणार आहोत, कारण त्यानेच तिला बेइज्जत केली आहे. तुम्ही फार धार्मीक आहात ना. तिच्यासोबत संभोग कराल पण तिच्या हातचं पाणि पिणार नाही ! ही चांडाळीन सहन का करतेय, मी असते तर विष दिलं असतं.

हरखूने आपल्या सहकाऱ्यांना हाक दिली-या लोकांचं बोलणं ऐकलं की नाही ! आता काय तोंडाकडे पहाता.

इतके ऐकताच चांभारांनी मातादीनचे हात धरले. तिसऱ्याने झेप घेत त्याचे जानवे तोडले. दातादीन आणि झिंगुरिसिंह काही करण्याच्या आत मातादीनच्या तोंडात एक मोठे हाडूक कोबण्यात आले. मातादीनने तोंड दाबून धरले होते, तरी पण ती मांसाहारी वस्तू त्याच्या ओठाला लागली तर होती. त्याला ओकारी आली. त्यासाठी तोंड आपोआप उघडले आणि हड्डी तोंडात गेली. तोपर्यंत शेतातली सगळी मंडळी जमा झाली. पण आश्चर्य हे हेातं की कोणीही ह्या धर्मबाटण्यांच्या विरोधात गेलं नाही. मातादीनवर सगळे नाराज होते, तो गावातील स्त्री-जातीवर वाईट नजर ठेवून होता, म्हणून त्याचे वाईट झालेच तर सगळे खूश होणार होते. हो, वरून वरून मंडळी चांभारावर रूबाब दाखवत होते.

होरी म्हणाला-झालं ते पुरं झालं ! जीव प्यारा असेल तर या ठिकाणाहून काढता पाय घ्या आता.

हरखूने न घाबरता उत्तर दिलं-तुमच्या घरात पण मुली आहेत पाटील. इतके लक्षात ठेवा, अशाप्रकारे घडू लागलं तर गावात कोणाची इज्जत राहाणार नाही.

एका क्षणात शत्रुवर पूर्ण विजय मिळविल्याच्या थाटात आक्रमकांनी तेथून काढता पाय घेणेच योग्य समजले. जनमत विरोधात जायला वेळ लागणार नाही, त्यापासून बचाव केलेलाच चांगला.

मातादीन काय करीत होता. दातादीनने त्याच्या पाठीवरून हात फिरवत म्हटले-एकाएकाला पाच वर्षासाठी नाही पाठवलं तर नाव घेऊ नका. पाच-पाच वर्षासाठी खडी फोडायला पाठवतो.

हरखूने उद्धटपणे उत्तर दिलं-त्याची कोण काळजी करतोय. तुमच्यासारखे आम्ही थोडेच बसून असतो, तिथेही काम करू, तिथेही भाकर मिळेलच पोटाला.

मातादीन बरोबर तशा प्रकारचा व्यवहार केल्याने तो खचून जमिनीवर बसला. जणू त्याची कंबर मोडली आहे. जणू मरण्यासाठी कोरडी विहीर शोधत आहे. मर्यादेच्या जोरावर त्याची रसिकता, घमेंड आणि पुरूषार्थ चालत होता. तोच आता मातीत मिसळला होता. त्या हाडकाच्या तुकड्याने त्याच्या तोंडालाच नाही तर त्याच्या आत्म्याला पण अपवित्र केले होते. त्यचा धर्म याच आहारावर, स्पर्श विचारावर आधारलेला होता. आज त्या धर्माची मूळं कापण्यात आली होती. आता त्याने कितीही प्रायश्चित केले. कितीही गंगाजल डोक्यावर घेतले. लाख दोन-पुण्य आणि तीर्थ-व्रत केले. त्याचा मेलेला धर्म जीवंत होऊ शकत नाही. एकट्याची गोष्ट असती तर लपवली असती, इथे तर सर्वांसमक्ष त्याचा धर्म बाटला होता.आता त्याची मान नेहमीच झुकलेली राहीन. आजपासून त्याच्या स्वतःच्याच घरात अस्पर्श समजल्या जाईन. त्याची प्रेमळ आईपण त्याची आता घृणा करीन. इतक्या लोकासमक्ष धर्माचा असा तमाशा झाला आणि लोकं फक्त पहात राहिले. कोणी काही बोललं नाही. त्याला पहाताच जी मंडळी प्रणाम करीत होती ती आता तोंड फिरवतील, तो आता कोणत्या मंदीरात पण जाऊ शकणार

नाही किंवा कोणाच्या भांड्याना पण हात लावू शकणार नाही, आणि हे सगळं झालं ते त्या सिलियामुळे.

सिलिया जिथे धान्य उफणत होती, तिथेच खाली मान घालून उभी आहे जणू तिचा सत्यानाश होऊ लागला होता. अचानक तिच्या आईने येऊन दटावले-उभी राहून काय पहातेस ? चल सरळ घरी. नाहीतर तुकडे-तुकडे करीन. घराण्याचं नाव तर लय कमावलय, आता काय करणार आहेस?

सिलिया पुतळ्यासारखी उभी राहीली. आई-वडिलांचा तिला राग आला होता. ह्यांना काय गरज होती तिच्या प्रकरणात पडण्याची. तिच्या इच्छेप्रमाणे ती राहू शकत होती. दुसऱ्याला काय त्याचं ? म्हणतेय, इथे तुझा आपमान होतोय मग काय आता कोणी ब्राह्मण तिच्या हातचे थोडेच खाणार आहे ? तिच्या हातचे पाणि पिईल ? थोड्यावेळापूर्वी मातादीनच्या व्यवहाराने तिचं मन उदास झालं होतं, परंतु आपले घरवाले आणि जातबांधवाच्या या अत्याचाराने तिला प्रचंड राग आला.

विद्रोहापूर्ण शब्दात बोलली-मी कुठेही जणार नाही, तू काय इथे पण मला जगू देणार नाहीस ?

म्हतारी कर्कश स्वरात बोलली-तू येणार नाहीस ?

'नाही'

'चल गुमान'

'नाही येणार'

तात्काळ दोन्ही भावांनी तिचे हात धरून तिला फरफटत ओढत नेले. सिलिया जमिनीवर बसली. तरीपण त्यांना दया आली नाही. ओढतच राहीले. तिची साडी फाटली, पाठीवरील कातडे ओरबडले परंतु ती जायला तयार नाही झाली.

त्यावर हरखूने मुलांना तंबी दिली-बरं, बरं, आता हिला सोडून द्या. आपण समजू मेली म्हणून. परंतु पुन्हा कधी माझ्या दारावर आलीस तर जीव घेईन.

सिलिया जीवावर उदार होत बोलली-हो, तुमच्या दारात आल्यावर जीव घ्या.

म्हतारीनं रागाच्या भरात सिलियाला लाथा मारल्या आणि हरखूने तिला धरलं नसतं तर कदाचित जीव घेतला असता तिचा !

म्हातारी पुन्हा धावली, तर हरखूने तिला धक्के देवून मागे हाटवत म्हटले-तू फारच हत्यारीन निघालीस ! काय तिला मारून टाकणार आहे ?

सिलिया बापाच्या पायाला धरत म्हणाली-मारून टाका दादा, सगळेजण मिळून मारा. काय आई, इतकी निर्दयी आहेस, यासाठी दूध पाजून वाढवलं होतं? तेव्हाच गळा दाबून का नाहीस मारलं? हा! पंडितला पण तुम्ही धर्मभ्रटा केलेत. त्यांचा धर्म बुडवून तुम्हाला काय मिळालं ? आता तर ते पण मला विचारणार नाहीत. परंतु विचारो अथवा न विचारो, मी राहीन. त्यांचा काय आता गळा दाबू ? मरेन पण असा बदफैलीपणा करणार नाही. ज्याचा हात धरला कायमची त्याची होईन.

तिच्या आईचं नाव कालिया. ओठ चावत म्हणाली-सोड त्या रांडेला. तिला वाटतं तो हिला संभाळीन, परंतु आज बदडून घराच्या बाहेर नाही काढलं तर तोंड दाखवणार नाही. भावांना पण दया आली. सिलियाला तिथेच सोडून सगळेजण निघून गेले. त्यांनतर ती उठत, लंगडत, कण्हत, शेतात येऊन बसली आणि पदराआड तोंड झाकून रडू लागली.

दातादीनने वड्याचं तेल वांग्यावर ओतलं-त्यांच्यासोबत का नाही गेलीस सिलिया ! आता काय करायला लावणार आहेस? माझा सत्यानाश करून पण पोट नाही भरलं ?

अश्रू भरलेल्या डोळ्याने तिने वर पाहिले, त्यात चमक होती.

'त्याच्यासोबत का जाऊ ? ज्याने हात धरलाय त्याच्यासोबत राहीन'

'पंडितजीने धमकावलं-माझ्या घरात पाय ठेवला तर लाताने बदडून काढीन'

सिलिया पण उद्धटपणे बोलली-माला जिथे ठेवायचे ते ठेवा. झाडाखाली ठेवा अथवा महालात.

मातादीन निःशब्द बसला होता, दुपार होऊ लागली होती. उन्हाची तिरप झाडाच्या फांद्यावरून अंगावर पडत होती. कपाळावरून घाम ओघळत होता. पण तो मौन, स्तब्ध बसला होता.

अचानक त्याला काही आठवल्यासारखा बोलला-माझ्यासाठी आता कशाला बोलता दादा?

दातादीनने त्याच्या डोक्यावर हात ठेवत धीर देत म्हटले-तुझ्यासाठी आता मी काय बोलू बेटा? अंघोळ करून घे, चल, जेवण कर. नंतर पंडिताची जशी व्यवस्था होईल तसे करू. हो, एक गोष्ट आहे, सिलियाला सोडावे लागेल.

मातादीनने सिलियाकडे जळजळीत कटाक्ष टाकत म्हटले-मी आता त्याचं कधी तोंड नाही पहाणार, परंतु प्रायश्चित घेतल्यावर तर काही दोष नाही राहणार.

'प्रायश्चित घेतल्यावर कसला दोष-पाप रहात नाही'

'तर आजच पंडिताकडे जा'

'आजच जातो बेटा !'

'परंतु पंडित जर म्हणाले की याचे प्रायश्चित होणार नाही, तर?'

'जशी त्यांची इच्छा '

'तर तुम्ही मला घरातून बाहेर काढाल ?'

दातादीन पुत्रप्रेमाणे विवश होत म्हणाले-असे कुठे होते का बेटा ? धन जावो, धर्म जावो, लोक मर्यादा जावो पण तुला नाही सोडू शकत.

मातादीनने लाकूड उचललं आणि बापाच्या मागे-मागे घरी गेला. सिलिया पण लंगडत, लंगडत त्यांच्या मागे गेली.

मातादीनने मागे वळून निर्दयी स्वरात म्हटले-माझ्यासोबत नकोस येऊ, तुझा आणि माझा काही संबंध नाही,इतकी बेइज्जत करूनही तुझे पोट नाही भरले.

सिलियाने धाडसाने त्याचा हात धरत म्हटले-संबंध कसा नाही ? याच गावात तुमच्यापेक्षा श्रीमंत, तुमच्यापेक्षा देखणे, तुमच्यापेक्षा इज्जतदार तरूण होते. मी त्यांचा हात का नाही धरला. तुमची ही दुर्दशा आजच का झाली ? जो धोंडा तुमच्या गळ्यात बांधलाय कितीही प्रयत्न करा सुटणार नाही. किंवा मी पण तुम्हाला सोडून जाणार नाही. मजुरी करीन, भीक मागेन, परंतु तुम्हाला सोडणार नाही.

असे म्हणत तिने मातादीनचा हात सोडला आणि पुन्हा शेतात जावून धान्य उफणू लागली. होरी अजून तिथेच धान्य मोजत होता. धनिया त्याला जेवण करायला बोलावत होती. होरीने बैलांना खळ्यातून बाहेर काढून एका झाडाखाली बांधले. आणि सिलियाला म्हणाला-तू पण जेवण करून घे सिलिया ! धनिया इथं बसली आहे, तुझ्या पाठीवरची साडी तर रक्ताने भिजली आहे ग ! जखम होऊ नाही, तुझे घरवाले फारच निर्दयी आहे.

'काय म्हणाले पंडित ?'

'म्हणतात, तुझा-माझा काही संबंध नाही'

'अच्छा ! असं म्हणतात !'

समजतात, अशाप्रकारे स्वतःची इज्जत वाचवता येईल. परंतु ज्या गोष्टीला सगळं जग ओळखतं, ती कशी लपवणार. मला पोषणं जिवावर आलय ना, नाही भाकरी घालू, माझं काय मजुरी आजही करतेच आहे. नंतरही करीन. झोपण्यासाठी हातभर जागा मागितली तर काय तुम्ही देणार नाहीत ?

धनिया कीव येत बोलली-जागेची कोणती अडचण आहे बेटा ! तू रहा माझ्या घरी.

होरीने हलक्या आवाजात म्हटले-बोलावतेस खरं पण पंडितजीला ओळखत नाहीस ?

धनिया निर्भिड होत म्हणाली-बिघडले तर भाकर कोरडी खातील. दुसरं काय करतील ? मी काही त्यांचं देणे लागत नाही. तिची इज्जत घेतली. जातबांधावातून काढलं, आता म्हणतात, तुझा-माझा काही संबंध नाही माणूस आहे की खाटीक. त्याच्या नियतीचे आज फळ मिळाले. पहिला नव्हता विचार केला, त्यावेळी तर मागे-मागे फिरत होते, आता म्हणतात माझा काय संबंध.

होरीच्या दृष्टीने धनिया चूक करीत होती. सिलियाच्या घरवाल्यांनी मातादीनला कसं भ्रष्ट केलं, हे काही चांगलं काम नाही. सिलियाला मारून नेलं असतं किंवा प्रेमाने ती त्यांची मुलगी होती. मातादीनला का धर्मभ्रष्ट केलं ?

धनियाने झिडकारलं-बरं, राहू द्या, लय न्याय नका करू. पुरूष सगळे सारखेच. हिला मातादीनने भ्रष्ट केलं त्यावेळी कोणाला काही वाटलं नाही. आता मातादीन धर्मभ्रष्ट झालय तर का वाईट वाटतय? काय सिलियाचा धर्म-धर्म नाही ? ठेवली तर चांभारीन, वरून नियम-धर्माच्या गोष्टी. फार चांगले केले हरखू चौधरीने. अशा गुंडाला हीच शिक्षा आहे. तू चल सिलिया माझ्या घरी, कसले निर्दयी माई-बाप आहेत हिचे. बिचारीची पाठ रक्ताने लाल झालीय. तुम्ही जा आणि सोनाला पाठवा मी हिला घेऊन येते.

होरी घरी गेला आणि सिलिया धनियाच्या पायावर पडून रडू लागली.

२४

सोनाला सतरावे वर्ष लागले होते आणि यावर्षी तिचं लग्न करणं गरजेचं होतं. होरी तर दोन वर्षापासून याच प्रयत्नात होता पण हातात पैसे नसल्याने काही हालचाल करीत नव्हता. परंतु यावर्षी काहीही करून तिचं लग्न करावं लागणार होतं. मग कर्ज काढून असो वा घर गहाण ठेवून असो. एकट्या होरीचं कोणी ऐकलं असतं तर दोन वर्षापूर्वीच तिचं लग्न झालं असतं. परंतु तो नफ्याचा सौदा करू पहात होता. परंतु धनिया म्हणत होती, कितीही हात रोखून खर्च केला तरी दोन अडीजशे तर लागतीलच. झुनियाला ठेवल्यापासून होरी कुटुंबाचे स्थान जातबांधवात दुय्यम झाले होते. त्यामुळे शे-दोनशे दिल्याशिवाय कोणी कुलीन मुलगा मिळणार नव्हता. मागच्या पिकातलं काही नाही मिळलं. पंडित दातादीन बरोबर अर्धली होती, पण पंडितजीने असा हिशोब दिला की होरीच्या हाती एक चौथाईपेक्षा जास्त धान्य पडलं नाही आणि कर तर पूर्ण द्यावा लागला. ऊस तर पिकला नाही. हो,

यावर्षी रब्बीचं पीक चांगलं आलं होतं, आणि ऊस पण चांगला लागला होता. विवाहासाठी पैशाची सोय होऊ शकत होती. दोनशे रूपये जरी हाती पडले तरी कन्या-ऋणातून त्याचा उद्धार होईल. गोबरने शंभर रूपायाची मदत केली तर बाकीचे शंभर होरी कसेही खर्च करीन. झिगुरिसिंह आणि मँगरू साह दोघे आता थोडे नरम पडले होते. गोबर परगावी राहून कमवू लागल्यापासून त्यांचे रूपये आता कुठे जाणार होते.

एक दिवशी होरीने गोबरकडे दोन-तीन दिवसासाठी जाण्याचे ठरविले.

परंतु धनिया अजून गोरबरचे ते कठोर शब्द विसरली नव्हती.

ती गोबरकडून एक पैसाही घेऊ इच्छित नव्हती, अजिबात नव्हती !

होरी चिडून म्हणाला-परंतु कार्य कसं पार पडेल, सांग.

धनिया मान हालवत बोलली-कल्पना करा, गोबर परगावी गेला नसता, मग तुम्ही काय केले असते ? तेच आता करा.

होरी निःशब्द झाला. एक क्षणानंतर बोलला-मी तर तुला विचारतोय.

धनियाने जीव वाचवला-याचा विचार पुरूषाने करावा.

होरीजवळ उत्तर तयार होतं-कल्पना कर, मी नसतो, तू एकटी असतीस, त्यावेळी तू काय केलं असतस ते कर.

धनियाने तिरस्कारयुक्त नजरेने पाहिले-त्यावेळी फक्त कन्यादानच केले असते तर कोणी हसणारं नसतं.

कन्यादान होरी पण करू शकत होता. त्यातच त्याचे भले होते, परंतु कुलमर्यादा कशी मोडणार ? त्याच्या बहिणीच्या विवाहात तिनशे वऱ्हाडी मंडळी आली होती. हुंडा पण चांगला दिला होता. नाच-तमाशा, बाजा, हाती-घोडे सगळे आले होते, आजही बिरादरीत त्याचं नाव आहे. दहा गावच्या लोकांसोबत त्यांचे संबंधही चांगले आहेत. पोरीचे पैसे घेऊन तो कोणाला तोंड दाखवीन ? यापेक्षा तर मेलेलं चांगलं मग तो पोरीचे पैसे घेईन ?झाडं-झुडपं आहेत, जमीन आहे, आणि थोडी पत पण आहे. त्याने एक बिघा जरी विकला तरी शंभर रूपये मिळतील. परंतु शेतकऱ्यासांठी जमीन प्राणापेक्षा प्रिय असते, कुल-मर्यादेपेक्षाही प्यारी असते. एकूण तीन बिघा जमीन तर त्याच्याजवळ आहे, त्यातला एक बिघा विकला, तर मग शेती कशी करेल?

काही दिवस याच धांदलीत गेले. होरी काही ठरवू शकला नाही.

दसऱ्याच्या सुट्टीचे दिवस होते. झिंगुरी, पटेश्वरी आणि नोखेराम तिघा सभ्य ग्रहस्थांची मूले सुट्टीवर आली होती. तिघे इग्रजी शाळेत शिकत होती आणि तिघेही वीस-वीस वर्षाचे झाले होते. परंतु अजून विद्यापीठात जाऊ शकले नव्हते. एका-एका वर्गात दोन-दोन, तीन-तीन वर्ष पडून असत. तिघांचे लग्न झाले होते. पटेश्वरीचे सुपूत्र बिंदसरी तर एका मुलाचा बाप पण झाला होता. तिघे दिवसभर जुगार खेळत. भांग पित आणि छैला बनून फिरत. ते दिवसातून कधी-कधी होरीच्या घराकडे पाहून निघत आणि योगायोग असा होता की अशा वेळी निघत की त्याचवेळी सोना कोणत्यान् कोणत्या कामानिमित्त दारात उभी असे. या काळात ती गोबरनेआणलेली साडी नेसत होती. हा सगळा तमाशा पाहून होरीचं रक्त आटत असे. त्याची शेती चौपट करण्यासाठी जणू आकाशातून गारपीट होणार आहे.

एक दिवशी तिघेही त्याच विहिरीवर अंघोळ करायला गेले. जिथे होरी ऊसाला पाणि देण्यासाठी मोट हाकत आखत होता. सोना मोट धरत होती. होरीला आज प्रचंड राग आला होता.

त्याच संध्याकाळी तो दुलारीच्या जवळ गेला. विचार केला, स्त्रीयांमध्ये दयाभान असतो. कदाचित तिला पाझर फुटेल आणि कमी व्याजावर रूपये देतील. परंतु दुलारी तिचेच रडगाणे गाऊ लागली. गावात असे एकही घर नव्हते. ज्यांच्याकडे तिचे काही पैसे नव्हते. इतके की झिंगुरिसिंहकडे पण तिचे रूपये होते, परंतु कोणी देण्याचे नाव घेत नव्हतं, बिचारी कोठून रूपये आणणार ?

होरीने विनंती करीत म्हटले-वहिनी, मोठे पुण्य होईल. तुम्ही पैसे नाही दिले तर माझ्या गळयाचा फास कसा सुटेल. झिंगुरी आणि पटेश्वरी माझ्या शेतावर डोळा धरून आहेत. मी विचार करतोय, बाप-जाद्यांची हिच कमाई आहे, ती हातची गेली तर जाणार कुठे ?एक सुपूत्र तो असतो जो घरची संपत्ती वाढवतो पण असा कुपूत्र कशाला होऊ की वाड-वडिलांची संपत्ती विकून टाकू.

दुलारीने शपथ घेतली-होरी, मी ठाकुरजीचे चरण स्पर्श करून सांगते की यावेळी तरी माझ्याकडे काही नाही, ज्याने घेतले तो देत नाही. तर मी काय करू ? तुम्ही कोणी परके तर नाहीत, सोना माझीच मुलगी आहे. परंतु तुम्हीच सांगा मी काय करु ?हिरा तुमचाच भाऊ आहे, बैलासाठी पन्नास रूपये घेतले, त्याचा तर काही ठाव ठिकाणा नाही. त्याच्या बायकोला मागावा तर भांडायला तयार. सोभा पण दिसायला अगदीच सिधा साधा आहे, परंतु पैसें द्यायचे माहीत नाही. वास्तव हे आहे की कोणाकडे पैसेच नाहीत. कोठून देणार. सगळयांची आवस्था पहातेय. त्यामुळेच थांबलेय, लोक कसे-बसे दिवस ढकलत आहेत. शेती-बाडी विकण्याचा तर सल्ला देणार नाही. काही नसलं तरी मर्यादा तर आहे.

नंतर कानात पुटपुटली-पटेश्वरी लालाचा लौंडा तुमच्या घराकडे फारच चक्करा मारीत असतो. तिघे पण तसेच करतात. त्यापासून सावध रहा. ते शहरी झालेत. गावातले बंधुत्व काय समजणार. मुले गावात पण आहेत, परंतु त्यांच्यात काही मान-सन्मान आहेत. काही भीती आहे. हे सगळे मोकाट सांड आहेत.माझी कौसल्या सासरहून आली होती, मी इथलं वातावरण पाहून तिच्या सासरच्या मंडळीला बोलावून तिला दिले पाठवून. कोणी कुठपर्यंत राखत बसणार.

होरीला हसताना पाहून त्यांच्या भावना लक्षात घेऊन बोलली-हसणार असाल तर मी पण काहीतरी सांगेन. तुम्ही पण काही कमी नखरेल नव्हता. दिवसातून किती वेळा कोणत्यान् कोणत्या बहाण्यानं माझ्या दुकानावर येत होता. परंतु मी कधी भाव नाही दिला.

होरीने गोड प्रतिवाद करीत म्हटले-हे तर तुम्ही खोटे बोलताय वहिनी ! काहीच मिळालं नसतं तर थोडाच आलो असतो. चिमणी एकदा माणसाळली तरच दुसऱ्यांदा परत येते.

'जा, खोटारडे'

'डोळयाने पहात नव्हता पण मनात तर होतं ना, उलट ते बोलवित होतं '

'बरं राहू द्या, मोठे आले अंतर्यामी, तुम्ही वारंवार येत असायचात त्यामुळे मला दया यायची. नाहीतर तुम्ही काही असे फार तरणेबांड नव्हता'

हुसेनी एक पैसेच मीठ घ्यायला आला. चिडवणं बंद घालं. हुसेनी मीठ घेऊन गेला, त्यानंतर दुलारी म्हणाली-गोबरकडे का नाही जात. पाहून पण या आणि रूपये पण मिळू शकतील.

होरी विराश मनानं बोलला-तो काही देणार नाही. पोरं चार पैसे कमवू लागलात तर त्यांचे

डोळे फिरायला लागतात. मी तर बिनलाजेपणा करायला तयार होतो. पण धनियाने ऐकले नाही. तिच्या इच्छेविरूद्ध गेलो तर घरात वांदे करील, तिचा स्वभाव तर माहीतय.

दुलारीने कटाक्ष टाकत म्हटले-तुम्ही तर बायकोचे जणू गुलाम झालांत.

'तुम्ही भावच दिला नाही तर काय करणार'

'माझी गुलामी करायचे म्हणाल तर मी लिहून घेतलं असतं, खरं !'

'तर आत्ताच काय बिघडलं. लिहून घ्या ना. दोनशेमध्ये लिहितो, या किंमतीला महाग नाही'

'धनियाला तर नाही सांगणार ?'

'नाही, म्हणाल तर शपथ घेऊ'

'आणि जर बोललात ?'

'तर माझी जीभ कापून घ्या'

'तर ठीक आहे, तयारी करा, मी रूपये देइल'

'होरीने अश्रुपूर्ण नेत्रानी दुलारीचे पाय धरले, भावविवश शब्द बाहेर पडले नाही.

दुलारीने पाय मागे घेत म्हटले-आता हा खट्याळपणा मला आवडत नाही. मी वर्षाच्या आत माझे रूपये व्याजासहित परत घेईन. तुम्हाला व्यवहारातलं फारस कळत नाही पण धनियावर माझा विश्वास आहे. ऐकण्यात आलय पंडित तुमच्यावर खूप बिघडलेला आहे, म्हणतोय की तुम्हाला गावच्या बाहेर नाही काढले तर ब्राह्मण नाही. तुम्ही सिलियाला घराबाहेर का नाही काढत ? विनाकारण दुश्मनी अंगावर ओढून घेतलीय.'

'धनियाने तिला घरात घेतलय, काय करू '

'ऐकलय, पंडित काशीला गेले होते. तिथे एक मोठा पंडित आहे, तो पाचशे घेतो. नंतर प्रायश्चित करून घेतो. मला सांगा, असं कुठ होतं का. धर्म भ्रष्ट झाल्यावर एक नाही हजार प्रायश्चित करा; त्याने काय होतय. तुमच्या हातचे पाणि कोणी पिणार नाही, कितीही प्रायश्चित करा'

होरी तेथून घरी गेला, पण त्याचं ऱ्हदय धडधडत होतं जीवनात इतका सुखद अनुभव त्याला नव्हता मिळाला. वाटेल सोभाच्या घरी गेला आणि लग्नाच्या संदर्भात निमंत्रण देवून आला. नंतर दोघेजण दातादीनकडे लग्नाचा मुहूर्त पहायला गेले. तेथून आल्यावर घरासमोर लग्नाच्या तयारीबद्दल बोलू लागले.

धनिया बाहेर येत म्हणाली-रात्र झालीय. भाकरीची आठवण नाही का येत ?खाऊन बसा. गप्पागोष्टी करायला तर रात्र पडलीय.

होरीने तिला पण चर्चेत सहभागी होण्याची विनंती करीत म्हटले-यंदा लग्नचं पक्कं ठरलय. सांगा काय-काय सामान पाहिजे. मला तर काही माहीत नाही.

'काहीच माहीत नाही तर लग्नाची चर्चा कशाला करताय. रूपायाचा बंदोबस्त झाला की नुसतेच मिठाई खात बसलात'

होरी गर्वाने बोलला-तुला त्याचे काय करायचे आहे. तू इतके सांग काय-काय सामान आणायचे आहे ?

'तर मला अशी हवेतली मिठाई नको आहे'

'तू इतके सांग की आपल्या बहिणीच्या लग्नात काय काय सामान आणलं होतं'

पहिले हे सांगा. रूपये मिळाले?'

'हो, मिळाले. नाहीतर काय भांग घेतलाय'

'तर पाहिलं जेऊन घ्या मग चर्चा करू'

परंतु ज्यावेळी तिने ऐकले की दुलारीसोबत बोलणं झालय, तर नाक मुरडत बोलली- तिच्याकडून पैसे घेऊन आजपर्यंत तिचे पैसे कोणी परत केलेत ? चुडैल किती जास्त व्याज घेते'

'परंतु करणार काय? दुसरं कोण देतय'

'असे का सांगत नाहीत की या बहाण्याने हसायला -बोलायला मिळाले. म्हतारे झालात पण डोक्यातले काही गेले नाही. '

'तू तर धनिया, कधी-कधी मुलासारखं बोलतेस. माझ्या सारख्या भणंग माणसाला ती हसणार-बोलणार ? सरळ बोलताच येत नाही'

तुमच्यासारख्याला सोडून तिच्याकडे जाईलच कोण ?'

'तिच्या दारावर चांगले-चांगले नाक रगडतात धनिया, तुला काय माहीत.तिच्याजवळ लक्ष्मी आहे.

'ती थोडी जरी हो म्हणाली, तुम्ही ते सगळीकडे सांगत फिरा'

'हो नाही म्हणाली-पक्का वादा केलाय.'

होरी जेवण करायला गेला आणि सोभा त्याच्या घरी गेला तर सोना सिलियासोबत बाहेर निघाली. ती दारात उभी राहून सारं बोलणं ऐकत होती. तिच्या लग्नासाठी दोनशे रूपये दुलारीकडून उसणे घेण्यात येणार आहेत, ही गोष्ट तिच्या पोटात अशी खळबळ माजवून गेली की जणू ताज्या चुण्यावर पाणि पडलं आहे. दारात एक कुप्पी जळत होती. जिच्यावरची भिंत काही पडली होती. दोन्ही बैल टाकलेली वैरण खात होते आणि कुत्रा जमिनीवर भाकरीची वाट पहात बसला होता. दोघीजणी बैलाजवळ येऊन थांबल्या.

सोना म्हणाली-तू काही ऐकलस ? दादा दुलारीकडून माझ लग्नासाठी दोनशे रूपये उसणे घेत आहेत.

सिलियाला घरची परिस्थिती माहीत होती. म्हणाली-घरात पैसा नसेल तर काय करावं ?

सोनाने समोरच्या काळ्या झाडाकडे पहात म्हटले-मला असे नाही करायचे, ज्यासाठी आई-वडिलांना कर्ज घ्यावे लागते. कसे देतील बिचारे, सांग! आधीच्या कर्जानेच वाकून गेलेत त्यावर आणखी दोनशे घेतले तर ओझं वाढेल की नाही?

बिगर हुंड्याचं माळ्या लोकांचं लग्न होतं का वेडे ? बिगर हुंड्याचा कोणी म्हाताराच मिळेल. भैय्या म्हतारे होते, त्यांनी आणलं झुनियाला, त्यांना किती रूपये हुंड्यात दिले होते?

'यामध्ये घराण्याचं नाव खराब होतं'

'मी तर सोनारीच्या मंडळींना सांगेन की तुम्ही एक पैसा जरी हुंडा घेतला तरी तुमच्यासोबत विवाह नाही करणार'

सोनाचे लग्न सोनारीच्या एका श्रीमंत शेतकऱ्याच्या मुलासोबत ठरले होते.

सोनाने ज्या अस्त्रला रामबाण समजलं होतं, तिच्या लक्षात आलं की ती तर वाळूची ? घडी

आहे, हताश होऊन बोलली-मी एकदा त्यांना बोलून पहाणार आहे. ते जर म्हणाले की मी यामध्ये काय करू शकतो तर, गोमती नदी काही जास्त दूर नाही. आई-वडिलांनी किती कष्टानं वाढवलय. त्याचे फळ असे देवू की ज्यांच्या घरातून जाताना त्यांच्यावर कर्जाचा बोजा ठेवू ? आई-वडिलांनी ईश्वराने जितके दिले आहे तितके आनंदाने द्यावे, मी नाही काही म्हणत. परंतु पै-पै साठी मोताज असतील, आज माहजन तक्रार करून लिलाव करीन, तर उद्या मजुरी करावी लागेन. तर कन्येचा हाच धर्म आहे की नदीत बुडून मरावं. घरची जमीन-जायदाद तर वाचेल, भाकरीची सोय तर होईल. आई-वडिल दोन-चार दिवस माझ्या नावाने रडून घेतील. असे तर होणार नाही की माझे लग्न करून त्यांना आयुष्यभर रडावे लागेन. तीन-चार वर्षात दोनशेचे दुप्पट होतील, दादा कसे देणार.

सिलियाच्या लक्षात आलं की हिला जणू ज्ञानप्राप्ती झाली आहे, जोरात सोनाला छातीशी कवटाळत बोलली-तुला इतकी अक्कल कशी आली सोना. दिसायला तर तू फारच भोळी-भाबडी आहेस.

यात आकलीचा विषय कुठे आहे चुडैल ! का मला डोळे नाहीत की मी पागल आहे. दोनशे माझ्या लग्नाला घेतील, तीन-चार वर्षात दुप्पट होतील. तर रूपाच्या लग्नासाठी दोनशे पुन्हा घ्यावे लागतील. जी काही शेती-बाडी आहे, सगळं लिलाव होईल. दारोदार भीक मागावे लागेल. हेच ना ?यापेक्षा मी जीव दिलेला चांगला. पहाटेच सोनारीला जाईल, त्यांना बोलावून घेईन, परंतु नाही. बोलावण्याची गरज नाही. मला त्यांच्यासोबत बोलताना लाज वाटेल. तुच माझा हा निरोप सांग. पहा काय उत्तर देतात ? किती दूर आहे? नदीच्या पलिकडे तर आहे. कधी-कधी ढोरं घेऊन इकडे येतात. एकदा त्यांची म्हस आमच्या शेतात आली होती. तर मी त्यांना खूप शिव्या दिल्या होत्या. हो, पण एक सांग. मातादीन आणि तुझी भेट झाली. ऐकलय, ब्राह्मण मंडळी त्यांना बिरादरीत नाही घेऊ लागले.

सिलियाने तोऱ्यात म्हटले-बिरादरीत का नाही घेणार, हो पण म्हतारा पैसे खर्च करायचं नको म्हणतोय, याला पैसे मिळणार असेल गटार डोक्यावर घेईन. पोरगा बाहेरच्या अंगणात बिछाना टाकून असतो.

'तू त्याला सोडून का देत नाहीस ? स्वतःच्या बिरादरीमध्ये कोणी एखादा पहा आणि आरामात रहा. तो तुझा अपमान करणार नाही'

'हो,ग, का नाही मागे त्याचे इतके हाल झाले, आता मी त्याला सोडून देवू. आता पंडित बनो अथवा देवता बनो. माझ्यासाठी तोच मातादीन आहे, जो माझ्या पायावर लोळण घेत होता आणि ब्राह्मण देखील झाला आणि ब्राह्मण कन्येसाबत विवाह जरी केला तरी ती माझ्याइतकी त्यांची सेवा ब्राह्मण कन्या काय करणार. आता त्याने मान-मर्यादेच्या लोभापाई जरी मला सोडून दिलं, परंतु पाहून घ्या, नंतर धावत येईन. '

'आता जर आला तर त्याला कच्चे खाऊन टाकीन'

'तर त्याला बोलवायला कोण चाललय. आपला धर्म आपल्यासोबत आहे. तो त्याचा धर्म भ्रष्ट करून लागलाय मी का करू'

पहाटेच सिलिया सोनारीच्या दिशेने निघाली, परंतु होरीने अडवलं. धनियाचं डोकं दुखत होतं. तिच्या जागी वाफे करायला थांबावे लागेन. सिलिया नाही म्हणू शकली नाही. तेथून दुपारी सुटी

झाल्यावर ती सोनारीला गेली.

इकडे तिसऱ्या प्रहरी होरी विहिरीवर आला तर सिलियाचा काही पत्ता नव्हता. बिघडत बोलली-सिलिया कुठे पळाली ? राहते-रहाते आणि माहीत नाही कुठे जाते. जसे की कोण्या कामातच तिचं लागत नाही. तुला माहीतय सोना कुठे गेली आहे?

सोनाने बहाणा केला-मला तर काही माहीत नाही. म्हणत धोब्याकडे कपडे घेऊन जायचेत. तिकडेच गेली असेल.

धनियाने खाटेवरून उठून म्हटले-चला, मी आळे करते, तिला कुठे मजुरी देवू लागलात म्हणून बिघडू लागलात.

'आपल्या घरी राहात नाही? तिच्यासाठी संपूर्ण गावात बदनाम नाही झालोत?
बरं, राहू दे, कोण्यात पडले आहे, तर त्याचे भाडे देणार ?'

'एका कोपऱ्यात नाही पडलेली, एक सवती खोली दिलीय'

'तर त्या खोलीचं एकूण भाडं असेल पंचवीस रूपये महिना !'

मोट सुरू झाली. धनियाला होरीने येऊ दिले नाही. रूपा आळे तयार करीत होती, आणि सोना मोट धरीत होती तर रूपा ओल्या मातीची चूल आणि भांडे तयार करीत होती. सोना संशयी नजरेने सोनारीकडे पहात होती. शंका पण होती, आशा पण होती, शंका जास्त होती. आशा कमी होती. विचार करीत होती, त्या लोकांना रूपये मिळत असतील तर ते का सोडतील, ज्यांच्याकडे पैसे आहेत ते तर पैशासाठी जास्तच वेडे होतात. मग गौरी पाटील तर फारच लालची आहे. मथुरात दया आहे, धर्म आहे, परंतु वडिलाची जी इच्छा आहे, ते त्याला ऐकावीच लागेन. परंतु सोना पण बच्चाला असा इंगा दाखवीन की लक्षात राहीन त्याच्या. ती सरळ सांगेन जाऊन एखाद्या श्रीमंत बापाच्या मुलीसोबत लग्न कर. तुझ्यासारख्या पुरूषासोबत माझं आयुष्य शेवटाला जाणार नाही. गौरी पाटलाने ऐकले तर ती त्यांचे पाय धुवून पिईल. त्याची इतकी सेवा करीन की स्वतःच्या बापाची पण केली नसेल आणि सिलियाला पोठभर मिठाई खाऊ घालीन. गोरबने तिला जे रूपये दिले होते, तिने ते अजून जपून ठेवले होते. या मृदु कल्पनेनं तिचे डोळे चमकले आणि गालावर किंचितसी लाली आली.

परंतु सिलिया अद्याप आली का नव्हती ? कुठे जास्त दूर होतं. त्या लोकांनी येऊ दिले नसेल, अरे ! ती तर येऊ लागलीय पण इतक्या हळूहळू का बरं येऊ लागलीय. सोनाच्या काळजात धस् झालं. त्या लोकांना मान्य नाही वाटतं. तर सोनाचे ठरले लग्न. होत-पाय धुवून बसा.

सिलिया तर आली पण शेतात जावून आळे तयार करू लागली. घाबरत होती, आतापर्यंत कुठे होतीस, असं होरीनं विचारले तर काय सांगायचं. सोनाने हे दोन तास तळमळत घालवले, मोट संपताच ती गेली सिलियाकडे.

तिथे जाऊन तुला काय मरण आलं होतं? वाट पाहून डोळे फुटू लागले होते.

सिलियाला वाईट वाटले-तर मी काय तिकडे झोपायला गेले होकते अशा प्रकारची बातचीत लगेच थोडी करावी लागते. संधी पहावी लागते. मथुरा नदीवर ढोरं वारायला गेले होते. त्यांना शोधत शोधत गेले आणि तुझा निरोप सांगितला. इतका परेशान झाला की तुला काय सांगावं माझ्या पायावर पडला आणि म्हणाला-सिल्लो, सोना माझ्या घरी येणार आहे हे ऐकल्यापासून माझी तर झोपच उडाली आहे, त्याचं बोलणं मला आवडलं परंतु काकाला कोण समजवणार. ते कोणाचेही ऐकत नाहीत.

सोनाने थांबवलं-नाही ऐकणार. सोना पण जिद्दी आहे म्हणावं. जे म्हणाली करून दाखवीन, मग बसा म्हणावं हात चोळीत.

झालं त्याच क्षणी ढोरांना तिथेच सोडून मला घेऊन गौरी पाटलाकडे गेला. पाटलाच्या चार मोटी चालतात, विहिर पण त्यांची आहे. दहा बिघे ऊस आहे. पाटलाला पहाताच मला हसू आलं. जणू एखादा घिसाडी दिसत होता. हो, नशीबानं मारलेला. बाप-लेकात खूप वाद-विवाद झाला. गौरी पाटील म्हणत होता, मला काय करायचं. मी काही घेणार अथवा नाही, तू कोण आहेस बोलणार? मथुरा म्हणत होता. तुम्हाला काही देणे-घेणे आहे तर माझे लग्न करू नका. मी माझे लग्न माझ्या पद्धतीने करीन. विषय वाढला आणि गौरी पाटलाने चप्पल काढून मथुराला खूप बदडून काढलं. दुसरा एखादा मुलगा मार खाऊन विरोधात बोलला असता. मथुराने एक ठोसा जरी लगावला असता तरी पाटील उठले नसते. परंतु बिचारा पन्नास चप्पला खाऊनही काही बोलला नीह. डोळ्यात अश्रू आणत माझ्याकडे पहात निघून गेला, मग पाटील माझ्यावर रागावले. शेकडो शिव्या दिल्या. पण मी का ऐकून घेऊ.मला त्यांची काय भीती होती ? मी स्पष्ट सांगितले, पाटीज़ दोन-तिनशे काही मोठी रक्कम नाही आणि होरी पाटील, ना भिकेला लागलीत ना तुम्ही माडी बांधाल. ते सगळे रूपये नाच-गाण्यावर उडवले जातील. हो, पण तशी सून नाही मिळणार.'

सोनाने डोळ्यात पाणि आणत म्हटले-पाटील इतक्या छोट्या विषयाबद्दल मारू लागले ?

सिलियाने ही गोष्ट लपवली होती. अशा अपमानाच्या गोष्टी तिला सोनाच्या कानावर नव्हती, परंतु हा प्रश्न ऐकून तिला राहावलं नाही, म्हणाली-तिच गोबर भैयासारखी गोष्ट होती.

पाटील म्हणाले-माणूस उष्टं त्यामुळेच खातो की ते गोड असतं. कलंक चांदीनेही धूता येतो. यावर मथुरा म्हणाला-काका कोणत्या घरी अशा गोष्टी होत नाहीत. इतकेच कोणाचे माहीत होते, कोणाचे होते नाही. गौरी पाटील कधीकाळी एका चांभारणीच्या प्रेमात होते. तिच्यापासून दोन अपत्ये पण आहेत. मथुराच्या तोंडून इतके बाहेर पडताच म्हताऱ्याला जणू भुतानं झपाटल्या सारखं झालं. जितका लालची आहे. तितकाच रागीट, घेतल्याशिवाय राहाणार नाही.

दोघी घरी गेल्या. सोना मोट हाकून बेजार झाली होती. परंतु यावेळी तिला हलकं-हलकं वाटू लागलं होतं. तिच्या ऱ्हदयात जणू स्फूर्ती आनंदाचा झरा वाहू लागला आहे. मथुराची ती वीर मूर्ती डोळयासमोर उभी होती. आणि जणू ती तिला ऱ्दयात बसवून तिचे चरण अश्रुने धुत होती. जणू आकाशातील देवता तिला कडेवर घेऊन आकाशात पसरलेल्या लालीमामध्ये घेऊन चालली होती.

त्याच रात्री सोनाला खूप ताप चढली.

तिसऱ्या दिवशी गौरी पाटलाने नाव्हयाच्या हस्ते एक पत्र पाठवले-श्री होरी पाटलांना गोरीरामच्या रामराम. आपल्यात देवाण-घेवणीबद्दल जी चर्चा झाली होती, तिच्यावर मी शांतपणे विचार केला. लक्षात आले की देवाण-घेवाणीच्या बाबतीत दोन्ही कडची मंडळी जेलमध्ये जाऊ शकतात. तुमचे-आमचे संबंध जुळलेच आहेत तर आपण असा व्यवहार करावा की कोणालाही त्रास होणार नाही. तुम्ही देण्या-घेण्याची काही काळजी करू नका. तुम्ही निश्चिंत रहा. वऱ्हाडांचीच चांगली सोय करा. आमची यापेक्षा जास्त अपेक्षा नाही. पैशाची व्यवस्था आम्ही केली आहे. हो, स्वखुशीने जो पाव्हूणचार कराल तो आम्ही नम्रपणे स्वीकारू.

होरीने पत्र वाचलं आणि आत जावून धनियाला ऐकवलं आनंदाने बेहोष झाला असता,

पण धनियाचं बोलण्याकडे लक्षच नव्हत. एका क्षणानंतर बोलली-हे गौरी पाटलाचे मोठे पण आहे. परंतु आपल्याला पण लोक लज्जेस्तव काही करावे लागेलच ना. जग काय म्हणेल ! रूपये काय वाळूसारखे हातातून निसटून जातात. त्याच्यासाठी घराणं महत्वाचं नाही. आपल्याला जे शक्य आहे ते द्यावे लागेल आणि गौरी पाटलाला घ्यावे लागेल. तुम्ही त्यांना उत्तर पाठवा. आई-वडिलाच्या कामाईत काय मुलीचा अधिकार नसतो ? नाहीतर लिहायचं काय. चला त्याच नाव्ह्याकडे निरोप पाठवते.

होरी हतबल होऊन अंगणात उभा होता आणि धनिया त्या उदारतेच्या प्रतिक्रियेत जी गौरी पाटीलाच्या सज्जनपणाने जागवली होती. संदेश सांगत होती. नंतर तिने निरोप्याला रस पाजला आणि निरोप दिला.

तो निघून गेल्यावर होरी म्हणाला-हे तू काय केलस धनिया ? तुझं वागणं आजपर्यंत माझ्या लक्षात आलं नाही. तू वाकडं पण चालतेस सरळ पण चालतेस. पहिल्यांदा तर यासाठी भांडत होती की कोणाकडून एक रूपायाचे कर्ज घेऊ नका. काही देण्या-घेण्याचे काम नाही आणि ईश्वराने गौरीच्या माध्यामातून हे पत्र पाठवले आहे तर तिने कुळ-मर्यादेचा विषय काढला. तुझे मन ईश्वरालाच समजो.

धनिया म्हणाली-तोंड पाहून विडा दिला हेाता, काही आठवतय का. त्यावेळी गौरी त्यांचाच रूबाब दाखवत होते. आता ते मोठेपण दाखवत आहे. ईट का जवाब पत्थर असू शकतो पण नमस्कार केल्यावर केाणी शिवी नाही देवू शकत.

होरी नाक मुरडत म्हणाला-तर मग दाखव तुझे मोठे पण. पाहू कसे पैसे आणतेस.

धनिया डोळे मिचकावत बोलली-रूपये आणणे माझे काम नाही, तुमचे काम आहे.

मी तर दुलारीकडूनच घेईन.

'घ्या तिच्याकडून, व्याज तर सगळेच घेतात. मरायचेच म्हटल्यावर नदी काय किंवा विहीर काय.

होरी बाहेर जावून विलम ओढू लागला. किती सहज लग्न पार पडत होतं, परंतु धनिया मोठेपणा दाखवायला निघालीय. पहावं त्यावेळी उलट्या गोष्टी करत असते. हिला जणू एखाद्या भुताने झपाटले असते. घरची परिस्थिती पाहूनही हिचे डोळे उघडत नाहीत.

२५

भोलाने दुसरे लग्न केले होते. स्त्रीशिवाय त्याचं जीवन निरसं होतं. जोपर्यंत झुनिया होती, त्यांच्या पोटापाण्याची व्यवस्था होत होती. वेळेवर जेवायला बोलवायची. आता तर बिचारे अनाथासारखे झालेत. सुनांना घरकामातून वेळ मिळत नव्हता. त्या काय त्यांची सेवा करणार. म्हणून लग्न करणं गरजेचं झालं होतं. सुदैवाने तरूण विधवा मिळाली. हिच्या पतीचा देहांत होऊन केवळ तिन महिने झाले होते. एक मुलगा पण होता. भोलाच्या तोंडाला पाणि आलं. ताबडतोब शिकार करायचं ठरवलं. जोपर्यंत लग्न झालं नाही
पठ्यानं दाराला साल ठेवली नाही.

आतापर्यंत त्याच्या घरात जे काही होत, सुनांचं होतं. ज्या त्या मनाप्रमाणे करीत होत्या. मनासारखं रहात होत्या. जंगी जेव्हापासून आपल्या बायकोला घेऊन लखनौला गेला होता, कामता

घरची मालकीन झाली होती. पाच-सहा महिन्यातच तिने तिस-चाळीस रूपये स्वतःजवळ बाळगले होते. सेर-अर्ध सेर दूध चोरून विकत असे. आता मालकीन झाली होती तिची सावत्र सासू. तिवं नियंत्रण यांना खटकत असायचं. इतके की मी या बायकापाई भोला अणि कामता यांच्यातच विवाद झाला. भांडण इतके वाढले की वेगळं निघेपर्यत प्रकरण गेलं. ही परंपराच झाली आहे की वेगळं निघण्याच्या वेळी भांडण आवश्य होतात. इथे पण ही परंपरा पाळण्यात आली. कामता तरूण होता. भोलावर जो काही दबदबा होता, तो वडिल या नात्याने, परंतु दुसरे लग्न केल्यावर भोलाचा ह दबदबा राहीला नाही. किमान कामता तरी ऐकत नसे. त्याने भोलाला खाली पाडून लाथांनी तुडवले आणि घरातून काढून दिले. घरातील वस्तूना हात लावू दिला नाही. गावात पण कोणी भोलाच्या बाजुने बोललं नाही. दुसऱ्या लग्नानं त्याला नकटं केलं होतं. रात्र त्याने कशी-तरी एका झाडाखाली काढली. सकाळ होताच नोखेरामचे घर गाठले आणि गाऱ्हानं मांडलं. भोलाचे गाव देखील त्याच भागात होते. अणि त्या भागाचे मालक-प्रमुख तेच होते. नोखेरामला भोलाची दया नसती आली पण त्यांच्या बरोबर एक नखरेल स्त्री पाहून तात्काळ आश्रय दिला. जिथे त्यांची गाय बांधत तिथे राहायला जागा दिली. आपल्या जनावरांची देखभाल, वैरण-पाणि यासाठी त्यांना एक अनुभवी गड्याची गरज भासली. भोलाला तीन रूपये महीना आणि सेरभर रोज या अटीवर गडी म्हणून कामावर ठेवलं.

नोखेराम निटस् मोठे. लांब नाक आणि छोट्या-छोट्या डोळ्यांचे सावळे इसम होते. मोठी पगडी बांधत. खाली कुर्ता घालत अणि थंडीत सजई पांघरून बाहेर जात-येत. तेलाने मालीश करून घेण्यात त्यांना खूप आनंद वाटे. म्हणून त्यांचे कपडे नेहमी तेलकट असायचे. त्याचं कुटुंब मोठे होते, सात भाऊ आणि त्यांचे बाल-बच्चे सगळयांचं ह्यानाच करावं लागे. त्यावर त्यांचा मुलगा इंग्रजीतल्या नवव्या वर्गात शिकत होता आणि त्याचा साहेबी थाट पुरवणं काही साधं काम नव्हतं. रायसाहेबांकडून त्याना केवळ बारा रूपये पगार मिळत होता. परंतु खर्च शंभर रूपयापेक्षा एक पैसा कमी नव्हता. म्हणून एखादी आसामी त्यांच्या जाळयात अडकलीच तर तिचं रक्त शोषून घेतल्याबिगर ते सोडत नसत. पहिले सहा रूपये पगार मिळत होता. त्यावेळी आसाम्याची इतकी पिळवणूक करीत नसत. परंतु जेव्हापासून बारा रूपये पगार झाला तेव्हापासून त्यांची तृष्णा अधिकच वाढली होती. म्हणून रायसाहेब त्यांची बढती करीत नव्हते.

गावातील इतर पण कोणत्यान् कोणत्या प्रकारे त्याचं निमंत्रण मान्य करीत होते. इतके की दातादीन आणि झिंगुरिसिंह देखील त्यांची स्तुती करत. केवळ पटेश्वरी त्यांच्यासोबत लढायला तयार असत. नोखेरामला जर आपण ब्राह्मण असण्याचा गर्व होता आणि कायस्थाना बोटांवर नाचवत, तर पटेश्वरीला देखील घमेंड होती की ते कायस्थ आहेत. लेखणी बहाद्दर, या क्षेत्रात त्यांच्यापुढे कोण जाईल.त्यात ते जमीनदाराचे नोकर नसून सरकारचे नोकर. ज्यांच्या राज्यावर सूर्य कधी मावळत नाही. नोखेराम एकादशी धरत आणि पाच ब्राह्मणांना भोजण घालत तर पटेश्वरी प्रत्येक पौर्णिमेला सत्यनारायणाची कथा ऐकतील आणि दहा ब्राह्मणांना भोजण देतील. पटेश्वरी आणि नोखेरामच्या मध्ये प्रत्येक गोष्टीची बरोबरी करण्याची स्पर्धा चालू होती. अपल्याही मुलाने शिक्षणात प्रगती करावी म्हणून अधिकाऱ्याकडे पीक-पाणि घेऊन जात असत. आणखी एका गोष्टीत पटेश्वरी त्यांच्यापेक्षा वरचढ होते. लोकांना वाटत होते की त्यांनी विधवा कहारीनला ठेवले होते. आता नोखेरामला पण ही उणीव भरून काढण्याची संधी आली होती.

भोलाला धीर देत म्हणाले-तू इथे आरामात रहा भोला. कशाची काळजी नाही, काहीही लागलं तरी माग. तुझ्या पत्नीसाठी पण कसलेन् कसले काम मिळेलच. गोदामात धान्य ठेवणे, काढणे, वाळू घालणं, त्यातला कचरा काढणं काय कमी काम आहे ?

भोलाने विनंती केली-सरकार एकदा कामताला बोलावून विचारून घ्या. काय बापासोबत असेच वागले पाहिले. घर मी बांधलं, गाई-म्हशी मी घेतल्या, आता त्याने सगळ्याचा ताबा घेतलाय. आम्हाला घराबाहेर काढलं. हा अन्याय नाहीतर काय आहे. आमचे मालक तर तुम्हीच आहात. तुमच्या दरबारात याचा निर्णय झाला नाहिजे.

नोखेरामने समजूत काढली-भोला, तू त्याच्यासोबत भांडू नको, त्याची शिक्षा त्याला ईश्वर देईल, बेईमानी करून आजपर्यंत कोणाचा फयदा झालाय ? या जगात अन्याय नसता तर नरकाचे नाव कोणी कशाला घेतले असते. इथं न्याय आणि धर्माला कोण विचारतो ? ईश्वर सगळं पहातो, जगातील प्रत्येक गोष्ट त्याला माहीत आहे. तुमच्या मनात आता काय चाललं आहे, हे त्यापासून लपून राहिलेलं नाही. त्यामुळे तर त्यांना अंतर्यामी म्हणतात, ईश्वरापासून कसं लपलं आहे ? तुम्ही शांत रहा. ईश्वराची ईच्छा असेल तर इथे तुमचे त्यांच्यापेक्षा चांगले चालेल.

तेथून गेल्यावर भोलाने आपले गाऱ्हाणे होरीजवळ मांडले. होरीने त्याचं दुःख ऐकवलं-आजकालच्या पोरांचं काही सांगू नका भोलाभाई. किती कष्टानं सांभाळलं, तरूण झाल्यावर दुश्मन होतात. गोबरचेच पहा, आईला भांडून गेला. आणि किती वर्ष झालीत ना चिठ्ठी ना पत्र. त्याच्या लेखी तर आई-बाप मेलेत. मुलीचा विवाह डोक्यावर आहे. परंतु त्याला त्याचं काही नाही. शेत गहाण ठेवून रूपये घेतलेत, इज्जत-अब्रु तर वाचवावी लागेल.

कामताने बापाला बाहेर तर काढले होते पण आता त्याला समजले होते की म्हातारा किती कामाचा होता. सकाळी उठून वैरण-पाणि करणं, दूध काढणे, नंतर दूध घेऊन बाजाराला जाणे. तेथून आल्यावर पुन्हा वैरण-पाणि करणे. नंतर दूध काढणे, एका आठवड्यात त्याचा आवतार बदलून गेला. नवरा-बायकोत भांडणं झाली. पत्नी म्हणाली-मी जीव द्यायला तुमच्या घरी आले नाही. मला पोषण जीवावर आले असेल तर मी माझ्या घरी जाईल. कामता घाबरला, ही जर निघून गेली तर भाकरीचे तोंड पहायला मिळणार नाही. आपल्या हातांनी कराव्या लागतील. शेवटी एक नौकर ठेवला. त्यामुळेही काही फरक पडला नाही. नौकर भुसा चोरून विकू लागला. त्याला काढून टाकलं, पुन्हा नवरा-बायकोत भांडणं झाली. पत्नी रूसून माहेरी गेली. कामताचे हातपाय दुःखू लागले. हातपाय जोडत भोलाकडे आला. म्हणाला-दादा, माझ्याकडून जे झालं मला माफ करा. अता घरी चला, घराला तुमची गरज आहे.

भोलाला इथं मजुराप्रमाणे रहाणे कसंतरी वाटत होतं. पहिल्या महीन्या-दोन महिण्यात जी सोय केली, आता ती होत नाही. नोखेराम ज्यावेळी त्याला चिलम भरून द्यायला किंवा खाट टाकायला सांगत त्यावेळी भोलाला जहराचा घोट घेतल्याप्रमाणे वाटायचे. आपल्या घरात भांडण-तंटा जरी झाला तरी कोणाची गुलामगिरी तर करावी लागत नाही.

त्याच्या पत्नी नोहरीने हा प्रस्ताव ऐकला तर ती मटकत बोलली-जेथून लाता खाऊन आलात, तिथे पुन्हा परत जाणार ? तुम्हाला लाज वाटत नाही.

भोला म्हणाला-तर इथं कुठं सिंहासनावर बसलोत.

नोहरीने पुन्हा मटकत म्हटले-तुम्हाला जायचे असेल तर जा. मी नाही येणार.

भोलाला माहीत होतं, नोहरी विरोध करीन. त्याचं कारणही त्याला थोडं-थोडं माहीत होतं. काही पाहून पण होता, त्याचं येथून पळण्याचं कारणही तेच होतं. इथं त्याला कोणी विचारत नव्हतं. पण नोहरीची चांगली व्यवस्था व्हायची. नोकर-चाकर पण तिच्या ऐकण्यात होते. तिचं उत्तर ऐकून भोलाला राग आला, परंतु करणार काय? नोहरीला सोडून जाण्याची हिमत त्याच्यात असती तर नोहरी पण झक मारून त्याच्या मागे-मागे आली असती.एकट्या नोहरीला ठेवण्याची नोखेराममध्ये हिंमत नव्हती. तो दुसऱ्याच्या खांद्यावर बंदूक ठेवून शिकार करणारा प्राणी होता. परंतु नोहरीला भोलाचा स्वभाव माहीत होता.

भोला विनंती करीत बोलला-हे पहा नोहरी, हट्ट करू नकोस, आता तर इथं सुना पण नाहीत. तुझ्याच हातात सगळं काही राहील. इथं मजुरी करून बिरादरीत किती बदनामी होत आहे, याचा विचार कर!

नोहरीने ठेंगा दाखवत म्हटले-तुम्हाला जायचे तर जा, मी तुम्हालाअडवत तर नाही. तुम्हाला मुलांच्या लाता चांगल्या वाटत असतील, मला नाही. मी इथं आरामात आहे.

भोलाला तिथेच रहावे लागले आणि कामता आपल्या पत्नीची समजूत काढून तिला घरी आणलं. इकडे नोहरीच्या संदर्भात कुजबुज होत राहीली. नोहरीने आज गुलाबी साडी परिधान केली आहे. आता काय विचारणेच नको, रोज नवी साडी वापरो. नोखेराम तिच्यावर फिदा आहेत म्हटल्यावर काय. भोलाचे डोळे फुटलेत वाटतं ?

सोभा भारीच चेष्ठेखोर होता. साऱ्या गावचा विदुषक, नारद म्हणा वाटल्यास. प्रत्येक बातमीची बतावणी करायचा. एक दिवशी नोहरी त्याला घरी सापडली. थोडी गंमत केली. नोहरीने नोखेरामला सांगितलं, सोभाला वाड्यावर बोलावण्यात आलं. असं झापलं की विचारू नका.

एक दिवशी पटेश्वरी प्रसादवर कुऱ्हाड कोसळली. गरमीचे दिवस होते. लाला बनात आंबे तोडत होते. नोहरी नटून खटून तिकडून आली होती. लालाने हाक मारली. नोहरा राणि इकडे ये, थोडे आंबे घेऊन जा, फारच गोड आहेत.

नोहरीचा गैरसमज झाला, लाला माझा उपहास करीत आहे. तिला आता घमंड होऊ लागला होता. लोकांनी तिला जमीनदारीन समजावं आणि तिचा आदर करावा. घमेडी माणूस बहूधा शंकाखोर असतो. आणि मनात चोर असेल तर त्याला दिवसाही चांदण्या दिसतात. तो माझ्याकडे पाहून का जळतात ? दरम्यान नोहरी गावच्या गुप्त रहस्यामध्ये गणल्या जाऊ लागली, हेच की लालाने कहारीनला ठेवले आहे आणि मला हसतात, तिला कोणी काही बोलत नव्हतं. मोठे व्यक्ति होते ना ! नोहरी गरीब आहे. जात पण नीच आहे, म्हणून सगळेजण तिचा उपहास करतात, आणि बाप तसा बेटा. त्यांचाच रामेश्वरी तर सिलियाच्या मागे हात-धूवुन लागला आहे. चांभारीनवर गिधाडासारखे तुटून पडतात. त्यावर दावा करतात की आम्ही उच्चवर्णिय आहोत.

तिने तेथेच उभा राहून म्हटले-तुम्ही हा दानधर्म कधीपासून सुरू केला लाला ! तुम्ही तर दुसऱ्याच्या ताटातली रोटी पळवणारे. आज आंबे वाटू लागलात. माझी छेड काढली तर चांगले होणार नाही. सांगून ठेवते.

ओ हो, अहिरीन बाईचा इतका थाट! नोखेरामला काय जाळ्यात ओढलं, समजते, सगळं

जग जिंकलं. म्हणाले-तू तर अशा थाटात आहेस नोहरा. जसे की आता कोणालाच गावात राहू देणार नाही वाटतं. जरा तोंड सांभाळून बोला. इतक्या लवकर स्वतःला विसरू नकोस.

'तर काय तुझ्या दारात कधी भीक मागायला आले होते ?'

'नोखेरामने आसरा दिला नसता तर तिच वेळ होती'

नोहरीला मिर्ची झोंबली-जे मनात आलं ते बोलू लागली. म्हतारा, लंपट, वाकडं तोंडाचा माहीत नाही काय काय आणि त्याच रागाच्या भरात घरात गेली. आपले भांडे काढून बाहेर ठेवू लागली.

नोखेरामला कळल्यावर घाबरल्यासारखे आले आणि विचारले-हे काय करू लागलीय नोहरी. कपडे लत्ते का काढू लागलीय? कोणी काही बोललं का?

नोहरीला माहीत होतं पुरूषाला कसं नाचवायचं. तिच्या जीवनात तिने ही विद्या शिकली होती. नोखेराम शिकले सवरलेले व्यक्ति होते, कायदा पण समजत होते, धर्माचा पण अभ्यास होता. मोठ-मोठ्या बॅरिस्टरांचा माज उतरवला होता, पण हे मूर्ख नोहरीच्या हातचे बाहूले झाले होते. भूवया ताणत म्हणाली-काळाचा महीमा आहे, इथे आले, परंतु आपली इज्जत नाही घालवणार.

ब्राह्मण ताठ झाला. मिशांना ताव देत म्हणाला-तुझ्याकडे जो काणी पाहिल, त्याचे डोळे काढून घेईन.

नोहरीने गरम लोखंडावर हातोडा मारायचे ठरवले-लाला पटेश्वरी पहावं त्यावेळी माझ्यासोबत लगट करायला पहातात. मी नखरेल थोडीच आहे की कोणीही मला पैसे दाखवावेत. गावात कितीतरी बायका आहेत, त्यांना नाही कोणी बोलत. जो पहावं तो मलाच छेडतो.

नोखेरामच्या डोक्यावर जणू भूत नाचू लागलं. त्याने एक काठी उचलली आणि वादळाप्रमाणे घरघर करीत बागेत जाऊ लागले ओरडायला-ये म्हणावं, मोठा मर्द असेल तर, मिशा काढून टाकीन, मातीत गाडीन, समोर ये, पुन्हा कधी नोहरीला छेडले तर डोळे काढून घेईन. सारी पाटीलकी उतरवीन. स्वतः सारखाच दुसऱ्यांना समजतो काय. कोणत्या भ्रमात आहेस?

लाला पटेश्वरी मान खाली घालून, शांतपणे उभे होते. थोडे जरी तोंड उघडले तरी खैर नव्हती. त्यांचा इतका अपमान कधी झाला नव्हता. एकदा लोकांनी त्यांना तलावाच्या किणारी घेऊन मारहाण केली होती. परंतु गावात कोणाला समजलं नव्हतं. कोणाजवळ काही पुरावा नव्हता. परंतु आज तर उभ्या गावात त्यांची इज्जत कमी झाली होती, काल जी बाई आश्रय मागायला आली होती. आज संपूर्ण गावात तिचा धाक होता. तिला छेडण्याची आता कोणामध्ये हिंमत नव्हती. पटेश्वरी जर काही करू शकले नाही तर दुसऱ्याची काय हिंमत.

आता नोहरी गावची राणि होती. तिला येतान पाहून गावकरी तिला रस्ता देत. हे जाहीर रहस्य होतं की तिला गोड-गोड बोलून नोखेरामकडून काही काम करून घेतल्या जावू शकत होतं. कोणाला मोजणी करायची असेल, करासाठी सवलत मागायची असेल, तर घरबांधणीसाठी जागेची गरज असेल. नोहरीला प्रसन्न केल्याशिवाय त्याचं काम होत नसे. कधी कधी ती चोगल्या-चांगल्या आसामीची कान उघडणी करी. केवळ आसामीच नाही तर कारकून लोकांवर पण रूबाब गाजवू लागली होती.

भोला तिचा आश्रीत होऊन राहू इच्छित नव्हता. स्त्रीची कमाई खाणारा इतका अधम त्याच्या नजरेत दुसरा कोणी नव्हता. त्याच्या हाती महिन्याकाठी तीन रूपये पडत. ते पण त्याला मिळत

नसत. नोहरी वरच्या वर खर्च करून टाकायची, त्यांना तंबाखू मिळणे मुश्किल पण नोहरी दोन आण्याचे रोज पान खायची. पहावं त्याच्यावर तिचा रूबाब चालायचा. नोकर त्याच्याकडून चिलम भरवून घ्यायचे. लाकूड तोडून घ्यायचे. बिचारा दिवस भराचा थकून-भागून यायचा आणि दारासमोर खाट टाकून पडून राहायचा. कोणी एक तांब्यावर पाणि देणारे नाही. दुपारच्या शिळ्या भाकरी रात्रीला खाव्या लागायच्या. त्या पण पाणि किंवा मिठासोबत.

शेवटी परेशान होऊन त्यांनी घरी जावून कामता बरोबर राहाण्याचा निर्धार केला.

काही नाही झाले तरी भाकर तर पोटाला मिळेल. स्वतःचं घर आहे.

नोहरी बोलली-मी तेथील गुलामी करायला येणार नाही.

भोलाने मन वाईट करीत म्हटले-मी तुला नाही म्हणत यायला, मी तर स्वतःला सांगतोय.

'तुम्ही मला सोडून जाणार आहात? सांगायला लाज नाही वाटत?'

'लाज तर कोळून पिलोय'

'परंतु मी अजून नाही पिले, तुम्ही मला सोडून नाही जावू शकत '

'तू मनाची राणि आहेस, मी तुझी गुलामी का करू?'

'पंचायत भरवून तोंडाला काळे फासील, इतके लक्षात ठेवा.'

'लफडं करून तोंड काळे करशील, हे लक्षात ठेवा '

'झालं ते काही कमी आहे ? काय अजुनही समजतेस मला काही माहीत नाही?'

'तुम्ही तर असा ताण काढू लागलात की जणू मला दागिण्याने सजवून थकलात. तर नोहरी असा कोणाचाा ताण सहन करणार नाही.'

भोला भडकला आणि उशाची काठी उचलून निघाला तोच नोहरीने त्यांचा हात पकडला. तिच्या बलिष्ठ पंजामधून हात सोडवून घेणे भोलाला कठीण झाले. गुमान गुन्हेगारासारखा बसला. एक काळ होता. ज्या काळात ते स्त्रीयांना बोटावर नाचवायचे आणि ते एका स्त्रीच्या मोहपाशात विवश झाले आणि त्यातून बाहेर पडणे कठीण झालय. हात सोडविण्याचा प्रयत्न करून ते स्वतःची दुर्बलता दाखवून देऊ इच्छित नव्हते. त्यांची मर्यादा त्यांच्या लक्षात आली. परंतु ती निर्भिडपणे का सांगून टाकत नाही की, तू माझ्या काही कामाची नाहीस, मी तुमचा त्याग करते.

पंचायतची धमकी देते. पंचायत काही इव्ह आहे, मला जर पंचायतची भीती नसेल, तर मी पंचायतला का घाबरू ?

परंतु हे शब्द तोंडातून बाहेर निघाले नाहीत. नोहरीने जणू त्याच्यावर कसली जादू केली आहे.

२६

लाला पटेश्वरी पटवारी समुदायाच्या सद्‌गुणाचे साक्षात आवतार होते. ते हे पाहू शकत नव्हते की कोणी आसामी आपल्या दुसऱ्याबंधुची इंचभर जमीन बळकावू देणार नाही किंवा ते हे पाहू शकणार नाही की आसामीने कोण्या महाजनाचे पैसे बुडवले आहेत. गावच्या समस्त प्राण्यांच्या हिताचे रक्षण करणे त्यांचा परम धर्म होता. तडजोडीवर त्यांचा विश्वास नव्हता. हेच तर निर्जीवतेचे लक्षण आहे ! ते

तर संघर्षाचे पुजारी होते, जे सजीवतेचं लक्षण आहे. दिवसेंदिवस या जीवनाला उत्तेजना देण्याचा प्रयत्न करीत होते, एक-ना-एक अफवा सोडत रहात. मँगरू साह यांच्यावर त्यांची विशेष कृपा दृष्टी होती. मँगरू साह गावातील श्रीमंत व्यक्ति होते. परंतु स्थानीक राजकारणा अजिबात लक्ष घालत नसत. रूबाब किंवा सत्तेची लालसा त्यांना नव्हती. घर पण त्यांचे गावच्या बाहेर होतं. जिथे त्यांनी एक बाग, एक विहिर आणि छोटासं शिवमंदीर बांधलं होतं. लेकरू-बाळ नव्हतं. म्हणून देवाण-घेवाण कमी केली होती आणि जास्त वेळ पूजा-पाठ करण्यात घालवत. कितीतरी आसामीने त्यांचे पैसे बुडवले होते. परंतु कोणावरही त्यांनी तक्रार दाखल केली नाही.

होरीकडे पण व्याजासहीत त्यांचे दिडशे रूपये थकित होते. परंतु ना होरीला कर्ज फेडण्याची चिंता होती ना मँगरूला वसूलीची. दोन-चार वेळा तकाजा लावला, धमक्या दिल्या परंतु होरीची आवस्था पाहून शांत बसले. यावेळी सुदैवाने होरीचा ऊस गावात सर्वापेक्षा उजवा होता. किमान अडिचशे रूपये कसेही मिळतील ऊसाचे. लोकांना असं वाटायचं, पटेश्वरी प्रसादने मँगरूला सल्ला दिला की अशावेळी त्यांनी होरीवर दावा केला तर सगळे पैसे वसूल होतील. मँगरू दयाळू असण्यापेक्षा जास्त आळशी होता. भानगडीत पडू इच्छित नव्हता. परंतु पटेश्वरीने जबाबदारी घेतली की त्याला एक दिवसही कोर्टात जावे लागणार नाही, घर बसल्या त्याचं काम होईल, मग मात्र त्याने दावा करायला परवानगी दिली आणि कोर्टाच्या खर्चासाठी पैसे पण दिले.

त्याच्या विरोधातील कटाची होरीला कल्पना पण नव्हती, कधी दावा दाखल झाला, कधी मोजणी झाली, त्याला काही थांगपत्ता लागला नाही. जप्तीवाले त्याच ऊसाचा लिलाव करायला आले, त्यावेळी त्याला माहीत झालं. सारा गाव तामाशा बघायला शेतात जमला. होरी मँगरू साहकडे धावला आणि धनिया पटेश्वरीला शिव्या देऊ लागली. त्याच्या सहजबुद्धीने सांगून टाकले कि हे सर्व कारस्थान पटेश्वरीचे आहे. पंरतु मँगरू साह पूजा करीत होते, भेटू शकले नाही. शिव्यांचा वर्षाव करण्यापलिकडे धनिया काही करू शकली नाही. तिकडे ऊस दिडशे रूपयात लिलावात निघाला. मँगरू साहच्या नावाने बोली पण झाली. दुसरा माणूस बोलू शकला नाही. दातादीनमध्येही धनियाच्या शिव्या ऐकण्याची हिंमत नव्हती.

धनियाने होरीला उत्तेजित करीत म्हटले-बसलात काय, जावून पटवारीला विचारत का नाहीत, हाच तुमचा धर्म आहे गावकऱ्यांसोबत ?

होरीने दीनपणे म्हटले-विचारायला तू तोंड तरी ठेवलेस का. तुझ्या शिव्या काय त्यांनी ऐकल्या नसतील ?

'जे शिव्या खाण्याचे काम करतील, त्यांना शिव्या मिळतील ?'

'तू शिव्या पण देशील आणि नाते संबंध पण जोडशील ?'

'पहाते, माझ्या शेतातील ऊसाला कोण हात लावतय.'

'मिलवाले येतील आणि तोडून घेऊन जातील, तू काय करशील. मी काय करीन? शिव्या देवून खाजू कमी करता येईल, बस.'

'मी असताना कोणी माझा ऊस कापून नेईल ?'

'हो, हो, तू आणि मी असताना, सारा गाव एक झाला तरी काही होऊ शकत नाही. आता तो ऊस आपला नाही, मँगरू साहचा झालेला आहे'

मॅगरु साहने भर उन्हात ऊसाला खतपाणी घातलं होतं ?'

'ते सगळं तू केलस, परंतु आता तो ऊस मॅंगरू साह्चा झाला आहे. आपण त्याचे कर्जदार नाहीत ?'

ऊस तर गेला पण सोबतच एक नवी समस्या उभी राहीली आहे. दुलारी याच ऊसाच्या भरोशावर पैसे देणार होती, आत्ता ती कशाच्या भरोशावर पैसे देईल? तिचे मागचेच दोनशे रूपये देणे बाकी आहेत. ठरवलं होतं, ऊसावर मागचे कर्ज फेडू, चालू कर्ज चालू राहीन, तिच्या नजरेत होरीची किंमत दोनशे रूपायाची होती. यापेक्षा जास्त देणे जोखीमचे काम होते. लग्नसराई जवळ आली होती, गौरी पाटलांनी सारी तयारी केली होती. आता विवाह टाळणे अशक्य झालं होतं. होरीला इतका राग आला होता की जावून दुलारीचा गळा दाबावा. जितकं हाता-पाया पडणं शक्य होतं तितकं करून पाहिलं. परंतु त्या दगडाच्या मूर्तीला थोडी पण दया आली नाही. त्याने येता येता हात जोडून म्हटले- दुलारी, मी तुमचे पैसे घेऊन पळून जाणार नाही, ना इतक्या लवकर मरण येणार आहे. शेत आहे, झाडेवेली आहेत, घर आहे, तरूण मुलगा आहे, तुमचे रूपये कुठे नाही चालले, माझी इज्जत जावू लागलीय ती सांभाळा. परंतु दुलारीने दयाला व्यापारात एकत्र करणे स्वीकाले नाही. व्यापाराला ती दयेचं रूप देवू शकली असती तर काही समस्या नव्हती, परंतु दयेला व्यापाराचं रूप देणं ती शिकली नव्हती.

होरीने घरी येऊन धनियाला विचारलं-'आता ?'

धनिया त्याच्यावर उलटली- 'हेच तर तुम्हाला हवे होते.'

होरीने जखमी नजरेनं पाहिलं-'माझाच दोष आहे ?'

'दोष कोणाचाही असो, झालं तुमच्या मनासारखं'

'तुझी ईच्छा आहे की जमीन तारण ठेवू ?'

'जमीन तारण ठेवली तर करणार काय?'

'मजुरी'

परंतु जमिनीवर दोघांचाही जीव होता. तिच्यावर त्यांची इज्जत आणि अब्रू अवलंबून होती. ज्याच्याकडे जमीन नाही तो गृहस्थ नाही. मजुर आहे.

कसलेच उत्तर न आल्यावर होरी म्हणाला-तर काय ठरवलस?

धनियाने जखमी स्वरात म्हटले-काय ठरवायचं, गौरी वऱ्हाड घेऊन येतील, एका वेळेचे जेवण द्या. सकाळी पोरीला निरोप द्या. दुनिया हसेल, तर हसू द्या. ईश्वराची हिच इच्छा असेल की आपले नाक कापले जावे. तोंडाला काळे लागले तर आपण काय करणार.

अचानक नोहरी नवे कापडे घालून समोरून जाताना दिसली. होरीला पहाताच तोंडावर थोडासा पदर घेतला. त्याच्यासोबत याह्याचे नाते होते.

धनिया सोबत तिची ओळख झाली होती. त्याने हाटकवलं, आज इकडे कुठे व्याईनबाई ? या बसा.

नोहरीने युद्ध जिंकले हेाते आणि आता जनमताचा कौल घ्यायला निघाली होती. येऊन उभी राहीली.

धनियाने पायापासून डोक्यापर्यंत घृणायुक्त नजरेने पाहून म्हटले-आज कसा रस्ता विसरलात?

नोहरी हळू स्वरात बोलली-अशीच तुम्हा लोकांना भेटायला आलेय.मुलीचा विवाह कधी ठरलाय ?

धनिया सदिग्धपणे म्हणाली-'ईश्वराच्या हातात आहे, होईल तेव्हा खरं.'

'मी तर ऐकलय की याच लगन सराईत होईल. तारीख, ठरली नाही का ?'

'हो, तिथी तर ठरलीय'

'मला पण निमंत्रण द्या'

'मुलगी तुमचीच आहे, निमंत्रण कसले ?'

'लग्नाचा बस्ता तर बांधला असेल, मला तरी दाखवा '

धनिया गोंधळात पडली. काय सांगणार, होरीने प्रसंग सांभाळला-'अजून सामान नाही मागवलं आणि सामान काय मागवाचं कन्यादान तर करायचं आहे.'

नोहरीने अविश्वासाच्या नजरेने पाहिले-'कन्यादान काय करणार पाटील. पहिली आहे, मनमोकळयापणानं करा.'

होरी हसला, जणू सांगू लागलाय, तुला सगळीकडे हिरवळ दिसू लागलीय. इथे तर दुष्काळ पडलाय.

'रूपायाची अडचण आहे, काय मन मोकळयापणान करणार, तुमच्यापासून काय लपवणार'

'मुलगा कमावतो आहे. तुम्ही कमवता, तरी पण रूपायाची तंगी आहे ? कोण किवश्वास ठेवील'

'बेटा धड निघाला असता, तर ही वेळ कशाला आली असती. साधी चिठ्ठी पाठवत नाही. रूपये काय पाठवणार ! हे दुसरे वर्ष आहे. एक चिठ्ठी नाही...

इतक्यात सोना बैलासाठी गवताची एक पेंढी डोक्यावर घेऊन आली. आपल्या तारूण्याला पदराखाली झाकत. मुलीसारखी सरळ आली आणि पेंढी तिथे टाकून आत निघून गेली.

नोहरी म्हणाली- मुलगी तर शहणी झालीय.

धनिया बोलली- 'मुली वेळू सारख्या वाढतात नुसत्या. जास्त वय नाही तिचं !'

'नवरदेव तर ठीक आहे ना ?'

'हो, नवरदेव ठीक आहे. रूपायाचा बंदोबस्त झाला, तर या महिन्यात विवाह होईल'

नोहरी मनाने हलकट होती. इकडे तिने जे रूपये ढापले होते ते काही शांत बसत नव्हते. ती जर सोनाच्या लग्नासाठी रूपायाची मदत करू शकली तर किती बरे होईल. साऱ्या गावात तिची चर्चा होईल. गावकरी चकित होऊन म्हणतील की काय नोहरीने इतके रूपये दिले. मोठी दयाळू आहे, होरी आणि धनिया गावभर तिचं कौतूक करीत फिरतील. गावात तिचा मान-सन्मान किती वाढेल. ती बोट दाखवणाऱ्याच्या तोंडात देईल. मग कोणाची हिंमत आहे, तिच्यावर हसण्याची. किंवा तिच्याबद्दल कुजबूज करण्याची. आता सारा गाव तिचा दुश्मन आहे. त्यावेळी सारा तिचा हितचिंतक होईल. या कल्पनेने तिची मुद्रा प्रसन्न झाली.

'थोडे-फार रूपये लागत असतील तर माझ्याकडून घ्या, ज्यावेळी येतील त्यावेळी द्या.

होरी आणि धनियाने तिच्या तोंडाकडे पाहिले. नाही, नोहरी चेष्टा करीत नव्हती. दोघांच्याही डोळयात आश्चर्य होतं. कृतज्ञता होती, शंका आणि लज्जा होती. नोहरी इतकी वाईट नाही जितके

लोक समजतात.

नोहरीने पुन्हा सांगितले-'तुमची इज्जत एकच आहे. तुमचे हसू झाले तर काय आमचे हसू होणार नाही ?काहीही झाले तर तुमच्यासोबत आमचे नाते आहे.'

होरीने संकोचत म्हटले-तुमचे रूपये म्हणजे घरचेच आहेत. लागतील त्यावेळी घेऊ. माणूस आपल्याच लोकांवर विश्वास ठेकतो, परंतु पैशाची व्यवस्था झाली तर घरच्या पैशाला कोण हात लावीन.

धनियाने अनुमोदन दिले-'हो, नाहीतर काय.'

नोहरीने आपलेपणा दाखवला-'जर घरी पैसे असतील तर बाहेर का हात पसरायचे. व्याज द्यावा लागेन, वरून लिखापडी, साक्षीदार, भेट द्या, चमचेगिरी करा. हो, माझे रूपये घ्यायचे नसतील तर वेगळी गोष्ट आहे.'

होरीने सावरलं-'नाही, नाही, नोहरी, घरीच पैशाची व्यवस्था होणार असेल तर बाहेर कोण जाईल. परंतु आपसातील बाब आहे. शेतीचा भरोसा नाही, तुम्हाला पैशाची गरज लागली आणि आम्ही देवू शकलो नाहीत तर तुम्हाला वाईट वाटेल आणि आमचा जीव पण संकटात सापडेल. यामुळेच म्हणत होतो, मुलगी तर तुमचीच आहे.'

'मला आत्ताच पैशाची गरज नाही

'तर तुमच्याकडूनच घेऊ, कन्यादानाचे पुण्य बाहेर कशाला जावू द्यायचं '

'किती रूपये लागतील?'

'तुम्ही किती देऊ शकाल ?'

'शंभरात काम धकेल ?'

होरीच्या तोंडाला पाणि सुटलं, ईश्वर जर देत असेल तर जितके पाहिजेत तितके का घेत नाही !

'शंभर पण चालतील, पाचशे पण चालतील, जितकी कुवत असेल'

'माझ्याकडे एकून दोनशे रूपये आहेत, ते मी देईन'

'तर इतक्या रक्कमेत काम होईल, घरात धान्य आहे, परंतु ठकुराईन, आज तुम्हाला सांगतो, मी तुम्हाला अशी लक्ष्मी समजत नव्हतो, आजच्या काळात कोण कोणाची मदत करतय आणि कोणाजवळ आहेत पैसा. तुम्ही तर मला मोठ्या संकटातून वाचवलत.'

दिवा लागणीची वेळ झाली होती. थंडी पडू लागली होती, जतिनीने निळी चादर ओढली होती. धनियाने आत जावून जाळ आणला. सगळे शेकत बसले. जाळाच्या उजेडात छबीली, रंगीली, कुलटा नोहरी त्यांच्यासमोर देवी बनून बसली होती. यावेळी त्यांच्या डोळ्यात किती सन्हदयाता होती गालावर किती लज्जा होती, ओठावर किती सत्प्रेरणा !

थोडावेळ इकडच्या तिकडच्या गप्प करून नोहरी उठली ? आणि असे म्हणत घरी निघाली-आता उशीर होऊ लागलाय. उद्या, घरी येऊन रूपये घेऊन जा पाटील!

'चला, मी तुम्हाला घरापर्यंत सोडतो'

'नाही, नाही, तुम्ही बसा, मी घरी जाईल'

नोखेरामचा वाडा गावच्या त्या कोपऱ्याला होता. बाहेर जाण्याचा रस्ता सरळ होता. दोघे

त्या रस्त्यानी निघाले, रस्त्यावर सगळीकडे स्मशान शांतता होती.

नोहरी म्हणाली-थोडक्यात समजावून सांगा, भोलाला. लोकांमध्ये राहायचे असेल तर भांडण करून चालला नाही. त्यांच्यातलेच एक म्हणून राहावे लागते आणि त्यांचे म्हणावे तर सगळ्यासोबत लढाई-झगडा. तुम्ही मला बुरख्यात ठेवू शकत नसाल तर दुसऱ्याकडे मजुरी करावीच लागेन. असे म्हटल्याने कसे चालेल की, मी कोणाला बोलू नये, हसू नये, कोणी माझ्याकडे पाहू नये, हे सगळं बुरख्यात ठेवल्यावरच शक्य आहे. सांगा, कोणी माझ्याकडे पहात असेल तर मी काय करू. त्याचे डोळे तर नाही फोडू शकत. गोड बोलूनच लोकांकडून शंभर कामे करून घेता येतात. प्रसंग पाहून व्यवहार करावा लागतो, तुमच्या घरी हत्ती पाणि भरत असेल पण आता कुत्रे पण नाही ना. आता तुम्ही तीन रूपायाची मजुरी करता. माझ्या घरी तर म्हशी होत्या. परंतु आज मी मजुरी करतेय. परंतु भोलाच्या कोणतीच गोष्ट लक्षात येत नाही, आता म्हणतात मुलाकडे राहायला जावू. कधी लखनौला जायचं म्हणतात, काय विचारू नका.

होरीने नोहरीची बाजू घेतली-हा भोलाचा निव्वळ वेडेपणा आहे. म्हतारे झालेत, आता मी त्यांना अक्कल यायला हवीय. मी समजावून सांगेन.

'तर सकाळी या, रूपये देईल'

'काही लिखापढी'

'तुम्ही माझे रूपये हडप करणार नाहीत, माहीतय, तिचं घर आलं, ती आत निघून गेली. होरी घरी परत आला'

२७

गोबर शहरात आल्यावर त्याला माहीत झालं की तो ज्या जागेवर आपलं बिऱ्हाड मांडून बसत होता, तिथे आता दुसराच बसला आहे आणि गिऱ्हाईक आता गोबरला विसरलेत. ते घरही आता त्याला पिंजऱ्याप्रमाणे वाटत होतं. झुनिया त्यात एकटी बसून रडत होती. बाळ दिवसभर अंगणात किंवा दारात खेळत असे. इथे त्याला खेळायला जागा नव्हती. कुठे आलोत ? दार अगदीच अरूंद होते. दुर्गंधी येत होती. गर्मीमध्ये कुठे उठाय-बसायची सोय नव्हती. मुलगा आईला एक क्षणभरही सोडत नव्हता आणि जर कुठे खेळणारच नसेल तर काही खाणे किंवा दूध पिण्याशिवाय दुसरे काय करणार ? घरी कधी रूपा कधी धनिया खाऊ घालीत तर कधी सोना, कधी पुनिया, इथं एकटी झुनिया होती आणि तिला घरातलं सारं काम करावं लागे.

आणि गोबर तरूण्याच्या नशेत तर्र होता. त्याची अतृप्त लालसा विषय-भोगाच्या सागरात ढुबक्या घेऊ इच्छित होती. कोणत्या कामात त्याचं मन लागत नव्हतं. बिऱ्हाड घेऊन जाई पण तासाभरातच परत येई. मनोरंजनाचं दुसरं काही साधन नव्हतं. शेजारचे मजूर रात्रभर जुगार, खेळत. पहिले तो पण त्यात सामील व्हायचा, परंतु आता ते त्याच्यासाठी केवळ मनोरंजन होतं. झुनियासोबत थट्टा-मस्करी. थोड्याच दिवसात झुनियाला या सगळ्या गोष्टीचा उबग आला. तिला वाटायचं कुठे तरी एकटीच जावून बसावं, निश्चिंत होऊन लोळावं, परंतु एकांत कुठे मिळत नव्हता. तिला आता गोबरचा राग येऊ लागला. तिने शहरातील जीवनाबद्दल किती स्वप्नं पाहिली होती आणि इथं काळ-कोठडीशिवाय

काही नव्हतं. बाळाची पण तिला चीड यायची. कधी-कधी ती त्याला मारून बाहेर काढायची आणि आतून कवाड बंद करायची. बाळ रडता-रडता झोपून जायचं.

त्यावर कहर म्हणजे तिला दुसरं बाळ होणार होतं, कोणी मागे ना पुढे. नेहमी डोळे दुखीने त्रस्त ! जेवणाची इच्छा होत नसें. असे वाटायचे एका कोपऱ्यात गपचुप पडून रहावं. तिला कोणीही बोलू नये. परंतु इथं गोबरचं निष्ठुर प्रेम स्वागतासाठी दारावर ठकठकं करीत राहायचं. स्वप्नात नावालाही दूध नव्हतं. परंतु बाळ छातीला लपेटून असायचं. शरीराबरोबर तिचं मनही दुर्बल झालं होतं. ती जे ठरवायची, ते काही पूर्ण होत नसे. ती झोपलेली असताना बाळ येई आणि तिच्या स्तनाशी खेळे. आता तो दोन वर्षाचा झाला होता. फार लवकर दातं निघाले होते. तोंडाला दूध लागत नसे. मग तो दाताने स्तनाला चावा घ्यायचा. परंतु आता झुनियामध्ये तितकी शक्ती उरली नव्हती की त्याला तेथून बाजूला सारावं. तिला दरवेळी आपला मृत्यू समोर दिसू लागला होता. पती आणि पुत्राबद्दल तिला अजिबात प्रेम उरले नव्हते. सगळे स्वार्थी आहेत. पाऊसाळ्याच्या दिवसात बाळाला ज्यावेळी हागवण लागली आणि त्याने दुध पिणे सोडून दिले, त्यावेळी तिला वाटले एक प्रकारचे संकट टळले. परंतु एका आठवड्यानंतर ज्यावेळी ते बालक मृत्यू पावल, त्यावेळी त्याच्या आठवणीनं तिला रडवेलं केलं.

आणि बाळाच्या मृत्यूनंतर एका आठवड्यानंतरच गोबर ज्यावेळी आग्रह करू लागला, तर रागाच्या भरात असे म्हणाली-तुम्ही किती रानटी आहात.

झुनियाला आता बाळाच्या आठवणी बाळापेक्षाही प्रिय वाटत होत्या. बाळ जोपर्यंत जिवंत होतं तोपर्यंत त्याचा तिला त्रास झाला. परंतु कल्पनेत आता वेदनामय आनंद होता. ज्याच्यात प्रत्यक्ष असणारी काळी सावली नव्हती. बाहेरचं बाळ तिच्या आतील बाळाचं प्रतिबिंब मात्र होतं. प्रतिबिंब समोर नव्हतं, जे असत्य होतं, अस्थिर होतं, सत्य रूप तर त्याच्या आत होतं, तिच्या आशा आणि सुभेच्छात सजीव. दुधाच्या जागी त्याला रक्त पाजून सांभाळत होती, तिला आता ती काळ कोठडी, तो दुर्गंध याची जणू आठवणच नव्हती. त्या आठवणी तिच्या मनात बसून तिला शक्ती प्रदान करीत होत्या. जिवंत असताना जे एक ओझं वाटत होतं, मृत्युनंतर तिच्या मनात बसलं होतं. तिची सारी ममता आत जावून बाहेरून उदासीन बसली होती. गोबर लवकर येतो किंवा ऊशीरा. जेवण करतो कि नाही, प्रसन्न आहे अथवा उदास, याची तिला अगदीच चिंता नव्हती, गोबर काय कमावतोआणि किती खर्च करतो याची पण तिला पर्वा नव्हती. तिचं जीवन जे काही होतं आत होतं, बाहेरून ती एक निर्जीव यंत्र होती.

तिच्या दुःखात सहभागी होऊन, तिच्या अंर्तमनात डोकावून गोबर तिच्याजवळ जावू शकत होता. तिच्या अंर्तमनाचा एक भाग पाय ठेवून परत जात होता.

एका दिवशी त्याने कोरड्या स्वरात म्हटले-बाळाच्या नावाने किती दिवस रडत बसणा आहेस? चार-पाच महिने तर झालेत.

झुनियाने थंड श्वास घेत म्हटले-तुम्ही दुःख नाही समजू शकत. तुमचे काम पहा, मी जशी आहे तशीच पडून राहू द्या.

'तुझ्या रडल्याने बाळ थोडेच पत येणार आहे?'

झुनियाकडे याचे उत्तर नव्हतं. ती उठून पातेल्यातील बटाटे उकळू लागली. गोबर असा पाषाण ऱ्हदयी असेल असे वाटले नव्हते.

गोबरच्या निर्दयीपणाने बाळाची स्मूर्ती अधिकच तिच्या ऱ्हदयात घट्ट झाली. बाळ तिचेच आहे, त्यात कोणाचा वाटा नाही, कोणाची भागीदारी नाही. आतापर्यंत बाळ कोणत्यातरी स्वरूपात तिच्या ऱ्हदयाबाहेर होता, गोबरच्या ऱ्हदयात त्याची थोडी जागा होती. आता तो संपूर्ण स्वरूपात तिचा होता.

गोबरने हॉटेलच्या धंदा बंद करून मिलमध्ये नौकरी धरली होती. मिस्टर खन्नाने पहिल्यापासूनच प्रोत्साहीत होऊन ही दुसरी मिल चालू केली होती. गोबरला तिथे पहाटेच जावे लागत होते. दिवसानंतर दिवे लागणीला तो ज्यावेळी घरी यायचा, तर त्याच्या देहात थोडाही त्राण नसायचा. घरी पण त्याला काही कमी काम करावं लागत नव्हतं. परंतु तिथे त्याला थोडेही थकल्यासारखे वाटन नव्हते. अधुन-मधून तो थोड्या गप्पा पण मारायचा. परंतु त्या खुल्या मैदानात, उन्मुक्त आकाशाखाली, जणू त्याची क्षती करून येत होती. तिथे त्याच्या शरीराने कितीही काम केलेले असेना, मन स्वच्छंद असायचं. इथं शारिरीक कष्ट नसतानाही तो गोंधळ, ती गती आणि तूफान गोंधळाचा त्याच्यावर ओझं असल्यासारखं होतं. ही शंका पण होती की कधीही बोलणं खावं लागेल. सर्व कामगारांची तशीच आवस्था होती. सगळे ताडी किंवा दारूच्या नशेत आपला थकवा आणि मानसिक थकवा घालवू इच्छित होते. गोबरला पण दारूचा नाद जडला. घरी आला तर नशेत तर्र. ते ही मध्यरात्री नंतर घरी आल्यावर कोणत्यान् कोणत्या कारणाने झुनियाला शिव्या देत. घरातून हालू लागे आणि कधी मारहाण पण करी.

झुनियाला आता आपण रखेली असल्याची जाणीव होऊ लागली. म्हणूनच तिचा असा अपमान होऊ लागला आहे. लग्नाची असती तर अशा तऱ्हेनं वागण्याची गोबरची हिंमत झाली नसती. जात पंचायतीने त्याला दंड ठोठावला असता. हुक्का -पाणि बंद केलय असता, तिने किती चूक केली होती की असल्या कपटी माणसासोबत आली होती. सत्य जगात हसू तर झालं आणि हाती काही लागलं नाही गोबरला ती आता दुश्मन समजू लागली. ना त्याच्या खाण्या-पिण्याची पर्वा करत होती ना स्वतःच्या ज्यावेळी गोबर तिला मारायचा, तिला इतका राग यायचा की तिला वाटे याला सुरीने कापून टाकावे. गर्भाची जसजशी वाढ होत चालली आहे, तिची चिंता वाढत चालली आहे. या घरात तर तिला मरण येईल. कोण तिची काळजी घेईल. कोण तिला सांभाळील ? आणि गोबर असाच मारत राहीला तर तिचं जीवन नरगत होऊन जाईल.

एक दिवशी ती पंपावर पाणि भरायला गेली, तर शेजारच्या एका बाईनं विचारलं-किती महीन्याचं आहे?

झुनियाने लाजत सांगितले काय माहीत नाही, मी तर काही मोजले नाहीत.

दुहेरी हाडाची, काळी कुळकुळीत, नाकेली, कुरूप, मोठमोठ्या स्तनाची स्त्री. तिचा पती टांगा हाकत होता आणि ती स्वतः लाकडाचे दुकान चालवत होती. झुनियाने अनेकदा तिच्या दुकानावरून लाकडे आणली होती. इतकीच ओळख होती. हसून म्हणाली-'मला तर असं वाटतय पूर्ण दिवस भरलेत. आज-उद्या होऊ शकतं. कोणी दोई-वाई आहे की नाही ?'

झुनियाने भयातूर स्वरात म्हटले-'माझी तर इथे कोणासोबत ओळख नाही.'

'तुझा नवरा कसला आहे, काही झोपी तर गेला नाही?'

'त्यांना माझी काय फिकीर'

'हो, ते तर दिसतेच आहे, तू घरात बसल्यावर करणारं-धरणारं कोणी पाहिजे की नाही.

नंदा-सासू, जाऊ-बाई, कोणी आहे की नाही? कोणाला बोलावून घ्यायचे ना'

'माझ्यासाठी सगळे मेलेत'

ती पाणि आणून खरकटे भांडे घासू लागली. पण प्रसुतीच्या शंकेने ऱ्हदयात धडधड होऊ लागलं. विचार करू लागली-कसे होईल ईश्वरा ? इतकेच ना ! मरण येईल. चांगले होईल झंझटीतून सुटका होईल.

सायंकाळी तिच्या पोटात कळा निघू लागल्या. लक्षात आलं संकटचा प्रसंग आला आहे. पोटाला एक हात लावून घामाघूम अवस्थेत तिने चूल पेटवली. खिचडी टाकली आणि वेदनेने व्याकूळ होऊन ती तिथेच आडवी पडली. दहा वाजले असतील, त्यावेळी गोबर आला. ताडीची दुर्गंधी पसरवत. तर्र होऊन काही-बाही बडबडत होता. मला कोणाची पर्वा नाही. ज्याला गरज असेल त्यानं रहावं, नाहीतर निघावं. मी कोणाचा ताण नाही सहन करणार. आपल्या आई-वडिलाचे ऐकले नाही. मग दुसऱ्याचे काय ऐकू. जमादार डोळे दाखवतोय. इथं कोणाच्या धमक्या ऐकणार नाही, लोकांनी पकडलं नसतं तर रक्त सांडवलं असत, रक्त ! बेट्याला उद्या पहातो, फाशी तर होईल, दाखवून देईल की मर्द कसे मरतात. हसत, तोल सावरत, मिशावर ताव देत फाशी जाईल. स्त्रीजात ! किती धोकेबाज असते, खिचडी टाकली आणि टांग वर गेली झोपी. कोणी खाओ, अथवा न खाओ, तिला काय, ती आनंदात आहे अन् माझ्यासाठी खिचडी ! दे म्हणावं काय त्रास द्यायचा ते. तुला ईश्वर पाहून घेईल.

त्याने झुनियाला उठवलं नाही, काही बोलला पण नाही. हळूच खिचडी घेऊन दोन-चार घास पोटात ढकलले आणि अंगणात झोपी गेला. पहाटे-पहाटे त्याला थंडी वाजू लागली. आत चादर आणायला गेला तर झुनियाच्या कण्हण्याचा आवाज आला. नशा उतरली होती. विचारले-कसं वाटतय झुनिया! काही दुःखतय का?

'हो, पोटात वेदना होऊ लागल्यात'

'तू आधी का नाही सांगितलेस, अशावेळी काय करणार?'

'कोणाला सांगणार?'

मी काय मेलो होतो काय ?'

'तुम्हाला माझ्या जगण्या-मरण्याची काय चिंता ?

गोबर घाबरला, कोठे दाईला शोधावं? अशावेळी ती कशाला येईल. घरात काही नाही पण आवदसाने आधी सांगितले असते तर दोन-चार मागितले असते. याच हातात शंभर पंन्नास पडलेले असत. चार माणसं चमचेगिरी करत. ही आल्यापासून जणू लक्ष्मीने पाठ फिरवलीय. कवडीला मोताज झालोय.

अचानक कोणीतरी आवाज दिला-काय तुमची पत्नी कण्हत आहे? कळा तर नाही येऊ लागल्या ?

ही तीच स्त्री होती जिच्यासोबत झुनियाची भेट झाली होती. ती घोड्याला दाणा-पाणि करायला उठली होती. झुनियाचे कण्हणे ऐकून विचारपूस करायला आली होती.

गोबरने अंगणात येऊन सांगितले-'पोटात कळा येत आहेत. तडफडत आहे. इथे कुठे दाई मिळेल ?'

'ते तर आज तिला पाहूनच लक्षात आले होते. दाई पडक्या धर्मशाळेत रहाते. ताबडतोब

बोलावून आणा. सांगा, लवकर या म्हणून ! तोपर्यंत मी हिच्याजवळ बसते'

'मी तर पडकी धर्मशाळा पाहिली नाही, कुठे आहे ती ?'

'ठिक आहे तुम्ही हिला वारा घाला, मी बोलावून आणते. म्हणतात ते बरोबरच आहे, अनाडी माणूस कोणाच्या कामाचा नसतो, दिवस भरलेत आणि दाईचा पत्ता नाही.

असे म्हणत निघून गेली. तिच्या तोंडावर तर तिला बया उंदरी म्हणत, उंदरी हेच तिचं नाव होतं. परंतु मागे ढोली म्हणत कोणी ढोली म्हटलेलं ऐकलं तर त्याच्या सात पिढ्यांचा उद्धार करी.

गोबरला बसून दहा मिनिटेही झाले नसतील तोच ती परत आली आणि म्हणाली-या जगात गरिबांचं कसं जगणं होईल ! रांड म्हणतेय, पाच रूपये घेईल-मग येईल आणि आठ आणे रोज. बाराव्या दिवशी एक साडी. मी म्हटलं-अपशकुणी तोंडाचे, जा चुलीत ! मी पाहील. बारा मुलाची आई मी अशीच झाले नाही. तुम्ही बाहेर या गोबर्धन, मी सगळं करते. वेळ पडल्यास माणूसच माणसाच्या कामाला येतोय. चार लेकरांना जन्म दिला नाही तर झाली दाई !

ती झुनियाजवळ जाऊन बसती आणि तिचं डोकं आपल्या मांडीवर ठेवून पोटाला हात लावत बोलली-मी आज तुला पहाताच समजले होते, खरं सांगू का, त्यामुळे मला आज झापेच लागली नाही, इथे तुझे कोणी ओळखीचं नाही म्हणून.

झुनियाने वेदनेनं दात आवळत 'सी' करीत म्हटले-आता नाही वाचणार ताई ! हाय ! मी देवाकडे मागायला गेले नव्हते. एकाला वाढवलं, मोठं केलं, त्याला देव घेऊन गेला. तर दुसऱ्याचं काय काम होतं, मी जर मेले तर मुलाची काळजी घे ताई त्याला वाढवं, ईश्वर तुझं कल्याण करीन.

उंदरीन प्रेमाणं तिच्या केसात हात घालत म्हणाली-धीर धर बाई, धीर धर. क्षणात कळा दूर होतील. तू पण कशी डोळे मिटून गप्प होतीस. यात लाज कसली ! मला सांगितले असतेस तर मी मोल्लवी साहेबांकडून ताबीज आणलं असतं. जवळच मिर्जाजी पण राहातात.

त्यानंतर झुनियाला काही जाणीव राहीली नाही, सकाळी नऊ वाजता जाग आली. तर तिने पाहिले की उंदरीन बाळाला घेऊन बसली आहे आणि ती स्वच्छ साडी नेसून झोपली आहे. इतकं अशक्त वाटत होतं की जणू शरीरात रक्त नव्हतं.

उंदरी रोज सकाळी झुनियासाठी हलवा आणि शीरा घेऊन येई आणि दिवसातून अनेकदा येऊन बाळाला अंघोळ घालून वरचं दुध पाजी. आज चौथा दिवस होता, परंतु झुनियाला दूध नव्हतं आलं, बाळ रडून-रडून कोरडं पडे. कारण वरचं दूध त्याला पचन होत नसे. एक क्षणही शांत बसत नव्हतं. उंदरी तिचं स्तन त्याच्या तोंडात देई. बाळ एक क्षण तोंडात घेई, परंतु नाही निघाल्यावर रडू लागे. चवथ्या दिवशी संध्याकाळपर्यंत झुनियाला दूध आले नाही, मग मात्र उंदरी घाबरली. बाळ वाळत चाललं होतं, जवळच एक डॉक्टर रहात होते. उंदरी त्यांना घेऊन आली. डॉक्टरने तपासून सांगितले-हिच्या शरीरात रक्तच नाही तर दूध कसे येईल. समस्या जटील झाली. शरीरात सक्त आणण्यासाठी अनेक महिने औषध-पाणि करावे लागेन. तोपर्यंत ह्या मासाच्या गोळ्याचं काम तमाम होईल.

परंतु रात्र झाली होती. गोबर ताडी पिऊन ओसरीत पडला होता. उंदरी बाळाला शांत करण्यासाठी त्याच्या तोंडात स्तन देवून बसली होती. अचानक तिच्या असे लक्षात आले की तिच्या स्तनात दूध आले आहे. प्रसन्न होत बोलली-बघ झुनिया, तुझे बाळ आता जगेल. माझ्या स्तनात दूध आलेय.

झुनिया चकित होत बोलली-तुम्हाला दूध आले?

'खोटं नाही गं!'

'मला तर नाही पान्हा येत'

'पाहून घे !'

तिने आपले स्तन दाबून दाखवले, दूधाची धार निघाली, झुनियाने विचारले-तुमची छोटी मुलगी तर आठ वर्षपिक्षा लहान नाही !

'हो, आठवा चालू आहे, परंतु मला दूध जास्त होतं'

'इकडे तर तुम्हाला काही लेकरू-बाळ झालं नाही'

'तिच पोरगी कशीतरी जन्माला आली. वाळून गेली होती, परंतु ईश्वराची लीला आहे, दुसरे काय !'

आता उंदरीन चार-पाच वेळा येऊन दूध पाजून जाई. बाळ तर जन्माला आलं होतं परंतु उंदरीचं निरोगी दूध पिऊन चांगलं गुटगुटीत झालं होतं. एका दिवशी उंदरी स्नान करायला गेली. बाळ भुकेनं व्याकूळ होऊन रडू लागलं. उंदरी दहा वाजता आली. तर झुनिया बाळाला कडेवर झुलवत होती आणि बाळ रडू लागलं होतं. उंदरीने बाळाला तिच्या कडेवरून घेऊन दूध पाजण्याचा प्रयत्न केला. परंतु झुनियाने तिला झिडकारत म्हटले-राहू द्या. कार्ट मेलेलच बरं. कोणाचे उपकार तर होणार नाहीत.

उंदरी विनंती करू लागली, झुनियाने खूप आढेवेढे घेतल्यानंतर बाळाला तिच्या स्वाधीन केले.

परंतु झुनिया आणि गोबरमध्ये अजूनही पटत नव्हते. झुनियाची पक्की खात्री झाली होती की हा एक नंबरचा स्वार्थी, पत्थर दिल माणूस आहे, मला केवळ भोगाची वस्तू समजतो आहे. मी मरो अथवा जगो, त्याची इच्छा पूर्ण होईल. याला अजिबात दु :ख होणार नाही. विचार करीत असेल ही मेली तर दुसरी घेऊन येईल. परंतु तोंड आरशात पहा बाबु. मी नादान होते म्हणून तुझ्या गळाला लागले. त्यावेळी तर पायावर डोकं ठेवत होता, इथे येताच माहीत नाही याला काय झाले. थंडी पडली होती परंतु ना अंगारचे ना चांदर. रोटी-दाळ म्हणून जे दोन-चार रूपये वाचत, ताडीमध्ये जात. एक जुने कंबळ होते, त्यावरच दोघे झोपत तरी पण त्यांच्यात शंभर मैलाचे अंतर होते. दोघेही एकाच अंगावर रात्र काढायचे.

गोबर बाळाला घेऊन त्याचे लाड करू इच्छित होता. कधी-कधी तो रात्री उठून त्याचा गोड चेहरा पाहून घ्यायचा. परंतु झुनियाकडे पाहून त्याला नकोसे वाटायचे. झुनिया पण त्याच्यासोबत बोलत नव्हती. ना त्याची काही सेवा करीत होती आणि दोघांच्या मध्ये ही मलिनता दिवसेंदिवस मजबूत होत चालली होती. दोघे एकमेकांच्या बोलण्याचा उलटाच अर्थ काढायचे. ज्यातून दोघात अधिक तणाव निर्माण होई. आणि कधी-कधी एक-एक वाक्य मनात बाळगून असतं आणि ते वाक्य लक्षात ठेवून एकमेकांचे अहित चिंतायचे. जसे शिकारी कुत्रे एकमेकाला पाहून करतात.

तिकडे गोबरच्या कारखान्यातही दिवसेंदिवस काही ना काही भानगडी होत. यावर्षी साखरेवर कर लावला होता. मिल मालकाला पगार कमी करण्याचा चांगला बहाणा मिळाला होता. करामुळे पाच लोकांचे नुकसान होणार होते तर पगार कमी केल्याने दहाचे होणार होते. दुसरीकडे

मिलमधील कामगारांच्या मनात ही गोष्ट सलत होती. मजुर संघटना संप करण्याच्या तयारीत होत्या. इकडे पगार कपात झाली अन् तिकडे संप सुरू. त्यांना पगारात कवडीचीही कपात नको होती. महागाईच्या काळात मजुराच्या पगारात वाढ झाली नव्हती. तर मजुरांनी अशी पगार कपात का सहन करावी.

मिर्ज़ा खुर्शेद संघाचे सभापती आणि पंडित ओंकारनाथ 'बिजली' चे संपादक मंत्री होते. दोघांचीही ह्या संपाला फूस होती, कारण त्यांना मिल मालकाला चांगलाच धडा शिकवायचा होता. मजुरांचे पण ह्या संपामुळे नुकसान होणार होते, इतका की हजारो मजुर खायला मोताज होणार होते. या अंगाने त्यांनी अजिबात विचार केली नव्हता. आणि गोबर संप कऱ्यात सर्वात पुढे होता. विद्रोही स्वभावाचाही होता, पण आग लागण्यास उशीर, मग मरायला -मारायलाही मागे पहात नव्हता. एका दिवशी झुनियाने इच्छा नसताना त्याला समजावूनही सांगितले-तुम्ही लेकरा-बाळावाले आहात. तुम्ही अशाप्रकारे आगीत उडी मारणं ठीक नाही. त्यावर गोबर बिघडला-तू कोण आहेस माझ्यामध्ये बोलणारी ?मी तुला सल्ला नाही विचारत. विषय वाढला आणि गोबरने तिला बदडून काढलं, उंदरीने येऊन झुनियाला सोडविले आणि गोबरला धमकू लागला. गोबरच्या डोक्यावर भूत सवार होतं, लाल-लाल डोळे वटारून बोलला-तू माझ्या घरात येत जावू नकोस उंदरा. तुझे येण्याचे काही कारण नाही.

उंदरीने व्यंगासहित म्हटले-तुझ्या घरी आले नाही तर मला भाकर कशी मिळेल. इथून मागून नेते त्यावेळीच चूल पेटते. मी नसते ना बाबू तर ही तुझी बायको आज इथं बसलेली दिसली नसती.

गोबर घसा ताणत म्हणाला-मी सांगितल, माझ्या घरी येत जावू नको. तुच या आवदासणीला डोक्यावर चढवून ठेवलय.

उंदरा तिथेच निश्चिंत मनानं उभी होती. म्हणाली-बरं, आता शांत बस गोबर ! बिचाऱ्या अर्धमेल्या पोरीला मारून तू काही फार मोठा पराक्रम केला नाही. तू तिच्यासाठी काय करतोस, म्हणून तिने तुझा मार खावा. एक तुकडा चारतोस म्हणून? आपल्या नशीबाची वाटेकरी व्हायला अशी स्त्री निवडलीस. दुसरी असती तर तुझ्या तोंडावर मारून निघून गेली असती वस्तीतली माणसं जमा झाली आणि सगळीकडून गोबरवर हल्ला झाला. ते पुरूष, जे त्यांच्या घरात त्यांच्या बायकांना रोज मारत होते, आज न्याय आणि दयाचे पुतळे बनले होते, उंदरी तर जास्तच वाघीण झाली आणि तक्रार करू लागली-म्हतारा म्हणतोय, माझ्या घरी येऊ नकोस. बायको-लेकरांला मारायला निघालाय. ह्याला हे माहीत नाही की बायको-लेकराला सांभाळणे म्हणजे पुरूषार्थ असतो. याला विचारा, मी जर नसते तर हे बाळ जे खेळते आहे, जिवंत तरी असते का ? बायकोला मारून पुरूषार्थ दाखवतोय. मी तुझी बायको असते तर पायतान काढून ठेवून दिल्या असत्य. कानामागे आणि घराचा दरवाजा बाहेरून बंद केला असता. अन्नाला मोताज केलं असतं.

गोबर तडफडत आपल्या कामावर निघून गेला. उंदरा बाई नसून पुरूष असती तर तिला दाखवलं असत. बाईच्या नादी काय लागणार.

मिलमध्ये असंतोषाची ढग दाट होऊ लागली होती. कामावर 'बिजली'च्या प्रती खिशात घालून फिरत आणि जिथे वेळ मिळेल तिथे काढून वाचत. दैनिकाची खूप विक्रि वाढली होती. कामगारांचे नेते 'बिजली' कार्यालयात अर्ध्यारात्रीपर्यंत बसून संपाचे कारस्थान रचत आणि सकाळी हिच बातमी ज्यावेळी दैनिकातून झळके त्यावेळी जनता त्यावर तुटून पडे. दैनिकाच्या प्रती तिनपट किंमतीने विकल्या जात.

तिकडे कंपनीचे डायरेक्टर सुद्धा काय करायचे याचं धोरण आखत होते. संपात होण्यामध्येच त्यांचं हित होतं. माणसांची कमतरता नव्हती. बेकारी वाढलेली आहे, अर्ध्यापगारात इतकीच माणसं मिळू शकतात. अर्ध्या पैशाची बचत होईल. दहा-पाच दिवस कामाचा खोळंबा होईल, काही हरकत नाही, शेवटी असं ठरविण्यात आलं की मजुरीत कपात केल्याचे जाहीर करण्यात यावं. दिवस आणि वेळ निश्चित करण्यात आला. पोलिसांना सुचना देण्यात आली. कामगारांना कसलीच खबर नव्हती. ते त्यांच्याच कारस्थानात होते. ते अशावेळी संप करू इच्छित होते, ज्यावेळी गोदामात थोडा माल असेल आणि मागणी जोराची असेल!

अचानक एका दिवशी ज्यावेळी कामगार कामावरून जावू लागले, त्यावेळी डायरेक्टर लाकांचा निर्णय घोषित करण्यात आला, कामगारांना त्यांच्या इच्छेविरूद्ध संप करावा लागला. गोदामात इतका माल पडून होता की खूप मागणी आली असती. तरी सहा महीने साखरेच पुरवठा केला असता.

मिर्जा खुर्शेदने ही बातमी ऐकली तर खूश झाले. जणू एखादा मनस्वी योद्धा आपल्या शत्रूच्या रण-कौशल्यावर मुग्ध झाला आहे. एक क्षण विचारामध्ये बुडल्यानंतर म्हणाले-चांगली गोष्ट आहे. डायरेक्टर लोकांची हिच इच्छा असेल तर ठीक आहे, परिस्थिती अनुकूल आहे, परंतु न्यायाचे पारडे आपल्या बाजूनं आहे. ती मंडळी नव्या लोकांना ठेवून काम करू घेऊ इच्छितात. आपला असा प्रयत्न असला पाहिजे की त्यांना एकही नवा माणूस मिळाला नाही पाहिजे. यातच आपला विजय आहे.

'बिजली' कार्यालयात त्याच वेळी धोक्याची बैठक झाली, कार्यकारणी समितीचे पण संघटन झाले. पदाधिकाऱ्यांची निवड झाली आणि रात्री आठ वाजता कामगारांची मोठी मिरवणूक निघाली, रात्री दहा वाजता उद्याचा सारा कार्यक्रम ठरविण्यात आला आणि अशी ताकीद देण्यात आली की कसल्याही प्रकारचा दंगा-फसाद होणार नाही.

परंतु सारे प्रयत्न व्यर्थ गेले. संपकऱ्यांनी मजुरांची दुसरी तुकडी मिलच्या दारात उभी असलेली पाहिली, मग तर त्यांचा संताप अनावर झाला. विचार केला होता, शंभर-शंभर लोकांची तुकडी भरतीसाठी येईल, त्यांना समजावून अथवा धमकावून परत पाठवू. संपकऱ्यांची संख्या पाहून नवीन मजूर आपोआप घाबरून पळ काढतील. परंत इथे तर परिस्थिती काही वेगळीच होती, ही सगळी माणसं भरती झाली तर तडजोडीची काही आशाच नव्हती. ठरले की नव्या लोकांना मिलमध्ये प्रवेश दिल्या जावू नये. बळाचा वापर करण्याशिवाय दुसरा मार्ग नव्हता. नवीन माणसे पण मरणे-मारायला तयार होते. त्यांच्यात असे काही भुके कंगाल होते जे कोणत्याही प्रकारे ही संधी जावू द्यायला तयार नव्हते. भुके मरणे किंवा आपल्या लेकराबाळांना भुकं ठेवण्यापेक्षा आपण या परिस्थितीशी झगडून मेलेलं बरं. दोन्ही तुकड्यामध्ये फौजदारी झाली. 'बिजली' चे संपादक तर पळून गेले. बिचारे मिर्जाजीपण चांगले झोपडल्या गेले, त्यांना वाचवतांना गोबर पण जखमी झाला. मिर्जाजी पहिलवान व्याक्ति होते. स्वतःवर मोठा वार होऊ दिला नाही. गोबर अडाणी होता, त्याला मारायचं माहीत होतं पण स्वतःची सुरक्षा करणं माहीत नव्हतं. ज्याला युद्धात महत्व असते. त्याची हाताची एक हड्डी तुटली होती. शेवटी खाली पडला. खांद्यावर असंख्य काठ्या पडल्या, ज्यामुळे त्याचं अंगअंग बधीर झालं होतं. संपकऱ्यांनी त्याला पडलेलं पाहून पळ काढला. केवळ दहा-बारा लोकांनी मिर्जाला घेरलं होतं, नवे कामगार युद्ध जिकल्याच्या थाटात मिलमध्ये दाखल झाले आणि पराभूत संपकरी आपल्या जखमी सहकाऱ्यांना

उचलून हॉस्पीटलमध्ये गेले. परंतु हॉस्पीटलमध्ये इतक्या लोकांना जागा नव्हती. मिर्जाजीला तर घेतलं, गोबरला मलमपट्टी करून घरी पाठविण्यात आलं.

झुनियाने गोबरची ती चेष्ठाहीन आवस्था पाहिली तर तिचं स्त्रीत्व जागी झालं. आजपर्यंत तिच्यावर शासन करीत होता. झापत होता, मारत होता, आज तो अपंग होता, असाह्य होता, दयनीय होता, झुनियाने अश्रुपूर्ण डोळ्यांनी खाटेवर पडलेल्या गोबरकडे पाहिले आणि घरच्या परिस्थितीचा विचार करता तिला गोबरचा खूप राग आला. गोबरला माहीत होतं की घरात एक रूपया पण नाही. त्याला हे पण माहीत होतं की कोणाकडून एक पैसा मिळण्याची आशा नव्हती. हे माहीत असतानाही, तिने समजावून सांगितल्यानंतरही त्याने हे संकट ओढवून घेतले होतं. त्याने कितीवेळा सांगितले होते-तुम्ही या भानगडीत पडू नका. आग लावणारे, आग लावून पळाले, आता जाईल गरिबांचा जीव, पण त्याने कधी तिचे ऐकले नव्हते, ती तर त्याची मैत्रीण होती. मित्र तर ते होते, जे आता आनंदाने मोटारीने फिरत आहेत. या रागात एक प्रकारचे समाधान होते, जसे की आपण एखाद्या लेकराला वारंवार खुर्चीवर खाली पडशील म्हणून सांगतो पण ते काही ऐकत नाही, मग एकदा खाली पडल्यावर आपण म्हणतो की बरं झालं खाली पडलं ते. चांगलं डोकं फुटायला पाहिजे होतं.

परंतु एकाच क्षणात गोबरचं करूण रडणं ऐकून तिची सारी ईर्षा वितळून गेली. व्याथामध्ये बुढालेले तिचे शब्द तिच्या तोंडून निघाले-हाय-हाय! सारं अंग चाळणी झालय. कोणालाच कशी दया आली नाही.

ती तशीच बराच वेळ गोबरचा चेहरा पहात राहिली. ती क्षीण होत असताना आशेने जीवनाचे काही क्षण मिळवू इच्छित होती आणि प्रतिक्षण तिचं धैर्य असताना निघालेल्या सूर्याप्रमाणे कमी-कमी होत चाललं होतं आणि भविष्याचा अंधार तिला स्वतःमध्ये सामावून घेत होता.

अचानक उंदरीने येऊन हाक मारली-'गोबरची तबियत कशी आहे. अगं बाई! मला इतक्यात समजलं, दुकानातून इकडेच आलेय.'

झुनियाचे आटलेले अश्रू पाझरले-काही बोलू शकली नाही. भयभीत नजरेने तिनं उंदरीकडे पाहिले.

उंदरीचे गोबरकडे पाहिले. त्याच्या छातीवर हात ठेवला आणि आश्वासनपूर्ण स्वरात बोलली-हे चार दिवसात बरे होतील. घाबरू नका. बरं झालं, तुझं कुंकू बळकट होतं. अनेकांनी त्यांना दंगलीत मारहाण केलीय, घरात काही रूपये आहेत?'

झुनियाने लज्जित होऊन नकारार्थी मान हालविली.

'मी आणून देते. थोडेस दूध गरम कर'

झुनियाने तिचे पाय धरत म्हटले-ताई, तुम्ही माझ्या आई आहात, माझे दुसरे कोणी नाही.

थंडीची उदास सांज आज आणखीनच उदास भासू लागली होती. झुनियाने चूल पेटवली आणि दूध उकळायला ठेवले. उंदरी अंगणात बाळाला घेऊन खेळवत होती.

अचानक झुनिया दाटून आलेल्या कंठाणे बोलली-मी फारच दुर्दैवी आहे ताई. मला असे वाटते आहे, जसे की माझ्यामुळेच यांचे असे हाल झाले आहेत. मनात कुढत बसते, त्यावेळी दुःख वाटतं. मग शिव्या निघतात, श्राप पण निघतो, कोणी सांगाव माझा शिव्या...

यापुढे काही बोलू शकली नाही. आवाज अश्रुत वाहून गेला. उंदरीने पदराने तिचे डोळे पुसले आणि म्हणाली-कसा विचार करतेस पोरी ! तुझ्या कुंकवामध्ये ताकद होती म्हणून तो वाचला आहे, परंतु एक आहे, इतके आहे की आपसात कितीही भांडण झाले, कितीही शिव्या श्राप निघाला तरी मनात काही ठेवायचं नाही. बीज पडल्यावर उगल्याबिगर रहात नाही.

झुनियाने कंपित स्वरात विचारले-आता मी काय करू ताई?

उंदरीने धीर दिला-काही नाही पोरी !ईश्वराचे नाव घे. तोच गरिबांचे रक्षण करतो.

त्याचवेळी गोबरने डोळे उघडले आणि झुनियाला समोर पाहून याचकाच्या स्वरात बोलला-आज खूप मार खावा लागला झुनिया ! मी कोणाला काही बोललो नाही. सगळ्यांनी विनाकारण मलाच मारले. म्हणाला-माफ करा! मी तुला त्रास दिला होता त्याचेच हे फळ आहे. अजून थोड्यावेळाचा पाव्हूणा आहे. आता वाचत नाही. वेदनेनं सारं अंग फाटू लागलय.

उंदरी आत येत म्हणाली-गुमान पडून रहा. बोला-चालू नको. मरणार नाही, त्याची जबाबदारी माझी.

गोबरच्या चेहऱ्यावर आशंचे किरण दिसलं, म्हणाला-खरं सांगतोय, मी मरणार नाही?

'हो, नाही मरणार. तुला कुठं काय झालय ? थोडासा मार लागलाय डोक्याला आणि हाताची हड्डी सरकलीय, असा मार पुरूषांना रोजच लागतो. अशा लागण्याने कोणी नाही मरत.

'आता मी झुनियाला कधी नाही मारणार'

'घाबरत असाल की झुनिया तुम्हाला मारणार तर नाही'

'तिने मारले तरी काही बोलणार नाही'

'चांगले झाल्यावर विसरून जाल'

'नाही ताई, कधी नाही विसरणार'

गोबर यावेळी लेकरासारखा बोलू लागला होता. दहा-पाच मिनिटे निर्जिवासारखा पडून राही. त्याचं मन माहीत नाही कुठे कुठे जायचं. कधी त्याला वाटायचं नदीत बुडू लागला आहे आणि झुनिया त्याला वाचविण्यासाठी नदीत उतरून लागली आहे. कधी पहाताच, कोणी दैत्य त्याच्या छातीवर बसला आहे आणि झुनियासारखी दिसणारी देवता त्याला वाचविते आहे आणि वारंवार चकित होऊन विचारी-मी मरणार तर नाही झुनिया?

तीन दिवस त्याची ही दशा राहीली. झुनियाने रात्र जागून काढली आणि दिवसभर त्याच्यासोबत राहून जणू मृत्यूपासून त्याचे रक्षण केले. बाळाला उंदरी सांभाळीत होती, चवथ्या दिवशी तांगा आला आणि सगळ्यांनी गोबरला त्यात टाकून हॉस्पीटलमध्ये दाखल केले. तेथून परत आल्यावर त्याला खात्री वाटू लागली की तो आता खरोखरच बरा होईल. त्याने डोळ्यात पाणि आणत म्हटले-मला माफ कर झुनिया !

या तीन-चार दिवसात उंदरीचे तीन-चार रूपये खर्च झाले होते आणि आता झुनियाला तिला काही मागताना संकोच वाटत होता. ती पण काही फार मालदार नव्हती. लाकूड विक्रितून आलेले रूपये झुनियाला देत असे. शेवटी झुनियाने काही काम करण्याचा विचार केला. गोबरला चांगले होण्यासाठी अनेक दिवस लागणार होते. खायला-प्यायला पैसा लागेन. ती काही काम करून खाण्या-पिण्याची व्यवस्था करू शकेल. लहानपणापासून तिने गाईचे पालन आणि घास कापणे शिकवू

घेतले होते. इथे गाई कुठे होत्या. ती घास कापू शकत होती. वस्तीतले कितीतरी बाया-पुरूष शहराच्या बाहेर गवत कापायला जात. आठ-दहा आणे कमाई करीत. ती सकाळीच गोबरला स्नान घालून गोबरकडे सोपवल्यावर गवत कापायला निघून जाई आणि तिसऱ्या प्रहरापर्यंत उपाशी-तापाशी गवत कापी. नंतर ते मंडीमध्ये जावून विके आणि संध्याकाळी घरी येई.

रात्रीला पण ती गोबरच्या वाट्याचं झोपायची-जागायची, इतके कठोर परिश्रम करूनही तिचं मन इतकं प्रसन्न राही की जणू झुकल्यावर बसून गाऊ लागली आहे. रस्त्याने सोबतच्या बाया-पुरूषाबरोबर थट्टा-मस्करी चाले. ना नशीबावर रडणे, ना नशीबाला दोष देणे. जीवनाच्या सार्थकतेत, आपल्या माणसासाठी राबण्यात, आणि स्वाधीन सेवेत जो उल्लास आहे, त्याचं तेज प्रत्येक भागावर दिसायला लागतं. लेकरू स्वतःच्या पाया उभा राहिल्यावर जसं खूश होऊन टाळया वाजवतं, तशा प्रकारच्या आनंदाचा ती अनुभव करीत होती. जणू तिच्या आत आनंदाचा एखादा झरा लागला आहे. मग मन स्वस्थ असल्यावर शरीर कसं अस्वस्थ राहीन !एका महीन्यात तिच्यात खूप बदल झाला. तिच्या अंगात आता शिथिलता नाही, चपळता आहे, लचक आहे, सुकुमारता आहे. चेहऱ्यावर रक्तहीन पिवळेपणा नाही तर रक्ताची गुलाबी लाली आहे. तिचं तारूण्य बंद खोलीत अपमान आणि भांडणाने कंठीत झालं होतं. ते जणू ताजी हवा खाऊन आणि प्रकाश पिऊन लुसलुसीत झालं होतं. आता तिला कोणत्याही गोष्टीचा राग नव्हता येत. बाळाच्या थोड्याशा रडण्याने ती झेप घ्यायची. आता जणू तिच्या धैर्य आणि प्रेमाला अंतच नव्हता.

त्याउलट गोबर चांगला होत असला तरी उदास रहात होता. ज्यावेळी आपण आपल्या प्रिय व्यक्तिसमोर अत्याचार करतो, ज्यावेळी संकट येते त्यावेळी आपल्यात इतकी शक्ती येते की तिच्या तीव्र व्यथेचा अनुभव करावा. त्यामुळे आपल्या आत्म्यात जागृतीचा उदय होतो आणि आपण केलेल्या त्या आत्याचाराचे प्रायश्चित घ्यायला तयार होतो. गोबर प्रायश्चित घ्यायला व्याकूळ होता. आता त्याचं जीवन अगदीच वेगळं असेल ज्यामध्ये कडवटपणाच्या ठिकाणी मृदुता असेल, अभिमानाच्या ठिकाणी नम्रता. आता त्याला माहीत झालं की सेवा करण्याची संधी नशीबावान लोकांनाच मिळते. आणि ती तो ही संधी गमावू इच्छित नव्हता.

२८

मिस्टर खन्नाला कामगारांचा हा संप निव्वळ निरर्थक वाटत होता. त्यांनी नेहमी जनतेसोबत राहाण्याचा प्रयत्न केला होता. ते स्वतःला जनतेचे प्रतिनिधी समजत. मागच्या जनअंदोलनात त्यांनी चांगला जोर दाखवला होता. जिल्ह्याचे प्रमुख नेता होते., दोन वेळा जेलमध्ये गेले होते आणि हजारो रूपायाचे नुकसान सोसले होते. ते आता पण कामगारांच्या समस्या ऐकून घ्यायला तयार होते, परंतु असे होऊ शकत नव्हते की त्यांनी साखर मिलमध्ये वाटेकरी असणाऱ्यांच्या हिताचा विचार करू नये. ते स्वार्थत्याग करायला तयार झाले असते जर त्यांच्या उच्च मनोवृत्तीला स्पर्श केला असता. परंतु हिस्सेदारांच्या स्वार्थाची रक्षा न करणे हा तर अधर्म होता. हा तर व्यवसाय आहे, काही खैरात नव्हती की सगळं काही कामगारांनाच वाटून दिल्या जावं. हिस्सेदारांना असा विश्वास देवून रूपये घेतले होते की या मोदल्यात त्यांना पंधरा-विस शेकड्यांचा लाभ होईल. त्यांना जर दहा शेकडा देखील नाही

मिळाले तर ते डायरेक्टरांना आणि खास करून मिस्टर खन्नाला धोकाबाज समजतील. अणि मग ते पगार का कमी करू शकतील ? अणि कंपनीकडे पाहून ते कमी पगारावर तयार झाले होते. केवळ एक हजार महीना घेत. काही कमिशन पण मिळत असे. परंतु तितके घेत होते तर मिलचे संचालन पण करीत होते.

कामगार केवळ हाताने काम करतात, डायरेक्टर आपल्या बुद्धीने शिक्षणाने, प्रतिभेने, प्रभावाने, काम करतात. दोन्ही शक्तीचे मोल समान तर असणार नाही की मंदीचा काळ आहे. सगळीकडे बेकारी आहे, त्यामुळे स्वस्तात मजुर मिळू शकतात, एका ठिकाणी त्यांना पोटापुरते मिळाले तरी त्यांना टिकून काम करायला हवं. खरं सांगायचे म्हणजे ते संतुष्ठ आहेत. त्यांची चूक नाही. ते तर मूर्ख आहे, मूर्खाचे काका ! हा खोडसरपणा तर ओंकारनाथ आणि मिर्जा खुर्शेद यांची आहे. हीच मंडळी त्या बिचाऱ्यांना कठपुतळी सारखे नाचू लागली आहेत. केवळ थोडेसे पैसे आणि यशाच्या लोभापाई. ते हे समजून घेत नाहीत की त्यांच्या या चेष्टेमुळे किती कुटुंबे रस्त्यावर येणार आहेत. ओंकारनाथचे दैनिक चालत नसेल तर बिचारे खन्ना काय करतील. आज त्यांच्या दैनिकाच्या एक लाख प्रती खपू लागल्या. त्यातून त्यांना पाच लाखाचा फायदा होऊ लागला. तर काय ते पोटापुरतं ठेवून बाकीचं कर्मचाऱ्यांना वाटून देतील? असं होईल! आणि ते त्यागी मिर्जा खुर्शेद सुद्धा एक दिवशी लखोपती होते. हजारो मजूर त्यांच्याकडे होते, तर ते काय सगळे मजुरांनाच देवून टाकत होते. ते त्याच रक्कमेतून युरोपियन मुलीसोबत मजा करायचे. मोठ-मोठ्या अधिकाऱ्यांसोबत मेजवाण्या झोडत. हजारो रूपायाची दारू पित आणि प्रत्येक वर्षी फ्रान्स आणि स्वीत्झरलँडचा दौरा करून येत. अज मजुराची दशा पाहून त्यांना दुःख वाटतय.

या दोन नेत्यांची तर खन्नाला काही पर्वा नव्हती. शंका त्याच्या नितीमत्तेवर होती. किंवा त्यांना रायसाहेबांची सुद्धा पर्वा नव्हती. जे नेहमी खन्नाची री ओढत असत आणि त्यांच्या प्रत्येक कामाचे समर्थन करीत असत. त्यांच्या ओळखीच्या लोकांपैकी केवळ एकाच व्यक्तिवर त्यांचा विश्वास होता, ते होते डॉक्टर मेहता. जेव्हापासून मेहताने मालतीबरोबर जवळीकता वाढवली होती, तेव्हापासून खन्नाच्या नजरेत त्यांची इज्जत कमी होत गेली होती. मालती कधीकाळी खन्नाची ऱ्हदयश्वरी राहीली होती. परंतु तिनं त्यांना नेहमीच खेळणे समजले होते. यामध्ये काही शंका नव्हती की हे खेळणे तिला अधिक प्रिय होते, ते हरल्यवार, किंवा तुटल्यावर किंवा चोरी गेल्यावर ते खूप रडे आणि ते रडले होते. परंतु होते ते खेळणचं. त्याने कधी मालतीवर विश्वास ठेवला नाही, तिने कधी वरील दिखावा छेदून त्यांच्या ऱ्हदयापर्यंत पोहचू शकली नाही. तिने स्वतः खन्नासमोर लग्नाचा प्रस्ताव मांडला असता तरी खन्नाने तो स्वीकारला नसता. एखादे कारण सोगून टाळले असते.

इतर कोणत्याही प्राण्याप्रमाणेच खन्नाचे जीवनही दोनपदरी होते. एकिकडे ते त्याग, लोकसेवा आणि उपकाराचे भक्त होते, तर दुसरीकडे स्वार्थ, विलास आणि मालकीचे. त्याचं असली रूप सांगणं कठीण आहे. कदाचित त्यांचा अर्धा आत्मा सेवा आणि सऱ्हदयतेचा बनलेला असावा आणि दुसरा अर्धा स्वार्थ आणि विलासाने. परंतु या एकाच आत्म्यात यामुळे संघर्ष होत असावा या अर्ध्या भागावर उदंडता आणि हट्टामुळे आणि अर्ध्या भागावर उदंडता आणि दुसऱ्या अर्ध्यावर सौम्य आणि शायर गालिब येत होता. एक भाग मालतीकडे तर दुसरा मेहताकडे. परंतु ऱ्हदयाची दोन्ही भाग आता सारखेच झाले होते. त्यांना हे समजत नव्हते की मेहता सारखा आदर्शवादी व्यक्ति मालती

सारख्या चंचल, विलासी, रमणीवर, कसा असक्त झाला ! त्यांनी खूप प्रयत्न करूनही मेहताला वासनेची शिकार ना स्थिर करू शकत होते आणि कधी-कधी त्यांना अशी शंका येऊ लागली होती की मालतीचे दुसरे रूप देखील आहे, जे त्यांना दिसत नव्हते. किंवा जे पहाण्याची त्यांची क्षमता नव्हती.

उलट-सुलट अंगानं विचार करून ते या निष्कर्षाला आले की या परिस्थितीत मेहताकडेच त्यांना मार्ग सापडेल.

डॉक्टर मेहतांना कामाची धुंदी होती. अर्ध्यारात्री झोपायचं आणि पहाटेच उठायचे. कसेही काम असो, त्यासाठी कसान् कसा वेळ काढत असे. हॉकी खेळणे असो अथवा युनिव्हर्सिटी डिबेट. ग्रामसंघटन असो किंवा एखाद्या लग्नाचा नैवेद्य, सगळ्या कामासाठी त्यांच्याकडे तल्लिनता आणि वेळ होती, ते दैनिकात लेख पण लिहायचे आणि अनेक पर्षापासून ते एक मोठा ग्रंथ लिहित आहेत. त्यांच्या गार्डनमध्ये रोपट्यावर विद्यूत-संचार क्रियेची परीक्षा घेत होते. त्यांनी अलिकडेच एका विद्वान परिषदेत हे सिद्ध केले होते की पीकं विजेच्या जोरावर लवकर घेता येऊ शकतात. त्यांची पैदावार वाढविण्यात येऊ शकते आणि पीका व्यातीरिक्त पिकेही उत्पादीत केल्या जाऊ शकते, आजकाल सकाळचे दोन-तीन तास ते याच परिक्षणात घालवतात.

मिस्टर खन्नाची कथा ऐकून त्यांनी कठोर मुद्रेनं त्यांच्याकडे पहात म्हटले- काय हे गरजचं होतं की कर लावण्याने कामगारांची पगार कपात करावी ? तुम्ही सरकारकडे तक्रार करायला हवी होती, जर सरकारने मनावर घेतलं नाही म्हणून त्यांची शिक्षा कामगारांना देण्यात येत आहे ? काय तुम्हाला असे वाटते की कामगारांना इतका पगार दिल्या जातो की त्यातून चौथाई कमी केल्याने कामगारांना त्रास होणार नाही ? तुमचे कामगार कसल्या घाणेरड्या वस्तीत रहातात, जिथे तुम्ही मिनिटपण राहाणार नाही. ते जे कपडे वापरतात त्यांनी तर तुम्ही तुमचे जोडेही पुसणार नाही. ते जे जेवण घेतात ते तुमचे कुत्रे पण खाणार नाही. मी त्यांच्या जीवनात सहभागी झालो आहे. तुम्ही त्यांच्या ताटातली भाकर हिसकावून तुमच्या भागधारकांना देवू इच्छिता....

खन्ना अधीर होत म्हणाले-परंतु आमचे सगळे भागधारक तर श्रीमंत आहेत. कित्येकांनी आपलें सर्वस्व या मिलसाठी अर्पण केलं आहे आणि त्यातील नफ्याशिवाय त्यांच्या जीवनात दुसरा आधार नाही.

मेहताने असे उत्तर दिले की जणू त्यांच्या या दाव्याचं त्यांना काहीच वाटलं नाही. जो व्यक्ति एखाद्या व्यापारात भाग घेतो, तो इतका दारिद्री नसतो, या नफ्यालाच तो त्याच्या जीवनाचा आधार समजेल. होऊ शकते की नफा कमी मिळाल्याने त्याला त्याचा एक नोकर कमी करावा लागेल. किंवा त्यांच्या तुप-रोटीचे बिल कमी होईल. परंतु तो उघडा किंवा भुकेला राहू शकत नाही. जे जीव तोडून काम करतात, त्यांना या लोकांपेक्षा जास्त मिळायला हवं. भागधारकांनी केवळ पैसा गुंतवला आहे.

हिच गोष्ट पंडित ओंकारनाथने केली होती. मिर्जा खुर्शेदने पण हाच सल्ला दिला होता, इतका की गोविंदीने पण कामगारांचीच बाजू घेतली होती. परंतु खन्नाजीने या लोकांची पर्वा केली नव्हती. परंतु मेहताच्या तोंडून हीच गोष्ट ऐकून ते प्रभावीत झाले होते. ओंकारनाथला ते स्वार्थी सजमत होते, मिर्जा खुर्शेदला बंजबाबदार आणि गोविंदीला अयोग्य. मेहताच्या बोलण्यात चरित्र, अभ्यास आणि सद्‌भावाची शक्ती होती.

अचानक मेहताने विचारले-तुम्ही देवीजींचा या संदर्भात सल्ला घेतला ?

खन्ना संकोचत बोलले-'हो विचारले होते'

'त्यांचं काय म्हणणं होतं?'

'तेच, ते आपलं आहे'

'मला हिच आशा होती की तुम्ही विदुषीला अयोग्य समजता'

त्याचवेळी मालती दाखल झाली आणि खन्नाला पाहून बोलली-'अरे, कधी आलात आपण? मी मेहताजीला पण आज बोलावले आहे. सगळे पदार्थ माझ्या हाताने तयार केलेत. तुम्हालाही निमंत्रण देते. गोविंदी देवीला माफ करायला सांगते याबद्दल.'

खन्नाला कुतूहल वाटलं, मालती स्वतःच्या हाताने स्वयंपाक करू लागली आहे. मालती.... ती मालती जी स्वतःच्या सॅंडल स्वतः घालत नव्हती, जी स्वतःच विजेचं बटन कधी दाबत नव्हती. विलास आणि विनोद हेच जिचं जीवन होतं ! हसून म्हणाली-तुम्ही हाताने केले असेल तर जरूर खाईल, मी तर कधी विचारही केला नव्हता की तुम्ही पाक कलेत निपूण असाल.

मालती निःसंकोचपणे म्हणाली-त्यांनी मारून मुसलमान केलय. यांचा आदेश कसा टाळू शकते? पुरूष देवता जे समजतात.

खन्नाने या व्यंगाचा आनंद घेत मेहताला डोळा मारत म्हटले-पुरूष तर तुमच्यासाठी इतकी सन्मानाची वस्तू नव्हती.

मालती ओशाळली नाही. या वाक्याचा अर्थ लक्षात घेऊन जोशपूर्ण स्वरात बोलली-परंतु आता झाली आहे. यामुळे की मी पुरूषाचे जे रूप माझ्या निकटवर्तीयात पाहिले होते, त्यापेक्षा हे कितीतरी सुंदर आहे. पुरूष इतका सुंदर, इतका कोमल ऱ्हदयी....

मेहताने मालतीकडे दीन नजरेने पाहिले आणि म्हणाले-नाही मालती, माझ्यावर दया करा, नाहीतर मी इथून पळून जाईल.

या काळात जो कोणी मालतीला भेटे, ती त्याला मेहताबद्दल खूप चांगलं बोले, जणू कोणी एखादा नवा शिष्य आपल्या गुरूचे गुणगाण गात फिरतो. जेवणाची पण त्याला आठवण राहू नये. आणि बिचारे मेहता मनात कुढत बसत. ते कडवी टीका तर मोठ्या आनंदाने पचवत. परंतु स्वतःची स्तुती ऐकून बावळट बनत. तोंड बारीक होत होते. जणू आभाळ कोसळलय त्यांच्यावर. आणि मालती त्या स्त्रीयांपैकी नव्हती जी घरात राहू शकेल. ती बाहेरच राहू शकत होती. पहिले आणि आता सुद्धा. व्यवहाराने आणि विचाराने पण, मनात काही ठेवणे तिला माहीत नव्हतं, जसे एखादी साडी मिळाल्यावर ती तिला परिधान करण्यासाठी अधीर होत असे, अगदी तसेच मनात काही सुंदर भाव आले तर बोलून दाखविल्याशिवाय रहात नव्हती.

मालतीने अधिक जवळ येऊन त्यांच्या पाठीवर हात ठेवून जणू त्यांचे रक्षण करीत म्हणाली-बरं, बरं, पळू नका. आता नाही काही बोलणार. असे दिसते आहे की तुम्हाला तुमची निंदा अधिक पसंत आहे. तर निंदाच ऐका-खन्नाजी, महाशय तुम्ही माझ्यावर प्रेमाचे जाळे....

साखर मिलची चिमणी या ठिकाणाहून सहज दिसत होती. खन्नाने तिच्याकडे पाहिले. ती चिमणी खन्नाच्या कीर्ति स्तंभासारखी आकाशात मान उंच करून उभी होती.

याचवेळी त्यांना मिलच्या कार्यालयात जावे लागेन. तिथे डायरेक्टर लोकांसोबत एक बैठक

घ्यावी लागणार होती आणि ही परिस्थिती त्यांना समजावून सांगावी लागेल आणि ही समस्या दूर करण्याचा उपाय पण सांगावा लागेल.

परंतु चिमणीजवळ इतका धूर कसा काय निघू लागला आहे? पहाता-पहाता सारं आभाळ धुराच्या लोळानं व्यापून गेलं. सर्वांनी शंकायुक्त नजरेने पाहिले. कुठे आग तर नाही लागली ? आगच लागलीय वाटतं.

अचानक हजारो माणसं मिलच्या दिशेने धावतांना दिसली. खन्नाने ओरडून विचारले-तुम्ही कुठे चाललात धावत?

एका व्यक्तिने थांबून म्हटले-साखर मिलला आग लागलीय! तुम्हाला दिसत नाही का ?

खन्नाने मेहताकडे आणि मेहताने खन्नाकडे पाहिले, मालती धावतच आपल्या खोलीत गेली आणि पायात सँडल घातली. दुःख आणि तक्रार करायला संधी नव्हती. कोणाच्याही तोंडून एक शब्दही निघाला नाही. संकटाच्या काळात आपला आत्मा निःशब्द होतो. खन्नाची कार उभीच होती. तिघेजण घाबरलेले गाडीत बसले आणि कार मिलच्या दिशेने धावू लागली. चौकात येऊन पाहिले तर काय सारं शहर मिलच्या दिशेने धावत येत असलेलं दिसत होतं. आगीत माणसाना गोळा करण्याची ताकद आहे, कार पुढे जावू शकली नाही.

मेहताने विचारले-आगीचा विमा तर केला होता ना!

खन्नाने दीर्घ श्वास घेत म्हटले-'कुठे बाबा! आता तर कुठे कागदपत्र दाखल केले होते. कोणाला माहीत हे संकट उभा राहील म्हणून ?'

कार तिथेच देवाच्या नावावर सोडून गर्दीतून रस्ता काढत ते मिलजवळ पोहोचले. पहातात तर काय, अग्निचे तांडव चालले, अग्निचे एक एक अंग जणू आकाशाला गिळंकृत करायला निघाले आहे. त्या अग्निच्या खाली असा धूर जमा झाला होता की जणू सारं आभाळ खाली उतरलं होतं. त्याच्यावर आगीचे नृत्य चालू होते. उकळता हिमालय उभा होता. सभोवताली लाखो लोकांची गर्दी होती. पोलीस पण होते. फायर ब्रिगेडचा पाण्याचा सिडकावा त्या आगीला कसं विझवणार होता. इटा जळत होत्या, लोखंडाचे गर्डर जळत होते आणि वितळलेला सारखरेचा पाक सर्वत्र वहात होता. त्यात भर म्हणून जमीन पण पेटली होती.

दूरवरून मेहताला आणि खन्नाला आश्चर्य वाटत होतं की इतकी माणूसं तमाशा पहायला का उभी राहीली आहेत. आग विझवण्यासाठी का नाही मदत करू लागले ! परंतु आता त्यांच्या पण हे लक्षात आले की तमाशा पहाण्यापलिकडे ते काहीही करू शकत नाहीत. मिलच्या जवळ जाणे हेच धोकादायक होते, ईट आणि दगडाचे तुकडे होऊन तड़ असा आवाज करीत इकडे-तिकडे उडत होते. कधी-कधी हवा ज्या दिशेने होईल त्या दिशेने लोक पळ काढत.

हे तिघेजण गर्दीजवळ उभा आहेत. काही समजत नव्हतं. काय करावं, शेवटी आग लागली कशी आणि इतक्या लवकर पसरली कशी ? काय कोणीच आग लावताना पाहिलं नाही? किंवा पाहून विझवण्याचा प्रयत्न केला नाही ? अशाप्रकारचे प्रश्न सर्वांच्या मनात उठले होते. परंतु तिथे विचारता कोणाला, मिलचे कर्मचारी तिथे हजर असतील ! पण इतक्या गर्दीत ते सापडणे कठीण.

अचानक हवेचा इतका तीव्र झोत आला की आगीचे लोळ वाऱ्यासोबत आले जणू समुद्राच्या लाटा आल्या आहेत. लोक जीव मुठीत घेऊन पळाले. एक दुसऱ्यावर पडत, रांगत, जणू एखादा वाघ

मागे लागला आहे, अग्नि-ज्वाला जणू सजीव झाली होती, जणू एखादा शेषनाग फणा काढून आग ओकतो आहे. या गोंधळात कितीतरी माणसे चेंगरले होते, नाहीतर जरूर चिरडली असती ? तिघेजण एक चिंचेच्या झाडाखाली येऊन थांबले. खन्ना एक प्रकारच्या चेतनाशून्य तन्मयतेने मिलच्या चिमणीकडे एकटक पहात होता.

मेहताने विचारले-तुम्हाला जास्त झळा तर नाही लागल्या ?

खन्नाने काही उत्तर दिलं नाही, त्यांच्याकडेच पहात राहीले. त्यांच्या डोळयात ती शून्यता होती जी विक्षिप्तपणाचे लक्षण असते.

मेहताने त्यांचा हात धरून पुन्हा विचारले-आम्ही इथं विनाकारण उभे आहोत का. मला भीती वाटतेय की तुम्हाला कुठे लागले तर नाही, चला परत जाऊ.

खन्नाने त्यांच्याकडे पाहिले आणि थोडे चिडून बोलले-हे कोणाचे कारस्थान आहे. माहीतय मला. त्यांना जर हे काम करून समाधान मिळाले तर ईश्वर त्यांचं भलं करो. मी त्याची पर्वा करीत नाही, पर्वा करीत नाही, काही ....पर्वा करीत नाही. मी आज ठरवलं तर दुसरी नवी मिल उभा करू शकतो, होय, अगदीच नवी मिल. हे मला समजतात तरी काय ?मिलने मना बनवलं नाही, मी मिलला बनवलं आहे. मी पुन्हा मिल उभारू शकतो, परंतु ज्यांचे कोणाचे हे कारस्थान आहे; त्यांना मी मातीत गाडीन. मला सगळं माहीत आहे. खडान् खडा माहीत आहे.

मेहताने त्यांचा चेहरा आणि त्यांची चेष्टा पाहिली आणि घाबरून बोलले-चला, तुम्हाला घरी पोहचवतो. तुमची तबियत ठीक नाहीय.

खन्ना मोठ्याने हसू लागले-माझी तबियत ठीक नाही. यामुळे की मिल जळाली आहे, अशी मील क्षणार्धात उघडू शकतो. माझे नाव खन्ना आहे, चंद्रप्रकाश खन्ना ! मी माझे सर्वस्व या मिलसाठी खर्च केले आहे. पहिल्या मिलमध्ये मी २०टक्के नफा दिला. मी उत्साहीत होऊन ही मिल उघडली, यात अर्धे पैसे माझे आहेत. मी बँकेचे दोन लाख यात गुंतवले आहेत. मी एक तास नाही, अर्ध्या तासापूर्वी दहा लाखाचा माणूस होता, होय, दहा लाखाचा, परंतु यावेळी कंगाल-नाही दिवाळखोर मला बँकेचे दोन लाख द्यायचे आहेत. ज्या घरात रहातोय ते घर आता माझे नाही, ज्या ताटात खातोय, ते पण माझे नाही, बँकेतून मला काढून टाकल्या जाईल, ज्या खन्नाला पाहून लोक जवळ होते, तेच खन्ना आता मातीत गेले आहेत.समाजात आता माझे काही स्थान नाही, माझे मित्र आता विश्वास पात्र नाही, दयेस पात्र समजतील. माझे शत्रू माझ्यावर जळणार नाहीत तर हसतील. तुम्हाला माहीत नाही मिस्टर मेहता, मी माझ्या सिद्धांतासाठी किती हत्या केली. किती लोकांना टेबलाखालून पैसा दिला, घेतला. शेतकऱ्यांचा ऊस मोजण्यासाठी कसली माणसं ठेवली, कसे नकली मापे ठेवली, काय करणार हे ऐकून, परंतु ही दुर्दशा पहायला मी का जिवंत आहे ? जे काही व्हायचे आहे, हो, जगाला काय हसायचे, लोकांना जितक्या शिव्या द्यायच्यात द्या म्हणांव. खन्ना आपल्या डोळयांनी पहायला आणि ऐकायला जिवंत राहाणार नाही. तो बिनलाजा नाही, बेजबाबदार नाही !

असे म्हणत खन्ना दोन्ही हातांनी डोक्यावर मारून घेत मोठमोठ्याने रडू लागले.

मेहतांनी त्याना छातीला लावत दुःखी स्वरात म्हटले-खन्नाजी, जरा धीरानं काम घ्या. आपण समजदार असताना मन इतकं लहान करता. पैशानं माणसाला जो सन्मान मिळतो. तो त्याचा नसून पैशाचा सन्मान असतो. तुम्ही निर्धन राहूनही मित्राच्या विश्वासास पात्र ठरू शकता आणि

शत्रूच्या पण. उलट मग तर तुम्हाला कोणी शत्रुच राहाणार नाही. चला, घरी चला. थोडा आराम केल्यानं तुमचे चित्त शांत होईल.

खन्ना काही बोलले नाही. तिघे चौकात आले. कार उभी होती. दहा मिनिटात खन्नाच्या घरी पोह्चले.

खन्ना खाली उतरत शांत स्वरात बोलले-कार तुम्ही घेऊन जा, आता मला तिची गरज नाही.

मालती आणि मेहता पण उतरले. मालती म्हणाली-तुम्ही आराम करा. आम्ही बसून गप्प मारतो. घरी जाण्याची तशी काही घाई नाही.

खन्नाने कृतज्ञतेने त्यांच्याकडे पाहिले आणि करूण-कंठाणे बोलले-माझ्याकडून जी चूक झालीय, त्याबद्दल माफ करावं मालती ! तुम्ही आणि मेहता, तुमच्याशिवाय या जगात माझे आहेच कोण. मला आशा आहे, तुम्ही मला आपल्या नजरेतून खाली पाडणार नाहीत. कदाचित पाच-दहा दिवसात हे घर पण सोडावं लागेल, नशीबानं कसा धोका दिलाय.

मेहता म्हणाले-मी तुम्हाला खरं सांगतोय खन्नाजी, आज माझ्या नजरेत तुमची जी इज्जत आहे, ती पूर्वी कधी नव्हती.

तिघेजण खोलीत दाखल झाले. दरवाजा उघडण्याचा आवाज येताच गोविंदी आत येऊन बोलली-काय तुम्ही तिकडून येऊ लागलात? फारच वाईट बातमी धडकलीय.

खन्नाच्या मनात इतका प्रबळ, न थांबणारा, वादळी आवेग उठला की गोविंदीच्या चरणावर पडावं आणि त्यांना अश्रुने धुवून काढावं. रडवेल्या स्वराने बोलले-होय प्रिये, आपण बर्बाद झालोत.

त्यांची निर्जीव, निराश आत्मा सात्वनासाठी विवश झाली होती. खऱ्या प्रेमपूर्ण सात्वनासाठी-त्या रोग्याप्रमाणे जा जीवनसूत्र क्षीण झाल्यावर देखील वैद्याच्या चेहऱ्यावर आशापूर्ण नजरेने पहात असतो. तिच गोविंदी जिच्यावर त्यांनी अनेकदा जुलूम केला, जिचा नेहमी अपमान केला. जिला नेहमी धोका दिला, जिला जीवनभर ओझं समजलं, जिच्या मृत्युची सदैव इच्छा बाळगली, ती आर्शीवाद आणि मंगल अभय घेऊन त्यांच्यावर शुभ वर्षाव करीत होती. जणू तिच्या चरणीच त्यांच्या जीवनाचा स्वर्ग आहे. जणू ती तिच्या अभागी मस्तकावर हात ठेवून त्यांच्या प्राणहीन धमण्यात पुन्हा रक्ताचा संचार करील, मनाच्या या दुर्बल दशेत, घोर संकटात, जणू ती त्यांना गळ्यात लावण्यासाठी उभी होती, नौकेत बसल्यावर जल-विहार करताना आपण ज्या खडकांना घातक समजतो आणि इच्छितो की कोणी त्यांना काढून फेकून द्यावं, त्याच खडकांवर आपण नौका बुडल्यावर थांबतो, आधार शोधतो,

गोविंदीने त्यांना एका सोफ्यावर बसवलं आणि प्रेमळ स्वरात बोलली-तर तुम्ही इतकं कशाला मनाला लावून घेता? पैशासाठी ? जे साऱ्या समस्याचे कारण आहे ?त्या पैशाने आपल्याला कोणतं सुख होतं? सकाळपासून संध्याकाळपर्यंत झंझट नुसती- आत्म्याचा सर्वनाश ! मूलं तुम्हाला बोलण्यासाठी तरमळत. तुम्हाला नातेवाईकांना पत्र लिहायला सवड नव्हती, काय मोठी इज्जत होती ? हो, होती. कारण जग आजपर्यंत धनाची पूजा करीत आलं आहे. याचे तुम्हाला काही पडले नाही. जोपर्यंत तुमच्याकडे लक्ष्मी आहे, सगळे गोंडा घोळतील. उद्या दुसऱ्याकडे जावून तसाच कोणापुढे गोंडा घोळतील. तुमच्याकडे पहाणार पण नाहीत. सत्पुरूष पैशापुढे मान झुकवत नाहीत. ते पहातात, तुम्ही काय आहात. तुमच्यामध्ये जर खरेपणा असेल, न्याय असेल, त्याग असेल, पुरूषार्थ असेल, तर ते

तुमची पूजा करतील. नाहीतर तुम्हाला समाजकंटक समजून तोंड फिरवतील, उलट तुमचे शत्रू होतील. मी चुकीचं तर नाही बोलत मेहताजी ?

मेहताने जणू स्वर्ग-स्वप्नातून दचकत म्हटले-चुक ? तुम्ही तेच म्हणत आहात, जे जगातील महान पुरूषांनी जीवनाचा सात्वीक अनुभव घेतल्यानंतर म्हटले आहे. जीवनाचा खरा आधार हाच आहे.

गोविंदीने मेहताला समजावत म्हटले-श्रीमंत कोण बसतं, याचा कोणी विचार करीत नाही. तो जो आपल्या बुद्धीने दुसऱ्याला मूर्ख बनवतो..

खन्नाने मध्येच विषय थांबवला-नाही गोविंदी, पैसा कमविण्यासाठी माणसामध्ये संस्कार पाहिजे. केवळ बुद्धीने धन मिळत नाही. त्यासाठी देखील त्याग आणि तपस्या करावी लागते. कदाचित इतकी तपस्या केल्यावर ईश्वर प्रसन्न होईल. आपल्या सर्व आत्मिक, बौद्धिक आणि शारीरिक शक्तीच्या एकत्रीकरणाचे नाव धन आहे.

गोविंदीने विरोधी पक्षाची भूमिका न बजावता म्हटले-मी समजते की धनासाठी कमी तपस्या नाही करावी लागत. तरीपण आपण तिला जीवनाची जितकी महत्वाची वस्तू समजली आहे, तितकी नाही. मी तर खूश झाले आहे की तुमच्या डोक्यावरचे ओझे कमी झाले आहे. आता तुमची मुलं माणूस होतील, स्वार्थ आणि अभिमानाचे पुतळे नाही. जीवनाचं सुख दुसऱ्यांना सुखी करण्यात आहे, त्यांना लुटण्यात नाही. वाईट वाटून घेऊ नका. आतापर्यंत तुमच्या जीवनाचा अर्थ होता आत्मसेवा, भोग आणि विलास, देवाने तुम्हाला त्या समाधानापासून वंचित ठेवून तुम्हाला जास्त उंच्च आणि पवित्र जीवनाचा मार्ग दाखवला आहे. ही सिद्धी प्राप्त करण्यासाठी थोडे कष्ट जरी पडले, तरी त्याचे स्वागत करा. तुम्ही याला संकट का समजता ? असे का समजत नाही की तुम्हाला आन्यायाच्या विरोधात लढण्याची संधी मिळाली आहे. माझ्या दृष्टिने तर शोषक होण्यापेक्षा शोषित होणे अधिक चांगले, पैंसा गमावून आपण जर आपल्या आत्म्याला मिळवत असू. तर हा काही महागडा सौदा नाही. न्यायाचे सैनिक होऊन लवकर विसर पडला?

गोविंदीच्या पिवळया, कोरड्या चेहऱ्यावर एक तेजाची अशी एक चमक होती. जणू तिच्यात एखादी विलक्षण शक्ती आली आहे, जणू तिची सारी मूक साधना प्रगल्भ झाली आहे.

मेहता तिच्याकडे भक्तिपूर्ण नेत्राने पहात होते, खन्ना खाली मान वाकवून त्या दैवी प्रेरणेला समजावून घेण्याची चेष्टा करीत होते आणि मालती मनात लज्जित होती. गोविंदीचे विचार इतके उच्चं, तिचं ऱ्हदय इतकं विशाल आणि तिचं जीवन इतकं उज्ज्वल आहे.

२९

नोहरी त्या स्त्रीयांपैकी नव्हती, जे उपकार करून विसरून जात. तिने उपकार केलेत तर त्याचा बोभाटा पण करील. त्यापासून जितका फायदा मिळेल ते मिळविण्याचा ती प्रयत्न करीन. अशा लोकांना फायद्याच्या ठिकाणी अपयश आणि बदनामीच मिळते. उपकार न करणे बदनामीची गोष्ट नाही. यासाठी कोणी तुम्हाला वाईट नाही म्हणू शकत. परंतु एखाद्याला मदत करून आपण उपकाराची भाषा करू लागतो, तोच ज्याला आपण मदत केली होती, तो शत्रू बनतो आणि आपल्या मदतीला नष्ट करू

इच्छितो. मदत केल्याची भावना मदत करणाऱ्याच्या मनात राहीली तर ती मदत आहे, बोलून दाखवली तर बदनामी आहे. नोहरी सगळीकडे सांगत फिरत होती. बिचारा होरी खूप अडचणीत होता, मुलीच्या लग्नासाठी शेत गहाण ठेवू लागला होता. मी त्याची ही आवस्था पाहिली, तर मला दया आली. धनियाचा तर जीव जळत होता. ती रांड तर घमेंडाने जमिनीवर पायच ठेवत नाही. बिचारा होरीने चिंतेने वाळून चालला होतो. मी विचार केला, या संकटात त्याची मदत करू. शेवटी माणूसच माणसाच्या कामाला येतो. आणि होरी तर काही परका नव्हता, समजा किंवा नका समजू. तो आमचा नातेवाईक झालाय, रूपये काढून दिले, नाहीतर मुलगी आतापर्यंत बसून होती.

धनिया असं किती दिवस ऐकून घेणार होती. रूपये दान दिले होते? मोठी झालीय देणारी ! व्याज तर महाजन पण घेईल. ती पण घेणार, उपकार कशाचा ! दुसऱ्यांना देते, व्याजाच्या ठिकाणी मुद्दलपण कोणी दिली नसती, आम्ही घेतले आहे, तर रूपये हातात पडताच नाकावर फेकून देऊ. आम्हीच होतो की तुमच्या घरचे विष हातानी पिलो आणि कधी बोलून नाही दाखवलं. इथं कोणी दारावर उभी करीत नव्हतं. मी त्यांची इज्जत राखली, तोंडाची लाली ठेवली,

रात्रीचे दहा वाजले होते. ढगं दाटून आले होते. संपूर्ण गावात अंधार पसरला होता. होरीने जेवण करून तंबाखू ओढली आणि झोपायला चालला होता तोच भोला येऊन उभा.

होरीने विचारले-कसं काय चाललय भोला पाटील ! याच गावात रहात तर एखादं छोटं घर का बांधत नाही ? गावातली माणसं काही -बाही बोलत राहातात, काय हे तुम्हाला ठीक वाटतं ?वाईट वाटून घेऊ नका, तुमच्याशी नाते जाडले आहे, म्हणून तुमची बदनामी ऐकू वाटत नाही. नाहीतर मला काय करायचं होतं?

धनिया त्याचवेळी लोटीत पाणि घेऊन होरीच्या उशाजवळ ठेवून आली. ऐकून म्हणाली-दुसरा नवरा असता तर आशा बाईचं डोकं उडवलं असतं.

होरीने गप्प बसायला सांगितले-काय निरर्थक बडबडतेस, पाणि ठेव आणि जा. आज मी कुऱ्हाड चालवू लागलो, तर मी तुझे डोके उडवू शकतो? उडवून देशील ?

धनिया त्यांच्या अंगावर पाणि शिंपडत बोलली-कुऱ्हाड चालवीन तुमची बहिण. मी कशाला कुऱ्हाड चालवू. मी तर जगाचं सांगतेय, तुम्ही मला शिव्या देऊ लागत. आता तोंड गोड झालं असेल. बाई कोणत्याही रस्त्याने जाओ, पुरूष तिच्याकडे टक लावून पहात राहातो, अशा पुरूषाला मी पुरुष नाही म्हणत.

होरी मनातून तुटत होता. भोला त्याला आपलं दुःख सांगायला आला असेल, ती उलट त्याच्यावरच पडली. थोडं रागावून बोलला-तू दिवसभर तुझ्या मनासारखं करत असतेस, त्यावेळी मी तुला काय करू शकतो. काही म्हणतो तर लचके तोडायला येतेस.

धनियाला लपवा-छपवी माहीत नव्हती. म्हणाली-बाईनं तुपाचं मडकं जरी सोडवलं, घरात आग जरी लागली, तरी पुरूष सहन करीन, परंतु तिचं कुऱ्हाड चालवणं त्याला सहन होणार नाही.

भोला दुःखी स्वरात बोलला-तू ठीक बोलतेस धनिया ! निश्चितच मी तिचं डोकं उडवायला हवं होतं, परंतु आता तितकं बळ पण नाही राहिलं. तुम्ही जरा समजावून सांगा. मी सगळं करून थकलोय.

बाईला सांभाळण्याची कुवत नव्हती तर लग्नच कशाला केलं ? अशा छिछोऱ्यापणासाठी ?

काय वाटतं, ती येऊन तुमचे पाय दाबीन, तुम्हाला चिलम भरून देईल, तुम्ही आजारी पडल्यावर तुमची सेवा करीन? तर असं तिच स्त्री करू शकतो, जिने तारूण्याचे सुख सोबत घेतले आहे. मला हे समजत नाही की तुम्ही तिच्यावर फिदाच कस काय झाले ! थोडी चौकशी तर करायची कशा स्वभावाची आहे, वगैरे. तुम्ही तर भुकेल्या जनावराप्रमाणे तुटून पडले. आता तुमचा हाच धर्म आहे की कोयत्याने तिचे डोके उडवा. फाशी तर होईल. अशा छिछोऱ्यापणापेक्षा फाशी बरी.

भोलाच्या अंगात थोडी स्फुर्ती संचारली. म्हणाला- तर तुमचा हाच सल्ला आहे?

धनिया म्हणाली, होय, हाच माझा तरी सल्ला आहे. तुम्ही पन्नास वर्ष तर काही जगणार नाही. समजून घ्या इतकेच आयुष्य होतं.

होरीने आता चांगले झापले -शांत बस. आलीय मोठी पतिव्रता. जबरदस्तीने पाखरू पण पिंजऱ्यात रहात नाही. माणूस काय राहीन ? भोला तुम्ही तिला सोडून द्या आणि समजा की मरण पावलीय आणि जावून आपल्या लेकरा-बाळात आरामात रहा ! दोन घास खा आणि नामस्मरण करा. तारूण्याचं सुख आता उरलं नाही, ती स्त्री चंचल आहे. बदनामी शिवाय तुम्हाला तिच्याकडून काही मिळणार नाही.

भोलाने नोहरीला सोडून देणे अशक्य आहे !नोहरी आज देखील त्याच्याकडे रोषपूर्ण नजरेने पहात असते, परंतु नाही. भोला आता तिचा परित्याग करीन. कर्म तसे फळ.

डोळ्यात अश्रू आले, म्हणाला-'होरी भय्या, या बाईच्या मागे माझे जीवन बर्बाद होऊ लागलाय. मला माहीतय, हिच्यासाठीच कामता बरोबर माझं भांडणं झालं. म्हतारपणी बदनामी येणार होती. झाली, मला रोज टोमणे देते की तुमची मुलगी. दुसऱ्याचा हात धरून पळाली. माझी पोरगी गेली, अथवा पळाली, परंतु ज्याच्यासोबत पळाली, त्याच्यासोबत ती नांदते आहे, त्याच्या सुख-दुःखात सहभागी तर आहे. हिच्यासारखी तर मी बाई पण नाही पाहिली, दुसऱ्यासोबत हसून बोलते, मी पाहिले तर तोंड फुगवते. मी गरीब माणूस आहे, तीन-चार आण्याची रोज मजूरी करातोय, दूध-दही, मांस-मच्छी, तुप-रोटी कोठून आणू !

भोला तेथून प्रितिज्ञा घेऊन आपल्या घरी गेला. आता लेकरा-बाळात राहू. खूप धोका पचवला, परंतु दुसऱ्या दिवशी सकाळी पाहिले तर भोला दुलारीच्या दुकानावरून तंबाखू घेऊन इकडेच येत होता.

हाक मारणे होरीला ठीक नाही वाटले. असे काही झाले की माणूस भानावर रहात नाही, तेथून येऊन धनियाला म्हणाला-भोला तर अजून इथेच आहे. नोहरीने खरोखरच त्याच्यावर काही जादू केलीय.

धनियाने नाक मुरडत म्हटले-तिच्यासारखाच हा बिनलाजा आहे. अशा पुरूषाने डबक्याभर पाण्यात बुडून मेले पाहिजे. आता तो रूबाब माहीत नाही कुठे गेलाय. झुनिया इथे आली होती तर हातात काठ्या घेऊन इकडे येत होते. त्यावेळी इज्जत जात होती, आता नाही का चालली इज्जत !

होरीला भोलाची दया येत होती- बिचाऱ्या त्या कुलटेच्या नादी लागून स्वतःला बर्बाद करू लागलय. सोडून जाईल तर कसं ? बायकोला असं सहज सोडून जाणं सोपं आहे ? ती चुडैल त्यांना तिकडे पण सुखानं जणू देणार नाही ! कुठे पंचायत बोलावील,कुठे खाण्या-पिण्याचा दावा करीन. आता तर गावातल्या लोकांना माहीतय, कोणाला काही सांगायला संकोच वाटतो. कुजबुज

करतात फक्त. मग तर जग भोलालाच वाईट समजेल. लोक असेच म्हणतील, नवऱ्याने सोडून दिल्यावर बिचारी बायको कुठे जाईल ? पुरूष वाईट असला तर बाईचं डोकं उडवील. बाई असली तर पुरूषाच्या तोंडाला काळे लावील.

याच्या दोन महिन्यानंतर एका दिवशी गावात अशी बातमी पसरली की नोहरीने जोड्याने भोलाला बदडून काढले.

पाऊसकाळ संपला होता आणि रब्बीच्या पेरणीची तयारी सुरू झाली होती. होरीच्या ऊसाचा तर लिलाव झाला होता. ऊसाच्या लागवडीसाठी त्याला पैसे मिळाले नाहीत आणि ऊस काही लागला नाही. इकडे एक बैल पण थकला होता आणि एक बैल नाल्यात पडून मेला होता. तेव्हापासून जास्तच अडचण आली होती. एका दिवशी पुनियाच्या शेतात नांगर चाले, दुसऱ्या दिवशी होरीच्या शेतात, शेतीची मशागत जशी व्हायला पाहिजे तशी होऊ लागली नव्हती.

होरी नांगर घेऊन शेतीत गेला. परंतु भोलाची चिंता त्याला होतीच. त्याने त्याच्या उभ्या आयुष्यात असे ऐकले नव्हते की एखाद्या बाईने आपल्या पतीला जोड्याने मारल्याची घटनाही त्याला आठवत नव्हती. आज नोहरीने भोलाला जाड्याने मारले आणि सगळेजण तमाशा पहात राहिले. अशा बाईच्या तावडीतून भोलाची सुटका कशी करायची ! आता तर भोलाने कुठेतरी जीवच द्यायला हवा. आता जीवनात बदनामी आणि दुर्दशा यापेक्षा दुसरे काही असणार नाही. तर अशा माणसाने मेलेलेच बरे. कोण रडतय भोलाच्या नावासाठी. मुले क्रिया-कर्म करतील परंतु लोक लज्जेस्तव कोणाच्या डोळयात अश्रू येणार नाहीत. बाईच्या नादी लागून माणूस अशाप्रकारे आपलं जीवन बर्बाद करून टाकतो. कोणी रडणारे नसेल, मग जीवनाचा कसला मोह आणि मरण्याची काय भीती !

एकिकडे नोहरी होती आणि दुसरीकडे सिलिया चांभारीन आहे ! दिसायला तिच्यापेक्षा लाख चांगली, ठरवलं तर अनेकांना फिरवीन आणि राधीका होऊन राहील. परंतु मजूरी करते, उपाशी मरतेय आणि मतईच्या नावावर बसलीय. आणि तो निर्दयी तिला विचारत पण नाही, कोणास ठावं, धनिया मेली असती, तर आज होरीची पण अशीच अवस्था असती. तिच्या मृत्युच्या कल्पनेनेच होरीला कसेतरी झालं. धनियाची मूर्ती त्याच्या मनपटलावर दिसू लागली, सेवा आणि त्यागाची देवी, तिखट जिभेची, परंतु लोण्यासारखं मन, पैशाच्या मागे जीव देणारी, परंतु मर्यादा रक्षणासाठी आपलं सर्वस्वाचा त्याग करण्याची तयारी असणारी. तारूण्यात ती काही कमी सुंदर नव्हती. नोहरी तिच्यापुढे कोणीच नव्हती, चाले तर राणिसारखी वाटायची, जो पाहिले तो पहातच राही. हे पटेश्वरी आणि झिंगुरी त्यावेळी तरूण होते. दोघांच्या छातीत कळ उठायची धनियाला पाहून. दारासमोरून चकरा मारायचे. होरीची त्यांच्यावर नजरच असायची, परंतु छेडण्याचा काही बहाणा त्यांना सापडला नाही. त्या काळात खाण्या-पिण्याचे भारी वांदे होते, दुष्काळ पडला होता आणि शेतीत काहीच पिकले नव्हते. लोकांनी झाडा-पाला खाऊन दिवस ढकलले.होरीला सरकारी कॅम्पमध्ये काम करायला जावे लागत होते. सहा पैसे रोज मिळत होता. धनिया घरी एकटीच होती. परंतु कधी तिला कोणाकडे पहाताना पाहिले नाही, पटेश्वरीने एकदा तसा प्रयत्न केला होता, त्याचे त्याला असे उत्तर मिळाले की तो अजून विसरला नाही.

अचानक त्याने मातादीनला त्याच्याकडे येताना पाहिले. खाटीक कुठला! कसा टीळा लावलाय, जणू भगवानचा असली भगत आहे, रंगवलेला कोल्हा! अशा ढोंगी माणसाला कोण नमस्कार करीन?

मातादीनने जवळ येऊन म्हटले-तुझा एक बैल तर म्हतारा झालाय होरी. यंदाच्या पावसाळ्यापर्यंत नाही वाचत. पाच वर्ष तरी झाले असतील याला आणलेलं ?

होरीने दुसऱ्या बैलाच्या पाठीवर थाप मारीत म्हटले-कशाला, हे आठवे चालू आहे बाबा ! इच्छा तर होते की याला निवृत्त करू. परंतु शेतकरी आणि त्याचा बैल यांना यमराजच निवृत करतो. अजून सुटका नाही. आता काय माझ्या हाड्डीला जुंपावं काय ? परंतु काय करणार, तुझे कसे चाललेय ? सद्या तर ठीक चाललय ?

मातादीन गेल्या एक महिन्यापासून मलेरियाच्या तापाने फणफणत पडला होता. एक दिवस तर त्याची नाडी बंद पडली होती. खाटेवरून खाली उतरल्या गेलं, त्यावेळेपासून त्याला असे वाटू लागले की सिलियावर आत्याचार केल्याचा हा परिणाम आहे. तिला घराबाहेर काढलं, त्योवळी ती गर्भवती होती. त्याला थोडी पण दया नाही आली. आपलं पोट घेऊन ती मजूरी करीत होती. धनियाने तिच्यावर दया केली नसती तर ती मेली असती. आता लज्जित आणि द्रवित होऊन तो सिलियाला दोन रूपये देण्यासाठी होरीकडे आला आहे. होरीने सिलियाला ते रूपये दिले तर तो त्याचे खूप आभार मानील.

होरी म्हणाला-तुम्ही जावून का नाही देत?

मातादीनने केविलवाणे म्हटले-मला तिच्याकडे नका पाठवू होरी पाटील ! कोणत्या तोंडाने जावू ? भीती वाटतेय की मला पाहून काही वेडं-वाकडं बोलू नये. माझ्यावर इतकी दया करा. आता मला चालणं होत नाही, परंतु याच रूपयासाठी एकाकडे धावत गेलो होतो. आपल्या कर्माचे फळ चांगलेच भोगलेय. ह्या ब्राह्मणपणाचं ओझं उचलल्या जात नाही, लपून-छपून कितीही कुकर्म करा, कोणी नाही बोलत. दुसऱ्या जातीत कोणी काही बोललं नसतं. किवा कुळाला बट्टा पण लागला नसता. तुम्ही तिला समजावून सांगा दादा, मला, माझ्या गुन्ह्याला माफ करा. हे धर्माचं बंधन मोठं असतं, ज्या धर्मात जन्मलो, वाढलो, त्याचे पालन तर करावेच लागेन. दुसऱ्या जातीचा धर्म बिघडला तर काही नाही, परंतु ब्राह्मणाचा धर्म बिघडला तर त्याचे काही खरे नाही. त्याचा धर्मच त्याच्या पूर्वजाची कमाई आहे, त्याचीच तो भाकर खातोय. या प्रायश्चितासाठी माझे तिनशे रूपये खर्च झालेत. धर्माच्या बाहेर राहायचे असेल तर जे काही करायचे ते बिनधास्त करीन. समाजाचा जर काही धर्म असेल तर माणूस म्हणूनही त्याचा काही धर्म आहे. धर्म पालन केल्याने समाज आदर करतो, परंतु मनुष्यधर्म पालनाने तर ईश्वर प्रसन्न होतो.

सांजवेळी होरीने जेव्हा घाबरत-घाबरत सिलियाला रूपये दिले, तिला जणू तिच्या तपस्येचं फळ मिळालं, दुःखाचा भार तसा ती एकटी उचलू शकत होती, सुखाचा भार एकट्याला नाही उठवत. कोणाला ही सुवार्ता सांगावी ? धनियाला ती तिच्या मनातलं सांगू शकत नव्हती. गावात आणखी दुसरं कोणी नव्हतं, तिच्या जवळचं. तिच्या पोटात खळबळ चालली होती, सोनाच तिची मैत्रिण होती, सिलिया तिला भेटायला अतूर झाली. रात्रभर कसं थांबावं ? मनात एक वादळ उठलं होतं, आता ती अनाथ नव्हती, मातादीनने पुन्हा तिचा स्वीकार केला होता. जीवन मार्गावर तिच्यासमोर आता अंधारमय, विक्राळ खाई नव्हती. हेलकावे खाणारे हिरवेगार शेत आहे, ज्यातून झरे वहात आहेत आणि हरीण मस्ती करीत आहे. तिचं रूसलेलं प्रेम आज उन्मत झालं आहे, मातादीनला तिने मनातून किती कोसलं होतं, आता ती त्याच्याकडे माफी मागेल. तिच्याकडून खरोखरच मोठी चूक

झाली की संपूर्ण गावासमोर त्याचा अपमान झाला. ती तर चांभारीन आहे, जातच नीच. तिचं काय होणार? आज दहा-वीस रूपये खर्च केले तर बिरादरीत घेतल्या जाईल. त्या बिचाऱ्यांचा तर नेहमीसाठी धर्मनाश झाला. ती इज्जत त्यांना पुन्हा मिळणार नाही. ते रागाने किती आंधळे झाले होते, सगळयाकडे त्यांच्यावरील प्रेमाचा डांगोरा पिटवत फिरली, त्यांचा तर धर्मभ्रष्ट झाला होता. त्यांना तर राग होताच, पण तिच्या डोक्यावर कोणतं भूत नाचत होतं ? ती तिच्या घरी निघून गेली असती तर काय वाईट झालं असतं. घरात तिला कोणी बांधले तर नसते. गाव मातादीनची पूजा यासाठी तर करतो की तो धर्म-कर्म करून रहातो, तोच धर्म नष्ट झाला, तर ते का नाही तिच्या रक्ताचे तहानलेले होणार ?

यापूर्वीच ती मातादीनला दोषी समजत होती आणि आता सारा दोष स्वतःला देत होती. सऱ्हदयतेने सऱ्हदयता उत्पन्न केली. तिने बाळाला छातीला दाबून खूप लाड केले. आता त्याला पाहून लाज किंवा ग्लानी नाही होत. ती आता केवळ त्याच्या दयेस पात्र नाही. तर आता त्याच्या संपूर्ण मातृ-प्रेम आणि गर्वाची हकदार होती.

कार्तिकच्या रूपवान प्रकृतीवर मधूर संगीताप्रमाणे ती मुग्ध होती. सिलिया घरातून निघाली. ती सोनाकडे जावून ही सुवार्ता सांगेल. आता तिला रहावल्या जात नाही. आता तर सांज झालीय. पालखी मिळेल, ती पायाला गती देत निघाली, नदीवर येऊन पाहिलं तर पालखी नदीच्या पल्याड आणि दोर कुठे दिसत नव्हता. चंद्र वितळून नदीमधून जणू वहात चालला होता. ती एकटी उभा राहून विचार करू लागली. नंतर नदीत घुसली. नदीत इतके जास्त पाणि थोडेच असणार होते. त्या आनंद सागरापुढे नदीतले पाणि होतेच किती ? पाणि प्रथम घोट्यापर्यंत होते. नंतर कमरेला लागले आणि शेवटी गळयापर्यंत आले. सिलिया घाबरली, बुडणार तर नाही, कुठे खोल खड्डा तर नसेल. परंतु जीवाची पर्वा न करता तर पुढे घुसली. आता मध्यभागी आहे, मृत्यु तिच्यासमोर नाचू लागलाय, परंतु ती घाबरलेली नाही. तिला पोहता येतय, बालपणी याच नदीत ती कितीतरी वेळा पोहायला आली होती. तरीपण तिचं काळीज धडधड करीत होतं, परंतु पाणि कमी होऊ लागलं, आता काही भीती नाही, तिने लगबगीने नदी ओलांडली आणि काठावर येऊन आपल्या ओल्या कपड्यांना झटकलं आणि थंडीनं कुडकुडत पुढे गेली. सगळीकडे सन्नाटा होता. घुबडांचा आवाज पण ऐकू येत नव्हता आणि सोनाला भेटण्याची कल्पना तिला घेऊन चालली होती.

परंतु त्या गावात पोहोचल्यावर तिला सोनाच्या घरी जायला संकोच वाटू लागला. मथूरा काय म्हणेल ? त्याचे घरचे काय म्हणतील ? सोना देखील रागावेल की ती इतक्या रात्री कशाला आलीय. खेड्यात थकले-भागलेले शेतकरी लवकर झोपी जातात. सारं गाव झोपी गेलं होतं. सिलिया आपले कपडे वाळवू लागली. अचानक दरवाजा उघडला आणि मथुराने बाहेर येऊन आवाज दिला-अरे ! कोण बसलय चुलीजवळ ?

सिलियाने तात्काळ अंगावर पदर घेतला आणि जवळ येत बोलली-मी आहे सिलिया.

सिलिया ! इतक्या रात्री ! सगळं ठीक आहे ना ?

'हो, सगळं ठीक आहे. भीती वाटत होती, विचार केला जावून सगळयांना भेटून यावं. दिवसा तर सुट्टीच मिळत नाही.

'तर काय नदी ओलांडून आलीस ?'

'मग कस येणार, पाणि कमी होतं '

मथुराने तिला आत नेलं, अंगणात अंधार होता. त्याने तिचा हात धरून खसकून स्वतःकडे ओढले. सिलियाने झटक्याने हात सोडवून घेतला आणि रूबाबात बोलली-हे पहा, छेडछाड कराल तर सोनाला सांगेन. तुम्ही धाकटे मेव्हणे आहात. हे लक्षात ठेवा ! असं दिसतय, सोना बरोबर गट्टी नाही जमली वाटतं.

मथुराने तिच्या कमरेवर हात ठेवून म्हटले-'तू फार निर्दयी आहेस सिल्लो ? यावेळी कोण पहातय.'

'काय मी सोनापेक्षा सुंदर आहे ? तुमच्या नशीबाने तुम्हाला इंद्राची परी मिळालीय. आता भवरा बनू लागलात. तिला सांगतिले तर ती तोंड पहाणार नाही'

'मथुरा लंपट नव्हता. सोनावर याचं प्रेमही होतं, यावेळचा अंधार, एकांत आणि सिलियाचे तारूण्य पाहून त्याचं मन विचलित झालं होतं, ही धमकी ऐकल्यावर भानावर आला. सिलियाला सोडत म्हणाला-तुझ्या पाया पडतो सिल्लो, तिला सांगू नकोस. आताच काय शिक्षा द्यायचे असेल दे.'

सिल्लोला त्यावर दया आली. हळूच त्याच्या गालावर मारत म्हणाली-याची शिक्षा हिच आहे की माझ्यासोबत पुन्हा असं करू नका ना दुसऱ्यासोबत. नाहीतर सोना तुमच्या हातातून निघून जाईल.

मी शपथ घेतो सिल्लो, आता पुन्हा असे होणार नाही'

तिच्या आवाजात याचना होती. सिल्लोला कसंतरी वाटू लागलं. त्याची दया वरचढ ठरू लागली.

'आणि जर केलं ?'

'तर तू पाहिजे ते कर '

सिल्लोचे तोंड त्याच्या तोंडाजवळ होते, दोघांच्या श्वासात आणि आवाजात आणि देहात कंपन आले होते. अचानक सोनाने आवाज दिला-'कोणासोबत बोलताय तिकडे ?'

सिल्लो मागे झाली. मथुरा पुढे आला आणि म्हणाला-सिल्लो तुझ्या गावातून आलीय'

सिल्लो पण मागून येऊन अंगणात उभी राहीली. तिने पाहिले सोना इथे किती आरामात रहात आहे. ओसरीत खाट आहे, त्यावर नरम गादी अंथरली आहे. अगदी तशी, जशी मातादीनच्या खाटेवर अंथरलेली असते. तकिया पण आहे, रजई पण आहे, खाटाच्या खाली लोट्यात पाणि ठेवलय. अंगणात ज्योत्सनाने साफसफाई केलीय. एका कोण्यात तुळशीचे वृंदावन आहे. दुसरीकडे ज्वारीच्या पेंढ्या दरवाज्याला लागून ठेवल्या आहेत. मध्ये गवताच्या पेंढ्या आहेत, ऊखळ आहे. त्यातून कुटलेलं धान्य पडलय. कौलारू घरावर भोपळाचा वेल गेलेला आहे, त्याला भोपळे आले आहेत. त्या बाजूला ओसरीत एक गाय बांधली आहे. या जागेत मथुरा आणि सोना झोपतात, घरातील इतर मंडळी तिकडे. सिलियाने विचार केला, सोना किती सुखी आहे.

सोना उठून अंगणात आली होती. परंतु सिल्लोच्या गळ्यात नाही पडली प्रेमाणं. सिल्लोने समजून घेतलं, कदाचित मथुरा उभा असल्याने सिल्लो संकोच करीत आहे किंवा कोणी सांगावं ती रूबाबात आली असेल. सिल्लो चांभारणीच्या गळ्यात पडायला अपमान समजत असेल. तिचा सारा उत्साह ओसरला. या भीतीने आनंदाच्या ठिकाणी ईर्षा उत्पन्न केली. सोना किती उजळलीय, आणि

अंगक्रांती कशी कंचनाप्रमाणे चमकतेय. बांधा पण सुडौल झालाय. चेहऱ्यावर गृहणीत्वाच्या गर्वासह तारूण्याची छबी आहे.

सिल्लो एक क्षणभरासाठी मंत्रमुग्ध होऊन उभ्याने पहातच राहिली, ती हिच सोना आहे, जी किडकिडीत देह घेऊन झिंज्या मोकळ्या सोडून इकडे-तिकडे फिरत होती. महिनाभर तर डोक्याला तेल मिळत नव्हतं. फाटलेले कपडे घालून हिंडत होती. आज आपल्या घरची राणि आहे. गळ्यात माळा आहेत. कानात डुलं आणि सोन्याच्या बाळ्या. हातात चांदीचे चूडे आणि बांगड्या, डोळ्यात काजळ, भांगात सिंदूर. सिलियाच्या जीवनाचा हाच स्वर्ग होता. परंतु सोनाला पाहून ती खूश नाही झाली. हिला किती घमेंड झालाय. कधीकाळी सिलियाच्या गळ्यात गळा घालून गवत कापायला जात होती आणि आज साधं पहायला तयार नाही. तिने विचार केला होता, सोना तिच्या गळ्यात पडून थोडं रडेल, तिला आत बसायला सांगेन. तिला जेवू घालेल आणि गाव आणि घरातलं सगळं विचारील आणि आपल्या नव्या जीवनाची काहीणी सांगेन. पहिली रात्र आणि मधुर मिलनाचे गुपित सांगेन. इथं तर सोना मुग गिळू गप्प आहे. पश्चाताप झालाय तिला इकडे आल्याचा.

शेवटी सोनोन कोरड्या स्वरात विचारले-'इतक्या रात्री कशी काय आलीस सिल्लो ?'

सिल्लोने अश्रुला आवर घालण्याचा प्रयत्न केला-'तुला भेटण्याची खूप इच्छा झाली होती, खूप दिवस झालेत म्हणून भेटायला आलेय.'

सोनाचा स्वर जास्तच कोरडा झाला-'परंतु माणूस एखाद्याच्या घरी दिवसा जातो, इतक्या रात्री कशाला जाईल ?'

वास्तवात सोनाला तिचं येणं खटकलं होतं-ही वेळ तिच्या कामक्रिडेची आणि हास्य विनोदाची होती. सिल्लोने त्यात बाधा आणून वाढलेलं ताट हिसकावलं होतं.

सिल्लो निर्जीव नजरेनं जमिनीकडे पहात होती. जमीन तिला तिच्यात सामावून घेत नव्हती. इतका अपमान ! तिने तिच्या जीवनात खूप अपमान सहन केला होता. खूप दूर्दशा पाहिली होती. परंतु ही गोष्ट ज्या तऱ्हेने तिच्या ऱ्हदयाला लागली होती. तशी कधी लागली नव्हती. गुळ घराच्या आत मटक्यात बंद करून ठेवला जातो. कितीही मुसळधार पाऊस आला तरी ते सुरक्षित असतं. परंतु ज्यावेळी त्याला बाहेर काढलं जातं, उन्हात, त्यावेळी त्याच्यावर पडलेला पाण्याचा एक थेंब सुद्धा सगळ्या गुळाचा सर्वनाश करतो. सिलियाच्या मनातल्या साऱ्या भावना तोंड वासून होत्या की आकाशातून आमृताचा वर्षाव होईल. वर्षाव कशाचा झाला, अमृताच्या ठिकाणी विषाचा आणि सिलियाच्या रोमारोमात उतरलं. सर्प दंशाप्रमाणे नशा चढली. घरात उपाशी असल्यावर झोपी जाणे वेगळे परंतु भर पंगतीमधून उठवून लावणे म्हणजे अपमानाचा कळस होता. सिलियाला इथं एक क्षण थांबणेही कठीण झाले. जणू कोणी तिचा गळा दाबतो आहे. ती काही विचारू शकली नाही. सोनाच्या मनात काय आहे. ती याचा अंदाज करीत होती. परंतु तिच्या मनातला सर्प कधी बाहेर पडेल. त्यापूर्वी ती तेथून पळून जावू इच्छित होती. कसं पळणार, कोणता बहाणा करायचा ? तिचा जीव का जात नाही !

मथुरा तिकडे पहात होता की सिलियाच्या जेवनाची काही व्यवस्था करता येते का, इकडे सिल्लो श्वास टांगून उभी होती, जणू डोक्यावर तलवार लटकली आहे.

सोनाच्या दुष्टीने सर्वात मोठं पाप हे होतं की पुरूषानी एखाद्या परस्त्रीकडे पहाणे. या अपराधासाठी तिच्याकडे कसलीही क्षमा नव्हती. चोरी, हत्या, कट, कोणताही अपराध इतका भीषण

नव्हता. चेष्टा-मस्करीला ती वाईट समजत नव्हती. जर जाहीरपणे होत असेल, परंतु लपून-छपून केलेल्या चेष्टा-मस्करीलाही तिचा विरोध होता. लहानपणापासूनच ती या साऱ्या गोष्टी समजू लागली होती. होरीला ज्यावेळी बाजारावरून यायला उशीर होई आणि धनियाला समजायचे की ते दुलारीच्या दुकानावर आले आहेत. मग तंबाखू घ्यायला का आलेले असेनात. तरी ती अनेक दिवस होरीला बोलत पण नव्हती. किंवा घरातले कामही करीत नव्हती. एकदा तर याच गोष्टीवरून ती माहेरला निघून गेली होती. ही भावना सोनाच्या मनात प्रबळ झाली होती. जोपर्यंत तिचा विवाह झाला नव्हता, ह्या भावनेने तीव्र स्वरूप धारण केले, अशा स्त्री-पुरूषांचे कातडे जरी काढून घेतले तरी तिला दया येत नव्हती. प्रेमासाठी जोडीदार सोडून तिच्या दृष्टीने कुठेही स्थान नव्हतं. स्त्री-पुरूषाचे एक दुसऱ्यावर जे कर्तव्य आहे त्यालाच ती प्रेम समजत होती. मग सिल्लोसोबत तर तिचे बहिणीचे नाते होते. सिल्लोवर तिचा जीव होता, तिच्यावर विश्वास ठेवत होती. तिच सिल्लो तिचा विश्वासघात करू लागली होती. मथुरा आणि सिल्लोमध्ये पहिल्यापासूनच काही लफडं असावं. मथुरा तिला नदीच्या किनारी अथवा शेतात भेटत असावा. अणि आज इतक्या रात्री नदी ओलांडून त्यासाठीच आलीय. तिने या दोघांचे बोलणे ऐकून घेतले नसते तर तिला काही माहीत झालं नसतं. मथुराने प्रेम-मिलनासाठी हिच संधी सर्वात चांगली समजली असेल. घरात शांतता आहे, तिचं ऱ्हदय सगळं काही समजून घेण्यास ऊत्सूक झालं होतं. तिला सारं रहस्य समजून घ्यायचं होतं, म्हणजे स्वतःसाठी काही मार्ग काढता येईल आणि हा मथुरा इथे उभा कशाला आहे ? काय तो तिला काहीच बोलू देणार नाही ?

तिने त्वेषाने म्हटले-'तुम्ही बाहेर का जात नाही, काय इथेच पहारा देणार ?'

मथुरा काही न म्हणता बाहेर निघून गेला, त्याला चिंता लागली होती की सिल्लो सगळं सांगून तर टाकणार नाही.

आणि सिल्लोला याची चिंता लागली होती की ती लटकती तलवार तिच्यावर तर कोसळणार नाही.

सोनाने गंभीरपणे सिल्लोला विचारले-पहा सिल्लो, मला खरं सांगून टाक, नाहीतर मी तुझ्यासमोर, इथं माझ्या मानेवर कोयता मारून घेईन. मग तू माझी सवत बनून राज कर. पहा, कोयता समोरच आहे, एका म्यानात दोन तलवारी नाही राहू शकत.

तिने झेप घेत समोरचा कोयता हातात घेतला. नंतर म्हणाली-असे समजू नको की मी केवळ धमकी देत आहे. रागाच्या भरात मी काय करून घेईल, सांगता येणार नाही. सरळ-सरळ सांगून टाक.

सिलिया घाबरली, एक -एक शब्द तिच्या तोंडून निघाले, जणू ग्रामोफोनमधला ध्वनी आहे. ती एक शब्दही लपवू शकली नाही.सोनाच्या चेहऱ्यावर भीषण संकल्प दिसत होता. जणू कोणाला ठार करणार आहे.

सोनाने तिच्याकडे भाल्याच्या तीक्ष्ण टोकासमान नजरेने पाहिले आणि जणू कोयत्याचा वार करणार अशा अर्विभावात बोलली-खरं सांगतेस ?

'अगदीच ठीक, माझ्या बाळाची शपथ '

'काही लपवलं तर नाही ?'

'रेषभर जर लपवलं असेल तर माझे डोळे फुटतील '

'तू त्या पापीला लाथ का नाही मारलीस ? त्याला दाताने का नाही चावलीस ? त्याचं रक्त का पिऊन घेतलस, ओरडली का नाहीस ?

सिल्लो काय उत्तर देणार !

सोनाने उन्मादिनी सारखे जळजळीत डोळे काढत म्हटले-बोलत का नाहीस ? तू त्याचं नाक दाताने का नाही तोडलेस? दोन्ही हाताने त्याचा गळा का नाही दाबलास ?मी तुझ्या चरणावर लीण झाले असते. आता तू माझ्या नजरेत बदफैली आहेस. निव्वळ बदफैली. हेच जर करायचं होतं तर मातादीनचे नाव कशाला कलंकित करतेस ? का दुसऱ्या कोणाचा हात धरीत नाहीस. का तुझ्या घरी निघून जात नाहीस ? तुझ्या घरवाल्यांना तेच हवं आहे. तू गवत घेऊन बाजाराला जात होतीस, तेथून रूपये आणीत आणि तुझा बाप बसून त्याच रूपायाची दारू पित असे, मग त्या ब्राह्मणाचा का अपमान केला ? का त्याच्या इज्जतीला बट्टा लावला ? का पतीव्रता होऊन बसलीस ? एकटं नाही राहावल्या जात तर कोणाचा हात का धरीत नाहीस ?का नदी नाल्यात बुडून मरत? का दुसऱ्याच्या जीवनात विष घालवत आहेस? आज मी तुला सांगून ठेवते, असा प्रकार पुन्हा कधी घडला आणि मला माहीत झाले तर आपल्या तिघापैकी एकही जिवंत राहाणार नाही. आता तोंडाला काळे फासून घरी जा. आजपासून तुझे आणि माझे काही नाते असणार नाही.

सिल्लो हळूच स्वतःला सावरत उभी राहीली, असं वाटलं तिचं कंबरडं मोडलं आहे. एक क्षण स्वतःला शक्ती देण्याचा प्रयत्न केला. परंतु ती काहीही सिद्ध करू शकली नाही. डोळ्यासमोर अंधार होता, डोक्यात चक्कर, तोंड कोरडे पडू लागले होते, सारं शरीर बधीर झालं होतं. जणू शरीरातून प्राण निघून गेला आहे. एक-एक पाऊल असे पडत होते की जणू समोर खड्डा आहे, ती बाहेर आली आणि नदीच्या दिशेने निघाली.

दारात मथुरा उभा होता. म्हणाला-यावेळी कुठे निघालीस सिल्लो?

सिल्लोने काही उत्तर दिलं नाही, मथुराने पण पुन्हा काही विचारले नाही.

रात्रीचा प्रकाश आता पण होता. नदीच्या लाटा चंद्रप्रकाशांनी आताही उसळत होत्या आणि सिल्लो विक्षिप्त अशा स्वप्न छाया समान नदीमधून चालली होती.

३०

मिल जवळ-जवळ जळून खाक झाली होती. परंतु त्याच मिलला पुन्हा-पुन्हा उभा करावा लागेल. मिस्टर खन्नाने आपले सगळे प्रयत्न त्या दिशेने सुरू केले आहेत. कामगारांचा संप चालू आहे. परंतु आता मिलमालकाचे खास नुकसान होणार नाही. नवे कामगार कमी पगारात मिळाले आहेत. आणि मन लावून काम करीत आहेत, कारण की त्यांच्यात असे काही आहेत ज्यांनी बेकारीत दिवस घालवले आहेत. आणि आता ते कोणत्या भानगडीत पडू इच्छित नाहीत. ज्यामुळे त्यांच्यावर पुन्हा बेकारीची वेळ येईल. कितीही काम सांगा, कितीही कमी सुट्या द्या. त्यांची काही तक्रार नाही. मान खाली घालून बैलासारखं काम करीत असतात. बोलणं, शिव्या इतकेच नाहीतर दांड्यांनी मारलं तरी त्यांच्यात ग्लानीचा भाव उत्पन्न करीत नाही. आता जुन्या कामगारांसमोर कमी पगारात काम करणे आणि खन्ना साहेबांची स्तुती करणे याशिवाय त्यांच्यासमोर दुसरा मार्गच राहिलेला नाही. पंडित ओंकारनाथर तर

त्यांचा थोडाही विश्वास राहिलेला नाही. ते जर एखाद्यावेळी एकटे भेटले तर त्याचे काही खैर नाही. परंतु पंडितजी अंतर ठेवून आहत. दिवा लागणीनंतर आपल्या कार्यालयाकडून बाहेर पडत नाहीत. आणि अधिकाऱ्यांची स्तुती करू लागलेत. मिर्जा खुर्शेदचा धाक अजुनही तसाच कायम आहे, परंतु मिर्जाजी या बिचाऱ्यांचे कष्ट आणि ते निवारण्याचा त्यांच्याकडे काही उपाय नसल्याने त्यांना मनापासून वाटते की सगळं काही देवून टाकावं, परंतु सोबतच नव्या कामगारांच्या कष्टांचा विचार करून जिज्ञासुंना असे सांगतात की जशी इच्छा आहे, तसे करा.

मिस्टर खन्नाने पाहिले की जुने कामगार पुन्हा कामावर येण्यास उत्सूक आहेत. मग तर ते जास्तच भाव खाऊ लागलेत. मनातून त्यांना वाटतही होते की कमी पगारात जुने कामगार नव्या कामगारापेक्षा चांगलेच आहेत. नवे कामगार जुन्या कामगारांची बरोबरी करू शकत नाहीत. जुन्या कामगारांना लहानपणापासूनच मिलमध्ये काम करायची सवय होती. जुन्या कामगारांमध्ये जास्तीन जास्त भरणा दुःखी शेतकऱ्यांचा होता, ज्यांना मोकळ्या हवेत आणि मैदानात जुन्या काळातील लाकडी आवजाराने काम करण्याची सवय होती. मिलमध्ये त्यांचा जीव गुदमरत होता आणि वेगानं फिरणाऱ्या मशीन पाहून त्यांना भीती वाटायची.

शेवटी जुन्या कामगारांनी फारच हातपाय जोडल्यावर खन्ना त्यांना काम द्यायला तयार झाले. परंतु नवे कामगार यापेक्षाही कमी पगारत काम करायला तयार होते. आता तर संचालकासमोर हा प्रश्न होता की त्यांनी जुन्या लोकांना कामावर ठेवावे की नव्या लोकांना. अर्ध्या संचालकांचे असे म्हणणे होते की जुन्या कामगारांना आहे त्याच पगारावर ठेवावे, थोडेसे रूपये खर्च होतील, परंतु त्यामुळे काम जास्त होईल. खन्ना मिलचा आत्मा होते. एकप्रकारचे सर्वसर्वा, संचालक तर त्यांच्या हातातील बाहूल्या होत्या. ठरवणे खन्नाच्याच हातात होते आणि ते आपल्या मित्रांचाच नाहीतर शत्रुंचा पण सल्ला घेत होते. सर्वप्रथम यांनी गोविंदीचा सल्ला घेतला. मालतीकडून त्यांची उपेक्षा झाली होती आणि गोविंदीला माहीत झाले होते की मेहतासारखा विद्वान आणि अनुभवी ज्ञानी माणूस तिचा किती सन्मान करीत आहे आणि माझ्याकडून कशाप्रकारच्या साधनेची अपेक्षा करत आहेत. तेव्हापासून दोघा नवराबायकोत चांगले पटत होते. प्रेम नका म्हणू परंतु संगत बरी होती. आपसात आता तो जळावूपणा आणि अशांती नव्हती. मधला पडदा गळून पडला होता.

मालतीच्या राहाणीमानातही फरक पडत जात होता. मेहताचे जीवन आतापर्यंत अभ्यास आणि चिंतनात गेलं होतं. आता सगळं काही करून बसल्यावर आत्मवाद आणि अनात्मवादाचा खूप अभ्यास केल्यावर ज्या निष्कर्षाला आले होते की प्रवृत्ती आणि या दोघांमध्ये जो सेवामार्ग आहे, मग त्याला कर्मयोग म्हणा तेच जीवन सार्थक करू शकतं. तेच जीवनाला उच्च आणि पवित्र करू शकतं. कोण्या सर्वज्ञ ईश्वरावर त्यांचा विश्वास नव्हता. असं असले तरी ते स्वतःला यामुळे नास्तीक म्हणून घोषित करीत नव्हते की याबाबतीत निश्चित असे मत ठरविणे त्यांच्यासाठी ठीक समजत नव्हते. परंतु एक धारणा त्यांच्या मनात घट्ट झाली होती की प्राण्यांच्या जगण्या-मरण्यात, सुख-दुःखात, पाप-पुण्यात ईश्वराची कसलीही भूमिका नाही. त्यांची अशी धारणा आहे की मनुष्याने आपल्या अहंकारात स्वतःला इतके महान बनवले आहे की त्याच्या प्रत्येक कामाची प्रेरणा ईश्वरच देतो असे त्याला वाटते. अशा तऱ्हेने टोळ पण ईश्वरालाच जबाबदार धरत असेल. कारण त्यांच्या मार्गात सागर येतो आणि कोट्यावधीच्या संख्येत टोळ मरण पावतात. परंतु ईश्वराचा आणि या घटनेचा काही एक संबंध नाही,

हे मनुष्याच्या लक्षातच येत नाही. अशा ईश्वराचे अस्तित्व मान्य करून मनुष्याला काय समाधान मिळतं. ईश्वरी कल्पनेचा एकच उद्देश त्यांच्या लक्षात येत होता आणि तो होता मानवजातीची एकता एकात्मवाद किंवा सर्वात्मवाद किंवा अहिंसातत्वाला ते आध्यात्मीक दृष्टीने नाही, भौतीक दृष्टीने पहात होते. असे असले तरी या तत्वाचे इतिहासात कोणत्याही काळात सुद्धा अधिपत्य राहीलेले नाही. तरीपण मनुष्याजातीच्या सांस्कृतीक विकासात त्यांचे स्थान फारच महत्वाचे आहे.

मानव समाजाच्या एकतेमध्ये मेहताचा दृढ विश्वास होता परंतु या विश्वासाठी त्यांना ईश्वरी तत्वच मानावे असे वाटत नव्हते. त्यांचं मानव प्रेम या आधारावर आधारित नव्हतं की पाणि मात्रांमध्ये एका आत्म्याचा वास आहे. द्वेत आणि अद्वेतचं व्यापारीं महत्व या शिवाय त्याला काही महत्त्व नव्हतं. आणि या व्यापारी महत्त्वासाठी मानवजातीला एक दुसऱ्याच्या जवळ आणणे, आपसातील भेदभाव कमी करणे आणि मातृभाव घट्ट करणे हेच होते. ही एकता, ही अभिन्नता त्यांच्यात अशा तऱ्हेने एकवटली होती की त्यांच्यासाठी कोण्या प्रकाराची आध्यात्मीक आधाराची सृष्टी त्यांच्या दृष्टीने व्यर्थ होती. आणि हे तत्त्व एकदा प्राप्त करून ते शांत बसू शकत होते. स्वार्थापेक्षा वेगळं जास्तीत जास्त काम करणे त्यांच्यासाठी गरजेचं झालं होतं. त्याशिवाय त्यांचं मन शांत झालं नसतं. यश, लोभ, किंवा कर्तव्यपालनाचे भाव त्यांच्या मनात येतच नव्हते. या बद्दलची नग्नताच या गोष्टीपासून दूर राहाण्यास कारणीभूत होता. सेवा ही गोष्टच त्यांच्यासाठी आता स्वार्थ झाली होती. आणि त्यांच्या ह्या उदार वृत्तीचा परिणाम अप्रत्यक्षपणे मालतीवर देखील पडत असे. आतापर्यंत जितके पुरूष तिला भेटले, त्या सर्वांनी तिच्या विलासी वृत्तीलाच प्रोत्साहीत केले. तिची त्यागी वृत्ती दिवसेंदिवस क्षीण होत चालली होती, परंतु मेहतांच्या संपर्कात येऊन तिची त्याग भावना जागृत झाली होती. सर्व मनस्वी प्राण्यात ही भावना दडलेली असते आणि संधी मिळताच बाहेर पडते. माणूस जर नाव आणि पैशाच्या मागे लागला असेल तर असे समजावे की तो अजून कसल्या त्यागी वृत्तीच्या संपर्कात आलेला नाही.

मालती आता गरीब पेशंटला पहाण्यासाठी फी न घेता जात होती आणि गरिब पेशंटबरोबर वागण्यात दयाभाव आला होता. आतापर्यंत ती नट्टा-पट्टाकरण्यापासून दूर गेली नव्हती. रंग पाऊडरचा त्याग तिलाा आपल्या अंतरीक परिवर्तनापेक्षाही कितीतरी जास्त वाटत होता.

इकडे दोघं कधी-कधी खेड्याकडे जात आणि शेतकऱ्यांसोबत दोन-चार तास राहून, त्यांच्या झोपडीत रात्र काढून, त्यांच्यासोबत जेवण करून स्वतःला धन्य समजत. एक दिवशी ते सेमरी या गावात गेले अणि फिरत-फिरत बेलारीला पोहोचले. होरी दारात बसून चिलम ओढत होता, तोच मालती आणि मेहता दत्त म्हणून उभे. मेहताने होरीला पहाताच ओळखले आणि म्हणाले-हे तुझे गाव आहे ? आठवतं, आम्ही रायसाहेबांकडे आलो होतो आणि तू धनुष्य-यज्ञामध्ये रामलीलेत माळी बनला होतास.

होरीला आठवलं, ओळखलं आणि पटेश्वरीच्या घराकडे खुर्च्या आणायला गेला.

मेहता म्हणाले-खुर्च्यांचे काही काम नाही. आपण याच खाटेवर बसू. इथं खुर्चीवर बसायला नाही, तुझ्याकडून शिकायला आलो आहे.

दोघे खाटावर बसले. होरी हतबलासारखा उभा होता, या लोकांचा काय पाव्हूणचार करावा, मोठी माणसं आहेत. त्यांचा पाव्हूणचार करण्यासारखे त्यांच्याकडे आहेच काय?

शेवटी त्याने विचारले-पाणि देवू,

मेहता म्हणाले-हो, तहान तर लागलीय

'काही गोड धोड घेऊन येऊ'

'आणा पण घरात असेल तर'

होरी घरात पाणि आणि गोड-धोड आणायला गेला. तोपर्यंत गावातल्या बाळगोपाळांनी येऊन या दोघांना घेराव घातला. जणू पिंजऱ्यामध्ये जंगली प्राणि कोंडले आहेत.

सिल्लो बाळासाठी कुठे जायला निघाली होती. या दोघांना पाहून ती थांबली.

मालतीने तिच्या बाळाला घेतलं आणि लाड करीत म्हणाली-किती दिवसाचं आहे ?

सिल्लोला नक्की माहीत नव्हतं. एका दुसऱ्या स्त्रीने सांगितले-असेल एखाद्या वर्षाचं, काय ग ?

सिल्लोने समर्थन दिलं,

मालतीने विनोद केला-गोंडस बाळ आहे, आम्हाला देतेस.

सिल्लोने गर्व करीत म्हटले-तुमचाच तर आहे.

'तर मग याला घेऊन जाऊ ?'

'जा घेऊन, तुमच्यासोबत राहून मोठा माणूस होईल'

गावातल्या इतरही बायका आल्या आणि मालतीला होरीच्या घरात घेऊन गेल्या. इथं पुरूषांसमोर मालतीबरोबर बोलण्याची संधी त्यांना मिळाली नसती. मालतीने पाहिलं, खाट टाकली आहे, त्यावर एक चटई अंथरली आहे, जी पटेश्वरीच्या घरून मागितली आहे, मालती बसली. बाळाची देखभाल आणि काळजी या विषयावर गप्पा होऊ लागल्या. बायका लक्ष देऊन ऐकू लागल्या.

धनिया म्हणाली-इथं कोण इतकी काळजी घेईन बाईसाहेब! जेवायला सोय नसते धड.

मालतीने समजावलं-स्वच्छता ठेवायला काही जास्त पैसे लागत नाहीत. फक्त थोडी काळजी घ्यायची आहे.

दुलारीने विचारले-हे सारं आपणास कसे ठावं बाईसाहेब, आपले तर अजून लग्न पण झाले नाही ?

मालतीने हसून विचारले-तुम्हाला कसे समजले की माझे लग्न झाले नाही ?

सगळ्या बायका तोंड फिरवून हसल्या. धनिया म्हणाली-आता हे काय लपून थोडंच रहातय बाईसाहेब, तोंडाकडे पाहाताच समजतं.

मालतीने ओशाळत म्हटले-लग्न केलं असतं तर तुमच्यासारख्यांची सेवा थोडीच करता आली असती. !

सगळयांजणी एक सुरात बोलल्या-खरं आहे, बाईसा.

सिलिया मालतीचे पाय दाबू लागली. बाईसाहेब किती दूरवरून आलात. थकला असाल.

मालतीने पाय मागे घेत म्हटले-नाही, नाही, मी थकले नाहीय, मी तर गाडीनं आलेय. माझी इच्छा की आपण आपली मूलं आणावीत, ज्यांना पाहून मी सांगू शकेल की त्यांची काळजी कशी घ्यावी.

थोड्या वेळात वीस-पंचवीस मूलं आली, मालती त्यांना तपासू लागली. काहींचे डोळे आले होते, त्यांच्यात औषध टाकलं. बरीच मूलं अशक्त होती, त्याचं कारण होतं, आई-वडिलांना पोषक

आहार न मिळणं, मालतीला हे ऐकून आश्चर्य वाटलं की फारच कमी घरात दूध होतं, तुपाचे तर अनेक वर्षापासून दर्शन नाही.

मालतीने इथे पण त्यांना भोजन करण्याचे महत्त्व सांगितले. जसे ते इतर गावात करीत होती. तिला याचं वाईट वाटत होतं की या लोकांना पोषक आहार का नव्हता मिळत ?तिला ग्रामीण लोकांचा यामुळे राग यायचा की मरमर करून ते कमवतात, आणि जे उत्पादीत केलं आहे, तेच खात नाहीत ?जिथे दोन-चार बैलासाठी भोजन आहे, एक-दोन, गाय-म्हशीसाठी चारा नाही? का ही माणसं अन्नाला भोजणाची वस्तू समजत नसून केवळ जिवंत राहाण्याचं साधन समजतात? का ते सरकारला सांगू शकत नाहीत की सरकारने त्यांना कमी व्याजादरात रूपये द्यावेत आणि सावकारी पैशातून सुटका करावी ? तिने ज्यांना-ज्यांना विचारले, त्यांनी हेच सांगितले की त्यांच्या उत्पादनातला मोठा हिस्सा सावकाराला देण्यात जातो. हप्त्याची रक्कम पण वाढत जात होती. आपसात इतकं वैर होतं की दोन भावांमध्ये पटणं कठीण होतं. त्यांच्या या दुर्दशेचं काहीसं कारण त्यांची संकुचित आणि स्वार्थीवृत्ती हे होतं. मालतीने याच विषयावर महिलांबरोबर गप्प मारल्या.त्यांची श्रद्धा पाहून तिच्या मनात सेवेची प्रेरणा अधिकच प्रबळ होऊ लागली होती. त्या त्यागमय जीवनासमोर हे विलासी जीवन किती तुच्छ आणि बनावटी होतं! आज तिचे ते रेशम कपडे, ज्याच्यावर जरीचं नक्षीदार काम होतं आणि ते अत्तराने सुगंधीत शरीर आणि तो पाऊडरणे पांढरा केलेला चेहरा. तिला त्याची लाज वाटू लागली. तिच्या मनगटावर बांधलेली सोन्याची घडी जणू तिच्या ढोळयासमोर सलू लागली. तिच्या गळयातील चमकता हार जणू तिचा गळा आवळू लागला होता.

त्या त्याग आणि श्रद्धेच्या देवतेसमोर ती स्वतःला कमी लेखू लागली. तिला ह्या खेडूत महिलेंपेक्षा काही गोष्टी जास्त माहीत होत्या. काळाचे महत्त्व समजत होते, पंरतु दारिद्र्याला तोंड देत आपलं जीवन त्या जगत होत्या. काय तसं तिला एक दिवस तरी जगता येईल ?ज्याच्यात अहंकाराचे नाव नाही. दिवसभर काम करतात, रडतात, तरीपण इतक्या खूश !दुसरे त्यांच्यासाठी इतके आपले झाले आहेत की त्यांचे स्वतःचे अस्तित्वच राहिलेले नाही. त्यांचा आपलेपणा आपल्या मुलांमध्ये, आपल्या पतीमध्ये, आपल्या नातेवाईकात आहे, या भावनेची जपवनूक करत, ह्या भावनेचं क्षेत्र वाढवत-भावी नारीत्त्वाचा आदर्श निर्माण होईल. जागृत स्त्रीयांमध्ये त्यागाचा आत्मसेवेचा जो भाव निर्माण झाला आहे. सगळं काही स्वतःसाठी आपल्या भोगविलासाठी, त्यापेक्षा हीसेवाभावी वृत्ती चांगली. पुरूष निर्दयी आहे, मान्य आहे पण त्यांनी जन्म तर स्त्रीच्या पोटीच घेतलाय. पुरूषांना अशी शिकवण का देण्यात आली नाही की ते मातेची, स्त्री-जातीची पूजा करतील? यामुळे की स्त्रीयांना अशा प्रकारची शिकवण देत येत नाही, यामुळे की तिने स्वतःला इतके उद्धवस्त केले आहे की तिचं व्यक्तिमहत्त्व नष्ट झालाय.

नाही, स्वतःला उद्धवस्त करून जमणार नाही. स्त्रीने समाजकल्याणासाठी आपल्या अधिकाराचे रक्षण केले पाहिजे. अगदी तसे जसे शेतकऱ्यांना आपल्या रक्षणासाठी या देवत्त्वाचा काही प्रमाणात त्याग करावा लागतो.

सांजवेळ झाली होती. मालतीजवळ अद्याप बायका बसून होत्या. तिचं बोलणं ऐकतच रहावं असं वाटत होतं. बायकांनी तिला रात्रभर इथे राहाण्याचा आग्रह केला. मातीला त्यांचा साधेपणा इतका भावला की तिने निमंत्रण स्वीकारले, रात्रीला बायकां तिला गाणे ऐकवतील. मालतीने पण

प्रत्यक्ष घरी जावून त्यांची परिस्थिती समजावून घेण्यात वेळेचा सदुपयोग केला. तिची निष्कपट सदभावना आणि सहानुभूती त्या खेडूत बायकांनी वरदानापेक्षा कमी नव्हती.

तिकडे मेहता साहेब खाटेवर आसनस्थ होऊन शेतकऱ्यांची कुस्ती पहात होते आणि पश्चाताप करीत होते, की मिर्जाजीला का नाही सोबत आणले. नाहीतर त्यांची पण एक कुस्ती झाली असती. त्यांना आश्चर्य वाटू लागलं होतं.

अशा प्रौढ आणि निष्पाप बालकासोबत सुशिक्षित म्हणवून घेणारी मंडळी किती निर्दयीपणाने वागते. अज्ञानाप्रमाणे ज्ञान देखील सरळ निष्कपट आणि सुंदर स्वप्न दाखवणारे असते. मानवतेमध्ये त्यांचा जितका प्रबळ विश्वास असतो की ते याच्या विरोधी व्यवहाराला अमानुष समजू लागतात, ते हे विसरून जातो की लांडग्याच्या रानटीपणाचे उत्तर नेहमी पंजा आणि दातानी दिले जाते. तो आपला एक आदर्श-जग बनवून त्याला अदर्श मानवतेने आबाद करतो आणि त्यातच मग्न रहातो. यथार्थता किती अगम्य, किती दुर्बोध, किती अनैसर्गीक आहे, या दिशेने विचार करणे त्याच्यासाठी कठीण जाते. मेहताजी यावेळी त्या खेडूतांमध्ये बसून याच प्रश्नावर विचार करीत होते की या लोकांची परिस्थिती किती दयनीय आहे. ते या सत्यासोबत नजरेला नजर देवू शकत नव्हते, कारण त्यांच्यासमोर स्वतःला ते कमी समजू लागले होते. कदाचित ही माणसं माणूस जास्त आणि देवता कमी असते तर त्यांचे असे हाल झाले नसते. देशात काही का होईना, क्रांती करावी लागली तरी हरकत नाही, यांच्यासमोर पहाड जरी आला, त्याच्यासमोर मान झुकविण्याची त्यांची निर्दयी तयारी मुळापर्यंत गेली आहे. ज्याच्यावर कठोर आघात करण्याची गरज आहे, त्यांची आत्मा जणू सगळीकडून निराश होऊन आता स्वतःचे पाय मोडून बसली आहेत, त्यांच्यातून आपल्या जीवनाची चेतनाच जणू लुप्त झाली आहे.

सांजवेळ झाली होती. जी मंडळी आतापर्यंत शेतात राबत होती ते पण आले होते. त्याचवेळी मेहताने मालतीला गावातील अनेक बायकांमध्ये एका बाळाला कडेवर घेऊन तल्लीन झालेलं पाहिलं, जणू ती त्यांच्यापैकीच एक होती. मेहताला खूप आनंद झाला. मालतीने स्वतःला जणू मेहताच्या स्वाधीन केलं होतं. याबद्दल मेहताला कधी शंका राहिली नव्हती. तरीपण आतापर्यंत मालतीबद्दल त्यांच्यामनात ती प्रेमभावना जागृत झाली नव्हती, ज्यामुळे ते तिच्यासमोर लग्नाचा प्रस्ताव ठेवतील. मालती न बोलावलेल्या पाव्हूण्याप्रमाणे त्यांच्या दारात उभी होती आणि मेहताने तिचे स्वागत केले होते. त्यात प्रेमभावना नव्हती, केवळ पुरूषत्व भाव होता. मालतीला जर असे वाटत असेल की मेहतावर ती कृपादृष्टी टाकू शकते तर मेहता अशा कृपादृष्टीचा अस्वीकार करू शकतात. सोबतच ते मालतीला गोविंदीच्या मार्गातून दूर करू इच्छित होते आणि त्यांना माहीत होतं की मालती जोपर्यंत पुढचे पाऊल टाकत नाही, ते पाय मागे घेणार नाहीत. त्यांना माहीत होतं, मालती बरोबर ते छळ-कपट करून ते आपल्या नीचतेचा परिचय देत होते. त्यासाठी त्यांची आत्मा त्यांना अगदीच धिक्कारत होती. परंतु ते जसे मालतीला जवळून पहात तिच्याकडे ओढल्या जात. सौंदर्याचे आकर्षण त्यांच्यावर परिणाम करू शकत नव्हतं. हे गुणांचे आकर्षण होते. हे त्यांना माहीत होतं ज्यांला ते खरं प्रेम म्हणू शकतात ते एका धाग्यात गुंतल्या गेल्यावरच म्हणता येईल. ज्याला काही भविष्य नसतं, परंतु त्यापूर्वी हे ठरवायला हवं की जो दगड इमारतीसाठी वापरल्या जाणार आहे, तो त्यासाठी योग्य आहे का. सगळेच दगडं बांधकामाच्या उपयोगी पडत नाहीत. इतक्या दिवसात मालतीने त्यांच्या ऱ्हदयाच्या

भिन्न-भिन्न भागात आपले जाळे अंथरले होते. परंतु आतापर्यंत तिने त्यावर पाहिजे तसे लक्ष केंद्रित केले नव्हते. ज्यामुळे तिचं सारं ऱ्हदयस्थळ प्रज्वलित झालं असतं. आज मालतीने खेडूतांना भेटून आणि साऱ्या भेदभावना संपवून या जाळ्याला केंद्रस्थानी आणलं होतं आणि आज पहिल्यांदाच मेहताला मालती कोणीतरी जवळची वाटू लागली. जशी मालती गावातल्या भेटी संपवून परतली. त्यांनी तिला घेऊन नदीकडे गेले. रात्रभर इथेच थांबायचं ठरलं. मालतीचं ऱ्हदय आज माहीत नाही का धकधक करीत होतं. मेहताच्या चेहऱ्यावर आज तिला विचित्र तेज आणि इच्छा झळकत असलेली दिसली.

नदीच्या काठावर फरशी अंथरलेली होती आणि नदी रत्नजडीत आभुषण घालून गोड स्वरात गात, चंद्र आणि ताऱ्यांना नतमस्तक होऊन झोपेत वृक्षांना आपलं नृत्य दाखवत होती. मेहता निसर्गाच्या त्या मादक दृष्टीने जणू मस्त झाले आहे. जणू त्यांचं बालपण आपल्या साऱ्या क्रिडासहित परत आलं आहे. वाळूत अनेक खडे मारले, नंतर पळत जावून गुडघ्यापर्यंत पाण्यात उभे राहले.

मालती म्हणाली-पाण्यात उभे आहात, थंडी झोबेंन ना.

मेहता पाणि उडवत म्हणाले-मला तर वाटतय की नदीच्या पलिकडे जावं.

'नाही, नाही, पाण्यातुन बाहेर या, मी नाही जावू देणार'

'तू माझ्यासोबत येणार नाही त्या विराण गावात जिथे स्वप्नाचे राज्य आहे?'

'मला तर पोहता पण येत नाही'

'बरं ये एक नाव तयार करू आणि त्यात बसून जावू'

ते बाहेर आले, पलिकडे दूरपर्यंत ताडाचे दाट जंगल होते. मेहताने खिशातून चाकू काढला आणि बऱ्याच काड्या कापून जमा केल्या. काठावर पाणकणसाची झाडं उभी होती, वरचढून पाणकणसाचा एक गठ्ठा कापला आणि तिथेच फरशीवर बसून पानकणासाची दोरी वळू लागले. इतके खूश होते की जणू स्वर्गयात्रेला निघाले आहेत. अनेकदा बोटं कापली. रक्त निघाले, मालती विरोध करीत होती, पुन्हा-पुन्हा परत जायचं म्हणत होती पण त्यांना कसली पर्वा नव्हती. तो बालकासारखा आनंदी हट्ट, तत्त्वज्ञान आणि विज्ञान सारं या प्रवाहात वाहून गेलं.

दोरी तयार झाली. काड्याचे एक मोठे आसन तयार झाले. काड्यांना दोन्ही बाजूने दोरीने बांधले होते. त्यातील छिद्रांत भर म्हणून काड्या टाकल्या. ज्यामुळे पाणि वर येणार नव्हतं. नाव तयार झाली, रात्र अधिकच स्वप्नाळू झाली.

मेहताने नावेला पाण्यात ढकलून मालतीचा हात धरत म्हटले-या बसा.

मालती शंका घेत बोलली-दोघांचं ओझं झेपेल?

मेहताने विचारवंतासारखं हास्य केलं-ज्यावर बसून आपण जीवन यात्रा करीत आहोत, ती तर यापेक्षाही समर्पित आहे मालती ? काय भीती वाटतेय?

'तुम्ही सोबत असल्यावर भीती कसली'

'खरं सांगता ?'

'आतापर्यंत मी एकट्याने संकटाचा सामना केलाय,आता तर तुम्ही सोबत आहात'

दोघे त्या नावेत बसले आणि मेहताने ताडाच्या एका काठीनेच वल्हवणे सुरू केले. नाव डगमगत पाण्यात शिरली.

विषय बदलण्यासाठी मालतीने विचारणा केली-तुम्ही तर शहरात राहीलात, गावच्या जीवनाचा

तुमचा अभ्यास कधी झाला ? मी तर अशी नाव कधी नाही तयार करू शकत.

मेहताने तिच्याकडे रोखत म्हटले-कदाचित हा माझ्या पूर्वजन्माा संस्कार असेल. निसर्गाच्या संपर्कात आलो की माझा जणू दुसरा जन्म होतो. रोमारोमात स्फुर्ती संचारते. एक-एक पक्षी, एक-एक प्राणि जणू मला आनंदाचे निमंत्रण देतोय असं भासतं. जणू विसर पडलेल्या सुखाची आठवण येऊ लागते. हा आनंद मला दुसरीकडे कुठे मिळत नाही. संगीताच्या रडवेल्या सुरातही नाही. तत्त्वज्ञानाच्या उंच-उंच भराऱ्यामध्येही नाही. जणू मी स्वतःला स्वतः सापडतो. जणू पक्षी स्वतःच्या घरट्यात आला आहे.

नाव वाकडीतिकडी होत, कधी तिरपी, कधी सरळ तर कधी गोल-गोल फिरत चालली होती.

अचानक मालतीने हलक्या स्वरात विचारले-आणि मी तुमच्या जीवनात कधी नाही येणार?

मेहताने तिचा हात धरत म्हटले-येता, वारंवार येता, सुंगधाच्या झोताप्रमाणे, स्वप्नातील कल्पनेप्रमाणे आणि पुन्हा गायब, धावतो तुम्हाला मिठीत घेण्यासाठी पण हात मोकळेच राहातात आणि तुम्ही गायब होता.

मालतीने उन्मादाच्या दशेत म्हटले-परंतु तुम्हाला याचे कारणही माहीत आहे ?समजून घेण्याचा प्रयत्न केलाय?

'हो मालती,खूप विचार केला. पुन्हा पुन्हा केला.'

'तर काय समजलं ?'

'हेच की मी ज्या जागेवर जीवनाची इमारत उभी करू इच्छितो ती जागाच अस्थिर आहे, ही काही फार मोठी इमारत नाही, लहानशी झोपडी आहे, परंतु त्यासाठी जागा स्थिर असायला हवी.

मालतीने आपला हात सोडवून घेत आक्षेप घेतला-हा खोटा आरोप आहे. तुम्ही माझी सतत परीक्षा घेण्याचाच प्रयत्न केला. कधी प्रेमाच्या नजरेने पाहिलेच नाही. काय तुम्हाला इतके पण माहीत नाही की स्त्रीला परीक्षा नाही तर प्रेम हवे असते म्हणून. परीक्षा गुणांना अवगुण, सौंदर्याला कुरूप करणारी गोष्ट आहे. प्रेम अवगुणांचे गुणामध्ये रूपांतर करते. कुरूपतेला सौदर्यवान बनवतं !मी तुमच्यावर प्रेम केले, तुमच्यात काही खोट आहे याचा मी कधी विचारही नाही केला. परंतु तुम्ही माझी परीक्षा घेतली आणि तुम्ही मला अस्थिर, चंचल आणि माहीत नाही काय काय समजून नेहमी दूर पळत राहिले. नाही, मला जे काही बोलायचे आहे ते बोलू द्या. मी अस्थिर आणि चंचल आहे, यामुळे की मला ते प्रेम नाही मिळाले, ज्यानी मला अस्थिर आणि चंचल बनवलं. मी तुमच्यासमोर जसं आत्मसमर्पण केले तसेच तुम्ही माझ्यासमोर केले असते तर आज माझ्यावर हा आरोप केला नसता.

मेहताने मालतीच्या स्वाभीमाचा आनंद घेत म्हटले-तुम्ही माझी परीक्षा कधी नाही घेतली ? खरं सांगताय ?

'कधी नाही'

'तर तुम्ही चूक केलीत '

'मला त्याची पर्वा नाही'

'भावनीक नका होऊ मालती !प्रेमात पडण्यापूर्वी आपण सगळे परीक्षा घेतो आणि तुम्ही पण घेतली, मग ती अप्रत्यक्ष का असेना . मी आज तुम्हाला खरं सांगतो, पहिले मी तुम्हाला इतर हजारो

स्त्रीयांना ज्या नजरेने पहातो, त्याच नजरेने पहात होतो, केवळ गंमत म्हणून, मी जर जास्तीचं बोलत नसेल तर तुम्ही पण मला मनोरंजनासाठी हाती पडलेलं एक खळणं म्हणूनच पाहिलं '

मालतीने आडवलं-चुकीचं बोलताय. मी कधी तुम्हाला अशा प्रकारचं समजलं नाही. मी पहिल्याच दिवशी तुम्हाला माझ्या ऱ्हदयात....

मेहता मध्येच बोलले-पुन्हा भावनीकता, मला अशा महत्त्वाच्या विषयावर भावनीक झालेलं आवडत नाही. तुम्ही जर पहिल्याच दिवशी मला प्रेमलायक समजलं असेल तर त्याचा अर्थ असा की एखाद्याच्या मनात भरण्याइतके कौशल्य माझ्यात आहे. नाहीतर मी जितक्या प्रमाणात स्त्रीयांचा स्वभाव पाहिला आहे त्या प्रेमाच्या बाबतीत फारच खोलात जातात.पहिले पण स्वयंवर पद्धतीने पुरूषांची परीक्षा घेतली जात? ही मानसिकता आजही कायम आहे, त्याचे स्वरूप भलेही बदलले असेल. मी तेव्हापासून याच प्रयत्नात आहे की स्वतःला संपूर्ण स्वरूपात तुमच्या समोर ठेवू आणि यासोबत तुमच्या ऱ्हदयापर्यंत जावू. आणि मी जसू जसा तुमच्या ऱ्हदयात उतरत गेलो मला रत्नांची खानच मिळाली. मी गंमत म्हणून हे केलं आणि आज उपासक झालो. तुम्ही माझ्यात काय पाहिलं मला माहीत नाही.

नदीचा दुसरा किनारा आला. दोघे उतरून तशाच वाळूच्या फरशीवर बसले आणि मेहता त्याच स्वरात बोलले-आणि आज तेच विचारायला तुम्हाला इकडं आणलय.

मालती थरथरत्या स्वरात बोलली-काय तुम्हाला अद्याप हा प्रश्न विचारावासा वाटतो ?

'हो यामुळे की आज मी तुम्हाला माझे असे रूप दाखवणार आहे, जे कदाचित आजपर्यंत तुम्हाला पहायला मिळाले नाही, जे मी तुमच्यापासून लपवलं आहे. बरं, कल्पना करा, उद्या मी तुमच्यासोबत लग्न करून तुम्हाला धोका दिला तर तुम्ही काय करणार?'

मालतीने त्यांच्याकडे चकित होऊन पाहिलं, याचा अर्थ तिच्या लक्षात नाही आला.

'असा प्रश्न का करता ?'

'माझ्यासाठी हा मोठाच महत्त्वाचा विषय आहे'

'मी याची शक्यता समजत नाही'

'या जगात काहीही अशक्य नाही, मोठ्यातले मोठे महात्मा देखील एका क्षणात पतित होऊ शकतो'

'मी त्याचे कारण शोधील आणि ते दूर करीन '

'कल्पना करा, माझी सवय नाही गेली तर '

'मग मी नाही काही म्हणू शकत. काय कारणार, कदाचित विष खाईन '

'परंतु हाच प्रश्न मला विचारला तर मी त्याचे उत्तर देईल

मालतीने शंका घेत विचारले-सांगा !

मेहताने खात्रीने सांगितले-मी पहिल्यांदा तुमचा जीव घेईन, आणि नंतर स्वतःचा.

मालती मोठ्याने हसायला लागली आणि अंगअंग रोमांचीत झालं तिचं. तिचं हसणं केवळ अंगाची थरकाप लपविण्यासाठी होतं.

मेहताने विचारले-तुम्ही का हसलात ?

'यामुळे की तुम्ही तसे हिंसावादी दिसत नाही'

'नाही मालती, या विषयात मी अगदीच पशू आहे आणि ते लपविण्याचं काही कारण नाही.

आध्यात्मीक प्रेम, त्यागमय प्रेम, अणि निस्वार्थ प्रेम ज्यात माणूस स्वतःला संपवून केवळ प्रियेसाठी जगतो. तिच्या आनंदाने आनंदीत होतो आणि तिच्या चरणावर आपला आत्मा समर्पित करतो. माझ्यासाठी निरर्थक गोष्ट आहे, मी पुस्तकात अशा प्रेमकथा वाचल्या आहेत... जिथे प्रेमिकाने प्रेमिकेच्या नव्या प्रेमिकासाठी आपला प्राण दिला आहे परंतु मी त्या भावनेला श्रद्धा म्हणू शकतो, सेवा म्हणू शकतो, प्रेम कधीच नाही. प्रेम साधी-सरळ गाय नाही तर वाघ आहे. जो आपल्या शिकारीवर कोणाची नजरही पडू देत नाही'

मालती त्यांच्या डोळयात डोळे रोखून बोलली-प्रेम जर त्या क्रुर वाघासारखे असेल तर मी दुरच राहील. मी तर त्याला गायच समजलं होतं. मी प्रेमाला शंकेच्या पलिकडचं समजते. प्रेम शरीराची गोष्ट नाही, आत्म्याची गोष्ट आहे. शंकेला तिथं अजिबात जागा नाही आणि हिंसा तर शंकेचाच परिणाम आहे. ते संपूर्ण आत्मसमर्पण आहे, त्याच्या मंदीरात तुम्ही परीक्षक म्हणून नाही तर उपासक म्हणून वरदान प्राप्त करू शकता.

ती उठून उभा रीहीली आणि वेगानं नदीकडे गेली. जणू तिला आपला हरवलेला रस्ता सापडला आहे. स्फुर्तीचा तिला कधी अनुभव आला नव्हता. तिने स्वतंत्र जीवनात देखील स्वतःमध्ये एक दूर्बलता पाहिली होती. जी तिला सतत प्रोत्साहीत करीत होती. सदैव अस्थिर ठेवत होती. तिचं मन जणू कसला निवारा शोधीत होतं. ज्याच्या शक्तीवर टिकून राहणं, जगाचा सामना करू शकतील, स्वतःमध्ये तिला ही शक्ती मिळत नव्हती. बुद्धी आणि चारित्र्याची शक्ती पाहून ती त्याच्याकडे आकर्षित होत होती. पाण्याप्रमाणे प्रत्यक पात्राचे रूप धारण करीत असे. तिचं स्वतःचं काही रूप नव्हतं.

तिची मानसिकता अद्याप एखाद्या परिक्षार्थी विद्यार्थ्याप्रमाणे होती. विद्यार्थ्याला पुस्तकांचं प्रेम असू शकतं आणि होऊ शकतं. परंतु तो पुस्तकाच्या त्याच भागावर जास्त लक्ष देतो जे परिक्षेला येतं, त्याची पहिली गरज असते परीक्षेत पास होणं. ज्ञार्नजन त्यानंतर. त्याला जर समजले की परीक्षक मोठाच दयाळू आहे किंवा आंधळा आणि विद्यार्थ्यांना विनाकारणच पास करतो, तर कदाचित तो पुस्तकाकडे डोळे वर करून सुद्धा पहाणार नाही. मालती जे काही करत होती, मेहताला प्रसन्न करण्यासाठी, त्याचा अर्थ होता, मेहताचे प्रेम आणि विश्वास प्राप्त करण्यासाठी, त्यांच्या मनोराज्याची राणि होणे, परंतु त्या विद्यार्थ्याप्रमाणे आपल्या लायकीचा विश्वास एकवटून योग्यता आल्यावर परिक्षक आपोआपच त्याच्यावर समाधानी होईल. इतकं धैर्य तिच्याच नव्हतं.

पंरतु आज मेहताने तिला नकार देवून तिच्या आत्म शक्तीला जागृत केले. मेहतावर पहिल्या भेटीतच तिचं प्रेम बसलं होतं. तिला ते तिच्या ओळखीच्या लोकांपैकी जास्त जवळचे वाटले. त्यांच्या पुरस्कृत जीवनात प्रखर बुद्धीमत्ता आणि विचाराची दृढता हिच सर्वात प्रबळ वाटली. धन आणि ऐश्वर्याला तर ती केवळ खेळणं समजत होती. ज्याला खेळून मुलं तोडून-फोडून टाकतात.सौंदर्यात पण तिला आता विशेष आकर्षण नव्हतं. असे असले तरी कुरूपतेबद्दल घृणा होती. तिला तर आता बुद्धी-शक्तीच स्वतःकडे आकर्षित करू शकते, ज्याच्या आश्रयाला तिच्यात आत्मविश्वास जागृत होईल, आपल्या विकासाची प्रेरणा मिळेल. आपल्यात शक्तीसंचार होईल. आपल्या जीवनाच्या सार्थकतेचं ज्ञान होईल, मेहताच्या बुद्धीसामर्थ्याने आणि तेजस्वितेने तिच्यावर आपली छाप पाडली होती आणि तेव्हापासून ती स्वतःला त्या दिशेने घेऊन चालली होती. ज्या प्रेरक शक्तीची तिला गरज होती, ती मिळाली होती आणि अज्ञात स्वरूपात तिला गती आणि शक्ती देत होती. जीवनाचा नवा आदर्श जो आहे तो

तिच्यासमोर आला होता. ती स्वतःला त्याच्याजवळ पोहचण्याचा प्रयत्न करीत होती. आणि यशस्वी होत असल्याचा अनुभव करत त्या दिवसाची कल्पना करीत हाती, ज्या दिवशी ती आणि मेहता एकरूप होतील, ही कल्पना तिला अधिकच प्रबळ बनवत होती.

परंतु आज मेहताने तिच्या आशांना दारापर्यंत आणून प्रेमाचा तो आदर्श तिच्यासमोर ठेवला, ज्यात प्रेमाला आत्मा आणि समर्पणाच्या क्षेत्रापासून घसरून भौतीक पातळीवर आणलं होतं, जिथे शंका आणि ईर्षा आणि भोगाचं राज्य आहे. त्यावेळी तिची पुरस्कृत बुद्धी जखमी झाली आणि मेहतावर तिची जी श्रद्धा होती तिला एक धक्काच लागला. जणू एखाद्या शिष्याने आपल्या गुरूला एखादे नीच काम करताना पाहिले आहे. तिने पाहिले की मेहताची प्रखर बुद्धी प्रेमाला पशुत्वाकडे घेऊन जात आहे आणि त्यांच्या देवत्वाकडे डोळे बंद करून घेत आहे, हे पाहून ती मनातली मनात खचली.

मेहताने थोडसं लज्जित होत म्हटलं-या, थोडीवेळ बसा.

मालती म्हणाली-नाही, आता निघायला हवं, उशीर होतोय.

३१

रायसाहेबांचे नशीब जोरावर होते. त्यांच्या तीनही इच्छा पूर्ण झाल्या होत्या. मुलीचं थाटामाटात लग्न झालं होतं. केस जिंकले होते आणि निवडणूकीतही केवळ यशस्वीच झाले नव्हते तर होम मेम्बर देखील झाले होते. सगळीकडून सुभेच्छांचा वर्षाव होत होता. पत्रांचा पाऊस पडत होता. ही केस जिंकून त्यांनी तालुकादारांच्या प्रथम श्रेणीत स्थान प्राप्त केले होते. सन्मान तर त्यांचा पूर्वी काही कमी नव्हता. परंतु आता तर तो अधिकच झाला होता. दैंनिकातून त्यांचे चित्र आणि चरित्र छापून येत होते. कर्जाचे प्रमाण वाढले होते. परंतु आता रायसाहेबांना त्याची पर्वा नव्हती. ते या नव्या मिळकती मधला छोटासा भाग विकून कर्जमुक्त होऊ शकत होते. सुखाची त्यांनी जी कल्पना केली होती त्यापेक्षा कितीतरी जास्त मिळाले होते, आतापर्यंत त्यांचा बंगला केवळ लखनौमध्ये होता, आता नैनीताल, मंसुरी आणि शिमला-तिनही ठिकाणी एक-एक बंगला बांधणं शक्य झालं होतं. आता त्यांना हे शोभा देत नव्हतं की या ठिकाणी गेल्यावर हॉटेलमध्ये किंवा एखाद्या राजाच्या बंगल्यात थांबावे. सूर्यप्रताप सिंहचे बंगले या तिनही ठिकाणी होते तर रायसाहेबांसाठी ही मोठी शरमेची गोष्ट होती की त्यांचे बंगले नसावे.

योगायोगाने बंगले बांधण्याची वेळ आली नाही, तयार बंगले कमी किंमतीत मिळाले प्रत्येक बंगल्यासाठी माळी, चौकीदार, अधिकारी, स्वयंपाकी आदी पण ठेवले होते. आणि सर्वात सौभाग्याची गोष्ट ही होती की हिज मॅजेस्टीच्या वाढदिवसानिमित्त त्यांना राजाची पदची पण मिळाली, आता त्यांची महत्वाकांक्षा संपूर्ण स्वरूपात पूर्ण झाली होती. त्या दिवशी जबरदस्त पार्टी झाली आणि भोजन तर इतके चांगले झाले की मागचे सारे रेकॉर्ड मोडले. ज्यावेळी हिज एक्सलन्सी गव्हर्नरने त्यांना पदवी प्रदान केली, गर्वाने राजनिष्ठेचे असे तरंग त्यांच्या मनात उमटले की त्यांचं अंगअंग रोमांचीत झालं. हे आहे जीवन ! नाहीतर विद्रोहाच्या नादी लागून विनाकारण बदनामी ओढवून घेतली, जेलमध्ये गेले आणि अधिकाऱ्यांच्या जनरेत पडले. ज्या डी.एस.पी.ने त्यांना मागच्यावेळी अटक केली होती, यावेळी तो त्यांच्यासमोर हाताची घडी करून उभा होता आणि कदाचित आपल्या अपराधासाठी क्षमा मागत

असेल.

परंतु जीवनाचा सर्वांत मोठा विजय त्यांना तेव्हा वाटला. ज्यावेळी त्यांचे जुने पराभूत शत्रू सूर्यप्रतापसिंहानी त्यांच्या थोरल्या रूद्रप्रतापसिंहसोबत आपल्या कन्येच्या लग्नाचा प्रस्ताव पाठवला. केस जिकल्यानंतर रायसाहेबांना इतका आनंद झाला नव्हता, ना मंत्री झाल्यावर. या सर्व गोष्टी कल्पनेत मोडत होत्या. परंतु ही गोष्ट आशावादीच नाही तर कल्पनातीतच होती. जे सूर्यप्रतासिंह कालपर्यंत त्यांना आपल्या कुत्र्यापेक्षाही हीन समजत होता. तेच आज त्यांच्या मुलीचं लग्न त्याच्या मुलीसोबत करू इच्छित होते ! किती अशक्य होतं. रूद्रपाल यावेळी एम.ए,मध्ये शिकत होता. मोठा निर्भीड, पक्का आदर्शवादी, स्वतःवर विश्वास असणारा ! अभिमानी, रसिक अणि आळशी तरूण होता. ज्याला आपल्या वडिलांच्या काही गोष्टी पसंत नव्हत्या.

रायसाहेब यावेळी नैनीतालमध्ये होते. हा निरोप ऐकून सुखावले असे. असले तरी विवाहाच्या संदर्भात ते मुलावर कसलाही दबाव टाकणार नव्हते. पंरतु या गोष्टीचा त्यांना विश्वास होता की ते जे काही ठरवतील त्याबद्दल रूद्रपालची काही तक्रार असणार नव्हती. राजा सूर्यप्रतापसिंह बरोबर नाते होणे ही सौभाग्याची गोष्ट होती. रूद्रपाल नाही म्हणणे ही गोष्ट स्वप्नात आणणे देखील ठीक नव्हते.

त्यांनी तात्काळ राजा साहेबांना कळवलं आणि त्याचवेळी रूद्रपालला फोन केला. रुद्रपालने उत्तर दिलं-मला मान्य नाही.

रायसाहेबांना त्यांच्या जीवनात ना कधी इतकी निराशा आली होती, ना इतका क्रोध. विचारले-काही कारण ?

'वेळ आल्यावर समजेल '

'मला आत्ताच माहीत करून घ्यायचे आहे'

'मी आत्ताच नाही सांगू इच्छित'

'तुला माझा आदेश मानावा लागेल'

'ज्या गोष्टीला माझी आत्मा स्वीकारत नाही, ती गोष्ट मी तुम्ही आदेश दिला तरी पाळत नाही'

रायसाहेबांनी मोठ्या नम्रतेने समजावलं-बेटा, तू आदर्शवादासाठी स्वतःच्या पायावर कुऱ्हाड का मारून घेत आहेस. हे नाते झाले तर समाजात तुझे स्थान किती वरचे असेल. याचा विचार तू केला आहे ? याला ईश्वराची कृपा समज. त्या कुळाची एखादी दरिद्र कन्या जरी मला मिळाली तरी मी स्वतःला नशीबवान समजले असते. ही तर राजा सूर्यप्रतापची कन्या आहे, जे आमचे मुकूटमणी आहेत. मी तिला रोज पहातो. तू पण पाहिले असेल. रूप, गुण, शील, स्वभावाने असणारी अशी मुलगी मी अद्याप पाहिली नाही. माझं काय वय झालाय आता. तुझ्यासमोर आयुष्य पडलय. मी तुला बळजबरी करणार नाही. तुला तर माहीतच आहे, विवाहाबद्दल माझे विचार किती उदार आहेत. परंतु तू चुकीच्या मार्गावर जाणार नाहीस याची काळजी घेणे देखील कर्तव्य आहे.

रूद्रपालने याचे उत्तर दिले-मी या संदर्भात अधिक ठरवले आहे, त्यात आता काही बदल होणार नाही.

रायसोबांना मुलाच्या हट्टीपणाचा राग आला. खवळून बोलले-असं वाटतय तुझं डोकं फिरलय ! मला येऊन भेट. उशीर करू नकोस, मी राजासाहेबांना शब्द दिलाय.

रूद्रपालने उत्तर दिलं-दिलगीर आहे, मला सद्या वेळ नाही, दुसऱ्या दिवशी रायसाहेब स्वतः आले. दोघे आपल्या मतावर ठाम होते. एकिकडे जीवनाची कसोटी पहाणारा अनुभव होता. तडजोडीपूर्ण, दुसरीकडे कच्चा आदर्शवाद, जिद्दी, उदंड आणि निष्ठूर.

रायसाहेबांनी सरळ वर्मावर बोट ठेवले-ती कोण मुलगी आहे, हे मला माहीत होईल.

रूद्रपाल अविचलीत होत म्हणाला-तुम्हाला इतकी उत्सुकता असेल तर ऐका, ती मालती देवीची बहिण आहे सरोज.

रायसाहेब घायाळ होऊन पडले-असं असं !

'तुम्ही तर सरोजला पाहिले असेल ?'

'चांगले पाहिले आहे, तुम्ही राजकुमारीला पाहिले नाही ?'

'होय, खूप चांगले '

'तरी पण....'

'मी सौदर्याला काही समजत नाही'

'तुझ्या बुद्धीची मला कीव येते. मालतीला ओळखतोस कसली स्त्री आहे? तिची बहिण काय वेगळी ऐसल ?'

रूद्रपाल आवाज वाढवत बोलला-मला या विषयावर तुमच्यासोबत काहीही बोलायचे नाही, परंतु माझे लग्न होईल ते फक्त सरोजसोबत.

'मी जिवंत असेपर्यंत तरी नाही'

'तर मग तुमच्यानंतर होईल'

'असं, तुझा निश्चय पक्का आहे'

आणि रायसाहेबांच्या डोळयात पाणि आलं. जणू सारं जीवन संपलं आहे. मंत्रीपद, तालुकेदारी आणि पदवी, सारं सुकलेल्या फुलाप्रमाणे नीरस, निरानंद झालं. जीवनाची सारी साधना व्यर्थ ठरली. त्याच्या पत्नीचा ज्यावेळी देहांत झाला होता, त्यावेळी त्यांचं वय छत्तीसपेक्षा जास्त नव्हतं. ते विवाह करू शकत होते आणि भोग-विलासाचा आनंद घेऊ शकत होते. त्यांनी विवाह करावा असा सर्वांचा आग्रह होता, परंतु त्यांनी या मुलाच्या तोंडाकडे पाहून विधूर जीवन जगणे स्वीकारले. याच मुलासाठी त्यांनी आपला सारा भोग विलास त्यागला.

आजपर्यंत आपल्या ह्दयाचं सारं प्रेम या मुलाला दिले आहे आणि आज हा मुलगा इतक्या निष्ठूरपणे बोलू लागला आहे की जणू त्यांच्यासोबत काही नातेच नाही. मग त्यांनी का संपत्ती, सन्मान, आणि अधिकारासाठी मरमर करावी ? याच मुलासाठी तर ते सगळं काही करीत होते. मुलाला त्याची थोडीही पर्वा नसेल तर त्यांनी कोणासाठी करावं? त्यांना तरी या जगात किती दिवस राहायचे आहे. त्यांनाही आरामात राहाता येत होतं. त्यांचे हजारो सहकारी मिशावर ताव मारत जीवनाचा भोग घेत आहेत आणि मस्तपणे फिरत आहेत, मग त्यांनीच का भोग-विलासात रममाण होऊ नये?

त्यांना त्योवळी लक्षात नाही राहिले की ते जी तपस्या करीत आहेत ती मुलासाठी नाही, तर स्वतःसाठी, केवळ यशासाठी आहे. नाही उलट यासाठी आहे की ते कर्मशील आहेत आणि त्यांना जिवंत रहाण्यासाठी याची गरज आहे. ते विलासी आणि अकर्मण्य राहून आपल्या आत्म्याला संतुष्ठ नाही ठेवू शकत. त्यांना माहीत नाही की काही लोकांची प्रवृत्तीच अशी असते की ते भोग-विलासाचा

टेकू घेत नाहीत. ते आपल्या रक्ताचं पाणि पिण्यासाठी जगत असतात. आणि शेवटपर्यंत असेच जगतात.

परंतु या आघाताची प्रतिक्रिया तात्काळ उमटली. आपण ज्यांच्यासाठी त्याग करतो, त्यांच्याकडून कशाचीही अपेक्षा न ठेवता देखील त्यांच्या मनावर राज्य करू इच्छित असतो. मग ते त्यांच्याच हिताचे का असेना. ते हित स्वतःचं इतकं समजतो की ते त्यांचे न रहाता आपलेच होऊन जाते. त्यागाची भावना जितकी जास्त, शासनप्रवृत्ती तितकीच जास्त बनते आणि ज्यावेळी आपल्याला अचानक विद्रोहाचा सामना करावा लागतो. त्यावेळी आपण क्षुब्ध होतो, आणि तोच प्रतिहिंसेची जागा घेतो.

रायसाहेब या हट्टाला पेटले की रूद्रपालचा विवाह सरोजसोबत नाही झाला पाहिजे. मग त्यासाठी त्यांना पोलिसात मदत घ्यावी लागली तरी चालेल. नितिमत्तेची हत्या करावी लागली तरी चालेल.

तलवार उपसल्याप्रमाणे ते बोलले-हो, माझ्या मृत्युनंतर होईल, म्हणेजच त्याला अजून खूप उशीर आहे.

तर रुद्रपाल गोळी मारल्यासारखा बोलला-ईश्वरकृपेने आपण अमर व्हावे! सरोजबरोबर माझं लग्न ठरलं'

'खोटं'

'अगदीच नाही, प्रमाणपत्र आहे '

रायसाहेब तर कोसळलेच. इतक्या सतृष्ण हिंसायुक्त नजरेने त्यांनी त्यांच्या शत्रुकडेही पाहिले नसेल. शत्रु जास्तीत जास्त त्याच्या स्वार्थावर आघात करू शकत होता. किंवा देह आणि सन्मानावर, परंतु हा आघात त्यांच्या वर्मावर होता. इथे जीवनाची संपूर्ण प्रेरणा संचित होती, एक वादळ होतं, ज्याने त्यांचं संपूर्ण जीवन उद्धवस्त केल. आता ते पूर्णार्थाने अपंग आहेत. पोलिसाची सर्व शक्ती हातात असताना अपंग, बलप्रयोग त्यांचं अंतिम शस्त्र होतं. ते शस्त्र त्यांच्या हातून निसटलं होतं. रूद्रपाल लहान आहे. सरोजपण लहान आहे. रूद्रपाल या संपूर्ण मालमत्तेचा मालक आहे, त्याच्यावर कसला दबाव नाही आहे !जर माहीत असतं हा छोकरा विद्रोह करील तर संपत्तीसाठी कोर्ट कचेरी कशाला केली असती ?या कोर्ट-कचेरी पाई दोन अडीच लाख गेले. जीवनच नष्ट झालं, आता स्वतःची लाज राखायची असेल तर रुद्रपालला नाराज करून चालणार नव्हतं. त्याला नाराज करणं इज्जतीचा कचरा करून घेणे आहे. ते जीवनाचे बलिदान देवूनही मालक नाहीत. ओह ! सारं जीवन व्यर्थ ठरलं, निरर्थक ठरलं.

रुद्रपाल निघून गेला होता. रायसाहेबांनी कार मागितली आणि मेहताला भेटायला गेले. मेहताने ठरवले तर ते त्याला समजावू शकतात. सरोज पण त्यांची अवहेलना करणार नाही. दहा वीस हजार रूपये खर्च करून विवाहात बाधा येणार असेल तर तितके रूपये खर्च करण्याची त्यांची तयारी आहे. मेहतांची सहानुभूती कधीही त्यांच्या बाजूने असणार नव्हती.

मेहताने सारा वृत्तांत ऐकून घेऊन त्यांचा गैरफायदा घेण्याचे ठरविले-हा तर तुमच्या प्रतिष्ठेचा प्रश्नआहे.

रायसाहेबांना बोलण्याचा अर्थ समजला नाही-उतावीळपणे बोलले-'बरोबर, केवळ प्रतिष्ठेचा,

राजा सूर्यप्रतापसिंहला तर तुम्ही चांगले ओळखता?'

'मी त्यांच्या मुलीला पण पाहिले आहे, सरोज त्यांच्या पायाची धूळ पण नाही'

'परंतु या पोराची अक्कल चरायला गेलीय'

'तर मारा गोळी. तुम्हाला काय, तोच पश्चाताप करीन'

'ओह ! तेच तर नाही पहावले जात मेहताजी! मिळणारी प्रतिष्ठा नाही सोडून दिल्या जात. मी या प्रतिष्ठेसाठी माझी आर्धी संपत्ती कुर्बान करायला तयार आहे. तुम्ही मालती देवीला समजावून सांगा, तर काही होऊ शकतं. तिकडून नकार आला तर रुद्रपालला तोंड लपवायला जागा राहाणार नाही आणि प्रेमाची ही नशा पाच-दहा दिवसात उतरेल.

'परंतु मालती काही घेतल्याशिवाय ऐकणार नाही'

'आपण जे म्हणाल ते मी तिला सांगतो, फार झाले तर मी तिला डफरीन हॉस्पीटलचा इनचार्ज करतो'

'कल्पना करा, तुम्ही मनावर घेतलं तर स्वतःतयार होईल ? जेव्हापासून आपल्याला मिनिष्ट्री मिळाली, तुमच्याबद्दल तिचे मत जरूर बदलले असेल'

रायसाहेबांनी मेहताच्या चेहऱ्याकडे पाहिले. त्यावर हास्याची झलक दिसू लागली. लक्षात आलं, व्यथित होऊन बोलले-तुम्हाला पण माझी चेष्टा करायला हिच संधी मिळाली, मी आपल्याकडे यासाठी आलो होतो की मला विश्वास होता, तुम्ही माझ्या परिस्थितीवर विचार कराल. मला योग्य तो सल्ला द्याल. तुम्ही तर माझी थट्टा करू लागलात. बाण ज्याच्या वर्मी लागलाय, वेदना त्यालाच माहीत!

मेहता गंभीर होत बोलले-माफ करा, आपण असा प्रश्न घेऊन आलात की त्याच्यावर गंभीरपणे विचार करणे हास्यास्पद समजतो. तुम्ही स्वतःच्या लग्नबद्दल ठरवू शकता, तुम्ही मुलाच्या लग्नाबद्दल स्वतः निर्णय घेऊ लागलात. विशेष म्हणजे अजून आपल्या मुलाचे वय झालेले नसताना तुम्ही फायदा-तोट्याचा विचार करू लागलात. कमीत कमी मी तरी लग्नसारख्या विषयाला प्रतिष्ठेचा विषय समजत नाही. पैशाने प्रतिष्ठा मिळाली असती तर राजासाहेब त्या कंगालासमोर तासन् तास गुलामासारखे हाताची घडी करून उभे राहिले नसते. माहीत नाही किती योग्य आहे पण राजासाहेब त्यांच्या भागातील हावलादाराला पण नमस्कार करतात. याला आपण प्रतिष्ठा समजता? लखनौमध्ये तुम्ही एखाद्या दुकानदाराला, एखाद्या सोनाराला, एखाद्या वाटसरूला विचारा, त्यांचं नाव ऐकून शिव्याच देतील. याला तुम्ही प्रतिष्ठा समजता. जा आणि आराम करा. सरोजपेक्षा चांगली सून मिळणे फार कठीण आहे.

रायसाहेबांनी आक्षेप घेत म्हटले-मालतीची बहिण आहे ना.

मेहता रागावत बोलले-मालतीची बहिण असणं काय अपमानजनक गोष्ट आहे?

मालतीला आपण ओळखले नाही आणि ओळखण्याचा प्रयत्न पण केला नाही. मी पण असेच समजले होते, परंतु आता समजल की ती आगीत पडल्यावर चमकणारा धातू आहे. ती त्या विरांपैकी आहे जे वेळ पडल्यास आपलं शौर्य दाखवतात, तलवार फिरवत नाहीत तर चालवतात. तुम्हाला माहीत आहे, खन्नाची आज काय आवस्था आहे?

रायसाहेबांनी सहानुभूती दर्शवत म्हटले-ऐकण्यात आहे आणि त्यांना भेटण्याची अनेकदा इच्छा झाली. परंतु वेळ नाही मिळाला. त्या मिलला आग लागणे त्यांच्या सर्वनाशाचे कारण ठरले.

'हो, आता ते एक प्रकारे मित्रांच्या दयेवर जगत आहेत. त्यात गोविंदी अनेक महिन्यापूसन आजारी आहे. तिने स्वतःला खन्नाच्या स्वाधीन केलय. त्या पशुवर ज्याने तिला नेहमीच जाळलं. आता ती मरणाला लागली आहे आणि मालती रात्रभर तिच्या उशाला बसून असते. ती मालती जी श्रीमंताकडून पाचशे रूपये फीस घेऊन बसून राहाणार नाही. खन्नाच्या छोट्या लेकरांना सांभाळण्याची जबाबदारी पण मालतीवर आहे. हे मातृत्व तिच्यातलं कुठं लपलं होतं, माहीत नाही. मला तर मालतीचे हे रूप पाहून स्वतःमध्ये श्रद्धेचा अनुभव होऊ लागला आहे. वास्तवात तुम्ही जाणताच मी किती भौतीकवादी आहे. अणि आतील पुरस्कार तिचारासहित तिच्या प्रतिमेत देखील देवत्त्वाची झलक दिसू लागली आहे. तुम्हाला त्यांना भेटायचे असेल तर चला. या बहाण्याने मला पण भेटता येईल'

रायसाहेबांना संदिग्ध भावनेनं बोलले-तुम्हीच माझे दुःख समजू नाही लागले तर मालती काय समजून घेईन ?विनाकारण तोंडावर पडावे लागेल. परंतु तुम्हाला तिला भेटायला कसल्या बहाण्याची गरज काय ? मला तर असं वाटतय की आपण त्यांच्यावर जादू केलीय.

मेहता हळहळीच्या सुरात हसत म्हटले-ती गोष्ट आता स्वप्नागत झालीय. आता तर कधी त्यांची साधी भेटही होत नाही. त्यांना आता वेळ पण नसतोय. दोन-चार वेळा गेलो, परंतु मला माहीत झालं, मला भेटण्यात त्यांना रस नव्हता. तेंव्हापासून जायला मन होत नाही. हो, बरं झालं, आठवण झाली, आज महिला व्यायाम शाळेचे उद्घाटन आहे.

रायसाहेबांनी नकार दर्शवत म्हटले-नाही, नाही, मला अजिबात वेळ नाही. मला तर याची चिंत्ता लागली आहे की राजा साहेबांना काय उत्तर देऊ. मी त्यांना शब्द देऊन बसलोय.

असे म्हणत ते उठले आणि हळूच दाराच्या दिशेने गेले. जे कोडे ते सोडवायला आले होते ते अधिकच जटील झाले होते. अंधार अधिकच गडद झाला होता. मेहतांनी कारपर्यंत येऊन त्यांना निरोप दिला.

रायसाहेब सरळ आपल्या बंगल्यावर आले आणि रोजची पत्रे हाती घेतली तोच मिस्टर तंखाचे पत्र मिळाले. तंखाची त्यांना चीड होती आणि त्यांचं तोंड पहाण्याची देखील इच्छा नव्हती. परंतु मनाच्या अशा दुर्बल अवस्थेत एखाद्या सहानुभूतीदाराची गरजच होती, जो काही करू शकणार नाही, परंतु कोरडी सहानुभूती तर दाखविन. तोबडतोब बोलावून घेतलं.

तंखा दबक्या पावलांनी, रडवेला चेहरा घेऊन कक्षात दाखल झाले आणि खाली वाकून नमस्कार करीत म्हणाले-मी तर सरकारला भेटायला नैनीतालला चाललो होतो, नशीबानं त्यांची इथेच भेट झाली. काय ठीक आहात ना सरकार?

त्यानंतर त्यांनी मोठ्या विनयशील भाषेत, मागचं सगळं विसरून, रायसाहेबांचे गुणगाण सुरू केले-अशा होम मेम्बरचं कोणाला कसलं अप्रूप. जिकडे पहावं तिकडे सरकारची चर्चा, हे पद सरकारला शोभा देतं.

रासाहेब मनातली मनात विचार करीत होते की हा माणूस की किती लबाड आहे, त्याची गरज असेल तर गद्याला काका म्हणणारा. विश्वासघातकी आणि निर्लज्ज, परंतु त्यांना त्याचा राग नाही आला. उलट दया आली, विचारले-अलिकडच्या काळात काय करताय ?

काही नाही सरकार. बेकार आहे बसून. त्या आशेनेच तुमच्या सेवेत हजर व्हायला निघालो होतो तोच आपण आपल्या जुन्या सेवकाची आठवण केली. अलिकडे फारच अडचणीत आहे

सरकार. राजा सूर्यप्रतापसिंहला तर सरकार ओळखतातच, त्यांच्यासमोर दुसऱ्याला काहीच समजत नाहीत. एक दिवशी तुमच्याबद्दल बोलू लागले. मला रहावले नाही. मी म्हटले-पुढे नका सरकार. रायसाहेब माझे मालक आहेत आणि मी त्यांची निंदा नाही ऐकू शकत. झालं या गोष्टीवर बिघडले. मी पण रामराम केला आणि आलो सरळ घरी, स्पष्ट सांगितले, तुम्ही कितीही ठाठ-बाट दाखवा, परंतु रायसाहेबांची इज्जत आहे. ती तुम्हीला नाही मिळू शकत. इज्जत थाटाने नाही मिळत. लायकीने मिळते. तुमच्यात जी लायकी आहे ती जगाला माहीत आहे.

रायसाहेबांने अभिनय केला-तुम्ही तर सरळच आग लावली.

तंखाने भाव खात म्हटले-मी तर सरकार स्पष्ट सांगतो. कोणाला वाईट वाटो अथवा चांगलं. तुमच्या सेवेत आहे-म्हटल्यावर कोणाला घाबरू. सरकारच्या तर नावानेच घाबरतात. पहावं त्यावेळी, सरकारवर टीका, जेव्हापासून मिनिस्टर झालात. त्यांच्या छातीवर जणू साप बसलाय. माझा साराची सारा पगार गिळून टाकला. देणे तर त्यांना माहीतच नाही. आसामीवर इतका अत्याचार करतात की विचारू नका. कोणाची इज्जत सुरक्षित नाही, दिवसाढवळ्या स्त्रियांची....

कारचा आवाज आला आणि राजा सूर्यप्रतासिंह उतरले. रायसाहेबांनी कक्षातून बाहेर पडून त्यांचे स्वागत केले आणि सन्मानप्रित्यर्थ बोलले-मी तर आपल्या सेवेत येणारच होतो.

राजासाहेबांची इथे येण्याची ही पहिली वेळ होती. किती मोठे नशीब !

मिस्टर तंखाचे ढोंग उघडे पडले होते, राजासाहेब इथे ! काय या दोन्ही महोदयात दोस्ती झालीय ? त्यांनी रायसाहेबांच्या द्वेषाच्या शेगडीवर स्वतःची पोळी भाजण्याचा प्रयत्न केला होता. परंतु नाही, राजासाहेब इथे भेटायला जरी आले असतील तरी मनामध्ये जो जळफळाट आहे, तो कुंभाराच्या आव्याप्रमाणे वरवरच्या लेपाने विझणारा नाही.

राजासाहेबांनी सिगारेट पेटवत तंखाकडे कठोर नजरेने पहात म्हटले-तुम्ही तर तोंडच नाही दाखवले मिस्टर तंखा. माझ्याकडून पार्टीचे सारे पैसे घेतले पण हॉटेलवाल्याला एक पैसा पण दिला नाही. ते माझं डोकं खात आहेत, मी याला विश्वासघात समजतो, ठरवलं तर आज तुमच्या हातात बेड्या पडतील.

असे म्हणत त्यांनी रायसाहेबांना संबोधीत करीत म्हटले-इतका बंईमानी माणूस मी पाहिला नव्हता रायसाहेब. मी खरं सांगतोय, मी कधी तुमच्या विरोधात उभे राहीलो नसतो, परंतु या सैतानाने मला राजी केलं आणि माझे एक लाख रूपये बर्बाद केले. त्यात बंगला घेतला, कार घेतली, एक बाईसोबत लफडं पण केलय. चांगले श्रीमंत झालेत आणि आता ही धोकेबाजी सुरू केलीय. श्रीमंतासारखं जगण्यासाठी संपत्ती पाहिजे. ह्याची नजर सतत मित्रांच्या खिशावरच असते.

रायसाहेबांनी तंखाकडे तिरस्कारयुक्त नजरेने पाहिले आणि म्हणाले-आपण गप्प का आहात मिस्टर तंखा, काहीतरी बोला. राजासाहेबांनी तर तुमची सारी मजुरी हडप केलीय. याचे काही उत्तर आहे आपल्याजवळ ? आता कृपाकरून आपण या ठिकाणाहून जावे आणि खबरदार, पुन्हा आपले तोंड दाखवू नका. दोन सभ्य गृहस्थामध्ये भांडणे लावून स्वतःचं पोट भरण्याचा धंदा आहे, परंतु यामुळे नफा असो अथवा तोटा दोन्हीही धोक्यात येतो.

तंखाने अशी खाली मान घातली की पुन्हा वर केली नाही. हळूच निघून गेले. जसं एखादं कुत्रं मालक घरात आल्यावर शेपूट खाली घालून निघून जातं.

ते निघून गेल्यावर राजासाहेबांनी विचारले-माझी निंदा केली असेल ?

'होय, पण मी चांगली मजा घेतली '

'सैतान आहे '

'एकदम '

बाप-लेकात भांडणे लावतो, नवरा-बायकोत भांडणे लावतो. या कलेत तरबेज आहे, असो, बेट्याला आज चांगला घडा मिळाला.

त्यानंतर रुद्रपालच्या विवाहाची चर्चा सुरू झाली. रायसाहेबांच्या तोंडाला कोरड पडू लागली होती. जणू त्याच्यावर कोणी वार करणार आहे. कुठे लपणार. कसे सांगणार की रुद्रपाल त्यांचे काही ऐकत नाही. परंतु राजासाहेबांना परिस्थितीची कल्पना आली होती. रायसाहेबांना काही सांगावे लागले नाही. जीव भांड्यात पडला.

त्यांनी विचारले-तुम्हाला हे कसं समजलं.

मेहता हळहळ व्यक्त करीत बोलले-ती गोष्ट आता स्वप्नागत झालीय. आता तर त्या कधी दिसतही नाहीत. त्यांना आता वेळ पण नसतोय. दोन-चार वेळा गेलो पण मला समजलं की मला भेटण्यात त्यांना रस नाही. तेव्हापासून जायला ओशाळल्यासारखे वाटते. हो, बरं झालं आठवलं, आज महिला-व्यायामशाळेचा कार्यक्रम आहे. तुम्ही येणार ?

रायसाहेब तुसडपणे बोलले-नाही, मला वेळ नाही. मला तर याची चिंता खात आहे की रायसाहेबंला काय उत्तर देवू. मी त्यांना शब्द दिलाय.

असे म्हणत ते उठून उभा राहिले आणि हळूहळू दरवाज्याकडे निघून गेले. जी समस्या सोडवायला ते आले होते, ती तर अधिकच जटील झाली होती. अंधार अधिकच दाट झाला होता. मेहतांनी कारपर्यंत येऊन त्यांना निरोप दिला.

रायसाहेब सरळ आपल्या बंगल्यावर आले आणि दैनिक हातात घेतले तोच मिस्टर तंखा याचे पत्र मिळाले. तंखाची त्यांना घृणा यायची आणि त्यांचे तोंड पहाण्याची देखील त्यांची इच्छा नव्हती. परंतु अशा नाजूक प्रसंगी एखाद्या मित्राची गरज होतीच. असा मित्र जो काही करणार नाही पण केवळ आधार देईन. तात्काळ बोलावले.

तंखा दबक्या पावलांनी, रडका चेहरा घेऊन कक्षात दाखल झाले आणि जमीनीवर झुकत प्रणाम करीत बोलले-मी तर सरकारची भेट घ्यायला नैनीतालला निघालो होतो. आपली इथं भेट होणे म्हणजे माझे नशीबच. सरकारची तबियत तर ठीक आहे ?

त्यानंतर त्यांनी मोठ्या नम्र भाषेत, मागचे सगळे विसरून रायसाहेबांचे यशोगान सुरू केले-इतकी सूक्ष्म माहिती एखादा ठेवू शकतो! सांगू लागले, पहावं तिकडे सरकारची चर्चा. हे पद सरकारला शोभून दिसतं.

रायसाहेब विचार करीत होते, हा माणूस पण किती धूर्त आहे. गरज पडल्यावर गाढवाला काका म्हणणारा. एकदम बावळट आणि निर्लज्ज, परंतु त्यांना त्याचा राग नाही आला. दया आली-विचारले-काय करीत असता अलिकडच्या काळात ?

काही नाही सरकार बेकार आहे. यामुळेच आपल्या सेवेत काही करावं म्हणतोय, आपल्या जुन्या सहकाऱ्यावर कृपा असावी.

'आत्ताच रुद्रपालने मुलीच्या नावाने एक पत्र पाठवले आहे, जे तिने दाखवले'

'आजकालच्या मुलांमध्ये दुसरे काही गुण दिसत नाहीत. फक्त स्वच्छंदीपणाची लहर असते'

'लहर तर आहेच, परंतु यावर औषध आहे माझ्याकडे. मी त्या पोरीला असं गायब करीन की माहीत होणार नाही. दहा-पाच दिवसात ही लहर थंड होईल. समजून सांगण्यात काही अर्थ नाही...

रायसाहेब घाबरले. त्यांच्या मनात पण अशा प्रकारचा विचार आला होता. परंतु त्यांनी त्या विचाराला जागा नाही दिली. दोघांवरचे संस्कार सारखेच होते. आदीम मानव दोघांमध्येही जिवंत होता. रायसाहेबांनी त्याला वरच्या वस्त्रांनी झाकून ठेवले होते. राजासाहेबांने त्याला नग्न केले होते. आपला मोठेपणा सिद्ध करण्याची ती संधी रायसाहेब सोडू शकले नाहीत.

थोडे लज्जित होत बोलले-परंतु हे विसावे शतक आहे. बारावे नाही. रुद्रपालवर याचा काय परिणाम होईल...

राजासाहेब विषय थांबवत बोलले-तुम्ही मानवतेसाठी फिरता आणि हे पहात नाही की जगात आजही माणसाची पशुताच त्याच्या मानवतेवर विजय मिळवू लागली आहे. नाहीतर राष्ट्र-राष्ट्रात युद्ध कशाला झाले असते? भांडणासाठी पंचायती भरवल्या असत्या ? जोपर्यंत मनुष्यजात आहे, त्याचे पशुत्व राहीलच.

छोटा-मोठा वाद झाला आणि शेवटी विवादाचे रुप धारण करून राजासाहेब नाराज होऊन गेले. दुसऱ्या दिवशी रायसाहेबांनी देखील नैनीताल गाठले आणि त्यानंतर दुसऱ्याच दिवसानी रुद्रपालने सरोजसोबत इंग्लड गाठले. आता त्यांच्यात पिता-पुत्राचे नाते नव्हते. शत्रू बनले होते. मिस्टर तंखा आता रुद्रपालचे सल्लागार आणि स्तुतीपाठक होते. त्यांनी रूद्रपालच्या वतीने रायसाहेबांवर घोटाळयाचा आरोप लावला. रायसाहेबांना दहा लाखाचे गंडातर बसले. त्यांना गंडातराचे दुःख नव्हते, दुःख झाले ते अपमानाचे. अपमानापेक्षाही मोठे दुःख होते जीवनात संचित अभिलाषा धुळीत मिळाल्याची आणि सर्वांत मोठे दुःख याचे होते की पोटच्या पोरानेच दगा दिला. आज्ञाकारी पुत्राचा बाप होण्याचा गौरव मोठ्या निर्दयीपणे त्यांच्या हातातून हिसकावल्या गेला होता.

परंतु कदाचित हे दुःख कमी होतं की काय, जी काही कसर राहीली होती ती मुलगी आणि जावई वेगळे होऊन भरून निघाली. सामान्य हिंदु मुलीप्रमाणे मिनाक्षीदेखील निःशब्द होती. बापाने ज्याच्यासोबत विवाह लावला, त्याच्यासोबत निघून गेली, परंतु नवरा-बायकोत प्रेम नव्हत. दिग्विजयसिंह रंगेलही होता, दारूडा पण. मिनाक्षी आतली आत कुढत राही. पुस्तके आणि दैनिके वाचून मनाची समजूत काढी. दिग्विजयचे वय तीसपेक्षा जास्त नव्हते. शिकलेला होता, पंरतु मोठाच मग्रूर, आपल्या घराण्याच्या बढाया माराणारा. स्वभावाने निर्दयी आणि कंजुष. गावातील हलक्या जातीच्या बायां-पोरीवर वाईट नजर ठेवणारा, सोबत पण तसल्याच हलकट लोकांची होती, त्याच्या स्तुतीने त्यांना अधिकच स्तुतीपाठकाची सयव लागली होती. मिनाक्षी असल्या व्यक्तिचा सन्मान मनापासून करत नव्हती. त्यात दैनिकातून स्त्रीयांच्या हक्काबद्दल जे छापून येई त्याने ती जागृत झाली होती. ती स्त्रीयांच्या क्लबमध्ये जावू लागली, तिथे कितीही उच्च कुलीन स्त्रीया येत असतं. त्यांच्यात मतदान, अधिकार आणि स्वातंत्र्य आणि जागृतीबद्दल खूप चर्चा होई. जणू पुरूषांच्या विरूद्ध काही

षडयंत्र रचले जात आहे. जास्तीत जास्त त्या स्त्रीयां होत्या, ज्यांचे आणि त्यांच्या नवऱ्याचे पटत नव्हते. ज्या शिक्षणामुळे जुने बंधन झुंगारून देवू इच्छित होत्या. अनेक तरूण्यांनी पदवीपर्यंतचे शिक्षण घेतले होते आणि विवाहीत जीवनात आत्मसन्मान मिळावा म्हणून नोकरीच्या शोधात होत्या. त्यापैकी एक मिस सुलतान पण होती. जी परदेशातून बार ॲट लॉ करून परतली होती आणि पडद्याआड राहाणाऱ्या स्त्रीयांना कायदेशीर सल्ला देण्याचा व्यावसाय करीत होती. तिच्याच सांगण्यावरून मिनाक्षीने नफ्यावर पोटगीचा दावा केला होता. तिला आता त्यांच्याकडे रहायचे नव्हते. पोटगीची मिनाक्षीला गरज नव्हती, माहेरात ती मोठ्या थाटात राहू शकत होती. परंतु ती दिग्विजयसिंहच्या तोंडाला काळे फासून जावू इच्छित होती. दिग्विजयसिंहने उलट तिच्यावर बदफैलीचा आरोप लावला. रायसाहेबांनी हे भांडण संपविण्याचा शक्य तितका प्रयत्न केला. परंतु मिनाक्षी आता नवऱ्याचें तोंड पाहू इच्छित नव्हती. असे असले तरी दिग्विजयसिंहचा दावा रद्द ठरविला होता आणि मिनाक्षीला पोटगी मिळाली. परंतु हा अपमान तिच्या जिव्हारी लागला. ती स्वतंत्र एका कक्षात राही आणि समष्टिवादी आंदोलनात भाग घेत होती. परंतु ही आग शांत नाही झाली.

एका दिवशी ती रागाच्या भरात हंटर घेऊन दिग्विजयसिंहच्या बंगल्यावर पोहोचली, त्यांची मित्रमंडळी जमा होतीच आणि वेश्येचा नाच चालू होता. रणचंडीसारखी राक्षसाच्या या अड्यावर जावून तिने खळबळ माजवली, हंटर बसू लागल्यावर सगळेजण सैरावैरा पळू लागले. तिच्यापुढे या राक्षसाचा काय निभाव लागणार ? जेव्हा दिग्विजयसिंह एकटा राहला, तर तिने त्याच्यावर सडासड हंटर मारणे सुरू केले आणि इतके मारले की कॅंवरसाहेबांनी लोळणं घेतली. वेश्या आद्याप कोपऱ्यात दडून बसली होती, आता तिची पाळी होती. मिनाक्षी तिच्यावर हंटर मारणारच होती, तोच वेश्या तिच्या पायावर कोसळली आणि रडून बोलली-बाईसाहेब, मला जीवदान द्या, मी पुन्हा इथे कधी येणार नाही, माझा काही दोष नाही.

मिनाक्षीने तिच्याकडे घृणायुक्त नजरेने पाहिले-हो, तू निर्दोष आहात, माहीत आहे ना मी कोण आहे ! निघून जा, पुन्हा इथं कधी येऊ नको. आपण स्त्रीयां भोगाचीच वस्तू आहोत, तुझा काही दोष नाही.

वेश्याने तिच्या चरणावर डोके ठेवून आवेशात म्हटले-परमात्मा तुम्हाला सुखी ठेवो. तुमचे नाव ऐकले होते, त्याप्रमाणेच तुम्ही आहात.

'सुखी राहाण्याचा तुझ काय अर्थ आहे?'

'तुम्ही जो योग्य समजाल ते बाईसाहेब !'

'नाही, तुम्ही सांगा,'

वेश्येचा जीव भांड्यात पडला. कोणाला आर्शीवाद द्यायला निघाली होती. जीव वाचला होता, गुमान स्वतःचा जीव वाचायला हवा होता. आशीर्वाद देण्याची लहर मध्येच आली. आता जीव कसा वाचणार?'

घाबरत-घाबरत बोलली-तुमची कीर्ती वाढो, नाव वाढो.

मिनाक्षी हसली-हो, हो, ठीक आहे

ती येऊन आपल्या कारमध्ये बसली. जिल्हाधिकाऱ्याच्या बंगल्यात जाऊन या घटनेची माहिती दिली आणि आपल्या घरी निघून गेली. तेव्हापासून नवरा-बायको एकमेकांच्या जिवावर उठले

होते. दिग्विजयसिंह पिस्तोल घेऊन तिच्या शोधात फिरत असतो तर मिनाक्षी पण दोन बॉडीगार्ड सोबत बाळगते. रायसाहेबांनी त्यांच्या जीवनात सुखाचा जो स्वर्ग बनवला होता तो, त्यांच्या समक्ष उद्धवस्त होताना दिसत होता आणि या जगात निराश होऊन त्यांची आत्मा अंतर्मूख होत होती. आतापर्यंत अभिलाषेनं जीवनासाठी प्रेरणा मिळत होती. तिकडचा रस्ता बंद झाल्याने त्यांचं मन आपोआपच भक्तीकडे वळले. जे अभिलाषेपेक्षा कितीतरी पट सत्य होतं. ज्या नव्या मालमत्तेच्या भरोशावर कर्ज घेतले होते, ती मालमत्ता कर्जाची परत फेड करण्यापूर्वीच हातातून निघून गेली होती आणि ते ओझं मानगुटीवर लादलेलं होतं. मंत्री म्हणून चांगली रक्कम मिळत होती. परंतु ती सारी रक्कम मंत्रीपदाची शान संभाळण्यातच खर्ची होत होती. आणि रायसाहेबांना आपला राजेशाही थाट पूर्ण करण्यासाठी त्याच आसामीवर अवलंबून रहावे लागत होते. त्यांच्याकडून पैसे घेणे, भेटी स्वीकारणे, खरे तर हे त्यांना आवडत नव्हतं. ते प्रजेला त्रास देवू इच्छित नव्हते. त्यांच्या दशेवर त्यांना दया येत होती. परंतु नाईलाज होता त्यांचा.

समस्या अशी होती की उपासना आणि भक्ती करूनही त्यांना शांती मिळत नव्हती. ते मोहाचा त्याग करू इच्छित होते, परंतु मोह त्यांना सोडत नव्हता आणि या ओढाताणीमध्ये त्यांची अपमान, ग्लानी आणि अशांती यापासून सुटका होत नव्हती. जर मन शांत नसेल तर शरीर कसं शांत राहीन ? निरोगी राहण्याचे सारे प्रयत्न करूनही एक-ना-एक समस्या असायचीच. अनेक प्रकारचे पदार्थ तयार केल्या जायचे पण त्यांना खावी लागे मुगाची दाळ आणि भाकर. त्यांच्या इतर बांधवांना पहात, जे त्यांच्यापेक्षाही विवश, अपमानित आणि शोकाग्रस्त होते. ज्यांच्या भोग विलासात थाट-बाटात काही कमतरता नव्हती, परंतु अशा प्रकारचा बिनलाजेपणा करणे त्यांना शक्य नव्हते.

त्यांच्या मनाच्या उच्च संस्काराचे उद्धवस्तीकरण झाले नव्हते. पर दुःख, मोकारपणा, निर्लज्जता आणि आत्याचाराला ती तालुकेदाराची शोभा आणि रूबाबाचे नाव देवून आपल्या आत्म्याला ते समाधानी करू शकत होते आणि हाच त्यांचा मोठा पराभव होता.

३२

मिर्जा खुर्शेदने दवाखान्यातून बाहेर आल्यावर नवीन काम सुरू केले होते. आरामात बसणे त्यांच्या स्वभावात नव्हतं. ते काम काम होतं ? शहरातील वेश्यांची एक नाटक कंपनी तयार करणे, त्यांच्या चांगल्या दिवसात त्यांनी खूप रंगेलपणा केला होता आणि दवाखान्यातील दिवसात एकांत वासात जखमांची वेदना सहन करीत त्यांची आत्मा निष्ठावान झाली होती. या जीवनाची आठवण करून त्यांना तीव्र मानसिक वेदना होत, त्यावेळी त्यांना ह्या सर्व गोष्टीची जाणीव झाली असती तर लोकांवर ते किती उपकार करू शकले असते. कित्येक लोकांचा शोक आणि दारिद्र्याचे ओझे कमी करू शकले असते. परंतु पैसा त्यांनी रंगेलपणावर खर्च केला. हा काही नवीन शोध नाही की संकटामध्येच आपली आत्मा जागृत होते. म्हतारपणी तारूण्यातल्या चुकांबद्दल कोणी दुःखी होत नाही. कदाचित तो काळ ज्ञान किंवा शक्तीच्या संचयासाठी खर्च केला असता. कर्तव्याचा बुरूज उभा केला असता तर आज मनाला शांतता मिळाली असती. त्यांना या गोष्टीचे अधिक वाईट वाटले की या जगात त्यांचे कोणी नाही. कोणी त्यांच्या मृत्युवर रडणारं नाही, त्यांना राहून-राहून जीवनाची एक जुनी घटना आठवत

होती. एका गावात ज्या वेळी ते कॅम्पमध्ये मलेरियाने ग्रस्त पडून होते, एका ग्रामीण तरूणीने त्यांची सेवा किती निःस्वार्थपणे केली होती. बरे झाल्यावर ज्यावेळी त्यांनी तिला दागिने वगैरे देण्याचा प्रयत्न केला, त्यावेळी तिने मान खाली घालून नम्रपणे ह्या सगळ्या भेटवस्तू नाकारल्या गेल्या.

या नर्सेस ज्या सेवा करतात, त्यांचे काही नियम आहेत, व्यवस्था आहे, खरेपणा आहे, परंतु ते प्रेम कुठे, ती तन्मयता कुठे, जी त्या तरूणीची अभ्यासहीन, अल्लड सेवेमध्ये होती ? ती अनुराग मुर्ती कधीच त्यांच्या ऱ्हदयातून पुसल्या गेली होती. ते नंतर भेटू असा शब्द देवून पुन्हा कधी भेटले नाहीत. ऐश्वर्याच्या धुंदीत कधी त्यांना तिची आठवण झाली नाही. आली तरी त्यात केवळ दया होती, प्रेम नव्हतं, माहीत नाही त्या तरूणीला काय वाटले असेल ? परंतु अलिकडे तिची ती अतूर, नम्र, शांत, सरळ मुद्रा बरोबर त्यांच्या डोळ्यासमोर तरळत असते. कदाचित तिच्यासोबत विवाह करून ते किती सुखी झाले असते. तिच्यावर केलेल्या अन्यायाच्या दुःखाने त्या संपूर्ण नर्सेस वर्गावर त्यांचं खास प्रेम जुळलं, जोपर्यंत नदीला पूर होता, तोपर्यंत त्यातील फुरसण दिसत होतं, आता नदीला ओहोटी लागली आहे, आणि फुरसण आपल्या आपल्या ठिकाणी बसून आहे.

मिर्जा साहेब उन्हाळ्यातील ह्या शांत सांजवेळी आपल्या झोपडीच्या अंगणात दोन वेश्यांसोबत गप्पा मारत बसले आहेत. तोच मेहता दाखल झाले. मिर्जाने तात्काळ हातात हात दिला आणि म्हणाले-मी तर आपल्या सेवची सामग्री गोळा करून आपली वाट पहात आहे.

दोनही तरूण्या हसल्या. मेहता घायाळ झाले.

मिर्जाजी दोन्ही तरूण्यांना त्या ठिकाणाहून निघून जाण्याचा ईशारा केला आणि तरूण्यांना आसनावर बसवत बोलले-मी तर स्वतः तुमच्याकडे येणार होतो. मला असे वाटते की मी जे काही काम हाती घेतले आहे ते तुमच्या मदतीशिवाय पूर्ण होणार नाही. तुम्ही फक्त माझ्या पाठीवर हात ठेवून प्रोत्साहीत करीत रहा-होय मिर्जा, पुढे व्हा

मेहता हसून बोलले-आपण ज्या कामाला हात लावला त्या कामासाठी माझ्यासारख्या पुस्तकी किड्याच्या मदतीची गरज असणार नाही. आपण वयाने मोठे आहात, आपण जग पाहिलेले आहे आणि कोणत्याही व्यक्तिवर प्रभाव टाकण्याची जी शक्ती तुमच्याकडे आहे, ती माझ्यात असती तर ईश्वरालाच माहीत मी काय केलं असतं.

मिर्जा साहेबांनी थोड्या शब्दात आपली नवी स्कीम त्यांना सांगितली, त्यांची धारणा होती की वेश्याव्यवसायात अशा स्त्रीयां येतात ज्यांना एकतर आपल्या घरात सन्मानपूर्वक वागणूक मिळत नाही, किंवा ज्या आर्थिक परिस्थितीने मजबूर आहेत. हे दोन्ही प्रकारचे प्रश्न सोडवले तर फारच कमी स्त्रीयां अशा व्यवसायात येतील.

मेहताने इतर विचारवंताप्रमाणे या प्रश्नावर खूप विचार केला होता आणि त्यांचा विचार होता की मुख्यतः मनावरचे संस्कार आणि भोग विलास हेच स्त्रीयांना या क्षेत्राकडे वळवतात. याच विषयावर दोन्ही मित्रात विवाद सुरू झाला. दोघे आपआपल्या मतावर ठाम होते.

मेहताने हाताच्या मुठी हवेत वर करीत म्हटले-तुम्ही या प्रश्नांवर शांतपणे विचार केलेला नाही, पोटासाठी अनेक मार्ग आहेत. परंतु भौतीक भूक भाकरीने संपत नाही. त्यासाठी जगातले चांगल्यातले चांगले पदार्थ लागतात. जोपर्यंत समाज व्यवस्था वरून खालपर्यंत बदलून टाकल्या जाणार नाही, अशा प्रकारच्या गोष्टींचा काही फायदा नाही.

मिर्जाने मिशांवर ताव मारला- आणि मी म्हणतो की हा केवळ भाकरीचा प्रश्न आहे, हे खरे आहे, प्रश्न सर्वांना लागू होत नाही. कामगारासाठी हा केवळ दाळ रोटी आणि एक झोपडीचा प्रश्न आहे, एका वकिलासाठी तो एक कार आणि बंगला, चमचेगिरी, करणारांचा प्रश्न आहे. माणसाला केवळ भाकरच पाहिजे नसते तर बऱ्याच गोष्टी हव्या असतात. स्त्रीयांसमोर हा प्रश्न वेगवेगळ्या पद्धतीने येत असेल तर त्यांचा काय दोष आहे ?

डॉक्टर मेहता थोडा विचार करीत असतील तर त्यांना माहीत झालं असतं की त्यांच्यात आणि मिर्जामध्ये काही फरक नाही. केवळ शब्दाचा फेरबदल. परंतु विवादाच्या ओघात विचार करायला वेळ कुठे? रागावून बोलले-माफ करा, मिर्जा साहेब, जोपर्यंत जगात धनवान रहातील, वेश्या पण रहातील. कंपनी यशस्वी जरी ठरली तरी मला शंका आहे की तुम्हाला पाच-दहा स्त्रीयांपेक्षा जास्त स्त्रीयां दिसणार नाही, आणि ते पण थोड्या दिवसासाठी. सर्व स्त्रीयांमध्ये अभिनय करण्याची कला नसते. जसे की सर्वजण कवी नसतात आणि हे पण लक्षात ठेवा की वेश्या तुमच्या कंपनीत कायमस्वरूपी राहाणार नाही. तरी पण बाजारात त्यांची जागा रिकामी रहाणार नाही, मुळात जोपर्यंत घाव बसणार नाही, फांद्या तोंडण्यात काही अर्थ नाही. धनवान लोकांत काही काही अशी माणसं सापडतात, जे सगळं काही त्यागून ईश्वर भक्तीत रममाण होतात. परंतु धनवान लोकांचं राज्य कायम आहे. त्यात थोडाही फरक पडत नाही.

मिर्जाला मेहताच्या या हट्टाचा राग आला. इतका शिकलेला माणूस. विचारवंत माणूस अशा प्रकारच्या गोष्टी करतो! समाज व्यवस्था काय सहज बदलून जाईल ? तो तर शतकानु शतकाचा प्रश्न आहे. तोपर्यंत काय हा अनर्थ होऊ द्यायचा ? ते थांबवायला नको. या अबलांना पुरूष वासनांचं शिकार होऊ द्यावं? मग का वाघांना पिंजऱ्यात बंद करू नये. त्याला नखं आणि दातं असताना तो कोणाला जखमी करणार नाही. तोपर्यंत शांत कसं बसायचं जोपर्यंत वाघ अहिंसेचा स्वीकार करत नाही. धनवान मंडळी त्यांच्या मर्जीप्रमाणे त्यांचा पैसा खर्ची करो. मिर्जाजीला दुःख नाही, दारूत बुडू द्या, डझनभर कार विकत घेवो, किल्ले बांधो, धर्मशाळा आणि मस्जिदी उभ्या करो, त्यांना काही पर्वा नाही. फक्त त्यांनी अबलांचं जीवन खराब करू नये, हे मिर्जाजी पहात नाहीत. ते देहविक्रिचा बाजार इतका खाली करू इच्छितात की श्रीमंताच्या सोनेरी नाण्यावर कोणी थुंकणारा भेटणार नाही. ज्या दिवशी दारूची दुकानं बंद असतात, त्या काळात चांगले-चांगले दारूडे पाणि पिऊन पिऊन आपली तहान भागवत नाहीत?

मेहताने मिर्जाच्या मुर्खपणावर हसत म्हटले-तुम्हाला माहीत असायला हवं की जगात असे विभागही आहे जिथे वेश्या नाहीत. परंतु तरीपण धनवान माणसं आपला पैसा खर्ची करण्यासाठी दुसरे मार्ग शोधतातच.

मिर्जाजीपण मेहताच्या भौतीकतेवर हसले-माहीत आहे साहेब, माहीत आहे. आपल्या कृपेनं जग पाहून घेतलय. परंतु हा हिंदुस्थान आहे, युरोप नाही.

'माणसाचा स्वभाव सर्व जगात एक सारखा आहे'

'परंतु हे पण लक्षात ठेवा की प्रत्येक मानवी जातीत अशी एक गोष्ट असते जी त्या समूहाचा आत्मा असते. सर्वात्म हिंदुस्थानी संस्कृतीचा आत्मा आहे'

'आपल्या तोंडानेच उदोउदो करा'

'संपत्तीबद्दल आपण इतकं वाईट बोलता, तरीपण खन्नाचे कौतून करताना थकवत नाहीत. नाही म्हणू नका'

मेहताची बोलती बंद झाली. नम्रपणे बोलले-मी खन्नाचे कौतूक अशावेळी केले आहे, ज्यावेळी ते संपत्तीच्या मोहातून सुटले आहेत आणि अलिकडच्या काळात त्याची अवस्था पाहिली तर तुम्हाला दया येईल. आणि मी काय कौतूक करील, ज्याला आपल्या पुस्तकामधून आणि कॉलेजमधून वेळ मिळत नाही. जास्तीत जास्त सहानुभूती दाखवू शकतो. मालतीने विनंती केली आहे की खन्नाला वाचवा. माणसाच्या मनातल्या खोल गाभाऱ्यात त्याग आणि कुर्बानीची किती शक्ती दडलेली असते. याची मला आतापर्यंत कल्पना नव्हती. तुम्ही पण एकदा खन्नांना भेटा. त्यांना खूप आनंद होईल. यावेळी त्यांना सर्वात जास्त ज्या गोष्टीची गरज आहे ती आहे सहानुभूती.

मिर्जाने जणू आपल्या इच्छेविरूद्ध म्हटले-तुम्ही म्हणताय म्हटल्यार जाईल. तुमच्यासोबत मसणात जायला पण हरकत नाही, परंतु मिस मालतीबरोबर आपला विवाह होणार होता. मोठी खळबळजनक बातमी होती.

मेहता ओशाळत बोलले-तपस्या करीत आहे, पाहू कधी वरदान मिळतय.

'काय बोलताय, ती तर प्रेम करतेय तुमच्यावर'

'मला पण असा भ्रम झाला होता, परंतु मी ज्यावेळी तिला कवेत घेण्यासाठी हात पुढे केले तर काय ती तर आकाशात गेली होती. त्या उंचीला मी कसा काय पाहचू शकतो, विनंती आहे की तिने खाली उतरवं, आजकाल ती मला तर बोलत पण नाही.

असे बोलत मेहता रडल्यासारखें हसले आणि उभा राहिले.

मिर्जाने विचारले-आता पुन्हा भेट कधी ?

'यावेळी तुम्हाला त्रास घ्यावा लागेल, खन्नाला भेटायला जा मात्र !'

'जाईल'

मिर्जाने खिडकीतून मेहताला जाताना पाहिले, चालण्यात तो रूबाब नव्हता, जणू एखाद्या चिंतेत बुडाले आहेत.

३३

डॉक्टर मेहता शिक्षकाचे विद्यार्थी झाले. मालतीपासून दुरदूर राहून त्यांना भीती वाटू लागली की तिला ते गमावणार तर नाहीत. अनेक महिन्यापासून मालती त्यांना भेटली नव्हती, आणि उदास होऊन ते ज्यावेळी तिच्याघरी गेले, तर भेट झाली नाही. ज्याकाळात रुद्रपाल आणि सरोजचे प्रेमप्रकरण चालले, त्याकाळात मालती त्यांचा सल्ला घ्यायला एक-दोन वेळा जरूर आली होती. परंतु जेव्हापासून ते इंग्लडला गेलेत, तिचं येणं-जाणं बंद झालय. घरी पण सापडत नव्हती. असे वाटत होते की ती त्यांच्यापासून स्वतःचा बचाव करीत आहे. जणू त्यांच्यापासून स्वतःला दूर घेऊन चालली आहे. ज्या पुस्तकात ते या काळात तोंड घालून असतात, पुढच्या ओळी वाचण्याची त्यांची इच्छा नसते. जणू त्यांचे सारे संपले आहे.घरकामात ते फारसे उत्सूक नव्हते. एक हजारापेक्षा जास्त मासीक उत्पन्न होतं, परंतु एका पैशाची सुद्धा बचत नव्हती. दाळ-रोटी खाण्यापलिकडे त्यांच्या हाती काही नव्हतं.

समस्या जर कोणती असेल तर ती होती त्यांची कार, जिला ते स्वतः चालवत. काही रूपये पुस्कांसाठी खर्च होतं. काही देणगी देण्यात, काही गरीब विद्यार्थ्यांची देखभाल करण्यात आणि काही बागेची काळजी घेण्यात. जिच्यावर त्यांचं प्रेम होतं, वेगवेगळ्या प्रकारचे रोपटे आणि वनस्पती परदेशामधून महागड्या किंमतीला आणणे आणि त्यांची लागवड करणे-हा त्यांचा मानसिक कार्यक्रम होता किंवा याला मानसिक शौक म्हणूयात. परंतु अलिकडच्या काळात त्यांचे बागेकडेही फारसे लक्ष नव्हते आणि घरची परिस्थिती तर अधिकच बिघडली होती. खात दोन भाकरी आणि खर्च तर शेकड्यापेक्षा जास्त होई.! पायजमा जुना झाला होता. परंतु त्यावर त्यांनी हा हिवाळा घालवला. नवीन पायजमा शिवण्याची हिंमत झाली नाही. कधी-कधी बिगर तेलाची पोळी खाऊन उठावे लागे. तेलाचा डब्बा कधी मागवला होता याची त्यांना आठवणही नव्हती आणि महाराजांना तरी विचारणार कसे ?समजेल की त्याच्या अविश्वास दाखवत आहेत. शेवटी तिनवेळा निराश झाल्यावर चौथ्यावेळी मालतीबरोबर भेट झाली आणि त्यांनी त्यांची आवस्था पाहिली, तिला राहावले नाही. म्हणाली-तुम्ही काय हा हिवाळा पण यावरच घालवणार? हा पायजमा वापरायला तुम्हाला कसेतरी वाटत नाही ?

मालती त्यांची पत्नी नसतांना देखील इतकी जवळची होती की हा प्रश्न तिने तितक्याच सहजपणे केला. जसा की आपण आपल्या जवळच्या व्यक्तिला करतो.

मेहता न ओशाळता म्हणाले-काय करणार मालती, पैसा शिल्लकच रहात नाही.

मालतीला आश्चर्य वाटलं-एक हजारापेक्षा जास्त उत्पन्न आहे तुमचे. आणि त्यातुन स्वतःला कपडे घ्यायला पैसे नाहीत. माझे उत्पन्न कधी चारशेपेक्षा जास्त नव्हते. परंतु त्यातच मी सारं घर चालवते आणि थोडे बचत पण करते. शेवटी तुम्ही करता तरी काय?

'मी एक पैसा पण वाया घालवत नाही, शिवाय कसला शौक पण नाही'

'ठीक आहे, माझ्याकडून पैसे घ्या आणि त्यातून पायजम्याच्या दोन जोड्या शिवून घ्या'

मेहतांनी लज्जित होत म्हटले-यावेळी शिवून घेईन, खरं सांगतो !

'पुन्हा याल तर चांगल्या कपड्यात या'

'ही तर मोठीच कडक अट आहे'

'कडक असू द्या. तुमच्यासारख्या सोबत कडक वागल्याशिवाय जमत नाही'

परंतु इकडे खिसा रिकामा, त्यामुळे रिकाम्या हाताने दुकानदाराकडे जाण्याची हिंमत झाली नाही ! मालतीकडे जावे तर कोणत्या तोंडाने ? दिवसभर तडफडत राहायचे. एक दिवशी नवीनच समस्या उद्‌भवली. अनेक महिन्यापासून घराचे भाडे दिले नव्हते. पच्चाहत्तर रूपये महिन्याला थकित होत होते. घरमालकाने तकाजा लावूनही पैसे देण्यात आले नाही तर त्याने नोटीस पाठवली. परंतु नोटीस म्हणजे रूपये वसूल करण्याचा उपाय तर नव्हता. नोटीसची तारीख टळून गेली आणि रूपये मिळाले नाहीत. मग तर घरमालकाने नाईलाजाने तक्रार दाखल केली. त्याला माहीत होते मेहताजी मोठे सज्जन आणि परोपकारी व्यक्ति आहेत. परंतु त्यामुळेच तर त्यांनी माणूसकी दाखवून सहा महिने सहन केले. मेहताने आपली बाजू मांडली नाही, एकतर्फी निकाल लागला. घरामालकाने तात्काळ अमलबजावणी सुरू केली. जप्ती करणारा मेहता साहेबांकडे सूचना द्यायला आला. कारण त्याचा मुलगा विद्यापीठात शिकत होता आणि मेहता त्याला थोडे मार्गदर्शन पण करीत होते. सुदैवाने त्यावेळी मालती पण तिथे होती.

म्हणाली-कसली जप्ती ?' कशाची जप्ती ?'

निरोप्या म्हणाला-धरभाडे थकले आहे त्याची. मी म्हटल सरकारला माहीती द्यावी, चारपाचशे रूपायाचा प्रश्न आहे. कोणती मोठी गोष्ट आहे. दहा दिवसात पैशाची व्यवस्था करा. म्हणजे काही होणार नाही. मी महाजनला दहा दिवस थांबवून ठेवतो.

ज्यावेळी निरोप्या निघून गेला-त्यावेळी मालतीने तिरस्कारयुक्त स्वरात विचारले-आता ही वेळ आलीय, मला आश्चर्य वाटते की तुम्ही इतके मोठे मोठे ग्रंथ कसे लिहिता ? घराचे भाडे सहा महिन्याचे थकलय आणि तुम्हाला खबर नाही ?

मेहता सलज्ज मान खाली घालून बोलले-माहीत कसं नाही, परंतु पैसे शिल्लकच रहात नाहीत. एक पैसा पण व्यर्थ खर्च करीत नाही.

'काही हिसाब पण ठेवताय ?'

'हिसाब का नाही ठेवत. जे काही मिळतं, ते सगळं काही लिहून ठेवतो, नाहीतर इनकमटॅक्सवाले जिवंत सोडणार नाहीत'

'आणि जो काही खर्च करता तो?'

'त्याचा तर कोणी हिसोब ठेवत नाही'

'का?'

'कोण लिहिणार ? ओझ्यासारखं वाटतं ?'

'त्यासाठी तर काही विशेष करावं लागत नाही. पेन घेऊन बसता. प्रत्येकवेळी हिशोबाची वही घेऊन तर बसत नाही'

'तर रूपये कसे देणार?'

'कोणाकडून घेईन, तुमच्याकडे असतील तर द्या'

'मी तर एकाच अटीवर देऊ शकते, तुमचा पगार माझ्या हाती पडावा आणि खर्चही माझ्या हातून व्हावा '

मेहता प्रसन्न होऊन बोलले-'व्वा! ही जबाबदारी घेतल्यावर मी तर मुसळांनी ढोल वाजवील.'

मालतीने रूपये दिले आणि दुसऱ्याच दिवशी मेहताला तो बंगला रिकामा करायला मजबूर केलं. स्वतःच्या बंगल्यात तिने मेहताला मोठ्या दोन रूम दिल्या. त्यांच्या भोजनाची व्यवस्था त्यांच्याच घरी केली. मेहताकडे काही जास्त सामान नव्हते. परंतु पुस्तके होती गाडीभर. त्यांच्या दोन्ही रूम पुस्तकांनी भरल्या. बाग सोडल्याचे त्यांना दुःख आवश्य झाले पण मालतीने स्वतःचा बाग त्यांच्या स्वाधीन करू वाट्टेल ती झाडं लावायाला त्यांना परवानगी दिली.

मेहता तर निश्चिंत झाले. परंतु मालतीला त्यांच्या जमाखर्चाची बरीच कसरत करावी लागली. तिने पाहिले की, त्यांचे उत्पन्न तर एक हजारपेक्षा जास्त होते, परंतु ती सारीची सारी गुप्तदानात उडत होती. वीस पंचवीस विद्यार्थी त्यांचकडून पैसे घेऊन शिकत होते. मदत मागणाऱ्या विधवांची संख्या पण कमी नव्हती. हा खर्च कसा कमी करायचा, हे तिला समजत नव्हते. सारं खापर तिच्या माथी फोडण्यात येईल, कधी मेहतावर चिडायची, कधी स्वतःवर. कधी मदत मागायला येणाऱ्या लोकांवर. जे सभ्य गृहस्थ पाहून गैरफायदा घेऊन इच्छित होते, तिला दिसायचे की मदत मागण्यांची ज्यांची पात्रता पण नाही, आशी माणसेही येत होती, म्हणून चिडायची. एका दिवशी ती मेहतावर

चिडलीही.

मेहता तिचा आक्षेप ऐकून निश्चिंतपणे बोलले-तुम्हाला अधिकार आहे. कोणाला मदत करायची, कोणाला नाही, मला विचारण्याची गरज नाही, हो, पण उत्तरही द्यावे लागेल.

मालती चिडून बोलली-हे काय ? यश तुमच्या खात्यावर आणि अपयश माझ्या. तुम्ही कोणत्या आधारावर या दोन प्रथेचं समर्थन करू शकता. मनुष्यजातीला या प्रथेनं जितकं आळशी अणि ऐकखाऊ केले आहे अणि त्याच्या आत्मगौरवावर जितका आघात केला आहे, जितका आन्याय पण केला नाही, उलट मी तर असे म्हणतो की अन्यायाने मनुष्य जातीमध्ये विद्रोहाची भावना उत्पन्न करून समाजावर मोठे उपकारच केले आहे.

मेहताने स्वीकार केला-'माझा पण तसाच विचार आहे'

'तुमचा असा विचार नाही'

'नाही मालती, मी खरं सांगतो '

'तर विचार आणि व्यवहारात इतका फरक का ?'

मालतीने तिसऱ्या महिन्यात आनेकांना नारज केलं. कोणाला स्पष्ट शब्दात सुनावले, कोणाला मजबुरी सांगितली कोणाची फजिती केली.

मिस्टर मेहताचे बजट तर हळूहळू ठीक झाले. परंतु यामुळे त्याना एक प्रकारची ग्लानी झाली, मालतीने ज्यावेळी त्यांना बचत केलेले तीनशे रूपये दाखवले, त्यावेळी ते काही बोलले नाहीत. परंतु त्यांच्या नजरेत मालतीची किंमत थोडी कमी झाली होती. स्त्रीमध्ये दान आणि त्याग या दोन गोष्टी असायला हव्यात. तिची हीच सर्वात मोठी साक्ष आहे. याच आधारावर समाज उभा आहे. कंजुषपणाला ते एक प्रकारची वाईट गोष्टच समजतात.

ज्या दिवशी मेहतांचे पायजमे शिवून झाले. ते संकोचामुळे अनेक दिवस बाहेर निघाले नाहीत. आत्मसेवा त्यांच्या नजरेत मोठा गुन्हा होता.

परंतु रहस्याची भानगड तर ही होती की मालती त्यांना अशा थाटा-बाटात लपेटून ठेवू इच्छित होती. त्यांच्या दान-धर्माच्या सवयीला ती आवर घालू इच्छित होती. परंतु स्वतः लोकांना जीवदान देण्याचं कार्य काळ-वेळ न पाळता पूर्ण करीत होती. श्रीमंताच्या घरी तर ती फीस घेऊन जात होती, परंतु गरिबांचा इलाज फुकटात करीत होती, औषधेही देत होती. दोघात फरक इतका होता की मालती घरची आणि दारची दोघांची पण होती, मेहता केवळ दारचे होते. घराचा विचार ते करीत नसत. वैयक्तिकपणा दोघांनाही संपवायचा होता, मेहताचा मार्ग मोकळा होता, त्यांच्यावर त्यांची जात वगळता इतरांची जबाबदारी नव्हती. मालतीचा मार्ग कठीण होता, तिच्यावर जबाबदारी होती, बंधन होतं, त्याला ती मोडू शकत नव्हती, ना मोडू इच्छित होती. तिला आता मेहतांना स्वतःजवळ ठेवल्याने असा अनुभव आला होता. जंगलात भटकणाऱ्या प्राण्याला ती पिंजऱ्यात बंदिस्त नाही करू शकत आणि बंद केले तर चावायला आणि लचके तोडायला धावेल. पिंजऱ्यात सगळ्या प्रकारचं सुख मिळत असतानाही त्यांच मन जंगलात जाण्यासाठी तडफडत राहीन. मेहतासाठी घरदार म्हणजे एक अनोळखी ठिकाण होतं, ज्याचा रितिरिवाज त्यांना माहीत नव्हता.

त्यांना जंगला बाहेरून पाहिलं होतं आणि त्याला मोकार आणि धोका यानेच भरलेलं समजत होतं. पहावं तिकडे त्यांना वाईटच-वाईट दिसत होते. परंतु समाजात जावून ज्यावेळी ते

जवळून पहातील त्यावेळी त्यांना दिसेल की या वाईटपणाच्या आत तर त्याग पडलेला आहे, प्रेम पण आहे. धैर्य पण आहे, परंतु हे पण पाहिले की मोठेपणा आहे जरूर पण दुर्मीळ आहे आणि या शंका आणि शंकेने जेव्हा ते त्याच्याकडे उतावळेपणासहित, सारं धैर्य गमावून बसल्यावर इच्छितात की त्याला असं जतन करावं की कोणाची नजरही त्याच्यावर पडू नये. त्यांच्या हे लक्षातच आले नाही की हा मोह हाच विनाशाचे कारण आहे. प्रेमासारखी कोमल वस्तू काय भयाने ठेवल्या जाऊ शकते ? त्याला तर पूर्ण विश्वास हवा आहे, पूर्ण स्वातंत्र्य हवं आहे, पूर्ण जबाबदारी हवी आहे, प्रसन्न होण्याची शक्ती त्याच्यात आहे, त्याला प्रकाश आणि क्षेत्र मिळायला हवं. ती काही भिंत नाही, ज्याच्यावर ईट ठेवल्या जाऊ शकतात. त्याच्यात प्राण आहे, वाढत राहाण्याची असीम शक्ती आहे.

जेव्हापासून मेहता या बंगल्यात आलेत, त्यांना मालतीला भेटण्याची अनेकदा संधी मिळत होती. त्यांचे मित्र समजत होते की ही त्यांच्या विवाहाची तयारी आहे. फक्त अक्षदा टाकणे बाकी आहे. मेहता पण हेच स्वप्न पहात असतात. मालतीने त्यांना नेहमीसाठी दूर लोटलं असतं तर त्यांच्यावर इतकं प्रेम कशाला केलं असतं? कदाचित ती त्यांना विचार करायला संधी देत आहे, आणि त्यांनी खूप विचार करून हा निष्कर्ष काढला आहे, ते मालतीशिवाय अपूर्ण आहे. तिच त्यांना पूर्णत्वाकडे घेऊन जाऊ शकते. बाहेरून ती विलासी प्रवृत्तीची वाटते, आतून ती मानसिकवृत्तीचे केंद्र वाटते. परंतु परिस्थिती बदलली आहे, त्यावेळी मलाती तहानलेली होती आता मेहता व्याकूळ आहेत आणि एकदा उत्तर मिळाल्यावर ज्यावेळी ते तिला जवळून पहातात, त्यांचे आकर्षण वाढत रहाते, दुरवरून जी अक्षरं पुसट दिसतात, तिच अक्षरे जवळून पाहिल्यावर स्पष्ट दिसतात, त्यांचा अर्थही लागतो. संदेशही मिळतो.

इकडे मालतीने बाग कामासाठी गोबरला ठेवले होते. एक दिवशी ती कोण्या पेशंटला भेटून आली होती. येत होती, ती चालवत असलेल्या गाडीचे पेट्रोल संपले, काळजीत पडली, पेट्रोलचं काय करावं? रात्रीचे नऊ वाजले होते आणि माघ महिन्यातली थंडी होती. रस्त्यावर कोणीही नव्हतं. असा कोणी दिसत नव्हता की जो कारला ढकलत-ढकलत पेट्रोल पंपाजवळ नेईल. नोकराला सारखी दोष देत होती. हरामखोर कुठला, नुसता पडून असतो.

सुदैवाने तिकडून गोबर येताना दिसला, मालतीला उभं असलेलं पाहून परिस्थिती त्याच्या लक्षात आली, त्यानेच गाडीला फर्लांगभर ढकलत नेऊन पेट्रोल पंपावर नेलं.

मालीतीने खूश होऊन विचारले-नोकरी करणार ?

गोबरने धन्यवादासहित प्रस्ताव स्वीकारला, पंधरा रूपये महीना ठरला. माळीकाम त्याला पसंत होतं. तेच काम त्यानं केलं होतं आणि त्यात मुरलेला होता. मिलमध्ये पगार चांगला होता पण ते काम त्याला निटसं जमत नव्हतं.

दुसऱ्या दिवसापासून गोबरने मालतीकडे काम करायला सुरूवात केली. त्याला राहायला एक कोठी पण मिळाली. झुनिया पण आली. मालती बागेत येई त्यावेळी तिला झुनियाचे बालक मातीत खेळतांना दिसे. एक दिवशी मालतीने त्याला मिठाई दिली. बाळ त्या दिवसापासून ओळखीचं झालं. तिला पहाताच मागे लागे आणि जोपर्यंत मिठाई मिळत नाही तोपर्यंत सोडत नसे.

एक दिवशी मालती बागेत आली तर बालक दिसला नाही. झुनियाला विचारले तर समजले की त्याला ताप आलाय.

मालतीने घाबरत विचारले-ताप आलाय ! तर माझ्याकडे का नाही आणत ? चल बरं.

बालक खाटेवर अचेतन अवस्थेत पडलं होतं. कौलारूच्या घरात इतका अंधार, इतकी थंडी आणि त्यात इतके मच्छर की मालती एक मिनिटभर पण तिथे थांबू शकली नाही. तात्काळ येऊन तिने थर्मामीटर घेतलं आणि ताप मोजली तर होती एकशे चार ! मालतीला भीती वाटली, देवीचा आजार तर होणार नाही. बाळाला अजून लस टोचली नव्हती आणि अशा थंड कोठीत राहीला तर जास्तच काळजीचं कारण होतं, ताप अधिक वाढण्यासाठी भीती होती.

अचानक बालकाने डोळे उघडले आणि मालतीला उभं असलेलं त्यानं त्याच्या करूण नजरेनं पाहिलं आणि तिनं कडेवर उचलून घ्यावं म्हणून हात पुढे केले. मालतीने त्याला कडेवर घेतलं आणि थोपटू लागली.

बालक मालतीच्या मांडीवर बसून मोठ्या सुखाचा अनुभव घेऊ लागला. आपल्या गरम बोटांनी तिच्या गळ्यातील मोत्याच्या माळेला धरून आपल्याकडे ओढू लागला. मालतीने हार काढून त्याच्या हातात दिला. बालाकची स्वार्थी प्रवृत्ती अशा आजारपणातही सजग होती, हार मिळाल्यातर त्याला आता मालतीच्या मांडीची गरज नव्हती. इथं तो हार मालती घेण्याची भीती होती. झुनियाची मांडी यावेळी जास्त सुरक्षित होती.

मालती प्रसन्न होत म्हणाली-'मोठा हुशार आहेस, हार घेऊन कसा पळाला !'

झुनिया म्हणाली-'दे बाळा, बाईसाहेबांचा आहे.'

बालकाने हाराला दोन्ही हाताने धरले आणि आईकडे रागाने पाहिले.

मालती म्हणाली-'तू गळ्यात घाल बेटा, मी मागणार नाही.'

त्याचवेळी बंगल्यात येऊन तिने आपली बैठक रूम रिकामी केली आणि झुनिया लगेचं नव्या खोलीत राहायला आली.

मंगलने त्या स्वर्गाला कौतूकाच्या नजरेने पालि. छतावर पंखा होता, रंगीन बल्ब होते, भिंतीवर फोटो होते, उशीरापर्यंत त्या फोटोना टकमक पहात राहिला. मालतीने मोठ्या लडाने हाक मारली-मंगल !

मंगलने हसून तिच्याकडे पाहिले, जणू बोलू लागलाय-आज तरी हसायला येत नाही बाईसाहेब ! काय करू, तुमच्याकडून काही होत असेल तर पहा.

मालतीने झुनियाला अनेक गोष्टी समजावल्या आणि जाता-जाता विचारले-तुझ्या घरी कोणी दुसरी बाई असेल तर गोबरकडे सांग, दोन-चार दिवसासाठी बोलावून घे. देवी निघण्याचा धोका आहे, किती दूर आहे तुझे घर ?

झुनियाने आपल्या गावाचे नाव आणि पत्ता सांगितला. अंदाजे आठरा-वीस कोस असेल.

मालतीला बेलारी गाव आठवत होतं, म्हणाली ते गाव तर नाही, ज्याच्या पश्चिमेला अर्ध्या मैलावर नदी आहे ?

'होय बाईसाहेब, तेच गाव, तुम्हाला कसं माहीत ?'

'एकदा आम्ही त्या गावात होतो, होरीच्या घरी थांबलो होतो, तू त्याला ओळखतेस ?

'ते तर माझे सासरे आहेत, बाईसाहेब. माझी सासू पण भेटली असेल ?'

'होय, फारच समजदार बाई आहे, माझ्यासोबत खूप बोलली. तर गोबरला पाठवून तुझ्या

सासुला बोलावून घे.'

'ते त्यांना बोलावयाला जाणार नाहीत'

'का ?'

'तसे कारण आहे'

झुनियाला आपल्या घरातलं सारं करावं लागायचं. दिवस तर ते काही-बाही खाऊन दिवस घालवत. रात्री ज्यावेळी मालती यायची, त्यावेळी झुनिया स्वयंपाक करायची आणि मालती बाळाजवळ बसायची. तिला वाटायचे की बाळाजवळ बसावं पण मालती तसं करू देत नव्हती. रात्री बाळाचा ताप वाढे आणि तो अस्वस्थ होऊन आपली दोन्ही हातं वर करी. मालती त्याला कडेवर घेऊन तासन् तास खोलीत फेऱ्या मारी. चौथ्या दिवशी त्याला देवी निघाल्या. मालतीने सर्व घराला लोस टोचली, स्वतःलाही टोचून घेतली. मेहताला पण टोचले. गोबर, झुनिया, नोकर, कोणी शिल्लक नाही राहीलं.पहिल्या दिवशी देवीचे फोड लहान आणि अंतरा-अंतरावर होते. असं वाटत होतं की लहान आहे. दुसऱ्या दिवशी मोठे झाले आणि अंगुरासारखे झाले. नंतर तर दोन्हीतले अंतर कमी होऊन ते आवळ्यासारखे झाले.

मंगल आग आणि खाजेच्या वेदनेने बंचैने होऊन करूण स्वरात कण्हे आणि दीन, असाह्य नजरेने मालतीकडे पाही. त्याचे कण्हणे सुद्धा प्रौढाप्रमाणे होते, आणि नजरेतही प्रौढता होती. जणू तो अचानक तरूण झालाय. या असाह्य वेदनेने जणू त्याचं अबोध बालपण हिरावले आहे. त्याची बालबुद्धी जणू सज्ञान होऊन म्हणत की मालतीने काळजी घेतली तर तो बरा होऊ शकतो. मालती थोडी जरी दुसरीकडे गेली तर ते रडू लागे. मालती येताच शांत बसे. रात्री तो जास्त बेचैन होई. त्यावेळी बहुधा सारी रात्र बसून राहावे लागे. परंतु ती कधी चिडचिड करीत नसे. हो, झुनियाचा तिला कधी-कधी जरूर राग यायचा. कारण अज्ञानापोटी ती जे करू नाही तेच करून बसे.

गोबर आणि झुनियाचा विश्वास झाड-पाल्याच्या औषधावर होता. इथे ती संधी मिळत नव्हती. त्यावर झुनिया दोन लेकराची माय झाली असताना लेकराची कशी काळजी घ्यावी हे तिला समजत नव्हते. मंगल हट्ट करी, तर त्याला मारी. थोडी संधी मिळाली तरी झाली जमिनीवर आडवी आणि दिवस उगण्यापूर्वी उठत नसे. आणि गोबर तर त्या खोलीत यायला जणू घाबरत होता. मालती तिथे बसलेली आहे, कसं जायचं ? झुनियाकडे बाळाची विचारपूस करी आणि जेवून झोपी जाई. या दुखण्यानंतर तो अगदीच ठणठणीत झालं नव्हतं. थोडेसे काम केले तरी थकून जायचा. ज्या काळात झुनिया गवत विकायची, त्याकाळी गोबर शांतपणे झोपून जायचा. त्याची तबियत ठीक झाली होती. परंतु इकडे गेल्या अनेक महिन्यापासून ओझं वाहून आणि ज. काम करून त्याची तबियत खालावली होती. तसे इथले काम जास्त होते, सर्व बागेला पाणि देण्यास ठी सेंदणे, आळे करणे, गवत कापणे, गाईला वैरण-पाणि देणे, दूध काढणे, आणि जो मालक इतका दयाळू आहे, त्याच्या कामात कामचोरी कशी करता येईल ? हा उपकार त्याला एक क्षणही बसू देत नव्हता. आणि स्वतः मेहता खुरपे घेऊन बागेत काम करीत त्यावेळी गोबर कसा शांत बसू शकतो. तो स्वतः वाळून गेला होता पण बाग फुलली होती.

मिस्टर मेहताला पण बाळाचा लळा लागला होता. एकदा मालतीने त्याला कडेवर घेतल्यावर मेहताच्या मिशा उपटल्या होत्या. बाळाने मिशांना असं घट्ट धरलं की जणू समूळ उपटून टाकणार

आहे. मेहताच्या डोळयात पाणि आलं.

मेहताने चिडून म्हटलं-'फारच सैतान आहे हा.'

मालती त्यांना बोलली होती -'तुम्ही मिशा का काढत नाही?'

'मला मिशा जिवापेक्षा प्रिय आहेत'

'आता धरल्या तर उपटूनच टाकीन '

मंगलला त्यांच्या मिशा धरायला काही विशेष मजा आली होती. तो खूप मोठ्यानं खदखदा हसला होता आणि मिशांना जोराने ओढलं होतं, परंतु मेहताला पण मिशा धरल्याचा आनंद झाला होता. कारण दिवसातून एक-दोनदा ते त्याच्याकडून मिशा ओढून घेत होते.

इकडे जेव्हापासून मंगलला देवी निघाल्या होत्या. मेहताला पण मोठी चिंता लागली होती. मंगलला नेहमी व्यथित नजरेनं पहात त्याच्या वेदनेची कल्पना करून त्यांचं कोमल ऱ्हदय व्याकूळ होत असे. त्यांच्या धावपळीन तो जर चांगला झाला असता, तर पृथ्वीच्या एका टोकापासून दुसऱ्या टोकापर्यंत धावले असते. रूपये खर्च करून तो चांगला झाला असता तर ते भीक़ मागायला देखील लाजले नसते. परतु देवी आजारापुढे कोणाचे काही चालत नव्हते. त्याला स्पर्श करायलाही ते घाबरत. त्याच्या अंगावरील फोड तर फुटणार नाहीत, मालती किती कोमल हाताने त्याला घेते. खांद्यावर घेऊन इकडे-तिकडे फिरवते, अणि किती प्रेमाणे त्याला दूध पाजते. हे वात्सल्य मेहताच्या नजरेत मालतीला एका उंचीवर घेऊन जातं. मालती केवळ सौदर्यवती नाही, आई आहे आणि अशी-तशी आई नाही, खऱ्या अर्थाने देवी आणि आई आणि जीवदान देणारी. जी परक्या बालकालाही आपलं समजू शकते. जणू तिने मातृत्वाचा सदैव संचय केला आहे. आणि आज दोन्ही हातानी खैरात करीत आहे. जिच्या रोमारामातून मातृत्व पाझरत होते. जणू हेच तिचे यर्थार्थ रूप आहे. ते हावभाव, तो साजशृंगार तिच्या मातृत्वावर असणारे आवरण आहे, ज्याने त्या विभूतीची रक्षा होते.

रात्रीचे एक वाजले होते. मंगलाचे रडणे ऐकून मेहता चकित झाले होते. विचार केला, बिचारी मालती मध्यरात्रीपर्यंत जागी असेल. यावेळी तिला जागी राहायला किती कष्टदायक ठरत आहे. दरवाजा उघडा असेल तर आपणच बाळाला शांत करावे. ताबडतोब उठून त्या खोलीजवळ जावून काचेतून आत पाहिले, मालती बाळाला घेऊन बसली होती. आणि बाळ विनाकारणच रडत होतं. कदाचित त्याने एखादे स्वप्न पाहिले असेल किंवा कशाने घाबरला असेल. मालती त्याला कुरवाळत होती, परंतु बाळ शांत होण्याचं नाव घेत नव्हतं, मालमीचे हे अतूट वात्सल्य, तो अदम्य मातृभाव पाहून त्यांच्या डोळयात पाणि आले. मनात इतकं प्रेम दाटून आलं की आत जावून मालतीच्या चरणांना ऱ्हदयाशी लावावं, ऱ्हदयातून तिच्यासाठी प्रेमाचे भाव प्रकट झाले- प्रिये, माझ्या स्वर्गाची देवी, माझी राणि, डार्लींग...

आणि त्याच प्रेमोन्मादात त्यांनी आवाज दिला-मालती, जरा दरवाजा उघडा.

मालतीने येऊन दरवाजा उघडला आणि त्यांच्याकडे जिज्ञासापूर्ण नजरेने पाहिले.

मेहताने विचारले-'काय झुनिया जागी नाही ? हा तर फारच रडू लागलाय.'

मालतीने संवेदनायुक्त स्वरात म्हटले-'आज आठवा दिवस आहे, वेदना जास्त होत असतील.'

'तर आणा, मी थोडावेळ घेतो, तुम्ही थकल्या असाल '

मालती हसून बोलली-'तुम्हाला थोड्याच वेळात याचा राग येईल !'

गोष्ट खरी होती, परंतु स्वतःची कमजोरी कोण स्वीकारतं ?

मेहताने हट्ट करीत म्हटले-'तुम्ही मला इतकं कच्च्य समजलं ?'

मालतीने बाळाला त्यांच्या कडेवर दिलं, त्यांच्या कडेवर जाताच ते एकदम शांत झालं, बालकामध्ये जे एक अंतर्ज्ञान असतं, त्याने त्याला सांगून टाकलं, आता रडण्याचा काही फायदा होणार नाही, हा नवीन व्यक्ति बाई नसून पुरूष आहे, आणि पुरूष रागीट असतो आणि निर्दयी पण असतो आणि खाटेवर झोपून किंवा बाहेर कुठे आंधारात झोपू घालून दूर निघून जाऊ शकतो आणि कोणाला जवळ येऊन पण देणार नाही.

मेहताने जिकल्याच्या थाटात म्हटले-'पहा, कसं शांत केलं'

मालतीने विनोद केला-हो, तुम्हाला ही कला चांगलीच अवगत आहे ! कुठे शिकलात?

'तुमच्याकडून '

'मी स्त्री आहे आणि माझ्यावर विश्वास नाही केल्या जावू शकत'

मेहताने लज्जित होत म्हटले-'मालती, मी तुम्हाला हात जोडून सांगतो, माझ्या त्या शब्दांना विसरून जा, गेल्या अनेक महिन्यापासून इतका पश्चातापदग्द आहे, इतका लज्जित आहे, इतका दुःखी आहे, याची तुम्ही काल्पनाही करणार नाही.'

मालतीने सरळपणे म्हटले-मी तर विसरून गेले, खरं सांगतेय,

'माझा विश्वास कसा बसेल.'

'याचा पुरावाच हा आहे की आपण एकाच घरात रहातो, एकत्र खातो, हसतो-बोलतो'

'काय मला काही याचना करण्याची परवानगी देणार नाही'

त्यांनी मंगलला खाटेवर टाकले, जिथे तो शांतपणे झोपला आणि मालतीकडे विवंचनेच्या नजरेने पाहिलं, जसे की तिच्या परवानगीवर सगळं काहीर अवलंबून होतं.

मालतीने रडवेली होत म्हटले-तुम्ही जाणताच, तुमच्यापेक्षा जवळचं या जगात माझं कोणीही नाही, मी खूप दिवसापासून स्वतःला तुमच्या चरणावर स्वाधीन केलय. तुम्ही माझे मार्गदर्शक आहात, देवता आहात, माझे गुरू आहात, तुम्हाला माझी याचना करण्याची काही गरज नाही. मला केवळ ईशारा पुरेसा आहे, तुमची भेट होण्यापूर्वी आणि तुमची ओळख झाली नव्हती, त्यावेळी मी जीवनाकडे भोग आणि आत्मसेवा म्हणूनच पहात होते, तुम्ही त्याला प्रेरणा दिली, स्थैर्य दिलं. मी तुमचे उपकार कधी विसरू शकत नाही. नदी किनारी झालेली तुमची भेट मी जपुन ठेवली आहे. वाईट याचेच वाटते की दुसरे पुरूष तर मला जे समजतात तेच तुम्ही पण समजले, ज्याची मी कधी अपेक्षा केली नव्हती, त्याची जबाबदारी माझ्यावर आहे, हे मला माहीतय. परंतु तुमचे अमूल्य प्रेम मिळाल्यावरही मी तशीच राहिल, असे समजून तुम्ही माझ्यावर अन्याय केला. मला यावेळी किती गौरवपूर्ण वाटतं याची कल्पना तुम्ही नाही करू शकत. तुमचे प्रेम आणि विश्वास प्राप्त करून मला आता कशाचीच गरज नाही. हे वरदान माझे जीवन सार्थक करण्यासाठी पुरेसे आहे. हे माझे पूर्णत्व आहे.

असे बोलताना मालतीच्या मनात अशा भावना उत्पन्न झाल्या की मेहताच्या गळ्यात पडावं. आतील भावना बाहेर येऊन जणू वास्तवाचे रूप धारण केले होते. तिचं अंग अंग रोमांचित झालं. ज्या आनंदाला तिने दुर्लभ समजलं होतं, ते इतकं सहज, इतक जवळ आहे ! आणि ऱ्हदयातला तो आनंद चेहऱ्यावर येऊन असं दिसू लागलं की मेहताला तिच्यात देवत्वाची आभा दिसली. ही स्त्री

आहे की पवित्र्याची, पतीव्रताची, त्यागाची प्रतिमा !

त्याचवेळी झुनिया जागी झाली आणि मेहता आपल्या खोलीत गेले. नंतर दोन आठवडे मालतीबरोबर बोलण्याची संधी त्यांना मिळाली नाही. मालती त्यांना कधी एकांतामध्ये भेटत नव्हती. मालतीचे ते शब्द त्यांच्या ऱ्हदयात ध्वनीत होत असतं. त्यात किती सात्वना होती, किती नम्रता होती, किती नशा होती !

दोन आठवड्यात मंगल बरा झाला, परंतु चेहऱ्यावर देवीचे व्रण दिसू लागले. त्या दिवशी मालतीने लहान-लहान मुलांना मिठाई वाटली आणि जी इच्छा मनात बाळगली होती, ती पूर्ण केली. या त्यागी जीवनात किती आनंद आहे, याचा तिला आता अनुभव आला. झुनिया आणि गोबरचा हर्ष जणू तिच्यात प्रतिबिंबीत होऊ लागला होता. दुसऱ्याच्या कष्ट-निवारणात तिने जे सुख आणि उत्साहाचा अनुभव घेतला, तो कधी भोग-विलासात आला नव्हता. ती लालसा आता फुलांप्रमाणे कोमेजून गेली होती, आता ती त्या रेषेच्या पुढे गेली होती. जिथे मनुष्य भौतीक सुखालाच सुखाचा मार्ग समजतो, हा आनंद आता तिला तुच्छ पतनाकडे घेऊन जाणारा, काहीसा किरकोळ, उलट विभत्स वाटू लागला. तिला बंगल्यात राहाण्याचा कसा आनंद वाटेल, सभोवंताली गवताच्या झोपड्या असतील तर, कारमध्ये बसल्याचा आता तिला गर्व होत नाही. मंगलसारख्या अबोध बालकाने तिच्या जीवनात किती प्रकाश टाकला, तिच्यासमोर तर खऱ्या आनंदाचा दरवाजाच उघडला होता.

एक दिवशी मेहताचे डोके चांगलेच दुःखायला लागले. ते डोळे बंद करून खाटेवर तळमळत पडले होते. तोच मालतीने त्यांच्या डोक्यावर हात ठेवून विचारले-'कधीपासून डोकं दुःखतय?'

मेहताला असे वाटले की तिच्या कोमल हाताने सारे दुःख शोषून घेतले आहे. इतकी डोकं दुःखी अद्याप झाली नव्हती. जणू परंतु तुम्ही हात ठेवताच इतके हलके वाटले की जणू डोके दुःखी नव्हतीच. तुमच्या हातात ही सिद्धी आहे.

मालतीने त्यांना कसलेसे औषध खायला दिले आणि आरामाने झोपून राहाण्याची सक्त ताकीद देवून तात्काळ खोलीतून बाहेर जायला निघाली.

मेहताने आग्रह करीत म्हटले-'जरा दोन मिनिटे बसणार नाहीत ?'

मालतीने दारातून मागे वळून म्हटले-'यावेळी गप्पा करू लागलात तर डोके थांबणार नाही. आरामात पडून रहा. अलिकडे मी तुम्हाला काही ना काही वाचताना किंवा लिहिताना पहाते. दोन-चार दिवस लिहिणे-वाचणं सोडून द्या.'

'तुम्ही एक मिनिट बसणार नाहीत ?'

'मला एका पेशंटला भेटायला जायचे आहे ?'

'ठीक आहे, जा'

मेहताच्या चेहऱ्यावर इतकी उदासीनता दिसली की मालती परत आली आणि समोर येऊन म्हणाली-'बरं, सांगा काय म्हणताय ?'

मेहता नाराज होत म्हणाले-'काही खास नाही, मला हेच म्हणायचे आहे की इतक्या रात्री कोणत्या पेशंटला भेटायला जायचे आहे ?'

'ती रायसाहेबांची मुलगी आहे, तिची तबियत फारच खराब झाली आहे, आता थोडी सावरलीय'

ती जाताच मेहता पुन्हा झोपून राहिले, काही समजत नव्हतं की मालतीने हात ठेवताच डोके दुःखी कशी बंद झाली होती. जरूर तिच्यात काही सिद्धी आहे आणि ही त्याची तपस्या होती, तिचं कमर्ण्य मानवतेचे वरदान आहे, मालती स्त्रीत्वाच्या त्या उच्च आदर्शाला पोहचली होती. जेथून ती प्रकाशाच्या एका नक्षत्रासारखी भासत होती, आता ती प्रेमाची वस्तू नाही तर श्रद्धेची वस्तू होती. आता ती दुर्लभ झाली होती आणि दुर्लभता मनस्वी आत्म्यासाठी उद्योगाचा मंत्र आहे. मेहता प्रेमात ज्या सुखाची कल्पना करीत होते, त्या श्रद्धेने अधिकच गहन आणि स्फुर्तीमय बनवलं होतं. प्रेमात काही मानदेखील असतो, काही महत्व देखील, श्रद्धा तर स्वतःला संपवून टाकते आणि स्वतःला संपवून टाकण्यालाच इष्ट समजते, प्रेमाला अधिकार हवा असतो. जे काही देतो त्याच्या मोबदल्यात काही पाहिजं पण असतं. श्रद्धेचा सर्वोच्च आनंद आपलं समर्पण आहे. ज्यात अहंकार संपून जातो.

मेहताचा तो महानग्रंथ पूर्ण झाला होता. ज्याला ते तीन वर्षापासून लिहित होते आणि ज्यात त्यांनी जगातील सर्व तत्वज्ञानाचा समावेश केला होता. हा ग्रंथ मालतीला समर्पीत केला. आणि ज्या दिवशी त्याच्या प्रती इंग्लडवरून आल्या आणि त्यांनी त्यातील एक प्रत मालतीला भेट दिली. ती आपलं समर्पीत नाव पाहून चकितही झाली आणि दुःखी देखील.

ती म्हणाली-तुम्ही असे का केले ? मी तर स्वतःला या लायक समजत नाही.

मेहताने गर्वाने म्हटले-परंतु मी तर समजतो, हे तर काहीच नाही, मला तर शंभर प्राण असते तर ते पण तुमच्या चरणावर समर्पीत केले असते.

'माझ्यावर ! जिने स्वार्थापलिकडे काहीच केले नाही '

'तुमच्या त्यागाचा एक तुकडा जरी मला मिळाला तरी मी स्वतःला धन्य समजनं, तुम्ही देवी आहात-त्यागाच्या, पावित्र्याच्या, मांगल्याच्या'

'मग तर तुम्ही मला चांगले ओळखलेलं दिसतय ! मी आणि त्याग ! मी तुम्हाला खरं सांगतेय, सेवा किंवा त्यागाची भावना माझ्या मनात कधी ही आली नाही, जे काही करते आहे ते प्रत्यक्ष किंवा अप्रत्येक्ष स्वार्थासाठी करते आहे, मी गात यासाठी नाही की त्याग करतेय, किंवा आपल्या गीतांमधून दुःखी आत्म्यांना सात्वना देतेय. उलट केवळ यासाठी की त्याने माझे मन प्रसन्न होतं. त्याच हेतूने औषध पाणिही गरिबांना देत असते. केवळ स्वतःच्या मनाला प्रसन्न करण्यासाठी, कदाचित मनाच्या अहंकाराला त्यामध्ये सुख वाटत असेल. तुम्ही मला उगीच देवी करून टाकलय. आता फक्त आरती घेऊन पूजा करणे बाकी आहे.

मेहता कातर स्वरात बोलले-ते तर अनेक वर्षापासून म्हणतोय मालती, आणि तोपर्यंत करीत रहावी, जोपर्यंत वरदान मिळणार नाही.

मालतीने मजा घेतली-तर मग वरदान मिळाल्यावर देवीला मंदीरातून फेकून देणार.

मेहता सावध होत बोलले-मग तर माझे स्वतंत्र अस्तित्व देखील राहाणार नाही, उपासक उपासनेत विलीन होईल.

मालती गंभीर होत बोलली-नाही मेहताजी, मी अनेक महिन्यापासून या गोष्टीवर विचार केलाय आणि शेवटी असा निष्कर्ष काढला की पती-पत्नी म्हणून राहाण्यापेक्षा मित्र म्हणून राहाण्यात जास्त सुख आहे. तुम्ही माझ्यावर प्रेम करता, माझ्यावर विश्वास ठेवता आणि विश्वास आहे की वेळ पडल्यास स्वतःचा जीव पण धोक्यात घालू शकता. तुमच्यात मी मार्गदर्शकच नाही तर आपला

प्राणरक्षक म्हणूनही पाहिले आहे. मी पण तुमच्यावर प्रेम करते,तुमच्यावर विश्वास ठेवते आणि तुमच्यासाठी अशी एकही गोष्ट नाही जी करू शकणार नाही, परमेश्वराकडे हीच मागणी आहे की आयुष्यभर मला याच मार्गावर चालण्याचं बळ दे. आपल्या पूर्णत्त्वासाठी आपल्या आत्म्याच्या विकासासाठी, आणखी काय हवयं ? आपलं छोटसं कुटुंब करून, आपल्या आत्म्याला लहानशा पिंजऱ्यात बंद करून, आपल्या सुखःदुखाला स्वत:पुरते ठेवून, काय आपण अमर्यादेच्या जवळ जाऊ शकतो ? ते तर आपल्या मार्गात अडथळा निर्माण करीन, काही दुर्लभ प्राणी असेही आहेत की जे पायात या बेड्या अडकूनही विकासाच्या मार्गावर चालू शकतात आणि चालत आहेत. हे पण माहीत आहे की पूर्णत्वासाठी कौटुंबिक प्रेम आणि त्याग, बलिदानाचे मोठेच महत्व आहे. परंतु माझा आत्मा तितका मजबूत नाही, जोपर्यंत ममत्व नाही, आपलेपणा नाही, तोपर्यंत जीवनाचा मोह नाही. स्वार्थाचा जोर नाही. ज्या दिवशी मन मोहामध्ये आसक्त झालं आणि आपण प्रेमात पडलोत, त्या दिवशी आपल्या मानवतेचे क्षेत्र मर्यादीत होईल. नव्या नव्या जबाबदारी येतील आणि आपली सर्व शक्ती त्या पूर्ण करण्यासाठी खर्ची होईल. तुमच्यासारखे विचारवंत, प्रतिभासपन्न मनुष्याच्या आत्म्याला मी अशा कामामध्ये गुंतवू इच्छित नाही. आतापर्यंत तुमचे जीवन यज्ञ होते, ज्यात स्वार्थासाठी थोडी जागा होती. मी त्याला आणखी लहान करू इच्छित नाही. जगाला तुमच्यासारख्या साधकाची गरज आहे, जो आपल्यापणाला इतके मोकळे करीन की सारं जग आपलं होईल. जगात अन्यायाची, अतंकाची, भीतीची आरोळी उठली आहे. अंधश्रद्धेचा, कपट-धर्माचा, स्वार्थाचा प्रकोप झाला आहे. तुम्ही ती आर्त हाक ऐकली आहे, तुम्ही ऐकणार नाहीत, तर मग कोण ऐकणार आहे ? आणि खोटारड्या लोकांप्रमाणे तुम्ही तुमचे कान बंद करू नाही शकत. तुम्हाला ते अन्न खावेच लागेन. आपल्या विद्या आणि बुद्धीला, आपल्या जागृत मानवतेला आणखीनच उत्साह आणि स्फुर्तीने त्या मार्गावर घेऊन जा. मी पण तुमच्या मागे-मागे येईल. तुमच्यासोबत माझे जीवनही सार्थक करा. हाच माझा आपल्याकडे आग्रह आहे. तुमचा कल संसार करावा याकडे झुकत असेल तर मला शक्य तितका प्रयत्न करीन मी तुम्हाला त्यापासून प्रवृत्त करीन. ईश्वर न करो की मला या कामात अश्रू गाळून सोडून देईल. आणि सांगू शकत नाही माझा काय शेवट होईल. कोणत्या मार्गाला लागेल, तो कोणताही मार्ग असेल पण आपल्या बंधनाचा मार्ग नसेल, सांगा, मला काय आदेश देणार ?

मेहता खाली मान घालून ऐकत राहिले. एक-एक शब्द त्यांच्यातल्या दृष्टीला डोळस करीत होता, असे यापूर्वी कधीच झाले नव्हते. ती भावना जी आतापर्यंत त्यांच्या समोर स्वप्नचित्राप्रमाणे आली होती, आता जीवनाचं सत्य रूप घेऊन आकाराला आली होती, ते आपल्या अंगाअंगात प्रकाश आणि उत्कर्षाचा अनुभव करू लागले होते. जीवनाच्या महान संकल्पासमोर आपलं बालपण आपल्या डोळ्यासमोर नाचू लागतं. मेहताच्या डोळयात बालपणीच्या गोड आठवणी तरळू लागल्या, ज्यावेळी ते आपल्या विधवा मातेच्या मांडीवर बसून महान सुखाचा अनुभव करीत होते. कुठे आहे ती, ये म्हणावं आणि पहा आपल्या बालकाचे कतृत्व. मला आर्शीवाद दे. तुझा तो जिद्दी बालक आज एक नवा जन्म घेत आहे.

त्यांनी मालतीचे चरण आपल्या दोन्ही हाताने धरले आणि थरथरत्या स्वरात बोलले-तुमचा आदेश स्वीकार आहे मालती !

आणि दोघे एकांत होऊन प्रगाढ अलिंगणात सामावले, दोघांच्या डोळयातून अश्रुंच्या धारा वहात होत्या.

३४

सिलियाचे बाळ आता दोन वर्षाचे होऊ लागले होते आणि साऱ्या गावात हुदडू लागले होते. एक विचित्र भाषा बोलू लागले होते. आणि त्याच भाषेत बोलत होते, मग ते कोणाला समजो अथवा न समजो. त्याच्या भाषेत त, ल अणि घ ची कसरत होती, आणि स, र आदी वर्ण गायब होते. त्या भाषेत रोटीला ओटी म्हणत, दुधाला तूत, सागला छाग, आजोबाला आदोबा, प्राण्यांच्या आवाजाची अशी नक्कल करी की हसून हसून गावकरी लोट-पोट होत. कोणीतरी विचारले-रामू, कुत्रा कसा बोलतो? रामू गंभीर चेहरा करून म्हणे भों-भों, आणि चावायला धावे. मांजर कशी बोलते ? आणि रामू म्याँव-म्याँव करीत मांजरीसारखे पाही आणि पंजाने ओरबाडे. फारच मस्त लडका होता. पहावं त्यावेळी खेळात मग्न. ना खाण्याचे ध्यान, ना पिण्याचे. कडेवर घेण्याची त्याला चीड होती. त्याचे सर्वांत सुखी क्षण ते होते ज्यावेळी दारातील लिंबाच्या झाडाखाली असणाऱ्या मातीत मनसोक्त लोळण घ्यायचा, डोक्याला लावायचा, पोटाला लावायचा, घरे करायचा. त्याच्या वयाच्या मुलांसोबत त्याचं थोडही पटत नव्हतं. कदाचित त्यांना आपल्या सोबत खेळण्यालायक समजत नसेल.

कोणी विचारे-'काय नाव आहे तुझे ?'

'लगेच सांगे-लामू'

'तुझ्या वडिलाचे नाव काय आहे ?'

'मातादीन'

'आणि तुझ्या आईचे?'

'छिलिया'

'आणि दातादीन कोण आहे?'

'ते माझे आजोबा आहेत '

माहीत नाही त्याला कोणी हे नाते सांगितले होते.

रामू आणि रूपाचं चांगलं जमायचं. ते रूपाचं खेळणं होतं. त्याला उबटणं लावी, काजळ लावी, अंघोळ घाली, केस विंचरी, आपल्या हातावर घेऊन त्याच्याशी खेळे, आणि कधी-कधी त्याला पोटात घेऊन रात्री झोपी जाई. धनिया रागावे, तू नको तेच करतेस. पण ती कोणाचेही ऐकत नसे. कापडी बाहूल्याने त्याला आई बनवणं शिकवलं होतं, ती मातृ-भावना जीता-जागता बालक मिळाल्याने आता तर खेळण्यावर समाधानी राहू शकत नव्हती.

तिच्या घरच्या मागच्या बाजूला कोण्याकाळी तिचे बस्तान होते. होरीच्या पडक्या घरात सिलियाने आपली एक गवताचे छप्पर बांधून राहू लागली होती. होरीच्या घरी आयुष्य तर नव्हती घालवू शकत.

मातादीनसाठी शेकडो रूपये खर्च केल्यानंतर शेवटी काशीच्या पंडितांनी पुन्हा ब्राह्मण धर्मात घेतलं होतं. त्या दिवशी मोठा यज्ञ झाला. अनेक ब्राह्मणांना जेवन दिले आणि अनेक मंत्रोच्चार आणि श्लोक उच्चारण्यात आले. मातादीनला शुद्ध शेण आणि गोमुत्र खावा-प्यावा लागला. शेणाने

त्याचे मन पवित्र झाले. गोमूत्राने त्याच्या आत्म्यातील अशुद्धीतेचे किटाणू मृत झाले.

परंतु अशाप्रकारच्या या प्रायश्चिताने त्याला खरोखरच पवित्र बनवलं. यज्ञाच्या प्रचंड अग्निकुंडात त्याची मानवता फुलली आणि यज्ञाच्या ज्वाला प्रकाशाने त्याला धर्माची जाणीव झाली. त्या दिवसापासून त्याला धर्माबद्दल चीड उत्पन्न झाली. त्याने जाणवे काढून फेकले आणि पुरोहितत्व गंगेत बुडवलं. आता तो पक्का शेतकरी होता. त्याने हे पण पाहिले की विद्वानांनी त्याला ब्राह्मण धर्मात घेतलं असलं तरी समाज त्याच्या हातचे अद्यापही पाणि पित नाही, त्याला मुहूर्त विचारतात. शुभ दिनांक विचारतात, त्याला विशिष्ट दिवशी दान देखील दिल्या जाते पण त्याला भांड्याना स्पर्श करू दिल्या जात नाही.

ज्या दिवशी सिलिया बाळंत झाली, त्याने आनंदाच्या भरात खूप भांग प्याली. गर्वाने त्याची छाती जणू फुगली आहे. मिशांना पुन्हा-पुन्हा ताव मारू लागला. बाळ कसं असेल ? त्याच्यासारखं ? कसं दिसत असेल ? त्याला पहाण्यासाठी तो उतावीळ होता.

तिसऱ्या दिवशी रूपा त्याला शेतात भेटली. तिने विचारले-रूपिया तू सिलियाचे बाळ पहातेस ?

रूपिया म्हणाली-पाहिलं कसं नाही, लाल-लाल आहे, खूप लठ्ठ, मोठेमोठे डोळे, डोक्यावर मऊ केस आहेत, टुकुर-टुकुर पहातं.

मातादीनच्या ऱ्हदयात जणू ते बाळ बसलं होतं, आणि त्याचे हात-पाय हलवत होतं. त्याच्या डोळयात एक प्रकारची धुंदी होती. त्याने त्या किशोरी रूपाला उचलून घेतलं, नंतर खांद्यावर बसवलं, नंतर खाली उतरवून त्याच्या कपाळाचे चुंबन घेतले.

रूपा केसाना आवरत बोलली-चला, मी तुम्हाला दूरवरून दाखवते. ओसरीमध्ये तर आहे, सिलियाताई माहीत नाही का नेहमी रडत असते.

मातादीनने तोंड फिरवलं. त्याच्या डोळयात अश्रू आले आणि ओठ थरथरत होते.

त्या रात्री सगळं गाव झोपी गेल्यावर आणि सर्वत्र अंधार पसरल्यावर तो सिलियाच्या घरी आला आणि प्राण एकवटून बालकचे रडणे ऐकले. ज्यात साऱ्या जगाचं संगीत, आनंद आणि माधुर्य होतं.

सिलिया बाळाला होरीच्या घरातील खाटेवर झोपी घालून मजुरी करायला जात असे. मातादीन कोणत्यान् कोणत्या कारणाने होरीच्या घरी येई. आणि नकळत बाळाला पाहून आपलं मन आणि डोळयांना तृप्त करी.

धनिया हसून म्हणे-लाजता कशाला, मांडीवर घ्या, लाड करा, कसं निर्दयी मन आहे तुमचं, अगदी तुमच्यावर गेलाय.

मातादीन एक-दोन रूपये सिलियाला देवून बाहेर निघून जात असे, बालकासोबत त्याचा आत्माही मोठा होत होता, प्रसन्न होत होता, तेजस्वी झाला होता. आता त्याच्या जीवनालाही उद्देश होता, अर्थ होता, तो संयमी झाला, गंभीर झालाय, जबाबदारी आली होती.

एकं दिवशी रामू खाटेवर झोपला होता. धनिया कुठेतरी गेली होती. रूपा देखील लेकरांचा आवाज ऐकून खेळायला गेली. घरी एकटा होता. त्याचवेळी मातादीन आला, बाळ निळया आकाशाकडे पाहून हात-पाय हालवत होता. हुंकार देत होता. मातादीनला पाहून तो हसू लागला. मातादीन प्रेमविव्हाळ झाला. त्याने बालकाला छातीशी लावलं, त्याचं सारं अंग, ऱ्हदय आणि प्राण रोमांचित

झालं, जणू पाण्याच्या लाटांवर प्रकाश किरणे थरथरत आहेत. बालकाचे गडद, निर्मळ, अथांग युक्त डोळ्यात जणू त्याला जीवनाचं सत्य सापडलं आहे. त्याला एक प्रकारची भीती वाटली, जणू ती नजर त्याच्या ऱ्हदयाला वेदना देत होती की तो किती अपवित्र आहे. ईश्वराच्या त्या प्रसादाला तो कसा स्पर्श करू शकत होता. त्याने बालकाला संशयीत मनाने पुन्हा झोपू घातलं. त्याचवेळी रूपा बाहेरून आली आणि तो बाहेर निघून गेला.

एका दिवशी खूप गारा पडल्या. सिलिया गवत घेऊन बाजारात गेली होती. रूपा तिच्या खेळण्यात मग्न होती. रामू आता बसू लागला होता. थोडा चालत पण होता. त्याने अंगणात ज्या गारा पाहिल्या, त्याला वाटलं, बताशे असावेत, अनेक गारा तोंडात टाकल्या आणि अंगणात खूप खेळलं. रात्री त्याला ताप आला. दुसऱ्या दिवशी निमोनिया झाला. तिसऱ्या दिवशी सांजवेळी सिलियाच्या कुशीतच ते बालक गतप्राण झालं.

परंतु बालक मेले तरी तेच तिच्या जीवनाचं केंद्र राहिलं. तिला त्याच्या आठवणीनं पान्हा फुटायचा. त्यात पदरही ओला व्हायचा. त्याचवेळी डोळ्यातून अश्रुही टपकत. तो असताना सर्व काम आटोपून रात्री ज्यावेळी रामूला जवळ घेऊन तिचे स्तन त्याच्या तोंडात द्यायची तर जणू तिच्या प्राणात बालक स्फुर्ती भरायचा. त्यावेळी ती अंगाई गीत गाई. गोड-गोड स्वप्न पाहिले आणि नवीन जगाची निर्मिती करी, ज्याचा राजा रामू होता, आता सर्व काम आटोपल्यावर ती आपल्या उदास झोपडीत रडत बसे आणि तिचा प्राण तळमळे उडून जाण्यासाठी, त्या लोकात जिथे तिचा लाडका यावेळी खेळत असेल, सारं गाव तिच्या दुःखात सहभागी होता. रामू किती चंचल होता, जो कोणी बोलावील त्याच्याकडे जाई. मरून आणि इतक्या दूर जावून तो अधिकच प्रिय झाला होता. त्याच्या आठवणी त्याच्यापेक्षा कितीतरी सुंदर, कितीतरी चंचल, कितीतरी गोंडस होत्या.

मातादीन त्या दिवशी मोकळा झाला. पडदा तर असतो हवेसाठी, वादळात पडदे यामुळे काढून ठेवले जातात की वादळाने उडून जाऊ नयेत. त्याने प्रेताला दोन्ही हाताने उचलून घेतलं आणि एकटाच नदीच्या काठापर्यंत घेऊन गेला, ज्याचा एक दिवशी त्याला थोडाही संकोच वाटला नाही.

आणि कोणी बोललेही नाही. उलट सगळ्यांनी त्याच्या धाडसाचे आणि खंबीरपणाचे कौतूक केले.

होरी म्हणाला-हेच पुरूषाचे काम आहे. जिचा हात धरला, शेवटपर्यंत साथ दिली !

धनिया डोळे फिरवत म्हणाली-नका कौतूक करू. जीव जळतो, हा पुरूष आहे ? मी अशा मर्दाला नामर्द समजते. हात धरला त्यावेळी काय हा दूध पिता होता की सिलिया ब्राह्मण होती ?

एक महिना लोटला, सिलिया पुन्हा मजूरी करू लागली. रात्र झाली होती, पौर्णिमेचा चंद्र मोठा निघाला होता. सिलियाने कापणी झालेल्या शेतातून सांडलेल्या जवाच्या काड्या निवडून टोकरीत ठेवल्या होत्या आणि घरी निघाली होती तोच चंद्राकडे तिची नजर गेली आणि विस्मृतीत गेलेल्या साऱ्या आठवणी जागी झाल्या. पदर दुधाने भिजला आणि चेहरा अश्रुने. तिने चेहरा रडवेला करून जणू रडण्याचा आनंद घेऊ लागली होती.

अचानक कसलासा आवाज ऐकून ती दचकली. मातादीन मागून येऊन उभा राहीला आणि म्हणाला-किती दिवस रडणार सिलिया रडल्याने तो परत येणार नाही असे म्हणत तो स्वतःच रडू लागला.

सिलियाच्या ओठावर आलेले कडवट शब्द तिथेच विरघळले. आवाज सावरत बोलली-आज तुम्ही इकडे कसे आलात.

मातादीन कातर स्वरात बोलला-इकडून चाललो होतो, तुला बसलेलं पाहिलं, तर आलो.

'तुम्ही तर त्याला खेळू पण शकला नाहीत'

'नाही सिलिया, एकदा खेळवलं होतं !'

'खरं !'

'मी कुठे होते ?'

'तू बाजाराल गेली होती'

'तुम्ही घेतल्यावर रडला नाही ?'

'नाही सिलिया, हसत होता'

'खरं ?'

'खरं !'

'फक्त एक दिवस खेळवलं ?'

'हो, एकच दिवस. पंरतु पहायला रोज यायचो, त्या खाटेवर खेळताना पहायचो आणि मन शांत करून निघून जायचो '

'तुमच्यासारखाच होता '

'मला तर पश्चाताप होतोय की विनाकारण त्याला कडेवर घेतलं, ही माझ्या पापाची शिक्षा आहे'

सिलियाच्या डोळ्यात क्षमा दिसत होती. तिने टोकरी डोक्यावर घेतली आणि घराकडे निघाली'

सिलिया म्हणाली-मी तर आता धनिया काकुच्या अंगणात झोपतेय, स्वतःच्या घरी ठीक नाही वाटत.

'धनिया मला समजावून सांगत असते'

'खरं?'

'हो खरं, भेट होईल त्यावेळी समजावू लागे'

'गावाच्या जवळ आल्यावर सिलिया म्हणाली-बरं, आता इकडून तुमच्या घरी जा.पंडितांनी पाहिलं तर काही खरं नाही.'

मातादीन मान वर करीत म्हणाला-मी आता कोणालाही घाबरत नाही.

'घरातून काढल्यावर कुठे जाल?'

'मी माझी सोय केलीय'

'खरं ?'

'कुठे , मी तर नाही पाहिलं'

'चल तुला दाखवतो'

दोघे पुढे निघाले, मातादीन पुढे होता, सिलिया मागे , होरीचे घर आले आहेत मातादीन त्याच मागच्या बाजूला सिलियाच्या झोपडीच्या दारात उभा राहिला आणि म्हणाला-हेच आहे आपले

घर. सिलियाने अविश्वास, क्षमा, व्यंग आणि दुःखपूर्ण स्वरात म्हटले-हे तर सिलिया चांभारणीचे घर आहे.

मातादीनने घराचा दरवाजा उघडत म्हटले-हे माझ्या देवीचे मंदीर आहे.

सिलियाच्या डोळयात चमक दिसली. म्हणाली-'मंदीर आहे तर पूजा-पाठ करून निघून जाल.'

मातादीनने तिच्या डोक्यावरची टोकरी उतरवत कंपित स्वरात म्हटले-नाही सिलिया, जिवात जीव असेपर्यंत तुझ्यासोबत राहीन. तुझीच पूजा करीन.

'खोटं बोलताय'

'नाही, तुझ्या पायाला हात लावून सांगतो, पटवारीचा मुलगा भनेसरी तुझ्या मागे लागला होता म्हणे, तू त्याला चांगले झापलेस.

'तुम्हाला कोणी सांगितले?'

'भुनेसरी स्वतःच सांगत होता '

'खरं ?'

'हो, खरं '

सिलियाने दिवा लावला. एका कोपऱ्यात मातीचा माठ होता, दुसऱ्या कोपऱ्यात चूल. तिथेच दोन-तीन पितळाचे, लोखंडाचे भांडे धूळखात पडले होते. मध्यंतरी चटई अंथरली होती. तेच सिलियाचे बिस्तर होते. त्या बिस्तऱ्याच्या उशालाच रामूची एक छोटी खेळणी रडवेल्या स्थितीत पडली होती. तिच्याजवळच दोन-तीन मातीचे हात्ती-घोडे अस्तव्यस्त पडले होते. त्यांचा मालकच राहीला नव्हता तर कोण त्यांची देखभाल करील. मातादीन चटाईवर बसला. काळजात कळ उठली होती, वाटत होतं मोठ्यानं रडावं.

सिलियाने त्याच्या पाठीवर हात विचारले-'तुम्हाला कधी माझी आठवण येत होती?

मातादीनने तिचा हात धरून ऱ्हदयाला लावत विचारले तुला माझी आठवण येत होती?'

तू सदैव माझ्या डोळ्यासमोर प्रतिमेसारखी फिरत असायची. तुला पण माझी कधी आठवण येत होती?

'मला तर तुमच्या खूप राग यायचा'

'आणि दया नव्हती येत?'

'कधी नाही'

'तर भुनेसरी ....'

'बरं, शिवी देवू नको. मला भीती वाटतेय. गावकरी काय म्हणतील '

'जे चांगले आहेत, ते म्हणतील की हा त्याचा धर्म होता.जे वाईट आहेत त्यांची मी पर्वा करीत नाही'

'आणि तुमचा स्वयंपाक कोण करीन '

'माझी राणि, सिलिया ?'

'मी ब्राह्मण नाही, चांभार होऊ इच्छितो, जे धर्म पाळतात तेच ब्राह्मण आहेत. जे धर्म पाळत नाहीत ते चांभार आहेत '

सिलयाने त्याच्या गळ्यात आपले दोन्ही हात टाकले.

३५

होरीची स्थिती दिवसेंदिवस बिघडत चालली होती. जीवनाच्या संघर्षात त्याचा नेहमीच पराभव झाला. पण त्याने कधी हिंमत हारली नाही. प्रत्येक पराभव जणू त्याला नशीबासोबत लढण्याची शक्ती देत होता. परंतु आता तो त्या अंतिम स्थितीला पोहोचला होता, त्याच्यात आत्मविश्वासही उरला नव्हता. तो जर एखाद्या गोष्टीवर ठाम राहिला असता तर काही अश्रू कमी मिळाले असते. परंतु आता तीही वेळ राहिला नव्हती. त्याने नियत पण बिघडवली, अधर्म पण गमावला. कोणती वाईट गोष्ट नव्हती जी त्याने केली नव्हती, पंरतु जीवनाची अभिलाषा काही पूर्ण झाली नाही. आणि चांगले दिवस मृगजळासारखे दूरदूर होत गेले. इतका की त्याला आता कसला धोका पण राहिला नव्हता. खोट्या आशेची हिरवळ आणि चमक देखील आता दिसत नव्हती.

पराभूत सरदाराप्रमाणे त्याने स्वतःला या तिन बिघ्याच्या किल्ल्यात बंद करून घेतलं होतं आणि त्याला जिवापाड जपलं होतं. दारिद्र्य भोगलं, बदनामी सहन केली, मजुरी केली, पण किल्ला हातचा जावू दिला नाही. परंतु आता तो किल्लाही हातातून निसटून चालला आहे. तीन वर्षापासून कर दिला नव्हता आणि आता पंडित नोखेरामने जप्तीची कारवाई केली होती. कोणाकडून पैसे मिळण्याची आशा नव्हती, जमीन त्याच्या हातून निघून जाईल आणि त्याचं उर्वरित आयुष्य मजुरी करण्यात जाईल. ईश्वराची ईच्छा ! रायसाहेबांना काय दोष देणार ?आसाम्यावरच त्यांचं ही जीवन आहे, या गावातील अर्ध्या कुटुंबावर जप्ती आली होती. येवो, इतरांचे जे होईल ते त्याचे होईल. नशीबात सुख लिहिलेलं असतं तर मुलगा असा हातातून थोडाच गेला असता ?

सांज झाली होती. तो सगळ्या चिंतेत बुडाला होता. तितक्यात दातादीनने येऊन म्हटले- काय झालं होरी, तुझ्या जप्तीचं काय झालं ? या काळात नोखेराम बरोबर बातचीत बंद आहे. त्याचं काय चाललय, माहीत नाही, ऐकण्यात आलय, पंधरा दिवसाने तारीख आहे.

होरीने त्याच्यासाठी खाट टाकत म्हटले-ते मालक आहेत. त्यांच्या इच्छेप्रमाणे करतील. माझ्याकडे पैसे असते तर ही वेळ कशाला आली असती. खाल्ले नाही, उडवले नाही, शेतात पिकलेच नाही, आणि जे पिकले ते कवडीमोल भावात विकल्यावर शेतकरी काय करीन ?

परंतु आहे ते तरी वाचवावे लागेन, जगायचं कसं, वाड-वडिलाची हिच कमाई शिल्लक आहे, ती हातची गेली तर कुठे राहाणार ?'

'ईश्वराची इच्छा आहे, माझे काय चालणार !'

'एक उपाय आहे जो तू करावास '

होरीला जणू अभय-'दान मिळालं, त्यांचे पाय धरत बोलला-मोठे उपकार होतील महाराज, तुमच्याशिवाय माझे कोण आहे? मी तर निराश झालो होतो.'

'निराश होण्याचे कारण नाही. फक्त इतकाच फरक आहे माणूस सुखात असताना वेगळें बोलतो. सुखात असताना दान देतो पण दुःखात असल्यावर भीक मागतो. त्यावेळी व्यक्तिचा तोच धर्म असतो. निरोगी असताना आपण पुजा-पाठ केल्याशिवाय तोंडात पाणि टाकत नाही. पंरतु आजारी

पडल्यावर, अंघोळ न करता, खाटेवर पडून पथ्य पाळतो. त्यावेळेचा तोच धर्म असतो. इथं तुझ्या-माझ्यात किती फरक आहे, परंतु जगन्नाथपुरीला गेल्यावर काही फरक नसतो. उच्च-नीच सगळे एका पंगतीला बसून खातात. संकट काळात श्रीरामचंद्रजीने शबरीचे उष्टे बोर खाल्ले होते. बालिचा लपून-छपून वध केला होता. संकटात मोठमोठे मर्यादा ओलांडतात तर तुमच्या-माझ्यासारख्यांचे काय ? रामसेवक पाटीलांना तर ओळखताना ?

होरीने निरूत्साह दाखवत म्हटले-हो ओळखत कसे नाही.

आमचे पाव्हूणे आहेत, फार चांगले आहे त्यांचे. शेती, घेणे-देणे. अशा थाटाचा माणूस नाही पाहिला. अनेक महिने झालेत. त्याची पत्नी देवाघरी गेलीय. लेकरूबाळ नाही. रूपिया सोबत लग्नाला मी त्याला राजी करू. तो माझे शब्द खाली पडू देणार नाही, मुलगी शहाणी झालीय आणि जमाना वाईट आहे. नको ते घडलं तर तोंडाला काळे लागेल. ही चांगली संधी आहे, मुलीचे लग्नही होईल आणि शेत पण वाचेल. सगळा खर्च वाचेल.

रामसेवक होरीपेक्षा दोन-चार वर्षाने लहान होता. अशा व्यक्ति सोबत विवाह करण्याचा प्रस्तावच अपमानजनक होता. कुठे फुलाप्रमाणे रूपा आणि कुठे तो बुड्ढा. होरीने जीवनात अनेक संकटाला तोंड दिले होते पण ही समस्या गंभीर होती. आज त्याचे असे दिवस आले आहेत की त्याला मुलीला स्वाधीन करावे लागत आहे आणि नाही म्हणण्याची त्याची हिंमत नाही. ग्लानीने त्यानी मान खाली गेली.

दातादीनने एका मिनिटानंतर म्हटले-तर काय म्हणता ?

होरी स्पष्ट काही बोलला नाही. म्हणाला-'विचार करून सांगतो.'

'यात विचार करण्यासारखे काय आहे ?'

'धनियाला विचारावे लागेल'

'तुझी तयारी आहे ना '

'थोडा विचार करू द्या पंडित, आजपर्यंत घराण्यात असे कधी घडले नाही. तिला विचारावे तर लागेल'

'पाच-सहा दिवसाच्या आत मला कळव. असे होऊ नाही की तू विचारच करत राहाशील आणि जप्ती येईल'

दातादीन निघून गेले. होरीकडून त्याला काही शक्यता नव्हती. शक्यता होती होती धनियाकडून तिचे नाक लांब आहे, काय वाट्टेल ते झाले तरी चालेल पण मर्यादा सोडणार नाही.

परंतु होरीने मनावर घेतल्यावर रडत-पडत ती होकार देईलच. शेती हातची गेल्यावर काय इज्जत राहील.

धनियाने येऊन विचारले-'पंडित कशाला आले होते?'

'काही नाही, जप्तीचा विषय होता'

'अश्रू पुसायला आले असतील, नाहीतर खिशातून शंभर रूपये काढून देणार नाहीत.'

'मागायला तोंड तरी कुठे आहे ?'

'रूपियाच्या लग्नाचा विषय होता '

'कोणासोबत ?

'रामसेवकाला ओळखतेस ? त्यांच्यासोबत'

'मी त्यांना नाही पाहिले. नाव अनेक दिवसापासून ऐकण्यात आहे. तो तर बुड्ढा असेल'

'बुड्ढा नाही, खासाड आहे'

तुम्ही पंडिताना झापले नाही, मला म्हणाले असते तर अस झापलं असतं की लक्षात ठेवलं असतं.

'झापलं नाही पण नाही म्हणालो, म्हणत होते विवाहाचा खर्च वाचेल आणि शेतीची जप्ती टळेल.'

'स्पष्ट शब्दात मुलगी विकायला सांगत होते, असे का म्हणत नाही, त्या म्हताऱ्याची एव्हढी हिंमत ?'

परंतु या विषयावर होरी जितका विचार करी तितका त्याचा हट्ट कमी होई. कुळ-मर्यादेची लाज त्यालाही होती परंतु ज्याला असाह्य रोगाने ग्रासले आहे, तो खाद्य-अखाद्याची पर्वा कशाला करील ? दातादीनच्या समोर होरीने असे भाव प्रकट केले होते की जणू त्याला प्रस्ताव मान्य नव्हता पण त्याच्या तोंडाला पाणि सुटले होते. वयाची काही गोष्ट नव्हती, जगणं-मरणं आपल्या हाती-थोडच असतं. म्हतारे जगतात, तरूण मरतात, रुपियाच्या नशीबी सुख असेल तर ते तिला मिळेल, दुःख असेल तर तिला कुठेच ते मिळणार नाही. आणि मुलगी विकण्याचा तर प्रश्नच नाही, होरी त्याच्याकडून जे काही घेईन ते कर्ज म्हणून, हाती पैसा आल्यावर परत करीन. त्यात कुवत असती तर त्याने रुपियाचा विवाह एखाद्या तरूणासोबत आणि चांगल्या घराण्यात केला असता. हुंडा पण दिला दिला असता. वऱ्हाडाची खाण्या-पिण्याची सोय केली असती. परंतु जर ईश्वरानेच त्या लायकीचे ठेवले नाही. तर मुलीचे पैसे घेण्याशिवाय तो काय करू शकतो ? लोक हसतील, परंतु जे लोक केवळ हसू शकतात, मदत करणार नाहीत, त्यांच्या हसण्याची पर्वा का करावी. समस्या एकच आहे की धनिया ऐकणार नाही. बावळट तर आहेच. तिच जुनी लाज-लज्जा काढील. ही कुळाची प्रतिष्ठा पाळण्याची वेळ नाही. अपला जीव वाचविण्याची संधी आहे. मोठी इज्जतवाण आहे तर आण म्हणावं पाचशे रूपये, आहे हिंमत ?

दोन दिवस उलटले तरी या विषयावर त्यांच्यात काही चर्चा झाली नाही. हो, दोघे सांकेतीक भाषेत बोलत असत. धनिया म्हणे-जोडा असेल तरच लग्नाला मजा येते.

होरी उत्तर देई-विवाहाचे नाव मजा नाही वेडे, ती एक तपस्या आहे.

'म्हणे तपस्या आहे ?'

'हो, मी म्हणतो आहे, ईश्वर माणसाला ज्या परिस्थितीत रहायला सांगतो, त्यात सुखी राहाणे तपस्या नाही तर काय आहे?

दुसऱ्या दिवशी धनियाने वैवाही आनंदाची दुसरी बाजू शोधून काढली, घरात जोपर्यंत सासु-सासरे, ननंद-भावजया. नसतील तर त्या घराचं काय करायचं ?'

काही दिवस मुलीला नवरी बनल्याचा आनंद मिळेल.

होरी म्हणाला-'ते विवाहाचे सुख नाही, शिक्षा आहे.'

धनिया चिडली-तुम्ही पण काही-बाही बोलता, एकटी नवरी घरात कशी राहील. ना कोणी बोलायला ना चालायला.

होरी म्हणाला-तू या घरात आलीस त्यावेळी, एक नाही दोन-दोन दीर होते, सासू होती, सासरा होता, तुला कोणतं सुख मिळालं, सांग.

'काय सगळ्या घरात असेच प्राणि असतात'

'नाहीतर काय नवरी जणू आकाशातली देवी असते. एकटी नवरी, तिच्यावर हुकूमत गाजवायला सारं घर, बिचारी कोणाकोणाला खूश ठेवणार. ज्याचे ऐकले नाही त्याचं वैर. त्यापेक्षा एकटी असलेली बरी.

विषय इतकाच झाला. परंतु धनियाचे पारडे हलके पडले होते. चवथ्या दिवशी रामसेवक पाटील स्वतः आले. काळ्या घोड्यावर स्वार, सोबत एक नोकर, एक मदतनीस, जणू कोणी मोठा जमिनदार आहे. वय चाळीसपेक्षा जास्त. केसांची झड झाली होती. पण चेहऱ्यावर तेज होते. अंग भरलेलं, होरी त्याच्यासमोर अगदीच वृद्ध दिसत होता. कसल्या खटल्याची सुनावणी ऐकायला चालले होते. इथं जरा दुपार घालवण्यासाठी थांबले. ऊन किती आहे आणि उष्णता किती होती. होरी दुलारीच्या दुकानावर गहू आणि पीठ आणायला गेला. पुऱ्या बनवल्या. तिघा पाव्हूण्यानी जेवण केलं. दातादीन देखील आर्शीवाद द्यायला धावले. गप्पा रंगल्या.

दातादीनने विचारले-'कसला खटला आहे पाटील ?'

रामसेवकाने थाटात सांगितले-खटला काय कोणतान् कोणता असतोच. या जगात शेळी होऊन चालत नाही. जितकं घाबरावं जमाना तितका घाबरवतो. पोलिस, जेल, कोर्ट, सगळं आपल्या सुरक्षेसाठी आहे, परंतु रक्षण कोणी करत नाही. सगळीकडे लूट आहे, जो गरीब आहे, त्याचाच गुन्हा आहे, सगळजण त्याची मान कापायला तयार. ईश्वर ना करो कोणाकडून बेईमानी व्हावी. मोठे पाप लागते. परंतु आपल्या अधिकार आणि न्यायासाठी ना लढणे त्यापेक्षाही मोठे पाप आहे. तुम्हीच सांगा, माणसानं किती दिवस दबून राहावं ? इथे तर जो शेतकरी आहे त्यालाच सगळे जण हिरवा चारा समजतात. पटवारींना नजराने देवू नको, तर गावात रहाने कठीण, जमीनदारा, चपराशाला आणि अधिकाऱ्यांचे पोट नाही भरले तर जगणं कठीण. ठाणेदार आणि कॉन्स्टेबल तर जणू त्यांचे जावई आहेत. त्यांचा दौरा गावात असल्यावर, शेतकऱ्यांचा धर्मच आहे त्यांचा आदरसत्कार करावा. भेटवस्तू द्या, नाहीतर एखाद्या गावचा खराब रिपोर्ट देवून शेतकऱ्यांची वाट लावतील. कधी वकील, कधी तहशीलदार, कधी डेप्टी ,कधी जंट, कधी कलेक्टर, तर कधी कमिशनर येतात. शेतकऱ्यांनी हात जोडून त्यांच्यासमोर उभा असलं पाहिजे. त्यांच्यासाठी कोंबड्या कापा, दूध-दह्याची सोय करा, तुमच्यावर तर तिच पाळी आलेली आहे पंडित ! रोज एक-एक अधिकारी येत असतो, एक डॉक्टर विहिरीत औषध टाकायला येऊ लागला आहे. दुसरा एक जनावरांची तपासणी करतो, मुलांची परीक्षा घेणारे नादर साहेब, माहीत नाही कोण-कोणत्या खात्याचा आहे. गावाचे वेगळे, जंगलाचे वेगळे, कृषिविभागाचे वेगळे, किती मोजणार, पादरी येतो त्यालाही काही द्यावं लागतं, नाहीतर तक्रार करायचा. कोणी सांगावं की इतक्या आधिकाऱ्यांकडून शेतकऱ्यांचा फायदा होतो तर नाव सांगणार नाही नुकतेच जमीदाराचे गावकऱ्यांकडून दोन-दोन रूपये वसूल केले. कोणा मोठ्या अधिकाऱ्याला पार्टी द्यायची होती. शेतकऱ्यांनी द्यायला मनाई केली. झालं, त्यांने सर्व गावावर जप्ती आणली. अधिकारी पण जमिनदाराचे ऐकतात, असा विचार करीत नाहीत की शेतकरी पण माणूसच असतो. त्यालाही बाल-बच्चे आहेत, त्याला पण इज्जत अब्रू असते. हे सगळं आपण दबून रहातो त्याचा परिणाम आहे. मी

गावभर दवंडी पिटवून सांगितले. कोणीही कर देवू नये आणि शेत सोडू नये, आमच्यावर कोणी बळजबरी केली तर आम्ही रूपये द्यायला तयार आहोत. परंतु तुम्ही म्हणाल की तुम्ही म्हणाल ती किंमत द्यावी तर ते होणार नाही. गावकऱ्यांनी माझं ऐकलं, सारं गाव एक झालं, तर लाचार झाला. शेती करायचं नाकारलं शेती करीन कोण ! या काळात जोपर्यंत आपण धीट होत नाही तोपर्यंत आपलं कोणी ऐकत नाही. रडल्याशिवाय तर बाळालाही दूध मिळत नाही.

रामसेवक तिसऱ्या प्रहरी गेला आणि धनिया-होरीवर कायम प्रभाव टाकून गेला. दातादीनचा मंत्र कामी आला.

त्यांनी विचारले-आता काय ठरवलय ?

होरीने धनियाकडे ईशारा करीत म्हटले-हिला विचारा.

'मी तुम्ही दोघांना विचारतोय'

धनिया म्हणाली-वय तर जास्तच आहे, परंतु तुम्हाला योग्य वाटत असेल मला मंजुर आहे.

होरीचा तर रामसेवकवर विश्वास बसला. जसा की दुर्बळाचा सबळांवर असतो. तो शेख चिल्लीसारखे स्वप्न पाहू लागला. अशा व्यक्तिसोबत संबंध जुळले तर संकटातून मुक्ती होईल.

लग्नाची तारीख ठरली. गोबरला देखील बोलावावे लागेल. आपल्याकडून चिठ्ठी तर पाठवू. येणे न येणे त्याच्या हातात. त्याने म्हणायला नको की मला बोलावले नाही. सोनाला देखील बोलवावे लागेल.

धनिया म्हणाली-गोबर तर असा नव्हता. परंतु झुनियाने येऊ दिले पाहिजे. परदेशात जाऊन असा विसरलाय की ना चिठ्ठी ना पत्र. माहीत नाही कसा आहे. असे सांगताना त्याच्या डोळ्यात पाणि आलं.

गोबरला चिठ्ठी मिळाली, तर यायला तयार झाला. झुनियाला यायला बरे तर वाटत नव्हते पण अशावेळी काही बोलू शकली नाही. बहिणीच्या लग्नात भावाचे न जाणे अशक्य होते ! सोनाच्या लग्नाला न जाण्याचा कलंक काय कमी आहे? गोबर रडवेल्या स्वरात बोलला, 'आई-वडिलावर नाराज राहाणे काही चांगली गोष्ट नाही, आपल्या हाता-पायात बळ आहे, म्हणून त्यांच्यासोबत झगडतो. परंतु जन्म तर त्यांनीच दिला आहे ना. पालन-पोषण तर त्यांनीच केले आहे ना. ते चार गोष्टी जरी बोलले तरी आपण ऐकून घेतले पाहिजे. मला इकडे नेहमी आई-वडिलांची आठवण येत असते. त्यावेळी माहीत नाही मला का त्यांचा राग आला. तुझ्यामुळे आई-वडिलांना देखील सोडावे लागले.'

झुनिया चिडली-माझ्यावर असला आरोप करू नका, हाँ ! तुम्हालाच भांडायचं पडलं होतं, मी इतक्या दिवस आईजवळ राहीले, कधी तक्रार केली नाही.

'भांडणं तुझ्यामुळे झालं'

'बरं माझ्यामुळे तर माझ्यामुळे, मी पण तुझ्यासाठी घर-दार सोडले'

'तुझ्या घरी कोण तुझा लाड करीत होतं. भाऊ रागावत होते, भावजया जळत होत्या. भोला तर तुझ्या जिवावर उठला होता'

'तुझ्यामुळे'

'आता असं रहा की त्यांना म्हातारपणी काही सुख मिळेल. त्यांच्या इच्छे विरूद्ध काही काम

करू नकोस. दादा इतके चांगले आहेत की ते कधी माझ्यावर रागावले सुद्धा नाही. आईने अनेकदा मारले, परंतु ती ज्या-ज्या वेळी मारे काहीना काही खायला देई. मारत होती, परंतु जोपर्यंत मी हसणार नाही, तिला बरे वाटत नव्हते.

दोघांनी मालतीच्या कानावर टाकले. मालतीने केवळ सुट्टीच दिली नाही तर मुलीच्या लग्नासाठी एक चर्खा आणि हातातल्या बांगड्या दिल्या. ती स्वतः लग्नाला येणार होती पण असे काही पेशंट इलाजासाठी होते, ज्यांना ती एक दिवसही सोडू शकत नव्हती. एकमात्र केलं, लग्नाच्या दिवशी येण्याचे कबूल केले आणि बाळासाठी ढीगभर खेळणे घेऊन दिले. त्याचे पुन्हा-पुन्हा पापे घेत राहायची आणि लाड करायची, जणू त्याच्याकडून सगळं काही अडव्हान्स मध्ये घेऊ इच्छित होती आणि बाळ मात्र तिच्या लाडाची अजिबात पर्वा न करता घरी जायला खूश होता. ज्यांना पाहिले देखील नव्हते. त्याच्या बाल कल्पनेत घर म्हणजे स्वर्गापेक्षा मोठी गोष्ट होती.

गोबरने घरी आल्यावर होरीची वाईट आवस्था पाहून परत जाण्याची ईच्छा झाली. घराचा एक भाग पडायला आला होता. दारात केवळ एक बैल बांधलेला होता. तो ही अर्धमेला. धनिया आणि होरीला खूप आनंद झाला परंतु गोबरला उबग आला आता. या घराला सावरणं शक्य आहे! मी गुलामी करतो पण पोटभर तरी खातो. केवळ एकिकडेच गुलामी करतो. इथं जो पहावं तो रूबाब करतो. गुलामी आहे पण सुखाची. कष्ट करून धान्य पिकवा आणि जे रूपये येतील ते दुसऱ्याला द्या, नंतर बसा रामराम करीत. दादाच फक्त एव्हढं सहन करू शकतात. त्याच्याकडून एक दिवस सहन होणार नाही.

आणि ही दशा एकट्या होरीची नव्हती, संपूर्ण गावावर हे संकट होतं. असा एकही माणूस नव्हता, ज्याचा रडवेला चेहरा नव्हता. जणू त्याच्या आत्म्याच्या जागी वेदना असून त्यांना हातच्या बाहुल्याप्रमाणे नाचवत आहेत. चालणाऱ्या-फिरणाऱ्या, काम करणाऱ्या, ओझं वहाणाऱ्या, म्हणून शोषण त्यांच्या नशीबातच लिहिले आहे. जीवनात काही आशा आहे ना उत्साह. जणू त्यांच्या जीवनातले सारं सुख हरवलं आहे आणि सारी हिरवळ वाळून गेली आहे.

जेष्टाचे दिवस आहेत, अजून खळयात आन्य आहे. परंतु कोणाच्याही चेहऱ्यावर आनंद नाही. बरेच धान्य मोजल्या गेलं असून महाजन आणि अधिकाऱ्यांच्या घशात गेलय आणि जे काही उरलं होतं ते इतरांच्या. भविष्य अंधारासमान त्यांच्यासमोर होतं. त्यांना काही मार्ग सापडत नाही. त्यांची सारी चेतना मंदावली आहे. दारात जणू कचरा गोळा झालाय, दुर्गंध सुटलाय, परंतु त्यांच्या नाकाला ना वास येतोय, ना डोळयांना दिसतय. सकाळ-संध्याकाळ दारावर गिधाडे घिरट्या घालत आहे. परंतु कोणाला काही दुःख नाही. जे खायला मिळेल ते खातात. त्याप्रमाणे जसे एखादे इंजिन कोळसा फस्त करतो, त्यांचे बैल वैरण-चारा असल्याशिवाय हौदात तोंड घालत नाहीत परंतु त्यांना पोटात काहीतरी टाकावे लागत आहे. त्याचा स्वाद मेला आहे, त्यांच्या जीवनातून स्वाद नाहीसा झाला आहे. त्यांच्याकडून कवडी-मोलासाठी बेईमानी करून घ्या. मुठभर धान्यासाठी काठ्या चालवा. ज्यावेळी माणूस लाज-लज्जा विसरतो त्यावेळी त्यांच्या पतनाची सुरूवात होते.

लहानपणी गोबरने गावची ही दशा पाहिली होती आणि त्याला त्याची सवय लागली होती. परंतु आज चार वर्षानंतर त्याने जणू एक नवे जग पाहिले. चांगल्या लोकांसोबत राहून त्याला थोडी बुद्धी आली होती. त्याने राजकीय पक्षाची भाषणे ऐकली आहेत आणि ते विचार त्याच्या डोक्यात

आहेत. त्याने ऐकले आणि लक्षात घेतले की स्वतःचे नशीब स्वतः घडवावे लागेल. आपली बुद्धी आणि साहसाने या संकटावर मात करावी लागेल. कोणी देवता, कोणी अज्ञातशक्ती त्याला मदत करायला येणार नाही. त्याच्यात खोल संवेदना जागृत झाली. आता त्याच्यात पहिल्यासारखा उद्धटपणा आणि मग्रुरी नव्हती. तो नम्र आणि उद्योगी झाला आहे. ज्या स्थितीत आहात, त्याला स्वार्थ आणि लोभाला बळी पडून अधिकच कशाला बिघडवून टाकता ? दुःखाने तुम्हाला एका सुत्रात बांधले आहे, बंधुत्वाच्या या दैवी बंधनाला आपल्या तुच्छ स्वार्थामुळे का खंडीत करता ? या बंधनाला एकतेचे बंधन बनवा. या प्रकारच्या भावनाने त्याच्या मानवतेला पंख फुटले होते.

संसारातील चढ-उतार पाहून घेतल्यानंतर निष्कपट मनुष्यात जी उदारता येते,ती आता जणू आकाशात उडण्यासाठी पंखाची फडफड करीतआहे. होरीला काम करताना पाहून आता तो त्यांना बसायला सांगून स्वतः करतो. जणू मागच्या दुर्व्यवहाराचे प्रायश्चित घेत आहे. म्हणतो, दादा आता काही काळजी करू नका, सारी जबाबदारी माझ्यावर सोपवा, मी आता प्रत्येक महिन्याला खर्चायला रूपये पाठवील. इतके दिवस तर राबतच आहात. काही दिवस तर आराम करा. मला याचे दुःख आहे की मी असताना तुम्हाला इतके काम करावे लागते. मग होरीच्या अंगाअंगातून गोबरसाठी आर्शीवाद प्रकट व्हायचा. त्याच्या आपल्या जीर्ण देहातून दैवी स्फुर्तीचा अनुभव व्हायचा. त्याने आशावेळी गोबरला आपल्या कर्जाची कथा ऐकवून त्याचं तारूण्य का खराब करावं ? त्याने आरामात खावं-प्यावं, जीवनाचा उपभोग घ्यावा. जीवनात मरमर करायला तो तयारच आहे. हेच त्याचं जीवन आहे. राम-नामाचा जप करून तो आयुष्य घालवू तर शकत नाही. त्याला तर फावडे आणि कुदळ पाहिजे. राम-नामची माळा जपून त्याचं मन शांत होणार नाही.

गोबर म्हणाला-म्हणाल तर सगळयांना महिन्याला पैसे देत राहील. सगळे मिळून किती होतील?

होरीने मान हालवत म्हटले-नाही बेटा, तू कशाला त्रास घेतोस, तुला तरी किती पैसे मिळतात. मी पाहून घेईन. काळ असा थोडाच राहील. रूपा लग्न होऊन जाईल. आता फक्त कर्ज तर फेडायचे आहे. तू काही काळजी करू नको. तब्येतीची काळजी घे. तबियत बनव, तेच कामाला येईल. माझे काय, मला तर कष्टाची सवयच आहे. आता मी तुला शेती कामाला पाठवू इच्छित नाही बेटा ! मालक चांगला भेटलाय, त्यांची काही दिवस चांगली सेवा केलीस तर काही काम होईल ! त्या तर इथं आल्यात, साक्षात देवी आहेत.

'विवाहाच्या दिवशी पुन्हा यायला सांगितलेय'

'असल्या भल्या माणसासोबत राहील्याने ज्ञान वाढतं, डोळे उघडतात, मग चार पैसे कमी मिळाले तरी चालतील'

त्याचवेळी पंडित दातादीनने होरीला ईशारा करून बोलावले, आणि दूर घेऊन गेल्यावर कमरेच्या खोच्यातून शंभराच्या दोन नोटा काढत बोलले-तुम्ही माझा सल्ला ऐकला, चांगले काम केले. दोन्ही काम झाले. मुलीच्या लग्नाचे कर्ज झाले नाही आणि वाड-वडिलांची जमीन पण वाचली, माझ्याकडून जे होईल ते मी तुझ्यासाठी केलं, आता तू आणि तुझे नशीब.

होरीने पैसे तर घेतले पण त्याचे हात थरथरत होते. त्याची मान वर होऊ शकली नाही. तोंडातून एक शब्दही निघाला नाही. जणू अपमानाच्या अथांग सागरात बुडालाय आणि बुडतच

चाललाय. आज जीवन संघर्ष करून तीस वर्ष झालीय, त्याचा नेहमीच पराभव झाला आणि असा पराभूत झाला आहे की जणू त्याला शहराच्या प्रवेशद्वारावर उभे केले आहे आणि येणारा-जाणारा त्याच्या तोंडावर थुंकतो आहे. तो ओरडून सांगतो की बांधवांनो मी दयेस पात्र आहे, मला माहीत नाही की उष्माघात काय असतो, आणि जुन मधला पाऊस कसा असतो ? या देहाला चिरून पहा, यात किती प्राण शिल्लक आहे, किती जखमांनी जर्जर, किती ठोकरांनी जखमी झाला आहे ! त्याला विचारा त्याने कधी आराम केलाय, कधी तो सावलीत बसलाय! आणि तो आता ही जिवंत आहे, भित्रा, लोभी, अधम, त्याचा सारा विश्वास जो अगाध होऊन स्थूल आणि आंधळा झाला होता, जणू उडून गेला आहे.

दातादीन म्हणाला-तर मला माहीत आहे, नसेल तर तू यावेळी नोखेरामकडे जा.

होरी दीनपणे म्हणाला-जातो महाराज ! परंतु माझी इज्जत तुमच्या हातात आहे.

३६

दोन दिवस गावात खूप धुमधाम राहिली. गाणे, बाजा आणि रूपा रडून-पडून सासरी गेली. परंतु होरी घरातून बाहेर पडलेला कोणी पाहिला नाही. असा लपून बसला होता की जणू काही तोंडाला काळीमा फासलाय. मालती आल्यामुळे लोकांची गर्दी आणखीनच वाढली. दुसऱ्या गावातल्या बायकांही आल्या.

गोबरने आपल्या प्रेमळ स्वभावाने सर्व गावचे मन जिंकले आहे. असे एकही घर नव्हते, जिथे तो आपल्या गोड स्वभावाचा प्रभाव ठेवून आला नव्हता. भोला तर त्याच्या पायावर डोके ठेवणेच बाकी होते. त्याच्या पत्नीने त्याला पान चारले, एक रूपया हाती दिला आणि त्याचा लखनौ मधला पत्ताही विचारला, कधी लखनौला गेली तर ती त्याला आवश्य भेटणार होती. होरीला दिलेल्या रूपायाची तिने वाच्यता केली नाही.

तिसऱ्या दिवशी गोबर जायला निघाल्यावर, होरीने धनिया समक्ष डोळयात अश्रू आणत तो गुन्हा मान्य केला जो अनेक दिवसापासून त्याच्या मनात सलत होता. रडून सांगू लागला-बेटा, मी या जमिनीच्या मोहापायी पापाचे गाठोडे डोक्यावर घेतले आहे, माहीत नाही ईश्वर मला याची काय शिक्षा देईल.

गोबरला थोडाही राग आला नाही. कसल्याही प्रकारचा रोष त्याच्या चेहऱ्यावर नव्हता. श्रद्धाभावनेनं बोलला-यामध्ये अपराधासारखी तर कोणतीच गोष्ट नाही दादा. हो पण रामसेवकाचे घेतलेले पैसे दिले पाहिजे. शेवटी तुम्ही तरी काय करणार? मी कोणत्या कामाचा नाही, तुमच्या शेतात काही पिकत नाही, कर्ज कोणी देत नाही, एक महिन्याचेही घरात अन्न नाही, अशा स्थितीत तुम्ही करू काय शकता? शेती वाचणार नाही तर राहाणार कुठे ? ज्यावेळी व्यक्तिच्या हातात काही रहात नाही, त्यावेळी तो नशीबाच्या हवाली सारं करतो. माहीत नाही असे किती दिवस चालणार आहे. ज्याच्या पोटाला भाकर नाही, त्याच्यासाठी मर्यादा आणि इज्जत सगळं ढोंग आहे. इतरांप्रमाणे तुम्ही दुसऱ्याचे मुंडके मोडले असते, त्यांच्या माल हडप केला असता, तर तुम्ही पण मोठे झाला असता. तुम्ही कधी नितिमत्ता सोडली नाही, हा त्याचाच परिणाम आहे, तुमच्या जागी मी असतो तर एकतर तर जेलमध्ये असतो नाहीतर फासावर. मला हे कधीच सहन नसते झाले की कष्ट मी करावचं फळं

दुसऱ्यांनी खायचे आणि आपल्या लेकरा-बाळाच्या तोंडाला मुंगसे लावून बसू.

धनिया सुनेला गोबरसोबत पाठवायला तयार नाही झाली. झुनियाची पण इथं काही दिवस राहाण्याची इच्छा होती, ठरले की गोबर एकटाच तिकडे जाईल.

दुसऱ्या दिवशी सगळ्यांचा निरोप घेऊन गोबर लखनौला निघाला. होरी त्याला निरोप देत गावच्या बाहेर गेला. गोबरबद्दल इतकं प्रेम त्याला यापूर्वी कधी नव्हतं. गोबर त्याच्या पाया पडू लागला त्यावेळी होरीला रडायला आलं. जणू त्याची आणि गोबरची पुन्हा भेटच होणार नव्हती. त्याच्या आत्म्यात उल्हास होता, गर्व होता, संकल्प होता. पुत्राकडून इतके प्रेम आणि स्नेह मिळाल्याने त्याच्यात उमेद आली होती, विशाल झाला होता. अनेक दिवसापासून तो थकल्यासारखा जो झाला होता, एक काळवडलेला जो झाला होता, जिथे तो मार्गहीन झाला होता, तिथे आता उत्साह आणि प्रकाश आहे.

रुपा आपल्या सासरी खूश होती. ज्या अवस्थेत तिचे बालपण गेले त्यात पैशाला खूप महत्व होते, मनात किती स्वप्ने होती जी मनातली मनातच राहिले होते. आता ती पूर्ण करू लागली होती. रामसेवक वयस्क असला तरी ती आल्यावर तरूण झाला होता. रूपासाठी तो नवरा होता, त्याच्या तरूण, वयस्क किंवा म्हतारा असण्याने तिच्या स्त्री भावनेत काही फरक पडणार नव्हता. तिची ही भावना पतीचे रंगरूप किंवा वयावर आधारीत नव्हती. तिची धारण फार वेगळी होती श्वेत परंपरेच्या तहान ती केवळ भूकंपामुळेच कंपित होऊ शकते. तिच्या तारूण्यात ती मदमस्त होती. ती स्वतःसाठीच नटत-खटत होती आणि स्वतःच खूश राहायची. रामसेवकासाठी तिचं दुसरं रूप असायचं. त्यांच्यासाठी ती गृहीणी बनायची, घरकामात गुंतलेली, आपलं तारूण दाखवून त्यांना चिंतेत किंवा लज्जित करण्याचा तिचा हेतू नव्हता. कसल्याही अपूर्णतेचा भाव तिच्या मनात येत नव्हता. धान्याने भरलेली वखार आणि गावच्या शिवरापर्यंत पसरलेले शेत आणि दारात गुरांच्या लागलेल्या रांगा, आणि कसल्याही प्रकारच्या अपूर्णतेला ती तिच्यात येऊ देत नव्हती.

तिची सर्वात मोठी अभिलाषा होती घरच्यांना आनंद देणे. त्यांची गरिबी कशी दूर करावी ? त्या गाईच्या गोड आठवणी अजुनही तिच्या मनात होत्या, जी पाव्हूणी म्हणून आली होती आणि सर्वांना रडून सोडलं होतं. त्या आठवणी इतक्या दिवसानंतर अधिकच गोड झाल्या होत्या. अजून ती त्या घरात पाहिजे तसं रूळली नव्हती. आई-वडिलाच्या घरीच मन रेंगाळत होतं, तेथील लोकच तिचे आत्मीय होते, त्यांचे दुःख तिचे दुःख आणि त्यांचे सुख तिचे सुख होते. या घरी गुरांची रांग पाहून तिला आनंद होऊ शकत नव्हता. जो आपल्या घरी एक गाय पाहून होत होता. तिच्या वडिलांची ही इच्छा कधी पूर्ण झाली नाही. ज्या दिवशी ती गाय आली होती त्यांना किती आनंद झाला होता. जणू आकाशातून कोणती देवी उतरली होती. त्यानंतर त्यांना इतका वेळच मिळाला नाही की एखादी गाय आणावी, पण तिला माहीत होतं की आजही होरीच्या मनात गोईची लालसा जागृत आहे. यावेळी ती माहेरी गेली तर सोबत धौरी नावाची गाय आवश्य घेऊन जाईल. नाहीतर, आपल्या नौकरांमार्फत का नाही पाठवले जात. रामसेवकाला फक्त विचारावे लागेल, मंजुरी मिळाली. दुसऱ्याच दिवशी अहीरामार्फत रूपाने एक गाय पाठवली, अहीराला सांगितले दादाला म्हणावं मंगलला दूध पिण्यासाठी पाठवली आहे. होरी गाय घेण्याच्या चिंतेत होता, तसे त्याला तात्काळ गाईची गरज नव्हती, परंतु मंगल इथेच आहे आणि दुधाचे कसे जमू शकते! रूपये मिळताच तो पहिली गाय घेणार होता.

परंतु रूपये कोठून मिळणार. योगायोगाने त्याच दिवशी एका ठेकेदाराने सडकेसाठी गावच्या वर खोदकाम सुरू केले. होरीला माहीत झाल्यावर तो तिथे पोहोचला, आणि आठ आणे, रोजाने खोदकाम करु लागला. हे काम दोन महीने जरी चालले तरी त्याला गाय घेता येईल. दिवसभर उष्माघात आणि उन्हात काम केल्यानंतर घरी येई तर अगदीच पेंगाळून जाई. त्याच उत्साहाने दुसऱ्या दिवशी कामावर जाई. रात्री पण जेवण झाल्यावर घरासमोर बसून राही आणि सूत काते. झोपायला बारा-एक वाजत असतील. धनिया पण त्याच्यासारखीच झाली होती. इतकं काम करू नको असं सांगितल्यानंतरही ती बसल्या-बसल्या सूत काते. गाय घ्यायची आहे, रामसेवकाचे पैसे परत करायचे आहेत. गोबर सांगून गेलाय, त्याला मोठी चिंता आहे.

रात्रीचे बारा वाजले होते. दोघे बसून सूत कातत होते. धनिया म्हणाली-तुम्हाला झोप येत असेल तर जावून झोपा. पहाटे पुन्हा उठायचं आहे.

होरीने आभाळाकडे पाहिले-जाईल म्हणाला-आता तर दहा बाजले असतील. तू जा आणि झोप.

'मी तर दुपारी थोडावेळ विश्रांती करीत असते.'

'मी पण जेवण झाल्यावर झाडाखाली डुलकी घेत असतो'

'ऊन लागत असेल'

'ऊन कसलं ? चांगली सावली असते'

'मला भीती वाटते, तुम्ही आजारी तर पडणार नाही'

'चल, आजारी ते पडतात ज्यांना आजारी पडायला वेळ असतो, इथे तर याची चिंता आहे की गोबर येण्यापूर्वी रामसेवकाचे अर्धे पैसे तयार असले पाहिजेत. तो पण काही आणील, फक्त या वर्षी कर्जातून सुटका व्हावी, म्हणजे गळा मोकळा होईल'

'गोबरची यावेळी खूप आठवण येतेय, किती नम्र झालाय तो'

'नको त्या भानगडीत पडलाय'

'मंगल आला त्यावेळी किती खूश होता, इथं भाकर मिळाली तिच फार आहे. ठेकदाराकडून रूपये मिळाले आणि आणली गाय'

'गाय तर कधीच आणली असती, परंतु तुम्ही ऐकत नाही ना. आपली शेती करता येत नाही, पुनियाची जबाबदारी घेतली ती वेगळीच.'

काय करणार, आपला धर्म पाळावा लागतो. होरीने नालायकपणा केला तर त्याच्या लेकरा-बाळांना जगवावे लागेल ना. मी नसते तर काय झालं असतं त्याच्या बायकोचं. विचार कर, इतके सगळे करूनही मँगरूने तिची तक्रार केलीय.

'रूपये गाडून ठेवल्यावर तक्रार करणार नाहीतर काय ?'

'काय बडबडतेस, शेतीवर पोट भरतं, तेच लय झालं, गाडून कोण कशाला ठेवील'

'हिरा तर जणू या जगातूनच गायब झाला आहे'

'माझे मन तर सांगतय, तो येईल कधी ना कधी परत'

दोघे झोपले, होरी पहाटे उठला, अन् पहातो तर काय समोर हिरा. केस वाढलेले, कपडे फाटलेले, तोंड सुकलेलं, अंगात रक्त आणि मास नाही, जणू उंची पण कमी झालीय. धावतच होरीच्या

पायावर पडला.

होरीने त्याला ऱ्हदयाशी लावत म्हटले-तू तर आम्हाला विसरूनच गेलास हिरा ! कधी आला ? आज तुझी पुन्हा-पुन्हा आठवण येत होती. आजारी आहेस काय?

आज त्याच्या डोळ्यासमोर तो नुकसान करणारा हीरा नव्हता तर तो हीरा होता जो आई-वडिलांसाठी एक लहान बाळ होता. दरम्यानचे ते पंचवीस-तीस वर्ष पुसल्या गेले. त्याचे काही चिन्ह नव्हते.

हिरा काही बोलला नाही. उभ्यानेच रडत होता.

होरीने त्याचा हात धरून रडवेल्या स्वरात बोलला-का रडतोस बंधु, माणसाकडून चूक होते, कुठे होतास इतक्या दिवस ?

हीरा कातर स्वरात बोलला- काय सांगणार दादा ! फक्त इतके सांगतो की तुमची भेट होणार होती. हत्येचं पाप डोक्यावर होतं, असे वाटत होते की गाय माझ्यासमोर उभी आहे. सतत, उठता-झोपता, कधी डोळ्यासमोरून गेलीच नाही. मी वेडा झालो आणि पाचवर्ष पागलखान्यात होतो. तेथून बाहेर पडलो त्याला आज सहा महिने झालेत. भीक मागून पोट भरवलं, इथं येण्याची हिंमत नव्हती, जगाला कसं तोंड दाखवायचं, शेवटी मनानं ऐकलं नाही, मनावर दगड ठेवून आलो, तुम्ही लेरा-बाळांना...

होरीने विषय टाळला-'तू विनाकारण गाव सोडलस अरे,'

पोलिसाला पाच-'दहा रूपये देवून प्रकरण मिटवलं असतं, काय होतं ?'

'तुमचे उपकार आयुष्यभर फिटणार नाहीत दादा'

'मी कोणी परका थोडाच आहे'

होरी खूश होता. जीवनाचे सारे संकट, सारी निराशा जणू त्याच्या पायावर लोळण घालू लागली होती, कोण म्हणतोय की जीवनाच्या लढाईत तो पराभूत झाला आहे. हा उत्साह, हा गर्व, काय पराभवाचे लक्षणं आहेत. या पराभवातच विजय आहे, त्याचे फाटके-तुटके कपडे विजयाची पताका आहे. त्याची छाती फुगली आहे, चेहऱ्यावर तेज आले आहे, हिराच्या कृतज्ञ होण्यातच त्याची जीवनाची यशस्वीता मूर्तिमान झाली आहे. त्याच्या बखारीत शंभर दोनशे धान्याचे पोते भरलेले असते, त्याच्या मटक्यात रूपये गाडून ठेवले असते, पण त्याला हे स्वर्गासमान सुख मिळालं असतं ?

हिराने त्याला पायापासून डोक्यापर्यंत पाहून घेत म्हटले-तुम्ही पण खूप खराब झालात दादा !

होरीने त्याला म्हटले-तर हे काय माझे जाडजूड होण्याचे दिवस आहेत? जाडजूड ते होतात ज्यांना ना कर्जाची चिंता असते ना इज्जतीची. या काळात लठ्ठ होणे निर्लिज्जपणा आहे. शंभराना बारीक करून एकजण लठ्ठ होतो. अशा लठ्ठपणात कसलं सुख ? सूख तर यामध्ये आहे की सगळेच लठ्ठ व्हावेत. सोभाची भेट झाली ? त्याची तर रात्रीच भेट झाली होती. तुम्ही तर स्वतःचेही पाहिले, ज्याच्याशी वैर होते त्यालाही थारा दिला, त्याने तर शेतीवाडी सगळं विकून टाकलय. देवालाच माहीत नाही त्याचे कसे होईल?

आज होरी खोदकाम करायला चालला होता पण अंग जड पडलं होतं, रात्रीचा थकवा दूर झाला नव्हता. त्याच्या पायात वेग होता आणि चालीत निर्दन्दता.

आज दहा वाजेपासून ऊन पडलं होतं आणि दुपार होता-होता आगीचा वर्षाव होऊ लागला. होरी मातीचे टोपले सडकेवर आणत होता आणि गाडीवर टाकत होता. ज्यावेळी दुपारची सुट्टी झाली, त्यावेळी तो अगदीच थकून गेला होता. इतका थकवा त्याला कधी आला नव्हता. त्याचे पाय देखील उचलत नव्हते, शरीर आतून जड लागलं होतं, त्याने ना स्नान केले होते ना नास्ता. थकवा आल्याने रूमाल अंथरून झाडाखाली झोपी गेला होता. परंतु तहानेने जीव व्याकूळ झाला होता. रिकाम्यापोटी पाणि पिणे ठीक नव्हते, त्याने तहानेला थांबविण्याचा प्रयत्न केला. पंरतु तहान सारखी वाढतच होती. राहावले नाही, एका कामगारांनी बकेट भरून ठेवली होती, आणि तो जेवण करीत होता. होरीने उठून एक बादली पाणि सेंदले आणि पिला. पुन्हा झाडाखाली पडला. परंतु अर्ध्या तासाने ओकारी आली आणि डोळ्यासमोर अंधार दाटला.

त्या कामगाराने विचारले-'आता कसं वाटतय होरी भैय्या ?'

होरीला चक्कर आली होती, म्हणाला-काही नाही, ठीक आहे.

असे म्हणता म्हणता त्याला पुन्हा ओकारी आली आणि हात-पाय थंड पडले. चक्कर का येऊ लागली आहे? डोळयासमोर जणू अंधार पसरला आहे, त्याचे डोळे बंद झाले आणि जीवनाच्या सर्व आठवणी जिवंत होऊन ऱ्हदयपटलावर नाचू लागल्या. परंतु उलट-सुलट क्रमाणे, निर्रथक आणि विकृत स्वरूपातली स्वप्ने. ते बालपण आठवलं ज्याकाळात तो विट्टू दांडू खेळत होताआणि आईच्या मांडीवर खेळत होता. नंतर पाहिलं की गोबर आला आहे आणि त्याचा आर्शीवाद घेऊ लागला आहे. नंतर दृष्य बदलले. धनिया नवरी बनली आहे, लाल साडी परिधान करून त्याला घास भरवत होती. नंतर एक गाय दिसू लागली अगदी कामधेनू सारखी. त्याने तिचे दूध काढले आणि मंगलाला पाजू लागला तोच गाईने देवीचे रूप धारण केले आणि...

त्या कामगाराने पुन्हा हाक मारली-'दुपार होऊन गेलीय. चला टोपले उचला.'

होरी काही बोलला नाही. त्याचं मन कुठे कुठे भटकत होतं. त्याचं अंग पोळत होतं, हात-पाय थंड पडले होते आणि थंडी वाजू लागली होती.

त्याच्या घरी निरोप देण्यात आला. एका तासात धनिया धावतच आली. शोभा आणि हीरा मागे-मागे खाटेवर टाकून त्याला घरी नेत होते.

धनियाने होरीच्या अंगाला हात लावला, तिचं अंग थर्र झालं. चेहरा कांतीहीन झाला.

कंपित स्वरात बोलली-कसं वाटतय तुम्हाला ?

होरीने अस्थिर नजरेनं पाहून बोलला-'तू आला आहेस गोबर. मी मंगलासाठी गाय घेतलीय. ती उभी आहे पहा.'

धनियाला मृत्यू माहीत हेाता. तिला लक्षणं माहीत होती. त्याला चोर पावलांनी आलेलं देखील पाहिलं होतं आणि वादळासारखे देखील. तिच्यासमोर सासू-सासऱ्याचा मृत्यू झाला. तिचे दोन बाळ मृत झाले होते. गावातील पन्नास एक माणसे मेली होती. तिला एक प्रकारचा धक्काच बसला. तो आधार ज्यावर जीवन आधारलेलं होतं, जणू पायाखालून घसरू लागलं होतं, पंरतु नाही, ही वेळ खचून जाण्याची नव्हती. तिची शंका निराधार आहे, ऊन लागलय, त्यामुळे बेशुद्ध पडलेत.

अश्रूंना रोखत बोलली-माझ्याकडे पहा, मी आहे. काय मला ओळखत नाही ?

होरीला चेतना आली. मृत्यू जवळ आला होता. ताप खूप होती. धूर कमी झाला होता.

धनियाकडे दीन नजरेनं पाहिलं. दोन्ही कानावरून अश्रू ओघळले. क्षीण स्वरात बोलला-मला माफ कर धनिया ! आता निरोप घेतो, गाईची लालसा मनातच राहिली. आता येणारा पगार तर क्रिया-कर्मातच जाईन. रडू नकोस धनिया, किती दिवस जगायला लावतेस ? सगळी दुर्दशा तर होऊ लागलीय, आत्ता निरोप दे.

आणि त्याचे डोळे पुन्हा बंद झाले. त्याचवेळी हीरा आणि सोभा डोली घेऊन आले. होरीला डोलीत टाकले आणि घराकडे निकडे गावात ही बातमी वाऱ्यासारखी सपरली. सारं गाव जमा झालं. होरी खाटेवर पडून बहुधा सारं पहात होता, सगळं काही समजून होता, पण तोंड बंद झालं होतं, हो, पण त्याच्या डोळ्यातील अश्रू बोलत होते की मोहाचे बंधन तोडणे किती कठीण होते. आपल्याकडून जे होऊ शकले नाही त्या दुःखाचेच नाव तर मोह आहे. पूर्ण केलेलं काम आणि कर्तव्याचा कसला मोह !मोह तर त्या अनाथाचा सोडून जाण्यात आहे, ज्यांच्यासाठी आपण काही करू शकलो नाहीत. त्या अपूर्ण कर्तव्याचा आहे, जे आपण पूर्ण करू शकलो नाहीत.

परंतु सगळं काही माहीत असुनही धनिया सावलीच्या मागे धावत होती. डोळ्यातून अश्रु वहात होते. परंतु यंत्रासारखी धावत कधी अंब्याचे पन्ने करी, कधी होरीच्या अंगाला गव्हाच्या भुशानें मालीश करी, काय करणार, पैसा नाही, नाहीतर कोणाला पाठविले असते डॉक्टरला बोलवयाला.

हिराने रडत सांगितले-वहिनी, मन घट्ट करा, गो-दान करा, दादा निघालेत.

धनियाने त्याच्याकडे तिरस्कायुक्त नजरेने पाहिले. आता ती मनाला किती घट्ट करणार होती ? तिच्या पतीसाठी तिने काय करावे हे काय इतरांनी सांगायला पाहिजे ? जो जीवनसाथी होता त्याच्या नावाने रडणे हाच तिचा धर्म आहे ?

आणि अनेकांनी तेच सांगितले-हो ,हो, गो-दान करा. हीच वेळ योग्य आहे.

धनिया यंत्रासमान उठली, आज जे सूत विकलं होतं त्याचे वीस आणे आले आणि पतीच्या थंड पडलेल्या हातात ठेवत उभ्या असलेल्या दातादीनला म्हणाली-महाराज, घरी ना गाय आहे ना बछडा, ना पैसा, हेच यांचे गो-दान आहे.

आणि बेशुद्ध होऊन खाली पडली.

मराठी बुक्स

DIAMOND BOOKS X-30 Okhla Industrial Area, Phase-II N.D-20, Phone-011-40712200,40712100 E-mail: sales@dpb.in, Shop online at www.diamondbook.in

मराठी बुक्स

डायनेमिक मेमरी
इंग्लिश स्पीकिंग कोर्स

डायनेमिक मेमरी
कॉम्प्युटर कोर्स

मेमरी, माइंड आणि बॉडी

डायनेमिक
मेमरी मेथड्स

अशक्य...
शक्य...

नेटवर्क मार्केटिंग
किती खरे किती खोटे
डॉ. उज्ज्वल पाटणी

नेटवर्क मार्केटिंग
जुटा जोडा व जिंका

पॉवर थिंकिंग

जीत की हार व्हा तयार
डॉ. उज्ज्वल पाटणी

यशस्वी वक्ता यशस्वी व्यक्ती

मन सकारात्मक
जीवन सकारात्मक

सफलतेचे सूत्र
पॉझिटिव्ह थिंकिंग

मनातल्या गोष्टी कशा आणि कुणाला सांगाव्या
सुभाष लखोटिया

प्रेमचंद साहित्य
प्रेमचंद यांच्या सर्वोत्तम कथा

अभिज्ञान

जीवन बदलून टाकणाऱ्या कथा